இருண்ட காலங்களில் பாடுவதும் இருக்குமா?

(கட்டுரைகள்)

எஸ்.வி. ராஜதுரை

நியூ செஞ்சுரி புக் ஹவுஸ் (பி) லிட்.,
41-பி, சிட்கோ இண்டஸ்டிரியல் எஸ்டேட்,
அம்பத்தூர், சென்னை - 600 050.
☎: 044 - 26251968, 26258410, 48601884

Language: Tamil
Irunda Kaalangalil Paaduvathum Irukkumaa?
(Articles)
Author: **S.V. Rajadurai**
First Edition: March, 2023
Copyright: Author
No. of Pages: 428
Publisher:
New Century Book House Pvt. Ltd.,
41-B, SIDCO Industrial Estate,
Ambattur, Chennai - 600 050.
Tamilnadu State, India.
Email: info@ncbh.in
Online: www.ncbhpublisher.in

ISBN: 978-81-2344-444-4

Code No. A4798

₹ **540/-**

Branches

Ambattur 044 - 26359906 **Spenzer Plaza (Chennai)** 044-28490027
Trichy 0431-2700885 **Pudukkottai** 04322- 227773 **Thanjavur** 04362-231371
Tirunelveli 0462-4210990, 2323990 **Madurai** 0452-2344106, 4374106
Dindigul 0451-2432172 **Coimbatore** 0422-2380554 **Erode** 0424-2256667
Salem 0427-2450817 **Hosur** 04344-245726 **Krishnagiri** 04343-234387
Ooty 0423-2441743 **Vellore** 0416-2234495 **Villupuram** 04146-227800
Pondicherry 0413-2280101 **Nagercoil** 04652-234990

இருண்ட காலங்களில்
பாடுவதும் இருக்குமா?
(கட்டுரைகள்)

ஆசிரியர் : எஸ்.வி. ராஜதுரை
முதல் பதிப்பு: மார்ச், 2023

அச்சிட்டோர்: **பாவை பிரிண்டர்ஸ் (பி) லிட்.,**
16 (142), ஜானி ஜான் கான் சாலை, இராயப்பேட்டை, சென்னை - 14
☎: 044-28482441

All rights reserved. No part of this book may be reprinted or reproduced or utilised in any form or by any electronic, mechanical, or other means, now known or hereafter invented, including photocopying and recording, or in any information storage or retrieval system, without permission in writing from the publishers.

க.திருநாவுக்கரசு பொதியவெற்பன் பெருமாள் முருகன்
'மின்னம்பலம்' காமராஜ் 'விடியல்' வேணுகோபால்
'ஊடாட்டம்' க.காமராஜ் தேவிகா-தா.மோகன்
சுதா-அஜயன் பாலா ஏ.எஸ்.பத்மாவதி
ஜமாலன் பிரேம் ஆரணி ஜி.குப்புசாமி கவிஞர் வெய்யில்
மருத்துவ இணையர்கள் மகேஸ்வரன்-கலா மகேஸ்வரன்
ஆகியோருக்கு

"இருண்ட காலங்களில் பாடுவதும் இருக்குமா?
ஆம், இருண்ட காலங்களைப் பற்றி பாடுவதும்கூட இருக்கும்".

"நானும்கூட விவேகியாக இருக்க விரும்புகிறேன்
பழைய நூல்களில் விவேகம் பற்றிச் சொல்லப்படுகிறது:
உலகில் நடக்கும் சண்டைகளை மறந்துவிட்டு
உங்களுக்குக் கிடைக்கும் குறுகிய காலத்தை
அச்சமின்றி வாழுங்கள்
வன்முறையில்லாமல் வாழப் பழகுங்கள்
தீமைக்கு நன்மையைத் திருப்பித் தாருங்கள்
உங்கள் ஆசைகளைப் பூர்த்தி செய்யாதீர்கள்
மாறாக அவற்றை மறந்து விடுங்கள்
இதை எதனையும் என்னால் செய்ய முடியாது:
உண்மையிலேயே நான் இருண்டகாலங்களில் வாழ்கிறேன்".

-பெர்டோல்ட் ஃப்ரெஹ்ட்டின் கவிதைகளிலிருந்து

நன்றி

என் வாழ்வில் வலியும் துன்பமும் மிகுந்திருக்கும் கடந்த மூன்றாண்டு காலத்தில் எனக்கு முதன் முதலில் ஊக்கமும் உற்சாகமும் கொடுத்த காலஞ்சென்ற என் அருமை நண்பரும் 'க்ரியா' பதிப்பக நிறுவனருமான எஸ்.ராமகிருஷ்ணனுக்கு அஞ்சலி.

என் எழுத்துகளை ஊக்குவித்தும் வெளியிட்டும் வந்துள்ளவர்களான 'மின்னம்பலம்' காமராஜ், 'எதிர் வெளியீடு' அனுஷ், என்.சி.பி.எச். நிறுவன மேலாண்மை இயக்குநர் கவிஞர் சண்முகம் சரவணன், பொது மேலாளர் தி. இரத்தினசபாபதி, இதழியலாளரும் மொழிபெயர்ப்பாளரும் எழுத்தாளருமான மு.பாண்டியராஜன், 'உயிர் எழுத்து' ஆசிரியர் சுதீர் செந்தில், 'க்ரியா' பதிப்பகம் பிரசன்னா, 'கருப்புப் பிரதிகள்' அமுதா-நீலகண்டன், 'பரிசல்' செந்தில்நாதன், 'விடியல் பதிப்பகம்' ராஜாராம், 'அன்னம்' கதிர், 'அடையாளம்' சாதிக்;

மூத்த இதழியலாளர்கள் ஏ.ராயப்பன், தி.சிகாமணி, 'அருஞ்சொல்' ஆசிரியர் சமஸ், 'இந்து தமிழ் திசை' ஏட்டில் பணியாற்றி வந்த கவிஞர் ஆசைத்தம்பி, செல்வ.புவியரசன், இப்போதும் அதில் பணியாற்றிவரும் ஆதி.வள்ளியப்பன், அருண்பிரசாத், ரியாஸ்;

என் எழுத்துகளை மதிக்கும் வண்ணம் கடந்த ஆண்டில் விருதுகள் வழங்கிப் பெருமைப்படுத்திய கவிஞர் இரா.சின்னசாமி, வி.சி.க. தோழர்கள், அவர்களது ஒப்பற்ற தலைவர் 'எழுச்சித் தமிழர்' தொல். திருமாவளவன், நாடாளுமன்ற உறுப்பினர் ரவிக்குமார், 'இந்து தமிழ் திசை' ஆசிரியர் குழுவினர்;

என் படைப்புகளை ஆழமாகத் திறனாய்வும் மதிப்பீடும் செய்து 2020 ஜூன் மாதம் கோவையில் 'ஆயல் கலை இலக்கியப் பண்பாட்டு நிறுவனம்' நடத்திய நிகழ்வில் பாராட்டிப் பேசி எனக்கு மிகுந்த மகிழ்ச்சியையும் உற்சாகத்தையும் வழங்கிய நீதிநாயகம் அரங்க.மகாதேவன்;

என் அன்பு நண்பரும் அருமைத் தோழருமான கவிஞர் கே.சி.எஸ்.அருணாச்சலம் அவர்களின் நூற்றாண்டு விழாக் கொண்டாட்டச் சிறப்பு நிகழ்ச்சியில் என்னைப் பங்கேற்கச் செய்து, சிறப்பித்த நீண்டகால நண்பரும், கடந்த காலத்தில் ஆக்கபூர்வமான விவாதங்கள்

மூலம் என் அறிவை விசாலப்படுத்திக் கொள்ள உதவியவருமான கவிஞர் சிற்பி பாலசுப்பிரமணியன்;

என் படைப்புகளைப் பற்றிய ஒரு நாள் கருத்தரங்கை நடத்தி என்னைப் பெருமைப்படுத்திய சென்னை ரோஜா முத்தையா நூலக இயக்குநர் க.சுந்தர் மற்றும் அந்த நூலக நண்பர்கள்;

என் அபிமான எழுத்தாளர்களும் மொழிபெயர்ப்பாளர்களும் கலைஞர்களும் ஆராய்ச்சியாளர்களும் இதழியலாளர்களுமான மிஷ்கின், செழியன், ராஜ்கௌதமன், எஸ்.ராமகிருஷ்ணன், வெ.ஸ்ரீராம், எம்.ஏ.நுஃமான், அ.யேசுராசா, ஆதவன் தீட்சண்யா, அழகிய பெரியவன், ச.பாலமுருகன், பாமரன், சே.கோச்சடை, அ.மார்க்ஸ், ப.சிவகுமார், திரைப்படக் கலைஞர் சிவகுமார், மு.ராமசாமி, திருமாவேலன், அய்யனார் பெருமாள், எஸ்.நீலகண்டன், ஜெ.ஜெயரஞ்சன், ச.தமிழ்ச்செல்வன், ஆ.சிவசுப்ரமணியன், பொ.வேல்சாமி, எஸ்.சி.ஜெயகரன், ஆ.இரா.வேங்கடாலபதி, சி.இலட்சுமணன், கவிஞர் சுகுமாரன், செந்தில் பாபு, கண்ணன் எம்., சுகிர்தராணி, நிகழ் அய்க்கண், யாழன் ஆதி, என்.டி.ராஜ்குமார், போ. மணிவண்ணன், கண.குறிஞ்சி, ப.கு.ராஜன், மு.அப்பணசாமி, 'நிழல்' திருநாவுக்கரசு, ஆ.பத்மாவதி, மு.வசந்தகுமார், நிழல்வண்ணன், வேணி-நீதிராஜன் இணையர்கள், வாலாசா வல்லவன், 'விடுதலை' இராசேந்திரன்; நிவேதா லூயிஸ், மங்கை-வீ.அரசு இணையர்கள், 'தலித் முரசு' புனிதபாண்டியன், ராஜன் குறை, 'இலக்கிய வெளிவட்டம்' நடராஜன், சல்மா, மனுஷ்யபுத்திரன், ஷாஜி, ஷைலஜா-பவா.செல்லத்துரை இணையர்கள், பேராசிரியர் மதுரை எம்.சிவராமன், 'பிபிசி' மணிவண்ணன், சித்ரலேகா-மௌனகுரு இணையர்கள், சுப.வீரபாண்டியன், தமிழச்சி தங்கபாண்டியன், நந்தலாலா, யாழ் மதி, சுகுணா திவாகர், அழகு.சுப்பையா, பொழிலன், சுந்தர் காளி, அவைநாயகன், பேரறிவாளன், இரா.மோகன்ராஜ், 'காக்கைச் சிறகினிலே' வி.முத்தையா, இரா.வினோத், கே.ஜவஹர், நெய்வேலி பாலு, ஈரோடு மணி, தேவேந்திர பூபதி, ந.முருகேசபாண்டியன், ஓவியர்கள் டிராட்ஸ்கி மருது, ஆ-ஸ்ரீதர்;

பள்ளிப் பருவத்திலிருந்து இன்று வரை உற்ற நண்பராக இருந்துவரும் ஆராய்ச்சியாளரும் எழுத்தாளருமான தியடோர் பாஸ்கரன், அவரது துணைவியார் திலகா;

மிகுந்த குளிரும் அடாத மழையும் உள்ள கோத்தகிரியில் மூச்சுத் திணறலால் அவதிப்பட்டுக் கொண்டிருந்த என்னையும் என் துணைவியாரையும் நல்லுணவும் உறைவிடமும் கொண்ட, தங்களுக்குச் சொந்தமான முதியோர் குடியிருப்பில் தங்கியிருக்கவும் ஓய்வெடுக்கவும் ஏற்பாடு செய்த அமரந்தா-(கல்பாக்கம்) டி.வி. நடராஜன் இணையர்கள்;

எல்லாக் காலங்களிலும் உற்ற துணையாக இருந்துவந்துள்ள கிறிஸ்டி-எல்.ஏ.சாமி, சுஜாதா-துளசிதாசன் இணையர்கள்;

அருமை நண்பர்கள் மருத்துவர் அமினா குடும்பத்தார், இ.சி.ராமச்சந்திரன், சுஜாதா பாலன், கோவை செந்தில்குமார், ஆ.விஸ்வநாதன், சேலம் பாலு சரவணன், வழக்குரைஞர் அஜிதா, மீனா - பொன்.பரமேஸ்வரன் இணையர்கள், தனம்-பொன்.சந்திரன் இணையர்கள், ‘விஜயா பதிப்பகம்’ வேலாயுதம், மருத்துவர் இரா.டால்ஸ்டாய், பேராசிரியர் பா.கல்யாணி (பிரபா கல்விமணி), ‘அகரம்’ ஆ. அன்டோனி, திருச்சி எஸ்.அற்புதராஜ், ‘ஓசை’ காளிதாஸ், ‘நிலம்’ சந்திரசேகரன், மருத்துவர் ஈ.எஸ்.மணிகண்டன், ஜான் ஜெயசேகரன், முனைவர் தியான்சந்த் கார், யாமினி-மருது பசுபதி இணையர்கள், சீதா வெங்கடேசன் - எஸ்.வெங்கடேசன் இணையர்கள், சிசில், எஸ்.வி.வேணுகோபால், இக்பால், பீர் முகமது, ஜெய்ராம் சேதுராமன், வேலு சரவணன், பாரதி-ஆல்பின் இணையர்கள், மருத்துவர் ராஜா, உமா-சரவணன் இணையர்கள், பர்வதம்-தேவா இணையர்கள், வழக்குரைஞர் ஜவாத்;

நீலகிரி நண்பர்கள் ந.ஜெயகுமார், கவுசல்யா-பரத் இணையர்கள், மகேஸ்வரி-செ.நல்லமுத்து இணையர்கள், தவமுதல்வன், மூத்த வழக்குரைஞர் கி.விஜயன், பால.நந்தகுமார், மு.முனிரத்தினம், விஜயராஜ், சதீஷ்குமார், ‘மக்கள் போராளி’ சகாதேவன், குயிலரசன், சந்திரபோஸ், சரோஜா-ராஜு இணையர்கள்;

இலங்கை நண்பர்கள் பாபி-சீவகன் இணையர்கள்; ராஜி-மூர்த்தி இணையர்கள், பூபாலசிங்கம்;

அவுஸ்த்ரேலிய நண்பர் சஞ்சயன்;

அமெரிக்கத் தமிழ் நண்பர்கள் பேராசிரியர் எம். சுந்தரமூர்த்தி, ராம் மகாலிங்கம்;

இலண்டன் நண்பர்கள் ஆர்.பத்மனாப ஐயர், மீனா-மு.நித்தியானந்தன் இணையர்கள்; மேரி-ஸ்ரீ இணையர்கள், ரமணி-எஸ்.சாந்தகுணம் இணையர்கள்:

பிரான்ஸ் நண்பர்கள் முகிலன், சுமத்தரி;

ஜெர்மன் நண்பர்கள் இன்பா-சுசீந்தரன் இணையர்கள்;

சிபிஎம் தோழர்கள் ஜி.ராமகிருஷ்ணன், கே.பாலகிருஷ்ணன், அ.குமரேசன், எஸ்.ஏ.பெருமாள், மயிலை பாலு, ஜி.செல்வா, பத்ரி,

சாமுவேல் ராஜ், யு.கே.சிவஞானம், ப.சகஸ்ரநாமம், நர்மதா தேவி; சிபிஐ தோழர்கள் வ.மோகனகிருஷ்ணன், ப.பா.ரமணி, ஏ.ஜே.செல்வின், ஏ.அஷ்ரப் அலி, ஜி.ஞானகுமார், ஆர்.நடராஜன், ஆர். ஜனார்த்தனன், வி.வெள்ளிங்கிரி, ஓடை பொ.துரையரசன்; சிபிஐ எம்-எல் லிபரேஷன் தோழர்கள் வி.சங்கர், சி.பாலசுந்தரம், அ.சந்திரமோகன், கோவை ஆர்.நாராயணன், கே.பாலசுப்ரமணியன், வெங்கடாசலம்;

என் அருமை வளர்ப்பு மகனும் மருமகளும் பேத்தியுமான ம.விஜயபாஸ்கர், மிரா, புலரி; என் தங்கை மகனும் மருமகளுமாகிய தெ.கார்த்திகேயன், சந்தியா, பேரன் தருண்; என் இளவலின் மகனும் மருமகளும் பேத்திகளுமான செந்தில் சுந்தரவடிவேல், கீதா, பேத்திகள் நித்திலா, கயல்; இளவலின் மகளும் மருமகனும் பேத்திகளுமான சுமதி, கா.வெங்கடேசன், ரித்திகா (அபர்ணா) ரட்சனா; தங்கை மகளும் மருமகனும் பேத்தியுமாகிய அபிராமி, தனபால், மித்ர; அண்ணன் மருமகளும் பேரன் பேத்திகளுமான ஜோதிமணி, சி.கார்வேந்தன், இனியா, மைத்துனி விமலா வழிப்பேரன் க.தீபக், அவன் மனைவி விஜயலட்சுமி;

என் நீண்டகால நண்பர் தாராபுரம் சி.செல்லப்பன், அமெரிக்காவில் புளோரிடா மாகாணத்தில் உள்ள அவரது மகள் சிவசெல்வி, மருமகன் கே.சிவசாமி, பேத்திகள் ஷிவானி, வைஷ்ணவி;

சற்றும் எதிர்பாராத வகையில் தமிழ்நாடு அரசின் 2022ஆம் ஆண்டுக்கான 'அண்ணல் அம்பேத்கர் விருதை' எனக்கு வழங்கி என்னைப் பெருமைப்படுத்திய தமிழ்நாடு முதலமைச்சர் மாண்புமிகு திரு.மு.க.ஸ்டாலின் அவர்கள்;

இந்தக் கட்டுரைத் தொகுப்பின் மெய்ப்புகளைப் பொறுமையுடன் படித்துத் திருத்தம் செய்த அருமை நண்பர் பொன்.தனசேகரன்;

என்.சி.பி.எச். நிறுவனப் பதிப்புத்துறை மேலாளர் திருமதி ரேவதி, நூல் வடிவமைப்பு செய்த திருமதி பி.சரிதா, அட்டை வடிவமைப்பு செய்த தோழர் கா.குணசேகரன்;

எப்போதும் என் ஆசிரியராகத் திகழும் வ.கீதா;

எல்லா நற்தருணங்களிலும் சோதனைக்காலங்களிலும் என் கோபதாபங்களைப் பொருட்படுத்தாமல் என்னை அரவணைத்துச் செல்லும் துணைவியார் சகு ஆகியோருக்கு என் நன்றி.

எஸ்.வி. ராஜதுரை

கருத்துரிமை பற்றிய என் புரிதலும் கட்டுரைத் தொகுப்பும்: முன்னுரைக்குப் பதிலாக

"இருண்ட காலங்களில் பாடுவதும் இருக்குமா?" என்ற கேள்வியை எழுப்பி, "இருண்ட காலங்களைப் பற்றி பாடுவதும்கூட இருக்கும்" என்ற பதிலையும் தந்தார் பெர்டோல்ட் ப்ரெஹ்ட் ஜெர்மனியில் நாஜிகள் ஆட்சிக்கு வந்ததை மனதில் கொண்டு. என்னைப் பொருத்தவரை நான் 1980களில் இறுதியிலிருந்து தனியாக எழுதிய கட்டுரைகள் ('ஓர் அணுகுண்டு இரு கவிஞர்கள்', 'பதி பசு பாகிஸ்தான்' ஆகிய கட்டுரைத் தொகுப்புகளில் உள்ளவை), 1993இல் நான் எழுதிய 'இந்து இந்தி இந்தியா' நூல், வ.கீதாவுடன் இணைந்து 1991இல் 'தினமணி' நாளேட்டில் எழுதிய கட்டுரைகள் தொகுப்பு (1992இல் 'திராவிட' தினமணியின் பார்ப்பனியம்' என்ற தலைப்பிலும் 2022இல் 'தினமணி பார்ப்பனியத்தின் முகமூடிகள்' என்ற தலைப்பிலும் வெளிவந்துள்ள நூல்களில் அவை உள்ளன) ஆகியவற்றில் இந்துத்துவ-ஆர்.எஸ்.எஸ். பாசிசம் பற்றிய எச்சரிக்கையை விடுத்து வந்துள்ளேன். அதன் பிறகு வெளிவந்துள்ள பல்வேறு கட்டுரைகளிலும் அந்த அபாயம் குறித்த எச்சரிக்கைகள் இருந்தன.

2014ஆம் ஆண்டு நாடாளுமன்றத் தேர்தலில் நரேந்திர மோடி பிரதமர் வேட்பாளராக அறிவிக்கப்பட்டவுடனேயே, 'வாசல் படியில் பாசிசம்' என்னும் என் கட்டுரை 'உயிர் எழுத்து' ஏட்டின் ஜனவரி 2014 இல் வெளிவந்தது. அதன் பிறகு சங் பரிவார ஆட்சியை 'பாசிசம்' என்று அழைக்கலாமா அல்லது 'எதேச்சாதிகார ஆட்சி' என்று அழைக்கலாமா என்பதைப் பற்றிய விவாதம் நாடாளுமன்ற இடதுசாரிகளிடையே நடந்து வந்தது. இந்திய பாசிசம் பற்றிய வரைவிலக்கணத்தைத் தேடி அவர்கள், யூத குருமார்கள் தங்கள் புனித நூல்களைப் புரட்டிப் பார்ப்பதுபோல, 'மூன்றாம் அகில'த்தின் ஆவணங்கள், பல்கேரியக் கம்யூனிஸ்ட் புரட்சியாளர் ஜார்ஜி டிமிட்ரோவின் கட்டுரைகள் ஆகியவற்றைப் படித்துக் கொண்டு, நிதிமூலதனத்திற்கு ஏற்பட்ட நெருக்கடியின் காரணமாகத்தான் இந்தியாவில் பாசிசம் தோன்றியதா என்ற ஆராய்ச்சியில் மூழ்கிக் கொண்டிருக்க, சங் பரிவாரமோ 2019ஆம் ஆண்டு நாடாளுமன்றத் தேர்தலிலும் வெற்றி பெற்று இந்தியாவில்

ஏற்கெனவே தேய்ந்துபோயிருந்த ஜனநாயக மரபுகளை முற்றிலுமாகத் துடைத்தெறியும் பணிகளைத் தொடர்ந்து மேற்கொண்டு வந்தது.

இந்திய பாசிச ஆட்சி உருவாக்கிய இருண்டகாலத்தின் இரண்டாம் கட்டத்தில் ஏற்பட்ட முக்கிய நிகழ்வுகளைப் பதிவு செய்தவதற்கான வெகுமக்கள் ஊடகம் ஏதுமில்லை என்று நான் நினைத்துக்கொண்டிருந்த நேரத்தில், என் கட்டுரைகளை 'மின்னம்பலம்' எண்மய (டிஜிட்டல்) ஏட்டில் வெளியிட முன்வந்தார் அருமை நண்பர் காமராஜ். அதற்குமுன் என் எழுத்துகளுக்கு இடம் தந்து வந்திருந்த 'புதுவிசை' காலாண்டு ஏடும் 'உயிர் எழுத்து' மாத ஏடும் நின்று போயிருந்தன. என் கட்டுரைகளில் சிலவற்றை மட்டுமே - சில வரையறைகளுக்கு உள்பட்டு - வெளியிட்டு வந்த 'இந்து தமிழ் திசை' நாளேட்டில், இத்தொகுப்பிலுள்ள பெரும்பாலான கட்டுரைகள் வெளிவருவதற்கான சாத்தியப்பாடே இல்லை.

2019 அக்டோபரில் 'மின்னம்பல'த்தில் உற்சாகமாக எழுதத் தொடங்கினேன். ஆனால் அவப்பேறாக அடுத்த ஆண்டு (2020) ஜனவரியில் என் முகத்தின் இடப்புறத்தைத் தாக்கி, இன்று வரை நீடிக்கும் கடுமையான நரம்பு வலி, என் உடல், மனம் இரண்டையும் வெகுவாகப் பாதித்தது. மூன்று மாத காலம் வலியால் துடித்துக்கொண்டிருந்த பிறகு என் மனோ வலிமையை வரவழைத்துக் கொண்டு மூன்றாண்டுகளாக மீண்டும் கட்டுரைகளை எழுதவும் முக்கிய மொழியாக்கப் பணிகளையும் செய்யவும், இரண்டு புதிய நூல்களை எழுதவும் மூன்று முக்கியப் புத்தகங்களின் புதிய பதிப்புகளுக்காக அவற்றை விரிவாக திருத்தி எழுதவும் என்னால் முடிந்திருக்கிறது.

'அருஞ்சொல்'லில் நான் முதன்முதலாக எழுதியவை - அதுவும் சமஸின் வேண்டுகோளின் பேரில் - கோர்பசெவ் பற்றிய இரு கட்டுரைகள் தான். அவற்றில் கோர்பசெவ் பற்றிய எனது மதிப்பீடு முழுவதும் இருக்கவில்லை. சோவியத் யூனியன் தகர்ந்து விழுவதற்கு முன்பும் பின்பும், அங்கு உள்நாட்டுப் போர் வெடிப்பதற்கான சாத்தியப்பாடுகள் இருந்தன. அப்போதே கோர்பசெவ் சோசலிச ஜனநாயக, சீர்திருத்தவாத முதலாளியக் கொள்கைகளுக்கு மாறிச்சென்று கொண்டிருந்தார் என்றாலும், நாட்டில் மிகப் பெருமளவில் இரத்தக்களரி ஏற்படுவதைத் தடுத்து நிறுத்தியவர், பழைய சோவியத் யூனியனில் இருந்த பல குடியரசுகள் தனித்தனியாகப் பிரிந்துபோன பிறகு மீதமுள்ள எட்டுக் குடியரசுகளைக் கொண்ட புதிய ஒன்றியத்தை உருவாக்க முனைந்தவர் என்பதும் அந்தப் புதிய ஒன்றியம் ஏற்பட்டிருக்குமானால் அது சோசலிசத்தன்மை வாய்ந்ததாக இல்லாவிட்டாலும்கூட ஒற்றைத்துருவ உலகை உருவாக்க

விரும்பும் அமெரிக்காவுக்கு சவாலாக இருந்திருக்கும் என்பதும் என் கருத்துகள், வார்ஸா ஒப்பந்தத்தைக் கலைத்தார், அமெரிக்க, ஐரோப்பிய நாடுகளுடன் சமாதான ஒப்பந்தம் செய்து கொண்டார், சோவியத் யூனியனின் தகர்வுக்கு அவர் மட்டுமே காரணம் என்பதை மட்டும் வலியுறுத்துபவர்கள் தாங்கள் வழிபட்டு வந்த கடவுளொன்று தங்களை ஏமாற்றிவிட்டதற்கான காரணிகள் கோர்பசெவ் ஆட்சிக்கு வருவதற்கு முன்பே வலுவாக உருவாகி வந்ததைப் பற்றிய ஆழமான ஆய்வுகளைச் செய்ய முனைவதில்லை என்றாலும் என் வாதங்கள் சரியானவையல்ல என்று மெய்ப்பிக்கப்படுமானல் அவற்றை நான் திரும்பப்பெற்றுக் கொள்ளத் தயங்கமாட்டேன். என் கருத்துகளுக்கான எதிர்வினை என்பது பல்லாண்டுகளாக விதிவிலக்காக உள்ள ஒன்றிரண்டைத்தவிர வெறும் அவதூறுகளாகவும் என் கருத்துகளைத் திரித்துக் கூறுவனவாகவுமே இருந்துள்ளன. கோர்பசெவ் பற்றிய ‘ஜனசக்தி’யில் வெளிவந்த கட்டுரைகளுக்கான என் எதிர்வினைகளை எனது வற்புறுத்தலின் காரணமாகவே சமஸ் வெளியிட்டாரே தவிர, அவரின் வேண்டுகோளின்படி அல்ல. அந்த எதிர்வினைக் கட்டுரை யொன்றில் இருந்த துணைத் தலைப்புகள், சில தடிப்பான சொற்கள் ‘அருஞ்சொல்’ ஆசிரியர் குழுவிலிருந்த ஒருவரால் சேர்க்கப்பட்டவை என்றாலும் அவற்றுக்கு நான் தார்மிகப் பொறுப்பு ஏற்றுக் கொண்டதுடன், இடதுசாரிக் கட்சிகளுடன் எனக்கு நட்புரீதியான கருத்து வேறுபாடுகள் இருந்தாலும், கசப்புணர்வை வளர்க்கக்கூடாது என்பதற்காக அந்த இரு எதிர்வினைக் கட்டுரைகளை இத்தொகுப்பில் சேர்க்கவில்லை. எனினும் சிலர், நான் எப்போது எழுத வேண்டும், எதை எழுத வேண்டும், எதை எழுதக்கூடாது, எங்கு எழுதக்கூடாது என்று எனக்குக் கட்டளையிடுகிறார்கள்.

‘மின்னம்பல’த்தில் வெளிவந்த ‘இடதுசாரிகளும் இட ஒதுக்கீட்டுக் கொள்கையும்’ என்ற என் கட்டுரையில் சில முக்கிய திருத்தங்களைச் செய்த பிறகே இத்தொகுப்பில் சேர்த்துள்ளேன். இடதுசாரித் தலைவர் களையும் கட்சி உறுப்பினர்களையும் புண்படுத்தும் சில வார்த்தைகளை முற்றிலுமாக நீக்கியுள்ளேன். அதேவேளை அந்தக் கட்டுரையில் நான் முன்வைத்த வாதங்களை மேலும் வலுப்படுத்தியுள்ளேன். திருத்தப்பட்ட வடிவில்தான் அக்கட்டுரை இத்தொகுப்பில் சேர்க்கப்பட்டுள்ளது.

என் கருத்து சரியா, அவர்கள் கருத்து சரியா என்பதைவிட மிக மிக முக்கியமான விசயம் ஒன்றுள்ளது. அதாவது, இந்தியாவில் முன்னுவமை இல்லாத அளவுக்கு ஏறத்தாழ இரண்டாண்டு காலம் தங்கள் நண்பர்கள், குடும்ப நண்பர்கள், ஆதரவாளர்கள் ஆகியோரைப்

பலி கொடுக்க வேண்டிய நிர்பந்தத்தையும் பொருள்படுத்தாது வட மாநில விவசாயிகள் நடத்திய போராட்டத்தைப் போற்றிப் புகழாத, அதற்குத் தங்கள் ஆதரவை நல்காத இடதுசாரிகள் எவரும் இல்லை. ஆனால், இது தொடர்பாக என் நண்பரும் இடதுசாரித் தோழருமான ப.கு.ராஜன் எழுப்பிய முக்கிய கேள்வியை இடதுசாரிகள் முன்பும், அவர்களின் ஆதரவாளர்கள் முன்பும் வைக்க விரும்புகிறேன்;

இப்போது நாம் சிந்திக்க வேண்டிய கேள்வி இந்த மாபெரும் போராட்டம் மற்றும் மாபெரும் வெற்றிக்குப் பிறகு பஞ்சாப் தேர்தல் முடிவுகள் எப்படி இருந்தன என்பதாகும். தேர்தல் முடிவுகள் நாம் அனைவரும் அறிந்ததே, CPI முதல் CPI-ML (மற்றும் CPI-M-இல் 5/6 பிளவுபட்ட குழுக்களும்) வரையிலான அனைத்து நீரோட்டங்களையும் உள்ளடக்கிய 'இடது' மகத்தான பங்கை ஆற்றியது மட்டுமின்றி விவசாய அமைப்புத் தலைவர்களான திகாயித் போன்றவர்களையும் உள்ளிணைத்தன. அவர்கள் அனைவரும் போராட்டத்தின் போதும் அதற்குப் பின்னரும் ஒற்றுமையாக இருந்தார்கள். ஒற்றுமையாகத் தேர்தலிலும் போட்டியிட்டனர். ஆனால் அத்தேர்தலில் பதிவான வாக்குகளில் அவர்கள் பெற்றது 1% மட்டுமே. பஞ்சாப் மக்கள் பா.ஜ.க., காங்கிரஸ் மற்றும் அகாலிதளம் கட்சிகளைச் சரியாகவே நிராகரித்தார்கள், ஆனால் பொருளாதாரக் கொள்கையில் காங்கிரஸின் நிழலாகவும், சமூகநீதியில் பிராமண பனியாகும்பலான பாஜகவின் நிழலாகவும் உள்ள ஆம் ஆத்மியைத் தேர்ந்தெடுத்தனர்! ஆம் ஆத்மி கட்சியைச் சேர்ந்தவர்கள் டெல்லியில் போராடிய விவசாயிகளுக்கு குடிநீர் கொடுத்தார்கள். அதற்கு மேல் ஒன்றுமில்லை! ஆனால் அவர்களது ஆட்சி அதிகாரத்திற்காக பஞ்சாப் மக்கள் வாக்களித்தனர்! ஏன்? எப்படி? 'இடதுசாரிகள்' கற்றுக்கொண்ட பாடங்கள் என்ன?

இறுதியாக, "கருத்துரிமை என்பது முதன்மையாக, நமது கருத்துகளோடு உடன்படுபவர்களுக்கானது அல்ல, மாறாக நம் கருத்துகளுடன் உடன்படாதவர்களுக்கானது" என்ற ரோஸா லுக்ஸம்பர்க்கின் புகழ்பெற்ற கூற்றை என்னை விமர்சிப்பவர்களுக்கும் இழிவுபடுத்துபவர்களுக்கும் நினைவுபடுத்த விரும்புகிறேன்.

இத்தொகுப்பில் உள்ளவை பெரும்பாலும் 'மின்னம்பலம்' ஏட்டில் 2019 அக்டோபர் முதல் 2022 டிசம்பர் முதல் நாள் வரை வெளிவந்தவை; வேறு சில 'உயிர் எழுத்து', 'இந்து தமிழ் திசை', 'அருஞ்சொல்', 'தலித்' ஆகிய ஏடுகளில் வெளியிடப்பட்டவை. ஒரே

ஒரு கட்டுரை 'காக்கைச் சிறகினிலே' ஏட்டுக்காக எழுதப்பட்டது. நான் எழுதிய சில கட்டுரைகளை பல்வேறு காரணங்களுக்காக இத்தொகுப்பில் சேர்க்கவில்லை. இதில் இடம்பெறும் எல்லாக் கட்டுரைகளும் - ஒன்றைத் தவிர - காலவரிசைப்படித் தொகுக்கப் பட்டுள்ளதுடன், சில இடங்களில் திருத்தங்களும் மாற்றங்களும் செய்யப்பட்டுள்ளன, கடந்த மூன்று ஆண்டுகளில் நான் எழுதிய இரு ஆங்கிலக் கட்டுரைகள் 'Countercurrents.org' ஆங்கில ஏட்டில் வெளியிடப்பட்டன. அவற்றில் ஒன்று மட்டுமே (தலித் மற்றும் பிற ஒடுக்கப்பட்ட மக்களின் விடுதலைக்காகத் தங்கள் வாழ்க்கை முழுவதையும் அர்ப்பணித்த தோழர்கள் பிரபலன், 'தலித்' சுப்பையா ஆகியோருக்கான அஞ்சலிக் கட்டுரை) இத்தொகுப்பில் கடைசிக் கட்டுரையாகச் சேர்க்கப்பட்டுள்ளது. அவர்களைப் பற்றிய நினைவேந்தல் கட்டுரையைத் தமிழில் எழுத முடியாமல் போனது இதற்கு முக்கியக் காரணம்.

என்னால் பெரிதும் மதிக்கப்பட்ட ஆளுமைகளில் தமிழறிஞர் பெருஞ்சித்திரனாரும் நாடகாசிரியரும் இதழியலாளருமான கோமல் சாமிநாதனும் அடங்குவர். அவர்கள் இறந்த பிறகு அவர்களைப் பற்றி நான் எழுதிய நினைவேந்தல் கட்டுரைகள் இதற்கு முன்பு வந்த என் கட்டுரைத் தொகுப்புகள் எதிலும் சேர்க்கப்படவில்லை என்ற குற்ற உணர்வு எனக்கு இருந்து வந்தது. அதைப் போக்கும் வண்ணம் அவர்கள் இருவரைப்பற்றி நான் எழுதிய கட்டுரைகள் 'இணைப்பு-*1*' இல் தரப்பட்டுள்ளன.

அதேபோல 'மின்னம்பல'த்தில் வெளியான என் இரு மொழியாக்கக் கட்டுரைகள் அவற்றின் இன்றைய முக்கியத்துவம், பொருத்தப்பாடு ஆகியவற்றைக் கருதி 'இணைப்பு-*2*'இல் சேர்க்கப்பட்டுள்ளன.

காரிருள் நிறைந்த காலத்தில் நாம் வாழ்கிறோம். விடியலுக்கான அறிகுறிகள் இன்னும் தெளிவாகத் தெரியவில்லை, இந்தச் சூழலில் கலையும் இலக்கியமும் மட்டுமே எனக்குச் சற்று ஆறுதல் தருவனவாகவும், பிகார் மாநிலத்தில் இந்திய மார்க்ஸிஸ்ட் லெனினிஸ்ட் (லிபரேஷன்) பெற்றுள்ள வளர்ச்சியும், வடமாநில விவசாயிகளின் உறுதிமிக்க போராட்டமும், தமிழகத்திலும் கேரளத்திலும் சங் பரிவாரக் கூட்டணி தோற்கடிக்கப்பட்டதும் சற்றுத் தெம்பைத் தருவனவாக அமைந்தன. நான் எந்தக் கட்சியிலும் உறுப்பினன் அல்ல - என்றாலும் சிபிஐ, சிபிஎம், சிபிஐஎம்எல் கட்சிகளில் எனக்குத் தோழமைச் சக்திகள் இருக்கின்றன. பாசிசத்தை வீழ்த்த அணியமாக உள்ள எல்லாச் சக்திகளையும் வரவேற்பவன் நான்.

எனக்கு இன்னும் வைக்கப்பட்டுள்ளதாக நான் கருதும் சிறிது காலத்தில் பாசிசத்தின் வீழ்ச்சியைக் காண்பேனா என்ற உறுதியான நம்பிக்கை ஏற்படவில்லை. எனினும் சமூக உணர்வும், சாதி, வர்க்க, பாலின வகையில் ஒடுக்கப்படும், சுரண்டப்படும் மக்களின் விடுதலையுமே என் வாழ்க்கைப் பயணத்தின் குறிக்கோள்களாக இருந்தமையால், அவற்றின் வெளிப்பாடாக அமைந்த கட்டுரைகளைத் தொகுப்பாக வெளிக்கொணர்வதில் சற்று மகிழ்ச்சி கொள்கிறேன்.

மேலூர் மெடோ, எஸ்.வி. ராஜதுரை
குமரன் குன்று 01.03.2023

இருண்ட காலங்களில் பாடுவதும் இருக்குமா?

பொருளடக்கம்

1. இந்தியாவுக்கும் பாகிஸ்தானுக்கும் அணு ஆயுதப் போர் நடக்குமானால்... 23
2. அகதிகளுக்குப் புகலிடம், குடிமக்களுக்குக் கொலைக்களம்! 26
3. பாஜக வெற்றிக்குப் பின்னால் 30
4. அமித் ஷாவின் வரலாறு எழுதுநெறி! 35
5. அக்டோபர் 31 - பட்டேல் பிறந்தநாள் - இந்திரா நினைவு நாள் - ஆர்எஸ்எஸ் 43
6. முதல் சுதந்திரப் போரும் சாவர்க்கரும்! 53
7. 'வீர' சாவர்க்கரும் இந்துத்துவமும் 66
8. வரலாறும் வக்கிரங்களும்: சீக்கியர்களின் மனதைப் புண்படுத்திய தீர்ப்பு 82
9. மறக்கப்பட்டு விட்டாரா அந்த மாமனிதர்? 89
10. பகவத் கீதை - இந்தியாவில் புரட்சியும் எதிர்ப்புரட்சியும்! 95
11. இரத்த வெள்ளத்தில் மீன் பிடிக்க முயலும் பாஜக 105
12. எதிர்ப்புரட்சிக் கூட்டணிக்கு ஓர் அச்சாணி: கீதா பிரஸ் 108
13. அமித் ஷா குழுவின் ஆர்கெஸ்ட்ரா பொய்! 123
14. இந்திய இராணுவத்தை அரசியல்மயமாக்கும் மோடி அரசாங்கம் 131
15. 'அவர்கள்' சொல்வதும், நாம் கேட்க வேண்டியதும் 138
16. காந்தியாரின் மறைவும் தந்தை பெரியாரும் 143
17. ஒருவேளை அம்பேத்கரும் கைது செய்யப்படலாம்! 151
18. 'ஆன்மிக' நடிகர் ரஜினியும் சங் பரிவாரங்களும் கட்டவிழ்த்துவிடும் பொய்கள் 155

19. நீதிநாயகம் சுரேஷ் — 159
20. கி.ப. என்னும் பேராசான் — 165
21. சுவாமி அக்னிவேஷ் — 169
22. சடலத்துக்கு உண்டா மனித உரிமை? — 173
23. மரடோனா: குட்டைக் கால்களின் செப்பிடு வித்தைகள் — 181
24. 'க்ரியா' ராம்: கோவிட் - 19 சாய்த்துவிட்ட ஆலமரம் — 185
25. அருள்தந்தை ஸ்டேன் - உங்களைக் கொன்றது எது? — 187
26. ஓ, நிர்வாண அரசனே! — 189
27. பார்ப்பனர், பார்ப்பனியம் பற்றி பெரியார் — 191
28. என் கனவில் பறக்கும் கவிதை — 199
29. சாம் ராஜப்பா என்னும் இதழியல் ஆளுமை — 204
30. மொழிப்போர் தியாகிகள் நாள் — 207
31. உக்ரெய்னில் ரஷிய இராணுவப் படையெடுப்பும் நேட்டோவின் 'மாற்றாள் போரும்' — 209
32. தமிழர்களே! தமிழர்களே!! 'தமிழ் வருஷப்பிறப்பு' தமிழர்களே!! — 214
33. அறிவுத்தளத்தின் மீது இன்னொரு தாக்குதல் — 218
34. இளையராஜா: மா இசை போற்றுதும்! மா இசை போற்றுதும்!! — 222
35. 'சக்ஸ்' என்னும் மாமனிதர் — 232
36. மோடி கூறும் 'பெண் விடுதலை'யும் கொடுங்குற்றவாளிகளும் — 235
37. கோர்பசெவ்: வரலாற்றில் ஓர் அவல நாயகர் — 239
38. இந்திய அறத்தின் இரு முகங்கள் — 245
39. கோர்பசெவ் கட்டுரையும் எதிர்வினையும் — 251
40. உச்ச நீதிமன்றம் யாருக்கு? — 267
41. நமீபிய சீட்டாக்களும் குஜராத் சிங்கங்களும் — 272
42. சாதி ஆணவமும் ஆணாதிக்க மனப்பான்மையும் — 277
43. மோடியும் சங் பரிவாரமும் வழங்கும் 'இலவச' மரணங்கள் — 280

44. தோல்ஸ்தாயின் 'போரும் வாழ்வும்'	283
45. மொழியாக்கம்: சில கருத்துகள் சில தகவல்கள்	303
46. அமித் ஷாவும் உள்ளூர் மொழிக் கல்வியும்	336
47. ஜோஸெ ஸரமாகோவின் நெடும் பயணம்	344
48. இடதுசாரிகளும் இடஒதுக்கீட்டுக் கொள்கையும்	347
49. டிசம்பர் 6-இன் பேசுபொருள்	354
50. இளையராஜா, வேக்னர், லெனின்	358
51. இமயமலையாய்க் கனக்கும் மரணம்	369
52. உலகக் கோப்பை: மெஸ்ஸியும் தங்க மேலங்கியும்	372
53. இலக்கியம் வலுப்படுத்திய உறவு	381
54. Death of Two Organic Intellectuals of Tamil Nadu	396
இணைப்பு-1	**403**
1. தோழர் பெருஞ்சித்திரனார்	405
2. புதிய உயிர்க்காற்று: கோமல் சுவாமிநாதன் நினைவாக	410
இணைப்பு-2	**415**
1. இந்தியால் ஏன் இந்தியாவின் தேசிய மொழியாக இருக்க முடியாது?	417
2. சூத்திரர்களுக்கு ஆன்மிகக் குடியுரிமை, முஸ்லிம்களுக்கு தேசியக் குடியுரிமை	424

இந்தியாவுக்கும் பாகிஸ்தானுக்கும் அணு ஆயுதப் போர் நடக்குமானால்...

இந்தியாவுக்கும் பாகிஸ்தானுக்கும் இடையே அணு ஆயுதப் போர் நடக்குமானால் ஒரே வாரத்தில் 50 முதல் 123 மில்லியன் மக்கள் கொல்லப்படுவார்கள் என்றும், இது இரண்டாம் உலகப் போர் நடந்த ஆறு ஆண்டுகளில் கொல்லப்பட்டவர்களின் எண்ணிக்கையைவிட அதிகம் என்றும் அமெரிக்க ஆராய்ச்சியாளர்கள் நடத்திய ஆய்வறிக்கை யொன்று கூறுகிறது.

இந்தியா, பாகிஸ்தான் ஆகியன தலா 150 அணு ஆயுதங்களை (போர் விமானங்கள், கப்பல்கள் மூலமும் ஏவுகணைகள் மூலமும் எடுத்துச் செல்லப்படுபவை - மொழிபெயர்ப்பாளர்) வைத்திருக்கின்றன என்றும் இவற்றின் எண்ணிக்கை 2025ஆம் ஆண்டில் 200 ஆக உயரும் என்றும் இந்த ஆய்வாளர்கள் கூறுகின்றனர்.

இந்தியாவுக்கும் பாகிஸ்தானுக்கும் அணு ஆயுதப் போர் நடக்குமானால் உலகில் மனிதர்களின் இறப்பு விகிதம் இரட்டிப்பாகிவிடும் என்று கொலொரடோ பூல்டெர் பல்கலைக்கழகப் பேராசிரியர் ப்ரையன் டூன் கூறுகிறார். “இத்தகைய போரில் அணுகுண்டுகள் எந்த இடங்களைக் குறியிலக்காகக் கொண்டுள்ளனவோ... அவற்றோடு சேர்த்து உலகம் முழுவதையும் அச்சுறுத்தும்” என்று நியூ ப்ரன்ஸ்விக்கிலுள்ள ருட்ஜர்ஸ் பல்கலைக்கழகத்தைச் சேர்ந்தவரும் மேற்சொன்ன ஆராய்ச்சியாளர்களில் ஒருவருமான ஆலன் ரோபோக் கருதுகிறார்.

2025இல் நடக்கக்கூடும் என்று இந்த ஆராய்ச்சியாளர்களால் அனுமானிக்கப்படும் அணு ஆயுதப் போர் சூழ்நிலை பற்றிய ஆய்வுக் கட்டுரையை ‘ஜேர்னல் ஆஃப் சயன்ஸ் அட்வான்ஸெஸ்’ என்னும் ஏடு வெளியிட்டுள்ளது. 2025இல் இரண்டு அண்டை நாடுகளுக்கும் இருக்கும் அணு ஆயுதங்களின் எண்ணிக்கை 400 முதல் 500 வரை இருக்கும் என்று கூறுகிறது அந்த அறிக்கை, “இரண்டு நாடுகளும் மிக வேகமாகத் தங்கள் ஆயுதங்களையும் தளவாடங்களையும் அதிகரித்து வருகின்றன. இரண்டு நாடுகளிலும் பெரும் மக்கள்தொகை உள்ளது. எனவே ஏராளமானோர் இந்த ஆயுதங்களாலும் தளவாடங்களாலும் அச்சுறுத்தப்படுகின்றனர். போதாததற்குத் தீர்க்கப்படாத காஷ்மிர் பிரச்சினை வேறு உள்ளது” என்கிறார் ஆராய்ச்சியாளர் டூன்.

இத்தகைய போரில் வெடிக்கும் அணுகுண்டுகளிலிருந்து 16 முதல் 36 மில்லியன் டன் கரிப்புகை - மிகச் சிறிய நுண்துகள்களைக் கொண்ட புகை - வெளியேறி மேல் வளிமண்டலத்துக்குச் சென்று உலகம் முழுவதற்கும் இரண்டு வாரங்களில் பரவும் என்று அந்த ஆராய்ச்சியாளர்கள் கருதுகின்றனர். இந்தப் புகை சூரியக் கதிர்வீச்சை உள்கிரகித்துக்கொண்டு காற்றைச் சூடாக்கி, அந்தப் புகையைத் துரிதமாக மேல் நோக்கிச் செல்ல வைக்கும். இதன் காரணமாக, புவிக்கோளத்துக்கு வந்து சேரும் சூரிய ஒளியில் 20 முதல் 35 விழுக்காடு வரை குறையுமாதலால் புவியின் மேற்பரப்பு 2 முதல் 5 டிகிரி செல்ஸியஸ் அளவுக்குக் குளிர்ச்சியடையும்.

உலகம் முழுவதும் மழைப்பொழிவு 15 முதல் 20 விழுக்காடு வரை குறையும். புவி குளிர்ச்சியடைவதும் மழைப்பொழிவு குறைவதும் சேர்ந்து பிரதேச ரீதியான பாதிப்புகளை இன்னும் அதிகரிக்கும்.

உலகளவில் தாவரங்களின் வளர்ச்சி 15 முதல் 30 விழுக்காடு வரையிலும் கடல்வாழ் உயிரினங்களின் உற்பத்தி 5 முதல் 15 விழுக்காடு வரையிலும் குறையும். அணுப் போரால் ஏற்படும் அழிவுகளிலிருந்து மீண்டு வர பத்தாண்டுகளுக்கு மேல் பிடிக்கும். அதற்குக் காரணம் மேல் வளிமண்டலத்தில் புகை இருந்து கொண்டிருக்கும் காலம் நீடித்திருக்கும் என்பதுதான்.

உலகில் ஒன்பது நாடுகளில் அணு ஆயுதங்கள் உள்ளன. ஆனால், அணு ஆயுதங்களைத் துரிதமாக அதிகரித்துக்கொண்டு வரும் நாடுகள் பாகிஸ்தானும் இந்தியாவும் மட்டுமே என்று கூறும் ரோபோக், இந்த இரண்டு அணு ஆயுத நாடுகளுக்குமிடையே நீடித்து வரும் பிணக்கு - குறிப்பாக காஷ்மிர் தொடர்பான பிணக்கு - ஓர் அணு ஆயுதப் போரின் பின்விளைவுகளைப் புரிந்துகொள்வதை முக்கியமானதாக்குகிறது என்கிறார்.

2025ஆம் ஆண்டில் இந்த அணு ஆயுதங்களின் வெடிப்புச் சக்தி 15 கிலோ டன்களிலிருந்து (1945இல் அமெரிக்கா, ஹிரோஷிமாவில் வீசிய அணுகுண்டின் வெடிப்புச் சக்தி) - சில நூறு கிலோ டன்கள் வரை இருக்கக்கூடும் என்று இந்த ஆராய்ச்சியாளர்கள் சொல்கின்றனர்.

அப்படிப்பட்ட ஒரு போர் நடக்குமானால், அணு ஆயுதங்களால் ஏற்படுத்தப்படும் நேரடி விளைவுகளால் 50 முதல் 120 மில்லியன் மக்கள் இறப்பர். இது போக உலகம் முழுவதிலும் பட்டினியால் சாகின்றவர்களின் எண்ணிக்கை ஏராளமாக இருக்கும்.

விவேகமான முறையில் நடத்தப்படும் போரில் அணு ஆயுதங்களைப் பயன்படுத்த முடியாது என்றாலும் தற்செயலாகவோ அல்லது அவற்றை ஏவப் பயன்படுத்தப்படும் கருவிகள், தொழில்நுட்பங்கள் ஆகியவற்றை எவரேனும் 'ஹேக்கிங்' செய்தாலோ, பீதியின் காரணமாகவோ, அல்லது பித்தம் தலைக்கேறிய உலகத் தலைவர்களாலோ அணு ஆயுதங்கள் பயன்படுத்தப்படுவது நேரிடலாம் என்று ரோபோக் சொல்கிறார்.

அவரைப் பொருத்தவரை, தற்செயலாக அணு ஆயுதங்கள் பயன்படுத்தப்படுவதைத் தவிர்ப்பதற்கான ஒரே வழி அவற்றை ஒழித்துக் கட்டுவதுதான்.

மின்னம்பலம்
7, அக்டோபர் - 2019

பின்குறிப்பு: வாஷிங்டனிலிருந்து பிடிஐ நிறுவனம் அனுப்பிய செய்தியை அடிப்படையாகக் கொண்ட கட்டுரை.

அகதிகளுக்குப் புகலிடம், குடிமக்களுக்குக் கொலைக்களம்!

2018ஆம் ஆண்டிற்கான இலக்கியத்துக்கான நோபல் பரிசு போலந்து எழுத்தாளர் ஓல்கா டுகார்சுக்குக்கு வழங்கப்பட்டதை மகிழ்ச்சியோடு வரவேற்ற இலக்கிய இரசிகர்களில் நானும் ஒருவன். ஆங்கிலத்தில் மொழியாக்கம் செய்யப்பட்டுள்ள அவரது சிறுகதைகளில் ஒன்றைக்கூட நான் படித்ததில்லை என்றாலும் அவரது மூன்று நாவல் களையும், குறைந்தது ஐந்து நேர்காணல்களையும் படித்திருப்பதுடன் எனக்கு மிகவும் நெருக்கமான நண்பர்கள், வளர்ப்பு மகன் ஆகியோரிடம் அவற்றைப் பகிர்ந்திருக்கிறேன்.

'இறந்தவர்களின் எலும்புகள் மீது உங்கள் ஏரை ஓட்டுங்கள்' என்ற நாவலின் கதைத் தலைவியின் உரையாடல்கள் வழியாக சோதிடத்தில் தமக்குள்ள அபார அறிவை வெளிப்படுத்தி நம்மை வியப்பில் ஆழ்த்துகிறார் ஓல்கா. அமாவாசை, பௌர்ணமி, வளர்பிறை, தேய்பிறை, நட்சத்திரங்கள் வானத்தில் இருக்கும் நிலை, கிரகங்களின் பார்வை உச்சம், நீச்சம், ஆட்சி, திசைகள் ஆகியன மனிதர்களின் குணாம்சங் களையும் அவர்களது செயல்பாடுகளையும் நிர்ணயிக்கின்றன என்று கருதுகிறார் அந்த நாவலின் கதைத் தலைவி. பாலங்கள், சாலைகள் கட்டுவதில் நிபுணத்துவம் பெற்றிருந்த பொறியியலாளரான அவர் தமது கடைசி காலத்தில் போலந்தின் தொலைதூர கிராமமொன்றில் பள்ளி ஆசிரியராகப் பணியாற்றிய பின் குளிர்காலம் வரை காலியாக வைக்கப்பட்டுள்ள நகரவாசிகளின் வீடுகளைப் பராமரித்து வருகிறார். விலங்குகளையும் காடுகளையும் நேசிக்கும் அவர், ஓல்காவைப் போலவே சைவ உணவு உண்பவர்; நாட்டெல்லைகள் என்பன செயற்கை யானவை என்று கூறுபவர். "அலைக்கற்றைகளுக்கு நாட்டெல்லைகள் உண்டா?" என்று கேட்பவர். கடைசி அத்தியாயங்களில்தான் அந்த நாவல் ஒரு 'த்ரில்லர்' என்பது நமக்குத் தெரியவருகிறது.

கானுயிர்களைக் கண்மூடித்தனமாக வேட்டையாடி மகிழ்பவர்கள் பழிதீர்க்கப்பட்டு வருவதும் கதாநாயகியும் அவரது நண்பருமாகச் சேர்ந்து அண்டை நாடான செக் குடியரசில் ஆங்கிலேயக் கவிஞரும் சோசலிசச் சிந்தனையாளருமான வில்லியம் பிளேக்கின் படைப்பொன்றை

போலிஷ் மொழியில் மொழிபெயர்க்கும் தங்கள் திட்டத்தை வெற்றி கரமாகத் தொடர்வதும் இந்த நாவலில் இழையோடிக்கொண்டிருக்கும் முக்கிய அம்சங்கள். ஜெர்மன் உளவியல் அறிஞர் கார்ல் யுங்கின் கோட்பாடுகளைப் பின்பற்றும் ஓல்கா டுகார்சுக், போலந்து நாட்டினருக்கு ஜார் ரஷியா, நாஜி ஜெர்மனி, சோவியத் ரஷியா ஆகியவை இழைத்த கொடுமைகளை தமது கதாபாத்திரங்கள் மூலமும், கட்டுரைகள், நேர்காணல்கள் மூலமும் நினைவுகூர்வதுடன் இன்று போலந்திலுள்ள வலதுசாரி அரசாங்கத்தின் தேசியவாதத்தையும், மற்ற இனங்கள் மீது அந்த அரசாங்கமும் போலந்து மக்களின் ஒருபிரிவினரும் வெறுப்பும் ஒடுக்குமுறையும் செலுத்துவதையும் கடும் கண்டனத்துக்கு உள்ளாக்கி, மனித உரிமைகளை உயர்த்திப் பிடிக்கும் களப் பணியாளராகவும் செயல்படுகிறார்.

எனினும், என்னைப் போன்றோருக்கு இப்போது கிடைத்த புதிய செய்தி: உலகளவில் அவர் புகழ்பெறுவதற்குச் சில ஆண்டுகளுக்கு முன்பே - 2014இல் - அவரது சிறுகதைத் தொகுப்பொன்று - 'அறைகளும் வேறுகதைகளும்') நாற்பது ஆண்டுகளுக்கு முன்பு டெல்லியில் குடியேறி இந்தியக் குடியுரிமை பெற்றுள்ளவரும் கல்விப்புலம் சார்ந்தவருமான மரியா புரி (Maria Puri) என்பவரால் இந்தியில் மொழிபெயர்க்கப் பட்டுள்ளது. அவரும் மோனிகா ப்ரோவர்சைக் (Dr Monica Bowarcyczyk) என்ற இன்னொரு போலிஷ் பெண்மணியும் இணைந்து ஓல்காவின் மூன்று நாவல்களை இந்தியில் மொழியாக்கம் செய்து வருகின்றனர். 2014இல் உலகப் புத்தகக் கண்காட்சி டெல்லியில் நடந்த போது அங்கு வருகை தந்திருந்த ஓல்கா டெல்லியில் பல்வேறு கலாசாரங்கள் சகவாழ்வு நடத்துவதைப் பார்த்திருக்கிறார். ராஜஸ்தானுக்கும் அமிர்தஸரசுக்கும் சென்றிருக்கிறார். அதிகாலையிலும் இரவு நேரத்திலும் ஆயிரக்கணக்கான மக்கள் குருத்வாராவுக்குச் செல்வது அவருக்கு ஆச்சரியமளித்திருக்கிறது. "இந்தியா என்னும் கருத்தைப் புரிந்துகொள்ளத் தனக்குப் பல காலம் பிடிக்கும்" என்று சொல்லியிருக்கிறார். கலாசாரப் பன்மைத்துவத்தை எப்போதும் வலியுறுத்தி வரும் அவர் மீண்டும் இந்தியாவுக்கு வந்தால், "இந்தியா என்னும் கருத்துக்கு" இப்போது என்ன கதி ஏற்பட்டுக் கொண்டிருக்கிறது என்பதைப் புரிந்து கொள்வார்.

இது ஒருபுறமிருக்க, இந்தி மொழி நம் மீது திணிக்கப்படுவதைக் கண்டனம் செய்யும் நாம் பிற நாட்டு இலக்கியங்களை மொழியாக்கம் செய்வதிலும் நவீன நாடகங்களை உருவாக்குவதிலும் இந்தி இலக்கிய உலகில் நடக்கும் சாதனைகளைக் கண்டு பொறாமைப்பட்டுத்தான் தீர வேண்டும் (இந்தி இலக்கிய உலகிற்கும் ஒன்றிய அரசாங்க

ஆட்சியாளர்களின் இந்தி வெறிக்கும் எந்த சம்பந்தமும் இல்லை.) வெற்றுத் தமிழ் முழக்கங்களை வெறும் அரசியல் நோக்கங்களுக்காக மட்டுமே எழுப்புவர்கள் தமிழ் மொழியை நவீனப்படுத்துவதில்- குறைந்த பட்சம் நல்ல ஆங்கிலம் - தமிழ் அகராதியை உருவாக்குவதில்கூட - முனைப்பைக் காட்டவோ, உழைப்பைச் செலுத்தவோ கடுகளவுகூட அக்கறை செலுத்தவில்லை.

இராஜதந்திர உறவு என்ற வகையில் இந்தியாவுக்கும் போலந்துக்கும் நீண்டகால உறவு இருந்து வந்திருக்கிறது (இந்தியக் கம்யூனிஸ்ட் கட்சியைச் சேர்ந்த பலர் போலந்து கம்யூனிஸ்ட் நாடாக இருந்தவரை அங்கு அடிக்கடி சென்று வந்ததும் உண்டு) என்பது அனைவருக்கும் தெரிந்த விஷயம். ஆனால், போலந்து குடிமக்களுக்கும் இந்தியக் குடிமக்களுக்குமான தொடர்பு, ஓல்கா டெல்லிக்கு வருகைதந்த பல பத்தாண்டுகளுக்கும் முன்பே இருந்திருக்கிறது என்பதும் நமக்குப் புதிய செய்திதான்.

1943-48ஆம் ஆண்டுகளில், நாஜிகளின் கொடுமைகளிலிருந்தும் சோவியத் ஆக்கிரமிப்பிலிருந்தும் தப்பி வந்த ஏறத்தாழ 5000 போலிஷ் குடும்பங்களுக்குத் தஞ்சமளித்திருக்கிறது மகாராஷ்டிராவின் கோலாப்பூர் மாவட்டத்தைச் சேர்ந்த வலிவடெ என்னும் சிறு கிராமம். அந்த அகதிகளுக்கான பள்ளிக்கூடங்களும் மாதா கோவிலும் கட்டப்படுவதற்கு அந்த கிராமவாசிகள் உதவியிருக்கின்றனர். அந்தக் குடும்பங்களின் வாரிசுகள் பலர் ஆண்டுதோறும் அந்த கிராமத்திற்கு வருகை தருகின்றனர். அகதிகளாக வந்த 1000 போலிஷ் குழந்தைகளுக்குப் புகலிடம் தந்து அவர்களது உயிரைக் காப்பாற்றியிருக்கிறார் குஜராத் மாநிலத்தில் அப்போது இருந்த ஜாம்நகர் சமஸ்தான மன்னர் ஜாம்சாஹேப் திக்விஜய்சிங் ஜடேஜா. அந்த 1000 பேரில் உயிரோடு இருப்பவர்களில் 90 வயதைக் கடந்துவிட்ட அறுவர், போலந்து நாடு ஜார் ரஷியாவிலிருந்து சுதந்திரமடைந்த 100ஆம் ஆண்டு நிறைவை திக்விஜய் சிங் ஜடேஜாவின் நினைவைப் போற்றும் வண்ணமாக 2019 அக்டோபரில் ஜாம்நகரில் கொண்டாடியிருக்கிறார்கள்.

76 ஆண்டுகளுக்கு முன் வெளிநாட்டு அகதிகளுக்குப் புகலிடமும் உயிர் வாழ்வையும் அளித்த குஜராத்தும் மகாராஷ்டிரமும் இருபத்தி யொன்றாம் நூற்றாண்டின் தொடக்கத்திலிருந்து அந்த மாநிலங்களின் குடிமக்களில் ஒரு பிரிவினரின் உயிரைப் பறிக்கும், வாழ்வுரிமையை மறுக்கும் ஆட்சியாளர்களைக் கண்டு வருவது ஒரு கொடூரமான வரலாற்று முரண். அகதிகளாக வந்த போலிஷ் குடும்பங்களுக்கு நினைவுத் தூண் எழுப்பப்படவிருக்கிறது. அதற்கான அஸ்திவாரக்கல்லை இடுவதற்கு

2019 செப்டம்பரில் போலந்து நாட்டின் துணைப் பிரதமர் மகாராஷ்டிர கிராமத்திற்கு வந்திருந்தார். இன்று போலந்தில் உள்ள இனவாத வலதுசாரி அரசாங்கத்தைச் சேர்ந்தவர்தான் அவர் என்பது இன்னொரு வரலாற்று முரண்!

இந்தியாவிற்கான போலந்து நாட்டுத் தூதர் ஆதாம் புராகோவ்ஸ்கி (Adam Burakowski) இலக்கிய இரசிகர் மட்டுமல்ல; மொழிபெயர்ப்பாளரும் கூட. உலகப் புகழ்பெற்ற பாகிஸ்தானிய எழுத்தாளர் (தமிழ் இலக்கிய உலகிற்கு நன்கு அறிமுகமானவர்) சதாத் ஹாஸன் மான்ட்டோவின் உருது சிறுகதைகளை போலிஷ் மொழிக்குக் கொண்டு சென்றிருக்கிறார். இந்தியாவுக்கும் போலந்துக்குமான கலாசாரத் தொடர்பைப் பற்றிப் பேசுகையில், 19ஆம் நூற்றாண்டில் போலந்தின் கிராகோ நகரிலுள்ள யாகீல்லோனியன் பல்கலைக்கழகத்தில் சம்ஸ்கிருத மொழித்துறை தொடங்கப்பட்டதாக 'The Print' ஏட்டிற்குக்கொடுத்த நேர்காணலொன்றில் குறிப்பிடுகிறார். அண்மைக்காலம் வரை போலந்தின் தலைநகரான வார்ஸாவிலுள்ள பல்கலைக்கழகத்தில் தமிழுக்கென ஓர் இருக்கையோ, துறையோ இருந்திருக்கிறது.

தமிழகத்திலிருந்து பல பேராசிரியர்கள் (அவர்களில் சிலர் எழுத்தாளர்களும்கூட) அந்தத் துறையில் பணியாற்றச் சென்றிருக்கிறார்கள். அவர்களில் யாரேனும் போலிஷ் மொழியைக் கற்றுத் தேர்ந்து, அந்த நாட்டு இலக்கியத்தை தமிழுலகத்திற்கு அறிமுகம் செய்திருக்கிறார்களா, மொழிபெயர்த்திருக்கிறார்களா என்பது தெரியவில்லை.

மின்னம்பலம்
17, அக்டோபர் - 2019

பாஜக வெற்றிக்குப் பின்னால்

கடந்த (2019) ஏப்ரல் - மே மாதங்களில் நடந்த நாடாளுமன்றத் தேர்தலில், பாஜக கூட்டணி எதிர்பார்த்த இடங்களைக் காட்டிலும் கூடுதலான இடங்களைப் பெற்று, தேர்தல் முடிவுகளுக்கும் இந்தியாவில் ஏற்பட்டுவரும் பணமதிப்புக் குறைப்பு, ஜிஎஸ்டி போன்றவற்றால் லட்சக்கணக்கான மக்களுக்கு ஏற்பட்ட பாதிப்புகள் ஆகியவற்றுக்கும் மறுபுறம் இந்த இன்னல்களைத் தோற்றுவித்த அரசாங்கத்தின் கொள்கைகள், நடைமுறைகள் ஆகியவற்றுக்கும் எவ்வித சம்பந்தமும் இல்லை என்பதைத் தெளிவுபடுத்தியது.

நாட்டின் பொருளாதார வளர்ச்சி தொடர்பாக 2014ஆம் ஆண்டில் மோடி அளித்த வாக்குறுதிகள் ஏதும் நிறைவேற்றப்படவில்லை என்றபோதிலும், 2019 நாடாளுமன்றத் தேர்தல் வெற்றி தொடர்பாக அவர் வெளியிட்ட முதல் அறிக்கை, அந்தத் தேர்தல் 'மதச்சார்பின்மை' யின் மரணத்தையும், இந்தியாவில் ஏழைகள், ப ஏக்காரர்கள் என்ற இரண்டே சாதிகளைத் தவிர மற்ற எல்லா சாதிகளும் ஒழிந்துவிட்டன என்பதையும் அறிவித்துவிட்டதாகக் கூறியது.

காங்கிரசின் சிதைவு

சாதிகளின் கூட்டணிகளை மிக சாதுரியமாக உருவாக்குவதிலும், பண, பதவி ஆசைகளைக் காட்டி எதிர்க்கட்சிகளைச் சேர்ந்தவர்களை விலைக்கு வாங்குவதிலும், லஞ்சம் ஊழல் புகார்களில் சிக்கியுள்ள மாநில அரசியல் கட்சித் தலைவர்களையும் அமைச்சர்களையும் 'பிளாக் மெயில்' செய்தும், இந்துக் கலாசாரம் என்ற பெயரால் தலித்துகளை ஒடுக்கியும் மிரட்டியும், பதவியாசை பிடித்த தலித் தலைவர்கள் பலரை வளைத்துப்போட்டும், தேர்தல் நிதி திரட்டுதல் தொடர்பான சட்டத்திட்டங்களில் மாற்றங்களைக் கொண்டுவந்து, கார்ப்பரேட் நிறுவனங்கள் அளித்த பல லட்சம் கோடி ரூபாய்களைச் செலவிட்டும், ஊடகங்களையும் சமூக வலைதளங்களையும் மிகத் திறம்படப் பயன்படுத்தியும் மட்டும் இந்த வெற்றி பெறப்படவில்லை.

லஞ்ச ஊழல் கறைபடிந்த, நாட்டின் நலனைவிடத் தங்கள் கட்சியின் நலனே முக்கியம் என்று கருதிய எதிர்க்கட்சிகளின் பலகீனங்களும் - குறிப்பாக காங்கிரஸ் கட்சியின் சிதைவும் -

இடதுசாரிகளுக்கு இருந்த செல்வாக்கு சரிந்ததமையும் பாஜகவுக்குச் சாதகமாக அமைந்தன. ஆனால், பாஜகவின் 2019ஆம் ஆண்டு வெற்றிக்கான மிக முக்கியமான காரணமாக இருந்த ஒன்றையும் நாம் காண வேண்டும்.

தேர்தல்களும் தாக்குதல்களும்

வட, மத்திய இந்தியாவிலுள்ள பெரும்பான்மையான இந்து மக்களின் இந்துமதப் பற்றைத் தூண்டிவிட்டதும், தேசப்பாதுகாப்பு என்ற பெயரில் அந்த மக்களிடையே முஸ்லிம் விரோத மனப்பான்மையை ஊக்குவித்ததும், அந்த மாபெரும் வெற்றியைச் சாதித்தது. காஷ்மிரிலுள்ள இந்தியப் பாதுகாப்புப் படையினரின் மீது பாகிஸ்தானின் 'தாக்குதல்' நடந்ததும், பாகிஸ்தானுக்கு பாலக்கோட்டில் 'பதிலடி' கொடுத்ததும் தேர்தலுக்குச் சில நாள்களே இருக்கும்போது நடந்ததும், மகாராஷ்டிரா, ஹரியானா மாநிலச் சட்டமன்றங்களுக்கான தேர்தல் நடப்பதற்கு ஒரு நாளுக்கு முன் ஏறத்தாழ இதேபோன்ற தாக்குதலும் பதிலடியும் நடத்தப் பட்டதும் எதிர்பாராத நிகழ்ச்சிகள்தானா என்ற கேள்வியை எழுப்புகின்றன.

எப்படியிருந்தாலும், இந்தியாவிலுள்ள மத்தியதர - நகர்ப்புற வர்க்கத்தைச் சேர்ந்த மக்கள் மட்டுமின்றி, கிராமப்புறத்தில் சாதாரண விவசாயிகளாக உள்ள இந்து மக்களும்கூட தங்களுக்கு நேர்ந்த பொருளாதார இன்னல்களைவிட மத, சாதிப்பற்றையும் அதன் அடிப்படையில் அமைந்த 'தேசியப்பற்றை'யுமே பெரிதாகக் கருதுகிறார்கள் என்றே புரிந்துகொள்ள வேண்டியுள்ளது. இல்லாவிடில், கடன் தொல்லைகளால் தற்கொலை செய்து கொண்ட விவசாயிகளின் எண்ணிக்கையை இந்தியாவிலேயே அதிகம் கொண்டுள்ளதாகக் கருதப்படும் மகாராஷ்டிராவின் கிராமப்புற மக்கள் அண்மையில் நடந்த சட்டமன்றத் தேர்தலில் மிக உற்சாகமாக இந்துத்துவ சக்திகளுக்கு வாக்களித்ததை எப்படிப் புரிந்து கொள்வது?

அரசியலும் பொருளாதாரமும்

இந்திய அரசியலில் பொருளாதாரப் பிரச்சினை தவிர மொழி, பண்பாடு, பிரதேச உணர்வு, மதம், சாதி ஆகியனவும் எப்போதுமே இடம்பெற்று வந்திருக்கின்றன என்றாலும் பொருளாதாரப் பிரச்சினை அரசியல் பிரச்சினையிலிருந்து முற்றிலுமாகத் துண்டிக்கப்பட்டிருக்க வில்லை. பாபர் மசூதி இடிப்புக்குப் பின் இந்துத்துவ சக்திகள் வேகமாக வளர்ச்சியடைந்து 1998இல் முதன் முதலாக பாஜக ஒன்றிய அரசாங்க அதிகாரத்துக்கு வந்தபோதும்கூட பொருளாதாரப் பிரச்சினை, அரசியல் பிரச்சினையோடு சேர்ந்தே வந்தது.

2004ஆம் ஆண்டில் பாஜக கூட்டணி தோல்வியுற்றதற்கான முக்கியக் காரணமாக இருந்தது வாஜ்பாய் கூறிவந்த 'ஒளிரும் இந்தியா' பொருளாதார ரீதியில் ஒளிமங்கிப் போனதுதான்.

2014ஆம் ஆண்டுத் தேர்தலில் மோடியை முன்னிறுத்தி பாஜகவால் செய்யப்பட்ட கருத்துப் பரப்புரை, பொருளாதாரப் பிரச்சினைகளை முதன்மைப்படுத்தியது என்றாலும் அம்பானி, அதானி, வேதாந்தா வகையறாக்களைக் கொழுக்க வைத்தது மட்டுமே அதன் ஒரே பொருளாதார சாதனை. 'மேக் இன் இந்தியா', 'ஒரு கோடிப் பேருக்கு வேலைவாய்ப்பு' என்பனவெல்லாம் மோடியின் வாய்ப்பந்தல் மட்டுமே என்பது நிரூபணமாயிற்று.

பணமதிப்புக் குறைவும் ஜிஎஸ்டியும் சேர்ந்து பொதுமக்களுக்கு ஏற்படுத்திய பாதிப்புகள் தொடர்ந்து நீடிக்கின்றன. அப்படியிருந்தும் 2019 நாடாளுமன்றத் தேர்தலில் வெற்றி பெற்றதுடன் மட்டுமின்றி மகாராஷ்டிரா, ஹரியானா மாநிலச் சட்டமன்றத் தேர்தலிலும் வெற்றி பெற்றுள்ளது பாஜக. இந்தச் சட்டமன்றத் தேர்தலின்போதும்கூட மோடியோ, அமித் ஷாவோ, பிற பாஜக தலைவர்களோ நாட்டைக் கவ்வியிருக்கும் பொருளாதாரச் சரிவைப் பற்றிப் பேசவில்லை. மதம், தேசப்பாதுகாப்பு ஆகியனவே அதன் பரப்புரை நிகழ்ச்சி நிரல்களில் இடம் பெற்றிருந்தன.

ஹரியானாவில் மோடி கையில் எடுத்துக்கொண்ட ஒரே ஒரு பொருளாதார அம்சம் ஹரியானா விவசாயிகளின் சாகுபடிக்கான தண்ணீர்ப் பிரச்சினைதான். அதையும்கூட அவர் பாகிஸ்தான் விரோத, தேசியவாதச் சொல்லாடலாகவே மாற்றினார்.

"ஹரியானா மாநில விவசாயிகளுக்குத் தண்ணீர் இல்லாதபோது, இனி பாகிஸ்தானுக்கு ஒரு சொட்டு நீர்கூடக் கொடுக்க மாட்டேன்" என்று சூளுரைத்தார் - இது நடக்கக்கூடிய காரியம் அல்ல என்றாலும்.

பாஜகவின் சாதனை

ஹரியானா சட்டமன்றத் தேர்தலில் 27 தொகுதிகளில் போட்டியிட்ட ஸ்வராஜ் இந்தியா கட்சியின் தலைவரும் சமூகவியல் அறிஞருமான யோகிந்தர் யாதவ், இந்தியாவில் அரசியலிலிருந்து பொருளாதாரத்தை முற்றிலுமாகப் பிரித்தெடுத்தது பாஜகதான் என்று கூறுகிறார். வலுவான சான்றுகளுடன் அவர் ஹரியானாவின் பொருளாதார நிலைமையை எடுத்துக் கூறியுள்ளார்:

1. மக்கள்தொகை அதிகமாக உள்ள பஞ்சாப், மத்தியப் பிரதேசம், தமிழ்நாடு, ஜார்கண்ட் ஆகியவற்றை ஒப்பிடுகையில் இந்தியாவின் சிறிய மாநிலங்களிலொன்றான ஹரியானாவில் தான் வேலையின்மை விகிதம் அதிகமாக உள்ளது. அதாவது 20 லட்சம் பேர் வேலையின்றித் தவிக்கின்றனர். ஆனால், இவர்களில் பெரும்பாலோர் ஓரளவு படிப்புள்ளவர்கள், அந்தப் படிப்பின் காரணமாக, எந்த வேலையானாலும் சரி, எடுத்துக் கொள்கிறேன் என்று சொல்லக்கூடியவர்கள் அல்ல. மாறாக, தங்கள் கல்வித் தகுதிக்கு மீறிய வேலைகளை எதிர்பார்க்கின்ற, ஆனால் அவை கிடைக்கப் பெறாதவர்கள்.

2. விவசாயத்தில் டிராக்டர்கள் போன்ற இயந்திரங்கள் பயன்படுத்தப்படுவது அதிகமாகிக் கொண்டே போவதால், ஆண்டுதோறும் கிராமப்புற உழைப்பாளர்களில் 2% கிராமங்களிலிருந்து விவசாயத் துறையிலிருந்து வெளியேற்றப் படுகின்றனர்.

3. இந்தியாவில் மோட்டார் வாகன உற்பத்தியில் ஹரியானா முக்கிய இடம் வகித்து வந்தது. ஆனால், அண்மையில் அந்தத் துறையில் ஏற்பட்டுள்ள சரிவின் காரணமாக நல்ல ஊதிய விகிதம் வழங்கப்படும் நிரந்தரத் தொழிலாளர்கள் வேலை நீக்கம் செய்யப்பட்டு வருகின்றனர். வெளி மாநிலங்களைச் சேர்ந்த தாற்காலிகத் தொழிலாளர்களுக்கும் இதே கதி ஏற்பட்டு வருவதால், அந்த மாநிலத்தின் ஒட்டுமொத்த பொருளாதாரம் பாதிக்கப்பட்டு வருகிறது.

4. ஹரியானாவில் இருப்பதைப் போன்ற நிர்வாகத் திறன் மிகவும் குறைந்த, அசமந்தமான, அக்கறையற்ற அரசாங்கத்தை எங்கும் காணமுடியாது.

5. அரசாங்கத்தின் பிற்போக்குத்தனமான சமுதாயக் கொள்கையின் காரணமாக, உள்ளாட்சி அமைப்புகளில் தலித்துகளுக்கும் பெண்களுக்கும் உரிய பிரதிநிதித்துவம் இல்லை. உள்ளாட்சி அமைப்புகளுக்கான தேர்தலில் போட்டியிடக் கல்வித் தகுதி என்ற ஒன்றை அந்த அரசாங்கம் உருவாக்கியுள்ளது. அந்தக் கல்வித் தகுதி இல்லாதவர்கள் தேர்தலில் நிற்க முடியாது. அரசாங்கப் பதவிகளுக்குக் கல்வித் தகுதி தேவைப்படலாம். ஆனால், பாமர மக்கள் தங்கள் தேவைகளையும் குறை களையும் எடுத்துச் சொல்வதற்கான அரங்கங்களான

உள்ளாட்சி மன்றங்களில் கல்வித் தகுதியைக் கோருவது அரசியலமைப்புச் சட்டத்திற்கு எதிரானது என்றாலும், ஹரியானா அரசாங்கத்தின் முடிவுக்கு உச்ச நீதிமன்றம் ஒப்புதல் தந்துள்ளது.

இந்தப் பிரச்சினைகள் எதைப் பற்றியும் பாஜக தேர்தல் பரப்புரைகள் பேசவில்லை என்றாலும் ஹரியானாவில் அதன் வெற்றி ஏற்கெனவே உறுதி செய்யப்பட்டுவிட்டது.

நாட்டின் பொருளாதார நிலைமை எவ்வளவு சீர்கெட்டாலும் சரி, அரசியலில் பாஜக வெற்றி பெற்றுக்கொண்டிருக்கும் நிலை இன்னும் பல ஆண்டுகள் நீடிக்கும். இதை எவ்வாறு எதிர்கொள்வது என்பதைப் பற்றிய சிந்தனையை, பாஜகவுக்கு மாற்றாக காங்கிரஸ் அல்லாத வேறு ஓர் இயக்கத்தை (கட்சியை அல்ல) உருவாக்குவது சகிப்புத்தன்மையுள்ள, சமத்துவம் பேணுகின்ற இந்தியாவைக் காண விரும்புபவர்களின் முன் உள்ள சவால்.

மின்னம்பலம்
24, அக்டோபர் - 2019

அமித் ஷாவின் வரலாறு எழுதுநெறி!

இந்திய அரசாங்கத்தின் உள்துறை அமைச்சரும் பாஜகவின் தலைவருமான அமித் ஷா கடந்த 17.10.2019 அன்று வாரணாசியிலுள்ள 'பெனாரஸ் ஹிந்து பல்கலைக்கழகத்'தில், ஐந்தாம் நூற்றாண்டைச் சேர்ந்த ஸ்கந்தகுப்தா விக்ரமாதித்ய மன்னனைப் பற்றிய இரு நாள் கருத்தரங்கைத் தொடங்கி வைத்துப் பேசுகையில், இந்தியாவின் வரலாறு ஓர் இந்தியனின் நோக்குநிலையிலிருந்து புதிதாக எழுதப்பட வேண்டும் என்றும் இப்படிப்பட்ட வரலாற்றை எழுதுவதில் வி.டி.சாவர்க்கர் உதாரண மனிதராகத் திகழ்கிறார் என்றும் கூறினார். அந்தக் கருத்தரங்கின் தலைப்பு : "குப்தவன்ஷக் வீர்: ஸ்கந்தகுப்த விக்ரமாதித்யா". 'குப்தவன்ஷக் வீர்' என்பதன் பொருள், 'குப்த வம்சத்தின் வீரமிக்க உறுப்பினர்' என்பதாகும். 'வீர்' என்பது, இந்துத்துவத்தின் பிதாமகனாகிய வி.டி.சாவர்க்கரின் பெயரின் முன்னொட்டாக சங் பரிவாரத்தால் பயன்படுத்தப்பட்டு வருவது அனைவரும் அறிந்ததே.

புராணங்கள், இதிகாசங்கள் வரலாறு ஆகுமா?

ஆங்கிலேய, முஸ்லிம், இடதுசாரி வரலாற்றாசிரியர்கள் இதுகாறும் இந்திய வரலாற்றைத் திரிபுபடுத்தியிருப்பதால், அவர்களை விமர்சிப்பதோடு மட்டும் நின்று கொள்ளாமல், இந்திய வரலாற்றை இந்திய மக்களிடையே 'பிரபல்யப்படுத்தும்' வகையில் எழுத வேண்டும் என்று கூறிய அவர், மகாபாரதக் காலத்திற்குப் பிறகு இந்தியாவில் பொற்காலம் என்பது குப்த மன்னர்களின் ஆட்சியின் கீழ் தான் இருந்தது என்றும், "இந்தியா இழந்துபோன புகழ் இப்போது மோடியின் ஆட்சியின் கீழ் மீட்டெடுக்கப்பட்டு வருகிறது" என்றும் கூறினார். புராணங்களையும் கட்டுக்கதைகளையும் வரலாறாகவும் அறிவியலாகவும் முன்னிறுத்திவரும் சங் பரிவாரத்தைச் சேர்ந்த தலைவரொருவர் இப்படிப் பேசுவதில் வியப்பொன்றுமில்லை (விநாயகருக்கு மனித உடலும் யானைத் தலையும் இருப்பது, நினைவுக்கெட்டாத பழங்காலத்திலிருந்தே இந்தியாவில் 'பிளாஸ்டிக் சர்ஜரி' இருந்தது என்பதற்கான ஆதாரம் என்று வாதிப்பவர்களல்லவா இவர்கள்!) வரலாறு எழுதும் அறிஞர்கள், எழுத்து வடிவத்திலுள்ள வரலாற்று ஆவணங்களை மட்டுமின்றி, தொல்லியல் சான்றுகள்,

புதைவடிவச் சான்றுகள், கல்வெட்டுகள் ஆகியவற்றுடன் இலக்கியச் சான்றுகளையும் பயன்படுத்திக் கொள்கிறார்கள் (அந்த இலக்கியச் சான்றுகள் அப்பட்டமான புராணக் கட்டுக்கதைகளாக மட்டும் இல்லாத பட்சத்தில்). ஆனால் புராணங்களையும் இதிகாசங்களையும் வரலாற்று நூல்கள் என்று அவர்களில் எவரும் கருதுவதில்லை.

குப்த வம்ச ஆட்சிக்காலத்தை அமித் ஷா மட்டுமல்ல, இந்தியா சுதந்திரம் பெறுவதற்கு முன்பும் அதற்குப் பின்பும் தொடர்ந்து எழுதப் பட்டு வந்துள்ள பள்ளிப் பாடப்புத்தகங்களும்கூட 'பொற்காலம்' என்றே குறிப்பிட்டு வந்தன. ஆனால், ஆராய்ச்சித்திறன் மிக்க பல வரலாற்றாய்வாளர்கள் குப்தர்களின் ஆட்சிக்காலத்தில் பல்வேறு கலைகள் ஊக்குவிக்கப்பட்டன, நுண்கலை மரபுகளும் உத்திகளும் உருவாக்கப்பட்டன, உயர் கல்வி நிலையங்கள் நிறுவப்பட்டன என்பதோடு, அவர்களது ஆட்சிக்காலத்தில்தான் மகாபாரதமும், இராமாயணமும் முறைப்படித் தொகுக்கப்பட்டன, புராணங்கள் எழுதப்பட்டன என்பதையும் சுட்டிக் காட்டுகின்றனர். மேலும், அரசர்கள்மீது பார்ப்பனர்கள் செலுத்திய செல்வாக்கும் சமுதாயத்தில் அவர்களுக்கிருந்த மேலாண்மையும் குப்தர் ஆட்சிக் காலத்தில் பாதுகாக்கப்பட்டன. மௌரிய வம்ச மன்னர்களின் ஆட்சிக்காலத்தில் பௌத்தம் உயர்த்திப் பிடிக்கப்பட்ட போதிலும், பார்ப்பனர்களின் கருத்துநிலை ஆதிக்கம் சமுதாயத்தில் தொடர்ந்து நீடித்துவந்தது என்பதை இந்திய வரலாற்றறிஞர் டி.டி.கோஸம்பியும் அமெரிக்க வரலாற்றறிஞர் அய்ன்ஸ்லி எம்ப்ரீயும் எடுத்துக்காட்டியுள்ளனர். இருப்பினும் மௌரிய மன்னர்கள் பௌத்தத்தை ஆதரித்த காரணத்தால் தான் அமித் ஷாவால் அவர்களின் ஆட்சியைப் பொற்காலம் என்று கூற முடியவில்லை.

வரலாற்றியல் கண்ணோட்டம்

அதேபோல, இந்தியாவில் - ஏன், இந்தி பெல்ட் என்று சொல்லப்படும் பகுதிகளிலும்கூட - வரலாறு ஒரே மாதிரியாக இருக்கவில்லை, பல்வேறு நாகரிகங்கள், பல்வேறு காலகட்டங்களில், பல்வேறு ஆட்சிகளின் கீழ் தோற்றுவிக்கப்பட்டன; குப்தர்கள் காலத்துக்கு முன்பே இந்தியாவில் நகர நாகரிகங்கள் இருந்தன (சிந்து சமவெளி நாகரிகம், கீழடி நாகரிகம் போன்றவை) என்பதை மறுக்கின்ற முயற்சிதான் அமித் ஷாவின் பேச்சு. இத்தனைக்கும் அவர் 'பெனாரஸ்' என்று ஆங்கிலமயமாக்கப்பட்ட பெயரை இன்னும் தக்கவைத்துக் கொண்டுள்ள ஒரு பல்கலைக்கழகத்தில்தான் இந்தக் கருத்துகளைக் கூறியிருக்கிறார். அவரது கட்சியும்கூட 'பார்ட்டி'தான்.

இந்தியாவிலுள்ள பல்கலைக்கழகங்கள் நீண்டகாலமாகவே இடதுசாரிகள் மற்றும் முஸ்லிம்களின் கண்ணோட்டத்திலிருந்து எழுதப்பட்ட வரலாற்று நூல்களையே கற்பித்து வந்தன என்றும் அவை 'முகலாய ஆட்சியை' போற்றிப் புகழ்ந்தன என்றும், அவற்றை முற்றிலுமாக அகற்றிவிட்டு இந்தியாவில் இருந்த இஸ்லாமியர்கள் ஆட்சிகள் அனைத்துமே பிற்போக்கானவை என்று நிறுவுகின்ற, முஸ்லிம் படையெடுப்பாளர்களையும் ஆட்சியாளர்களையும் எதிர்த்துப் போரிட்ட பிரித்விராஜ் சௌஹான், ரானா பிரதாப் சிங் போன்றவர்களைப் புகழ்கின்ற வரலாற்று நூல்களை எழுத வேண்டும், பண்டைக்கால இந்துக்களின் அறிவையும் விவேகத்தையும் போற்ற வேண்டும் என்றும் சங் பரிவாரம் நீண்டகாலமாகவே கூறிவருவதுடன், வாஜ்பாயி ஆட்சிக் காலத்திலேயே இப்படிப்பட்ட 'வரலாற்று நூல்களை' எழுதும் பணியைத் தொடங்கியிருந்தன. இன்று அத்தகைய வரலாற்று நூல்கள் தமிழ்நாட்டுக் கல்விக்கூடங்களிலும் வேகமாகப் புகுத்தப்பட்டு வருகின்றன.

இதுதான் இந்திய நோக்கு நிலையா?

முஸ்லிம் மன்னர்களைப் பற்றிய எதிர்மறையான குறிப்புகளைத் தவிர வேறு ஏதும் வரலாற்று நூல்களில் இடம் பெறக்கூடாது என்ற சங் பரிவாரத்தின் கொள்கையின் நீட்சியாக, தற்போது கர்நாடக மாநிலத்திலுள்ள பாஜக அரசாங்கம், ஆட்சிப் பொறுப்புக்கு வந்தவுடன் பிறப்பித்த முதல் ஆணைகளிலொன்று திப்புவுக்கு அரசாங்க விழா எடுப்பதைத் தடை செய்யும் ஆணையாகும். அண்மையில் கர்நாடக பாஜக அமைச்சரொருவர் மைசூரு மன்னரின் (திப்பு சுல்தான்) பெயர் எங்கும் காணப்படக்கூடாது என்று தடை உத்தரவு போட்டிருக்கிறார்.

இது ஒருபுறமிருக்க, இராஜஸ்தான் மாநிலத்தில் பத்தாம் வகுப்புப் பாடப்புத்தகமொன்றில், ஹால்டிகாட்டி என்னுமிடத்தில் ரானா பிரதாப்பின் படைகளுக்கும் அக்பரின் படைகளுக்கும் நடந்த போரில் ரானா வெற்றி பெற்றதாகக் கூறப்பட்டுள்ளது. அதாவது, வரலாற்றைத் தலைகீழாகப் புரட்டிப் போடுவதுதான் 'ஓர் இந்தியனின் நோக்கு நிலை'யிலிருந்து வரலாற்றை எழுதுவதாகும்! 'இந்தியன்' என்ற திணைக்குள் இடதுசாரிகளுக்கும் முஸ்லிம்களுக்கும் இடமில்லை!

மேற்சொன்ன கருத்தரங்கின் தொடக்கவுரையில் அமித் ஷா கூறினார்: வீர் சாவர்க்கர் மட்டும் இல்லாமலிருந்திருந்தால் 1857ஆம் ஆண்டுக் கிளர்ச்சி நமது வரலாற்றின் பகுதியாக இருந்திருக்காது என்றும், அதை இந்தியாவின் முதல் விடுதலைப் போர் என்று

எழுதியவர் அவர்தான் என்றும், அவர் அப்படி எழுதாமல் இருந்திருந்தால் நாம் இன்றும்கூட அதை சிப்பாய் கலகமென்றே வர்ணித்த பிரிட்டிஷ் வரலாற்றாசிரியர்களின் கண் கொண்டே பார்த்து வருவோம் என்றும் கூறினார். அமித் ஷாவின் இக்கூற்று உண்மையா, இல்லையா என்பதைப் பின்னர் காண்போம்.

அம்பேத்கர் சொல்லும் மூன்று இந்தியாக்கள்

வி.டி.சாவர்க்கரைப் போலவே மகாராஷ்டிர மண்ணில் பிறந்த அண்ணல் அம்பேத்கர் எழுதிய 'இந்தியாவில் புரட்சியும் எதிர்ப் புரட்சியும்' என்ற (முழுமை பெறாத) நூலை - (அம்பேத்கரும் இந்தியர் தான் என்பதால்) 'ஓர் இந்தியனின் நோக்குநிலையிலிருந்து எழுதப்பட்ட வரலாற்று நூல்' என்று சங் பரிவாரமும் அமித் ஷாவும் ஒப்புக் கொள்வார்களா? 'நினைவுக்கெட்டாத காலத்திலிருந்தே இந்தியத் துணைக் கண்டம் இந்து நாடாகவே, 'ஹிந்து ராஷ்ட்ரா'வாகவே இருந்து வந்துள்ளது என்றும் முஸ்லிம்களின் படையெடுப்புக்குப் பின்னரே அதன் மாண்பும் புகழும் குலையத் தொடங்கின என்றும் கூறிவரும் சங் பரிவாரத்தின், இந்து தேசியவாதிகளின் கூற்றை மறுத்து இஸ்லாமியர்களின் படையெடுப்புக்கு முன் மூன்று இந்தியாக்கள் இருந்ததாக அம்பேத்கர் மேற்குறிப்பிட்ட நூலில் வாதிடுகிறார்:

(1) பார்ப்பனிய இந்தியா: இது வேதகால இந்தியா. ஆரிய சமுதாயக் காலம்; உண்மையில் இது நாகரிகமும் பண்பாடும் முதிர்ந்திராத காலம். (2) பௌத்த இந்தியா: இது மகதப் பேரரசு, மௌரியப் பேரரசுக்கால, பௌத்தப் புரட்சி உண்டான காலம், புதிய நாகரிகம் தோன்றி மானுட சமத்துவத்தை உயர்த்திப் பிடித்த காலகட்டம். (3) இந்து இந்தியா: பார்ப்பனியம் பௌத்த மதத்துக்கு எதிராக எதிர்ப்புரட்சி நடத்திய காலத்து இந்தியா. புஷ்யமித்ர குப்தப் பேரரசன் வட இந்தியாவில் ஆதிக்கம் செலுத்திய காலம். மனு சாத்திரங்களின் தோற்றம், சாதிய அமைப்பு தன்னை உறுதிப்படுத்திக் கொண்ட நிலை, பெண்களும் சூத்திரர்களும் அடிமைப்படுத்தப்பட்ட நிலை ஆகியவற்றுடன் இந்தக் காலகட்டத்தைத் தொடர்புபடுத்திப் பார்க்க வேண்டும்.

"இந்தியாவுக்கு முஸ்லிம்கள் மட்டும் படையெடுத்து வரவில்லை - இந்து இந்தியாவின் மீது முஸ்லிம்கள் படையெடுத்து வந்தது போல், பௌத்த இந்தியா மீது பார்ப்பனர்கள் படையெடுத்து வந்தனர்" என்றும் அவர் கூறுகிறார்.

மகாபாரதத்தின் காலம்

குப்த வம்ச அரசன் பாலாதித்யனின் ஆட்சிக் காலத்தில்தான் பகவத் கீதை தொகுக்கப்பட்டது என்று டி.டி.கோஸம்பியின் தந்தையும் பன்மொழி அறிஞருமான தர்மானந்த கோஸம்பி கூறியதை ஏற்றுக்கொள்ளும் அம்பேத்கர், 'மகாபாரதம்' எழுதப்பட்ட காலம் எது என்பதற்குத் திட்டவட்டமான விடை காண்பது இயலாது என்றாலும், தாம் நேரடியாகக் கற்றவை, பேராசிரியர்கள் ஹாப்கின்ஸ், தர்மானந்த கோஸம்பி ஆகியோரின் ஆராய்ச்சி நூல்களிலிருந்து கற்றவை ஆகியவற்றின் துணையோடு பின்வரும் கருத்தைக் கூற முடியும் என்கிறார்; மகாபாரதம் கி.பி.1220 வரை எழுதி முடிக்கப் படவில்லை; "மகாபாரதத்தின் பெரும் பகுதியும் எழுதி முடிக்கப்பட்ட பிறகுதான் இராமாயணத்தின் பெரும் பகுதியும் எழுதி முடிக்கப் பட்டிருக்க வேண்டும் என்பதில் ஐயமில்லை".

தர்மானந்த கோஸம்பியும் அம்பேத்கரும் கூறியவை "ஓர் இந்தியனின் நோக்குநிலையிலிருந்து" எழுதப்பட்டவையா, இல்லையா?

இந்துக்கள் அனைவருக்குமான 'புனித நூல்' என்று சங் பரிவாரத்தினரால் தூக்கிப் பிடிக்கப்படும் 'பகவத் கீதை'யில் ஒன்றுக் கொன்று துல்லியமாக வேறுபடும் நான்கு தனித்தனிப் பகுதிகள் இருப்பதை எடுத்துக்காட்டுகிறார் அம்பேத்கர், அர்ஜுனனுக்கு தன் ஒன்றுவிட்ட சகோதரர்களுடன் போர் புரிய விருப்பமின்மை இருந்ததையும், போர்புரியுமாறு அவனை கிருஷ்ணன் வற்புறுத்தி யமையையும், அதற்கு இறுதியில் அர்ஜுனன் இசைந்ததையும் கூறும் வீரகாவியப் பாடலாகத்தான் 'மூல கீதை' இருந்தது என்றும், பின்னர் கிருஷ்ணனை ஈஸ்வரனாகச் சித்தரிக்கும் பகுதி, 'மூல கீதை'யில் செய்யப்பட்ட முதல் ஒட்டுவேலை அல்லது இடைச்செருகல் என்றும், ஜைமினியின் பூர்வ மீமாம்சைத் தத்துவத்தில் அடங்கியுள்ள எதிர்ப்புரட்சிக் கருத்துகளுக்குக் கவசமாக விளங்கிடும் வகையில் சாங்கிய, வேதாந்தத் தத்துவக் கருத்துகளை 'மூல கீதை'யில் நுழைத்திருப்பது இரண்டாவது இடைச்செருகல் என்றும் கூறும் அம்பேத்கர், 'நால்வர்ணக் கோட்பாட்டை வலுவாக ஆதரிப்பதன் மூலம் எதிர்ப்புரட்சி இன்றுவரை அழியாமலிருப்பதற்கு உத்தரவாதம் தருவதே 'கீதை' என்று கூறுகிறார்.

ஆக, இதுவும் 'ஓர் இந்தியனின் நோக்குநிலை'யிலிருந்து எழுதப்பட்டதுதானா, இல்லையா?

அமித் ஷா கொஞ்சம் முயற்சி செய்திருந்தால், 1857ஆம் ஆண்டில் தொடங்கி ஏறத்தாழ ஓராண்டுக்காலம் பிரிட்டிஷ் இராணுவத்தையும், பிரிட்டிஷ் ஆட்சியாளர்களையும் மட்டுமின்றி, இந்தியாவிலிருந்த ஆங்கிலேயர்கள் அனைவருக்கும் எதிராக, பிரிட்டிஷ் இந்திய இராணுவத்திலிருந்த இந்திய சிப்பாய்கள் நடத்திய கிளர்ச்சியை, இந்தியாவில் பிரிட்டிஷ் ஆட்சியைத் தூக்கியெறிவதற்கான கிளர்ச்சி, எழுச்சி என்று முதன் முதலில் கூறியவர்கள் இரு ஆங்கிலேயர்களும் இங்கிலாந்தில் அகதியாக வாழ்ந்து வந்த ஒரு ஜெர்மானியரும்தான் என்பதை அறிந்திருப்பார். அவர்கள் அதை 'இந்தியாவின் முதல் விடுதலைப் போர்' என்று அழைக்கவில்லை என்பது உண்மைதான்.

1857-ஆம் ஆண்டுக் கிளர்ச்சி பற்றி மார்க்ஸும் எங்கெல்ஸும்

மார்க்ஸும் எங்கெல்ஸும் இந்தக் கிளர்ச்சிகளைப் பற்றி எழுதிய கட்டுரைகளின் தொகுப்பை மாஸ்கோவிலிருந்த பதிப்பகமொன்று (Progress Publishers) 1959இல் முதன் முதலாக வெளியிட்டபோது அத்தொகுப்புக்குத் தரப்பட்டிருந்த பெயர்தான் Marx Engels: First Indian War of Independence 1857-59. எனினும், 'சிப்பாய் கலகம்' (Sepoy Mutiny) என்று ஆங்கிலேய ஆட்சியாளர்களும் ஆங்கில ஏடுகளும் அழைத்துவந்ததற்கு மாறாக 'இந்தியக் கிளர்ச்சி', இந்தியாவில் கிளர்ச்சி, 'இந்திய எழுச்சி' (Indian Revolt, Revolt in India, Indian Rebellion) என்றே அவர்கள் அழைத்தனர். அப்படி அழைத்தவர்களில் இன்னொருவர் இங்கிலாந்துத் தொழிலாளர் இயக்கத் தலைவர்களிலொருவராக இருந்தவரும் 'பீப்பிள்ஸ் பேப்பர்' என்ற ஏட்டின் ஆசிரியருமாக இருந்த எர்னஸ்ட் ஜோன்ஸ். அவரும் அவரது அந்த ஏட்டில் எழுதி வந்த கார்ல் மார்க்ஸும் நண்பர்கள், ஒரே வயதினர்.

'பீப்பிள்ஸ் பேப்பரி'ல் 1853 மே மாதம் ஜோன்ஸ் அடுத்தடுத்து எழுதிய கட்டுரைகள், இந்தியாவில் நடக்கும் பிரிட்டிஷ் ஆட்சி, அந்த நாட்டு சுதேசி மக்களை நேரடியாகக் கொள்ளையடிப்பதற்கான சட்டரீதியான வடிவம் என்று சாடின. இந்தியாவைக் 'கீழ்த்திசை அயர்லாந்து' என்றும் பல பத்தாண்டுகளாக அங்கு நிகழ்ந்துவரும் 'பிரிட்டிஷ் காட்டுமிராண்டித்தனம்' அந்த நாட்டுக்கு முன்னேற்றத்தையல்ல, கொடிய துன்பத்தையே விளைவித்துள்ளது என்றும் அவர் எழுதினார். அதாவது கிழக்கு நாடுகளைப் பற்றிய ஏகாதிபத்தியச் சொல்லாடல்களில் அந்த நாடுகளில் இருப்பதாகச் சொல்லப்படும் 'காட்டுமிராண்டித்தனம்' என்பதை பிரிட்டிஷ் ஏகாதிபத்தியத்துக்கு ஏற்றிச் சொல்லும் ஜோன்ஸ், ஓரடி முன் சென்று இந்தியாவின் விடுதலையை ஆதரித்து எழுதினார். இந்தியாவின் சுதேசிப் போர்வீரர்கள் - சிப்பாய்கள் - பிரிட்டிஷ்

ஆட்சியாளர்களுக்கு எதிராகத் திரும்பி தேசிய விடுதலைப் போராட்டத்தைத் தொடங்க வேண்டும் என்ற விருப்பத்தைத் தெரிவித்தார். 1833ஆம் ஆண்டில் இன்னொரு கட்டுரையில் பிரிட்டிஷ் தொழிலாளர்கள் மீது நடத்தப்படும் சுரண்டலை இந்திய மக்கள் மீது நடத்தப்படும் காலனிய ஒடுக்குமுறையுடன் இணைத்துப் பார்த்த அவர், இங்கிலாந்தில் வர்க்கப் போராட்டம் நடத்துவதற்கு இந்தியா சுதந்திரமடைவது முக்கியமானது என்று கூறினார்.

ஆங்கிலேய மற்றும் பிற மேற்கு ஐரோப்பிய வரலாற்றாய்வாளர்கள், மானுடவியலாளர்கள், மேலை நாட்டு ஏடுகள் ஆகியவற்றிலிருந்தும் இந்தியா பற்றி பிரிட்டிஷ் நாடாளுமன்றத்தில் நடைபெற்ற விவாதங் களிலிருந்தும், பிரிட்டிஷ் அரசாங்க ஆவணங்களிலிருந்தும்தான் கார்ல் மார்க்ஸால் இந்தியா பற்றிய தகவல்களைத் திரட்ட முடிந்தது. இந்திய நிலவரங்களைப் பற்றி ஓர் இந்திய நோக்குநிலையிலிருந்து ஆங்கிலத்தில் எழுதக்கூடிய இந்தியர்கள் அன்று யாரும் இருக்கவில்லை. எனினும், கிடைத்த தகவல்களின் அடிப்படையில் 'நியூயார்க் டெய்லி ட்ரிப்யூன்' ஏட்டிற்கு அவர் எழுதிய கட்டுரைகள் பிரிட்டிஷார் நடத்திய சுரண்டலைப் பற்றியவை மட்டுமல்ல. அவரும் எங்கெல்ஸுும் சிப்பாய்களின் எழுச்சி பற்றி 1857 செப்டம்பர் 1 முதல், 1858 செப்டம்பர் 18 வரை ஏறத்தாழ ஓராண்டுக்காலம் - தொடர்ச்சியாக எழுதிவந்தனர்.

அந்த எழுச்சி பற்றி மார்க்ஸ் எழுதினார்:

> மனிதகுல வரலாற்றில் பழிதீர்த்தல் என்பது போன்ற ஏதோவொன்று இருக்கிறது; வரலாற்றுரீதியான பழிதீர்ப்பின் விதியொன்றின்படி, அந்தப் பழிதீர்ப்புக்கான கருவி துன்புறுத்தப்படுவோர்களால் அல்ல, துன்புறுத்துவோர்களால்தான் வார்த்தெடுக்கப்படுகிறது. பிரெஞ்சு முடிமன்னர் மீது விழுந்த முதல் அடி உழவர்களிடமிருந்து அல்ல, மேற்குடியினரிடமிருந்தே வந்தது. இந்தியக் கிளர்ச்சி இரயத்துகளிடமிருந்து, சித்திரவதை செய்யப்பட்டவர்களிடமிருந்து, பிரிட்டிஷாரால் அவமானப்படுத்தப்பட்டு நிர்வாணமாக்கப் பட்டவர்களிடமிருந்து தொடங்கவில்லை. மாறாக பிரிட்டிஷாரினால் ஆடை அணிவிக்கப்பட்டு, உணர்வூட்டப்பட்டு, தட்டிக் கொடுக்கப் பட்டு, கொழுக்கவைக்கப்பட்டு, செல்லம் கொடுக்கப்பட்ட சிப்பாய்களிடமிருந்தே தொடங்கியது.

இந்தியா நமக்கு ஒரு வலுவான கூட்டாளி என்று எங்கெல்ஸுக்கு எழுதும் அளவுக்கு அந்த எழுச்சியை அவர் வரவேற்றார்.

அந்தக் கிளர்ச்சியை 'இந்தியாவின் முதல் சுதந்திரப் போர்' என்று கூறியவர் வி.டி.சாவர்க்கர்தான். அந்தத் தலைப்பில் அவர் 1909இல் எழுதிய நூலைப் பற்றியும், அதில் தான் எழுதியிருந்த கருத்துகள் சிலவற்றை அவரே நிராகரிக்கும் வகையில் அவர் எழுதி 14 ஆண்டு களுக்குப் பின் வெளிவந்த 'ஹிந்துத்வா அல்லது ஹிந்து யார்?' என்னும் நூலைப் பற்றியும் இன்னொரு கட்டுரையில் காண்போம்.

தரவுகள்:

1. Ainslie T Embree, *Imagining India: Essays on Indian History*, Oxford University Press, Delhi, 1999.
2. BabaSaheb B R Ambedkar, 'Revolution and Counter Revolution in India' in *BabaSaheb Writings and Speeches, Vol3*, First Edition by Education Department, Govt. of Maharashtra:14 April, 1987 Reprinted by Dr.Ambedkar Foundation : January, 2014.
3. Karl Marx on India, *From the New York Daily Tribune (including Articles by Frederick Engels) and Extracts from Marx-Engels Correspondence 1853-1862*, Tulika Bkks, New Delhi, 2006.
4. கார்ல் மார்க்ஸ், *இந்தியாவைப் பற்றி கார்ல் மார்க்ஸ்*, விடியல் பதிப்பகம், கோவை, 2011.
5. எஸ்.வி.ராஜதுரை (பதிப்பாசிரியர்), *கார்ல் மார்க்ஸ் 200: உயிர் எழுத்து கட்டுரைகள்*, நியூ செஞ்சுரி புக் ஹவுஸ், சென்னை, 2009.

மின்னம்பலம்
2, நவம்பர் - 2019

அக்டோபர் 31 - பட்டேல் பிறந்தநாள் - இந்திரா நினைவு நாள் - ஆர்எஸ்எஸ்

பழங்கால வரலாற்றைப் புராணங்களிலும் கட்டுக்கதைகளிலும் தோய்த்தெடுப்பதில் வல்லவர்களான சங் பரிவாரத்தினரும் அவர்கள் சார்பில் இந்தியாவின் உள்துறை அமைச்சராகப் பொறுப்பேற்றுக் கொண்டிருப்பவரும் வல்லபாய் பட்டேலின் வழி நடப்பவராகச் சொல்லிக் கொள்பவருமான அமித் ஷாவும் சமகால, மிக அண்மைக்கால வரலாற்றையும்கூடப் புரட்டி எடுத்துப் பொய்களில் பொரித்தெடுப்பதிலும் தங்கள் திறமையை வெளிப்படுத்தியுள்ளனர்.

இந்திய அரசமைப்புச் சட்டத்தில் ஜம்மு காஷ்மிருக்குச் சிறப்புத் தகுதி வழங்கும் பிரிவு 370க்குத் திரிபுபடுத்தப்பட்ட விளக்கத்தைக் கொடுத்து அந்த மாநிலத்தை மூன்றாகப் பிளக்கும் சட்டத்தை நாடாளு மன்றத்தில் நிறைவேற்றிய அவர்கள், அதை நடைமுறைப்படுத்த அக்டோபர் 31ஆம் நாளைத் தேர்ந்தெடுத்தது அவர்களுடைய வன்மம், வக்கிரபுத்தி, வெறுப்பு அரசியல் ஆகியவற்றின் அப்பட்டமான வெளிப்பாடு.

அக்டோபர் 31 சுதந்திர இந்தியாவின் முதல் உள்துறை அமைச்சர் வல்லபாய் பட்டேலின் பிறந்த நாள்; இந்தியாவின் முன்னாள் பிரதமர் இந்திரா காந்தியின் நினைவு நாள்.

ஆர்எஸ்எஸ் தடையில் பட்டேலின் பங்கு!

நேரு அமைச்சரவையில் இருந்த வலதுசாரிகளில் முக்கியமானவர் வல்லபாய் பட்டேல் என்பதும் பல நூற்றாண்டுகளுக்கு முன் முஸ்லிம் படையெடுப்பாளர்களால் இடிக்கப்பட்டுக் கொள்ளையடிக்கப்பட்ட சோமநாதர் கோயிலை சுதந்திர இந்தியாவின் அரசாங்கப் பொறுப்பில் கட்டித்தர ஒப்புதல் அளித்தவர் அவர் என்பதும் சங் பரிவாரச் சக்திகள் நேருவுக்கு மேலான தலைவராக அவரைப் போற்றிப் புகழ்ந்து வருவதற்கான காரணங்களில் அடங்கும். ஆனால், காந்தி கொலை செய்யப்பட்டதற்கு ஆர்எஸ்எஸ் உடந்தையாக இருந்தது என்று அந்த அமைப்பைத் தடை செய்வதில் முக்கியப் பாத்திரம் வகித்தவரும் பட்டேல்தான் என்பதை இந்தப் பரிவாரங்கள் பேசுவதில்லை. இந்த முக்கிய உண்மையைக் குழி தோண்டிப் புதைக்க முயலும் இந்தப் பரிவாரத்தினர், இந்திய அரசியல் சட்டத்தில் ஜம்மு காஷ்மிருக்குச்

சிறப்புத் தகுதி வழங்கும் 370ஆம் பிரிவை பட்டேல் எதிர்த்தார் என்று தங்கள் சமூக வலைதளங்களில் அக்டோபர் 31ஆம் தேதிக்கு முன்பே அப்பட்டமான பொய்ப் பிரசாரம் செய்யத் தொடங்கினர். இதுதான் அமித் ஷா பரிந்துரைக்கும் 'வரலாறு எழுதுநெறி'.

370-ஆம் பிரிவும் பட்டேலும்

வல்லபாய் பட்டேலின் நினைவுக்குறிப்புகள் உள்ளிட்ட பல்வேறு ஆவணங்களில் 370ஆம் பிரிவை வரைவதிலும், அதை அரசமைப்பு அவையில் முன்மொழிந்து நிறைவேற்றுவதிலும் அவருடைய பாத்திரம் பதிவு செய்யப்பட்டுள்ளது. 1949ஆம் ஆண்டு மே 15, 16ஆம் நாள்களில் ஜம்மு காஷ்மிருக்குச் சிறப்புத் தகுதி வழங்கப்படுவது பற்றிய விவாதம் அவரது இல்லத்தில் நடைபெற்றது. அந்த விவாதத்தில் ஜவகர்லால் நேருவும் ஷேக் அப்துல்லாவும் கலந்து கொண்டனர். அரசமைப்புச் சட்டத்தின் வரைவுக் குழு உறுப்பினராக இருந்த கோபால்சாமி ஐயங்காருடன் பட்டேலும் சேர்ந்து எழுதிய வரைவுதான் அரசமைப்புச் சட்டப் பிரிவு 370 ஆக உருக்கொண்டது. நேரு அமெரிக்கப் பயணம் மேற்கொண்டிருந்த காரணத்தால் அந்தச் சட்டப் பிரிவை அரசமைப்பு அவையில் (constituent assembly) பிரேரிக்கும் பொறுப்பு பட்டேலுக்கு வந்து சேர்ந்தது.

அரசமைப்புச் சட்டப் பிரிவு 35-அ, 370 ஆகியவற்றுக்குத் தனக்கு சாதகமான விளக்கத்தைக் கொடுத்து, ஜம்மு காஷ்மிர் மக்களின் விருப்பத்துக்கு மாறாகவும், அந்த மாநிலத்தின் சட்டமன்றத்தை ஏற்கெனவே கலைத்திருந்ததன் மூலம், அந்த மாநில மக்களால் தேர்ந்தெடுக்கப்பட்ட பிரதிநிதிகளின் ஒப்புதல் இல்லாமலும் சங் பரிவார - பாஜக அரசாங்கம் செய்த ஜனநாயகப் படுகொலையை நியாயப்படுத்தச் சொல்லிவரும் பொய்களிலொன்றே பட்டேலின் நிலைப்பாட்டைத் திரித்துக் கூறுவதாகும்.

காந்தி படுகொலை செய்யப்படுவதற்கான வெறுப்பு அரசியல் சூழலில் உருவாக்கிய அமைப்பு என்று வல்லபாய் பட்டேல், ஆர்எஸ்எஸ் மீது குற்றம் சாட்டினார். ஆனால், அதே வெறுப்பு அரசியலை நியாயப்படுத்துவதற்கு பட்டேலின் பெயரைப் பயன்படுத்திக் கொள்கிறது சங் பரிவாரம்.

இந்திரா காந்தி - ராஜிவ் காந்தி - ஆர்எஸ்எஸ்

அக்டோபர் 31, இந்திரா காந்தியின் நினைவு நாள் மட்டுமல்ல, அவர் கொலை செய்யப்பட்டதை அடுத்து டெல்லி முதலிய நகரங்களில்

ஆயிரக்கணக்கான சீக்கியர்களின் உடைமைகளும் உயிர்களும் ஒழித்துக் கட்டப்படும் இனக்கொலை தொடங்கிய நாளும் அதுதான்.

இந்திரா காந்தி கொலை செய்யப்பட்டதற்காகக் 'கண்ணீர் வடித்தது' ஆர்எஸ்எஸ் அமைப்பின் அதிகாரபூர்வமான ஏடான 'ஆர்கனைஸர்'. அந்த ஏட்டால் வழிகாட்டப்படும் ஆர்எஸ்எஸ், இந்து - சீக்கிய ஒற்றுமையை உயர்த்திப் பிடிப்பதாகவும், முஸ்லிம்களிடமிருந்து இந்துக்களைக் காப்பாற்றியதற்காக சீக்கியர்களுக்கு நன்றி சொல்ல வேண்டும் என்றும் அவ்வப்போது கூறிவருகின்ற போதிலும், சாதியமைப்பையும் பார்ப்பனியத்தையும் எதிர்த்து குருநானக்கால் தோற்றுவிக்கப்பட்ட சீக்கிய மதத்தை, இந்து மதத்தின் ஒரு பகுதி என்றுதான் இதுவரை கூறிவருகிறது.

ஆனால், இந்திரா காந்தி கொலையை அடுத்து சீக்கியர்கள் மீது ஏறத்தாழ இரு வார காலம் வன்முறைத் தாக்குதல்கள் நடந்தபோது அவர்களை இந்துக்களின் ஒரு பகுதியாகப் பார்க்கவில்லை ஆர்எஸ்எஸ்.

அந்த வன்முறைத் தாக்குதல்களை ஊக்குவித்த, உதவிய உயர்மட்டக் காங்கிரஸ் தலைவர்கள் ஒருவர்கூட கைது செய்யப்படவோ தண்டிக்கப்படவோ இல்லை. அவர்களுக்கு அடுத்த நிலையில் இருந்த காங்கிரஸ் தலைவர் சஜ்ஜன் குமார், அமர்வு நீதிமன்றத்தால் விடுதலை செய்யப்பட்டார். ஆனால் 2018 டிசம்பரில் டெல்லி உயர் நீதி மன்றத்திலுள்ள இரு நேர்மையான நீதிபதிகள், அவரது விடுதலையை ரத்து செய்துவிட்டு தண்டனை வழங்கி சிறைக்கு அனுப்பினர். இது விதிவிலக்காக நடந்த நீதி முறை. ஆனால், ஒட்டுமொத்தமாகப் பார்த்தால் 1984 முதல் இன்று வரை மத்திய அரசாங்கமும் நீதித் துறையும் சீக்கியர்களுக்கு நீதி வழங்கவில்லை,

சீக்கியர்களின் இனக்கொலைக்குக் காங்கிரஸே காரணம் என்று சங் பரிவாரம் அவ்வப்போது விமர்சனம் செய்து வந்தது. 2013ஆம் ஆண்டு அக்டோபர் 25இல் உத்தரப்பிரதேசத்திலுள்ள ஜான்ஸி நகரில் நடைபெற்ற தேர்தல் பிரசாரக் கூட்டத்தில் நரேந்திர மோடி "1984இல் ஆயிரக்கணக்கான சீக்கியர்களைக் கொன்றது யார் என்ற கேள்விக்குக் காங்கிரஸ் தலைவர்கள் விளக்கம் அளிக்க வேண்டும்" என்றும், "சீக்கியர்கள் இனக்கொலை செய்யப்பட்டது தொடர்பாக எவரேனும் தண்டிக்கப்பட்டிருக்கிறார்களா?" என்றும் முழங்கினார். 2014இல், சந்தர்ப்பவாதப் பிற்போக்கு அகாலி தளத்துடன் பாஜக கூட்டணி அமைத்திருந்தபோது மோடி, சீக்கியர்கள் இனக்கொலை செய்யப் பட்டதாக பிரசாரக் கூட்டங்களில் பேசிவந்தார்.

பிரதமராகப் பதவியேற்ற பின் 2014 அக்டோபர் 21 அன்று நாட்டு மக்களுக்கு விடுத்த செய்தியில், இந்திரா காந்தியின் கொலையை அடுத்து சீக்கியர்களுக்கு எதிராக நடத்தப்பட்ட கலவரங்கள், "இந்தியாவின் நெஞ்சைப் பிளந்த குத்துவாள்" என்றும் "நமது சொந்த மக்களே கொலை செய்யப்பட்டனர், அந்தத் தாக்குதல் ஒரு குறிப்பிட்ட சமூகத்தின் மீது நடத்தப்பட்ட தாக்குதல் அல்ல, மாறாக தேசம் முழுவதின் மீது நடத்தப்பட்ட தாக்குதல்" என்றும் கூறினார். குற்றவாளிகள் இதுவரை கைது செய்யப்படவோ, விசாரணை செய்யப்படவோ இல்லை என்று புலம்பித் தீர்த்தார்.

ஆனால் 1998 முதல் 2004 வரை இருந்த பாஜக ஆட்சியின்போது அந்தக் குற்றவாளிகளைக் கண்டுபிடித்து விசாரணை செய்யவோ தண்டிக்கவோ எந்த முயற்சியும் செய்யப்படவில்லை என்பதை அவர் 'மறந்துவிட்டார்'. 2014ஆம் ஆண்டிலிருந்து இன்றுவரை நீடிக்கும் அவரது அரசாங்கம் அந்த இனக்கொலை தொடர்பாக மேற்கொண்ட உருப்படியான நடவடிக்கை ஒன்றைக்கூட அவரால் இதுவரை சொல்ல முடியவில்லை. அதனால்தான் 2019ஆம் ஆண்டு நாடாளுமன்றத் தேர்தல் பிரசாரத்தின்போது சீக்கியர்கள் மீது நடத்தப்பட்ட இனக்கொலை அவரது பிரசாரத்தில் இடம் பெறவில்லை.

பொற்கோயில் தாக்குதலுக்குக் காரணம் அத்வானி

இந்திரா காந்தி கொலை செய்யப்படுவதற்குக் காரணமாக இருந்த விஷயம், அகாலி தளத்தை உடைப்பதற்காக அவரால் ஊட்டி வளர்க்கப்பட்ட சாந்த் பிந்திரன்வாலே இந்திராவுக்கு எதிராகத் திரும்பியதும், அவரையும் அவரது ஆதரவாளர்களையும் பிடிப்பதற்காக இந்திராவின் ஆணையின்பேரில் சீக்கியர்களின் புனித இடமான பொற்கோயிலுக்குள் இந்திய இராணுவம் புகுந்து அங்குள்ள முக்கிய ஆவணங்களையும் புனிதச் சின்னங்களையும் நாசப்படுத்தியதும், ஆயிரக்கணக்கான புனிதப் பயணிகளைக் கொன்றதும்தான்.

சீக்கிய மதம் இந்து மதத்தின் பகுதி என்று சொல்லிவரும் சங் பரிவாரத்தின் முக்கியப் புள்ளிகளிலொருவரும் பாபர் மசூதி இடிப்பு வழக்கில் குற்றம் சாட்டப்பட்டுள்ளவருமான எல்.கே.அத்வானி எழுதியுள்ள சுயசரிதையில் (My Country, My Life), பொற்கோயிலுக்குள் இந்திய இராணுவத்தை அனுப்ப வேண்டும் என்று இந்திரா காந்தியை நிர்ப்பந்தித்தது தாமே என்று கூறியுள்ளார்.

ஆர்எஸ்எஸ்ஸின் சீக்கிய எதிர்ப்பு

இது ஒருபுறமிருக்க டெல்லியிலும் இந்தியாவின் வேறு சில பகுதிகளிலும் சீக்கியர்களின் மீதான தாக்குதல்கள் உச்சக்கட்டத்தை அடைந்துகொண்டிருந்த போது, இந்த ஆண்டு மோடி அரசாங்கத்தால் 'பாரத் ரத்னா' விருது வழங்கிச் சிறப்பிக்கப்பட்டுள்ளவரும், ஆர்எஸ்எஸ் அமைப்பின் முக்கிய சித்தாந்திகளிலொருவராக இருந்தவருமான காலஞ்சென்ற நானா தேஷ்முக், 1994 நவம்பர் 8ஆம் தேதியன்று 'ஆன்ம பரிசோதனைக்கான தருணங்கள்' (Moments of Soul Searching) என்ற தலைப்பிடப்பட்ட சுற்றறிக்கையை வெளியிட்டார். முக்கிய அரசியல் தலைவர்களுக்கு விநியோகிக்கப்பட்ட அந்த சுற்றறிக்கை 'இந்துத்துவ'த்தின் பிதாமகன் வி.டி.சாவர்க்கரால், இந்தியாவின் சுதேச மதங்களிலொன்று என்று கூறப்பட்ட சீக்கிய மதத்தின் மீது ஆர்எஸ்எஸ் கொண்டிருப்பது நேசமல்ல, பகைமைதான் என்பதை அப்பட்டமாக வெளிப்படுத்தும் ஆவணம் ஆகும்.

இந்திரா காந்தியைக் கொலை செய்தவர்கள் இந்திய இராணுவத்தைச் சேர்ந்த இரு சீக்கியப் படைவீரர்கள் என்பது உண்மைதான். பொற்கோயில் நிகழ்வின் காரணமாக இந்திரா காந்தி மீது சீக்கிய சமுதாயத்தில் கொந்தளிப்பு இருந்துகொண்டிருந்த சமயத்தில் அவரது மெய்க்காப்பாளர்களாக இரு சீக்கியர்களை நியமித்தவர்கள் யார், இந்திரா காந்தியின் கொலையில் சம்பந்தப்பட்டிருந்த பிற சக்திகள் யாவை என்ற விவரங்களை மூடி மறைத்துவிட்டது அவருக்குப் பிறகு ஆட்சிக்கு வந்த காங்கிரஸ் அரசாங்கங்கள்.

ஆனால், அந்த சீக்கியப் படைவீரர்களையும் அந்தக் கொலைக்குச் சிறிதும் சம்பந்தப்படாதவர்களுமான அப்பாவி சீக்கிய மக்களையும் ஒன்றாகப் பார்த்தவர்கள் காங்கிரஸ் குண்டர்கள் மட்டுமல்ல; நானா தேஷ்முக்கும்தான்.

இந்திரா காங்கிரஸ் - ஆர்எஸ்எஸ் கூட்டுச் சதி!

அவரது மேற்சொன்ன சுற்றறிக்கையை அப்போது இன்னும் 'சோசலிஸ்டாகவே' இருந்த ஜார்ஜ் ஃபெர்ணாண்டெஸை ஆசிரியராகக் கொண்டிருந்த 'ப்ரதிபிரகாஷ்' என்னும் இந்தி வார ஏடு 25.11.1984ஆம் தேதிய இதழில் 'இந்திரா காங்கிரஸ்-ஆர்.எஸ்.எஸ். கூட்டுச் சதி' என்ற தலைப்பில் வெளியிட்டு, ஆர்எஸ்எஸ்ஸின் சிறுபான்மையினர் விரோத பாசிச நிலைப்பாட்டை அம்பலப்படுத்தியது.

நானா தேஷ்முக்கின் 'சுற்றறிக்கை'யில் காணப்படும் முக்கிய கருத்துகள் பின்வருமாறு:

- சீக்கியர்களைப் படுகொலை செய்தது எந்தவொரு குறிப்பிட்ட குழுவினரோ, சமூக விரோதிகளோ அல்லர். மாறாக நியாயமான கோப உணர்வின் காரணமாகவே அந்தக் கொலைகள் நிகழ்ந்தன.
- இந்திரா காந்தியைக் கொலை செய்த படைவீரர்கள், சீக்கிய சமுதாயத்தின் கட்டளைப்படியே அதனைச் செய்தனர். அந்தத் தாக்குதல்களை சீக்கியர்கள் தாங்களாகவே வரவழைத்துக் கொண்டனர். இந்திரா காந்தி கொலைக்குப் பிறகு நடந்து கொண்டிருக்கும் கலவரங்களின் போது சீக்கியர்கள் தங்கள் சுயபாதுகாப்புக்காக எதையும் செய்திருக்கக்கூடாது. அப்படி செய்ததால்தான் அவர்கள் வன்முறையாளர்களுக்கு இரையாகினர்.
- பொற்கோயில் மீது நடத்தப்பட்ட இராணுவத் தாக்குதல் போற்றுதலுக்குரியது. அதை எதிர்ப்பவர்கள் எல்லோரும் தேசவிரோத சக்திகள், சீக்கியர்களின் அதிதீவிரவாதம் பற்றி தேசம் எச்சரிக்கையுடன் இருக்க வேண்டும்.
- சீக்கியர்கள் படுகொலை செய்யப்பட்டதற்கான பொறுப்பை சீக்கிய அறிவாளிகள்தாம் ஏற்றுக்கொள்ள வேண்டும். அவர்கள்தாம் சீக்கியர்களைப் போர்க்குணமுள்ள சமுதாயமாக மாற்றினர். காலிஸ்தான் முழக்கத்தை எழுப்பும் தீவிரவாதிகளை உருவாக்கினர். பொற்கோயில் மீது இராணுவத் தாக்குதல் நடந்தவுடன் சீக்கிய சமுதாயம் முழுவதும் பொங்கியெழுந்தது. ஆனால் பொதுவாக சீக்கியர்கள் எல்லோருமே, விதிவிலக்கான ஒரு சிலரைத் தவிர, தீவிரவாதிகளையும் தேசவிரோதிகளையும் கண்டிக்கத் தவறினர். அதனால்தான் சீக்கியர்கள் தங்கள் மீதான தாக்குதல்களை நடத்த தேசப்பற்றுள்ள இந்தியர்களுக்கு அழைப்பு விடுத்திருக்கிறார்கள். அவர்கள் மீது நடத்தப்பட்ட தாக்குதல் என்பது தேசப்பற்றுள்ள இந்துக்களின் எதிர்வினை தான்.
- இந்தியாவின் ஒற்றுமையைக் காக்கக்கூடியவராக இருந்த ஒரே தலைவர் இந்திரா காந்திதான், அத்தகைய மாபெரும் தலைவர் கொலை செய்யப்பட்டதால், சீக்கியர்கள் படுகொலை செய்யப்பட்டது தவிர்க்க முடியாததாகிவிட்டது.
- மகாத்மா காந்தி கொலை செய்யப்பட்டதையடுத்து ஆர்எஸ்எஸ்-காரர்கள் தாக்கப்பட்டனர். அவர்களுடைய தலைவர் கோல்வால்கரின் உயிருக்கு ஆபத்து ஏற்பட்டதால்

ஆர்எஸ்எஸ் தொண்டர்கள் அவரைப் பாதுகாப்பதற்காக ஆயுதங்கள் ஏந்திப் போராட வந்தனர். அவரை வேறு பாதுகாப்பான இடத்துக்குக் கொண்டு செல்ல விரும்பினர். "எந்த மக்களுக்கு நான் அர்ப்பணிப்புடன் சேவை செய்து வருகிறேனோ, அவர்களே என் உயிரை எடுக்க வேண்டும் என்று விரும்பினால், நான் எதற்காக உயிரைப் பாதுகாத்துக் கொள்ள வேண்டும்? ஆர்எஸ்எஸ் தொண்டர்கள் பொறுமையுடன் இருந்தால் அவர்கள் குற்றமற்றவர்கள் என்பது பின்னாளில் நிரூபிக்கப்படும்" என்றும் கூறினார். அதுபோலவே, இப்போது இந்திரா காந்தி கொலையை அடுத்து தாக்குதல்களுக்கு உள்ளாகிவரும் சீக்கியர்கள் இதையெல்லாம் தாங்கிக் கொண்டு பொறுமையாக இருக்க வேண்டும்.

- இந்திரா காந்தி கொலையுண்ட அன்றைய தினமே இந்தியப் பிரதமராகப் பதவியேற்றுக் கொண்ட ராஜிவ் காந்தி, "பெரிய ஆலமரம் விழுந்துவிட்டால், நிலம் அதிர்வது இயல்பானது தானே" என்று சீக்கியர்கள் மீது நடத்தப்பட்ட தாக்குதல்களை நியாயப்படுத்தினார் அல்லவா; அந்த ராஜிவ் காந்தி பிரதமராக ஆக்கப்பட்டதற்கு வாழ்த்து தெரிவிக்கிறார் நானா தேஷ்முக் மேற்சொன்ன 'சுற்றறிக்கை'யில்,

- அதேவேளை, தங்களைத் தாங்களே பாதுகாத்துக் கொள்வதைவிட வேறு எந்த உதவி கிடைக்கப்பெறாதவர்களும், வன்முறையால் பாதிக்கப்பட்டவர்களுமான சீக்கியர்களுக்கு நிவாரணம் அளிக்குமாறோ, அவர்களுக்குப் பாதுகாப்பு வழங்குமாறோ அன்றைய மத்திய அரசாங்கத்திடம் கோரிக்கை வைக்கும் ஒரு வரிகூட நானா தேஷ்முக்கின் 'சுற்றறிக்கை'யில் இல்லை.

- வன்முறைத் தாக்குதல்களுக்கு இலக்கான சீக்கியர்கள் சிலருக்குப் பாதுகாப்புக் கொடுத்ததன் மூலம் இந்துக்கள் தங்களுக்கு இயல்பாகவே வாய்த்த மனிதாபிமானத்தை வெளிப்படுத்தியதாகக் கூறும் நானா தேஷ்முக், ஏதோ எல்லா இந்துக்களிடம் அப்படிப்பட்ட மனோபாவம் இருந்ததாகக் கதைகட்டுவதுடன், மனிதாபிமானம் கொண்ட இந்துக்கள் சிலரோடு சேர்ந்து கிறிஸ்தவர்கள், முஸ்லிம்கள், நாத்திகர்கள், சமணர்கள், கம்யூனிஸ்டுகள் ஆகியோர் மட்டுமின்றி வெளி நாட்டுத் தூதரகங்களும் பல சீக்கியர்களுக்கு அடைக்கலம் கொடுத்ததை மூடிமறைக்கிறார்.

காந்தி - இந்திரா காந்தி

சீக்கியர்கள் தாக்கப்படுவதைக் கண்டு மனமிரங்குவதுபோல பாசாங்கு காட்டும் நானா தேஷ்முக்கின் ‘சுற்றறிக்கை’ மகாத்மா காந்தி கொலையையடுத்து ஆர்.எஸ்.எஸ். தொண்டர்கள் தாக்கப்பட்டதை, இந்திரா காந்தி கொலையையடுத்து சீக்கியர்கள் தாக்கப்பட்டதுடன் ஒப்பிடுவது மோசடித்தனமான விஷயம். ஏனெனில் காந்தி கொலையை யடுத்து தாக்குதலை எதிர்கொண்டவர்கள் ஆர்.எஸ்.எஸ்.காரர்களே தவிர ஒட்டுமொத்தமான இந்துக்கள் அல்ல. அந்த ஆர்.எஸ்.எஸ். அமைப்புக்கு அப்போது ஏற்பட்ட பாதிப்பு அற்ப அளவிலானதே. ஆனால், இந்திரா காந்தி கொல்லப்பட்டதையடுத்து சீக்கிய சமுதாயத்தினர் அனைவருமே தாக்கப்பட்டனர்.

பஞ்சாபில் காலிஸ்தான் தீவிரவாதிகளை எதிர்த்துக் களப் போராட்டத்தை நடத்தி தங்கள் இன்னுயிரை இழந்த கம்யூனிஸ்டுகளைப் பற்றி ஒரு வரி கூட இந்த ‘சுற்றறிக்கை’யில் இல்லை என்பது ஒருபுறமிருக்க அத்தகைய போராட்டத்தை ஏன் ஆர்.எஸ்.எஸ். அமைப்பால் நடத்த முடியவில்லை என்பதை இந்த ‘சுற்றறிக்கை’ கூறுவதில்லை.

அதேபோல், தீவிரவாதிகளை ஒடுக்குதல் என்ற பெயரால் பல்லாயிரக்கணக்கான சீக்கிய இளைஞர்கள் ‘காணாமல் போகும்படி’ செய்யப்பட்டதையோ, போலி ‘என்கவுண்டர்களில்’ கொல்லப்பட்டது பற்றியோ ஆர்எஸ்எஸ் ஒருபோதும் அக்கறை காட்டியதில்லை.

2002 இனக்கொலைக்கு முன்னோடியான 1984

இந்திரா காந்தி கொலையை அடுத்து டெல்லி, கான்பூர், பொகாரோ முதலிய நகரங்களில் அன்றைய ஆளும் கட்சியாக இருந்த காங்கிரஸ் கட்சியின் முக்கியத் தலைவர்களின் வழிகாட்டுதலுடனேயே சீக்கியர்களின் உடைமைகள் அழிக்கப்பட்டன; சீக்கியப் பெண்கள் பாலியல் பலாத்காரம் செய்யப்பட்டனர்; மிகக்கொடூரமான முறையில் ஆயிரக்கணக்கான சீக்கியர்கள் கொன்று குவிக்கப்பட்டனர். இதன் பொருட்டு அந்த வன்முறைக் கும்பல்களுக்கு மோட்டார் வாகனங்கள், எரிபொருள், ஆயுதங்கள் ஆகியன வழங்கப்பட்டன.

போலீஸ் துறையில் இருந்த சீக்கிய உயர் அதிகாரிகள் பொறுப்பிலிருந்து விடுவிக்கப்பட்டதால், அவர்களால் எந்தக் கடமையையும் செய்ய முடியவில்லை. ஏறத்தாழ இரண்டு வார காலம் நடந்த இனக்கொலையின் போது சட்டம் ஒழுங்கை நிலை நாட்டாமல் போலீஸ் வேடிக்கை பார்த்துக்கொண்டிருந்தது. அதுமட்டுமின்றி, ஒரு சில இடங்களில் சீக்கியர்கள் தற்காப்பு நடவடிக்கைகளை மேற்கொள்ள

முயன்றபோது அவர்களைத் தடுத்து நிறுத்தியது. சீக்கியர்களிடமிருந்து வந்த புகார்களைப் பதிவு செய்யவோ, முதல் தகவல் அறிக்கையைத் தயாரிக்கவோ மறுத்துவிட்டது.

அந்தத் தாக்குதல்களால் பாதிக்கப்பட்டுத் தவியாய்த் தவித்த பல்லாயிரக்கணக்கான சீக்கியர்களுக்கு நிவாரண முகாம்களைக்கூட காங்கிரஸ் அரசாங்கம் உருவாக்கவில்லை. அவர்களுடைய சக மதத்தினரும் சிவில் சமுதாயத்தில் இருந்த நல்லெண்ணம் கொண்ட மனிதர்களுமே நிவாரண முகாம்களை ஏற்படுத்தினர்.

இந்திய சுதந்திரத்திற்கு முன்பும் பின்பும், எத்தனையோ வகுப்புக் கலவரங்கள் நடந்துள்ளன. அவை யாவும் இரு மதத்தினர் ஒருவரை யொருவர் தாக்கிக் கொண்ட நிகழ்வுகளாகும். ஆனால் 1984இல் நடந்தது இரு மதத்தினர் ஒருவரையொருவர் தாக்கிக்கொண்ட நிகழ்வு அல்ல. ஒருதலைப்பட்சமாக ஒரே ஒரு மதத்தினர் மீது ஆளும் கட்சியின் ஆசியுடனும் ஆதரவுடனும் நடத்தப்பட்ட இனக்கொலை தான் அது.

அந்த இனக்கொலைக்கு தார்மிக, அரசியல், சட்டரீதியாக ராஜிவ் காந்தி பொறுப்பேற்றுக் கொண்டிருந்திருக்க வேண்டும். ஆனால், அந்த இனக்கொலை தொடர்பான நேர்மையான புலனாய்வையோ, விசாரணையோ செய்ய எந்த முயற்சியையும் அவர் எடுத்துக் கொள்ள வில்லை. பாதிக்கப்பட்ட மக்களில் ஆயிரக்கணக்கானோர், எச்.கே.எல். பகத் போன்ற மூத்த காங்கிரஸ் தலைவர்கள் அந்த இனக்கொலைக்குத் தலைமை தாங்கினார்கள் என்று குற்றம் சாட்டினர். ஆனால் அந்தத் தலைவர்களை சீராட்டிப் பாதுகாத்தார் ராஜிவ் காந்தி. கண் துடைப்புக்காக நீதிபதி ரங்கநாத் மிஸ்ராவின் தலைமையில் ஒரு விசாரணைக் குழு அமைக்கப்பட்டது.

சீக்கியர்களின் மீது நடத்தப்பட்ட தாக்குதல்களைப் பற்றிய உண்மைகளைக் கண்டறிந்து 'குற்றவாளிகள் யார்?' என்ற அறிக்கையை வெளியிட்ட மனித உரிமை ஆர்வலர்கள் எல்லோரும் ஆளும் கட்சியினரால் வெளிநாட்டு ஏஜெண்டுகள் என்று தூற்றப்பட்டனர்.

2002இல் குஜராத்தில் முஸ்லிம்கள் மீது நடத்தப்பட்ட இனக் கொலைக்கு எல்லாவகையிலும் முன்மாதிரியாகத் திகழ்ந்ததுதான் 1984ஆம் ஆண்டு சீக்கிய இனக்கொலை.

மன்னிப்பு கேட்ட மன்மோகன் சிங்

சீக்கியர்கள் இனக் கொலை செய்யப்பட்டதற்கு இதுவரை வருத்தம் தெரிவித்துள்ள, இந்திய மக்களிடம் மன்னிப்புக் கோரியுள்ள

ஒரே காங்கிரஸ் தலைவர் முன்னாள் பிரதமர் மன்மோகன் சிங்தான். அவரும் ஒரு சீக்கியர்தான் என்பதால்தான் அதைச் செய்ய முடிந்திருக்கிறது. 2005 ஆகஸ்ட் 12 அன்று நாடாளுமன்றத்தில் அவர் கூறினார்: "சீக்கிய சமுதாயத்திடம் மன்னிப்புக் கேட்பதில் எனக்குத் தயக்கம் ஏதும் இல்லை. நான் சீக்கிய சமுதாயத்திடமிருந்து மட்டுமல்ல, இந்திய தேசம் முழுவதிலுமிருந்தும் மன்னிப்புக் கேட்கிறேன். ஏனெனில் 1984இல் நடந்தது நமது அரசமைப்புச் சட்டத்தில் தேச அடையாளம் பற்றிப் பேணிப் பாதுகாக்கப்பட்டுள்ள கருத்தினை மறுப்பதாகும்".

ஆனால், ஆர்எஸ்எஸ் அமைப்போ, சீக்கியர்களின் மீது நடத்தப்பட்ட தாக்குதலுக்கு முக்கியத்துவம் கொடுக்காமல் இருக்கும் பணியைத் தொடர்ந்து செய்து வருகிறது. 'கல்வி தொடர்பான ஆராய்ச்சி மற்றும் பயிற்சிக்கான தேசியக் கவுன்சில்' (National Council of Educational Research and Training) என்ற ஒன்றிய அரசாங்க நிறுவனத்திடம் 2019 ஜூலை மாதம் சங் பரிவார அமைப்புகளிலொன்றான 'ஷிக்ஷா சண்ஸ்கிரிதி உத்தான் நியாஸ்' சார்பில் தினாநாத் பத்ரா என்பவர் ஒரு அறிக்கையை சமர்ப்பித்தார். 'இந்தியாவின் வரலாற்றை இந்தியனின் நோக்கு நிலையிலிருந்தே எழுத வேண்டும்' என்ற சங் பரிவாரக் கொள்கையைச் சிறிதும் பிசகின்றி பின்பற்றும் அவர் சமர்ப்பித்த அந்த அறிக்கை, பள்ளிப்பாடப் புத்தகங்களிலிருந்து நீக்கப்பட வேண்டிய விஷயங்களின் பட்டியலொன்றைத் தந்திருந்தது.

சிறுபான்மையினருக்கு எதிரான வன்முறைகள் பற்றிய குறிப்புகள் அனைத்தும் பாடப்புத்தகங்களிலிருந்து நீக்கப்பட வேண்டும் என்று கூறிய அந்த அறிக்கையிலிருந்த பட்டியலில், 1984ஆம் ஆண்டு வன்முறைக்கு மன்னிப்புக் கோரி நாடாளுமன்றத்தில் மன்மோகன் சிங் ஆற்றிய உரையும் சேர்க்கப்பட்டிருந்தது!

அமித் ஷாவின் வரலாறு எழுதுநெறிக்கான இன்னொரு எடுத்துக்காட்டுதான் இது.

மின்னம்பலம்
6, நவம்பர் - 2019

முதல் சுதந்திரப் போரும் சாவர்க்கரும்!

இந்திய வரலாற்றை 'ஓர் இந்தியனின் நோக்குநிலை'யிலிருந்து எழுதுவதில் உதாரண புருஷராக 'வீர்' சாவர்க்கர் விளங்குகிறார் என்று அமித் ஷா கூறியிருப்பதால், அப்படிப்பட்ட வரலாற்று நூல் மீது கவனம் செலுத்த நாம் கடமைப்பட்டிருக்கிறோம்.

1857ஆம் ஆண்டில் வட இந்தியாவின் சில பகுதிகளில், கிழக்கிந்தியக் கம்பெனியின் கட்டுப்பாட்டின் கீழ் இருந்த பிரிட்டிஷ் இந்திய இராணுவத்தில் இருந்த இந்திய சிப்பாய்கள் பிரிட்டிஷ் இராணுவ அதிகாரிகளுக்கு எதிராகக் கிளர்ந்தெழுந்த நிகழ்வை, பொதுவாக 'சிப்பாய் கலகம்' என்றழைக்கப்பட்ட நிகழ்வைப் பற்றி பல்வேறு கருத்துகளும் விளக்கங்களும் சொல்லப்பட்டு வருகின்றன. அந்தக் கிளர்ச்சியின் 150 ஆண்டு நிறைவையொட்டி இந்தியாவின் புகழ்பெற்ற வார ஏடான, 'எகனாமிக் அண்ட் பொலிடிகல் விக்லி' சிறப்பிதழைக் கொண்டு வந்தது. இந்திய அரசியல் தலைவர்கள், வரலாற்றாசிரியர்கள் எனப் பல தரப்பட்டவரும் 1857ஆம் ஆண்டுக் கிளர்ச்சி பற்றிய தத்தம் கருத்துகளைக் கூறியுள்ளனர். அது பற்றிய விவாதங்கள் தொடர்ந்து நடைபெற்று வருகின்றன.

கீழே இருந்து தோன்றிய கிளர்ச்சி!

பிரிட்டிஷ் இந்திய இராணுவத்தில் இந்திய சிப்பாய்கள் நடத்தப்பட்டு வந்த விதம், பிரிட்டிஷாரின் பொருளாதாரச் சுரண்டல், அவர்களுடைய ஆக்கிரமிப்புகளின் விரிவாக்கம், கிறிஸ்தவ மிஷனரிகளின் மதமாற்றச் செயல்பாடுகள், சுதேசி மன்னர்கள் ஆண்டு வந்த நிலப் பரப்புகளைக் கைப்பற்றுவதற்காக குழந்தைப் பேறுகள் இல்லாதவர்கள் தத்து எடுத்துக்கொள்வதைத் தடுக்கும் சட்டம் (இது சுதேசி மன்னர்களை மட்டுமின்றி, நிலமும் சொத்தும் வைத்திருந்த இந்துக்களையும் முஸ்லிம்களையும் பாதித்தது), மத விவகாரங்களில் தலையிட்டமை என்ற பல்வேறு காரணங்களால் அதிருப்தியும் எரிச்சலுமடைந்திருந்த பல்வேறு வர்க்கங்களையும் சாதிகளையும் சேர்ந்த மக்களின் ஆதரவு அந்தக் கிளர்ச்சிக்கு இருந்தது.

எனவே அதை 'கீழே இருந்து தோன்றிய கிளர்ச்சி' என்று சொல்லலாம்; சுவீகார முறை தடை செய்யப்பட்டதால் பிரிட்டிஷாரால் பதவி பறிக்கப்பட்ட, அல்லது அவர்களால் ஓய்வூதியம் தரப்படாதவர்களும் சமஸ்தான ஆட்சியாளர்கள் என அங்கீகரிக்கப்படாதவர்களும் அந்தக் கிளர்ச்சிக்குத் தலைமை தாங்கத் தொடங்கினர். எனினும், அந்த சிப்பாய்களின் தன்னெழுச்சியிலோ, பின்னர் அவர்களை வழிநடத்திச் சென்ற தலைவர்களிடமோ 'இந்திய தேசிய உணர்வு' இருந்தது, இந்திய தேசியத்தின் வெளிப்பாடாகவே அந்தக் கிளர்ச்சியைக் காண வேண்டும் என்று கூறுவதை ஏற்றுக் கொள்வது கடினம்.

ஏனெனில் அப்போது 'இந்துஸ்தான்' என்பது ஒரு நிலப்பரப்பைக் குறிக்கப் பயன்பட்டு வந்ததேயன்றி, 'தேசம்' என்று நவீனகாலத்தில் பொருள் கொள்ளப்படக்கூடிய ஓர் அரசமைப்பாக இருக்கவில்லை. கிழக்கிந்தியக் கம்பெனிதான், 'பிரித்தாளும் சூழ்ச்சி'யுடன் இந்திய மக்களை 'இந்துக்கள்' என்றும் 'முஸ்லிம்கள்' என்றும் பாகுபடுத்தி யிருந்தது. 'ஜாதியை ஒழித்துக்கட்டுதல்' (Annihilation of Caste) என்னும் புகழ்பெற்ற உரையில் அண்ணல் அம்பேத்கர் கூறுகிறார்:

முதலாகவும் முக்கியமானதாகவும் நாம் புரிந்துகொள்ள வேண்டியது இந்து சமூகம் என்பதே ஒரு கட்டுக்கதைதான் என்பதைத்தான். 'இந்து' என்ற பெயரே ஓர் அந்நியப் பெயர்தான். உள்ளூர் மக்களிட மிருந்து தம்மை வேறுபடுத்திக் காட்டுவதற்காக முகமதியரால் அந்த மக்களுக்கு அளிக்கப்பட்ட பெயர்தான் 'இந்துக்கள்' என்பது. முகமதியரின் படையெடுப்புக்கு முந்தைய எந்த சமஸ்கிருத நூலிலும் 'இந்து' என்ற சொல்லே காணப்படவில்லை.

இந்தக் கருத்தும் ஓர் இந்தியனால் 'இந்திய நோக்கு நிலை'யிலிருந்து எழுதப்பட்டதுதானே அல்லவா?

'ஹிந்து' பற்றி 'மஹா பெரியவர்'

'மஹா பெரியவர்' என்று கூறப்படும் காஞ்சி சங்கராச்சாரியார் சந்திரசேகர சரஸ்வதியும்கூட 'தெய்வத்தின் குரல்' என்ற தலைப்பில் தொகுக்கப்பட்டுள்ள அவரது கட்டுரைகளின் தொகுப்பின் முதல் பாகத்தில் கூறியுள்ளார்:

நமக்கு சைவர்கள், வைஷ்ணவர்கள் என்று வேறாகச் சொல்லிக் கொண்டிருந்தாலும் வெள்ளைக்காரன் நமக்கு ஹிந்துக்கள் என்ற பொதுப் பெயர் வைத்தானோ நாம் பிழைத்தோம். அவன் வைத்த பெயர் நம்மைக் காப்பாற்றியது. நம்மை ஆரியர்-திராவிடர்

> என்றெல்லாம் பேதப்படுத்திய அதே வெள்ளைக்காரன் தன்னையும் அறியாமல் நமக்கு 'ஹிந்து' என்ற பொதுப் பெயரைத் தந்து இன்று இந்திய தேசம் என்ற ஒன்று இருக்கும்படியான மகா பெரிய நன்மையைச் செய்திருக்கிறான்.

ஆக, இதுவும்கூட 'ஓர் இந்தியனால், இந்தியனின் நோக்கு நிலையிலிருந்து எழுதப்பட்ட வரலாறு' என்று அமித் ஷா ஏற்றுக் கொள்வார் என்று நம்பலாம்.

தேசியத்துக்கு அடிப்படையிட்ட காங்கிரஸ்

சிப்பாய்களின் எழுச்சி தோற்கடிக்கப்பட்ட பின், பிரிட்டிஷ் அரசாங்கம் கிழக்கிந்தியக் கம்பெனியின் நேரடிக் கட்டுப்பாட்டிலிருந்த இந்தியப் பிரதேசங்களை நிர்வகிக்கும் பொறுப்பையும் சமஸ்தானங்களைத் தன் கட்டுப்பாட்டிலும் கண்காணிப்பிலும் வைத்திருக்கும் பொறுப்பையும் ஏற்றுக் கொண்டது. மறுபுறம், ஆங்கிலத்தை நன்கு கற்றுத் தேர்ந்த அறிவாளிகளால் இந்திய அளவிலான தேசிய உணர்வை வளர்க்க முடிந்தது. அந்த அறிவாளிக்கூட்டத்தைச் சேர்ந்த சிலர்தான் 1884ஆம் ஆண்டில் பம்பாயில்கூடி காங்கிரஸ் என்னும் அமைப்பைத் தோற்று விப்பதற்கான அடிப்படைகளை வகுத்தனர் என்பதை 'தி ஹிந்து', 'சுதேசமித்திரன்' ஏடுகளை நிறுவியவரும் தொடக்ககாலக் காங்கிரஸ் காரருமான ஜி.சுப்பிரமணிய ஐயரின் வரலாற்றை எழுதியுள்ள குருமலை சுந்தரம் பிள்ளை கூறியுள்ளார்:

> இதற்கு முன் இந்தியா முழுவதிலுமுள்ள பெரிய மனிதர்கள் எல்லோரும் ஒருவரைப் பற்றி ஒருவர் கேள்விப்பட்டிருக்கலாமேயன்றி நேரே சந்தித்திருக்க முடியாது. காசி, இராமேஸ்வரம் முதலிய ஷேத்திரங்களுக்கு இந்தியாவிலுள்ள எல்லா இந்துக்களும் வந்து கூடுவது வெகுகாலமாயிருக்கும் வழக்கமாயிருப்பினும், அங்கு கூடுபவர்கள் பெரும்பாலும் தெய்வ பக்தர்களும் சந்நியாஸிகளுமன்றி தேசபக்தர்களல்லர், அன்றியும் ஒவ்வொரு ஸ்தலத்திலும் ஒவ்வொரு மதத்தலைவர்கள் கூடுவார்களேயன்றி எல்லா மதஸ்தர்களும் கூடுவது அரிது. ஏகதேசமாய்க் கூடும்படி நேர்ந்தாலும் பிரிட்டிஷ் ஆட்சி இந்தியாவுக்கு வருமுன் இங்கிலீஷ் கற்றறிந்திருந்த இந்தியர்கள் தத்தம் சுயபாஷையில் பேச முடிந்திருக்குமேயன்றி அனைவரும் ஒரே பாஷையில் சம்பாஷணை செய்திருக்க முடியாது. சம்பாஷணையில்லாவிடத்து அநுதாபமும் ஒருதாய் மக்களென்ற சகோதர பாவமும் உண்டாதல் அரிது. ஆதலால் ரிப்பன் பிரபு இந்தியா விட்டு நீங்கிய அப்புண்ணிய வருஷத்தில்

இங்கிலீஷ் கற்றவர்களும் தேசாபிமானமுள்ளவர்களும் பல்வேறு மதத்தவரும் ஆகிய இந்தியப் பெரிய மனிதர்கள் கூடும்படியான சந்தர்ப்பம் மிகவும் அபூர்வமான சந்தர்ப்பமேயாகும். இந்த சந்தர்ப்பமே இப்போது இந்தியா முழுமையையும் தன்வயப்படுத்தி யாளுகின்ற இந்தியன் நேஷனல் காங்கிரஸ் என்னும் மகாசபைக்கு கருப்போறப்பத்திச் செய்த மகா சந்தர்ப்பமாகும்.

அதற்கு முன்பே வங்காளத்தைச் சேர்ந்த கேசவ சென் போன்றோர், வங்காளத்துக்கு அப்பால் உள்ள பகுதிகளில் தேசிய உணர்வு கொண்டிருந்தவர்களுடன் தொடர்பு கொள்ள முயற்சிகள் செய்திருந்த போதிலும், அனைத்திந்திய தேசியம் என்பதற்கு அடிப்படையிட்டது காங்கிரஸ்தான். எனினும், உலகின் பல்வேறு நாடுகளில் இருந்த, இருந்துவருகிற தேசியவாதிகள் தங்கள் தேசத்திற்கும் தேசியத்துக்கும் நீண்ட நெடுங்கால வரலாறு உள்ளதாக உரிமை கொண்டாடுவது போலவே, நினைவுக்கு எட்டாத பழங்காலத்திலிருந்தே இந்தியா என்கிற தேசமும் இந்திய தேசிய உணர்வும் இருந்தது என்ற கருத்து இந்திய தேசியவாதிகள் கிட்டத்தட்ட எல்லோரிடமும் வகுப்புவாதத்தை விரும்பாத, வகுப்புவாதத்தை ஊக்குவித்த இரு தரப்பாரிடமும் இருந்தது. காங்கிரஸ் கட்சிக்குள்ளேயே இந்த இருவகையான தேசியவாதிகளும் இருந்தனர்.

இந்தப் பின்னணியில்தான் வி.டி.சாவர்க்கர் எழுதிய '*இந்தியாவின் முதல் சுதந்திரப் போர், 1857*' (India's First War of Independence of 1857) என்னும் நூலைக் காணவேண்டும். சிப்பாய் கிளர்ச்சியின் 51ஆம் ஆண்டு நிறைவையொட்டி மராத்தி மொழியில் அவர் எழுதிய 'ஓ, தியாகிகளே' என்னும் நீண்ட கட்டுரையின் சுருக்கமான வடிவம் ஏற்கெனவே 1907இல் மராத்தி நாளேடான 'விஹாரி' என்னும் ஏட்டில் வெளிவந்திருந்தது. இந்த நீண்ட கட்டுரையின் ஆங்கில மொழியாக்கம் 1909இல் இங்கிலாந்தில் அச்சிடப்பட்டது. ஆனால், அந்த நூலின் முதல் அத்தியாயம் மட்டுமே இந்தியாவிலிருந்த பிரிட்டிஷ் அதிகாரிகளுக்குக் கிடைத்திருந்தபோதிலும், அது பிரிட்டிஷ் ஆட்சிக்கு எதிராக மக்களைக் கலகம் செய்யத் தூண்டிவிடும் என்றஞ்சி, அந்த நூல் இந்தியாவிற்கு வராமல் தடை செய்துவிட்டனர்.

அந்த ஆங்கில நூலில், அதன் ஆசிரியர் பெயர் 'ஓர் இந்திய தேசபக்தன்' என்று மட்டுமே குறிப்பிடப்பட்டிருந்தது. சாவர்க்கர் மீது சதிக்குற்றம் சாட்டப்பட்டதால், அப்போது இங்கிலாந்தில் இருந்த அவர், அந்தப் புத்தகத்தைத் தடை செய்வது பிரிட்டிஷ் இந்திய

அரசாங்கத்தின் சட்டப்படி சரியானதுதான் என்றாலும், அது நியாய மானது அல்ல என்றும், தமக்கும் அந்தப் புத்தகத்துக்கும் சம்பந்த மில்லை என்றும், தம்மிடம் அரசாங்கம் விளக்கம் கேட்காமலேயே தம் மீது சட்ட நடவடிக்கைகள் எடுக்கப்பட்டது தவறு என்றும் பிரிட்டிஷ் இந்திய அரசாங்கத்துக்கு எழுதிய கடிதத்தில் கூறினார்.

பிரிட்டிஷாரின் தடையுத்தரவை மீறி, அந்தப் புத்தகம் இந்தியாவின் பல பாகங்களில் படிக்கப்பட்டது. வெளிநாடுகளிலிருந்த இந்திய தேசியவாதிகள் மட்டுமின்றி இந்தியாவில் செயல்பட்டுகொண்டிருந்த பகத் சிங், சுபாஷ் போஸ் போன்றவர்களாலும் அந்தப் புத்தகம் படிக்கப்பட்டும் அதன் பிரதிகள் விநியோகிக்கப்பட்டும் வந்ததால் அந்த நூலுக்குக் கூடுதலான கீர்த்தி கிடைத்தது.

இங்கிலாந்தில் நடந்த விவாதம்

1848ஆம் ஆண்டு நிகழ்வு சிப்பாய் கலகமா, தேசியக் கிளர்ச்சியா என்ற விவாதம் பிரிட்டனிலும்கூட நடந்தது. கார்ல் மார்க்ஸால் மாய்மாலவாதி என்று கடுமையாக விமர்சிக்கப்பட்டவரும் பிரிட்டிஷ் நாடாளுமன்ற அவைத் தலைவராக இருந்தவருமான டிஸ்ரேலி அதை ‘தேசியக் கிளர்ச்சி’ (National Revolt) என்றே குறிப்பிட்டார். மார்க்ஸும்கூட அதை ‘இந்தியக் கிளர்ச்சி’ என்று குறிப்பிடுகிறார். ஆனால் பெரும் பாலான பிரிட்டிஷ் அதிகாரிகளும் வரலாற்றாய்வாளர்களும் கொண்டிருந்த கருத்து என்னவென்றால், சிப்பாய்களும் அவர்களை ஆதரித்த சுதேசி மன்னர்களும் அற்பத்தனமானவர்கள், சுயநலமிகள், அறிவற்றவர்கள் என்பதுதான். இலண்டனில் உள்ள பிரிட்டிஷ் அருங்காட்சியக நூலகத்தில், சிப்பாய் கலகம் பற்றி பிரிட்டிஷ் அதிகாரிகளும் வரலாற்றாசிரியர்களும் எழுதிய நூல்களைப் படித்து, அவர்கள் அதைப் பற்றி எழுதியவற்றை மறுதலிக்கும் வகையில், அந்த நூல்களிலுள்ள விவரங்களைப் பயன்படுத்தியே சாவர்க்கரால் எழுதப்பட்டுள்ள நூலில்தான் அந்த எழுச்சி இந்தியாவின் முதல் சுதந்திரப் போராட்டம் என்று குறிப்பிடப்படுகிறது.

சாவர்க்கர் சொல்லும் காரணிகள்

அதே போலவே ‘சிப்பாய் கலகம்’ தோன்றியதற்கான காரணிகள் என்று பிரிட்டிஷார் தரப்பில் சொல்லப்பட்டவற்றை (துப்பாக்கி முனைகளிலும் குண்டுகளிலும் பசு, பன்றிக் கொழுப்புகளைத் தடவியதால் இந்திய சிப்பாய்களுக்கு ஏற்பட்ட கோபம் இந்தியாவின் கடைசி மொகலாய மன்னரிடமிருந்த கடைசி ஆட்சிப் பகுதியை கிழக்கிந்தியக் கம்பெனி கைப்பற்றியமை) ‘இரண்டாம் பட்சக்

காரணிகள்' என்றும், அந்தப் புரட்சிக்கு மூலகாரணமாக இருந்தது 'ஸ்வதர்மம்', 'ஸ்வராஜ்யம்' ஆகியவை பாதுகாக்கப்பட வேண்டும் என்ற உணர்ச்சிதான் என்றும் தமது நூலின் முதல் பாகத்தின் முதல் அத்தியாயத்திலேயே அறுதியிடுகிறார். எனினும், அந்த இரண்டாம் பட்சக் காரணிகளை விளக்குவதற்கு ஏராளமான பக்கங்களை ஒதுக்கியுள்ளார் இந்த நூலில்.

1858ஆம் ஆண்டு 'சுதந்திரப் போர்' இந்தியாவின் கடந்த காலப் போர் மரபின் நவீனப் புரட்சிகர வடிவம் என்றும், குவாலியர் அரசர் ஸிந்தியா, நேபாள இந்து மன்னர், காஷ்மிர் இந்து மன்னர் போன்ற பிரிட்டிஷ் விசுவாசிகள் இழைத்த துரோகம்தான் அந்த சுதந்திரப் போர் தோல்வியடைந்ததற்கான காரணம் என்றும் கூறுகிறார்.

அமெரிக்க, பிரெஞ்சுப் புரட்சியில் நிகழ்ந்ததைப் போலவே, இந்தியாவிலும் படித்த, அறிவொளி பெற்ற இந்தியர்கள் சுதந்திர உணர்வுடன் தங்களை ஒட்டுமொத்தமாக அடையாளப்படுத்திக் கொள்ள வேண்டும் என்று கூறும் சாவர்க்கர், அமெரிக்க, பிரெஞ்சுப் புரட்சியில் ஈடுபட்டவர்கள் மக்களின் மத உணர்வையோ நினைவுக் கெட்டாத காலத்திலிருந்தே இருந்து வந்த தேசிய உணர்வையோ கொண்டிருக்கவில்லை என்பதைச் சொல்வதில்லை.

அமெரிக்க, பிரெஞ்சுப் புரட்சிகளைவிட மேம்பட்டதாகவும், புதிய சமூக அமைப்பை உருவாக்கக்கூடியதாகவும் இந்தியப் புரட்சி அமைய வேண்டும் என்று கூறும் அவர், அதே மூச்சில் கிழக்கு நாடுகளில் தோன்றிய புரட்சிகள் எல்லாம் மதத்தை அடிப்படையாகக் கொண்டவை என்று சொல்கிறார். சாதி அமைப்பில் சில சீர்திருத்தங்களைச் செய்வதன் மூலம் தீண்டாமையை ஒழிக்க முடியும் என்று கூறுகிறார்.

'இராமராஜ்யத்தை' உருவாக்குவதற்காக நீண்டகாலமாகக் காத்துக் கொண்டிருந்த போருக்கு இராவணன் சீதையைக் கடத்திய சம்பவம் எப்படி ஓர் இரண்டாம் பட்சக் காரணியாக இருந்ததோ, அது போன்றவைதான் மேற்சொன்ன 'இரண்டாம்பட்சக் காரணிகள்' என்றும் 'இராமராஜ்யம்' என்பது 'தர்ம ராஜ்யம்' (அறம் சார்ந்த அரசு) என்று கூறுகிறார். இராவணனை வெற்றி கொண்ட பிறகு இராமராஜ்யத்தை நிறுவி பல நூற்றாண்டுகள் அதை இராமன் ஆண்டு வந்ததற்கான காரணம், அவன் "ஸ்வதர்மம்", 'ஸ்வராஜ்யா' ஆகிய இரண்டு நெறிகளையும் பற்றியொழுகியதும், அவனே தர்மத்தின் உருப்பிழம்பாக இருந்ததும்தான் என்றும் கூறுகிறார்.

அகண்ட பாரதம்

1757இல் பிளாஸி யுத்தத்தில் வெற்றி பெற்றதிலிருந்து தொடங்கி, 1848 வரை பிரிட்டிஷார் இன்றைய இந்தியா, பாகிஸ்தான், பங்களாதேஷ், பர்மா, சிலோன் ஆகியவை உள்ளடங்கிய நிலப்பரப்பைத் தம் ஆட்சியின் கீழ் கொண்டு வந்துவிட்டனர். இந்தப் பகுதிகள் முழுவதையும் அடங்கிய நிலப்பரப்புதான் ஒரு காலத்தில் 'பிரிட்டிஷ் இந்தியா' என்ற வரைபடமாக ஆங்கிலேயரால் உலகப் படத்தில் காட்டப்பட்டு வந்தது. ஆனால், பிரிட்டிஷார் வெற்றிகொண்ட நிலப்பரப்பை, நவீன காலத்துக்கு முன்பே இருந்துவந்த 'அகண்ட பாரதம்' என்றும் 'பாரதமாதா'வின் வரைபடக் காட்சி என்றும் வாதிடுகிறார் சாவர்க்கர். வேதகால ஆரியர்களின் தாக்கத்தினால்தான் இந்திய நாகரிகம் உருவாயிற்று என்பது அவர் கருத்து.

சாவர்க்கர் - மார்க்ஸ் பார்வைகள்

இந்திய சிப்பாய்களின் கிளர்ச்சி பற்றியும் அதை ஒடுக்குவதற்காக பிரிட்டிஷார் மேற்கொண்ட இராணுவ முயற்சிகள் பற்றியுமான விவரங்கள், வி.டி.சாவர்க்கரின் நூலை ஒப்பிடுகையில் மார்க்ஸ், எங்கெல்ஸ் எழுதிய கட்டுரைகளில் நிறையவே உள்ளன. எனினும் மார்க்ஸ் இந்தியாவை நவீன காலத்துக்கு முன்பே இருந்த தேசம் என்று கூறவில்லை. மாறாக, இந்தியத் துணைக் கண்டத்தின் பன்முக, பன்மொழித் தன்மையை மார்க்ஸ் அறிந்திருந்தார் என்று கூறலாம். "தீர்க்க முடியாத முரண்பாடுகள், இனங்கள், பழங்குடி மக்கள், சாதிகள், சமயக் கோட்பாடுகள், அரசுகள் ஆகியவற்றை ஒன்று சேர்த்து, (ஆங்கிலேயர்களால்) உருவாக்கப்பட்ட பூகோள ஒற்றுமையைத்தான் இந்தியா என்று அழைக்கிறோம்" என்று 'நியூயார்க் ட்ரிப்யூனில்' 1857 ஜூலை 15இல் வெளிவந்த 'இந்திய இராணுவத்தில் கிளர்ச்சி' (The Revolt in the Indian Army) என்ற கட்டுரையில் கூறுகிறார்.

பிரிட்டிஷாருக்கும் இந்தியர்களுக்கும் இருந்த கலாசார வேறுபாடு தான் அந்த சுதந்திரப் போருக்கான காரணம் என்று கூறும் சாவர்க்கர், அரசியலையும் மதத்தையும் தனித்தனியாகப் பிரித்து வைத்த பிரிட்டிஷாரின் செய்கை இந்து மரபுக்கு வெறுப்பை உண்டாக்கக் கூடியது என்றும் 'ஸ்வதர்மமும்' 'ஸ்வராஜ்ய'மும் ஒன்றுக்கொன்று தொடர்பற்றவை என்று கீழ்த்திசை நாடுகளைச் சேர்ந்த எவரும் ஒப்புக்கொள்ள மாட்டார்கள் என்றும், 'ஸ்வதர்மா' என்பது 'பரலோகத்தில் தரப்படும் பாதுகாப்பு' என்றும் 'ஸ்வராஜ்யா' என்பது 'இகலோக அதிகாரத்தின் வாள்' என்றும் கூறுகிறார்.

ராஜாராம் மோகன்ராய் போன்ற சீர்திருத்தவாதிகளின் முயற்சியால் 'உடன்கட்டை ஏறுதல்', 'பெண் குழந்தைகளைக் கொல்லுதல்' ஆகியவற்றைத் தடை செய்தும், விதவைகள் மறுமணம் செய்து கொள்வதற்கு ஒப்புதல் அளித்தும் கிழக்கிந்தியக் கம்பெனி பிறப்பித்த ஆணைகள் அறவியல் சார்ந்தவையல்ல என்றும், மாறாக இந்திய மதங்களை (இந்து மதம், மொகமதிய மதம்) ஒழித்துக்கட்டுவதும், அப்படி ஒழித்துக்கட்டுவதன் மூலம் இந்திய தேசிய உணர்வுக்குக் குழிதோண்டுவதும், அந்த மதங்களின் இடத்தில் கிறிஸ்தவ மதத்தைக் கொண்டுவருவதற்குமான நடவடிக்கைகளே என்று சாடும் சாவர்க்கர், இந்த ஒடுக்குமுறை நடவடிக்கைகள் ஔரங்கசீப்பின் நடவடிக்கைகளை ஒத்திருப்பதால், இன்று நமக்கு சிவாஜிகளும் குரு கோவிந்த் சிங்கும் தேவைப்படுகின்றனர் என்கிறார்.

தீக்குச்சியான சுவீகார தடைச் சட்டம்

பிரிட்டிஷார் அமைத்த இரயில் பாதைகள் சாதி ஒழிப்புக்கு வழி வகுக்கும் என்று மார்க்ஸ் கருதியதற்கு மாறாக, சாவர்க்கரோ இந்துக்களின் சாதி உணர்வுகளைப் புண்படுத்தும் வகையில் இரயில் பாதைகளும் இரயில் பெட்டிகளும் கட்டப்பட்டிருப்பதாகக் குற்றம் சாட்டுகிறார். 'உடன்கட்டை ஏறும் வழக்கத்தை' பிரிட்டிஷார் தடை செய்தது, மக்களின் விருப்பத்துக்கு எதிரான செயல் என்று கூறும் சாவர்க்கர், இதுபோன்ற சட்டங்கள் சிலை வழிபாட்டைத் தடை செய்வதிலும்கூட போய் முடியலாம் என்றும், மத நூல்களின் அடிப்படையில் கடைப்பிடிக்கப்படும் சமூகப் பழக்கவழக்கங்கள், அனுஷ்டானங்கள் ஆகியவற்றில் ஏதேனும் மாற்றம் செய்யப்பட வேண்டுமானால், சம்பந்தப்பட்ட மதங்களைச் சேர்ந்த, தக்க அதிகாரம் கொண்ட தனிநபர்களுக்கும் அல்லது நிறுவனங்களுக்கும்தான் அந்த மாற்றத்தைச் செய்யும் உரிமை இருக்கின்றது, அவற்றைப் பின்பற்றுபவர்களின் ஊடாகத்தான் அதைச் செய்ய முடியும், வேறு யாருக்கும் அந்த உரிமை இல்லை என்று கூறுகிறார். குழந்தைப் பேறு இல்லாதவர்கள் தத்து எடுத்துக் கொள்வதை இந்துக்கள் உன்னதமான விஷயமாகக் கருதுகிறார்கள் என்றும் தர்ம சாஸ்திரங்கள் விதிக்கும் புனித ஆணைகளில் அதுவுமொன்று என்றும் கூறும் அவர், இந்திய சுதந்திரப் போர் என்னும் வெடிமருந்தை வெடிக்கச் செய்வதற்கான தீக்குச்சியாகப் பயன்பட்டதுதான் டல்ஹௌசி கொண்டுவந்த சுவீகாரத் தடைச் சட்டம் என்கிறார்.

இரகசிய சங்கங்கள்

மொகலாயர் ஆட்சியை எதிர்த்துப் போரிட்ட சிவாஜி, ஐக்கிய இத்தாலியை உருவாக்குவதற்கான போராட்டத்தில் முக்கியப் பாத்திரம் வகித்த மாஜினி ஆகியோராலும் ஐரோப்பியப் புரட்சியாளர்களாலும் உருவாக்கப்பட்ட 'இரகசிய சிறு அமைப்புகள்' (secret cells), இந்தியாவில் தங்கள் படைபலத்தையும் சுதேசிக்கூட்டாளிகளையும் கொண்டிருக்கும் பிரிட்டிஷாரை எதிர்த்து முறியடிப்பதற்கு மிகவும் அவசியம் என்பதை வலியுறுத்தும் சாவர்க்கர், இந்திய சிப்பாய்களும் அவர்களுக்குத் தலைமை தாங்கியவர்களுக்கும் இருந்த இத்தகைய இரகசிய அமைப்புகளின் திறமையைப் பற்றிய மிகைப்படுத்தப்பட்ட சித்திரத்தை வழங்குகிறார். ('இரகசிய சங்கங்'களில் சாவர்க்கருக்குக் கடைசிவரை ஆர்வம் இருந்தது வரலாறு.)

இந்துக்களும் முஸ்லிம்களும் ஒரே ரத்தம்

இந்துக்கள், முஸ்லிம்கள் ஆகிய இருசாராரையும் அந்த சுதந்திரப் போரில் வழிநடத்திச் சென்ற அடிப்படையான நெறிகள் 'ஸ்வதர்மா'வும் 'ஸ்வராஜ்யா'வும் என்றும் இந்து மதம், இஸ்லாம் ஆகிய இரண்டும் இந்தியாவின் மதங்கள் என்றும், இந்துக்களுக்கும் முஸ்லிம்களுக்கும் ஒரே இரத்தம்தான் இருக்கிறது என்றும், சுதந்திரம் என்னும் மிக உன்னதமான இலட்சியத்தின் பொருட்டும், தேசம் மரித்துவிடக்கூடாது என்பதற்காகவும் இந்திய மக்கள் சாதி, மதம், வர்க்க, மொழி வேறுபாடுகளைக் கடந்து, தாய் (பாரத மாதா) ஒடுக்கப்படுவதை சகித்துக் கொள்ள முடியாமல் ஒன்றிணைந்து போராடினர் என்றும் கூறுகிறார்.

அதே வேளை, முகமது கஜினி இந்தியா மீது படையெடுத்து வந்த பிறகு, இந்தியாவில் நடந்த சண்டைகள் யாவும் இந்துக்களுக்கும் முஸ்லிம்களுக்குமிடையே நடந்த சண்டைகளே என்று எவ்வித ஆதாரமும் இல்லாமல் கூறுகிறார். இந்து மன்னர்களுக்கிடையிலும் முஸ்லிம் மன்னர்களுக்கிடையிலும் நாடு பிடிப்பதற்காக நடந்த சண்டைகளை அவர் குறிப்பிடுவதேயில்லை. கிளர்ச்சியாளர்கள் மீரத்திலிருந்து புறப்பட்டு டெல்லியைக் கைப்பற்றிய ஐந்து நாள்களின் போது, இந்துக்களுக்கும் முஸ்லிம்களுக்கும் நடந்து வந்த இடைவிடாத சண்டைகள் முடிவுக்கு வந்துவிட்டதாகவும், அந்த நாள்களில் "இந்துக்களும் முஸ்லிம்களும் பகைவர்களல்லர், வெற்றியாளர்களோ, வெற்றி கொள்ளப்பட்டவர்களோ அல்லர், ஆனால் அவர்கள் இருவரும் சகோதரர்கள்!" என்று பிரகடனம் செய்யப்பட்டதாகவும் கூறுகிறார்.

"சிவாஜி, பிரதாப் சிங், சத்ரசால், பிரதாபாதித்யா, குரு கோவிந்த் சிங், மகாதாஜி ஸிந்தியா ஆகியோரால் கடந்த காலத்தில் மொகலாயர்களின் நுகத்தடியிலிருந்து விடுவிக்கப்பட்ட பாரத மாதா" அந்த ஐந்து நாள்களின் போது "இனிமேல் நீங்கள் (இந்துக்களும் முஸ்லிம்களும் - எஸ்.வி.ஆர்) சரிசமமானவர்கள், சகோதரர்கள், உங்கள் இருவருக்கும் சரிசமமாக நான்தான் தாய் என்ற புனிதமான மந்திரத்தை ஓதியதாக" சொல்கிறார். மேலும், பண்டைய ஆரியர்களின் காலத்திலிருந்து தாற்காலிகமாக நிறுத்தி வைக்கப்பட்டிருந்த மக்கள் அதிகாரம் அந்த ஐந்து நாள்களில் மீண்டும் எழுந்ததாகக் குதுகலிக்கிறார்.

அந்த சுதந்திரப் போரை நடத்தியவர்களும் அதற்கு ஆதரவளித்தவர்களும் தத்தம் மதங்களை உயிரினும் மேலானதாகக் கருதியவர்கள் என்று கூறும் அவர், அதற்கு ஆதாரமாக டெல்லியில் மொகலாய மன்னராக மீண்டும் முடிசூட்டப்பட்ட பகதூர் ஷா வெளியிட்ட பிரகடனத்தைக் குறிப்பிடுகிறார்:

கடவுள் நமக்கு செல்வம், நிலம், அதிகாரம் ஆகியவற்றை எதற்காகக் கொடுத்தார்? தனிப்பட்ட மனிதர்களின் சந்தோசத்துக்காக அல்ல; மாறாக நமது மதத்தைக் காப்பாற்றும் புனிதச் செயலுக்காக.

பிரிட்டிஷாரின் பொருளாதாரச் சுரண்டலைப் பற்றிப் பேசுகையில் சாவர்க்கர் பெரிதும் கவனம் குவிப்பது, மன்னர்கள், ஜமீன்தார்கள், நவாப்புகள், தாலுக்தாரர்கள் ஆகியோரின் உடைமைகள் பிரிட்டிஷாரால் அபகரிப்பட்டதன் மீதுதான்.

முஸ்லிம் மன்னர்களைப் புகழ்ந்த சாவர்க்கர்

அந்த சுதந்திரப் போரில் பங்கேற்ற கான் பகதூர் கான், மௌல்வி அஹ்மது, அலி நாக்கி கான், அஸிமுல்லா போன்ற முஸ்லிம்களைப் புகழ்ந்தும், பிரிட்டிஷ் விசுவாசிகளாக இருந்த இந்து மன்னர்களை இகழ்ந்தும் எழுதும் சாவர்க்கர், இந்துக்களும் முஸ்லிம்களும் ஒரே இரத்தத்தைக் கொண்டவர்கள், இந்து மதமும், மொகலாய மதமும்தான் இந்தியாவின் மதங்கள் என்றெல்லாம் கூறினாலும், முஸ்லிம்களால் ஏற்றுக் கொள்ளப்படாத 'ராமராஜ்யம்', 'பாரத மாதா', 'ஆரிய நாகரிகம்' போன்ற சொல்லாடல்களை அவர் கைவிடுவதில்லை. அதுமட்டுமல்ல, கடந்தகாலம், நிகழ்காலம், எதிர்காலம் எல்லா வற்றுக்கும் - அவரைப் பொருத்தவரை சீரிய எடுத்துக்காட்டுகளாக இருப்பவர்கள் - நானா சாகிப் போன்ற மராத்திய வீரர்கள்தான்.

கிளர்ச்சிப் படைகள் மொகலாய வம்சத்தின் கடைசி மன்னரான பகதூர் ஷாவை மீண்டும் அரியணையில் ஏற்றியதைப் பற்றிக்

குறிப்பிடுகையில், மொகலாய வம்சம் இந்த நாட்டு மக்களால் தேர்ந்தெடுக்கப்பட்டதல்ல, பலவந்தமாகத் திணிக்கப்பட்ட ஒன்று என்றும், வெளிநாட்டுத் துணிச்சல்காரர்களாலும் உள்நாட்டு சுயநலமிகளாலும் சேர்ந்து உருவாக்கப்பட்டதே அது என்றும், இப்போது பகதூர் ஷா ஏறிய அரியணை அதுவல்ல என்றும் கூறினார். முஸ்லிம்களுக்கும் இந்துக்களுக்கும் இருந்த நீண்டகாலப் பகைமை இந்த சுதந்திரப் போரின் காரணமாக மறைந்தொழிந்தது என்றும், அந்த இரு மதத்தினருக்கும் உள்ள சகோதரத்துவத்தின் குறியீடாகவே பகதூர் ஷா அரியணை ஏற்றப்பட்டார் என்றாலும், அது தாற்காலிக ஏற்பாடுதான் என்று திட்டவட்டமாக அறிவித்துவிடுகிறார் சாவர்க்கர்!

அந்த ‘சுதந்திரப் போர்’ தோல்வியடைந்ததற்கான காரணங்களில் ஒன்று, கிளர்ச்சியாளர்களை ஒப்பிடுகையில் பிரிட்டிஷாரிடம் பன்மடங்கு கூடுதலான இராணுவ வலிமை இருந்தது என்றும், அது தாற்காலிகமான தோல்வியே என்றும், இந்திய தேசியம் என்னும் எரிமலை மீண்டும் வெடிக்கக் காத்துக் கொண்டிருக்கிறது என்றும் கூறுகிறார். பிரிட்டிஷ் இந்திய இராணுவத்திலிருந்த இந்து, முஸ்லிம் சிப்பாய்களுக்குக் கொடுக்கப்பட்ட துப்பாக்கிக் குண்டுகளில் பன்றி, பசு மாட்டுக் கொழுப்புகள் தடவப்பட்டிருந்தது அவர்களது மத உணர்ச்சியைப் புண்படுத்தியதால் அது அவர்கள் பிரிட்டிஷாருக்கு எதிராகக் கிளர்ந்தெழுந்ததற்கான ஒரு இரண்டாம் பட்சக் காரணியாக அமைந்தது என்பதை விரிவாக எடுத்துரைக்கும் சாவர்க்கர், அதே துப்பாக்கிகளையும் குண்டுகளையும்தானே கிளர்ச்சியாளர்கள் பிரிட்டிஷாருக்கு எதிராகப் பயன்படுத்தினர் என்று ஒரு ஆங்கிலேய ஆய்வாளர் கூறியதை அடிக்குறிப்பொன்றாகத் தம் நூலில் சேர்த்திருக்கிறாரேயன்றி அதற்கான மறுப்பு எதனையும் சொல்வதில்லை.

தீண்டப்படாதோரும் பிரிட்டிஷ் பேரரசும்

‘தீண்டப்படாதோரும் பிரிட்டிஷ் பேரரசும்’ என்னும் கட்டுரையில் அண்ணல் அம்பேத்கர் கூறுகிறார்:

> பிளாசிப் போரில் கிளைவுடன் சேர்ந்து போரிட்டவர்கள் துசாத்துகள். இந்த துசாத்துகள் தீண்டப்படாதவர்கள். கோரேகௌன் போரில் பங்கு கொண்டு சமர் புரிந்தவர்கள் மகர்கள், இந்த மகர்கள் தீண்டப்படாதவர்கள். இவ்வாறு முதல் போரிலும் கடைசிப் போரிலும் பிரிட்டிஷார் பக்கம் சேர்ந்து போரிட்டு, அவர்கள் இந்தியாவை வெற்றிகொள்ள வைத்தவர்கள் தீண்டப்படாதவர்களே... இந்தியாவை வெற்றி கொள்ள பிரிட்டிஷாருக்கு தீண்டப்படாதவர்கள்

உதவியதோடு மட்டுமின்றி, பிரிட்டிஷ் ஆட்சி நிலைத்து நிற்கவும் துணைபுரிந்தனர். 1857ஆம் வருடக் கலகம் இந்தியாவில் பிரிட்டிஷ் ஆட்சிக்கு முடிவு கட்ட மேற்கொண்ட முயற்சியே யாகும். பிரிட்டிஷாரை விரட்டியடித்துவிட்டு இந்தியாவை அவர்களிடமிருந்து மீட்கும் முயற்சியே அது. பம்பாய் படையும் சென்னைப் படையும் பிரிட்டிஷாரிடம் விசுவாசமாக இருந்தன. அவற்றின் உதவியைக் கொண்டே கலகம் ஒடுக்கப்பட்டது. பம்பாய் படை, சென்னைப் படை ஆகியவற்றின் இயைபு என்ன? பம்பாயைச் சேர்ந்த மகர்கள், சென்னையைச் சேர்ந்த பறையர்கள் போன்ற தீண்டப்படாத மக்களைக் கொண்டே இந்த இரு படைகளும் அமைக்கப்பட்டிருந்தன.

அம்பேத்கர் இங்கு முக்கிய கருத்தொன்றை - மார்க்ஸாலும் எங்கெல்ஸாலும்கூட தெரிந்துகொள்ள முடியாமல் போன விஷய மொன்றை - சொல்கின்றார்:

தீண்டப்படாதவர்கள் இவ்வாறு பிரிட்டிஷாருடன் சேர்ந்து கொண்டது பச்சைத் துரோகம் என்று கருதுபவர்கள் பலர் இருக்கிறார்கள். துரோகமோ, துரோகமில்லையோ தீண்டப்படாதவர்களின் இந்த செயல் முற்றிலும் இயல்பானதே. நாட்டின் ஒரு பகுதியினர் படையெடுப்பாளரிடம் அனுதாபம் காட்டிய நிகழ்ச்சிகள் வரலாற்றில் எத்தனையோ உண்டு. தங்கள் நாட்டவரின் கொடிய ஒடுக்குமுறைகளிலிருந்து புதிதாக வருபவர்கள் தங்களைக் காப்பாற்றுவார்கள் என்ற அவர்களது நம்பிக்கையே இதற்குக் காரணம்.

இந்த வாசகங்களையும்கூட 'ஓர் இந்தியனின் நோக்குநிலையி லிருந்து' இன்னொரு இந்தியனால் எழுதப்பட்டவை என்று அமித் ஷா ஏற்றுக்கொள்வாரா?

ஆனால் 1870ஆம் ஆண்டிற்குப் பிறகு தாழ்த்தப்பட்ட மக்களை விலக்கிவிட்டு, சாதி இந்துக்களை மட்டுமே தங்கள் இராணுவத்தில் சேர்த்துக் கொள்ளும் முடிவை பிரிட்டிஷார் மேற்கொண்டதையும் அம்பேத்கர் எடுத்துரைக்கிறார். உண்மையில், 1857ஆம் ஆண்டு 'சுதந்திரப் போர்' தோல்வியடைந்தாலும் சாதி இந்துக்களுக்கு, குறிப்பாக சாதி அமைப்பைப் பேணிப் பாதுகாக்கும் பார்ப்பனர்களுக்கு ஒரு நன்மையைக் கொண்டு வந்தது. அதாவது விக்டோரியா மகாராணி விடுத்த பிரகடனம், பிரிட்டிஷ் அரசாங்கம் இந்தியர்களின் மத விஷயங்களில் தலையிடாது என்ற உறுதி மொழியைத் தந்தது. அதைப்

பயன்படுத்திக் கொண்டு காங்கிரஸ் கட்சியிலும் அதற்கு வெளியிலும் இருந்த சனாதனவாதிகள் தேவதாசி ஒழிப்புச் சட்டம், பெண்களின் திருமண வயதை 12இலிருந்து 14ஆக உயர்த்தும் சட்டம், தாழ்த்தப்பட்டோர் கோவிலில் நுழைய அனுமதிக்கும் சட்டம் ஆகியவற்றை எதிர்த்து வந்தது தனி வரலாறு.

சாவர்க்கரை மாற்றிய 14 ஆண்டுகள்

இந்தியாவின் முதல் சுதந்திரப் போர் நூலில் இந்து-முஸ்லிம் ஒற்றுமையைப் போற்றிப் புகழும் (இங்கும்கூட அவர் ஆரிய இந்து மேன்மையை மறைமுகமாக வலியுறுத்திக்கொண்டேதான் இருந்திருக்கிறார்), இரு மதத்தினருக்கும் ஒரே இரத்தம்தான் உள்ளது, இந்து மதம், மொகலாய மதம் ஆகிய இரண்டுமே இந்திய மதங்கள் தான் என்று வாதிடும் சாவர்க்கரிடம் ஏற்பட்ட தலைகீழ் மாற்றத்தை, 14 ஆண்டுகளுக்குப் பிறகு அவர் வெளியிட்ட 'ஹிந்துத்துவா' என்னும் நூலில் காணலாம். இந்த 14 ஆண்டுக் கால இடைவெளியில் நிகழ்ந்தவை என்ன என்பதை இன்னொரு கட்டுரையில் காண்போம்.

தரவுகள்:

1. Baba Saheb B.R.Ambedkar, Annihilation of Castes in *Baba Saheb Ambedkar's Writings and Speeches, Vol 1,* First Edition by Education Department, GovL of Maharashtra : 14 April, 1979. Re-printed by Dr. Ambedkar Foundation: January, 2014.
2. Baba Saheb B R Ambedkar, The Untouchables and The Pax Britannica in *Dr. Babasaheb Ambedkar's Writting ad Speeches,* vol. 12, edited by Vasant Moon, Dr.Ambedkar Foundation, 2014.
3. ஸ்ரீ சந்திரசேகர சரஸ்வதி (காஞ்சி பரமாச்சாரியார்), *தெய்வத்தின் குரல்,* பாகம் ஒன்று, ஏழாம் பதிப்பு, வானதி பதிப்பகம், சென்னை, 1968.
4. குருமலை - சுந்தரம் பிள்ளை, *ஸ்ரீ ஜி.சுப்பிரமணிய ஐயர் சரித்திரம்,* சுதேச மித்திரன் அச்சுக்கூடம், 1907 (available in the Library of Theosophical Society, Adyar, Chennai-20.)
5. Vinatak Damodar Savarkar, *The Indian War of Independence 1857,* Asian Educational Services, RZ-257, Street No.19, Tughlakabad Extension, New Delhi,11009, 2014.

மின்னம்பலம்
3, நவம்பர் - 2019

‘வீர’ சாவர்க்கரும் இந்துத்துவமும்

இந்துத்துவத்தின் பிதாமகன் வி.டி.சாவர்க்கரின் ‘வீர’ச் செயல்களை அறிந்துகொள்ள விரும்புபவர்கள் படிக்க வேண்டியவை வரலாற்றாய்வாளர் ஏ.ஜி.நூரானி எழுதிய ‘Savarkar and Hindutva’ நூலும், ஃப்ரண்ட்லைன் ஏட்டின் மார்ச் *15-28, 2003* இதழில் அவர் எழுதிய ‘Savarkar and Gandhi’ என்ற கட்டுரையும் ஆகும்.

சாவர்க்கர் கொடுத்த கைத்துப்பாக்கி

1883 மே *23*இல் மகாராஷ்டிராவின் நாசிக் நகருக்கு அருகே உள்ள பாகூர் என்ற கிராமத்தில் சித்வன் பார்ப்பனக் குடும்பத்தில் பிறந்த வினாயக் தாமோதர் சாவர்க்கருக்கு (வி.டி.சாவர்க்கர்), கணேஷ் சாவர்க்கர், நாராயண் சாவர்க்கர் என்ற இரு சகோதரர்கள். கல்லூரிப் படிப்பின்போது ‘அபினவ் பாரத்’ என்னும் இரகசிய இயக்கத்தில் தீவிரப் பங்கேற்ற வி.டி.சாவர்க்கர், இலண்டனில் சட்டம் படித்து பாரிஸ்டர் பட்டம் பெற்றார். அங்கு பல்வேறு இந்திய தேசியவாதிகளுடன் தொடர்புகொண்டிருந்த அவர், *1909*இல் சர் கர்ஸன் வைலி என்னும் ஆங்கிலேய அதிகாரியைச் சுட்டுக் கொல்லும்படி மதன்லால் திங்ரா என்ற இந்திய தேசியவாதியைத் தூண்டிவிட்டார். அந்த ஆண்டு இறுதியில் நாசிக் மாவட்ட ஆட்சியராகவும் மாவட்ட நீதிபதியாகவும் இருந்த எ.எம்.டி.ஜாக்ஸனைச் சுட்டுக்கொன்றவனுக்குக் கைத்துப்பாக்கியைக் கொடுத்து உதவினார்.

இந்து மகாசபைத் தலைவராக இருந்த எம்.ஆர்.ஜெயகர் உள்படப் பல்வேறு தரப்பினர் ஜாக்ஸன், இந்திய மக்கள் மீது அனுதாபமும் அன்பும், இந்திய அறிவுத் துறையில் ஆழ்ந்த ஈடுபாடும் கொண்டிருந்த நல்ல மனிதர் என்றே கருதினர்.

அந்தமான் சிறையில்...

தீவிரவாத நடவடிக்கைகளில் ஈடுபட்டதாக வி.டி.சாவர்க்கரின் மூத்த சகோதரர் கணேஷ், ஆயுள் தண்டனைக் கைதியாக அந்தமான் சிறைக்கு அனுப்பப்பட்டார். ‘அறிவிக்கப்பட்ட குற்றவாளி’யாக இருந்த வி.டி.சாவர்க்கர் சரணடைய விரும்பினார். இலண்டனில் *1910*இல் கைது செய்யப்பட்ட அவர்மீது கொலைக் குற்ற வழக்கும் சதிக் குற்ற வழக்கும் சாட்டப்பட்டிருந்தன. இந்தியாவில் விசாரணை

செய்யப்படுவதற்காக அவர் எஸ்.எஸ்.மோரியா என்னும் கப்பலில் ஏற்றப்பட்டார். அந்தக் கப்பல் பிரான்ஸின் மார்ஸேய்ஸ் துறைமுகத்தில் நங்கூரம் பாய்ச்சி நிறுத்தப்பட்டிருந்த போது, கப்பல் சாளரமொன்றின் வழியாகத் தப்பியோடிய அவர், பிரெஞ்சு மண்ணில் கைது செய்யப்பட்டு இந்தியாவுக்குக் கொண்டு வரப்பட்டார். இரண்டு கொலைகளுக்குமாகச் சேர்த்து 50 ஆண்டு கடுங்காவல் தண்டனை விதிக்கப்பட்ட அவர் அந்தமான் சிறையில் அடைக்கப்பட்டார். அந்த நிகழ்வுகளின் காரணமாகவே அவர் 'வீர்' (வீர) சாவர்க்கர் என்றழைக்கப்படலானார்.

அந்தமானின் தலைநகர் போர்ட் ப்ளேயரில் இருந்த அந்தச் சிறை உலகிலேயே மிகக் கொடிய சிறைகளிலொன்று. ஒவ்வொரு கைதிக்கும் தனித்தனி 'செல்கள்', வேலை செய்யும்போதுதான் சிறையில் கைதிகள் ஒருவரையொருவர் பார்க்க முடியும். கடிதப் போக்குவரத்துகளுக்கும்கூட கடுமையான தணிக்கை முறை. அந்தமானின் தட்பவெட்ப நிலையோ கொடூரமானது.

இதன் காரணமாக எவ்வளவு உறுதி நெஞ்சம் படைத்தவர்களாக இருந்தாலும், அவர்கள் உடல்ரீதியாகவும் மனரீதியாகவும் மிகவும் பாதிக்கப்பட்டுப் போவது இயல்பானதாக இருந்தது. பொது வாழ்க் கையில் அர்ப்பணிப்பு கொண்டிருந்தவர்களுக்கும் குடும்ப உறவுகள், பாசம் ஆகியன இருந்ததாலும் உடல்நலக் குறைவின் காரணமாகவும் பல ஆண்டுச் சிறைவாசத்திற்குப் பிறகு, தண்டனைக் குறைப்பு கேட்டோ, இந்தியாவுக்குத் திருப்பி அனுப்புமாறோ, தங்களை விடுதலை செய்யுமாறோ பிரிட்டிஷ் இந்திய அரசாங்கத்துக்குக் கருணை மனு அனுப்பிக் கொண்டிருந்ததை யாரும் குற்றம் என்றோ, சரணாகதி என்றோ சொல்லமாட்டார்கள் - அரசியலை முற்றாகத் துறக்க வேண்டும் என்று பிரிட்டிஷார் விதித்த நிபந்தனையை ஏற்றுக் கொண்டிருந்தாலொழிய.

எடுத்துக்காட்டாக, பிரிட்டிஷ் அரசாங்கத்தால் தேசத் துரோகக் குற்றம் சாட்டப்பட்டு அப்போது பிரிட்டிஷ் இந்தியாவின் ஒரு பகுதியாக இருந்த பர்மாவின் மாண்டெலெ நகரத்தில் இருந்த சிறைச்சாலையில் அடைக்கப்பட்டிருந்த (அங்கிருந்த நிலைமைகளும் கிட்டத்தட்ட அந்தமான் சிறைச்சாலை நிலைமை போலத்தான் இருந்தன) பாலகங்காதர திலகர் 1912 பிப்ரவரி 12, ஆகஸ்ட் 5 ஆகிய நாள்களில் இரு கருணை மனுக்களை அனுப்பினார். அதில் அவர், தாம் ஏற்கெனவே தண்டனைக் காலத்தில் மூன்றில் இரு பகுதியைக் கழித்துவிட்டதாலும், தீராத நீரிழிவு நோயால் அவதிப்பட்டுக் கொண்டிருப்பதாலும், குடும்ப உறுப்பினரொருவர் இறந்து போய் விட்டதாலும் தமக்கு மன்னிப்போ,

தண்டனைக் குறைப்போ செய்யும்படி விண்ணப்பித்திருந்தார். ஆனால், விடுதலை செய்யப்பட்டால் அரசியலிலிருந்து விலகிவிடுவதாகவோ, பிரிட்டிஷார் விதிக்கும் எந்தவொரு நிபந்தனையையும் ஏற்றுக் கொள்வதாகவோ அவர் ஒருபோதும் கூறவில்லை. அப்போது அவருக்கு வயது 57.

சாவர்க்கரின் கருணை மனு

ஆனால், நமது வீர சாவர்க்கரோ, 1911 ஜூலை 4இல் அந்தமான் சிறைக்குக் கொண்டு செல்லப்பட்டார். ஓராண்டுக் காலம் கழிவதற்கு முன்பேயே உடல் நலம் குன்றாமல் இருந்த போதே தம்மை விடுதலை செய்யும்படி பிரிட்டிஷ் அதிகாரிக்குக் கருணை மனு அனுப்புகிறார். அப்போது அவருக்கு வயது 27. பிரிட்டிஷ் இந்தியாவின் கவர்னர் ஜெனரலின் நிர்வாகக் கவுன்ஸிலில் இந்தியாவின் உள்நாட்டு விவகாரங்களுக்குப் பொறுப்பேற்றிருந்த ரெஜினால்ட் கிராட்டோக் என்பவருக்கு 1913 நவம்பர் 24இல் அனுப்பிய இரண்டாவது கருணை மனுவில் மன்றாடுகிறார்:

...1911இல் நான் அனுப்பிய கருணை மனுவை அன்புடன் பரிசீலிக்கு மாறும், இந்திய அரசாங்கத்துக்கு அதனை அனுப்பி வைக்க இசைவு தருமாறும் மாண்புமிக்க தங்களுக்கு நினைவூட்டுகிறேன். இந்திய அரசியலில் அண்மையில் ஏற்பட்டுள்ள வளர்ச்சியையும் அரசாங்கத்தின் விட்டுக்கொடுப்புக் கொள்கையும் மீண்டுமொரு அரசியல் சட்ட வகைப்பட்ட மார்க்கத்தைத் (மாண்டேகு - செம்ஸ்ஃபோர்ட் சீர்திருத்தம் - எஸ்.வி.ஆர்) திறந்துவிட்டுள்ளது. 1906-1907இல் நிலவிய கொந்தளிப்பான, நம்பிக்கை தராத சூழ்நிலைமை (வங்கப் பிரிவினையால் ஏற்பட்ட நிலைமை - எஸ்.வி.ஆர்) எங்களை சமாதானம், முன்னேற்றம் என்ற பாதையில் செல்ல முடியாமல் வஞ்சித்துவிட்டது.

இந்தியா, மனிதகுலம் ஆகியவற்றின் நன்மையைக் கருத்தில் கொண்டுள்ள எவரும் இனி கண்மூடித்தனமாக அந்தப் பாதையில் அடி எடுத்து வைக்கமாட்டார். எனவே பல்வகைகளிலும் நல்லெண்ணமும் கருணையும் கொண்ட அரசாங்கம் என்னை விடுதலை செய்யுமானால், அரசியல் சட்டவகையான முன்னேற்றத்திற்கும் ஆங்கிலேய அரசாங்க விசுவாசத்திற்கும் மிக உறுதியான ஆதரவாளனாக இருப்பேன். இந்த விசுவாசம்தான் முன்னேற்றத்துக்கான நிபந்தனை. மேலும், அரசியல் சட்ட வகையான மார்க்கத்துக்கு நான் மாறியுள்ளது இந்தியாவிலும்

வெளிநாடுகளிலும் ஒரு காலத்தில் என்னைத் தங்கள் வழிகாட்டியாகப் பார்த்துவந்த, வழி தவறிப் போன இளைஞர்களை மீட்டுக் கொண்டு வரும். எந்த வகையில் நான் அரசாங்கத்துக்குப் பணிபுரிய வேண்டும் என்று அது விரும்புகிறதோ அதற்குத் தகுந்தபடி நான் பணிபுரிவேன். ஏனெனில் என் மனமாற்றம் எப்படி உணர்வு பூர்வமானதாக உள்ளதோ அதேபோல என் எதிர்கால நடத்தையும் இருக்கும் என்று நம்புகிறேன். என்னைச் சிறையில் வைத்திருப்பதன் மூலம் பெறப்படுவது, என்னை வெளியில் விடுவதால் கிடைப்பதை ஒப்பிடுகையில் ஒன்றுமேயில்லை. வலிமையுடையவரே கருணை யுடையவராக இருக்க முடியும். எனவே பாதை தவறிப்போன மகன், அரசாங்கம் என்ற பெற்றோர்களின் கதவுக்குத் திரும்பி வராமல் வேறு எங்கு செல்வான்? இந்த விஷயங்களை மாண்புமிக்க தாங்கள் அன்புடன் கருத்தில் கொள்வீர்கள் என நம்புகிறேன்.

ஆக, 'இந்தியாவின் சுதந்திரப் போர்' நூலில், இந்திய சுதேசி மன்னர்களின், இந்துக்களின் சுவீகார உரிமையைப் பறித்த பிரிட்டிஷாரைக் கடுமையாக சாடிய அதே சாவர்க்கர்தான் இங்கு, தம்மைத் தத்துப் பிள்ளையாக ஏற்றுக்கொள்ளும்படி அவர்களிடம் மன்றாடுவதுடன், தம்மை அதுவரை பின்பற்றி வந்த இளைஞர்களை பிரிட்டிஷ் ஆதரவாளர் களாக மாற்றும் பணியை ஏற்றுக் கொள்ளவும் விரும்புகிறார்.

ஆங்கில அரசுக்கு சாவர்க்கர் அளித்த உறுதிமொழி

1923இல் அந்தமானிலிருந்து இந்தியாவிற்குக் கொண்டுவரப்பட்டு, முதலில் மகாராஷ்டிராவிலுள்ள இரத்தினகிரியிலும் பின்னர் ஏரவாடாவிலும் சிறையில் அடைக்கப்பட்ட சாவர்க்கர் தமது விடுதலைக்காகக் குடும்ப உறுப்பினர்களின் ஒத்துழைப்புடன் முயற்சி செய்தார். "அரசாங்கத்தின் அனுமதி இல்லாமல் ஐந்தாண்டு காலம் எவ்வகையான அரசியல் நடவடிக்கைகளிலும் இரகசியமாகவோ வெளிப்படையாகவோ ஈடுபடப்போவதில்லை" என்றும், "அந்த ஐந்தாண்டு காலத்துக்குப் பிறகும் அரசாங்கம் விரும்பினால் இந்தக் கட்டுப்பாட்டைப் புதுப்பித்துக் கொள்ளலாம்" என்றும் எழுத்துமூலம் சாவர்க்கர் கொடுத்த உறுதிமொழியைப் பதிவு செய்து கொண்ட பிரிட்டிஷ் இந்திய அரசாங்கம், 1924இல் கீழ்க்காணும் நிபந்தனைகளுடன் அவரை ஏரவாடா சிறையிலிருந்து விடுதலை செய்தது:

1. அரசாங்க அல்லது மாவட்ட நீதிபதியின் அனுமதியின்றி இரத்தினகிரி மாவட்டத்தை விட்டு அவர் எங்கும் செல்லக் கூடாது.

2. அரசாங்கத்தின் ஒப்புதலின்றி ஐந்தாண்டு காலத்திற்கு எவ்வித அரசியல் நடவடிக்கைகளிலும் ஈடுபடக்கூடாது. இந்தக் காலக்கெடுவை அரசாங்கம் விரும்பினால் தொடர்ந்து நீட்டிக்கலாம்.

நான்காவது கடிதம்

ஆனால், வெளியே வந்த அவர் சும்மா இருக்கவில்லை. இரத்தினகிரியில் அவரைச் சந்தித்து அவரது ஆதரவைப் பெற்றுத்தான் 1925இல் ஆர்.எஸ்.எஸ். அமைப்பை டாக்டர் ஹெட்கெவர் நிறுவினார். அந்த ஆண்டில்தான் சாவர்க்கர் பிரிட்டிஷ் இந்திய அரசாங்கத்துக்கு நான்காவது முறையாக மன்னிப்புக் கடிதம் எழுதினார். அன்று வடமேற்கு எல்லை மாகாணத்தில் (இப்போது பாகிஸ்தான் பகுதி-எஸ்.வி.ஆர்.) வெடித்த வகுப்புக் கலவரம் தொடர்பாக புனேவிலிருந்து வெளிவந்து கொண்டிருந்த 'மராத்தா' என்னும் ஏட்டின் 1925 மார்ச் இதழில் முஸ்லிம் விரோத - இந்து வகுப்பு வெறிக் கட்டுரையொன்றை சாவர்க்கர் எழுதியிருந்தார். அதனைக் கண்டித்த அரசாங்கம், அவரது விடுதலையை மறுபரிசீலிக்க வேண்டிவரும் என்று சொன்னதுதான் தாமதம், 1925 ஏப்ரல் 6இல் பிரிட்டிஷ் இந்திய அரசாங்கத்துக்கு எழுதிய கடிதத்தில் தன்னிலை விளக்கம் கொடுக்கத் தமக்கு வாய்ப்பளித்தமைக்கு நன்றி கூறி எழுதினார்:

என் கட்டுரையில் 'சுயராஜ்யம்' என்ற சொல் வருகிற இடம், மூன்றாம் பத்தியின் இறுதியில்தான், அந்தச் சொல் அங்கு குறிப்பிடப்படுவது, நானோ மற்றவர்களோ சுயராஜ்யம் என்பதைப் பற்றி என்ன நினைக்கிறோம் என்பதைக் காட்டவோ சுட்டவோ செய்வதில்லை என்பது தெளிவு. மாறாக, கிலாஃபத் இயக்கத்தைப் பற்றிய காந்தியின் மிகை மதிப்பீட்டையே அது குறிக்கிறது.

1925 மே 5இல் அரசாங்கம் அவருக்கு எழுதிய கடிதத்தில் மேற்சொன்ன விளக்கம் திருப்திகரமாக இல்லை என்று கூறியது. 1925 மே 9 அன்று பம்பாய் மாகாண உள்துறைத் துணைச் செயலாளருக்கு எழுதிய பதில் கடிதத்தில் சாவர்க்கர், 1925 மே 8ஆம் தேதிக்கு முன் தாம் எழுதிய கட்டுரைகளையும் ஆற்றிய உரைகளையும் தவறாகப் புரிந்து கொள்ளக்கூடாது என்றும், தம்மை விடுதலை செய்யும்போது விதிக்கப்பட்ட நிபந்தனைகளின் வழிகாட்டுதலுக்கு உள்பட்டதாகவே அவை அமைந்திருப்பதாகப் பொருள் கொள்ள வேண்டும் என்றும் கூறினார்.

மற்றொரு கொலைக் குற்றத்துக்கும் சாவர்க்கர் உடந்தையாக இருந்திருப்பார் என்ற சந்தேகம் அரசாங்கத்திற்கு ஏற்பட்டது. அதாவது, 1931 ஜூலை 22 அன்று வாசுதேவ் பல்வந்த கோகாட்டெ என்ற மாணவன் அன்றைய பம்பாய் ஆளுநராக இருந்த ஹட்ஸன் என்பவரைக் கொலை செய்ய முயன்றான். ஆனால் அவனது குறி தவறியதால் குண்டுக் காயத்துடன் ஹட்ஸன் உயிர் தப்பினார். கோகாட்டெ பின்னர் இந்து மகா சபையால் மிகவும் போற்றப்பட்டான்.

சாவர்க்கரின் 'வீரம்' பிரிட்டிஷாரின் வெளியேற்றத்துக்குப் பின்பும் நீடித்தது. காந்தி கொலை தொடர்பாகக் கைது செய்யப்பட்ட அவர், 1948 பிப்ரவரி 25இல் பம்பாய் நகரக் காவல் துறை ஆணையருக்கு எழுதிய கடிதத்தில் கூறினார்:

நான் ஒருபோதும் வெறுப்பை ஊக்குவிக்கவோ, முகமதியர்கள் என்பதற்காக அவர்களை வெறுக்கும்படியோ, அவர்கள் மீது வன்முறைச் செயல்கள் புரியும்படியோ இந்துக்களை ஒருபோதும் தூண்டியதில்லை. எனக்கு இப்போது 65 வயதாகிறது. கடந்த மூன்றாண்டுகளாக நெஞ்சுவலி, நரம்புத் தளர்ச்சி ஆகியவற்றின் காரணமாக அடிக்கடி படுத்த படுக்கையாக இருக்கிறேன். கடந்த ஆகஸ்ட் 15 அன்று நமது தேசியக் கொடியை ஏற்றுக்கொண்டு அதனை என் வீட்டில் ஏற்றிவைத்தேன். இது எனது ஆதரவாளர்கள் சிலருக்கு தர்ம சங்கடத்தை ஏற்படுத்தியது. எனவே சந்தேகம் அனைத்தையும் களையும் பொருட்டும் எனது கோரிக்கை மனுவிற்கு வலுச் சேர்க்கும் பொருட்டும், அரசாங்கம் விரும்புகிற எத்தனை காலத்துக்கும் மத அல்லது அரசியல் சார்ந்த நடவடிக்கை எதிலும் பங்கேற்க மாட்டேன் என்ற உறுதி மொழியை இந்த நிபந்தனையுடன் எனக்கு விடுதலை வழங்கப்படுமேயானால் தருவதற்கு நான் தயாராக இருக்கிறேன்.

கடைசி மன்னிப்புக் கடிதம்

அவரது கடைசி மன்னிப்புக் கடிதம், 1930 ஏப்ரல் 21 அன்று எழுதப்பட்டதாகும். இந்தியா-பாகிஸ்தான் பிரிவினையின் காரணமாக 1937 முதல் நடந்து வந்த வகுப்புக் கலவரங்களின் போது அந்தந்த நாடுகளில் உள்ள சிறுபான்மையினரைப் பாதுகாக்கும் நோக்கத்துடன் இந்தியப் பிரதமர் நேருவும் பாகிஸ்தான் பிரதமர் லியாகத் அலிகானும் 1950இல் செய்துகொண்ட ஒப்பந்தத்தை இந்து மகா சபா எதிர்த்ததால் நாட்டில் வகுப்புக் கலவரம் மூளும் அபாயம் இருப்பதாகக் கருதி மத்திய அரசாங்கம் (அப்போது உள்துறை அமைச்சராக இருந்தவர்

வல்லபாய் பட்டேல்) சாவர்க்கரையும் வேறு சில இந்து மகாசபைத் தலைவர்களையும் 1950 ஆண்டு இந்தியப் பாதுகாப்புச் சட்டத்தின் கீழ் கைது செய்தது. 1950 ஏப்ரல் 21 அன்று பம்பாய் மாநில அரசாங்கத்திற்கு எழுதிய கடிதத்தில் அரசாங்கம் நிர்ணயிக்கிற எத்தனை காலத்திற்கும் நடப்பு அரசியலில் எவ்விதப் பங்கும் மேற்கொள்ளாமல் இருக்கப் போவதாகக் கூறிய சாவர்க்கர், "அரசியல் களத்திலிருந்து நான் விரைவில் ஓய்வு பெறப் போவது அனைவரும் அறிந்த விஷயம்" என்று கூறினார்.

சாவர்க்கரும் கோட்செவும்

காந்தி கொலை வழக்கு நடந்து கொண்டிருந்தபோது, அந்தக் கொலை வழக்கில் குற்றம் சாட்டப்பட்டிருந்த சாவர்க்கர், கோட்செவையும் பிறரையும் குற்றவாளிகள் என்றும் தமக்கும் அவர்களுக்கும் சம்பந்தமில்லை என்றும் நீதிமன்றத்தில் கூறிவந்தார். தன்னை அவர் ஒரு கிரிமினல் என்று கூறியதைவிட தனக்குப் பெரும் மன வேதனை ஏற்படுத்திய விசயம், நீதிமன்றத்தில் அவர் தன்னை அசட்டை செய்து வந்ததுதான் என்று கோட்செ கருதினான். சாவர்க்கரின் ஆதரவாளரும் வழக்குரைஞருமான இனாம்தார் என்பவர் எழுதினார்;

> தத்தாத்ரெயாவின் (சாவர்க்கரின்) கையின் ஸ்பரிசம், அவருடைய பார்வை, அனுதாப வார்த்தை, குறை தபட்சம் தனிமைச் சிறையில் அடைக்கப்பட்டிருந்த தன் மீது கருணைமிக்க பார்வை ஒருமுறைகூடக் கிடைக்காதா என்று எப்படியெல்லாம் கோட்செ ஏங்கிக் கொண்டிருந்தான்.

திரைமறைவாக சதித்திட்டம் தீட்டுவது, இளைஞர்களை மூளைச்சலவை செய்வது, கொலை செய்யத் தூண்டுவது, குற்றம் வெளியே தெரிந்தால் கள்ளங்கபடமற்றவராக நடிப்பது, குற்றம் சாட்டப் பட்டாலோ தண்டிக்கப்பட்டாலோ மன்னிப்புக் கடிதம் எழுதுவது, தனது சகாக்களைக் கூட உதறித் தள்ளிவிடுவது - இதுதான் 'வீர்' சாவர்க்கர்.

இந்துத்துவம் - சாவர்க்கர் சொன்னதும் செய்ததும்!

அந்தமானிலிருந்து கொண்டுவரப்பட்டு இரத்தினகிரி, ஏரவாடா சிறையில் வைக்கப்பட்டுப் பின்னர் பிரிட்டிஷார் விதித்த நிபந்தனை களுடன் வெளியே வந்த சாவர்க்கர், 1923இல் வெளியிட்ட நூல்தான் 'ஹிந்துத்துவா அல்லது ஹிந்து யார்?' (Hindutva or Who is a Hindu). 1912-13ஆம் ஆண்டுகளில் அந்தமான் சிறையிலிருக்கும் போது அவரால் எழுதப்பட்டதாகச் சொல்லப்படும் அந்த நூலைப் பற்றி பலவிதமான கதைகள் சொல்லப்படுகின்றன. எடுத்துக்காட்டாக, அந்தமான்

சிறையில் அவர் வைக்கப்பட்டிருந்த 'செல்'லின் சுவர்களில் அந்த நூலை எழுதிக்கொண்டிருந்தார் என்றும், அதிலுள்ளவற்றை மறக்காமலிருக்க அவர் தினந்தோறும் மனப்பாடம் செய்து கொண்டிருந்தார் என்றும் சொல்லப்படுகிறது. வேதபாராயணங்களைப் படித்து அவற்றை அப்படியே ஒப்புவிக்கும் முறையில் கைதேர்ந்த சாதியைச் சேர்ந்த அவர் அப்படிச் செய்திருந்தாலும் வியப்பொன்றுமில்லை.

ரோஜாவும் இந்துவும்

ஷேக்ஸ்பியரின் 'ரோமியோ ஜூலியட்' நாடகத்தில், ஜூலியட் தன் குடும்பத்துக்கும் தன் காதலன் ரோமியோவின் குடும்பத்துக்கும் உள்ள பகையை மனதில் கொண்டு அவன் தன் பெயரை மாற்றிக் கொள்ளலாமே என்று கருதும் ஜூலியட், "பெயரில் என்ன இருக்கிறது? ரோஜா மலரை எந்தப் பெயரில் அழைத்தாலும் அது ரோஜா மலர் தானே" என்று கூறுவதை மேற்கோளிட்டு 'ஹிந்துத்துவா அல்லது ஹிந்து யார்?' என்னும் நூலைத் தொடங்குகிறார் சாவர்க்கர்.

ஓர் இலக்கியச் சுவை நிறைந்த நூலொன்றைப் படிக்கப் போகிறோம் என்று நினைப்பவர்கள், விருப்பு வெறுப்பற்ற எந்த வாசகனையும் நகைப்புக்கோ, வெறுப்புக்கோ தள்ளக்கூடியதுமான ஒரு நூலைத்தான் காண்பார்கள். 'ரோமியோ ஜூலியட்' நாடகத்திலுள்ள மேற்சொன்ன வரியை மேற்கோள் காட்டிய பிறகு, சாவர்க்கர் கூறுகிறார். "(ஒரு பெயரால் சுட்டப்படுவது) கையோ, காலோ அல்ல, முகமும்கூட அல்ல, ஏன் மனிதனின் எந்தவொரு குறிப்பிட்ட உறுப்பும் அல்ல" - ஜூலியட் இவ்வாறு நினைத்திருக்கலாம். ஆனால் இந்துக்களைப் பொருத்தவரை பெயர் என்பது மிக முக்கியமானது.

'இந்து', 'இந்தியா' என்ற பெயர்கள் எப்படி வந்தன என்ற ஆராய்ச்சியில் இறங்கி, புராணங்களையும் கட்டுக்கதைகளையும் துணைக்கழைக்கிறார் சாவர்க்கர். ஆரியர்கள் இந்தியாவிற்கு வெளியே இருந்து வந்தவர்களல்லர் என்றும் இந்த நாட்டின் சுதேசிகளே அவர்கள் என்றும், அவர்கள்தாம் சிந்து சமவெளி நாகரிகத்தை உருவாக்கினார்கள் என்றும் இன்றைய சங் பரிவாரத்தினர் கூறுவதற்குச் சற்று மாறாக, ஆரியர்கள் வெளிநாட்டிலிருந்து சிந்து நதிக் கரைப் பகுதிக்கு வந்தனர் என்றும், உலகின் மிகப் பழைமையான நாகரிகங்களிலொன்று எனச் சொல்லப்படும் பாபிலோனிய நாகரிகம் தோன்றுவதற்கு முன்பே ஆரிய வேத ரிஷிகளின் யாகப் புகைகள் வானை நோக்கி எழுந்து கொண்டிருந்தன என்றும் சாவர்க்கர் சிலாகிக்கிறார்.

ஹிந்துயிசம் - ஹிந்துத்துவம்

வடமேற்கு இந்தியாவிலிருந்து மெல்ல மெல்ல இந்தியாவின் பிற பகுதிகளுக்குச் சென்ற ஆரியர்களோடு சேர்ந்து அவர்களது பண்பாடும் பரவியது என்றும், ஆரியரல்லாத மக்கள் அங்கு இருந்தபோதிலும் அவர்களுக்கும் ஆரியர்களுக்கும் ரத்தக் கலப்பு ஏற்பட்டு இந்து தேசம் உருவாகியது என்றும், இந்து பூர்வீகத்துடன் தொடர்புடையவர்கள் அனைவருடனும் தனக்கு ரத்த உறவு இருக்கிறது என்று கருதுபவனும் வடக்கே சிந்து நதி முதல் தெற்கே இந்து மாக்கடல் வரை உள்ள பகுதியே இந்தியா என்று ஒப்புக் கொள்பவனும்தான் இந்து என்றும் கூறுகிறார். இந்தியாவை ஒரு தெய்விக பூமி அல்லது புனித பூமி என்று கருதுபவனே இந்து ஆவான் என்றும், இந்த இந்துக்கள் யாவரும் ஒரே மரபினம் (race) என்றும் இந்த நூலில் கூறுகிறார் சாவர்க்கர்.

இந்துமதம் அல்லது இந்துயிசம் என்பது ஒரு மதத்தை, அதாவது வேத தர்மம், சனாதன தர்மம் என்பதைக் குறிக்கும் என்றும், இந்துத்துவம் என்பதோ இந்திய மண்ணில் தோன்றிய அனைத்து இறையியல், தத்துவக் கோட்பாடுகளையும் தழுவக்கூடிய ஒரு பண்பாடு என்றும் கூறுகிறார். இந்தப் பண்பாட்டை உருவாக்கியவர்களின் பட்டியலில் வேதகால முனிவர்கள், மகாவீரர், புத்தர், குருநானக், பசவண்ணா, சக்ரதாரர், நாகசேனக், திருவள்ளுவர், ராஜாராம் மோகன் ராய், தயானந்த சரஸ்வதி, ராமர், கிருஷ்ணர், மத்வர், சைதன்யர், குரு கோவிந்தர் என்று பலதரப்பட்டவரைச் சேர்த்துள்ளார் சாவர்க்கர்.

மேலே குறிப்பிட்ட சிந்தனையாளர்கள், ஆன்மிகவாதிகள் பலரது கருத்துகள் சாவர்க்கரின் கருத்துகளுக்கு நேர்முரணானதாக இருந்தது வெளிப்படை. எடுத்துக்காட்டாக, உடன்கட்டை ஏறும் வழக்கத்தைப் பிரிட்டிஷார் ஒழிக்கும்படி செய்தது ராஜாராம் மோகன் ராயின் முயற்சிதான். உடன்கட்டை ஏறும் வழக்கத்தை ஆங்கிலேயர்கள் தடை செய்ததைக் கடுமையாக எதிர்த்தவர்களிலொருவர் சாவர்க்கர்.

சாவர்க்கர் கூறும் இந்துத்துவத்தில் இந்திய மண்ணில் தோன்றிய அனைத்துச் சமயச் சிந்தனைகளும் - பௌத்தம், சமண, சீக்கியம், நாத்திகம் முதலியனவும் அடங்கும் என்று அவரது ஆதரவாளர்கள் கூறுகின்றனர். மேலும், 'இந்து' என்ற சொல்லுக்கு சாவர்க்கர் கொண்டிருந்த பொருள், பொதுவான சமய, பண்பாட்டு மரபைக் கொண்டிருக்கும் மக்கள் என்பதுதான் என்று அவர் கூறுகின்றார் என்றும், சாவர்க்கர் தனிப்பட்ட முறையில் எந்தவொரு சமய நம்பிக்கையையும் வெளிப்படுத்தியவரல்லர்

என்றும் நாத்திகரைக்கூட அவர் இந்துவாகவே கருதினார் என்றும் வாதிடுகின்றனர். ஆனால், சாவர்க்கரின் இந்துத்துவம் ஒரு மதப் பண்பாட்டின் அடிப்படையில்தான் இந்தியாவில் உள்ள அனைத்து மக்களையும் ஒரே தேசிய இனமாக வரையறுக்கிறது.

அவர் கூறுகிறார்:

> சந்தால், கோலி, பில், நாமசூத்திரா மற்றும் பிற அனைத்துப் பழங்குடி மக்களும் இந்துக்கள்தான். ஆரியர்கள் என்று சொல்லப் படுபவர்களின் பூமியாக இந்த பூமி எந்த அளவுக்கு உள்ளதோ, அதைவிட அதிகமாக இல்லாவிட்டாலும், அதே அளவிற்கு இது இந்தப் பழங்குடியினரின் பூமியும் ஆகும். இவர்கள் இந்து ரத்தத்தையும் இந்துப் பண்பாட்டையும் சுவீகரித்துள்ளனர்.

சாதிக் கட்டமைப்பையும் இந்துமதத்தையும் ஆதரித்த சாவர்க்கர், சாதிப் பாகுபாடுகளையும் இந்து மதத்தையும் கடந்த ஒரு தத்துவமே இந்துத்துவம் என்று கூறுவது விநோதமான கருத்து அல்லவா?

சாதிகளைப் பின்பற்றும் இஸ்லாமியர்கள், கிறிஸ்துவர்கள் பற்றி சாவர்க்கர்

இந்துக்களில் சாதிப் பழக்கவழக்கங்களைக் கடைப்பிடிப்பவர்களும், இந்துப் பண்டிகைகளைக் கொண்டாடுபவர்களுமான முஸ்லிம்களில் ஒரு பிரிவினரும் பெரிதும் குஜராத், மகாராஷ்டிர மாநிலங்களில் வாழ்பவர்களுமான கோஜாக்கள், போஹ்ராக்கள் ஆகியோரின் மீது ‘ஹிந்துத்துவா அல்லது ஹிந்து யார்’ என்னும் நூலில் ஓரளவு பாசம் பொழியப்படுவதற்குக் காரணம், அவர்கள் இந்துக்களின் சாதிப் பழக்க வழக்கங்களைப் பின்பற்றுவதும் இந்துப் பண்டிகைகளைக் கொண்டாடுவதும்தான்.

அதேவேளை, சாவர்க்கர் கூறுகிறார், இந்தியாவின் பல பகுதிகளில், கிறிஸ்தவர்களும் முஸ்லிம்களும் இந்துக்களின் சாதியமைப்பைப் பின்பற்றுகிறார்கள். சுயசாதிக்கு அப்பால் திருமணம் செய்து கொள் வதில்லை. எனினும் அவர்களை இந்துக்களுடன் சேர்க்க முடியாது. ஏனெனில் அவர்களுக்கு இந்த நாட்டுடன் பிணைப்பு இல்லை.

பௌத்த, சீக்கியம், சமணம் ஆகிய பார்ப்பன எதிர்ப்பு சமயங்களை இந்துமதத்தின் உள்கூறுகளாகக் கருதும் சாவர்க்கர் இந்த நூலில், அகிம்சையைப் போதித்ததன் மூலம் பௌத்தம் இந்தியாவில் அந்நிய படையெடுப்பாளர்களைத் தடுத்து நிறுத்தத் தவறியது என்று குற்றம் சாட்டுகிறார்.

சமஸ்கிருதமே தாய்மொழி

சாவர்க்கர் கூறுகிறார்:

> நமது வரலாறு நமது இனத்தின் செயல்களின் கதையைச் சொல்வது போலவே, நமது இலக்கியம் அதனுடைய முழுமையான பொருளை எடுத்துக்கொண்டால் நமது இனத்தின் சிந்தனையின் கதையைச் சொல்கிறது, சிந்தனை என்பது நமது பொது மொழியான சமஸ்கிருதத்திலிருந்து பிரிக்கமுடியாதது என்று அவர்கள் சொல்கிறார்கள். நிச்சயமாக அதுதான் நமது தாய்மொழி, நம் இனத்தின் தாய்மார்கள் பேசிய மொழி. நமது இன்றைய மொழிகள் அனைத்தையும் பிறப்பித்த மொழி. நமது கடவுள்கள் சமஸ்கிருதத்தில் பேசினார்கள், நமது கவிஞர்கள் சமஸ்கிருதத்தில் எழுதினார்கள். நம்மிடமுள்ள மிகச் சிறப்பானவையெல்லாம் மிகச் சிறந்த சிந்தனைகள், மிகச் சிறந்த கருத்துகள், மிகச் சிறந்த வரிகள், தம்மியல்பாகவே சமஸ்கிருதம் என்னும் ஆடையை அணிந்துகொள்கின்றன. லட்சக்கணக்கானோருக்கு அது இன்னமும் அவர்களது கடவுள்களின் மொழியாக இருக்கிறது. அனைவரையும் பொருத்தவரை அது எல்லா மொழிகளுக்கும் மேலானவொன்றாகத் திகழ்கின்றது; அது எல்லோருக்கும் பொதுவான பாரம்பரியச் செல்வம், நமது சகோதர மொழிக் குடும்பம் அனைத்தையும் செழுமைப்படுத்துகிற மொழி... அது மொழி மட்டுமல்ல பல இந்துக்களுக்கு அது ஒரு மந்திரம். எல்லோருக்கும் அது ஓர் இசை.

இந்தியா என்னும் நிலப்பரப்பில் வாழ்கின்ற மக்களிடையே உள்ள வேறுபாடுகள் - அவர்கள் அனைவருக்குமே சமஸ்கிருதம்தான் தாய்மொழியாக இருக்கின்ற காரணத்தால் மங்கி விடுகின்றன என்று கூறுவதன் மூலம் இந்தியாவிலுள்ள பல்வேறு தேசிய இனங்களின் தனித்தன்மையை மறுக்கிறார் சாவர்க்கர்.

மேலும், பல்வேறு பகுதிகளில் பேசப்படும் மொழிகளில் ஒரு பொதுவான உள்ளடக்கம் இருப்பதால் "பிரித்விராஜனின் வீழ்ச்சிக்காக வங்காளம் கண்ணீர் சிந்துகின்றது. குருகோவிந்தரின் மகன்கள் இறந்து போனதற்காக மராத்தியம் அழுகின்றது" என்றும், "காஷ்மிரிலுள்ள பார்ப்பனர்கள் துன்பப்படுவதற்காக மலபாரிலுள்ள நாயர்கள் அழுகின்றனர்" என்றும் கூறுகிறார். இந்துத்துவப் பண்பாடு என்பது இந்தியர்கள் அனைவருக்கும் பொதுவானதாக உள்ளது என்பதை நிறுவுவதற்காக அவர் அசட்டுத்தனமான சில வாதங்களை முன்வைக்கிறார்.

எடுத்துக்காட்டாக, ஒரு வங்காளியிடம் ஹஃபீஸின் படைப்பு களையும் கம்பனின் படைப்புகளையும் காட்டினால், அவன் 'கம்பன் தான் என்னுடையவன்' என்று சொல்வானாம். இன்னொரு மாநிலத்தைச் சேர்ந்தவனிடம் ஹஃபீஸின் கவிதைகளையும் ரவீந்திரநாத்தின் கவிதைகளையும் காட்டினால் அவன், 'ரவீந்திரர்தான் என்னுடையவர்'' என்பானாம்!.

தந்தையர் பூமியும் புண்ணிய பூமியும்

இந்துத்துவம் என்பதும் இந்துயிசம் என்பதும் ஒன்றல்ல என்றும், 'இசம்' என்பது பொதுவாக ஆன்மிக, மதக் கோட்பாடுகளையே குறிக்கும் என்றும், இந்துத்துவத்தின் அடிப்படையின் முக்கியத்துவத்தை ஆராயும்போது தமக்குள்ள முதன்மையான அக்கறை மதமோ அதன் கோட்பாடுகளோ அல்ல என்றும் கூறும் சாவர்க்கர் அதே மூச்சில் கீழ்க்கண்டவற்றையும் கூறுகிறார்:

> ஒவ்வொரு இந்துவுக்கும், இந்துஸ்தான் என்பது ஒரே சமயத்தில் தந்தை நாடாகவும் புண்ணிய பூமியாகவும் உள்ளது. அதனால் தான், ஆதியில் இந்து அல்லாத மதத்திற்கு மாற்றப்பட்டு பின்னர் இந்துக்களோடு சேர்ந்து பொதுவான தாய்நாட்டையும், மொழி, சட்டம், பழக்கவழக்கங்கள், மரபான நம்பிக்கைகள், வரலாறு ஆகிய அடங்கிய ஒரு பொதுவான கலாசாரச் செல்வத்தின் பெரும்பங்கையும் சுவீகரித்தவர்கள் இந்துக்கள் அல்ல. அவர்கள் இந்துக்களாக அங்கீகரிக்கப்பட முடியாதவர்களும் ஆவர்.
>
> இந்துக்கள் பலரைப் போலவே ஹிந்துஸ்தான் அவர்களுடைய தந்தையர் நாடாக இருந்தாலும், அவர்களுக்கு அது புண்ணிய பூமியாகவும் இருப்பதில்லை. அவர்களுடைய புனித பூமி அராபியாவில் உள்ளது. இதன் விளைவாக அவர்களுடைய கண்ணோட்டம் அந்நிய மூலாதாரத்தன்மையைக் கொண்டுள்ளது. இந்துத்துவத்தின் அடிப்படைகளான இனம், ரத்தம், கலாசாரம், தேசியத்தன்மை ஆகிய எல்லாவற்றையும் கொண்டுள்ளவர்களும், வன்முறையின் மூலம் நமது முன்னோர்களின் இல்லத்திலிருந்து பறித்தெடுக்கப்பட்டவர்களும் நமக்கெல்லோருக்கும் பொதுவான தாயின் மீது இதயம் நிறைந்த அன்பை வழங்கி, அந்த தாய் அவர்களது தந்தை நாடு மட்டுமல்ல, புனித பூமியும் ஆகும் என்பதை ஏற்றுக்கொள்வார்களேயானால், அவர்கள் இந்துக்களின் மடியில் மிகவும் வரவேற்கப்படக்கூடியவர்களாக இருப்பர்.

ஆக, இந்துத்துவம் என்பது அடிப்படையில் இந்து மதம்தான், இந்து மதம்தான் இந்து தேசம், இந்திய தேசியம், கிறிஸ்தவர்களும் முஸ்லிம்களும் இந்துக்களாக மதம் மாறினால்தான் அவர்கள் உண்மையான இந்தியர்கள் ஆவார்கள் - இதுதான் சாவர்க்கரின் இந்துத்துவம்.

பொது அடையாளத்துக்கான திட்டங்கள்

இந்துத்துவம் வேறு, இந்து மதம் வேறு என்று அவர் கூறினாலும், இந்து மதத்தின் பெயரால்தான் தம் கோரிக்கைகளை எழுப்பினார் என்பதை மராத்திய தலித் அறிஞர் கோபால் குரு, 'எகனாமிக் அண்ட் பொலிடிகல் வீக்லி' ஜூலை 6-13 இதழில் எழுதிய 'Appropriating Ambedkar' என்னும் கட்டுரையில் விளக்குகிறார். எடுத்துக்காட்டாக, தாழ்த்தப்பட்ட சாதியினரான மஹர்கள் பெரும் எண்ணிக்கையில் இஸ்லாத்திற்கோ, கிறிஸ்தவத்திற்கோ மதம் மாறிவிடுவார்களோ என்றஞ்சிய சாவர்க்கர், 1930இல் ஒரு கருத்தை வெளியிட்டார்; மஹர்களிடையே மதமாற்றம் நிகழுமானால் அதனை 95% மஹர்கள் எதிர்ப்பர், ஏனெனில் மஹர்களின் மதமாற்றத்தால் அவர்களுக்குத் தீட்டுப்பட்டுவிடும். அவர்கள் பெருமைப்பட்டுக் கொள்ளும் சாதிப் பஞ்சாயத்து தீட்டுப்பட்டுவிடும், இவ்வாறு மதமாற்றம் செய்து கொள்பவர்கள் தம் சாதியிலிருந்து விலக்கி வைக்கப்பட்டு சாதி அடையாளத்தை இழந்தவர்களாகிவிடுவர். எனவே மஹர்களின் உண்மையான முன்னேற்றம் அவர்கள் தம் சாதியைக் காப்பாற்றி வைத்துக்கொள்வதன் மூலமே சாத்தியப்படும். அதாவது, மஹர்கள் என்றென்றும் மஹர்களாக, தீண்டப்படாதவர்களாகவே இருக்க வேண்டும் என்பதுதான் சாவர்க்கர் கூற்றின் சாரம்.

கோபால் குரு மேலும் கூறுகிறார்: இந்தியாவிலுள்ள 30,000த்துக்கும் மேற்பட்ட சாதிகளை 'ஒழித்துக்கட்டிவிட்டு' அவர்கள் எல்லோருக்குமான பொதுவான இந்து அடையாளத்தைக் கொடுப்பதற்கு சாவர்க்கர் வகுத்த திட்டம் பின்வரும் அம்சங்களைக் கொண்டிருந்தது:

1. கோவில்களை அனைத்து இந்துக்களுக்கும் உரியவையாக்குதல்.
2. அனைத்து இந்துக்களும் சேர்ந்து விருந்துண்ணுதல்.
3. கலப்புத் திருமணங்கள் செய்வித்தல்.
4. சாதியடிப்படையில் தொழில்கள் செய்வதற்குத் தடை விதித்தல்.

5. கடற்பயணத்துக்கான தடையை நீக்குதல் இதில் கடைசியாகச் சொல்லப்பட்டது பார்ப்பனர்களுக்கு மட்டுமே பொருந்தும். ஏனெனில் கடல் கடந்து பயணம் செய்வது இந்து தர்மத்துக்கு விரோதமானது என்று 'தர்ம சாத்திரங்கள்' கருதுகின்றன. அதனால்தான் பெனாரஸ் இந்து பல்கலைக்கழகத்தை நிறுவியவரும், காங்கிரஸ் தலைவர்களில் இருந்த அதே வேளை இந்து மகாசபையிலும் செயல்பட்டு வந்தவருமான பண்டித மதன் மோகன் மாளவியா இங்கிலாந்துக்குச் சென்ற போது, கடற்பயணம் மேற்கொண்ட பாவத்தைக் கழுவு வதற்காக ஒரு கூஜாவில் கங்கை நீரையும் கொஞ்சம் களிமண்ணையும் எடுத்துச் சென்றார். (ஆகவே காலஞ்சென்ற குத்தூசி குருசாமி மாளவியாவை 'மண்ணுருண்டை மாளவியா' என்றே குறிப்பிடுவார்! - எஸ்.வி.ஆர்.)

மேற்சொன்ன 'திட்டம்' சாதிக் கட்டமைப்பை நீக்க உதவாது என்பதற்கான காரணங்களைக் கூறுகிறார் கோபால் குரு. கலப்புத் திருமணத்தை சாவர்க்கர் ஒரு பெரிய செயல் திட்டமாக, மிகப் பெரும் எண்ணிக்கையில் மக்களைத் திரட்டுவதற்கான ஓர் உணர்வுபூர்வமான நடவடிக்கையாகப் பார்க்கவில்லை. மாறாக, 'போனால் போகிறது' என்ற அளவிலேயே அவர் கலப்பு மணத்தை ஆதரித்தார்.

சூத்திரர்களுக்கும் தலித்துகளுக்கும் வேதங்களையும் வேத சடங்குகளையும் கற்பிக்கலாம், அவர்களும் வேதங்களில் சொல்லப் பட்டுள்ள சடங்குகளைச் செய்யலாம் என்று அவர் கூறியதன் உள்நோக்கம் அவர்களைப் பார்ப்பனத்தன்மை பெற்றவர்களாகவும் இந்து சாத்திரங்களை ஏற்றுக்கொள்பவர்களாகவும் ஆக்குவதுதான்.

தடை செய்யப்படாத ஹிந்துத்துவா நூல்

ஆக, 1909இல் வெளிவந்த 'இந்தியாவின் முதல் சுதந்திரப் போர், 1837' நூலில் அவர் இந்து-முஸ்லிம் ஒற்றுமை என்று பேசியதெல்லாம் ஆங்கிலேயருக்கு எதிராக முஸ்லிம்களைப் பயன்படுத்திக் கொள்ள வேண்டும் என்ற நோக்கத்தின் காரணமாகவே என்பதும் அவரது உள்ளத்தின் அடியாழத்தில் புதைந்திருந்த முஸ்லிம்-வெறுப்பு, 1923இல் - அதாவது பிரிட்டிஷாரின் நிபந்தனைகளை ஏற்பட்டு செயல்படத் தொடங்கியபோது அப்பட்டமாக வெளிப்படத் தொடங்கியது என்பதும் தெளிவு.

'இந்தியாவின் முதல் சுதந்திரப் போர், 1857' நூலைத் தடை செய்த பிரிட்டிஷ் இந்திய அரசாங்கத்திற்கு, 'ஹிந்துத்துவா' நூலைத் தடை

செய்ய வேண்டிய தேவை இருக்கவில்லை. ஏனெனில் 1923ஆம் ஆண்டிலிருந்து பிரிட்டிஷார் வெளியேறிய வரை காதுடைந்த ஊசியளவுக்குக்கூட அவர்களுக்குத் தொல்லை தரவில்லை. மாறாக, இரண்டாம் உலகப் போரில் பிரிட்டிஷ் ராணுவத்திற்கு ஆள் சேர்க்கும் 'ரெக்ரூட்டிங் ஏஜெண்டாகவும் இருந்தார். 'ஹிந்துத்வா' நூலில் 'அந்நியர் படையெடுப்புகள்' என்னும் பகுதியில் இந்தியாவில் பிரிட்டிஷார் படையெடுத்து, அதைத் தங்கள் சாம்ராஜ்யத்தில் இணைத்துக் கொண்டது பற்றி ஒரு வரிகூடக் காணப்படுவதில்லை என்பது குறிப்பிடத்தக்கது.

சாவர்க்கரின் இந்துத்துவக் கோட்பாடு பின்னர் ஆர்.எஸ்.எஸ். அமைப்பால் உள்வாங்கப்பட்டு, 'பண்பாட்டு தேசியம்' என்ற கருத்தாக்கம் உருவாக்கப்பட்டது. ஒரு நாட்டின் பிரதேச அடிப்படையிலான தேசியம் என்பதற்கான மாற்றாக 'பண்பாட்டு தேசியம்' முன்வைக்கப்பட்டது. அந்தப் பண்பாட்டுத் தேசியத்துக்கான வரையறையை வழங்கினார் ஆர்.எஸ்.எஸ். அமைப்பின் இரண்டாவது தலைவரும் அதன் தத்துவவாதியுமான கோல்வால்கர்:

> இங்கு ஏற்கெனவே முழுமையாக வளர்ச்சியடைந்திருந்த இந்து தேசம் இருந்தது. இந்த நாட்டில் வாழ்ந்துகொண்டிருந்த பல்வேறு சமூகங்கள், ஒன்று யூதர்களையும் பார்சிகளையும் போல விருந்தினர்களாகவோ, கிறிஸ்தவர்களையும் முஸ்லிம்களையும் போல படையெடுப்பாளர்களாகவோதான் இருந்தனர். இத்தகைய பலவகைப்பட்ட மக்கள், பொது எதிரியின் ஆட்சியின் கீழ், பொதுவான பிரதேசத்தில் தற்செயலாக வாழ்ந்த ஒரே காரணத்தினாலேயே தம்மை மண்ணின் குழந்தைகள் என்று எப்படி அழைத்துக் கொள்ள முடியும் என்ற கேள்வியை அவர்கள் ஒருபோதும் எதிர்கொள்ளவில்லை. பிரதேச அடிப்படையிலான தேசியம் (பல மதத்தினரும் பகிர்ந்துகொள்ளப்படக்கூடிய இந்திய தேசியம் - எஸ்.வி.ஆர்.), எல்லோருக்கும் பொதுவான அபாயம் (பிரிட்டிஷ் ஆட்சி - எஸ்.வி.ஆர்.) என்ற கோட்பாடுகள் தேசம் பற்றிய நமது கருத்தாக்கத்துக்கு அடிப்படையாக அமைந்தன. இந்தக் கோட்பாடுகள் நமது இந்து தேச அடையாளத்தின் ஆக்க பூர்வமான உள்ளடக்கத்தன்மையை நாம் இழக்கும்படி செய்துவிட்டது.

இந்து தேச அடையாளத்தின் ஆக்கபூர்வமான உள்ளடக்கத் தன்மையை மீட்டெடுக்கும் நோக்கத்துடனேயே அன்று முதல்

இன்றுவரை சிறுபான்மையினரை இகழ்வதிலிருந்து தொடங்கி அவர்களை 'ஒழித்துக்கட்டுவதற்கான' பல்வேறு முயற்சிகளில் சங் பரிவாரம் தொடர்ந்து செயல்பட்டுக் கொண்டு வருவது அனைவரும் அறிந்ததே.

தரவுகள்

1. A.C.Noorani, *Savarkar and Hindutva: The Godse Connection,* Left word Books, Delhi 2002.
2. AG.Noorani, 'Savarkar and Gandhi' in *Front Line,* March 15-28, Chennai, 2003.
3. VD Savarkar, *Essentials of Hindutva,* Savarkar Bhavan, Raja Thakur Path, Shaniwar Peth, Pune (n.d)
4. Gopal Guru, 'Appropriating Ambedkar' in *Economic and Political Weekly,* Mumbai, Vol. 26, Issue No. 27-28, 06 Jul, 1991.
5. M.S.Golwalkar, *Bunth of Thoughts,* Vikrama Prakashan, Bangalore-18, Fourth Impreesion, Dec 1968.
6. M.S.Golwalkar, *We or Our Nationhood Defined,* Bharat Publications, Nagpur, 1939,

மின்னம்பலம்
5, நவம்பர் - 2019

வரலாறும் வக்கிரங்களும்:
சீக்கியர்களின் மனதைப் புண்படுத்திய தீர்ப்பு

பாபர் மசூதி விவகாரம் தொடர்பான அயோத்யா வழக்கில் வழங்கப்பட்டுள்ள 'வரலாற்றுச் சிறப்புமிக்க' தீர்ப்புடன் ஓர் இணைப்பும் சேர்க்கப்பட்டுள்ளது. அதை எழுதிய நீதிபதியின் பெயர் குறிப்பிடப்படவில்லை. பாபர் மசூதி இருந்த இடத்தில்தான் இராமர் பிறந்தார் என்பது தொடர்பான வழக்கு அலகாபாத் உயர் நீதிமன்றத்தில் நடந்து வந்தபோது, அந்த நீதிமன்றத்தில் பதிவு செய்யப்பட்ட சாட்சியங்கள் உச்ச நீதிமன்றத்தால் பரிசீலனை செய்யப்பட்டன. அவற்றில் உச்ச நீதிமன்றம் தனது இறுதித் தீர்ப்புக்காக ஏற்றுக்கொண்ட சாட்சியங்களிலொன்று ராஜிந்தர் சிங் என்ற சீக்கியர் கூறியதாகும்.

"சீக்கிய வழிபாட்டு மரபு பற்றிய மத, பண்பாட்டு, வரலாற்று நூல்கள் பற்றிய ஆய்வில் அக்கறை கொண்டவர்" என்றும், "சீக்கியர் களுக்கென்றேயான வழிபாட்டு முறை, அவர்களது வரலாறு ஆகியன பற்றிய பல புத்தகங்களிலிருந்து மேற்கோள் காட்டியவர்" என்றும் உச்ச நீதிமன்றத் தீர்ப்பு அவரைப் பற்றிக் கூறுகிறது. இப்படிக் கூறுகையில் உச்ச நீதிமன்றம் 'Sikh cult' என்ற சொற்களைப் பயன்படுத்தி யுள்ளதற்குப் பல சீக்கிய மதத் தலைவர்களும் வரலாற்று அறிஞர்களும், வழக்குரைஞர்களும் கடும் ஆட்சேபணை தெரிவித்துள்ளனர் என்று 'தி ஒயர்' டிஜிட்டல் ஏட்டில் *13.11.2019*இல் வெளிவந்துள்ள கட்டுரை யொன்று கூறுகிறது (Why Sikhs Are Angry With the Ayodhya Judgment).

ஏனெனில் 'cult' என்ற ஆங்கிலச் சொல்லுக்கு, "பெரும்பாலும் ஒன்றுகூடி வாழ்கின்ற, அதீதமானதும் விநோதமானதுமான நம்பிக்கைகள் என்று பலரால் கருதப்படுகின்றவற்றைக் கொண்டுள்ள ஒரு மதக் குழு" என்று பொருள் என கேம்பிரிட்ஜ் ஆங்கில அகராதி கூறுகிறது. "வழக்கத்துக்கு மாறானது, போலியானது என்று கருதப்படக்கூடிய ஒரு மதம்" என்று மிரியம் வெப்ஸ்டர் அகராதி கூறுகிறது. ஆகவே, தங்கள் மதத்தை 'cult' என்று உச்ச நீதிமன்றம் தனது தீர்ப்பில் தவறாகவோ, கவனக் குறைவாகவோ பயன்படுத்தியுள்ளதை சீக்கிய சமுதாயத்தினர் ஆட்சேபணைக்குரியதாகக் கருதுகின்றனர்.

பாபர் மசூதி தொடர்பாக இந்துக்களுக்கும் முஸ்லிம்களுக்கு மிடையே இருந்த தாவாவில் தங்கள் மதத்தை வம்புக்கிழுத்திருக்கக்

கூடாது என்று கூறும் அவர்கள், மேற்சொன்ன ராஜிந்தர் சிங், 1510-11இல் குருநானக், 'ராம ஜென்ம பூமிக்கு' தரிசனம் செய்வதற்காக வந்திருந்தார் என்று தனது சாட்சியத்தில் கூறியதை எந்த ஆட்சேபணையும் இல்லாமலும் சீக்கிய மதத்தலைவர்களையோ, சீக்கிய அறிஞர்களையோ கலந்தாலோசிக்காமலும் உச்ச நீதிமன்றம் ஒப்புக்கொண்டதையும் விமர்சித்துள்ளனர். சிலை வழிபாட்டிலோ சடங்காச்சாரங்களிலோ நம்பிக்கை கொண்டிராத குருநானக் அயோத்திக்கோ, மெக்காவுக்கோ, வேறு எந்த இடத்துக்குக்கோ சென்றிருந்தாலும் உருவம் இல்லாதவரும், எல்லோருக்கும் பொதுவானவருமே கடவுள் என்பதை உபதேசிக்கவே சென்றிருப்பார் என்றும், தரிசனம் செய்வதற்காக அவர் ராம ஜென்ம பூமிக்குச் சென்றார் என்பது அப்பட்டமான வரலாற்றுத் திரிபு என்றும் அவர்கள் கூறுகின்றனர்.

அதேபோல், இன்றைய உத்தரப்பிரதேசத்தில் இருப்பதும் முன்பு அவத் என்றழைக்கப்பட்டதுமான சிற்றரசைச் சேர்ந்த காவல் துறை அதிகாரியொருவர் கூறியதாகச் சொல்லப்படுவதையும் உச்ச நீதிமன்றம் இந்துக்களுக்கு சார்பான சாட்சியமாக எடுத்துக்கொண்டிருக்கிறது. அந்த அதிகாரி, சீக்கியர்களில் நிஹாங் பிரிவைச் சேர்ந்த ஒருவர் ராம ஜென்ம பூமியில் நெருப்பை வளர்த்து பூஜை செய்ததாகக் கூறியுள்ளார். சீக்கிய மதத்துக்கு விரோதமான இந்தக் காரியங்களை ஒரு நிஹாங் சீக்கியர் ஒருபோதும் செய்திருக்க மாட்டார் என்றும், இப்படிப்பட்ட சாட்சியத்தை உச்ச நீதிமன்றம் எந்தப் பரிசீலனையுமின்றி ஏற்றுக் கொண்டது தவறு என்றும் சீக்கிய மதத் தலைவர்களும் அறிஞர்களும் கூறியுள்ளனர்.

மேற்சொன்ன இரண்டு சாட்சியங்களையும் 'தயாரித்தவர்கள்' சங் பரிவாரத்தினர் என்பதைச் சொல்லத் தேவையில்லை.

புனித நூல்களும் சங் பரிவாரமும்

மத நம்பிக்கை என்பது பொதுவாக அந்தந்த மதத்தைச் சேர்ந்தவர்கள் தங்கள் புனித நூல்கள் என்று கருதப்படுவனவற்றையும், அந்த நூலை அடிப்படையாகக் கொண்டு சமயச் சான்றோர்களால் வகுக்கப்பட்டு, அந்த மதத்தைப் பின்பற்றுபவர்களால் குறைந்தபட்சம் கோட்பாட்டளவிலேனும் கடைப்பிடிக்கப்படச் செய்யப்படுவன வற்றையும் அடிப்படையாகக் கொண்டவை. இந்தியாவில் சீக்கியர் களுக்கு குரு கிரந்தம், பார்சிகளுக்கு அவெஸ்தா, கிறிஸ்தவர்களுக்கு விவிலியம், முஸ்லிம்களுக்கு குரான் என்று புனித நூல்கள் உள்ளன.

ஆனால், இந்துக்களுக்கு அப்படிப்பட்ட புனித நூல் ஏதும் இல்லை. 'பகவத் கீதை'யை இந்துக்கள் எல்லோருக்குமான புனித நூலாக்குவதற்கான முயற்சியை சங் பரிவாரம் மேற்கொண்டுள்ளது என்றாலும், இதுவரை அது பலிக்கவில்லை.

மேலும், அதிலுள்ள அறநெறிகளைப் பின்பற்றினால், ஒருவன் சகோதரக் கொலையைச் செய்வதும்கூட நியாயப்படுத்தப்பட்டுவிடும். அண்ணல் அம்பேத்கர் சுட்டிக்காட்டியது போல, கொலை செய்தவன் எவனாவது நீதிமன்றத்தில் கிருஷ்ணன் கூறியதை மேற்கோள் காட்டி, "நான் அழித்தது உடலைத்தானே அன்றி ஆன்மாவை அல்ல" என்று கூறினால் அதை நீதிமன்றம் ஏற்றுக் கொள்ளாது. அதனால்தான் சங் பரிவாரத்தினரிடம் இல்லாத, இருக்கவே முடியாத தமிழர்களின் அறநூலான 'திருக்குறளை' சுவீகாரம் எடுத்துக்கொள்ள அவர்கள் தவியாய்த் தவிக்கின்றனர்.

இந்துக்கள் என்று முதலில் முஸ்லிம்களாலும் பின்னர் ஆங்கிலேயர்களாலும் வகைப்படுத்தப்பட்டவர்களும், பல்வேறு சாதிகளையும் பல்வேறு தெய்வங்களையும் பல்வேறு சமயச் சடங்குகளையும், ஆச்சாரங்களையும் கடைப்பிடிப்பவர்களுமான மக்களுக்கான 'இந்துச் சட்டத் தொகுப்பு' என்பதே ஆங்கிலேய ஆட்சிக் காலத்தில் தான் பார்ப்பனர்கள் போன்ற இரு பிறப்பாளர்களின் துணையோடு உருவாக்கப்பட்டது. பின்னர் இந்து சமுதாயத்திலுள்ள பிற்போக்குத் தனமான நடைமுறைகள், பெண்ணடிமைத்தனம் முதலியவற்றைப் போக்குவதற்காக இந்திய அரசமைப்பு அவையில் அம்பேத்கர் கொண்டு வந்த இந்துச் சட்டத் தொகுப்பு மசோதா அந்த அவையிலிருந்த பிற்போக்காளர்களால் எதிர்க்கப்பட்டதால் நிறைவேற்றப்படவில்லை. எனினும் பின்னர் அது பகுதி பகுதியாக இந்திய நாடாளுமன்றத்தால் ஏற்றுக்கொள்ளப்பட்டது. ஆனால், 'பகவத் கீதை'யை இந்துக்களின் பொது புனித நூலாக்குவதற்கு இந்திய நாடாளுமன்றத்தில் முயற்சி செய்யப்படவில்லை.

உலகில் பொதுவாக, 'புனித நூல்' என்பது ஒரு குறிப்பிட்ட மதத்தினரின் நம்பிக்கைக்கு அடிப்படையாக இருப்பதால், அப்படிப் பட்ட 'புனித நூல்' என்பது இந்துக்களுக்கு இல்லாத குறை போக்கப்பட வேண்டும் என்பதற்காகவோ என்னவோ, உச்ச நீதிமன்றத்தால் இப்போது புராணங்களும் தர்மசாஸ்திரங்களும் இந்துக்களின் 'நம்பிக்கை'களுக்கு ஆதாரமாகக் கொள்ளப்படுகின்றன என்று கருதலாம்.

இருந்தவையும் இல்லாதவையும்

இப்படிப்பட்ட சூழலில் வரலாற்றை எழுதுவதற்கோ, அறிவியல், பண்பாடு ஆகியவற்றைப் பற்றி விளக்கவோ 'நம்பிக்கை' ஒன்றே போதுமானது என்ற நிலை வலுப்பட்டு வருகிறது. மறுக்கமுடியாத வரலாற்றுச் சான்றுகளைக் கொண்டவற்றையோ, ஐம்புலன்களுக்குத் தெளிவாகப் புலப்படுகின்றவற்றையோ, பகுத்தறிவால் மட்டுமே ஏற்றுக்கொள்ளப்படக் கூடியனவற்றையோ நிராகரித்துவிட்டு, 'நம்பிக்கை'யின் அடிப்படையில் மட்டுமே கூறப்படுவனவற்றை ஏற்றுக்கொள்ள வேண்டும் என்ற நிர்பந்தம் இப்போது உருவாக்கப்பட்டு வருகிறது.

எடுத்துக்காட்டாக, பண்டைய இந்தியாவில் உயர் கல்வி, அறிவு ஆராய்ச்சி ஆகியவற்றுக்கான முக்கிய மையங்களாக இருந்தவை என்று இந்தியாவிலும் வெளிநாடுகளிலும் உள்ள வரலாற்று அறிஞர்களால் (இவர்கள் எல்லோரும் மார்க்ஸிஸ்டுகளோ, முஸ்லிம்களோ அல்லர்) கருதப்படுபவை பிகாரிலுள்ள நளந்தாவிலும், ஒடிசாவிலுள்ள புஷ்பகிரியிலும், தற்போதைய பாகிஸ்தானிலுள்ள தக்ஷிலாவிலும் இருந்த பல்கலைக்கழகங்கள். இவை யாவும் பௌத்த மையங்களாகும்.

கி.பி.5ஆம் நூற்றாண்டிலிருந்து 12ஆம் நூற்றாண்டு வரை நீடித்த நளந்தா பல்கலைக்கழகம், இன்றைய நவீன பல்கலைக்கழகங்களைப் போல உணவு, உறைவிட வசதிகளைக் கொண்டிருந்தது. பத்தாயிரத்துக்கும் மேற்பட்ட மாணவர்களையும் ஏறத்தாழ இரண்டாயிரம் ஆசிரியர் களையும் கொண்டிருந்த அந்தப் பல்கலைக்கழகத்தில் ஏராளமான வெளிநாட்டு மாணவர்களும் இருந்தனர். கி.பி.7ஆம் நூற்றாண்டில் இந்தியாவின் பல பாகங்களில் பயணம் செய்தவரும், அறிஞரும் மொழிபெயர்ப்பாளருமான ஹுவென் ஸாங், நளந்தா பல்கலைக் கழகம் அறிவுக்கோவிலாக மட்டுமின்றி, 'சகிப்புத்தன்மையின், மத சகிப்புத்தன்மையின் உச்சநிலையைக் கொண்டிருந்தது' என்பதைப் பதிவு செய்துள்ளார். பன்மைத்துவம் கொண்டிருந்த அப்பல்கலைக் கழகம், அறிவுக்கு - ஒரு தனிப்பட்ட நபரால் அல்ல - பலர் ஒன்று சேர்ந்து உருவாக்கும் அறிவுக்கு முதன்மை கொடுத்ததால்தான் அண்டை நாடுகள் பலவற்றைச் சேர்ந்த மாணவர்கள் அந்தப் பல்கலைக் கழகத்தில் சேர்ந்தனர்.

வைதீகப் பார்ப்பனியம் வளர்ந்து வலுமிக்கதாகியபோதுதான், அந்தப் பல்கலைக்கழகங்களெல்லாம் அழிக்கப்பட்டன.

ஒன்றிய அமைச்சர் திரித்த புதிய கயிறு

ஆனால், சகிப்புணர்வு சிறிதுமற்ற, வரலாற்றைத் திரிக்கின்ற, இந்தியாவின் பன்மைத்துவப் பண்பாட்டு மரபைத் துடைத்தெறிகிற, 'நினைவுக்கெட்டாத பழங்காலத்திலிருந்தே' இந்து (பார்ப்பன) நாகரிகம் தான் இந்தியாவில் கோலோச்சி வருவதாகச் சொல்லி வருகின்ற சங் பரிவாரத்தைச் சேர்ந்த இந்திய ஒன்றிய அரசாங்கத்தின் மனிதவள மேம்பாட்டுத் துறை அமைச்சர் ரமேஷ் பொக்ரியால் நிஷாங்க் புதிய கயிற்றொன்றைத் திரித்துள்ளார். அதாவது, இந்தியாவில் மட்டுமல்ல, உலகிலேயே மிகப் பழைமை வாய்ந்த பல்கலைக்கழகம், உத்தரகண்ட் மாநிலத்தின் சமோலி மாவட்டத்திலுள்ள பத்ரிநாத்தில் இருந்ததாகவும் அது 'பத்ரிஸ்' பல்கலைக்கழகம் என்று அழைக்கப்பட்டு வந்ததாகவும் அண்மையில் டேராடூன் நகரில் நிகழ்த்திய உரையொன்றில் கூறியுள்ளார். அப்படிப்பட்ட பல்கலைக்கழகம் இருந்ததற்கான எந்தச் சான்றும் இல்லை. ஆனால், அமைச்சரோ அதன் பழம் புகழ் மீண்டும் நிலை நாட்டப்படும் என்று கூறியுள்ளார். மனிதவள மேம்பாட்டுத் துறை அமைச்சகத்திலிருந்து இதற்காக நிதி ஒதுக்கப்பட்டாலும் ஆச்சரியப் படுவதற்கு ஒன்றுமில்லை!

ஏனென்றால், ரமேஷ் பொக்ரியால் நிஷாங்க் போன்ற 'வரலாற்று அறிஞர்'களுக்கு நரேந்திர மோடி, அமித் ஷா போன்ற பேராசிரியர்கள் இருக்கிறார்கள். 2014ஆம் ஆண்டு தேர்தல் பிரசாரத்தின்போது நரேந்திர மோடி, அந்நியப் படையெடுப்பாளனாகிய மகா அலெக்ஸாந்தர் பிகார் மண்ணில் தோற்கடிக்கப்பட்டதாகக் கூறினார். உலகிலுள்ள பல வரலாற்று அறிஞர்கள் திரட்டியுள்ள வரலாற்றுச் சான்றுகளின்படி, மாஸிடோனியாவைச் சேர்ந்த அலெக்ஸாண்டர் ஒருபோதும் பிகாருக்கு அருகில்கூட வந்ததில்லை. மோடி, இதோடு நிற்கவில்லை. இப்போது பாகிஸ்தானிலுள்ள தக்ஷிலாவையும் பிகாரிலுள்ள நளந்தாவையும் ஒன்றாகப் போட்டுக் குழப்பினார். மேலும், கி.மு. 3-4ஆம் நூற்றாண்டைச் சேர்ந்த சந்திரகுப்த மௌரியரை 'குப்த' வம்ச ஆட்சியாளர் என்றும் கூறினார். இவையெல்லாம், திருக்குறளையும் புறநானூற்றையும் கரைத்துக் குடித்துள்ள மோடி 'வாய் தவறிக் கூறியவை' என்று வைத்துக்கொண்டாலும், மனிதவள மேம்பாட்டுத் துறை அமைச்சரோ, அதுபோன்ற சந்தேகத்துக்கு இடமே தரவில்லை. அவர் கூறியது தவறு என்று சுட்டிக்காட்டப்பட்டபோதிலும், அந்தத் தவறை அவர் இதுவரை ஒப்புக்கொள்ளவே இல்லை. உலகிலேயே மிகப் பழைமையான 'பத்ரிஸ்' என்ற பல்கலைக்கழகம் பத்ரிநாத்தில் இருந்தது என்று அவர் சொல்வதற்குக் காரணம், இந்துக்களின் புனிதத்

தலங்களிலொன்றாக பத்ரிநாத் இருப்பதும், இந்துக்களின் மத நம்பிக்கையைப் பயன்படுத்தி பொய்யை மெய்யாக்க முயலுவதும்தான்.

சங் பரிவாரத்தினருக்கு பத்ரிநாத் மிக முக்கிய இடம், பௌத்தக் கருத்துகளை அப்படியே நகல் செய்து, ஆனால் அவற்றுக்கு முற்றிலும் வேறான விளக்கத்தைக் கொடுத்து அவற்றை முற்றிலுமாக ஒழித்துக் கட்டுகிற அத்வைத வேதாந்தத்தைத் தோற்றுவித்து வருணாசிரம தர்மத்திற்குப் புத்துயிர் ஊட்டிய ஆதி சங்கரரால் நிறுவப்பட்ட புண்ணியத் தலம்தான் பத்ரிநாத். ஆக, இந்திய வரலாறு முழுவதையும் பார்ப்பனிய சாயலில் வார்த்தெடுக்கும் சங் பரிவாரத்தின் முயற்சிகளிலொன்றுதான் 'பத்ரிஸ்' பற்றிய 'கண்டுபிடிப்பு'.

அமித் ஷா வழியில் புதிய கண்டுபிடிப்புகள்

மனிதவள மேம்பாட்டுத் துறை அமைச்சர் போக்ரியால் 44 புத்தகங்களை எழுதியுள்ள அறிஞராக சங் பரிவாரத்தால் போற்றப் படுகிறவர். 'சோதிட சாஸ்திரம்' உலகிலேயே மிக உயர்ந்த 'அறிவியல்' என்றும், வெட்டப்பட்ட தலையை இன்னொரு உடலில் பொருத்தக் கூடிய மருத்துவ, அறிவியல் அறிவு பழங்கால இந்தியர்களிடம் (இந்துக்களிடம்) இருந்தது என்பதற்கான சான்றே விநாயகர் என்றும் நாடாளுமன்றத்தில் பேசியவர் இவர்தான். பண்டைக்கால இந்தியர்கள் அணு ஆயுத சோதனைகளை நடத்தினார்கள் என்ற 'நம்பிக்கை' கொண்டிருப்பவர் இவர்.

இந்திய ஒன்றிய அரசாங்கத்தில் அறிவியல், தொழில்நுட்பத் துறை அமைச்சராக இருந்த ஹர்ஷ் வர்தன், ஐன்ஸ்டினின் சார்புநிலைக் கோட்பாட்டைவிட (E-MC²) மிக உயர்ந்த அறிவியல் கோட்பாடுகளை வேதங்கள் கொண்டிருக்கின்றன என்று உலகப் புகழ்பெற்ற அறிவியல் அறிஞர் ஸ்டீஃபன் ஹாக்கிங்ஸ் கூறினார் என்ற அப்பட்டமான பொய்யை 2018இல் நடந்த இந்திய அறிவியலாளர்கள் மாநாட்டில் கூறினார். இப்போது சுகாதாரத் துறை அமைச்சராக உள்ள அவர், அண்மையில் டெல்லி நகரம் கடுமையான காற்று மாசால் அவதிப்பட்டுக் கொண்டிருந்தபோது, மக்கள் எல்லோரும் கேரட் சாப்பிட்டால் எல்லாம் குணமாகிவிடும் என்ற 'மருத்துவ ஆலோசனை' வழங்கினார். மக்கள் காற்று மாசால் அவதிப்பட்டிருந்ததைப் போக்குவதற்கு உச்ச நீதிமன்றம் அடுக்கடுக்கான உத்தரவுகளைப் பிறப்பித்துக் கொண்டிருந்த போது உத்தரப் பிரதேச அமைச்சர் சுனில் பராலா, மழை பொழியுமாறு இந்திரனை வேண்டிக்கொள்ளும் யாகங்களை நடத்த வேண்டும் என்ற 'மேலான யோசனை'யைத் தெரிவித்தார். லக்னோ நகரிலிருந்து

50 கிலோமீட்டர் தொலைவிலுள்ள ஓரிடத்தில் இந்து அமைப்பொன்றைச் சேர்ந்தவர்கள் 'மகா யக்ஞம்' ஒன்றை நடத்தி, 50 டன் மாமரக் கட்டைகளையும் ஏராளமான பசு நெய்யையும் எரித்தனர்.

திரிபுரா மாநில முதலமைச்சரோ (இவரும் ஒரு 'சங்கி'தான்) இன்னும் ஒருபடி முன்சென்று மகாபாரதக் காலத்திலேயே இன்டர்நெட்டும் செயற்கைக்கோள் மூலம் செய்யப்படும் தகவல் தொடர்பும் இருந்ததாகக் கூறினார். மாலேகான் குண்டு வெடிப்பில் குற்றம் சாட்டப்பட்டு, மோடி அரசாங்கத்தின் தயவினால் 'குற்றமற்றவராக்கப் பட்ட'வரும் நாடாளுமன்ற உறுப்பினருமான 'பெண் சாமியார்' ப்ரக்யா சிங் தாகூர், அண்மையில் சில பாஜக தலைவர்கள் இறந்து போனதற்குக் காரணம் எதிர்க்கட்சிகளிடம் 'கொல்லும் சக்தி' (மாரக் சக்தி) இருப்பதுதான் என்றார்.

'நம்பிக்கை' இருந்தாலே போதும் - 'இந்தியனின் நோக்கு நிலையிலிருந்து' இந்திய வரலாறு, இந்திய அறிவியல் முதற்கொண்டு உச்ச நீதிமன்றத் தீர்ப்புகள் வரை எதையும் எழுதலாம்; எழுதவும் வேண்டும். இதுதான் அமித் ஷா பெனாரஸ் பல்கலைக்கழகத்தில் ஆற்றிய உரை மூலம் இந்திய மக்களுக்கு விடுத்துள்ள செய்தி.

மின்னம்பலம்
26, நவம்பர் - 2019

மறக்கப்பட்டு விட்டாரா அந்த மாமனிதர்?

*27.11.2019*ஆம் தேதி ஒரு முக்கிய மனிதரின் நினைவு நாள், அது தமிழகத்தில் சமூக நீதிக்காகப் போராடிக் கொண்டிருப்பவர்கள் பலருக்கும் மறந்து போய்விட்டது. என் வாழ்க்கையில் ஒருமுறையாவது சந்தித்துப் பேச நேரிட்ட அந்த மாமனிதர் 2008இல் இறந்த போது, அந்த மறைவுச் செய்திக்கான முக்கியத்துவத்தை மும்பையின் தீவிரவாதிகள் நடத்திய தாக்குதல் அபகரித்துக் கொண்டது.

*1988*இல், அப்போது ராஜிவ் காந்தி தலைமையிலிருந்த காங்கிரஸிலிருந்து விலகியிருந்த வி.பி.சிங், அவர் தொடங்கியிருந்த 'ஜன் மொர்ச்சா' சார்பில் சென்னைக்கு முதல் வருகை தந்திருந்தார். தமிழ்நாட்டில், குறிப்பாக சென்னையில் அவருக்கு ஆதரவாக இருந்தவர்கள், இளைஞர் காங்கிரஸிலிருந்து வெளியேறியிருந்த ஜெகவீரபாண்டியன் போன்று விரல் விட்டு எண்ணக்கூடியவர்கள்தான். அப்போது, இலங்கையிலிருந்து இந்திய அமைதிப்படை திரும்பப் பெறப்பட வேண்டும் என்று தமிழகத்தில் நடைபெற்று வந்த கிளர்ச்சிகளுக்கு ஆதரவளித்து வந்தார் ஜெகவீரபாண்டியன். ஈழத் தமிழர்களின் உரிமையை ஆதரித்து எங்களைப் போன்றவர்கள் நடத்தி வந்த கூட்டங்களுக்கு காலஞ்சென்ற நீதிநாயகம் வி.ஆர்.கிருஷ்ண ஐயர், 'மெயின் ஸ்ட்ரீம்' ஆசிரியர் காலஞ்சென்ற நிகில் சக்ரவர்த்தி போன்றோரை அழைப்பதற்கு உறுதுணையாக இருந்தவர் ஜெகவீரபாண்டியன் என்பதால் எங்கள் இருவருக்குமிடையே நட்பு வளர்ந்தது. அவர் குடியிருந்த வீட்டுக்கு மிக அருகில், அரசாங்கக் குடியிருப்பு மனையொன்றில் வாழ்ந்து வந்த காலஞ்சென்ற பத்திரிகையாளரும் எழுத்தாளருமான 'பரீக்ஷா' ஞாநியை நான் அவருக்கு அறிமுகம் செய்து வைத்திருந்தேன்.

சென்னைக்கு வி.பி.சிங் வரப்போவதாக என்னிடம் ஜெகவீரபாண்டியன் முன்கூட்டியே சொல்லியிருந்த தகவலை ஞாநியுடன் பகிர்ந்து கொண்டதுடன், வி.பி.சிங் தங்கியிருந்த பாம் குரோவ் ஓட்டலுக்கு இருவரும் சென்று ஒரு பகல் முழுவதும் அவருடன் உரையாடிக் கொண்டிருந்தோம். அப்போது வி.பி.சிங்கிற்கு உடனடியாக ஓர் அரசியல் கட்சியைத் தொடங்கும் நோக்கம் இருக்கவில்லை. 'ஜன் மொர்ச்சா' ஓர் இயக்கமாக நீடித்து இலஞ்சம்,

ஊழல், சாதியக் கொடுமைகள், நிலப்பிரச்சினை முதலியவற்றைக் கையில் எடுத்துக்கொள்ள வேண்டும் என்றும் அதன் பொருட்டு இந்தியாவிலுள்ள பலதரப்பட்ட இயக்கங்களிடமும் கட்சிகளுடனும் கலந்தாலோசிக்க வேண்டும் என்றும் வி.பி.சிங் எங்களிடம் கூறினார். 'நக்ஸலைட்டுகள்' என்று பரவலாக அழைக்கப்படும் மார்க்ஸிஸ்ட்-லெனினிஸ்ட் கட்சியைச் சேர்ந்தவர்களும் நாட்டு நலன்களுக்காகப் போராடுபவர்கள் என்பதால் அவர்களிடமும் உரையாடல்களை நடத்த வேண்டும் என்றார். இலங்கைக்கு இந்திய அமைதிப் படைகள் அனுப்பப்பட்டதை விமர்சித்தார்.

இந்திய மக்களின் முக்கியப் பிரச்சினைகளைக் கோடிட்டுக் காட்டுவதும், அவர்களது நலன்களைக் காப்பாற்ற வழி செய்யக்கூடிய ஆலோசனைகளை உள்ளடக்கியதுமான ஒரு விரிவான அறிக்கையைத் தயாரித்து, அதைப் பற்றிய விவாதங்களை முதலில் இந்திய மாநிலத் தலைநகர்களிலும் பிறகு பிற பகுதிகளிலும் நடத்த வேண்டும் என்று நானும் ஞாநியும் கூறிய ஆலோசனையை அவர் ஏற்றுக்கொண்டார். ஆனால், அன்றிருந்த அரசியல் சூழலில் அந்த ஆண்டு இறுதியில் தோற்றுவிக்கப்பட்ட ஜனதா தளம் கட்சியின் தலைவராகத் தேர்ந் தெடுக்கப்பட்டு, அதன் தலைமையில் உருவாக்கப்பட்ட கூட்டணி சார்பில் அடுத்த நாடாளுமன்றத் தேர்தலைச் சந்திக்க வேண்டியவராகி விட்டார். ஞாநி மட்டுமே பின்னர் அவருடன் தொடர்பு வைத்திருந்தார். பொதுக்கூட்டங்களில் அவர் ஆற்றிய உரைகளை மொழிபெயர்த்து வந்தார்.

மிக வசதி படைத்த, தாக்கூர் என்ற உயர்சாதிக் குடும்பத்தில் பிறந்த வி.பி.சிங்கின் பொது வாழ்க்கை அலகாபாத் பல்கலைக்கழக மாணவர் சங்கத்தின் துணைத் தலைவராக இருந்த நாளிலிருந்தே தொடங்கியது. காங்கிரஸ் கட்சியில் சேர்ந்த அவர் மூன்று முறை வெவ்வெறு தொகுதி களிலிருந்து நாடாளுமன்றத்துக்குத் தேர்ந்தெடுக்கப்பட்டார். ஒரு முறை மாநிலங்கள் அவை உறுப்பினராக பணியாற்றினார்; ஐந்தாண்டுக்காலம் உத்தரப்பிரதேசத்தின் முதலமைச்சராக இருந்து, அங்கிருந்த கொள்ளைக் கூட்டங்களை ஒழிப்பதில் பெரும் வெற்றி கண்டார். இந்திரா காந்தி அமைச்சரவையில் வணிகத் துறை அமைச்சராகவும் பின்னர் ராஜிவ் காந்தி அமைச்சரவையில் நிதி அமைச்சராகவும் பணியாற்றினார்.

ராஜிவ் காந்தி அமைச்சரவையில் நிதி அமைச்சராக இருந்த போது தான், உயர் மட்டங்களில் இருந்த ஊழல்களைக் களையெடுக்க உறுதி பூண்டார். அம்பானி, அமிதாப் பச்சன், இன்னும் பல கார்ப்பரேட்

நிறுவனங்களின் அலுவலகங்களிலும் வீடுகளிலும் சோதனை போடுவதற்கு அமலாக்கத் துறைக்கு அனுமதி வழங்கியவர் அவர் தான். காங்கிரஸ் கட்சிக்குப் பெரும் நிதி வழங்கி வந்த அவர்கள் மீது வி.பி.சிங் நடவடிக்கை எடுத்தது ராஜிவ் காந்திக்கும் அவரைச் சூழ்ந்திருந்தவர்களுக்கும் எரிச்சலூட்டியது. போதாதற்கு ஸ்வீடனி லிருந்தும் ஜெர்மனியிலிருந்தும் முறையே போஃபர்ஸ் பீரங்கிகளும் நீர்மூழ்கிக் கப்பல்களும் வாங்கியதில் இருந்த முறைகேடுகளையும் கையூட்டுகளையும் புலன் விசாரணை தொடங்க முயன்றதன் காரணமாக அமைச்சரவையிலிருந்து நீக்கப்பட்டார்.

1989ஆம் ஆண்டு நடந்த தேர்தலில் காங்கிரஸ் தோல்வியடைந்தது. எந்தக் கட்சிக்கும் பெரும்பான்மை கிடைக்காத சூழலில் வி.பி.சிங் தலைமையிலான கூட்டணி, ஒருபுறம் வலதுசாரிக் கட்சியான பாஜக, மறுபுறம் இடதுசாரிகள் ஆகியோர் ‘வெளியே இருந்து கொடுத்த’ ஆதரவைக் கொண்டு ஆட்சி அமைத்தது.

‘கூட்டணி தர்மம்’ என்று பேசுகிறார்களே, அதை உண்மையில் நடைமுறைப்படுத்தியவர் அவர்தான், அவரது கூட்டணியில் இருந்த திமுகவுக்கு 1989ஆம் ஆண்டு நாடாளுமன்றத் தேர்தலில் ஓர் இடம்கூட கிடைக்கவில்லை. அப்படியிருந்தும் அவர் முரசொலி மாறனுக்கு அமைச்சர் பதவி வழங்கினார்.

அவரது ஆட்சிக்காலத்தில்தான் 1990இல் அண்ணல் அம்பேத்கருக்கு ‘பாரத ரத்னா’ விருது வழங்கப்பட்டது. அவரது பிறந்த நாள் அரசாங்க விடுமுறையாக அறிவிக்கப்பட்டது.

1990ஆம் ஆண்டு இந்திய சுதந்திர நாள் விழாக்கூட்டத்தில் பேசிய அவர், நாட்டிலுள்ள பிற்படுத்தப்பட்ட வகுப்பு மக்களுக்குப் பணம் கொடுத்து அவர்களைக் கைதூக்கிவிட முடியாது. மாறாக இந்திய ஜனநாயக வாழ்வில் அவர்களுக்குரிய இடத்தை வழங்குவதன் மூலமே அவர்களை மேம்பாடடைய வைக்க முடியும் என்று கூறினார். அதனால் தான் இந்திரா காந்தியாலும் ராஜிவ் காந்தியாலும் ஆண்டுக்கணக்கில் கிடப்பில் போட்டு வைக்கப்பட்ட மண்டல் குழு பரிந்துரைகளை நடைமுறைப்படுத்தினார்.

பாகிஸ்தானில் பெனாஸீர் பூட்டோ ஆட்சியிலிருந்தபோது, இந்தியாவுக்கும் பாகிஸ்தானுக்கும் இன்னொரு போர் நிகழும் அபாயம் உருவாகியிருந்தது. தனது இராஜதந்திர முயற்சிகளின் மூலம் அந்தப் போர் நிகழாமல் தடுத்து நிறுத்தினார் வி.பி.சிங்.

அப்போதுதான் இந்தியாவின் பல பகுதிகளில் - ஆந்திரா உள்பட - முன்னேறிய சாதிகளின், உயர் சாதிகளின் சாதி வெறி கட்டவிழ்த்து விடப்பட்டது. மக்கள் நலன் கருதும் எந்தப் போராட்டத்திலும் கலந்து கொண்டிராத உயர் சாதி மாணவர்களும் இளைஞர்களும், மண்டல் குழு பரிந்துரைகளை நடைமுறைப்படுத்தியதால் ஏதோ நாட்டிற்கே பேரழிவு ஏற்படுத்திவிட்டதாகப் பொங்கி எழுந்தனர். பின்னோக்கிப் பார்க்கையில், மண்டல் குழு பரிந்துரையை எதிர்த்தவர்களில் இந்துத்துவவாதிகளிலிருந்து காந்தியவாதிகள் வரை, மார்க்ஸியவாதி களிலிருந்து சமூகவியலாளர்கள் வரை பல்வேறு தரப்பட்டவர்கள் இருந்ததை அறிந்துகொள்ள முடியும். அந்த மனப்பான்மை இன்னும் சிபிஎம் கட்சிக்கு இருப்பதால்தான் பொருளாதாரரீதியாக பின் தங்கியவர்களுக்கு பத்து விழுக்காடு ஒதுக்கீட்டை இன்று ஆதரிக் கின்றது. மண்டல் குழு பரிந்துரைகளை நேரடியாக எதிர்க்காமல், மறைமுகமாக எதிர்ப்பதற்காக இரத யாத்திரையைத் தொடங்கினார் அத்வானி. அந்த ‘இரதம்’ தமிழ்நாட்டினூடாகவும் சென்றது. பிகாரில் பொருளாதாரப் பிரச்சினைக்காக சில மணி நேரங்களில் ஆயிரக் கணக்கான ஏழை விவசாயிகளையும், தலித்துகளையும் திரட்டக்கூடிய செல்வாக்குப் பெற்றிருந்த மார்க்சிஸ்ட் கட்சியொன்றாலும் செய்ய முடியாத வேலையை அன்று பிகார் முதலமைச்சராக இருந்த லல்லுபிரசாத் யாதவ்தான் துணிச்சலோடு, அங்கு இரத யாத்திரை வந்த அத்வானியைக் கைது செய்து சிறையில் அடைத்தார்.

ஆத்திரமடைந்த பாஜக, வி.பி.சிங் அமைச்சரவைக்கு ‘வெளியே இருந்து’ தந்து வந்த ஆதரவை உடனடியாக விலக்கிக் கொண்டதாலும், ராஜிவ் காந்தியின் தலைமையிலான காங்கிரஸும் வி.பி.சிங்கின் ஆட்சியைக் கவிழ்க்கும் நோக்கம் கொண்டிருந்ததாலும், வி.பி.சிங் அமைச்சரவை பதவி விலகியது. பின்னர் 52 நாடாளுமன்ற உறுப்பினர் களைக் கொண்ட ஒரு ஆட்சி, சந்திரசேகர் தலைமையின் கீழ், சுப்பிரமணியன் சுவாமி முதலானோர் அமைச்சர்களாக இருக்க, ராஜிவ் காந்தி காங்கிரஸ் ‘வெளியே இருந்து வழங்கிய’ ஆதரவுடன் சில மாதங்கள் ஆட்சி நடத்தியது. பின்னர் அதுவும் கவிழ்க்கப்பட்டது வரலாறு.

காங்கிரஸுக்கு வி.பி.சிங் மேல் இருந்த கோபத்துக்கு இன்னொரு காரணம், பஞ்சாபில் சீக்கியர்களுக்கு விரோதமாக செயல்பட்டுக் கொண்டிருந்த ஆளுநர் சித்தார்த்த சங்கர் ரேயை (இந்தக் காங்கிரஸ்காரர், மேற்கு வங்க முதலமைச்சராக இருந்தபோது நக்ஸலைட் இளைஞர்கள், அவ்வாறு சந்தேகிக்கப்பட்ட இளைஞர்கள் நூற்றுக்கணக்கில் ‘என்கவுன்டரில்’ கொல்லப்பட்டனர்) அகற்றிவிட்டு ஒரு நேர்மையான

முன்னாள் அரசாங்க அதிகாரியை புதிய ஆளுநராக நியமித்ததும், இந்திரா காந்தி கொலையை அடுத்து சீக்கியர்கள் மீது நடத்தப்பட்ட கொலைக்கு அரசாங்கத்தின் சார்பில் மன்னிப்புக் கேட்டுக் கொள்வதற்காக அவர் பொற்கோவிலுக்குச் சென்றதும்தான்.

பிரதம அமைச்சராக இருந்தபோது அவருக்கேற்பட்ட பெரும் சோதனை, காஷ்மிர் அரசியல் கட்சித் தலைவர் மெஹ்பூபா தீவிரவாதி களால் கடத்திச் செல்லப்பட்ட விவகாரம். அவரை மீட்பதற்கான நடவடிக்கைகளின் தொடர்ச்சியாக ஜம்மு-காஷ்மிர் ஆளுநராக, பாஜகவின் நிர்பந்தத்தின் பேரில் ஜக்மோகன் என்பவரை நியமித்தார் வி.பி.சிங். ஜக்மோகனின் பாரபட்சமான நடவடிக்கைகளின் காரணமாக, தீவிரவாதிகள் பண்டிட்டுகளைத் தாக்குவது அதிகரித்தது. காஷ்மிரிலுள்ள சாதாரண முஸ்லிம் மக்கள் இத்தகைய தாக்குதலுக்கு ஒருபோதும் ஆதரவளிக்கவில்லை என்றாலும் 'இந்து பிரச்சினையை' கையில் எடுத்துக்கொள்ள பாஜகவுக்கு அது வாய்ப்பளித்தது.

ராஜிவ் காந்தி கொலையுண்ட பிறகு நரசிம்ம ராவின் தலைமையில் காங்கிரஸ் மீண்டும் ஆட்சி அமைத்த பிறகும்கூட அக்கட்சிக்கு வி.பி.சிங் மீது இருந்த ஆத்திரம் தணியவில்லை. இந்தியாவில் திருடிய செல்வத்தை செய்ண்ட் கிட்ஸ் என்னும் தீவில் அவர் வைத்திருந்ததாக ஒரு பொய் குற்றச்சாட்டு தொடுக்கப்பட்டது, பல ஆண்டுகள் நீடித்திருந்த அந்த குற்றச்சாட்டு அப்பட்டமான பொய் என்று நாளடைவில் நிரூபிக்கப் பட்டது.

மண்டல் குழு பரிந்துரைகளை நடைமுறைப்படுத்தி பிற்படுத்தப் பட்ட வகுப்பினரின் நலன் மேம்பட வழி செய்ததால் பிரதமர் பதவியை இழந்த வி.பி.சிங்கால், உத்திரப் பிரதேசத்திலோ, பிகாரிலோ பிற்படுத்தப்பட்ட வகுப்பினரின் அரசியல் ஆதரவைப் பெற முடிய வில்லை, அந்தப் 'பேட்டை'களெல்லாம் அப்போது முலாயம் சிங் யாதவ், நிதிஷ் குமார், கல்யாண் சிங், மாயாவதி போன்றவர்கள் வசம் இருந்தன.

போதாதற்கு வி.பி.சிங்கின் இரு சிறுநீரகங்களும் பழுதடைந்து விட்டதால், அவர் 'டயாலிஸிஸ்' சிகிச்சை மூலமே சில ஆண்டுக் காலம் தன் வாழ்க்கையை நீட்டிக்க முடிந்தது. வி.பி.சிங்கிற்கு மாற்று சிறுநீரகம் தேவைப்படுகிறது என்ற சூழலில், திராவிடர் கழகத்தைச் சேர்ந்த இளைஞர்கள் 'உங்களுக்காக எங்கள் சிறுநீரகங்களை தானமாக வழங்க முன்வருகிறோம்' என்று அறிவித்தனர். ஓவியங்கள்

தீட்டுவதிலும் கவிதைகள் எழுதுவதிலும் மட்டுமே அவர் நாள்களைக் கழித்துக் கொண்டிருக்கவில்லை. பாபர் மசூதி இடிப்பிற்குப் பின் நடந்த வகுப்புக் கலவரங்களைக் கண்டித்தும், டெல்லியில் குடிசைப் பகுதிகளிலிருந்து ஏழை மக்கள் வெளியேற்றப்படுவதை எதிர்த்தும் அவர் உண்ணாநோன்புப் போராட்டங்களில் ஈடுபட்டு வந்தார். இதன் காரணமாக, அவரது சிறுநீரகக் கோளாறு கடுமையாகி உயிர் நீத்தார்.

இவ்வாறு அரசியல், சமுதாயம், இயற்கை எல்லாவற்றாலும் உதாசீனம் செய்யப்பட்ட, அவற்றை அமைதியாக எதிர்கொண்ட அபூர்வமான மனிதராக வாழ்ந்திருக்கிறார் வி.பி.சிங்.

மின்னம்பலம்
30, நவம்பர் - 2019

பகவத் கீதை -
இந்தியாவில் புரட்சியும் எதிர்ப்புரட்சியும்!

அறுவை சிகிச்சையும் 'பகவத் கீதை'யும்

2007 ஏப்ரல் மாதத்தில், சென்னையில் கிரேக்க இதிகாசத்தில் குறிப்பிடப்படும் ஒரு கடவுளின் பெயரைத் தாங்கிய தனியார் மருத்துவ மனையொன்றில் இதய அறுவை சிகிச்சை (bypass surgery) செய்து கொண்டேன். அறுவை சிகிச்சை செய்யும் இடத்துக்கு நான் கொண்டு செல்லப்படும் முன் ஒரு செவிலியர் என்னிடம் ஒரு புத்தகத்தைக் கொடுத்தார். அது 'பகவத் கீதை'. எதற்காக அதை என்னிடம் தருகிறீர்கள் என்று கேட்டேன். "இது மிக முக்கியமான, கடினமான அறுவை சிகிச்சை. எனவே உங்களுக்கு மன வலிமை தருவதற்காக இதைத் தருகிறோம்" என்றார் அவர். அதைத் தொட்டுப் பார்க்கக்கூட மறுத்துவிட்டேன். என் செய்கை அவருக்குப் புரியவில்லை.

ஒருவேளை நான் கிறிஸ்தவனாக இருக்கலாமோ என்று நினைத்த அவர் ஓடிப்போய், பைபிள் பிரதியொன்றைக் கொண்டு வந்தார். நல்ல வேளையாக என் பெயர் முஸ்லிம் அடையாளம் எதையும் கொண்டிருக்க வில்லை. அப்படியிருந்திருந்தால், அவர் 'குர்ஆன்' பிரதியொன்றைக் கொண்டு வந்திருப்பார். நான் அவரிடம், "மருத்துவர்களையும் நவீன மருத்துவ முறைகளையும் நம்பித்தான் இந்த மருத்துவமனைக்கு வந்திருக்கின்றேனே தவிர, நீங்கள் காட்டும் காகிதங்களை நம்பியல்ல. மேலும், கிறிஸ்தவர்களுக்கு 'பைபிளும்' இஸ்லாமியர்களுக்கு 'குர்ஆனும்' இருப்பது போல, இந்துக்கள் என்று சொல்லப்படுபவர்களுக்கு பொதுவான மறை நூல் ஏதும் இல்லை. தவிரவும், 'பகவத் கீதை' புனித நூலோ, மறை நூலோ அன்று. அது சகோதரக் கொலையை நியாயப்படுத்தும் நூல்; ஒழுக்கக்கேட்டைப் பரப்பும் நூல்" என்றேன். இதைக் கேட்டதும் அந்தப் பெண்மணி அதிர்ச்சியடைந்துவிட்டார்.

நவீன மருத்துவ சிகிச்சை தரும் அந்த மருத்துவமனையிலேயே 'பகவத் கீதை' இந்துக்களின் மறை நூல் என்று கருதப்பட்டிருந்த நிலை ஜெயலலிதா ஆட்சிக் காலத்தில் சென்னை அண்ணா பல்கலைக்கழகத்தில் கட்டாயப் பாடமாக - குறுகிய காலமே என்றாலும் - ஆக்கப்பட்டிருந்தது என்பதைக் கருத்தில் கொள்கையில் இந்துத்துவ சக்திகள் அதை ஏன்

மக்கள் மீது திணிக்க முயல்கிறார்கள் என்பதை நம்மால் இன்று இன்னும் நன்றாகவே புரிந்துகொள்ள முடிகிறது.

அண்ணல் அம்பேத்கர் பார்வையில் 'பகவத் கீதை'

இந்தப் புரிதல் எனக்குக் கிடைப்பதற்கு முதன்முதலில் உதவியவை, அண்ணல் அம்பேத்கரின் 'இந்தியாவில் புரட்சியும் எதிர்ப் புரட்சியும்' நூலில் அவர் 'கீதை' பற்றிக் கூறியுள்ளவை. இதில் அவர், 'பகவத் கீதை'யை ஒரு அறநூல் என்று கூறுவதை ஆணித்தரமாக மறுக்கிறார். அதற்கு அவர் கூறும் காரணங்களில் ஒன்றை மட்டும் இங்கு காண்போம்.

கீதை போரை நியாயப்படுத்துகிறது. அர்ஜுனன், தான் போரை விரும்பவில்லை என்றும் சொத்துக்காக மக்களைக் கொல்லக்கூடாது என்றும் கூறுகிறான். ஆனால், போருக்கு ஆதரவாகவும் போரில் பிறரைக் கொல்வதற்கு ஆதரவாகவும் கிருஷ்ணன் தத்துவ விளக்கம் கூறுகிறான். இந்தத் தத்துவ விளக்கம் இரு கூறுகளைக் கொண்டுள்ளது:

(1) இவ்வுலகம் அழியக்கூடியது. மனிதனும் இறப்புக்குரியவன். எல்லாமே ஒரு முடிவுக்கு வந்தே ஆக வேண்டும். மனிதன் மரணத்தைச் சந்தித்தே தீர வேண்டும். மனிதன் இயற்கை மரணம் அடைகிறானா, வன்முறையின் மூலம் கொல்லப் படுகிறானா என்பதைப் பற்றி விவேகிகள் கவலைப்பட வேண்டியதில்லை. வாழ்வே மாயம். எனவே வாழ்வு முடிவதைப் பற்றி ஏன் கண்ணீர் சிந்த வேண்டும்?

(2) உடலும் ஆன்மாவும் ஒன்றே என்று கருதுவது தவறு. இரண்டும் வெவ்வேறானவை. அதுமட்டுமன்று. உடல் அழியக்கூடியது; ஆன்மா அழிவற்றது; நிரந்தரமானது. சாவு நேர்கையில் அழிவது உடல் மட்டுமே! ஆன்மா என்றும் அழிவதில்லை. ஆன்மா அழியாதது மட்டுமன்று. அது காற்றால் உலராதது; தீயினால் பொசுங்காதது; ஆயுதத்தால் வெட்டப்படாதது. எனவே ஒரு மனிதன் கொல்லப் படுகையில் அவனது ஆன்மாவும் கொல்லப்படுகிறது எனக் கருதுவது தவறு. ஒருவன் தனது ஆடைகளைக் களைந்தெறிந்து விட்டுப் புதிய ஆடைகளை அணிந்துகொள்வது போலத் தான், ஆன்மா ஓர் உடலை விட்டு மற்றொரு உடலுக்குள் நுழைவதும் ஆகும். ஆன்மா கொல்லப்படுவதில்லை என்பதால் ஒரு மனிதனைக் கொல்வது இரங்கத்தக்கதல்ல. போரும் கொலையும் துயரத்துக்கோ, வெட்கப்படுவதற்கோ உரியன அல்ல.

கொலை செய்வது சத்திரியர்களின் கடமை என்று கிருஷ்ணன் தத்துவ விளக்கம் கொடுப்பது சிறுபிள்ளைத்தனமானது என்று கூறும் அம்பேத்கர், ஒரு கொலை வழக்கில் கிருஷ்ணன் நீதிமன்றத்துக்கு வந்து 'பகவத் கீதை'யில் அவன் கூறும் விவாதத்தின் அடிப்படையில், கொலை கொலையன்று (அதாவது அழிக்கப்பட்டது உடலேயன்றி, ஆன்மாவல்ல) என்று வாதாடினால் அவனை மனநோய் விடுதிக்கு அனுப்ப மாட்டார்களா என்று கேட்கிறார். கீதையின் அடிப்படைக் குறிக்கோளே வர்ண தர்ம முறையை நிலைநிறுத்துவதுதான் என்பதற்கான ஏராளமான சான்றுகளையும் தருகிறார் அம்பேத்கர்.

இந்திய வரலாற்றில் 'பகவத் கீதை'

அடுத்ததாக, கீதை பற்றி நான் படித்தது கோவையிலுள்ள 'விடியல் பதிப்பகம்' 2004இல் வெளியிட்ட 'இந்திய வரலாற்றில் பகவத் கீதை' என்னும் நூல். ஜம்மு காஷ்மிரின் விடுதலைக்காக ஆங்கிலேயரை எதிர்த்து நடத்திய போராட்டத்தில் ஷேக் அப்துல்லாவுடன் இணைந்திருந்தவர், ஷேக் அப்துல்லாவின் அமைச்சரவை உறுப்பினர், பிறப்பால் பார்ப்பனர் (காஷ்மிர் பண்டிட்), ஆராய்ச்சி அறிஞர் என்ற பரிமாணங்களையுடைய பிரேம்நாத் பஸாஸ் ஆங்கிலத்தில் கீதை பற்றி எழுதியிருந்த நூலின் தமிழாக்கம்தான் அது. கே.சுப்பிரமணியத்தால் சிறப்பாகத் தமிழாக்கம் செய்யப்பட்டுள்ள அந்த நூலின் (960 பக்கங்கள்) மலிவுப் பதிப்பு (விலை ரூ.400/-) அண்மையில் வெளிவந்துள்ளது.

ஆதிக்கக் கருத்துநிலை

எந்த ஒரு சமுதாயத்திலும் ஆதிக்கம் செலுத்தும் கருத்துகள் ஆளும் வர்க்கத்தினரின் கருத்துகளே என்பது மார்க்ஸின் கருத்து. தன்னால் திரட்ட முடிந்த பல்வேறு தரவுகளிலிருந்து இந்தியாவில் நிலவிய சாதிய அமைப்பைப் பற்றித் தெரிந்துகொண்டிருந்த மார்க்ஸ், பார்ப்பனியம் பற்றிய ஆழமான புரிதலைப் பெறுவதற்கான வாய்ப்புப் பெற்றிருந்தால் இந்தியாவில் தொடர்ந்து ஆதிக்கம் செலுத்தி வரும் கருத்துகள் பார்ப்பனியக் கருத்துகளே என்பதை ஒப்புக்கொள்வதில் தயக்கம் காட்டியிருக்க மாட்டார். இந்தியாவில் பிரிட்டிஷார் நடத்திய காலனியச் சுரண்டலுக்கும் ஒடுக்குமுறைக்கும் எதிராக தார்மிக ஆவேசத்துடன் கண்டனக் குரல் கொடுத்த அவர், பௌத்தப் புரட்சியின் வீழ்ச்சிக்குப் பிறகு, முகலாயர் ஆட்சிக் காலம் வரை சமுதாயத்தின் அனைத்துத் துறைகளிலும் நிலவிய பார்ப்பனியக் கொடுங்கோன்மையுடனும் மனிதர்களின் மனத்தில் அது ஏற்படுத்திய வக்கிரங்களுடனும் ஒப்பிடுகையில், பிரிட்டிஷ் ஆட்சிக்காலம் ஒரு பொற்காலம் என்னும் முடிவுக்குக்கூட வந்திருக்கக்கூடும் என நாம்

நினைக்கும் அளவுக்கு பிரமிக்கத்தக்க சான்றுகளையும் வாதங்களையும் நமக்கு வழங்குகிறது 'இந்திய வரலாற்றில் பகவத் கீதை'.

இந்தியாவின் அறிவொளித் தத்துவ மரபு

இந்தியத் தத்துவ வரலாற்றைக் கற்க விரும்புபவர்களுக்கு இன்றியமையாத கருத்துக் களஞ்சியமாக விளங்கும் இந்த நூல், இந்தியாவில் எப்போதும் செல்வாக்குப் பெற்றிருந்த, நீடித்து நிலைத்துள்ள ஒரே தத்துவ மரபு 'வேதாந்த ஆன்மிகம்' மட்டுமே என்னும் பார்ப்பனியக் கருத்தைத் தகர்த்தெறியும் வகையில், பண்டைய கிரேக்கச் சிந்தனை மரபில் காணப்படும் பொருள்முதல்வாதப் போக்குகளைக் காட்டிலும் மேலும் அறிவியல்தன்மை வாய்ந்த, வெகுமக்கள் ஆதரவைப் பெற்றிருந்த பகுத்தறிவுக் கொள்கைகள் இந்தியாவில் மக்கள் அறிவொளி பெறுவதற்கும் சமூக நீதியையும் சாதி மறுப்பையும் நிலை நிறுத்துவதற்கும் எவ்வாறு துணை புரிந்தன என்பதை ஆணித்தரமாக மெய்ப்பிக்கிறது.

சமயத்துக்கும் சந்தர்ப்பத்துக்கும் ஏற்ற பார்ப்பனியம்

பார்ப்பனியம் பற்றிய பிரேம்நாத் பஸாஸின் விரிவான விளக்கங்கள் யாவும் பெரியாரின் ரத்தினச் சுருக்கமான கூற்றுக்குப் பொருத்தமானதாக அமைகின்றன: "'பலித்த வரை' என்பதுதான் பார்ப்பனியமும் இந்து மதமும் ஆகும்." பார்ப்பனியம் பற்றிய பஸாஸின் கருத்துகளைக் கீழ்க்காணும் வகையில் தொகுத்துக் கூறலாம்: பார்ப்பனியக் கருத்து நிலை (ideology) பார்ப்பனர்களின் தனி நலனைப் பொது நலனாகவும் தேசம் முழுவதன் நலனாகவும் அடையாளப்படுத்துகிறது. பார்ப்பனியத்தின் மதிப்பீடுகள், அது முன் நிறுத்தும் வருண-சாதி அறங்கள் ஆகியன காலத்துக்கேற்றாற்போல் தம்மைப் புதுப்புதுப் வகைகளில் வெளிக் காட்டி வந்துள்ளன. பல சமயங்களில் பார்ப்பனியம் தனது அடிப்படை களையே மறுத்த சாங்கியம், வைசேடிகம், சமணம், பௌத்தம் போன்ற மாற்றுத் தத்துவங்களையும் வெற்றிகரமாக எதிர்கொண்டு அவற்றின் சில கூறுகளைத் தனது நலன்களுக்கு உகந்தவாறு திரித்துத் தன்வயப்படுத்திக் கொண்டுள்ளது. எந்த வடிவத்தையும் எந்த நேரத்திலும் எடுக்கக் கூடியதாய் கிரேக்கத் தொன்மங்களில் கூறப்படும் புரோட்டியஸ் என்ற கடவுளுக்கு ('வடிவங்களின் கடவுள்' என்று அது கூறப்படுகிறது) பார்ப்பனியத்தை ஒப்பிடலாம்.

பார்ப்பனியக் கருத்துநிலை, ஒருபுறம் எக்காலத்துக்கும் பொருந்தும் நீதி, அறங்கள், சாத்திரங்கள் பற்றியும் இவற்றில் உள்ளார்ந்த உண்மையை அறிய வல்லவர்கள் பார்ப்பனர்கள் மட்டுமே என்றும் கூறுகிறது;

மறுபுறம், உண்மை என்பது ஒரேபடித்தானவையல்ல; அதை ஒப்பீட்டளவில்தான் புரிந்துகொள்ளமுடியும்; பல உண்மைகள் இருக்கலாம்; குறிப்பிட்ட உண்மையிலும்கூட முரண்படும் கூறுகள் இருப்பதுண்டு என்றும் கூறுகிறது. இத்தகைய 'பின் - நவீனத்துவக்' கருத்தை நவீனத்துக்கு முந்தைய காலத்திலிருந்தே சொல்லிக் கொண்டு வரும் பார்ப்பனியம், சமுதாயப் படிநிலையில் மேல் தட்டில் இருப்போருக்கும் அடிமட்டத்தில் இருப்போருக்கும் அவரவர்களுக்கே உரிய அறங்களும் உலகக் கண்ணோட்டமும் உள்ளன என்றும் படிநிலைச் சமுதாயத்தின் ஒவ்வோர் உறுப்பும் பிற உறுப்புகளுடன் பிணைக்கப்பட்டிருப்பதாலும் ஒவ்வொரு சமுதாயப் பிரிவும் தனக்கே உரிய கடமைகளைச் செய்து வருவதாலும் சமுதாயத்தில் போட்டி பொறாமைகள் தவிர்க்கப்பட்டு நல்லிணக்கமும் ஒற்றுமையும் உருவாகின்றன என்றும் பசப்பித் திரிகிறது.

இந்திய வரலாற்றின் மூன்று கட்டங்களும் பகவத் கீதையும்

இந்தியாவின் பண்பாட்டு வரலாற்றை பௌத்த காலத்துக்கு முந்தியது, பௌத்தர் காலம், பௌத்தர் காலத்துக்குப் பிந்தியது என மூன்று கட்டங்களாகப் பிரிக்கும் பஸாஸ், இந்தியாவில் ஏற்பட்ட ஒவ்வொரு சமூகப் புரட்சியையும் மறுமலர்ச்சியையும் ஒழித்துக் கட்டுவதில் பார்ப்பனியம் இன்று வரை தொடர்ந்து வெற்றியடைந்து உள்ளதைத் தத்துவ, வரலாற்றுச் சான்றுகளுடன் எடுத்துக் காட்டுகிறார். இந்த அழிவு வேலைக்காகப் பார்ப்பனர்கள் வடித்தெடுத்த கருவிகளில் மிக வலுவானதாக இன்று வரை நீடித்துவருவது 'பகவத் கீதை' என்பதை நிறுவுவது இந்த நூலின் முதன்மை நோக்கமாகும்.

திலகரிலிருந்து காந்தி வரை, ஹெட்கேவரிலிருந்து மோகன் பகவத் வரை, பாரதியிலிருந்து வினோபா பவெ வரை, ஆதிசங்கரரிலிருந்து காஞ்சி 'பரமாச்சாரியார்' வரை, பலராலும் உயர்த்திப் பிடிக்கப்பட்டு, 'கீதை'யில் கூறப்படுவதில் எது முக்கியமானது - ஞானமா, கருமமா, பக்தியா - என்ற எண்ணற்ற விவாதங்களுக்கு உட்படுத்தப்பட்டிருந் தாலும் அவர்கள் எல்லோராலும் மிகப் புனிதமானதாகக் கருதப்பட்ட அந்த நூல் வகித்த எதிர்ப்புரட்சிப் பாத்திரத்தை விளக்குகிறார் பஸாஸ்.

பார்ப்பனியத்துக்கு எதிரான போராட்டங்களுக்கும் தத்துவங் களுக்கும் சத்திரியர்கள் ஆதரவு கொடுத்ததாலும், பௌத்தப் புரட்சியின் தோல்விக்குப் பிறகும் அதன் கருத்துகளும் சாங்கியம் போன்ற பொருள் முதல்வாதத் தத்துவங்களும் வெகுமக்களிடையே தொடர்ந்து செல்வாக்குச் செலுத்திக் கொண்டிருந்ததாலும் பார்ப்பனர்கள் சில

சூழ்ச்சிகளைச் செய்தனர். சாங்கியம், பௌத்தம் போன்றவற்றிலிருந்து சில கருத்துகளைக் களவாடி அவற்றின் பொருளை உருத்திரித்தனர். ஊசலாட்டமிக்க சத்திரியனான அர்ச்சுனன், பார்ப்பனியத்தின் உறுதியான அடிவருடியான மற்றொரு சத்திரியனான கிருஷ்ணன் ஆகியோருக் கிடையில் நடைபெறும் உரையாடலாக கீதையை வடிவமைத்தனர். முன்னுக்குப் பின்னான முரண்பாடுகள், வக்கிரங்கள், தர்க்கரீதியான விவாத முறையிலிருந்து விலகிச் சென்று அச்சுறுத்தல்கள், மூட நம்பிக்கைகள் மூலம் சரணாகதித் தத்துவத்தைத் திணித்தல், வருண-சாதிய முறைக்கான நியாயவாதங்கள், அடிப்படையான மனித விழுமியங்களுக்கு எதிரான கருத்துகள் முதலியனவற்றை கீதை கொண்டிருப்பதை ஆழ்ந்த புலமையுடன் விளக்குகிறார் பஸாஸ்:

> நேர்மையின்மை, சூழ்ச்சி, ஏமாற்று வேலை, இரக்கமின்மை, சகிப்பின்மை போன்ற குணநலன்கள் அனைத்தும் இந்து சமூகத்துக்குப் பார்ப்பனியம் அளித்த கொடை என்றால் இந்தக் கொடையை வழங்குவதற்கான முதன்மையான சாதனமாக இன்றுவரை இருப்பது கீதைதான். கீதை கூறும் 'நிஷ்காமிய கர்மா' (பயன் கருதாக் கருமம்) ஒருபோதும் ஆதிக்க சாதிகளாலும் சுரண்டும் வர்க்கங்களாலும் கடைப்பிடிக்கப்பட்டதில்லை. மாறாக, பயன் கருதாக் கருமம் அல்லது ஊதியமின்றி உழைத்தல் என்ற இந்தக் கருத்தியல் உழைக்கும் வர்க்கத்தை என்றென்றும் அடிமைத்தனத்தில் வைத்திருப்பதற்கும் பார்ப்பன, புரோகித வர்க்கம் மேல் நிலையிலிருந்து கொண்டு வசதிகள் அனைத்தையும் அனுபவிப்பதற்கும் மட்டுமே உருவாக்கப்பட்டது.

மகாபாரதப் போர்

பார்ப்பனியத்துக்கு இன்றுவரை நீடிக்கும் உறுதியான இடத்தைப் பெற்றுத் தந்தது மகாபாரதப் போர் என்று கூறும் நூலாசிரியர், பெரும் அழிவை ஏற்படுத்திய இந்தப் போரில் வெற்றி பெற்ற பாண்டவர்களை வரவேற்றவர்கள் அனைவரும் "தண்டாக் களிப்பில் தாண்டவமாடிய பார்ப்பனக் கும்பல்தான்" என்பதையும், போரைக் கண்டனம் செய்த ஒரு பகுத்தறிவாளனான சார்வாகன் பார்ப்பனர்களால் எரித்துக் கொல்லப்பட்டான் என்பதையும் சுட்டிக்காட்டுகிறார். இந்தக் கொலைவெறி காந்தியின் சீடரும் 'அஹிம்சாவாதியுமான வினோபா பாவேவிடமும் கூட எவ்வாறு வெளிப்பட்டது என்பதையும் கூறுகிறார். 1974இல் இந்திரா காந்தி ஆட்சிக்காலத்தில் அணுகுண்டு வெடிக்கப் பட்டதை, "அறிவியலும் ஆன்மிகமும் இணைந்த சாதனை" என வர்ணித்தார் வினோபா.

இந்தியாவில் ஏன் புரட்சி தோன்றவில்லை?

பண்டைக் கிரேக்கத்தில் புரோகிதர்களின் ஆட்சியைத் தூக்கியெறிந்த வணிக வர்க்கம் போலவோ, ஐரோப்பாவில் மத்திய காலத்துக்குப் பிறகு போப்பின் அதிகாரத்தைத் தட்டிக் கேட்கத் துணிவு பெற்றிருந்த மன்னர்களைப் போலவோ அல்லது மத நிறுவனங்கள் அனைத்தினதும் அதிகாரத்தையும் அரசு அதிகாரத்திலிருந்து முற்றிலுமாக வெட்டியெறிந்த நவீன பூர்ஷ்வா வர்க்கம் போலவோ இந்தியாவிலிருந்த சத்திரியர்களும் வணிகர்களும் செயல்படவில்லை என்பதை பஸாஸ் சுட்டிக்காட்டுகிறார். பார்ப்பனர்களின் ஏற்புடன் ஆட்சிபுரிந்த மன்னர்கள் வருண தர்மத்தைப் பேணிப் பாதுகாக்க வேண்டியவராகவும் பார்ப்பனர்களின் மேன்மையை உறுதி செய்யக் கடமைப்பட்டவராகவுமே அடையாளப்படுத்தப்பட்டனர். மன்னனின் அரசியல் செயல்பாடுகள் அவனது அரசியலதிகாரத்தை வெளிப்படுத்தி அவனது ஆதிக்கத்தை நிலைநிறுத்த உதவிய போதிலும், சமூகத்தின் சமய, பண்பாட்டுச் செயல்பாடுகள் அரசனின் ஒப்புதலைப் பெற்ற பார்ப்பனியக் கருத்துநிலையால் வடிவமைக்கப் பட்டன. இங்கு அரசனின் செல்வாக்கைவிட பார்ப்பனர்களின் செல்வாக்கே மேலோங்கியிருந்தது. மனு காலத்திலிருந்தே வணிகர்கள் பார்ப்பனர்களுக்குக் கீழ்ப்பட்டவர்களாக்கப்பட்டிருந்தனர். பிரிட்டிஷ் ஆட்சிக்காலத்தில் உருவாகிய தரகுப் பெருவாணிப பூர்ஷ்வாக்களும் முழுக்க முழுக்கப் பார்ப்பனியக் கருத்து நிலைக்கு அடிமைப்பட்டவர் களாகவே இருந்தனர். “அடக்குமுறையால் நிலை தாழ்த்தப்பட்ட, கொடுமைக்குள்ளாக்கப்பட்ட மக்களுக்கு, ‘வேதாந்தம்’... அல்லது ‘ஆன்மிகம்’ என்ற பகுத்தறிவுக்குப் புறம்பான தத்துவத்தின் மீது நம்பிக்கை வைப்பதைத் தவிர வேறு வழியில்லாது போயிற்று.”

இந்தியாவில் ஏறத்தாழ ஆயிரம் ஆண்டுகள் கோலோச்சிய பௌத்தம் கி.பி. 4ஆம் - 5ஆம் நூற்றாண்டுகளில் தோற்கடிக்கப்பட்ட பிறகு இந்திய சமுதாயத்தின் மீது பார்ப்பனியம் கொண்டிருந்த கொடூரமான இறுக்கம் ஓரளவு தணியத் தொடங்கியது முகலாயர் ஆட்சிக் காலத்தில்தான் என்பதைத் தக்க சான்றுகளுடன் மெய்ப்பிக்கும் பஸாஸ், பார்ப்பனரல்லாத வெகுமக்களுக்கு இருண்ட காலமாக இருந்த குப்தர் காலத்தை இந்தியாவின் பொற்காலமாக நேரு கருதியதற்குக் காரணம் அவர் அடிப்படையிலேயே ஊசலாட்டமிக்க பார்ப்பன அறிவுஜீவியாக இருந்ததுதான் என்கிறார். அவருக்கும் காந்திக்கும் இருந்த உறவு அர்ச்சுனனுக்கும் கிருஷ்ணனுக்கும் இருந்த உறவு போன்றதுதான். கிருஷ்ணனுடன் உரையாடலைத் தொடங்கிய

போது சிறிது மனிதநேயமும் பகுத்தறிவும் கொண்டிருந்த அர்ச்சுனன் உரையாடல் முடிகையில் கிருஷ்ணனிடம் முழு சரணாகதி அடைந்து விட்டதைப் போலவே நேருவின் பகுத்தறிவுவாதம் காந்தியின் பகுத்தறிவு விரோத உள்ளுணர்வுத் தத்துவத்திடம் மண்டியிட்டு விட்டது.

'மதச்சார்பற்ற' காங்கிரஸ்

'மதச்சார்பற்ற' காங்கிரஸ் தேசியவாதிகளின் அப்பட்டமான பார்ப்பன இந்துத்துவத்துக்குச் சில எடுத்துக்காட்டுகளைக் கூறுகிறார் பஸாஸ்;

(1) பார்ப்பனச் சோதிடர்களால் நல்ல நேரம் என்று குறித்துத் தரப்பட்ட நேரத்தில் நேரு பிரதமராகப் பதவியேற்றுக் கொண்டார்.

(2) கங்கை நீரைக் கொண்டு பார்ப்பனர்களின் காலைக் கழுவினார் முதல் குடியரசுத் தலைவர் ராஜேந்திர பிரசாத். அவர் குடியரசுத் தலைவர் மாளிகையின் ஒரு பகுதியை இந்துக் கோவிலாக மாற்றினார்; ஆவிகளுடன் பேசுவதிலேயே நேரத்தைச் செலவிட்டார்.

(3) 12ஆம் நூற்றாண்டில் கஜினி முகமதால் இடிக்கப்பட்ட சோம்நாத் ஆலயத்தைப் புதுப்பித்துத் தருவதை 'மதச் சார்பற்ற' இந்திய அரசாங்கத்தின் செயல்திட்டமாக ஆக்கினார் வல்லபாய் படேல்.

(4) பசு புனிதமானது என்று ஏற்றுக்கொள்ளப்பட்டு பசு பாதுகாப்புச் சட்டம் இயற்றப்பட்டது.

(5) இஸ்லாமியர் விரோத 'வந்தேமாதரம்' பாடல் அரசுப் பாடலாக ஏற்றுக்கொள்ளப்பட்டது.

(6) இந்தியக் கூட்டமைப்பில் வேறு பண்பாடு, வேறு மொழி என்னும் பேச்சுக்கே இடமில்லை, அவ்வாறு பேசுபவர்கள் இந்த நாட்டை விட்டு வெளியேற வேண்டும் என காங்கிரஸ் தலைவர் புருஷோத்தமதாஸ் தாண்டன் அறிவித்தார்.

(7) அரசியலில் வெற்றி பெறுவதற்காக ஆனந்தமாயி மடம் கொடுத்த முத்து மாலையை அணிந்துகொண்டிருந்தார் இந்திரா காந்தி.

எது பொற்காலம்?

வேறு எந்த நாட்டிலும் காண முடியாதபடி புராணம், தத்துவம், மதம் ஆகிய மூன்றும் பிரிக்கமுடியாதபடி பின்னிப்பிணைந்துள்ள இந்தியாவில் பௌத்த காலத்துக்குப் பின் ஏற்பட்ட பொற்காலம், பிரிட்டிஷ் ஆட்சியே என பஸாஸ் கூறுவது தேசியவாதிகளுக்கு மட்டுமல்ல; மார்க்ஸியவாதிகளுக்கும் உடன்பாடற்றதாக இருக்கத் தான் செய்யும். ஆனால், அவர் இங்கு பொற்காலம் எனக் கூறுவது ஒப்பீட்டளவில்தான் என்பதைப் புரிந்துகொள்கையில் அவரது வாதங்களை ஏற்பதும் 19-20ஆம் நூற்றாண்டுகளில் தோன்றிய பார்ப்பன எதிர்ப்பு இயக்கங்கள், சமூக சீர்திருத்த இயக்கங்கள், காங்கிரஸ் இயக்கத்திலேயே இருந்த மிதவாதிகள் ஆகியோர் ஏன் ஓரளவுக்கு பிரிட்டிஷ் ஆதரவாளர்களாக இருந்தனர் என்பதையும் தெளிவாக விளங்கிக் கொள்ள முடியும்.

பௌத்த காலத்துக்குப் பிறகு ‘எல்லா மனிதர்களும் சட்டத்திற்கு முன் சமம்’ என்பதைத் தாழ்த்தப்பட்ட மக்களுக்கு விரிவுபடுத்தியது பிரிட்டிஷ் ஆட்சிதான். சிசுக் கொலைத் தடைச் சட்டம், கைம்பெண் எரிப்புத் தடைச் சட்டம், குழந்தைத் திருமணத் தடைச் சட்டம், கைம்பெண் மறுமண ஆதரவு, கலப்புத் திருமண ஆதரவு போன்றவை பிரிட்டிஷ் ஆட்சியாளர்களால்தான் கொண்டுவரப்பட்டன. தங்களது சொந்த நலன்களை தேச நலன்களாக அடையாளப்படுத்தும் சூழ்ச்சித் திறன் படைத்த பார்ப்பனர்கள் - இந்துத்துவவாதிகள், தேசியவாதிகள் ஆகிய இரு தரப்பிலும் இருந்தவர்கள் - இந்த சீர்திருத்தங்களைக் கடுமையாக எதிர்த்தனர். “இன்றுகூட, ஆங்கில ஆட்சியானது சனாதன தர்மப்படி - மனுதர்ம ஆட்சிப்படி நடத்தப்படுவதாக இருந்தால் இன்றைய தேசியமும் சட்ட மறுப்பும் ஒத்துழையாமையும் எல்லாம் பறந்தோடிப் போகும்” எனப் பெரியார் 1930களில் கூறியது இதனால்தான். இக்காரணத்தாலேயே அவருடன் சேர்த்து, அம்பேத்கர், எம்.என்.ராய் ஆகிய சமூகப் புரட்சியாளர்களும் பஸாஸால் போற்றப்படுகின்றனர்.

மெக்காலெ திட்டம்

பார்ப்பன தேசியவாதிகளாலும் இத்தேசியவாதத்தில் மயங்கிய மார்க்ஸியவாதிகளாலும் நமக்கு இதுவரை கற்பிக்கப்பட்ட தவறான செய்திகள் பல இந்த நூலில் தகர்க்கப்படுகின்றன. எடுத்துக்காட்டாக, பிரிட்டிஷ் ஆட்சிக்கு என்றென்றும் ஊழியம் புரிந்துவரும் அரசாங்க அலுவலர்களை உருவாக்கவே மெக்காலெவின் கல்விச் சீர்திருத்தத்

திட்டம் உருவாக்கப்பட்டது என்றுதான் இதுகாறும் நமக்குச் சொல்லப்பட்டு வந்தது.

"ஒரு கழுதையைத் தொட்டுவிட்டால் சுத்தி செய்வதற்கு என்ன மந்திரங்கள் கூற வேண்டும், ஓர் ஆடு கொல்லப்பட்டால் அதற்குப் பரிகாரமாக எந்த வேதப் பாடலைப் பாட வேண்டும் என்பதை இளைஞர்களுக்குக் கற்றுக் கொடுப்பதற்காக நாட்டின் நிதியைச் செலவிடக் கூடாது" என்பதும் அவருடைய முக்கிய கருத்துகளிலொன்று என்பது திட்டமிட்டே மறைக்கப்பட்டது. அவர் கொண்டுவந்த நவீன கல்வித் திட்டத்தின்படி, ஆங்கிலத்தையும் அதன் வழியாக தேசியம், தேசம், தேசியக் கொடி, நாடாளுமன்ற ஜனநாயகம் போன்ற நவீனக் கருத்துகளைக் கற்றவர்கள்தான் அவற்றைப் பார்ப்பன-பனியா நலன்களுக்கான போராட்டக் கருவிகளாக்கினர். இன்று இந்து ராஷ்டிரத்தை உருவாக்கக் கடும் முயற்சி செய்து கொண்டிருப்பவர்கள் மெக்காலெவுக்கு முந்திய பழைமைவாத, வருணமுறைப்படியான கல்விக்கு நாம் திரும்பிச் செல்ல வேண்டும் என்று விரும்புகிறார்கள்.

சுதந்திரத்துக்குப் பிந்திய இந்தியாவின் சமூக, பண்பாட்டு, பொருளாதார வாழ்க்கை பிரிட்டிஷார் காலத்திலிருந்ததை விட மிகவும் சீரழிந்துவிட்டதாகக் கூறும் பஸாஸ் தனது வாதத்துக்கு ஆதாரமாக ஏராளமான சான்றுகளை முன் வைக்கிறார். இங்கு ஒரு சிந்தனைப் புரட்சி இல்லாமல் சமூக மாற்றம் ஏதும் ஏற்படாது எனக் கருதும் அவர் ஓர் அறிவொளி மரபை வளர்ப்பதில் கம்யூனிஸ்டு களுக்கும் பொறுப்பு இருக்கிறது என்கிறார். அதே சமயம், பார்ப்பனியக் காங்கிரஸ் ஆட்சிக்கு முட்டுக்கொடுத்துத் தூக்கி நிறுத்தும் வேலையில் நாடாளுமன்றக் கம்யூனிஸ்டுகள் தொடர்ந்து ஈடுபட்டு வந்துள்ளதாகக் குற்றம்சாட்டுகிறார்.

இந்தியாவைப் பற்றிய வரலாறு எழுதுநெறியில் (Historiography) புரட்சிகரமான மாற்றத்தை ஏற்படுத்திய எம்.என்.ராய், அம்பேத்கர் ஆகியோரின் அடியொற்றி பஸாஸ் எழுதியுள்ள நூல் சமூக நீதிக்காகவும் தமிழரின் தத்துவ மரபிலுள்ள மனிதநேயக் கூறுகளைக் காக்க விரும்புவோர்களாலும் கட்டாயம் படிக்கப்பட வேண்டியதாகும்.

மேலும், இந்தியாவில் பார்ப்பன-பனியாக் கூட்டணி மேலாதிக்கம் பெறுவதற்கான கருத்தாயுதங்களில், மிகுந்த ஊக்குவிப்பு பெற்று வந்த நூல்களில் முக்கியமானதாக இருப்பதும் 'பகவத் கீதை'தான். இது குறித்த வரலாற்றுச் செய்திகளை இன்னொரு கட்டுரையில் காண்போம்.

மின்னம்பலம்
17, டிசம்பர் - 2019

இரத்த வெள்ளத்தில் மீன் பிடிக்க முயலும் பாஜக

20.1.2020 அன்று பாஜகவின் டெல்லிக் கிளையின் சார்பாக வெளியிடப்பட்ட ட்விட்டர் செய்தியில் புகைப்படமொன்றும் கார்ட்டூன் படமொன்றும் சேர்க்கப்பட்டிருந்தன. அந்தப் புகைப்படத்தில் ஒருபுறம் எரிந்துகொண்டிருக்கிற ஒரு பேருந்தும் முஸ்லிம் குல்லாய் அணிந்துள்ள தோற்றத்துடன் டெல்லி யூனியன் பிரதேச முதலமைச்சர் அர்விந்த் கெஜ்ரிவாலும் காட்டப்படுகின்றனர். இந்தப் புகைப்படத்திற்கு 'கலைஞன்' என்ற தலைப்புக் கொடுக்கப்பட்டுள்ளது.

எரிந்து கொண்டிருக்கின்ற பேருந்தும் அதற்குள்ளிருந்து ஓலமிடும் பெண்ணும், அந்தப் பேருந்துக்கு வெளியே பெட்ரோல் கேனுடன் ஆம் ஆத்மி பெயர் பொறித்த காந்தி குல்லாயுடன் நிற்கும் கெஜ்ரிவாலும், ஒரு கையில் தீப்பந்தம் வைத்திருக்கும் ஆம் ஆத்மி முஸ்லிம் சட்டமன்ற உறுப்பினர் அமானாவுல்லா கானும் பேருந்து எரிந்து கொண்டிருப்பதையும் பெண் ஓலமிடுவதையும் பார்த்து இரசித்துக் கொண்டிருப்பதாகக் கார்ட்டூன் படம் சித்திரிக்கின்றது. இந்தக் கார்ட்டூனுக்குக் கொடுக்கப்பட்டுள்ள தலைப்பு 'கலைஞன்'.

மத வெறியைத் தூண்டுகின்ற பிரசாரங்களையும் சுவரொட்டிகளையும் சமூக வலைத்தள செய்திகளையும் வெளியிடுவது பாஜகவுக்குப் புதியதல்ல என்பதை 'தி ஒயர்' ஆங்கில டிஜிட்டல் ஏடு சுட்டிக் காட்டியுள்ளது.

குடியுரிமைத் திருத்தச் சட்டம், தேசிய குடிமக்கள் பதிவேடு ஆகியவற்றுக்கு எதிர்ப்புத் தெரிவித்து சாதி, மத வேறுபாடினின்றி ஆயிரக்கணக்கான மக்கள் டெல்லியில் தொடர்ந்து அமைதி வழியில் தங்கள் எதிர்ப்பைத் தெரிவித்துக் கொண்டிருந்த ஷஹீன் பாக் என்னுமிடத்தை 'குட்டி பாகிஸ்தான்' என்று ஆர்.எஸ்.எஸ்., பாஜக பிரசாரம் செய்து வந்தது.

டெல்லி முதலமைச்சர் பதவிக்கு பாஜக வேட்பாளராக நிறுத்தப் பட்ட பர்வேஷ் சாஹிப் சிங் வெர்மா, தான் ஆட்சிக்கு வந்தால் டெல்லியில் அரசாங்க நிலத்தில் கட்டப்பட்டுள்ள கட்டடங்கள் இடித்துத் தரைமட்டமாக்கப்படும் என்று பிரசாரம் செய்து

வந்தார். ‘கட்டடங்கள்’ என்று அவர் குறிப்பிட்டது மசூதிகளையும் மதரஸாக்களையும்தான். அரசாங்க நிலத்தில் கட்டப்பட்டுள்ள 54 மசூதிகள், மதரஸாக்களின் பட்டியல் ஏற்கெனவே டெல்லி மாநில துணை ஆளுநரிடம் கொடுக்கப்பட்டுள்ளதாகவும் அவர் கூறினார்.

பாஜகவின் இன்னொரு வேட்பாளர் கபில் மிஷ்ரா, இப்போது நடக்கவிருக்கும் தேர்தல் இந்தியாவிற்கும் பாகிஸ்தானுக்கும் நடக்கும் கிரிக்கெட் போட்டி போன்றதுதான் என்றும், அந்தப் போட்டி பிப்ரவரி 8ஆம் தேதியன்று டெல்லி தெருக்களில் நடக்கும் என்றும் பிரசாரம் செய்து வந்தார்.

இத்தகைய புகைப்படங்கள், கார்ட்டூன்கள், பிரசாரங்கள் மூலம் மதக் கலவரங்களைத் தூண்டிவிட்டு, அப்பாவி மக்களின் இரத்த வெள்ளத்தில் வாக்குகள் என்னும் மீன்களைப் பிடிப்பதற்காக ஆர்.எஸ்.எஸ். அமைப்பின் அரசியல் கட்சியான பாஜக மேற்கொண்டு வரும் செயல்கள், அரசியல் சட்டப்படியும் தேர்தல் ஆணையத்தின் வழிகாட்டு நெறிகளின்படியும் கிரிமினல் குற்றங்களாகக் கருதப்பட வேண்டியவை என்றாலும் அவை தொடர்பாக இதுவரை எந்த நடவடிக்கையும் எடுக்கப்பட்டதாகத் தெரியவில்லை.

தமிழகத்தில் 2021ஆம் ஆண்டில் நடந்த சட்டமன்றத் தேர்தலின் போதும் இதே போன்ற உத்திகளைக் கையாள்வதற்கு பாஜக முயற்சி செய்யும் என்பதற்கான அறிகுறியாகவே ‘ஆன்மிக நடிகர்’ ரஜினிகாந்த் மூலமாக பெரியார் பற்றிய தேவையற்ற சர்ச்சையைக் கிளப்பி, மத உணர்வுகளைத் தூண்டுகின்ற வேலை நடந்து வந்தது என்று ஊகிக்க முடியும்.

திராவிட அரசியல் கட்சிகளான திமுக, அஇஅதிமுக (இதில் நுழைய முயன்று கொண்டிருக்கும் பாஜக சக்தி தவிர), மதிமுக ஆகியவை தவிர பாமக, கம்யூனிஸ்டுகள், விடுதலைச் சிறுத்தைகள் கட்சி, பெரியார் இயக்கங்கள், தலித் அமைப்புகள், சிறுபான்மையினர் அமைப்புகள் ஆகியனவற்றோடு சேர்ந்து பரந்துபட்ட தமிழ் மக்கள் தங்கள் வளர்ச்சிக்கும் முன்னேற்றத்துக்கும் கடைசி மூச்சுவரை ஓயாது உழைத்த தந்தை பெரியார் இழிவுபடுத்தப்படுவதை ஒருபோதும் அனுமதிக்கமாட்டார்கள்.

மேலும், இன்றுள்ள உலக நிலைமைகளையும் தொழில்நுட்ப சாதனைகளையும் கருத்தில் கொள்கையில் பாஜக - சங் பரிவாரம் தூண்டிவிடும் மதவெறியால் ஏதேனும் கலவரங்கள் நடக்குமானால், ஏற்கெனவே சரிந்து கொண்டிருக்கும் இந்தியப் பொருளாதாரம்

அதலபாதாளத்துக்குத் தள்ளப்படும் என்பதோடு, மிகப் பயங்கரமான, பாரதூரமான கொடும் விளைவுகள் ஏற்படும் என்பதால் தமிழகத்திலோ, இந்தியாவின் எந்தப் பகுதியிலோ சங் பரிவாரத்தின் மதக் கலவர முயற்சிகள் வெற்றிபெறாமல் பார்த்துக் கொள்வது இந்திய மக்களின் ஜனநாயகக் கடமை.

இதற்கிடையே பாஜகவின் அனைத்திந்தியப் பொதுச் செயலாளர் கைலாஷ் விஜய்வார்கியா, தன் வீட்டில் கட்டட வேலை செய்து வந்த சில தொழிலாளிகள் பங்களாதேஷில் இருந்து வந்தவர்கள் என்பதை, அவர்கள் சாப்பிடும் உணவைப் பார்த்துக் கண்டுபிடித்துவிட்டதாகக் கூறியுள்ளார். அந்த உணவு என்ன தெரியுமா? அவல்! எனவே தமிழக மக்களுக்கு எச்சரிக்கை : "அவல் சாப்பிடாதீர்கள்! சாப்பிட்டால் நீங்கள் பங்களாதேஷுக்கு அனுப்பப்படலாம்!"

மின்னம்பலம்
25, ஜனவரி - 2020

எதிர்ப்புரட்சிக் கூட்டணிக்கு ஓர் அச்சாணி: கீதா பிரஸ்

பாசிசம்

'பாசிஸ்டுகள் ஆயிரம் ஆண்டுகளுக்குத் திட்டமிடுகின்றனர்' என்றார் ஜெர்மனியில் நாஜிகளுக்கு எதிராகப் போராடிய அறிஞர் வால்டர் பெஞ்சமின், அதாவது, நாஜிகள் தொலைநோக்கு கொண்ட, நீண்டகால நலன்களை உள்ளடக்கிய திட்டத்தைக் கொண்டிருந்தனர் என்பதுதான் இதன் பொருள்.

'காந்தியும் காங்கிரஸூம் தீண்டத்தகாதோருக்கு செய்தது என்ன?' என்ற நூலில் அண்ணல் அம்பேத்கர் கூறுகிறார்: "பார்ப்பனர்கள் எப்போதுமே தமக்குக் கூட்டாளிகளைக் கொண்டிருந்தனர் என்பதையும் அவர்கள் தமக்குக் கீழ்ப்பட்டு ஒத்துழைப்பதாக இருந்தால் அவர்களுக்கு ஆளும் வர்க்கம் என்ற தகுதியைத் தருவதற்குத் தயாராக இருந்தனர் என்பதையும் வரலாறு காட்டுகிறது. பண்டைக் காலத்திலும் மத்திய காலத்திலும் அவர்கள் சத்திரியர்கள் அல்லது ராணுவ வர்க்கத்தினருடன் அணி சேர்ந்து கொண்டனர். இருவரும் சேர்ந்து மக்களை ஆண்டனர்; இல்லை, மக்களை நசுக்கினர் - ஒருவர் தன் பேனாவைக் கொண்டும், மற்றவர் தன் வாளைக் கொண்டும். இப்போதோ பார்ப்பனர்கள், பனியா என்றழைக்கப்படும் வைசிய வர்க்கத்துடன் நேச அணி உருவாக்கியுள்ளனர். கூட்டணியில் ஏற்பட்டுள்ள மாற்றம் இயல்பானதே. வணிகம் மேலோங்கியுள்ள இந்த நாள்களில் வாளைக் காட்டிலும் பணம் அதிக முக்கியத்துவம் பெற்றுள்ளது. அரசியல் இயந்திரத்தை இயக்குவதற்குப் பணம் தேவை. பனியாக்களிடமிருந்துதான் பணம் வர வேண்டும். காங்கிரஸூக்கு பனியா பணம் கொடுக்கக் காரணம், காந்தி பனியாவாக இருப்பதுதான். அரசியலில் பணத்தை முதலீடு செய்வது பெரும் லாப ஈவுகளைப் பெற்றுத் தரும்".

அம்பேத்கர் 1945இல் எழுதிய இந்த வாசகங்கள், இன்று ஆர்எஸ்எஸ் - பாஜகவால் தலைமை தாங்கப்படும் பார்ப்பன-பனியாக் கூட்டணிக்குத்தான் மிகவும் பொருத்தமுடையதாக உள்ளது என்பதை 'டைம்ஸ் ஆஃப் இந்தியா' ஏட்டின் மூத்த பத்திரிகையாளரும் ஆராய்ச்சியாளருமான அக்ஷய முகுல் எழுதி 2015இல் வெளிவந்த 'The Gita Press and the Making of Hindu India' விரிவாக விளக்குகிறது.

அறவாணனால் தமிழாக்கம் செய்யப்பட்டு கோவை விடியல் பதிப்பகத்தால் 'இந்து இந்தியா கீதா பிரஸ்: அச்சும் மதமும்' என்னும் தலைப்பில் 2017ஆம் ஆண்டிலேயே வெளியிடப்பட்டுள்ள (720 பக்கங்கள்; விலை ரூ.650/-) இந்த அறிவுக் கருவூலக நூல், இந்துத்துவ பாசிஸ்டுகளும் நீண்டகாலத் திட்டத்தை உருவாக்கி, அதை எவ்வாறு பல்வேறு அரசியல் திருப்பங்கள், எதிர்ப்புகள் ஆகியவற்றினூடேயும் எதிர்ப்புச் சக்திகள் பலவற்றைத் தம்வயமாக்கியும் படிப்படியாக வளர்ச்சி பெற்று, இந்தியாவின் 'இந்து ராஷ்டிரத்தை' அமைக்கும் திசையில் முன்னேறிக்கொண்டிருப்பதை விரித்துரைக்கிறது.

கீதா பிரஸ்ஸும் பனியாக்களும்

பார்ப்பன-பனியா ஆட்சியை இந்தியாவில் நிறுவுவதற்காக, சென்ற நூற்றாண்டின் தொடக்கத்திலிருந்தே, வருணதர்ம அமைப்பில் சத்திரியர்களின் இடத்தைக் கைப்பற்ற வேண்டும் என்பதில் முனைப்பாக இருந்த பனியாக்களின் அரசியல், சமூக, பண்பாட்டுப் பாத்திரத்தைப் பற்றிய மிக முக்கியமான நூல் இது.

இந்தக் கூட்டணிக்கு வேண்டிய கருத்துநிலை வகைப்பட்ட, இலக்கிய, தத்துவ, அரசியல் கோட்பாடுகளை லட்சக்கணக்கான மக்களின் உள்ளங்களில் வெற்றிகரமாகத் திணிப்பதற்கு ஏறத்தாழ நூறாண்டுக் காலமாக அயராது பாடுபட்டு வரும் ஒரு வெளியீட்டகம், அது வெளியிட்டு வருகின்ற ஏடுகள், வெளியீடுகள் ஆகியன பற்றிய, நம்மை மலைக்க வைக்கிற உண்மைகளை நூற்றுக்கணக்கான தரவு களையும் பல்லாண்டுக்கால ஆராய்ச்சியும் கொண்டு வழங்கியுள்ளார் முகுல்.

வடஇந்தியாவின் பெரும்பாலான மாநிலங்களில் இந்துமதப் பற்று மிக்க குடும்பங்களில் மட்டுமல்லாது, அவ்வளவு பக்தி சிரத்தை காட்டாத குடும்பங்களிலும்கூட பிரசித்தி பெற்றதாக விளங்கும் இந்தி மாத ஏடு 'கல்யாண்'. 1926ஆம் ஆண்டு முதல் வெளியிடப்பட்டு வரும் அந்த இதழை அச்சடித்துத் தருவது 1923இல் கோரக்பூரில் நிறுவப்பட்ட கீதா பிரஸ். இந்த இரண்டையும் நிறுவியவர்கள் ஜெய்தயாள் கோயிந்த்கா, ஹனுமன் பிரசாத் போத்தார் ஆகிய இரு மார்வாரிகள் (பனியாக்கள்). இந்து மத நூல்களையும் ஏடுகளையும் வெளியிடுவதில் முன்னுவமையற்ற கீதா பிரஸ்ஸின் 'கல்யாண்' இந்தி ஏடு இன்று இரண்டு லட்சம் பிரதிகளும் 'கல்யாண் - கல்பதரு' ஆங்கில ஏடு ஒரு லட்சம் பிரதிகளும் விற்பனையாகின்றன. 6.2.2014 வரையில் விற்பனையான கீதா பிரஸ் வெளியீடுகள்: பகவத் கீதையில் 71.9

மில்லியன் பிரதிகள் (ஒரு மில்லியன் = 10 லட்சம்), துளசிதாசரின் ராமசரித்ரமானஸில் 70 மில்லியன் பிரதிகள்; புராணங்கள் மற்றும் உபநிடதங்கள் 19 மில்லியன் பிரதிகள்; 'லட்சியபூர்வமான இந்துப் பெண்களும் குழந்தைகளும்' பற்றிய குறும்பதிப்புகள் 94.8 மில்லியன்; இந்து முனிவர்களின் வரலாறு, பக்திப் பாடல்கள் 65 மில்லியன்; ஏறத்தாழ 735 தலைப்புகளில் வெளியிடப்பட்ட இந்த வெளியீடுகளில் பெரும்பாலானவை இந்தியிலும், சமஸ்கிருதத்திலும் உள்ளவை. இவற்றுக்கு அடுத்தபடியாக குஜராத்தி மொழியில் 152 தலைப்புகளில் நூல்கள் வெளியிடப்பட்டுள்ளன. தெலுங்கு, ஒதியா, ஆங்கிலம், வங்காளி, மராத்தி, தமிழ், கன்னடம், அசாமி, மலையாளம், நேப்பாளி, பஞ்சாபி ஆகிய மொழிகளிலும் கீதா பிரஸ்ஸின் வெளியீடுகள் வந்து கொண்டிருக்கின்றன. 1990களில் உருது மொழியிலும் வெளியீடுகள் கொண்டுவரத் தொடங்கப்பட்டாலும் இதுவரை இரண்டு வெளியீடுகளே வந்துள்ளன. நம்மை மலைக்க வைக்கக்கூடிய எண்ணிக்கையிலான இந்த வெளியீடுகளும் ஏடுகளும் தோன்றுவதற்கான சமூக, பண்பாட்டு, வரலாற்றுப் பின்னணிகளை விளக்குகிறார் அக்ஷய முகுல்:

1920களில் இந்துக்களுக்கும் முஸ்லிம்களுக்கும் நடந்த அரசியல் போட்டிகளும் மதக் கலவரங்களும்: 'கல்யாண்' ஏடு தொடங்கப்படுவதற்கு முன்பும் அது தொடங்கிய போதும் வெளிவந்து கொண்டிருந்த பல இந்தி ஏடுகள் பற்றியும், அவற்றில் பெரும்பாலானவை இந்துத்துவ சார்புடையவையாக இருந்தது பற்றியும் நூலாசிரியர் ஏராளமான தகவல்களைத் தருகிறார். எனினும், மற்ற எல்லா ஏடுகளையும் வெளியீடுகளையும் புறந்தள்ளி கீதா பிரஸ்ஸும் 'கல்யாண்' ஏடும் அடைந்த வெற்றிகளுக்கு மூளையாகச் செயற்பட்டவர் ஹனுமன் பிரசாத் போத்தார்தான். அதற்குக் காரணம், காங்கிரஸ் கட்சிக்குள் இருந்த இந்து வலதுசாரி சக்திகள், இந்து மகா சபை, ஆர்எஸ்எஸ், ராமராஜ்ய பரிஷத், ஜன்சங், விஷ்வ ஹிந்து பரிஷத் போன்ற இந்து மதவாத அமைப்புகள், நிர்வாண சாமியார்கள், கல்வியாளர்கள், பணக்கொடை அளிப்போர் ஆகியோரை ஒரே குடையின் கீழ் கொண்டு வந்ததுடன், இந்த வட்டாரங்களுக்கு அப்பாலும் சென்று, மதச்சார்பற்றவர் களாகவோ, வேறு மதத்தைச் சார்ந்தவர்களாகவோ இருந்த இந்திய அறிஞர்கள், வெளிநாட்டு அறிஞர்கள், எழுத்தாளர்கள் ஆகியோரையும் - காந்தி, ரவீந்திரநாத் தாகூர், இந்தி எழுத்தாளர் பிரேம்சந்த், சோசலிஸ்ட் கட்சித் தலைவர் நரேந்திர தேவ் போன்றோர் - 'கல்யாண்' ஏட்டில் எழுதச் செய்வதில் போத்தாருக்கு இருந்த மதிநுட்பம், சூழ்ச்சித் திறன் ஆகியவையும்தான்.

இந்த ஏட்டில் எழுத மறுத்த முக்கியக் காங்கிரஸ் தலைவர் ஜவகர்லால் நேரு ஒருவர் மட்டுமே. அந்த ஏட்டில் உவகையுடன் எழுதிவந்த தென்னிந்தியர்களில் முக்கியமானவர்கள் காஞ்சி காமகோடி பீடாதிபதி (பரமாச்சாரியார்), சர்வபள்ளி ராதாகிருஷ்ணன் (முன்னாள் குடியரசுத் தலைவர்), பட்டாபி சீத்தாராமையா (காங்கிரஸ் கட்சியின் அனைத்திந்தியத் தலைவராகவும் காந்தியின் அருமந்த சீடராகவும் இருந்தவர்), சர் சி.பி.ராமசாமி ஐயர், சி.ராஜகோபாலாச்சாரி (ராஜாஜி) ஆகியோர்.

காங்கிரஸின் இந்துத்துவம்

காங்கிரஸ் கட்சியைச் சேர்ந்த முக்கியத் தலைவர்களான மதன் மோகன் மாளவியா, கே.எம்.முன்ஷி, ராஜேந்திர பிரசாத், சேத் கோவிந்த் தாஸ், புருஷோத்தம் தாஸ் தாண்டன், சேத் கோவிந்த் தாஸ், கமலாபதி திரிபாதி, சம்பூர்ணானந்த், வினோபா பவெ, ‘இந்தியன் எக்ஸ்பிரஸ்’ ஏட்டை நிறுவிய ராம்நாத் கோயங்கா, கோவிந்த வல்லப பந்த் (அவர் உ.பி முதலமைச்சராக இருந்தபோதுதான் பாபர் மசூதியில் திருட்டுத்தனமாக ராமர் சிலை வைக்கப்பட்டது) ஆகியோர் அப்பட்டமான இந்து தேசியவாதிகளாகவும், சனாதன தர்மத்தை ஆதரித்தவர்களாகவும் இருந்ததை ‘கல்யாண்’ ஏட்டில் அவர்கள் எழுதியவை, வேறு இடங்களில் அவர்கள் பேசியவை முதலியவற்றின் மூலம் எடுத்துரைக்கிறார் அக்ஷய முகுல்.

காங்கிரஸுக்கும் இந்துத்துவத்துக்கும் இருந்த தொடர்பு பற்றி அவர் எழுதுகிறார்: “1891இல் நாக்பூர் காங்கிரஸ் மாநாட்டின்போது கௌரட்சணி (பசுப் பாதுகாப்பு) மாநாடு நடந்தது. 1922இல் இருந்து காங்கிரஸின் ஆண்டு மாநாடு நடக்கும்போதெல்லாம் இந்து மகாசபையும் கூட்டங்களை நடத்தி வந்தது. இது காங்கிரஸ் - இந்து மகாசபை உறவு முடிவுக்கு வந்த 1937ஆம் ஆண்டு வரையிலும் தொடர்ந்தது.”

இந்தியாவின் முதல் குடியரசுத் தலைவர் ராஜேந்திர பிரசாத்தின் இந்து மத வெறியைப் பற்றிச் சொல்லவே வேண்டாம். 1954இல் கோரக்பூர் கீதா பிரஸ்ஸில் இரண்டு ஓவியக் கலைக்கூடங்களைத் திறந்துவைத்து, “பிற மதங்கள் ஒன்றுக்கொன்று வேறுபட்டு நிற்க, பகவத் கீதை (மட்டுமே) ஒருமைப்பாட்டுக்கு எடுத்துக்காட்டாக இருக்கிறது. சனாதன இந்து தர்மத்தின் கனவுகளைத் தங்களது சிறப்புப் பணிகள் வழியாக மெய்ப்படுத்தி வரும் கீதா பிரஸ் போன்ற நிறுவனங்கள் மீது நான் மிகவும் மதிப்பு வைத்திருக்கிறேன்...” என்று அவர் திருவாய் மலர்ந்தருளியிருக்கிறார்.

எனினும், காங்கிரஸ் கட்சியைப் பொருத்தவரை காந்தியின் நன்மதிப்பையும் அன்பையும் பெற்றிருந்தவரும் ஒரே சமயத்தில் காங்கிரஸிலும் இந்து மகாசபையிலும் உறுப்பியம் வகித்தவருமான மதன் மோகன் மாளவியாவுக்குத்தான் 'கல்யாண்', பிற எல்லாக் காங்கிரஸ் வலதுசாரிகளைக் காட்டிலும் கூடுதலான மதிப்பு வைத்திருந்ததற்கான காரணங்களிலொன்று இறப்பதற்கு முன் மாளவியா விடுத்திருந்த அறிக்கைதான். அதை வெளியிடும் 'பேறு' போத்தாரின் 'கல்யாண்' இதழுக்கே கிடைத்தது. இஸ்லாமியர்களுக்கு எதிரான வன்முறையை இந்துக்கள் கட்டவிழ்த்துவிட வேண்டும் என்று மறைமுகமான அறைகூவல் விடுக்கும் அந்த அறிக்கையிலுள்ள முக்கிய பகுதிகளை அக்‌ஷய முகுல் எழுதிய நூலின் தமிழாக்கத்தின் 352-353ஆம் பக்கங்களில் காணலாம். மாளவியா இறந்த பிறகு அவர் நினைவாக ஒரு சிறப்பிதழையும் வெளியிட்டது 'கல்யாண்'.

வருண தர்மமும் தீண்டாமையும்

மாளவியாவால் உயர்த்திப் பிடிக்கப்பட்ட பார்ப்பனிய வருண தர்மத்தைப் பின்பற்றிய போத்தார் தீண்டாமை நிலைத்து நிற்க வேண்டும் என்பதில் உறுதியாக இருந்தார். அதன் பொருட்டு அவரிடம் நெருக்கமாக இருந்த காந்தியைக்கூட கடுஞ்சொற்களால் விமர்சிக்கவும் அவர் தயங்கவில்லை. தாழ்த்தப்பட்ட மக்கள் 'இந்து' சமுதாயத்திலிருந்து விலகிச் சென்றுவிடக் கூடாது என்பதற்காக காந்தி பரிந்துரைத்த மெல்லிய சீர்திருத்தங்களைக்கூட போத்தாரால் ஏற்றுக்கொள்ள முடியவில்லை.

அம்பேத்கர் கோரிய 'இரட்டை வாக்காளர் தொகுதி' முறையை ஒழித்துக்கட்டிய புனே ஒப்பந்தத்துக்குப் பிறகு காந்தியின் ஆசியுடன் தாழ்த்தப்பட்டோர் கோயில்களில் நுழைவதற்காக, 'ஹரிஜன் சேவக் சங்' மேற்கொண்ட நடவடிக்கைகளைக்கூட ஏற்றுக்கொள்ள மறுத்த போத்தார் காந்திக்கு எழுதினார்: "இன்று நாடு முழுவதும் தலித்துகள் கிளர்ச்சியில் ஈடுபட்டு வருகின்றனர். அது உங்கள் உண்ணாநோன்புக்குப் பிறகு தீவிரமாகிவிட்டது... பல இடங்களில் வருண சாதியினர் தலித்துகளோடு அமர்ந்து உணவருந்துகிறார்கள். அவர்களோடு சமபந்தியில் உட்காருவதால் அவர்கள் நம்மோடு சமமாகிவிடுவார்கள் என் நான் கருதவில்லை..."

தொடக்கம் முதலே இத்தகைய கருத்துகளோடு இஸ்லாமியர் களுக்கு எதிரான வெறுப்பு அரசியலை உமிழ்ந்துவந்த போத்தாரிடம் தனிப்பட்ட முறையில் அன்பு செலுத்தி வந்ததோடு அந்த ஏட்டை

வாழ்த்தவும் செய்திருக்கிறார் காந்தி: "...கல்யாண் மற்றும் கீதா பிரஸ் வழியாக நீ செய்துகொண்டிருப்பது இறைவனுக்குச் செய்யும் மிகப் பெரிய பணி" என்று 1935இல் போத்தாருக்கு எழுதிய கடிதத்தில் காந்தி கூறினார்.

காந்திக்கும் போத்தாருக்கும் இருந்த உறவில் நெருக்கமும் உரசலும் இருந்து வந்ததற்கு சாதி பற்றிய காந்தியின் இரட்டை நிலைப்பாடே என்பதைச் சுட்டிக்காட்டும் நூலாசிரியர், காந்தியை மடக்குவதற்காக போத்தார் ஒருமுறை 'நவஜீவன்' ஏட்டில் காந்தி சாதியையும் சனாதன தர்மத்தையும் ஆதரித்து எழுதிய கட்டுரைகளை அவரிடமே எடுத்துக் காட்டியிருக்கிறார். பசுப் பாதுகாப்பு சங்கத்தை காந்தி தோற்றுவித்தபோது அவரைப் புகழ்ந்த போத்தாரின் 'கல்யாண்', தாழ்த்தப்பட்டவர்கள் கோயிலில் நுழைவதற்காகத் தொடங்கப்பட்ட இயக்கத்துக்கு காந்தி ஆதரவளித்தமை, பாகிஸ்தான் பிரிவினை தொடர்பான காந்தியின் நிலைப்பாடு, மதக் கலவரங்களின்போது காந்தி எவர் சார்பாகவும் நிற்காமல், மதங்களுக்கிடையேயான இணக்கம் பற்றிப் பேசியமை முதலியவற்றின் காரணமாக அவரைத் தனிப்பட்ட முறையில் இகழ்ந்து எழுதியிருக்கிறது.

1956இன் பிற்பகுதியிலும்கூட போத்தார் தீண்டாமை பற்றிய தனது கருத்துகளை மாற்றிக்கொள்ளவில்லை. "தீண்டாமையைக் கடைப் பிடிப்பதன் பொருள் ஒருவரை வெறுக்கிறோம் என்பதல்ல; மேலும், தீண்டாமை அறவியல் சார்ந்தது; சாஸ்திரங்கள் தீண்டாமையை அனுமதிக்கின்றன." மேல் சாதியினர் தீண்டாதோரைத் தொடாமலே அவர்கள் மீது அன்பு காட்ட முடியும் என்ற கருத்தை பனியாவுக்கே உரிய நயவஞ்சகத்துடன் கூறிவந்தார்: "நமது மதிப்புக்குரிய அன்னை, நமது அன்புக்குரிய மனைவி ஆகியோரை அவர்களது மாதவிலக்கு நாள்களில் தீண்டாதிருப்பதைப் போன்று".

இதே போன்ற குதர்க்கவாதத்தை போத்தார் 'கல்யாண்' இதழில் இன்னொரு நேரம் முன்வைத்தார்: ஹரிஜனங்களை வெறுப்பது பாவச்செயல். பிராமணனுக்கும் ஹரிஜனுக்கும் வேறுபாடே இல்லை. கற்றறிந்த பிராமணன், சண்டாளன், பசு, யானை, நாய் ஆகிய அனைவரிடமும் உள்ள ஆன்மா ஒருவனே. எனவே கற்றறிந்த மனிதன் அவர்களை அதே கண்களால் பார்க்கிறான். "ஆனால் (இதன் பொருள்) அனைவரிடமுமான அவனுடைய நடத்தை ஒரே தரப்பட்டதாகவே இருக்க வேண்டும் என்பதல்ல. பிறர் செய்வதற்கானது என்று ஒதுக்கப்பட்ட பணியை ஒரு ஹரிஜன் செய்வதற்கு உரிமை இல்லை."

அவர் இன்னொரு கட்டுரையில் கூறினார்: "தீண்டத்தகாதவர்களுக்கு விடுதலை என்று அழைப்பு விடுத்ததன் வாயிலாக அம்பேத்கர் வளர்வதற்கு வழிவகுத்தோம்."

மதனகோபால் சிங்கால் என்பவர் 'கல்யாணி'ல் எழுதிய கட்டுரை, "தீண்டத்தகாதவர்கள் இயற்கைக் கடவுள்களாகிய சூரியன், சந்திரன், நெருப்பு, பூமி, கங்கை, ஆலமரம் போன்றவற்றை வழிபடுவதற்கு உரிமையுடையவர்கள். கடவுள்களின் வேறு வடிவங்களை, அதாவது வேத மந்திரங்களை ஓதி உயிர் கொடுக்கப்பட்ட கல் உருவங்களை இருபிறப்பாளர் மட்டுமே வழிபட முடியும்... தீண்டத்தகாதவர்களுக்கென தனி ஆலயம் கட்டிக் கொள்ளலாம்."

தீண்டாமைக்கான 'அறிவியல்' காரணங்களையும் அந்தக் கட்டுரை கூறியது: 'தலைமுறை தலைமுறையாக ஒரு பங்கி (துப்புரவுப் பணியாளர்) செய்ய வேண்டிய வேலையை செய்து வருவதன் காரணமாக அவர்களின் உடலில் தொற்று நோய்க் கிருமிகள் உண்டாகின்றன என்பது மகரிஷிகளின் கூரிய நோக்குடைய கண்களின் வழியாகக் கண்டறியப்பட்டுள்ளது. எனவே தீண்டாமை நடைமுறையைத் தொடர்வதற்கான தேவை உள்ளது."

இந்துப் பண்பாடு பற்றி 1950இல் 'கல்யாண்' கொண்டு வந்த சிறப்பிதழில் 'வருணாசிரம சுயராஜ்ய சங்கம்' எழுதிய கட்டுரை கூறியது: "மாண்புடைய செயல்களைச் செய்தவர்கள் பிராமணர்களாகவும் சத்திரியர்களாகவும் பிறந்திருக்கிறார்கள். தீய செயல்களைச் செய்தவர்கள் சண்டாளர்களாகப் பிறந்துள்ளனர். பாவம் செய்யும் மனிதனின் உடல் தூய்மையற்றது. தூய்மையற்றதை அவன் அடுத்த பிறவிக்கும் கொண்டு செல்கிறான். தீண்டத்தகாதவர்கள் முற்பிறவியில் செய்த தீய செயல்களின் விளைவாகவே ஆலயங்களில் நுழைய முடியாதவாறு தடைசெய்யப்பட்டிருக்கிறார்கள் என்பதை ஏற்றுக் கொள்ள வேண்டும். அந்தத் தீய செயல்களுக்காக வருந்தினால் ஆலயங்களுள் நுழைவதிலும் மேலான தூய்மை அடைவார்கள்."

அதாவது, தீண்டத்தகாதோர் முற்பிறவியில் செய்த தீய செயல்களுக்கு வருந்தினாலும்கூட அவர்களுக்குக் கோயிலில் நுழையும் உரிமை இல்லை என்பதைத்தான் இந்தக் கட்டுரை கூறுகிறது.

மனு ஸ்மிருதி மனிதர்களிடையே பாகுபாட்டைக் காண்பதில்லை என்பதை நிறுவுவதற்காக மேற்சொன்ன கட்டுரை ஒரு குதர்க்க வாதத்தை முன்வைத்தது: "சண்டாளன் ஒருவனைத் தீண்டினால் நீராட

வேண்டும் எனக் கூறும் மனு ஸ்மிருதி, மாதவிடாயான அல்லது குழந்தைக்குப் பால் ஊட்டும் பெண்ணைத் தீண்டினாலும் அவள் ஒருவனின் தாயாக, உடன்பிறந்தவளாக இருப்பினும் நீராட வேண்டும் என்றும் விதிக்கிறது".

இது மட்டுமல்ல, மேல் சாதி இந்துக்களை இரக்க குணம் படைத்தவர்களாகவும் காட்டியது இக்கட்டுரை: "தீண்டத்தகாதவர்களை உயர் சாதியினர் கொடுமைப்படுத்தியிருந்தால், அவர்களுக்கு அமெரிக்காவிலும் ஆஸ்திரேலியாவிலும் மண்ணின் மைந்தர்களான பழங்குடியினருக்கு ஏற்பட்ட முடிவே ஏற்பட்டிருக்கும் - கோடிக் கணக்கான தீண்டத்தகாதவர்கள் உயிரிழந்திருப்பர்."

கீதா பிரஸ்ஸும் வருண - சாதி அடிப்படையிலேயே இயங்கி வந்தது: "...வருண அமைப்பை, கீதா பிரஸ் கட்டுமான அமைப்பிலிருந்தும் கூட பிரிக்க முடியாத ஒரு பகுதியாகவே, பதிப்பகத்தை நிர்வகிக்கும் அறக்கட்டளையான கோவிந்த் பவன் காரியாலயம் கட்டுவித்திருந்தது. அங்கு உறுப்பினராவதற்கு பிராமண, சத்திரிய, வைசிய சாதிகளைச் சார்ந்த எந்தவொரு சனாதன தர்ம இந்துவுக்கும் உரிமை உண்டு. ஆனால் இரு பிறப்பாளர் அல்லாத, நான்காவது வருணத்தாரான சூத்திரர் மற்றும் தீண்டத்தகாதவர்கள், பழங்குடியினர் ஆகியோருக்கு உரிமை இல்லை."

அம்பேத்கர் மீதான தாக்குதல்

தீண்டப்படாதவர்களும் சமூகத்தில் சமமாக நடத்தப்பட வேண்டும் என்ற கோரிக்கையை முன்வைத்ததற்காக தொடக்கத்திலிருந்தே அம்பேத்கரை கடுமையான சொற்களால் இழிவுபடுத்தி வந்த 'கல்யாண்', இந்திய அரசமைப்பு அவையில் 'இந்து சட்ட மசோதாவை'க் கொண்டு வந்ததற்காக அவரது சாதிப் பெயரைச் சுட்டிக்காட்டி அவர் மீது கொடுஞ்சொற்களைப் பொழிந்தது: "...அம்பேத்கர் அறிமுகப் படுத்தியுள்ள இந்து சட்ட மசோதா, இந்து தர்மத்தை அழிப்பதற்கான அவரது சதித் திட்டத்தின் ஒரு முக்கியமான பகுதி என்பது இப்போது உறுதியாகிறது. அவரைப் போன்ற ஒரு மனிதர் இந்துக்களின் சட்ட அமைச்சராக இருப்பது, அவர்களை இழிவுபடுத்துவதாகவும், நாணமுறச் செய்வதாகவும் இருப்பதோடு இந்து தர்மத்தில் ஒரு கரும்புள்ளியாகவும் உள்ளது. அவரைப் பதவி நீக்கம் செய்யுமாறும், இந்துச் சட்ட மசோதாவைத் திரும்பப் பெறுமாறும் அரசுக்கு நாம் அமைதியான ஆனால் உறுதியான முறையில் நெருக்குதல் தர வேண்டும்."

இந்த மசோதாவை முறியடிக்க 'கல்யாண்' ஏடும் போத்தாரும் தொடர்ந்து மேற்கொண்ட பல்வேறு நடவடிக்கைகளைத் தொகுத்துக் கூறுகிறார் அக்ஷய முகுல். ஒரு சாமியார் கண்ட கனவு என்ற பெயரில் 'கல்யாண்', ஒரு கட்டுரையை வெளியிட்டது. ஒரு பார்ப்பனப் பெண்ணை ஏமாற்றி அவளின் தந்தையிடமிருந்து பணம் பறித்துக் கொண்ட ஒரு சாமர் (தாழ்த்தப்பட்ட) சாதியைச் சேர்ந்தவனுக்கு ஆதரவாக அம்பேத்கர் வழக்காடுவதாகவும், அந்த வழக்கை விசாரணை செய்த நீதிபதி அந்தப் பார்ப்பனப் பெண்ணுக்கு ஆதரவாகத் தீர்ப்புக் கூறியதால், அவரை பதவி நீக்கம் செய்வதாக அம்பேத்கர் அச்சுறுத்துவதாகவும் அந்த சாமியார் கனவு கண்டதாக அக்கட்டுரை கூறியது.

1952ஆம் ஆண்டு நாடாளுமன்றத் தேர்தலில் வடக்கு பம்பாய் தனித் தொகுதியிலிருந்து போட்டியிட்ட அம்பேத்கர் தோல்வியுற்றதிலும் போத்தாருக்குப் பங்கு இருந்தது. இந்துச் சட்ட மசோதாவைக் கொண்டு வந்த அவரை "முழு வலிமையோடு எதிர்க்கும்படி வாக்காளர்களை போத்தார் கேட்டுக் கொண்டார்."

காங்கிரஸ் பழைமைவாதிகள், இந்துத்துவவாதிகள், தொழிலதிபர்கள்

காந்தி இறந்து மூன்றாண்டுகளுக்குப் பின்னர், 1951இல் குடியரசுத் தலைவர் ராஜேந்திர பிரசாத்தைத் தலைவராகக் கொண்டதும் காங்கிரஸ் தலைவர்களைச் செயற்குழுவில் முதல்நிலைப்படுத்தியதுமான 'இந்தியப் பண்பாட்டுக் கழக'த்தின் சார்பில் நடத்தப்பட்ட மாநாட்டில் 'இந்தியப் பண்பாட்டுக்குப் பங்களித்தவர்' என்ற முறையில் போத்தார் அழைக்கப்பட்டிருந்தார். அச்சமயம் அவர் பசுப் பாதுகாப்பு, இந்துச் சட்டத் தொகுப்பு மசோதாவுக்கு எதிர்ப்பு, ராமன், கிருஷ்ணன் பிறப்பிடங்கள் மீட்பு ஆகியவற்றுடன் தம்மை நெருக்கமாகப் பிணைத்துக் கொண்டிருந்தார்.

1950ஆம் ஆண்டுகளின் முற்பகுதியில் அவர் 'பாரதிய சதுர்நாம் வேத பவன் நிவாஸ்' (அனைத்திந்திய நான்கு புனித தலங்களின் வேத பவனம் அறக்கட்டளை) அமைப்பின் செயற்குழு உறுப்பினராக்கப் பட்டார். பத்ரிநாத், ஜகநாத் புரி, ராமேஸ்வரம், துவாரகை ஆகிய வற்றில் வேத பவனங்களைக் கட்டுதல், வேத நாகரிகத்தைப் பரப்புதல், வேத மந்திரங்களையும் சடங்குகளையும் ஓதுதல், வேதங் களையும் அவை தொடர்பான இலக்கியங்களையும் கற்பித்தல் போன்ற பணிகளுக்காக நிறுவப்பட்ட அந்த நிறுவனத்தின் உறுப்பினர்களாக இருந்தவர்கள் காங்கிரஸ் கட்சிக்குள்ளிருந்த பழைமைவாதிகள், இந்து

மகா சபையினர், தொழிலதிபர்கள் ஆகியோராவர். மதம் சார்ந்த நடவடிக்கைகளில் அரசாங்கப் பதவிகளில் இருப்பவர்கள் பங்கு பெறுவது அரசமைப்புச் சட்டத்துக்கு விரோதமானது என்றபோதிலும் அச்சட்டத்தைக் காக்க வேண்டிய பொறுப்பு கொண்டிருந்த மூன்று மாநில ஆளுநர்களுடன் (காங்கிரஸ் கட்சிக்காரர்கள்) - உ.பி ஆளுநர் விஸ்வநாத் தாஸ், பிகார் ஆளுநர் அனந்தசயனம் ஐயங்கார், ராஜஸ்தான் ஆளுநர் சம்பூர்ணானந்த், காங்கிரஸ் கட்சியைச் சேர்ந்த சென்னை மாகாண முன்னாள் ஆளுநர் ஸ்ரீபிரகாசா, 'இந்தியன் எக்ஸ்பிரஸ்' நிறுவனர் ராம்நாத் கோயங்கா (நீண்ட காலம் காங்கிரஸிலிருந்த அவர், 1970களில் ஜனசங்கத்தில் சேர்ந்து, நாடாளுமன்ற உறுப்பினராகவும் ஆனார்) இந்த அமைப்பில் உறுப்பினர்களாக இருந்தார்கள்.

கீதை பரப்புப் பணியும் இந்துப் பண்பாடும்

காங்கிரஸில் இந்து வலதுசாரிப் பழைமைவாதிகளுக்கு இருந்த பிடிப்புக்கான இன்னொரு எடுத்துக்காட்டாக இருப்பவர் கீதையைப் பரப்புவதிலும் இந்துத்துவத் திட்டங்களை மக்கள் மீது திணிப்பதிலும் கடைசிவரை வெறித்தனமாக செயற்பட்ட பாபா ராகவதாஸ் என்ற மராத்தியப் பார்ப்பனர். இவர் தலைவராக இருந்த 'கீதை சங்கத்தில்' உறுப்பியம் வகித்தவர்கள், 1940இல் வைசிராயின் ஆலோசனைக் குழு உறுப்பினர்களாக நியமிக்கப்பட வி.டி.சாவர்க்கரால் பிரிட்டிஷ் இந்திய அரசாங்கத்துக்குப் பரிந்துரைக்கப்பட்ட ஷியாம் பிரசாத் முகர்ஜி, பி.எஸ்.மூஞ்செ ஆகிய இந்து மகா சபா தலைவர்களும் அடங்குவர். 1952இல் நடந்த பொதுத் தேர்தலில் பைசாபாத் நாடாளுமன்றத் தொகுதியில் காங்கிரஸ் வேட்பாளராக நிறுத்தப்பட்டு, சோசலிஸ்ட் தலைவரும் தேசிய விடுதலைப் போராட்ட வீரருமான நரேந்திர தேவைத் தோற்கடித்தவர்தான் இந்த பாபா ராகவதாஸ்.

கீதையின் பெருமை பற்றி 'கல்யாண்' இதழில் எழுதுமாறு இந்தியாவிலும் வெளிநாட்டிலுமுள்ள பல அறிஞர்களுக்கும் இறையியலாளர்களுக்கும் வேண்டுகோள் விடுத்தார் போத்தார். அதற்குப் பதிலளித்தவர்களில் ஒருவரும் நியூயார்க் ஹண்டர் கல்லூரியைச் சேர்ந்தவருமான எர்னஸ்ட் பி.ஹார்விட்ஸ், "கீதையில் அத்வைதத்தை உறுதியுடன் காத்து நின்ற சத்திரியர்கள் காட்டிய வீரமிக்க செயல்பாடுகள் நாஜிகளின் சிந்தனையில் எவ்வளவு ஆழமாகப் பதிந்திருக்கின்றன" என்று வியந்து கூறினார்.

1950இல் 'கல்யாண்' கொண்டுவந்த இந்துப் பண்பாட்டுச் சிறப்பிதழில் அப்போது கவர்னர் ஜெனரலாக இருந்த சி.ராஜகோபாலாச்சாரியும்

இந்துப் பண்பாடு இந்தியப் பண்பாடு மட்டுமல்ல, உலகப் பண்பாடும் ஆகும் என்று கூறும் கட்டுரை எழுதினார். காந்தியவாதி வினோபா பவெ எழுதிய கட்டுரை "வருண அமைப்பில் நம்பிக்கை கொண்டவன் இந்து" என்று கூறியது.

இந்திய தேசிய விடுதலைப் போராட்டத்துக்கு வங்காளம்தான் வழிகாட்டியாக இருந்தது என்று நமக்கு எப்போதும் சொல்லப் படுகிறது. ஆனால், இந்திய தேசியம் என்பதை இந்து தேசியமாகவே தான் வங்காள தேசியவாதிகள் பலருடன், நீதிபதிகள், வரலாற்று ஆய்வாளர்கள் எனப் பலதரப்பட்ட வங்காளி அறிவாளிகள் கருதியும் அவ்வாறே செயல்பட்டும் வந்தனர் என்பதை அக்ஷய முகுலின் நூல் எடுத்துரைக்கிறது. அதேபோல், சென்ற நூற்றாண்டிலிருந்து இன்று வரை இந்திப் பகுதிகளில் நிலவி வரும் அரசியல், பண்பாட்டுச் சூழலை அவர் விவரிக்கையில் பீதியும் அச்சமும் நம் உள்ளத்தில் தோன்றி, 'நல்ல வேளையாக' நாம் தமிழ்நாட்டில் பிறந்திருக்கோமே என்று ஆறுதல் கொள்ளவைக்கிறது.

வி.ஹெச்.பி. அமைப்புக்கு அடித்தளமிட்ட பனியா

இந்து மகாசபைத் தலைவர் ஷியாம் பிரசாத் முகர்ஜி, ஆர்எஸ்எஸ் தலைவர் கோல்வால்கர் ஆகியோரின் கருத்துகளைப் பரப்புவதில் 'கல்யாண்' தீவிரமாகச் செயல்பட்டது. விஸ்வ ஹிந்து பரிஷத்தை உருவாக்குவதில் முக்கிய பாத்திரம் வகித்த போத்தாரின் கீதா பிரஸ்தான் இதற்கான வெள்ளோட்டமாக இந்துத்துவப் பார்ப்பனியக் கருத்துகளை வெளிநாட்டுவாழ் இந்துக்களிடம் பரப்புவதற்காக 1934இல் 'கல்யாண்-கல்பதரு' என்னும் ஆங்கில ஏட்டைத் தொடங்கியது.

கடவுள் சந்தையிலும் பார்ப்பனருக்கு மேலிடம்

ஆங்கிலேயர்களிடமிருந்து கற்றுக்கொண்ட வண்ண அச்சுத் தொழில்நுட்பத்தைப் பயன்படுத்தி, இந்துக்களின் பல்வேறு கடவுள்களின் படங்களை அச்சிட்டு நாடெங்கிலும் விற்பனை செய்தது கீதா பிரஸ். இந்துக் கடவுள்களுக்கென 20ஆம் நூற்றாண்டு வரை சிலைகள் மட்டுமே இருந்த நிலையில் பலதரப்பட்ட ஓவியர்களை - இதில் ஓரிரு முஸ்லிம்களும் அடங்குவர் - ஊதியத்துக்கு அமர்த்தி, அவரவர் கற்பனைத் திறன்களுக்கேற்ப இந்து ஆண், பெண் கடவுள்களின் ஓவியங்களை வரையச் செய்து அவற்றை அச்சுக்குக் கொண்டுவந்ததன் மூலம் கீதா பிரஸ், கடவுள்களின் சிலைகளைத் தொடுவதற்கு உரிமை இல்லாத சூத்திர, தலித் சாதிகளைச் சேர்ந்தவர்களின் வீடுகளிலும்கூட படங்கள் மூலமாக கடவுள்களை

வைத்துக்கொள்ளும் 'மகத்தான' காரியத்தைச் செய்தது. ஆயினும், "பிராமண மேலாதிக்கத்தைக் காட்டும் விதமாகவே ஓவியங்கள் அமைந்திருந்தன. எடுத்துக்காட்டாக, ஒரு பிராமணன் கடவுளைத் தரிசனம் பண்ணிக் கொண்டிருப்பதான ஒரு படத்தின் கீழ்ப் பகுதியில் சண்டாளன் ஒருவன் திகிலுடன் நடுங்கிக் கொண்டிருப்பதாகவும் காட்டப்பட்டிருந்தது."

இறப்புச் செய்திகளில் இடம் பெறாத காந்தி

நேரு மீது கடும் வெறுப்பு கொண்டிருந்த போத்தாரின் 'கல்யாண்' ஏடு, அவர் இறந்தபோது இரங்கல் கட்டுரையை வெளியிட்டதற்குக் காரணம், நேரு இந்தியாவின் முதல் பிரதமராக இருந்தவர் என்பதும் மக்களிடையே செல்வாக்குப் படைத்த தலைவராக இருந்தவர் என்பதும்தான். இந்திரா காந்தி கொலையுண்டபோது 'கல்யாணி'ல் இரங்கல் கட்டுரைகள் வெளிவந்ததற்குக் காரணம், 'இஸ்லாமிய' பாகிஸ்தான் ராணுவத்தைத் தோற்கடித்து 'பங்களாதேஷ்' உருவாகக் காரணமாக இருந்த அவரை இந்துத்துவவாதிகள் துர்கையுடன் ஒப்பிட்டுப் பேசி வந்ததுதான். ஆனால், இந்திரா காந்தி 'அவசர நிலை'யைப் பிரகடனப்படுத்தியபோது வாயை மூடிக்கொண்டிருந்தது 'கல்யாண்'.

அது மட்டுமல்ல, காந்தியின் இறப்புச் செய்தியையோ, இரங்கல் குறிப்பையோ வெளியிடாத ஒரே பத்திரிகையாகவும் அது இருந்திருக்கிறது. காந்தி கொலை தொடர்பாகக் கைது செய்யப்பட்டுப் பின்னர் விடுவிக்கப்பட்டவர்களிலொருவர் போத்தார் என்பது குறிப்பிடத்தக்கது.

பசுப் பாதுகாப்பு

பசுப் பாதுகாப்புக்கான இயக்கத்தில் போத்தார் ஆற்றிய பங்கு கணிசமானது. இதன் பொருட்டு 'கல்யாண்' ஏடு, 'கௌ அங்க்' என்ற 633 பக்கங்கள் கொண்ட சிறப்பிதழைக் கொண்டு வந்தது. அவர் கேட்டுக்கொண்டதற்கிணங்க கட்டுரைகள் எழுதிய உயர் கல்வியாளர்களும் ஆராய்ச்சியாளர்களும் இந்தியவியலாளர்களும் பழங்கால இந்தியாவில் பசுவைப் பலியிடுவதும், அதன் இறைச்சியை உண்பதுமான வழக்கம் அனைவராலும் ஏற்றுக்கொள்ளப்பட்ட பொது நடைமுறையாக இருந்தது என்பதைச் சுட்டிக்காட்டிய போதிலும் போத்தார் அதை ஏற்றுக்கொள்ள மறுத்தார். காங்கிரஸில் இருந்த பழைமைவாதக் குழுவைச் சேர்ந்த ராஜேந்திர பிரசாத், கோவிந்த வல்ல பந்த், மாளவியா முதலியோரின் கட்டுரைகளுடன் சங்கராச்சாரியார்கள் போன்ற

'துறவிகளின்' கட்டுரைகளும் அந்த சிறப்பிதழில் இருந்தன. காங்கிரஸ் தலைவர் பட்டாபி சீத்தாரமையா "கோ மாதா, பூமி மாதா, கங்கா மாதா ஆகிய மூன்று மாதாக்களால் இந்துஸ்தான் வணங்கப்பட்டது" என்று எழுதினார்.

காஞ்சி சங்கராச்சாரியார் (பின்னாளில் 'பரமாச்சாரியார்'), இரண்டாம் உலகப் போரின் பின்விளைவாக ஏற்பட்ட பொருளாதார நெருக்கடிக்கு பசுவும் அது வெளியேற்றும் கழிவுகளும் தீர்வாகும் என்றும், பாலில் உள்ள மருத்துவத் திறன் அந்தப் போருக்குப் பின் பரவிய கொள்ளை நோய்களைக் குணப்படுத்தப் பயன்படும் என்றும் கூறி தமது பொருளாதார, அறிவியல் 'அறிவை' வெளிக்காட்டினார். பசுப் பாதுகாப்புக்காக சில முஸ்லிம் அறிஞர்களின் உதவியையும் 'கல்யாண்' பெற்றுக்கொண்டது. பசுவை வெட்டுவதற்கு ஆதரவான கருத்தை குரானோ, முகமதுநபியோ ஒரு போதும் கூறியதில்லை என்று அவர்கள் கூறும்படி செய்தார் போத்தார்.

காமராசர் இல்லத்தின் மீது தாக்குதல்

பசுப் பாதுகாப்புக்காக ஒன்றிய அரசாங்கம் ஒரு சட்டத்தை இயற்றி (இப்படிப்பட்ட சட்டத்தை இயற்றக் கடைசிவரை உறுதியாக மறுத்தவர் ஜவகர்லால் நேரு. ஆனால், அவர் மறைந்ததற்குப் பிறகு தாற்காலிகப் பிரதமராக இருந்த குல்ஸாரிலால் நந்தா, பிரதமர் பொறுப்பேற்ற லால் பகதூர் சாஸ்திரி ஆகியோர் இந்துப் பழமை வாதிகள்; போத்தாரின் நண்பர்கள்), அதை இந்தியாவிலுள்ள அனைத்து மாநிலங்களிலும் திணிப்பதற்கான போராட்டத்தை ஆர்எஸ்எஸ், ராம் ராஜ்ய பரிஷத், இந்து மகாசபா முதலிய தீவிர வலதுசாரி அமைப்புகளை ஒன்றிணைத்து, நூற்றுக்கணக்கான அம்மண (நாக) சாமியார்களையும் திரட்டி டெல்லி நாடாளுமன்றக் கட்டடம் முன்பு பெரும் ஆர்ப்பாட்டம் ஒன்றை 1966ஆம் ஆண்டில் நடத்துவதற்கு போத்தார் முக்கியப் பங்களிப்புச் செய்தார். ஜனசங்கத்தைச் சேர்ந்த ஒரு நாடாளுமன்ற உறுப்பினரின் வெறிப்பேச்சால் தூண்டப்பட்ட ஆர்ப்பாட்டக்காரர்கள் நாடாளுமன்றக் கட்டடத்தின் மீது பெரும் தாக்குதல் நடத்தினர். அப்போது அனைத்திந்திய காங்கிரஸ் தலைவராக இருந்த காமராசரின் வீட்டைத் தாக்கி அங்கிருந்த இல்லப் பணியாளர்களைக் காயப்படுத்தினர். நூலாசிரியர் குறிப்பிடாத செய்தி என்னவென்றால், அந்தக் கொலைவெறிக் கூட்டத்தைச் சேர்ந்தவர்கள் காமராசர் வீட்டுக்குத் தீ வைத்தனர். அந்த சமயத்தில் காமராசர் வேறு எங்கோ சென்றிருந்ததால் உயிர் பிழைத்தார். அந்தக் கலவரத்தில் எட்டுப் பேர் உயிரிழந்தனர்; பலர் கைது செய்யப்பட்டு

சிறையில் அடைக்கப்பட்டனர்; ஏராளமான மோட்டர் வாகனங்கள் எரிக்கப்பட்டன. இந்த வன்முறை கண்டு வருந்துவதாக முதலைக் கண்ணீர் விட்ட போத்தார், சிறையிலிருந்த இந்து மத வெறியர்களுக்கு உதவி செய்து வந்தார்.

சோசலிசத்துக்கு எதிரான கருத்துப் போரும் பெண்ணடிமைத்தனக் கருத்துகளும்

பொதுவுடைமை, சோசலிசக் கருத்துகளுக்கு எதிரான பிரசாரத்தையும் போத்தாரும் அவரது ‘கல்யாண்’ ஏடும் தொடர்ந்து நடத்தின. சோவியத் யூனியனில் இருந்த கூட்டுறவு சங்கங்களை ஒத்தவைதான் இந்தியாவிலுள்ள கூட்டுக் குடும்பங்கள் என்றும், பகவத் கீதையே பொதுவுடைமைக் கொள்கையைப் பறைசாற்றும் நூல் என்றும் கூறும் கட்டுரைகளை ‘கல்யாண்’ வெளியிட்டது. தனிச்சொத்தை ஒழிப்பது முடியாத காரியம் என்றும் இந்து வருண அமைப்பு, கூட்டுறவுத் தத்துவத்தின் அடிப்படையிலேயே இயங்கி வருகிறது என்றும் ‘கல்யாண்’ கட்டுரைகள் கூறின. ‘கல்யாணி’ன் போற்றுதலுக்குரிய கற்பத்திரி என்ற இந்து வெறி சாமியார், கம்யூனிஸம் என்பது பெண்களையும் பொதுவுடைமையாக்கும் தத்துவம் என்று எழுதினார்.

அதேபோல் இந்திய அரசின் மதச்சார்பற்ற கொள்கையையும் ‘கல்யாண்’ ஏடு தொடர்ந்து எதிர்த்து வந்தது. இந்தியாவிலுள்ள எல்லா இந்துக்களுக்கும் காலங்காலமாக ஒரே வழிபாட்டு முறை, ஒரே விதமான சடங்குகள், ஒரேவிதமான ஒழுக்க நெறிகள் இருந்து வந்தன என்று கூறுவதற்காக உபநிடதங்கள், புராணங்கள், மத நூல்கள் ஆகியவற்றிலுள்ள கருத்துகளைத் திரித்துக் கூறும் லட்சக்கணக்கான குறும்பதிப்புகளையும் கட்டுரைகளையும் கீதா பிரஸ்ஸும் ‘கல்யாண்’ ஏடும் வெளியிட்டு வந்தன. இந்துப் பெண்களுக்கும் குழந்தைகளுக்கும் போத்தாரும் ‘கல்யாண்’ ஏடும் கூறிவந்த அறிவுரைகள், அவர்களை மத்திய காலத்துக்கு அழைத்துச் செல்லக்கூடியவை. அவரது அறிவுரையைப் பின்பற்றினால் ஆர்எஸ்எஸ் அமைப்பில் உள்ள குடும்பப் பெண்கள் ‘சல்வார் கமிஸ்’ உடையைக்கூட அணிய முடியாது. ஆணாதிக்கத்தையும் பெண்ணடிமைத்தனத்தையும் போற்றுதலுக்குரிய நெறிகளாக ஆக்கினார் போத்தார்.

பனியா பரிந்துரைத்த ஆரியவர்த்தா

இந்தியா சுதந்திரமடையும் தருவாயில் போத்தார் காங்கிரஸ், இந்து மகாசபை, சமணர்கள், சீக்கியர்கள் ஆகியோருக்கு விடுத்த வேண்டுகோளில் இருந்த அம்சங்களில் ஒன்றிரண்டை மட்டும் இங்கு குறிப்பிட வேண்டும்.

(1) இந்தியாவை இந்துஸ்தான் அல்லது ஆரியவர்த்தா என்று பெயரிட்டு அழைக்க வேண்டும்.

(2) அது தூய இந்து நாடாகவும் முற்றிலும் இந்துப் பண்பாடு அடிப்படையில் அமைந்ததாகவும் இருக்க வேண்டும். தேசியக் கொடி காவி நிறத்திலும், வந்தேமாதரம் நாட்டுப் பண்ணாகவும் இருக்க வேண்டும்.

(3) அடிப்படைக் கோட்பாடு என்ற வகையில் பசுவதை தடை செய்யப்பட வேண்டும்.

(4) உயர் பதவிகளில் இஸ்லாமியர்களை அமர்த்தக் கூடாது.

(5) சமூகச் சீர்திருத்தம் என்ற பெயரில் எந்த மதத்தின் மீதும் சட்டம் இயற்றக் கூடாது.

தன்னை மனிதநேயராகக் காட்டிக்கொள்ள இந்த வேண்டுகோளில் கீழ்க்கண்டவற்றையும் சேர்த்துக் கொண்டார் போத்தார்: "இந்தியாவில் இஸ்லாமியர் மற்றும் பிற சிறுபான்மையினருக்கு போதுமான வசதிகள் செய்து தரப்பட வேண்டும். அவர்களது வாழ்வும் மாண்பும் பாதுகாக்கப்பட வேண்டும்."

போத்தாரின் வாழ்க்கையில் நிறைந்திருந்த கபடத்தனம், மற்றவர்களுக்கு ஒழுக்கம் போதித்த அவர் தன் வாழ்க்கையில் கடைப் பிடித்த ஒழுக்கக்கேடுகள், உலகியல் வாழ்க்கையை 'வெறுத்த' அவர், பனியா முதலாளிகளின் ஊழல்களை மூடி மறைக்கவும், அவர்களது குடும்ப, சொத்துத் தகராறுகளைத் தீர்த்துவைக்கவும் மேற்கொண்ட செயல்பாடுகள் ஆகியவற்றையும் அக்ஷய முகுல் எடுத்துக்கூறுகிறார்.

சங் பரிவார பார்ப்பனிய பாசிசத்துக்கு வேண்டிய கருத்து சாதனங்களைத் தயாரித்து வழங்கியதில் சாவர்க்கர், கோல்வால்கர் போன்றவர்களையும் விஞ்சக்கூடியவராக இருந்தவர் போத்தார் என்பதை முகுலின் நூலிலிருந்தே முதன்முறையாகத் தெரிந்து கொள்கிறோம்.

மின்னம்பலம்
18, டிசம்பர் – 2019

அமித் ஷா குழுவின் ஆர்கெஸ்ட்ரா பொய்!

பல இசைக்கருவிகளை இசைத்து ஒரே இசையை இசைப்பதை நாம் 'ஆர்கெஸ்ட்ரா இசை' என்கிறோம். ஓர் இசைப்படைப்பை உருவாக்கியவரை இசையமைப்பாளர் என்றும், அந்த இசைப் படைப்புக்கு உகந்த இசைக்கருவிகளைக் கூடுதலாகவோ குறைவாகவோ பயன்படுத்தி அதை நிகழ்த்துபவரை 'நிகழ்த்துநர்' (Conductor) என்றும் அழைக்கிறோம்.

2019 டிசம்பரில் நிறைவேற்றப்பட்டுள்ள இந்தியக் குடியுரிமை திருத்தச் சட்டம் என்ற அபஸ்வரங்கள் நிறைந்த இசையின் மூலகர்த்தா வி.டி.சாவர்க்கர் என்றால், அதில் சில சுரபேதங்களைச் சேர்த்து புதிய ராகம் போல ஒலிக்கச் செய்பவர்கள் ஆர்எஸ்எஸ் அமைப்பினர். பல்வேறு பெயர்களில் இயங்கிவரும் அவர்களது பரிவாரத்தினர்தான் பல்வேறு இசைக்கருவிகளை இசைப்பவர்கள்; இந்த 'ஆர்கெஸ்ட்ரா'வின் நிகழ்த்துநர் அமித் ஷா. அவர் கையில் இருப்பது குண்டாந்தடி. பல்வேறு இசைக்கருவிகள் இசைக்கப்பட்டாலும் அது இந்தியாவில் எல்லா இடங்களிலும் வெளிப்படுத்தும் இசை என்பது ஒரே சீரான, ஒரே மாதிரியான பொய்தான்.

இந்தியா - பாகிஸ்தான் மத அடிப்படையில் பிரிவினையா?

குடியுரிமைச் சட்டத் திருத்த சட்ட முன்வரைவை அமித் ஷா லோக் சபாவில் முன்வைத்துப் பேசியபோது, 1947இல் இந்தியாவும் பாகிஸ்தானும் மத அடிப்படையில் பிரிக்கப்பட்டதாகக் கூறினார். காங்கிரஸ் நாடாளுமன்ற உறுப்பினர் ஜெய்ராம் ரமேஷ், அமித் ஷா வரலாறு கற்காமல் பேசுகிறார் என்றும், இரு தேசக் கொள்கையை முதன்முதலில் வைத்தவர் வி.டி.சாவர்க்கர்தான் என்றும் பதிலளித்தார். உண்மையில் அமித் ஷாவுக்கும் வரலாற்று ஞானம் உண்டு. அது இளம் வயதிலிருந்தே ஆர்எஸ்எஸ் தொண்டராக இருந்த காலத்தில் அவரது ஆசான்கள் கற்பித்த பொய் மூட்டைகள் என்னும் வரலாறு. இதைப் பற்றி நாடெங்கும் விவாதங்கள் நடைபெற்று வருகின்றன. மேலும், ஜெய்ராம் ரமேஷுக்கும் சில வரலாற்று உண்மைகள் தெரியாமல் போய்விட்டன அல்லது அவற்றை அவர் சொல்லத் தயங்கினார் என்றே தோன்றுகிறது. இதைப் பற்றிப் பின்னர் காண்போம்.

இது ஒருபுறமிருக்க, குடியுரிமைச் சட்டத் திருத்தத்தைப் பற்றி பொதுமக்களுக்கு 'விளக்கிச் சொல்வதற்காக' சங் பரிவாரமும் பாஜகவும் நாடெங்கிலும் கூட்டங்களையும் பேரணிகளையும் நடத்தின. 21.12.2019 அன்று தமிழகத்திலும் நடைபெற்ற பொதுக் கூட்டங்களிலும் 'ஆர்ப்பாட்டங்களிலும்' (இவற்றுக்கு ஆள்களை அனுப்பியவர்கள் 'கூட்டணி தர்மத்தினர்') பேசிய அக்கட்சித் தலைவர்கள் சிலராலும் அதே பொய்யைச் சொல்லாமல் இருக்க முடியவில்லை. அதாவது 1947இல் பிரிட்டிஷ் இந்தியா, முஸ்லிம் பாகிஸ்தானாகவும் இந்து இந்தியாவாகவும் பிரிக்கப்பட்டது என்று அவர்கள் கூறியதன் மூலம் இந்து மதம், இந்துத்துவம், இந்து சாதி முறை ஆகியவற்றை முற்றிலுமாக மறுத்த அண்ணல் அம்பேத்கர், ஒரு மதவாத இந்தியாவுக்கான அரசமைப்புச் சட்டத்தை வரைவதற்கே தான் முக்கியப் பங்களிப்புச் செய்திருக்கிறார் என்ற கருத்தை மறைமுகமாகத் திணித்திருக்கிறார்கள்.

மத அடிப்படையில் ஒரு நாட்டை, தேசத்தை உருவாக்க வேண்டும் என்று 1940இல் ஜின்னா கோரிக்கை எழுப்புவதற்கு முன்பே, 19ஆம் நூற்றாண்டிலிருந்தே பிரிட்டிஷ் இந்தியா முழுவதும் இந்துக்களின் நாடாகவே இருக்க வேண்டும் என்ற குரல்கள் ஒலித்துக் கொண்டிருந்தன. பங்கிம் சந்திரர், அரவிந்தர், திலகர், லாலா லஜ்பதி ராய், மதன் மோகன் மாளவியா போன்றவர்கள் இந்து தேசியவாதி களாகவே இருந்திருக்கின்றனர். கடைசி இருவரும்தான் இந்து மகா சபையைத் தோற்றுவித்தவர்கள். எனினும், இவர்களில் மிகுந்த இந்து மத வெறி பிடித்தவராகவும் இஸ்லாமிய வெறுப்புணர்வைக் கக்குபவராகவும் இருந்தவர் மதன் மோகன் மாளவியாதான்.

மராத்தியத்தில் தோன்றிய ஆர்எஸ்எஸ் அமைப்பு, வடஇந்திய மாகாணங்களில் வேரூன்றுவதற்கான தொடக்கக் கால உதவிகளை வழங்கியவர் மாளவியா. இந்து தர்மத்தையும் சமஸ்கிருதத்தையும் பாதுகாக்கும் ஒரே நோக்கத்துடன் பனாரஸ் இந்து பல்கலைக் கழகத்தைத் தொடங்கி, அதற்காக பிரிட்டிஷ் இந்திய அரசாங்கம், சமஸ்தான மன்னர்கள், உயரதிகாரிகள் ஆகியோரிடமிருந்து கோடிக் கணக்கான ரூபாயைத் திரட்டியவர் அவர். ஆர்எஸ்எஸ் அமைப்பு செயல்படுவதற்காக அப்பல்கலைக்கழக வளாகத்தில் தனியாக ஒரு கட்டடம் கட்டிக் கொடுத்தவர். நான்கு முறை அனைத்திந்தியக் காங்கிரஸின் தலைவராகத் தேர்ந்தெடுக்கப்பட்ட அவர், கடைசிவரை வர்ணதர்மத்தைக் காப்பதையே தம் இறுதி லட்சியமாகக் கருதியவர். எனினும், இந்துத்துவா என்னும் அரசியல், பண்பாட்டுத் தத்துவத்தை விளக்குவதற்கென்றே ஒரு தனி நூலை எழுதிய பெருமை வி.டி.சாவர்க்கருக்குத்தான் உண்டு.

சாவர்க்கரின் இந்து தேசம்!

இந்தியா என்பது இந்துக்களுக்கு (இதில் பௌத்தர்கள், சமணர்கள், சீக்கியர்கள், பார்சிகள் எல்லாம் அடக்கமாம்!) மட்டுமே உரிய நாடு, மற்றவர்களெல்லாம் (கிறிஸ்தவர்களும் முஸ்லிம்களும்) ஒன்று விருந்தினர்கள் அல்லது ஊடுருவியவர்கள் என்று 'ஹிந்துத்வா அல்லது ஹிந்து யார்' என்ற நூலில் 1923இல் அவர் எழுதினார். இந்தத் தத்துவத்தை மேலும் வளர்த்துச் சென்று, கிறிஸ்தவர்களும் முஸ்லிம்களும் 'யவனப் பாம்புகள்' என்றும் அவர்கள் இந்துக்களின் கலாசாரத்தை முற்றிலுமாக ஏற்றுக்கொண்டால் மட்டுமே இந்தியாவில் வாழ முடியும் என்றும் கூறியவர் ஆர்எஸ்எஸ் அமைப்பின் இரண்டாவது தலைவரும் அதன் தத்துவகர்த்தாவுமான எம்.எஸ்.கோல்வால்கர், நாஜி ஜெர்மனியில் ஹிட்லர் யூதர்களைக் 'களையெடுத்ததன்' மூலம் அந்த நாட்டைப் 'புனிதமானதாக்கியதை' சீரிய எடுத்துக்காட்டாகக்கொண்டு, இந்தியாவிலுள்ள 'யவனப் பாம்புகள்' விஷயத்திலும் அதைக் கடைப்பிடிக்கப்பட வேண்டும் என்றும் போதித்தவர் அவர்.

வி.டி.சாவர்க்கர், பிரிட்டிஷாரின் நிபந்தனைகள் அனைத்துக்கும் அடங்கியொடுங்கிக் கொண்டிருந்த நாள்களில் (1923இல்) வெளியிடப் பட்ட 'ஹிந்துத்வா' நூலில் இந்தியாவை 150 ஆண்டுகளுக்கும் மேலாக ஆண்டு கொண்டிருந்த பிரிட்டிஷாரைப் பற்றி ஒரு வரிகூட இல்லை என்பதையும், இரண்டாம் உலகப் போரின்போது அவர் பிரிட்டிஷ் இந்திய ராணுவத்துக்கு ஆள் சேர்க்கும் வேலையில் ஈடுபட்டிருந்தார் என்பதையும், 'மின்னம்பலத்தில்' வெளியான 'வீர்' சாவர்க்கர் என்ற கட்டுரையொன்றில் கூறியிருந்தோம்.

அந்த 'ஆள் சேர்க்கும்' வேலை, உலகம் முழுவதையும் அச்சுறுத்திக் கொண்டிருந்த நாஜி ஜெர்மனி, பாசிச இத்தாலி, பாசிச ஜப்பான் ஆகியவற்றை முறியடிக்க வேண்டும் என்பதற்காக அல்ல; மாறாக, இந்துத்துவவாதிகள் எதிர்காலத்தில் பயன்படுத்திக் கொள்வதற்கான ராணுவப் பயிற்சி, போர்ப் பயிற்சி ஆகியவற்றைப் பெறுவதற்காகத்தான்.

பாகிஸ்தானுக்கு அடித்தளம் அமைத்த சாவர்க்கர்

1937இல் அகமதாபாத்தில் நடந்த 19ஆவது இந்து மகா சபை மாநாட்டின் தலைமையுரையில் சாவர்க்கர் கூறினார்:

"ஒன்றுக்கொன்று பகையுள்ள தேசங்கள் அருகருகே வாழ்ந்து கொண்டிருக்கும்போது சிறுபிள்ளைத்தனமான அரசியல்வாதிகள் இந்தியா ஏற்கெனவே நல்லிணக்கமுள்ள தேசமாக ஒன்றிணைக்கப்பட்டுள்ளது என்றோ, அப்படிச் செய்ய வேண்டும் என்ற ஆசையிலிருந்தாலே

போதும் அதை ஒன்றிணைக்க முடியும் என்றோ கருதும் கடுமையான தவறிழைத்து வருகிறார்கள். இந்த நல்லெண்ணம் படைத்த, ஆனால் சிந்தனை செய்யாத இந்த நண்பர்கள் தங்கள் கனவுகளை, யதார்த்தங்கள் என்று நினைத்துக் கொண்டிருக்கிறார்கள். அதனால்தான் அவர்கள் வகுப்பு மோதல்களைக் கண்டு பொறுமையிழந்து அவற்றுக்கான பொறுப்பை வகுப்புவாத அமைப்புகள்மீது சுமத்துகிறார்கள். ஆனால், வகுப்புவாதப் பிரச்சினைகள் என்று சொல்லப்படுபவை பாரம்பரியமாக நம்மிடம் வந்து சேர்ந்தவையும் இந்துக்களுக்கும் முஸ்லிம்களுக்கும் நூற்றாண்டுகளாக இருந்து வந்துள்ளவையுமான கலாசார, மத, தேசிய பகைமைதான். நாம் இதற்கு தைரியமாக முகம் கொடுப்போம். இன்று இந்தியா என்பதை ஒன்றுபட்ட தேசம் என்று கருத முடியாது. மாறாக இந்தியாவில் முதன்மையாக இந்துக்கள், முஸ்லிம்கள் என்ற இரு தேசங்கள் இருக்கின்றன என்றுதான் கருத வேண்டும்."

வி.டி.சாவர்க்கர் இந்தக் கருத்துகளைக் கூறிய மூன்றாண்டுகளுக்குப் பிறகுதான் 'பாகிஸ்தான்' என்ற தனி நாடு வேண்டும் என்ற கோரிக்கை லாகூரில் 1940இல் நடந்த முஸ்லிம் லீக் மாநாட்டில் எழுப்பப்பட்டது. அந்த மாநாட்டில் அந்தப் பெயரையும் பிரிவினைக் கோரிக்கையையும் முன்மொழிந்தவர் அப்போது வங்காள மாகாணத்தின் பிரதமராக இருந்த ஏ.கே.பஸ்லுல் ஹக் (அக்காலத்தில் மாகாண முதலமைச்சர்கள் 'பிரதமர்' என அழைக்கப்பட்டனர்). தனது தலைமையுரையில் ஜின்னா, முஸ்லிம்கள் தனி தேசமாக அமைகிறார்கள் என்ற கருத்துக்கு ஆதரவாக, வி.டி.சாவர்க்கரின் 1937ஆம் ஆண்டு இந்து மகா சபைத் தலைமையுரையிலிருந்து மேற்கோள் காட்டினார்.

சாவர்க்கரை முந்திய இக்பால்

இங்கு, இளம் தலைமுறையினர் தெரிந்துகொள்வதற்காக சில வரலாற்றுத் தகவல்களைச் சொல்வது நம் கடமை. முதலாவதாக, முஸ்லிம் லீக் என்னும் கட்சி ஜின்னாவால் தொடங்கப்பட்டதல்ல. 1906இல் ஒரு கலாசார இயக்கமாகத் தொடங்கப்பட்டது. காங்கிரஸ் கட்சியில் சேர்ந்த ஜின்னா 1913ஆம் ஆண்டில் முஸ்லிம் லீக்கிலும் உறுப்பினராக இருந்தார் (இந்து மகா சபையைச் சேர்ந்த மதன்மோகன் மாளவியா, டாக்டர் பி.எஸ்.மூஞ்சே போன்றவர்கள் காங்கிரஸிலும் இருந்ததைப் போல). 1930ஆம் ஆண்டில், கவிஞரும் தத்துவ அறிஞருமான இக்பால்தான் முஸ்லிம்கள் தனியொரு தேசமாக அமைகிறார்கள் என்றும், பிரிட்டிஷ் இந்தியாவில் முஸ்லிம்கள் பெரும் பான்மையினராக வசிக்கும் மாகாணங்களைக் கொண்ட தனி முஸ்லிம் தேசம் உருவாக்கப்பட வேண்டும் என்ற கருத்தை முதன் முதலில்

வைத்தவர். அதற்குக் காரணம், முஸ்லிம் விரோத மனப்பான்மை இந்துமத அமைப்புகள், அரசியல் கட்சிகள் ஆகியவற்றில் மட்டுமின்றி, காங்கிரஸுக்குள்ளும் இருந்ததுதான். ஆனால், அந்த தனி தேசத்துக்கு பாகிஸ்தான் என்ற பெயர் அப்போது சூட்டப்படவில்லை. இந்திய ராணுவத்தினரால் பாடப்பட்டு வரும் 'ஸாரே ஜஹான் ஸே அச்சா, ஹிந்துஸ்தான் ஹமாரா' என்ற பாட்டை எழுதியவர் இக்பால்தான்.

காங்கிரஸின் பங்கு

ஜின்னா காங்கிரஸ் கட்சியிலும் முஸ்லிம் லீக்கிலும் உறுப்பியம் வகித்தவர். 1916ஆம் ஆண்டில் லக்னோ நகரில் காங்கிரஸ் மாநாடும், முஸ்லிம் மாநாடும் ஒரே சமயத்தில் நடந்தன. அப்போது இந்து - முஸ்லிம் ஒற்றுமைக்காக 'லக்னோ ஒப்பந்தம்' உருவாயிற்று. அதன்படி மதச் சிறுபான்மையினர் உள்ள மாகாணங்களின் சட்டமன்றங்களில், மக்கள்தொகையில் அவர்களது விகிதம் எவ்வளவு உள்ளதோ, அதைவிடக் கூடுதலான பிரதிநிதித்துவம் தரப்பட வேண்டும் என்பது அந்த ஒப்பந்தத்தின் முக்கிய பகுதிகளில் ஒன்றாகும். இந்து - முஸ்லிம் ஒற்றுமை என்பதை உயர்த்திப் பிடித்துக்கொண்டிருந்தவர்தான் ஜின்னா. ஆனால், காங்கிரஸ் அந்த ஒப்பந்தத்தின்படி செயல்படவில்லை.

பிரிட்டிஷ் அரசாங்கம் கொண்டுவந்த '1935ஆம் ஆண்டு இந்திய அரசாங்கச் சட்டத்'தின்படி 1937இல் நடந்த பொதுத்தேர்தலில் அன்றைய 'ஐக்கிய மாகாண' (இன்றைய உத்தரப் பிரதேசம்) சட்டமன்றத்தில் தனிப்பெரும் கட்சியாக இருந்த காங்கிரஸ் தனது அரசாங்கத்தில் முஸ்லிம் லீக்கைச் சேர்ந்த இரண்டே இரண்டு பேரைக்கூடச் சேர்க்க மறுத்துவிட்டது. காங்கிரஸால் தான் அவமானப்படுத்தப்பட்டதாகக் கருதிய ஜின்னா, காங்கிரஸின் கடும் எதிரியாக மாறினார். 1940இல் லக்னோ நகரில் நடந்த முஸ்லிம் லீக் மாநாட்டில்தான் மேற்சொன்னவாறு 'பாகிஸ்தான்' பிரிவினைக் கோரிக்கை முதன்முதலாக எழுப்பப்பட்டது.

காங்கிரஸ் கட்சிக்குள் இருந்த இந்துப் பழைமைவாதிகளும், இந்து மகாசபை, ஆர்எஸ்எஸ். போன்ற இந்து மதவெறி அமைப்புகளும், அவர்களுக்கு நிதி உதவி செய்துவந்த இந்து தரகு வணிகர்களும் முதலாளிகளும் அன்று ஒன்றுபட்டிருந்த இந்தியாவில் முஸ்லிம்களுடன் அதிகாரப் பகிர்வு செய்வதற்கு முற்றிலும் மறுத்ததற்குப் பிறகுதான் ஜின்னாவின் தலைமையிலிருந்த அனைத்திந்திய முஸ்லிம் லீக் தனிநாட்டுக் கோரிக்கையை எழுப்பியது. அதேபோல பாகிஸ்தானைத் தனியாகப் பிரித்துக் கொடுத்துவிடுவதன் மூலம் தங்கள் நலன்களைக் காப்பாற்றிக் கொள்ள முடியும் என்று உறுதியாக நம்பிய இந்தியப்

பெருமுதலாளி வர்க்கத்தினரின் கூட்டமைப்பு - குறிப்பாக ஜி.டி.பிர்லா, லாலா ஸ்ரீராம் போன்றவர்கள் - 1946ஆம் ஆண்டு இறுதியில் நிறைவேற்றிய தீர்மானமும் பாகிஸ்தான் பிரிவினைக்கு வழிவகுத்தது. காங்கிரஸ் கட்சிக்குள்ளிருந்த தலைவர்களில் பாகிஸ்தான் பிரிவினைக்கு முதலில் சம்மதம் தெரிவித்தவர் வல்லபாய் பட்டேல்தான், அந்தப் பிரிவினைக்கு காந்தியை சம்மதிக்க வைத்தவர்களில் முக்கியமானவர்கள் அவரும் சி.ராஜகோபாலாச்சாரியும் (ராஜாஜி) ஆவர்.

முஸ்லிம் லீக் - இந்து மகா சபை கூட்டணி

1940ஆம் ஆண்டு லக்னோ முஸ்லிம் லீக் மாநாட்டில் ஜின்னா, சாவர்க்கரின் கருத்தை மேற்கோள் காட்டியது சாவர்க்கருக்கும் உவப்பானதாகவே இருந்திருக்கிறது. 1943இல் நாக்பூரில் நடந்த பத்திரிகையாளர் கூட்டத்தில் சாவர்க்கர் கூறினார்: "ஜின்னாவின் இரு தேசக் கொள்கையுடன் எனக்கு சச்சரவு இல்லை, இந்துக்களாகிய நாங்கள் தனியொரு தேசம். இந்துக்களும் முஸ்லிம்களும் இரண்டு தனித்தனி தேசங்கள் என்பது ஒரு வரலாற்று உண்மை."

அதுமட்டுமல்ல, இந்துத்துவவாதிகளால் வெறுக்கப்படும் முஸ்லிம்களின் கணிசமானோரைப் பிரதிநிதித்துவம் செய்த முஸ்லிம் லீக் கட்சியுடன் சேர்ந்து சாவர்க்கரின் தலைமையிலிருந்த இந்து மகா சபை சிந்து மாகாணத்திலும் வங்காளத்திலும் கூட்டணி அரசாங்கம் அமைத்தது. கான்பூரில் நடந்த இந்து மகாசபை மாநாட்டின் தலைமையுரையில் வி.டி.சாவர்க்கர் கூறினார்:

நடைமுறை அரசியலிலும்கூட நியாயமான சமரசங்களைச் செய்துகொள்வதன் மூலம் முன்னேறிச் செல்ல முடியும் என்பதை இந்து மகா சபை அறிந்துள்ளது. அண்மையில் சிந்து மாகாண இந்து மகா சபை, முஸ்லிம் லீக்கிடமிருந்து வந்த அழைப்பின் பேரில் அங்கு கூட்டணி அரசாங்கத்தை நடத்த முஸ்லிம் லீக்குடன் சேர்ந்துகொள்ளும் பொறுப்பை ஏற்றுக்கொண்டது. வங்காள விஷயம் எல்லோருக்கும் நன்கு தெரிந்ததுதான். காங்கிரஸால் மிகவும் பணிந்து போய் தாஜா செய்ய முடியாமல் போன முஸ்லிம் லீக்கும்கூட, இந்து மகா சபையிடம் தொடர்பு கொண்டதுமே மிகவும் நியாயமான முறையில் சமரசத்துக்குட் பட்டதாகவும் நட்புடன் சேர்ந்து வேலை செய்யக்கூடியதாகவும் ஆகியதுடன் பிரதமர் பஸ்லுல் ஹக்கின் பிரதமர் பொறுப்பின் கீழும் நமது மதிப்புக்குரிய மகாசபைத் தலைவர் டாக்டர் ஷியாமா பிரசாத் முகர்ஜியின் திறமையான வழிகாட்டுதலின் கீழும் கூட்டணி அரசாங்கம் இரண்டு சமுதாயங்களுக்குமே நன்மை

பயக்கும் வகையில் ஓராண்டுக் காலம் வெற்றிகரமாகச் செயல்பட்டது.

இந்தியா என்பது இந்துக்கள், முஸ்லிம்கள் என்ற இரு தனித் தனியான, ஒன்றுக்கொன்று பகையான தேசங்களைக் கொண்டது என்று மட்டுமல்ல; இந்தியாவிலுள்ள அனைத்து முஸ்லிம்களுக்கும் முஸ்லிம் லீக்தான் ஒரே பிரதிநிதி என்றும் அதேபோல இந்தியாவிலுள்ள எல்லா இந்துக்களுக்கும் இந்து மகாசபைதான் ஒரே பிரதிநிதி என்றும் கூறினார் சாவர்க்கர். இன்றைய உத்தரப்பிரதேசத்திலுள்ள மதுரா நகரில் நடந்த 22ஆவது இந்து மகாசபை மாநாட்டுத் தலைமையுரையில் கூறினார்:

> மேதகு வைஸ்ராய் அவர்கள் உணர்வுபூர்வமாகவும் தீர்மான கரமாகவும், இந்து சமுதாயத்தின் மிகச் சிறப்பான பிரதிநிதியாக இந்து மகாசபை இருக்கும் நிலையை அங்கீகரித்ததுடன், முஸ்லிம் லீக் முஸ்லிம்களின் நலன்களையும் இந்து மகாசபை இந்துக்களின் நலன்களையும் பிரதிநிதித்துவம் செய்கின்றன என்ற முடிவுக்கு இறுதியில் வந்து சேர்ந்து கொண்டிருக்கிறார்.

சாவர்க்கரின் மேற்சொன்ன கூற்றுகள் யாவும், மராத்தி மொழியில் வெளியான பின்வரும் புத்தகத்தில் உள்ளன: Savarkar, Samagra Savarkar Wangmaya: Hindu Rashtra Darshan, vol. 6, Maharashtra Prantik Hindusabha, Poona, 1963. இவற்றை ஆங்கிலத்தில் மொழியாக்கம் செய்து தந்துள்ளவர் காந்தியவாதியான பேராசிரியர் ஷம்ஷுல் இஸ்லாம்.

பிரிவினை பற்றி அம்பேத்கர்

இந்து, முஸ்லிம் வகுப்புவாத அரசியல்களுக்கிடையே நடந்து வந்த போட்டாபோட்டிகளைக் கூர்மையாகக் கவனித்து வந்த அம்பேத்கர் 'பாகிஸ்தான் அல்லது இந்தியாவின் பிரிவினை' என்னும் நூலில் எழுதுகிறார்:

> ஒரு தேசமா, இரு தேசமா என்ற பிரச்சினையைப் பொருத்த வரை திரு.சாவர்க்கரும் திரு.ஜின்னாவும் ஒருவரையொருவர் எதிர்த்து நிற்பதற்குப் பதிலாக இருவரும் ஒரே கருத்தை முழுமையாக ஒப்புக்கொள்கிறார்கள் என்பது விநோதமானதாகத் தெரியலாம். இவர்கள் ஒத்துப்போவது மட்டுமல்ல, இந்தியாவில் முஸ்லிம் தேசம் என்ற ஒன்று, இந்து தேசம் என்ற மற்றொன்று ஆகிய இரு தேசங்கள் இருப்பதாகவும் வலியுறுத்துகிறார்கள். இந்த இரு தேசங்களும் எந்த நிபந்தனைகளுக்குட்பட்டு வாழ

வேண்டும் என்பதில் மட்டுமே இவர்கள் இருவருக்கும் கருத்து வேறுபாடு உள்ளது.

அம்பேத்கர் மேலும் கூறுகிறார்: "திரு.சாவர்க்கர் முஸ்லிம்கள் தனி தேசம் என்பதை ஒப்புக்கொள்கிறார். அவர்கள் தனி தேசியக் கொடியை வைத்துக்கொள்வதை அனுமதிக்கிறார். இருப்பினும் அவர் முஸ்லிம்களுக்குத் தனி தேசிய வாழ்விடமான (home) தனி தேசக் கோரிக்கையை எதிர்க்கிறார். இந்துக்களின் வாழ்விடமாக இந்து தேசத்தை அவர் கோருவாராகின் முஸ்லிம்களின் வாழ்விடமாக முஸ்லிம் தேசத்தைக் கோருவதை அவரால் எப்படி எதிர்க்க முடியும்?"

இந்தக் கருத்தை இசைக்குமா அமித் ஷாவின் 'ஆர்கெஸ்ட்ரா' குழு?

மின்னம்பலம்
22, டிசம்பர் - 2019

இந்திய இராணுவத்தை அரசியல்மயமாக்கும் மோடி அரசாங்கம்

இந்தியாவின் அண்டை நாடுகளில் - குறிப்பாக பாகிஸ்தான், மயான்மார், சீனா, ஸ்ரீலங்கா ஆகியவற்றின் இராணுவங்கள் நீண்ட காலமாகவோ, அண்மைக்காலமாகவோ அரசியல் தன்மையாக்கப் பட்டவையாகவே உள்ளன. இந்த அரசியலின் தன்மை நாட்டுக்கு நாடு வேறுபட்டிருந்தாலும், இந்த நாடுகள் அனைத்திலும் அரசியல் அதிகாரத்தில் இராணுவம் தீர்மானகரமான பாத்திரம் வகிக்கின்றது. சீன இராணுவம் அந்த நாட்டுக் கம்யூனிஸ்ட் கட்சியின் கட்டுப்பாட்டில் உள்ளது; அரசியல்ரீதியாகப் பார்த்தால் அது நடுநிலையான இராணுவம் அல்ல; பாகிஸ்தான் அரசாங்கம் அந்த நாட்டு இராணுவத்திற்குக் கட்டுப்பட்டதாகவே உள்ளது. அந்த இராணுவமும் அரசாங்கமும் மதவாதத்திற்குக் கட்டுப்பட்டவை; மயான்மாரில் நீண்டகாலமாக ஆட்சி செய்துவந்த இராணுவம் சில ஆண்டுகளுக்கு முன் குடிமக்கள் ஆட்சிக்கு வழிவிட்ட போதிலும், அந்த நாட்டின் அரசியலையும் பொருளாதாரத்தையும் தீர்மானிப்பதில் அதுதான் இன்றுங்கூட தீர்மானகரமான சக்தியாக உள்ளது. ஸ்ரீலங்காவில் புலிகளுக்கு எதிரான தீர்மானகரமான போர் தொடங்கிய 2006ஆம் ஆண்டு முதலே, அந்த நாட்டு இராணுவம் சிங்கள - பௌத்த பேரினவாதச் செல்வாக்கின் கீழ் வந்துவிட்டது.

மக்களால் தேர்ந்தெடுக்கப்பட்ட பிரதிநிதிகளைக் கொண்ட ஒன்றிய அரசாங்கத்தின் வழிகாட்டுதலின்படியே இந்திய இராணுவம் செயல்பட வேண்டும் என்று இந்திய அரசமைப்புச் சட்டம் கூறுகின்றது என்றாலும், எந்தக் கட்சி ஆட்சிக்கு வருகின்றதோ அந்தக் கட்சியின் கருத்துநிலைக்கோ, அக்கட்சியின் கொள்கை முடிவுகளுக்கோ உகந்த வகையில் செயல்படாமல் தேசப்பாதுகாப்பு கருதி நடுநிலையுடன் செயல்படுவதுதான் அதனிடமிருந்து எதிர்பார்க்கப்படுகிறது.

கடந்தகாலத்தில் இராணுவத்தைச் சேர்ந்த சில முக்கிய அதிகாரிகளின் தற்சாய்வுகள், பீதி, அவசரகதி முதலியவற்றின் காரணமாக இந்திய இராணுவம் நடுநிலை தவறிச் செயல்பட்டுள்ள பல நிகழ்வுகள் உள்ளன. 1947ஆம் ஆண்டு இந்திய - பாகிஸ்தான் பிரிவினை ஏற்பட்டதன் விளைவாக நாட்டில் மூண்ட கலவரத்தை

அடக்கவும் ஹைதராபாத் நிஜாமின் சமஸ்தானத்தில் ரஜாக்கர்களின் கொட்டத்தை அடக்கவும் அனுப்பப்பட்ட இந்திய இராணுவம் ஒருதலைப்பட்சமாக நடந்துகொண்டிருக்கிறது. ஹைதராபாத் சமஸ்தானத்தில் இந்திய இராணுவம் மேற்கொண்ட அத்துமீறல்களைப் பற்றிய விசாரணைக் குழுவொன்றை பண்டிட் சுந்தர்லால் தலைமையில் இந்தியப் பிரதமர் ஜவகர்லால் நேரு அமைத்தார்.

வடகிழக்கு மாநிலங்களிலும் ஜம்மு காஷ்மிரிலும் பாதுகாப்புப் படைகளுக்கு சிறப்பு அதிகாரம் கொடுக்கப்பட்ட நாளிலிருந்தே இந்திய இராணுவம் அரசியல்மயமாக்கப்படும் போக்கு முளைவிடத் தொடங்கியது எனலாம். ஜம்மு காஷ்மிர் விவகாரத்தைப் பொருத்தவரை அரசியல்ரீதியான கருத்துகளை இராணுவ உயர் அதிகாரிகள் சொல்வது மன்மோகன் சிங்கின் தேசிய ஜனநாயகக் கூட்டணி அரசாங்கம் இருந்த காலத்திலேயே சில முறை நிகழ்ந்துள்ளது என்றாலும் அந்தப் போக்கு கட்டுக்குள் வைக்கப்பட்டிருந்தது.

இந்திய இராணுவத்திற்குள் தனது செல்வாக்கை நிறுவுவதற்காக ஆர்.எஸ்.எஸ்.-பாஜக நீண்டகாலமாகவே திட்டமிட்டு வந்துள்ளது. பாஜகவின் நாடாளுமன்ற விவகாரக் குழு 2014ஆம் ஆண்டு நாடாளுமன்றத் தேர்தலில் தனது கட்சியில் பிரதமர் வேட்பாளராக நரேந்திர மோடி நிறுத்தப்படுவார் என்று அறிவித்தது. இரு நாள்களுக்குப் பிறகு, அதாவது 2013 செப்டம்பர் 15 அன்று முன்னாள் இராணுவத் தளபதிகளும் அதிகாரிகளும் நடத்திய பேரணியொன்றில் மோடி கலந்து கொண்டார். முன்னாள் இராணுவத் தலைமைத் தளபதி வி.கே.சிங்கும் மோடியும் மேடையைப் பகிர்ந்து கொண்டனர். 'பாகிஸ்தான், சீனா ஆகியவற்றின் மீது இந்தியா மென்மையாக நடந்துகொள்வதை' கண்டனம் செய்வதற்காக நடத்தப்பட்ட பேரணி அது. 2011 மார்ச் 14 அன்று அகமதாபாத்தில் ஒரு கண்காட்சி நடத்தப்பட்டது. 'உங்கள் எதிரிகளைத் தெரிந்து கொள்ளுங்கள்' என்பதுதான் அந்தக் கண்காட்சிக்கு வைக்கப் பட்டிருந்த பெயர், அந்தக் கண்காட்சியைப் பார்வையிடச் சென்ற இந்திய இராணுவத்தின் உயர் அதிகாரிகளிலொருவரான மேஜர் ஜெனரல் ஐ.எஸ்.சின்ஹா, குஜராத்தில் மோடி மேற்கொண்டு வந்த பொருளாதார வளர்ச்சித் திட்டங்களை வெகுவாகப் புகழ்ந்தார். மோடி 'தொலைநோக்குப் பார்வையுடையவர்' என்று பாராட்டிய அவர், "நாங்கள் இராணுவத்தில் எவ்வாறு செயல்படுகிறோமோ, அவ்வாறே மோடி செயல்படுகிறார். அவர் ஒரு காலக்கெடுவை நிர்ணயித்து, அந்தக் காலக்கெடுவிற்குள் குறியிலக்குகள் யாவும் நிறைவேற்றப் படுகின்றனவா என்பதை உறுதிசெய்துகொள்கிறார். இராணுவத் தளபதிகளுக்கு இருக்க வேண்டிய தகுதிகளே இவை".

தீர்க்கதரிசனச் சொற்கள் இவை!

2014ஆம், 2019ஆம் ஆண்டுத் தேர்தல் வெற்றிகளுக்குப் பிறகு மோடி அமைத்த இரு அமைச்சரவைகளிலும் மேஜர் ஜெனரல் வி.கே.சிங் சேர்க்கப்பட்டிருக்கிறார்.

2014-19ஆம் ஆண்டுக் கால நரேந்திர மோடியின் ஆட்சிக்காலத்தில் ஜம்மு காஷ்மிரில் 'பயங்கரவாதிகளை' ஒடுக்குதல் என்னும் பெயரால், சாதாரணக் குடிமக்கள் மீது இராணுவத்தினர் கடுமையான தாக்குதல் நடத்தினர்.

26.2.2019இல் பாகிஸ்தானின் பாலக்கோட் என்னுமிடத்தில் உள்ள தீவிரவாதிகளின் முகாமொன்றை முற்றிலுமாக அழித்ததில் நூற்றுக் கணக்கான தீவிரவாதிகள் கொல்லப்பட்டனர் என்று இந்திய அரசாங்கம் அதிகாரபூர்வமாக அறிவித்தது. பாகிஸ்தானிய விமானப் படை 27.2.2019 அன்று இந்தியப் போர் விமானமொன்றைச் சுட்டு வீழ்த்தி விமான ஓட்டியைக் கைது செய்து பின்னர் மூன்று நாள்களுக்குப் பிறகு அவரை இந்தியா வசம் ஒப்படைத்தது.

பாலக்கோட்டில் இந்திய விமானங்கள் வீசிய குண்டுகள் கட்டாந்தரையில் விழுந்தனவே தவிர அங்கு தீவிரவாதிகள் முகாம் என்பது ஏதும் இல்லை என்று பாகிஸ்தான் கூறியது. பல்வேறு சர்வதேச ஆராய்ச்சி நிறுவனங்களும்கூட இந்திய அரசாங்கம் கூறியதை ஏற்கவில்லை. எனினும், நரேந்திர மோடியும் சங் பரிவாரமும் இந்தியாவைப் பாதுகாக்கக்கூடியவர்கள் தாங்களும் இந்திய இராணுவத்தினரும் மட்டுமே என்பதைத் தங்கள் தேர்தல் பிரசாரத்தின் போது விடாது கூறிவந்தனர். நடுநிலை வகிக்க வேண்டிய இந்திய இராணுவத்தை அவர்கள் தங்கள் தேர்தல் பிரசாரத்தில் முதன்மைப் படுத்தியும் தங்களுக்கும் இந்திய இராணுவத்துக்குமிடையில் இடைவெளி ஏதும் இல்லை என்பது போலவும் பேசிவந்ததைப் பற்றிக் கேள்வி கேட்டாலோ, பாலக்கோட் விவகாரம் பற்றிய உண்மைகளை வெளியிடுமாறு மோடி அரசாங்கத்தை நிர்பந்தித்தாலோ, அவற்றைக் கண்டறிய முயன்றாலோ தங்களை 'தேச விரோதிகள்' என்று சொல்லிவிடுவார்கள் என்றஞ்சிய காங்கிரஸும் பிற எதிர்க்கட்சிகள் அனைத்தும், தங்கள் தேசபக்தியைக் காட்டிக் கொள்ள மோடியுடன் போட்டி போட்டன.

ஜம்மு காஷ்மிருக்கு இருந்த சிறப்புத் தகுதியை அகற்றுவதற்கு முன் ஆயிரக்கணக்கான இந்தியப் படைவீரர்கள் அங்கு அனுப்பப்பட்டனர். அந்த (முன்னாள்) மாநிலம் முழுவதுமே - குறிப்பாக - காஷ்மிர்

பள்ளத்தாக்கு - இராணுவக் கட்டுப்பாட்டின் கீழ்தான் இருந்து வருகின்றது.

இந்திய இராணுவத்தில் 40 ஆண்டுக் காலம் பணியாற்றி, உயர் பதவிகளை (GOC in C, Northern Command and Central Command) வகித்தவரும் ஓய்வு பெற்றதற்குப் பின் ஆயுதப் படைகள் தீர்ப்பாயத்தில் (Member of Armed Forces Tribunal) உறுப்பினராக இருந்தவருமான லெஃப்டினண்ட் ஜெனரல் ஹெச். எம் பனாக் [Lt Gen H S Panag PVSM, AVSM (R)] 'The Print' ஏட்டில் 26.12.2019இல் எழுதிய கட்டுரையில் (Indian military isn't politicised like China, Pakistan but the seeds have been sown in 2019) கூறியுள்ள பின்வரும் செய்திகள் இந்திய ஜனநாயகத்தைக் காப்பதில் அக்கறையுள்ளவர்கள் அனைவரும் கவனிக்க வேண்டியவையாகும்;

(1) 2015ஆம் ஆண்டு காஷ்மிரில் வெகுமக்கள் போராட்டம் நடந்த போது, சாதாரணப் பொதுமக்களை, போராளிகளிடமிருந்து வேறுபடுத்திப் பார்க்காத நரேந்திர மோடி அரசாங்கத்தின் கொள்கையை இந்திய இராணுவத்தின் தலைமைத் தளபதி வெளிப்படையாக ஆதரித்துப் பேசி வந்தார். வெளிநாடுகளி லிருந்து - குறிப்பாக பாகிஸ்தானிலிருந்து வரும் அச்சுறுத்தல்கள் என்பதை மிகைப்படுத்திக் கூறுவதன் மூலம் நரேந்திர மோடியின் அரசாங்கத்திற்கு மறைமுகமாக ஊக்குவிப்புக் கொடுத்து வந்தனர் இராணுவ உயரதிகாரிகள் சிலர்.

(2) பாலக்கோட் விவகாரத்திற்குப் பிறகு, இராணுவம் அரசியல் மயமாக்கப்படுவதற்குக் கவலை தெரிவித்தும், இந்த போக்கைத் தடுத்து நிறுத்துமாறும் கோரும் விண்ணப்ப மொன்றை ஓய்வு பெற்ற இராணுவ அதிகாரிகள் 150 பேர் குடியரசுத் தலைவர் கோவிந்துக்கு அனுப்பினார்கள்.

(3) ரஃபேல் போர் விமானங்கள் வாங்கப்பட்டதில் முறைகேடுகள் இருந்ததாக எதிர்க்கட்சிகள் குற்றம் சாட்டி வந்த போது, இந்திய விமானப் படையைச் சேர்ந்த மூத்த அதிகாரிகள், அவற்றை வாங்கியதில் முறைகேடுகள் இல்லை என்று பேசினார்கள். அந்தப் போர் விமானங்களுக்குள்ள திறன், அவற்றின் பராமரிப்பு, அவை ஏற்றிச் செல்லும் ஆயுதங்கள் முதலியன பற்றி மட்டுமே பேசுவதற்கு அவர்களுக்கு உரிமை உண்டே தவிர, அவற்றை வாங்குவதில் முறைகேடுகள்

இருந்தனவா, இல்லையா, விதிமுறைகள் மீறப்பட்டு உள்ளனவா, இல்லையா என்பதைப் பற்றிப் பேசும் உரிமை அவர்களுக்கு இல்லை. ஆயினும் மோடி அரசாங்கத்துக்கு அவர்கள் மேற்சொன்ன வகையில் மறைமுக ஆதரவு அளித்தனர்.

(4) 14.12.2019 அன்று கொல்கத்தாவில் பொது நிகழ்ச்சியொன்றில் கலந்துகொண்ட இந்திய இராணுவத்தின் கிழக்குப் பிராந்தியத் தளபதி (Eastern Army Commander) லெஃப்ட்டினண்ட் ஜெனரல் அனில் சௌஹான் கூறினார்: "தற்போதைய (நரேந்திர மோடி) அரசாங்கம், நீண்டகாலமாக நிலுவையிலுள்ள உறுதியான முடிவுகளை மேற்கொள்வதில் முனைப்பாக உள்ளது. ஓரிரு வடகிழக்கு மாநிலங்களிடமுள்ள தயக்கத்தையும் மீறி குடியுரிமை திருத்த மசோதா நிறைவேற்றப்பட்டுள்ளது. இதன் பிறகு, இடதுசாரி-தீவிரவாதம் தொடர்பான உறுதியான முடிவுகள் தயாராகி வருகின்றன" உயர் இராணுவ அதிகாரி ஒருவர் இப்படிப்பட்ட அரசியல் பேச்சுகளைப் பேசுவது 72 ஆண்டுகளாக இந்திய இராணுவம் கடைப்பிடித்து வந்த நடுநிலை என்ற நெறியிலிருந்து விலகிச் செல்வதாகும்.

(5) அவர் இப்படிப் பேசிய அதே நாளில், குடியுரிமைத் திருத்தச் சட்டத்திற்கெதிராக அஸ்ஸாமிலும் திரிபுராவிலும் நடந்த எதிர்ப்புப் போராட்டங்களைக் கட்டுப்படுத்துவதற்காக இராணுவம் அனுப்பப்பட்டது. நற்பேறாக, அங்கு கொடி அணிவகுப்புகள் நடத்துவதுடன் இராணுவம் நின்று கொண்டது. நாட்டில் கலவரங்கள் ஏதேனும் நடக்குமானால் அவற்றைக் கட்டுப்படுத்தவோ, சமாளிக்கவோ அதிரடிக் காவல் படையே போதும்.

(6) இந்திய இராணுவத்திலுள்ள சில சந்தர்ப்பவாத உயர் அதிகாரிகள் ஆட்சியிலுள்ள அரசியல்வாதிகளுக்கு விசுவாசம் காட்டுவது நீண்டகாலமாகவே இருந்துவரும் போக்கு; 1900களிலும் 1960களும் இருந்த இந்தப் போக்குதான் இந்திய-சீன எல்லைப் போரில் இந்தியா தோற்றதற்கான காரணமாக இருந்தது. அதன் பிறகு ஆயுதப் படைகளும் அரசாங்கமும் இந்தப் போக்கைக் களையும் நடவடிக்கைகளை மேற்கொண்டன. தவறு செய்த இராணுவ அதிகாரிகள் மீது கறாரான நடவடிக்கை எடுக்கப்பட்டது.

(7) விமானப் படையைச் சேர்ந்த ஏர் மார்ஷல் மஞ்சித் சிங் செகோன், அன்றைய பிரதமரிடம் மேற்குப் பிராந்திய விமானப் படைத் தளபதியாகத் தன்னை நியமிக்குமாறு எழுதினார். அந்தப் பதவியை அவர் பெற்றிருந்தால் விமானப் படையின் தலைமைத் தளபதியாக (Chief of Air Staff) ஆகியிருப்பார். ஆனால் 19.3.2002 அன்று அவர் பதவியிலிருந்து ஓய்வு பெறும்படி கட்டாயப்படுத்தப்பட்டதுடன் வேறு சில அதிகாரிகளும் கண்டிக்கப்பட்டனர்.

(8) இராணுவத்திலுள்ள மூத்த அதிகாரிகள் அரசியல்வாதிகளுடன் தொடர்பு கொண்டு தங்கள் சுயநலத்தை மேம்படுத்திக் கொள்வதைத் தடுக்கும் நோக்கத்துடன் பெரும்பாலான அரசாங்கங்கள் தலைமைத் தளபதி அல்லது இராணுவத் தளபதிகள் போன்ற பதவிகளில் பணி மூப்பு உடையவர்களை நியமிக்கும் கொள்கையைப் பின்பற்றுகின்றன. ஆனால் நரேந்திர மோடி அரசாங்கம் இந்த நெறியிலிருந்து பிறழ்ந்து, இரண்டு மூத்த இராணுவ அதிகாரிகளைப் புறக்கணித்து, பிபின் ராவத்தை தலைமைத் தளபதியாக நியமித்தது. அதேபோன்ற முறையில் கப்பற் படைத் தலைவராக (Chief of Naval Staff) நியமிக்கப்பட்டவர்தான் ,ட்மிரல் கரம்பிர் சிங். தகுதி அடிப்படையில் நியமனம் செய்வது அரசாங்கத்துக்குரிய பிரத்யேக உரிமை. ஆனால், தேர்வு செய்வதில் வெளிப் படையற்ற தன்மையையும், நமது அரசியல் கலாசாரத்தையும், கடந்தகால அனுபவங்களையும் கருத்தில் கொள்கையில் அரசியல்மயமாக்கப்பட்ட மேல்-கீழ் வரிசைதான் உருவாகும். மேலும், தவறு செய்த மூத்த அதிகாரிகள் கண்டிக்கப் படுவதற்குப் பதிலாக, அவர்களின் அரசியல் அறிக்கைகள் தான் போற்றப்பட்டுள்ளன; அவற்றுக்கு ஆதரவாகப் பேசப் பட்டுள்ளன.

9. அரசியல் நோக்கங்களுக்காக இந்திய இராணுவம் அரசியல் வாதிகளால் பயன்படுத்தப்பட்டு வந்தாலும், அது இன்னும் முழுமையாக அரசியல்மயமாக்கப்படவில்லை. ஆனால் (அரசியல்வாதிகளுக்கு விசுவாசமாக உள்ளவர்களை உயர் பதவியில் அமர்த்தும்) அறம்சாராத இந்தப் போக்கு அந்த நிலைக்குத்தான் கொண்டு செல்லும்.

10. இன்னொரு தோல்வியை அடைவதற்காகக் காத்துக் கொண்டிருப்பதைவிட மோடி அரசாங்கமும் இராணுவ உயர்

அதிகாரிகளும் சுய பரிசோதனை செய்து கொண்டு இந்தப் போக்கைத் தடுத்து நிறுத்த வேண்டும்.

மேற்சொன்ன ஓய்வுபெற்ற இராணுவ அதிகாரியின் கட்டுரை 'The Print' ஏட்டில் வெளிவருவதற்கு ஒரு நாள் முன்பே, மோடி அரசாங்கம் இந்தியாவின் முப்படைகளுக்குமான ஒன்றிணைந்த தலைமையை உருவாக்க முடிவு செய்யப்பட்டது. விரைவில் ஓய்வு பெறவிருக்கும் இராணுவத் தலைமைத் தளபதி பிபின் ராவத், இந்தப் புதிய பதவிக்கு நியமிக்கப்பட்டார்.

மோடி அரசாங்கத்திற்கு மிகவும் வேண்டிய இவர் இன்று, குடியுரிமைத் திருத்தச் சட்டத்தை எதிர்த்துப் போராடிய மாணவர்களை வன்முறையாளர்கள், நாசம் ஏற்படுத்துபவர்கள் என்று கண்டனம் செய்தார். இது எத்தகைய பேரபாயத்துக்கான அறிகுறி என்பதைச் சொல்லத் தேவையில்லை.

மின்னம்பலம்
27, டிசம்பர் – 2019

'அவர்கள்' சொல்வதும், நாம் கேட்க வேண்டியதும்

2019ஆம் ஆண்டு நாடாளுமன்றக் குளிர்காலக் கூட்டத் தொடரில் இரு அவைகளிலும் உள்துறை அமைச்சர் அமித் ஷாவால் கொண்டு வரப்பட்டு, இந்திய தேசத்தையே உலுக்கக்கூடிய 'குடியுரிமை திருத்த மசோதா 2019', பாஜக கூட்டணியின் மிருக பலத்தோடும், அ.இ.அ.தி.மு.க. உள்ளிட்ட சில எதிர்க்கட்சி உறுப்பினர்களின் ஆதரவோடும் அவசரம் அவசரமாக நிறைவேற்றப்பட்டது; குடியரசுத் தலைவரின் ஒப்புதலும் உடனடியாகப் பெறப்பட்டு, 'குடியுரிமை திருத்தச் சட்டம்' (Citizenship Amendment Act) என்ற அதிகாரபூர்வமான தகுதியைப் பெற்றுள்ள இச்சட்டம் இந்திய அரசமைப்புச் சட்டத்தின் மதச்சார்பற்ற உள்ளடக்கத்தைத் தகர்ப்பதாக உள்ளது.

புதுப்புதுப் பொய்கள்

இந்தச் சட்டம், இந்திய தேசத்திலுள்ள முஸ்லிம்களைத் தனிமைப்படுத்துவதற்கும், ஒடுக்குவதற்கும், அவர்களை இரண்டாம் தரக் குடிமக்களாக்குவதற்கும், அவர்களில் ஒரு பகுதியினரை தடுப்புக் காவல் முகாம்களுக்குக் கொண்டு செல்வதற்குமான முதல் படி என்று கூறி அனைத்து மதங்களையும் சேர்ந்த மாணவர்கள், இளைஞர்கள், இந்தியாவின் தலைசிறந்த அறிவாளிகள், முன்னாள் உயர் நீதிமன்ற, உச்ச நீதிமன்ற நீதிபதிகள், ஓய்வுபெற்ற மூத்த இராணுவ அதிகாரிகள், மதச்சார்பற்ற கட்சிகள், சக்திகள், சிறுபான்மையினர் எனப் பரந்துபட்ட இந்திய மக்கள் பிரிவினர் போராட்டங்களை நடத்தி வருகின்றனர்.

2019ஆம் ஆண்டு நாடாளுமன்றத் தேர்தலின்போது பாஜக வெளியிட்ட தேர்தல் அறிக்கை; கொல்கத்தாவிலும் வேறு சில இடங்களிலும் பாஜகவின் அனைத்திந்தியத் தலைவர் அமித் ஷா ஆற்றிய உரைகள்; குடியுரிமை திருத்த மசோதாவை நாடாளு மன்றத்தில் தாக்கல் செய்யும்போது உள்துறை அமைச்சர் என்ற வகையில் அமித் ஷா கூறியவை ஆகிய எல்லாவற்றிலும் குடியுரிமை திருத்தச் சட்டத்தை அடுத்து தேசிய குடிமக்கள் பதிவேட்டுக்கான (National Citizenship Register) கணக்கெடுப்பு நடத்தப்படும் என்று கூறப்பட்டுள்ளது.

ஆனால், 'குடியுரிமை திருத்தச் சட்டத்'துக்கு நாடெங்கிலும் எதிர்ப்பு வருவதைக் கண்ட பிரதமர் மோடி, உள்துறை அமைச்சர் அமித் ஷா உள்ளிட்ட பாஜக அமைச்சர்களும் தலைவர்களும் ஒவ்வொரு நாளும் புதுப்புதுப் பொய்களை உதிர்த்து வருவதுடன், முன்னுக்குப் பின் முரணான தகவல்களை வெளியிட்டு வந்தனர்.

தமிழகத்தின் அவப்பேறு

2020ஆம் ஆண்டு ஏப்ரல் முதல் நடத்தப்படவிருப்பது, இந்திய மக்கள்தொகைப் பதிவேட்டுக்கான (National Population Register - NPR) கணக்கெடுப்புதானே அன்றி 'தேசியக் குடிமக்கள் பதிவேட்டுக்கான' (NRC) கணக்கெடுப்பு அல்ல என்று கூறி வருகின்றனர். இந்தியாவிலுள்ள பன்னிரண்டு மாநில முதலமைச்சர்கள், தேசியக் குடிமக்கள் பதிவேட்டை (NRC) உருவாக்குவதற்கான முதல் நடவடிக்கையாக மேற்கொள்ளப்படும் தேசிய மக்கள்தொகைப் பதிவேட்டுக்கான (NPR) கணக்கெடுப்பு நடவடிக்கைகளைத் தங்கள் மாநிலங்களில் மேற்கொள்ளப் போவதில்லை என்று அறிவித்துள்ளனர். இந்தச் சூழலில், 2020 ஏப்ரல் முதல் இந்தக் கணக்கெடுப்பு தொடங்கும் என்று தமிழ்நாட்டில் இருந்த அ.இ.அ.தி.மு.க. அரசாங்கம் அறிவித்தது அவப்பேறானது.

மேலும், 2003இல் பாஜக தலைமையிலான 'தேசிய ஜனநாயகக் கூட்டணி' அரசாங்கம் இருந்தபோது, குடியுரிமைச் சட்டத்துக்கு ஒரு திருத்தம் கொண்டு வரப்பட்டது, அதில் இந்தியாவுக்குள் 'சட்ட விரோதமாகக் குடியேறியவர்கள்' (illegal immigrants) என்ற சொற்கள் சேர்க்கப்பட்டன. வெளிநாடுகளிலிருந்து இந்தியாவில் சட்ட விரோதமாகக் குடியேறியவர்களைக் குறிக்கவே இந்தச் சொல் சேர்க்கப்பட்டதாகக் கூறப்பட்டாலும் ஆர்எஸ்எஸ் - பாஜகவின் நீண்டகாலத் திட்டத்திலுள்ள உள்நோக்கத்தின்படி பார்த்தால், குறிப்பாக இப்போது பாகிஸ்தான், ஆப்கானிஸ்தான், பங்களாதேஷ் ஆகிய மூன்று நாடுகளிலிருந்து இந்தியாவில் குடியேறியுள்ள முஸ்லிம்களுக்குக் குடியுரிமை மறுக்கும் 'குடியுரிமை திருத்தச் சட்டம் 2019'இன்படி பார்த்தால், முஸ்லிம்கள் மீது குறி வைக்கவே அந்தச் சொற்கள் சேர்க்கப்பட்டன என்பதை எளிதாக ஊகிக்கலாம்.

அதுமட்டுமல்ல, 'தேசிய மக்கள்தொகைப் பதிவேட்டுக்காக' மக்களிடம் கேட்கப்படும் கேள்விகள் என்று இதுவரை நமக்குச் சொல்லப்படுபவை, முஸ்லிம்களை மட்டுமல்ல, முஸ்லிம் அல்லாதவர்களும், போதிய ஆவணங்களோ, தகவல்களோ இல்லாதவர்களுமான வேறு பலரையும் இந்தியக் குடிமக்கள் அல்லாதவர்களாக்கும் அபாயத்தையும் கொண்டுள்ளது.

இந்திய மக்கள்தொகைப் பதிவேடும், இந்தியக் குடிமக்கள் பதிவேடும் ஒன்றோடொன்று இணைந்தவை என்பதை பாஜகவினரும் அவரது கூட்டாளிகளும் தொடர்ந்து மறுத்து வரும் நிலையில் 'அவர்கள்' சொல்வது என்ன, நாம் கேட்க வேண்டியது என்ன என்ற தலைப்புகளில் இந்திய ஜனநாயகத்திலும் மதச்சார்பற்ற அரசியலிலும் அக்கறையுள்ளவர்கள் கூறுவன இங்கு சுருக்கமாகத் தரப்பட்டுள்ளன:

'அவர்கள்' சொல்கிறார்கள்:

மக்கள்தொகைக் கணக்கெடுப்பைப் (Census) பற்றி நீங்கள் கவலைப்படுவதில்லை என்றால், தேசிய மக்கள்தொகைப் பதிவேட்டை (NPR) ஏன் எதிர்க்கிறீர்கள்?

நாம் கேட்கிறோம்:

மக்கள்தொகைக் கணக்கெடுப்புச் சட்டத்தின் (Census Act) கீழ் அல்லாமல் குடியுரிமைச் சட்டம் 2003 (Citizenship Act 2003) இன் கீழ் ஏன் தேசிய மக்கள்தொகை பதிவேட்டுக்கான (NPR) கணக்கெடுப்பு நடத்தப்படுகிறது?

'அவர்கள்' சொல்கிறார்கள்:

வழக்கமாகவே குடியிருந்து வருபவர்களின் கணக்கெடுப்பைத் தான் நாங்கள் செய்கிறோம்.

நாம் கேட்கிறோம்:

அப்படியானால் ஒருவரது பெற்றோர் பிறந்த இடம், அவர்களின் பிறந்த தேதி ஆகிய விவரங்களை ஏன் கேட்கிறீர்கள்?

'அவர்கள்' சொல்கிறார்கள்:

தேசிய மக்கள்தொகைப் பதிவேட்டுக்கான கணக்கெடுப்பு இதற்கு முன்பே நடத்தப்பட்டிருக்கிறது.

நாம் கேட்கிறோம்:

அப்படியானால் பெற்றோர்கள் பிறந்த ஊர் எது, அவர்களின் பிறந்த தேதி ஆகியவை என்ன என்பன உள்ளிட்ட ஆறு புதிய கேள்விகளை இப்போது சேர்த்திருப்பது ஏன்?

'அவர்கள்' சொல்கிறார்கள்:

சமூகநலத் திட்டங்களுக்காகத்தான் இப்போது தேசிய மக்கள் தொகைப் பதிவேடு தேவைப்படுகிறது.

நாம் கேட்கிறோம்:

அப்படியானால் ஆதார், வறுமைக் கோட்டுக்குக் கீழே உள்ளவர்கள் பற்றிய ஆய்வு (BPL Survey), குடும்ப அட்டை (ரேஷன் கார்டு), மகாத்மா காந்தி ஊரக வேலைவாய்ப்புத் திட்டத்துக்கான புள்ளி விவரங்கள், அரசு திரட்டும் இதர விவரங்கள் ஆகியன போதாதா?

'அவர்கள்' சொல்கிறார்கள்:

தேசிய மக்கள்தொகைப் பதிவேட்டுக்கான (NPR) செலவுக்கு முதல் தவணையாக ரூ. 8,500 கோடி ஒதுக்கப்பட்டுள்ளது.

நாம் கேட்கிறோம்:

இந்த ரூ. 8,500 கோடியையும் இனி அடுத்த தவணைகளாக வரப் போகிற தொகைகளையும் வேறு சிறந்த, உடனடியான திட்டங்களுக்கும் தேவைகளுக்கும் செலவிடக்கூடாதா?

'அவர்கள்' சொல்கிறார்கள்:

தேசியக் குடிமக்கள் பதிவேடு (NCR) இப்போது வராது.

நாம் கேட்கிறோம்:

உள்துறை அமைச்சர் அமித் ஷா அவ்வப்போது சொல்வதில் எதை நம்புவது? எதைத் தள்ளுவது?

'அவர்கள்' சொல்கிறார்கள்:

தேசியக் குடிமக்கள் பதிவேடு (NRC) மிக நீண்டகாலத்துக்குப் பிறகே வரும்.

நாம் கேட்கிறோம்:

தேசிய மக்கள்தொகைப் பதிவேட்டில் (NPR) "சந்தேகத்துக்குரிய குடிமகன்(ள்)" என்று சிலர் பதிவு செய்யப்படுவது, தேசியக் குடிமக்கள் பதிவேட்டுக்கான (NCR) முதல் நடவடிக்கை அல்லவா?

'அவர்கள்' சொல்கிறார்கள்:

தேசியக் குடிமக்கள் பதிவேடு (NCR) "எந்தக் குடிமகனு(ளு)க்கும் தொல்லை தராது".

நாம் கேட்கிறோம்:

அப்படியானால் குடியுரிமைச் சட்டம் 2003இன் படி எவரொருவரும் "சந்தேகத்துக்குரிய குடிமகனாளாக" இருக்க மாட்டாரா?

'அவர்கள்' சொல்கிறார்கள்:

தேசியக் குடிமக்கள் பதிவேடு (NCR) தேசிய அளவிலானதாக இருக்கும்.

நாம் கேட்கிறோம்:

அப்படியானால் இதில் ஒரு விழுக்காடு தவறு இருந்தாலும்கூட 1.3 கோடி மக்கள் பாதிக்கப்படுவார்கள் அல்லவா? இதற்கு யார் பொறுப்பேற்றுக் கொள்வார்கள்?

மின்னம்பலம்
31, டிசம்பர் - 2019

காந்தியாரின் மறைவும் தந்தை பெரியாரும்

மகாத்மா காந்தி கொலை செய்யப்பட்ட போது எனக்கு எட்டு வயது நிறைவடைய ஏறத்தாழ மூன்றரை மாதங்கள் இருந்தன. 30.1.1948 அன்று மாலை; வழக்கம் போல மண்ணெண்ணெய் விளக்குகளுக்கான கண்ணாடிகளை சாம்பல் போட்டு நானும் என் அம்மாவும் துடைத்துக் கொண்டிருந்தோம். ஏறத்தாழ 6.30 மணிக்கு வீடுகளுக்குப் பாலூற்றும் சீத்தாலட்சுமி அம்மாள் என்பவர் மூலம் அந்த செய்தி எங்கள் வீட்டிற்கு வந்து சேர்ந்தது. மூச்சிரைக்க ஓடி வந்த அவர் "காந்தியை யாரோ சுட்டுவிட்டார்களாம்" என்று என் தந்தையிடம் கூறினார். என் தந்தை காந்தியவாதி; எங்கள் வீட்டில் நூற்ற நூலால் நெய்யப்பட்ட துணியிலிருந்துதான் அவருடைய உள்ளாடைகள் முதல் ஜிப்பாக்கள் வரை தயாரிக்கப்படும்; முருக பக்தர்; கிருத்திகை தவறாமல் பழனி முருகன் கோவிலுக்குச் சென்று கிரிவலம் வருவார். ஆனால் அவருக்கு முன் கோபம் அதிகம். சீத்தாலட்சுமி அம்மாளைத் திட்ட வாயெடுத்தார். ஏனெனில் சீத்தாலட்சுமி அம்மாள், பால் விற்பதுடன் நடமாடும் வம்பு தும்பு 'பத்திரிகையாளரா'கவும் இருந்தார்; ஒரு வீட்டிலிருந்து இன்னொரு வீட்டுக்கு, எங்கள் தெருவிலிருந்து இன்னொரு தெருவுக்கு 'செய்திகள்' எடுத்துச் செல்பவர். அவற்றில் சரிபாதியைக் கழித்துவிடலாம்!

ஆனால், இந்த முறை அவர் எங்கள் குடும்ப நண்பரும் தேசிய விடுதலைப் போராட்டத்தில் குறைந்தது ஐந்து முறை சிறை சென்றவருமான ஒருவரின் வீட்டிலிருந்து அந்தச் செய்தியைக் கொண்டு வந்திருந்தார். நவீனத் தமிழ் இலக்கிய வரலாற்றில் தனி முத்திரை பதித்த 'சரஸ்வதி' ஏட்டை நிறுவியவரும் கம்யூனிஸ்டுமான வ.விஜயபாஸ்கரனின் தந்தை பா.து.வடிவேல் பிள்ளையின் உடைமைகள் பிரிட்டிஷ் ஆட்சிக் காலத்தில் இரு முறை ஜப்தி செய்யப் பட்டிருக்கின்றன. என் பெற்றோர்களுக்குத் திருமணமான புதிதில் வடிவேல் பிள்ளை ஒரு முறை சில முக்கியப் பாத்திரம் பண்டங்களை எங்கள் வீட்டில் ஒப்படைத்திருக்கிறார் என்று என் அம்மா சொல்லிக் கேள்விப்பட்டிருக்கிறேன். எங்கள் வீட்டிலிருந்து 10 நிமிடத்தில் நடந்தே சென்றடையக்கூடிய, எங்கள் தெருவிலிருந்து இரண்டு தெருக்கள் தள்ளியிருந்த, வறுமையில் வாடிக் கொண்டிருந்த அவர் வீட்டில் மட்டுமே எங்களுக்குத் தெரிந்தவரை எங்கள் நகரத்தின் அந்தப் பகுதியில் ஒரு வானொலிப் பெட்டி இருந்தது. காந்தி சுடப்பட்டது

பற்றிய செய்தியைத் தன் காதாலேயே கேட்டதாக அழுது புலம்பிக் கொண்டே கூறினார் சீத்தாலட்சுமி அம்மாள். வீட்டிற்கு வெளியே வந்த நாங்கள், எங்கள் தெருவைச் சேர்ந்த பலர் வடிவேல் பிள்ளை வீட்டை நோக்கி விரைந்து கொண்டிருந்ததைப் பார்த்தோம். எங்கள் வீட்டிலும் அண்டை வீடுகளிலும் பெரும் அழுகைக் குரல்கள்.

வடிவேல் பிள்ளை வீட்டிற்குச் செல்லாமல் நகராட்சி மன்றத்தால் பராமரிக்கப்பட்டு வந்த 'ராஜா பார்க்' என்னும் பூங்காவுக்கு மின்னல் வேகத்தில் என்னை இழுத்துக் கொண்டு சென்றார் என் தந்தை. அங்கு வானொலிப் பெட்டி இருக்கும். சொந்த வானொலிப் பெட்டி இல்லாதவர்கள் அங்கு கூடி செய்திகளைக் கேட்பதும் என்னைப் போன்ற சிறு பிள்ளைகள் அங்கு ஓடித் திரிந்து விளையாடுவதும் வழக்கம். அன்று அரை மணி நேரத்துக்கு ஒரு முறைதான் அகில இந்திய வானொலி நிலையச் செய்தி. இடையில் சோகமான வீணை இசை. ஒவ்வொரு அரை மணி நேரமும் எங்களுக்கு ஒரு யுகம் போல இருந்தது. காந்தி சுடப்பட்டு இறந்துவிட்டார் என்பதை வானொலி நிலையம் உறுதிப்படுத்தியது. இரவு எட்டரை மணிக்கு மேல் பூங்கா வாயிலை மூடிவிடுவார்கள். எனவே வீடு திரும்ப வேண்டியிருந்தது.

அந்த செய்தி பொய்யாக இருக்குமோ, காந்தி உயிர் பிழைத்துவிட மாட்டாரோ என்ற ஏக்கத்தில் அன்றிரவை ஊணும் உறக்கமுமின்றிக் கழித்தோம். மறுநாள் மாலையில்தான் பழஞ் சோறை மோரில் கரைத்து எங்கள் அம்மா கொஞ்சம் கொடுத்தார். சென்னையிலிருந்து வரும் நாளேடுகள் ஈரோடு வரை ரயிலில் வந்து பின்னர் பேருந்து மூலமாக எங்கள் ஊருக்கு காலை சுமார் ஏழரை மணிக்குத்தான் வந்து சேரும். என் தந்தை கடைக்குச் சென்று முண்டியடித்துக் கொண்டு ஏதோவொரு நாளேட்டை வாங்கி வந்தார். குண்டு துளைக்கப்பட்ட காந்தியின் உடலைக் காட்டும் புகைப்படத்தைப் பார்த்த பிறகும்கூட அன்று மாலை வரை காந்தி இறந்துவிட்டார் என்று நாங்கள் மட்டுமல்ல, எங்கள் தெருவில் இருந்த அனைவருமே நம்ப மறுத்து விட்டோம். அவரது உடல் இராணுவ மரியாதையுடன் தகனம் செய்யப்பட்ட பிறகும்கூட காந்தியின் இறப்பு செய்தியை நம்புவது கடினமாக இருந்தது.

1952இல்தான் பெரியாரின் பேச்சை முதன் முதலில் கேட்கும் வாய்ப்புக் கிடைத்தது என்றாலும், 1980களின் இறுதியிலிருந்து தான் அவரது எழுத்துகளையும் பேச்சுகளையும் ஆழமாகப் படிக்கத் தொடங்கினேன். (இத்தனைக்கும் நான் 16.6.1972இல் உதகையில் பெரியார் உரையாற்றிய அரங்கக் கூட்டமொன்றுக்குத் தலைமை தாங்கும் வாய்ப்பும் பெற்றிருந்தேன்.)

சாதி ஒழிப்புக் கண்ணோட்டத்திலிருந்தும் காங்கிரஸ் தேசிய வாதத்துக்கு எதிரான நோக்குநிலையிலிருந்தும் காந்தியின் கருத்து களையும் செயல்பாடுகளையும் அண்ணல் அம்பேத்கரையும் பெரியாரையும் போலக் கடுமையாக விமர்சித்தவர்கள் வேறு யாரும் இருக்க முடியாது. ஆனால் காந்தி கொலையுண்ட செய்தியைக் கேட்டதும் பெரியாரைப் போலப் பதறிப் போனவர்கள், நிம்மதி குலைந்தவர்கள் காங்கிரஸ்காரர்கள் அல்லாத வேறு யாரும் இருந்திருக்க முடியாது. ஏனெனில் இருவருமே (அகிம்சாவாதிகள்; வன்முறை வழி நாடாதவர்கள்; கொலை செய்தல் என்பதைக் கற்பனை செய்துகூடப் பார்க்காதவர்கள்.)

காந்தி கொலையுண்டதைக் கேட்டு சங்கிகளும் இந்து மகா சபைக்காரர்களும் இனிப்பு வழங்கிக் கொண்டாடிய போது, பெரியாரோ மனம் பதைபதைத்து எழுதினார்:

> காந்தியார் சுட்டுக் கொல்லப்பட்டார் என்கின்ற சேதியானது எனக்குக் கேட்டதும் சிறிதுகூட நம்பமுடியாததாயிருந்தது. இது உண்மைதான் என்ற நிலை ஏற்பட்டதும், மனம் பதறிவிட்டது. இந்தியாவும் பதறியிருக்கும். மதமும் வைதிகமும்தான் இக்கொலை பாதகத்துக்குத் தூண்டுகோலாய் இருந்திருக்கலாம் என்பது என் கருத்து. இக்கொலைக்குத் திரைமறைவில் பலமான சதிமுயற்சி இருந்தே இருக்க வேண்டும். அது காந்தியார் எந்த மக்களுக்காகப் பாடுபட்டாரோ - உயிர் வாழ்ந்து வந்தாரோ அவர்களாலேயேதான் இச்சதிச் செயல் ஏற்பட்டிருக்க வேண்டும்... இப்பெரியாரின் பரிதாபகரமான முடிவின் காரணமாகவாவது நாட்டில் இனி அரசியல்-மதயியல் கருத்து வேற்றுமையும், கலவரங்களும் இல்லாமல் இருக்கும்படி மக்கள் நடந்து கொள்வதே அவரை நாம் மரியாதை செய்வதாகும் (விடுதலை, 31.1.1948; வே.ஆனைமுத்து, பெரியார் ஈ.வெ.ரா. சிந்தனைகள், சிந்தனையாளர் கழகம், திருச்சி, 1974, ப.1924).

காந்தியாரின் மறைவுக்கு இரங்கல் தெரிவிக்கும் கூட்டம் 'குடி அரசு' அலுவலகத்தில் 2.2.1948 அன்று நடத்தப்பட்டதுடன், அந்த அலுவலகத்துக்கு விடுமுறையும் விடப்பட்டது (குடி அரசு, 7.2.1948).

இப்படிப்பட்ட செயல்கள் ஆர்.எஸ்.எஸ்., இந்து மகா சபா அலுவலகங்களில் நடந்தன என்று இன்றைய சங்கிகளாலோ 'துக்ளக் தர்பார்' நடத்துபவர்களாலோ சொல்ல முடியுமா?

"இவரது முடிவைக் கேட்டதும் மக்களுக்குத் திடுக்கிடும் தன்மையும், அலறிப் பதறித் துடிதுடித்துத் துக்கப்படும் தன்மையும்

இதுவரை நம் நாட்டிற்கு வேறு எவருடைய முடிவும் தந்ததில்லை" என்று 'குடி அரசு' 7.2.1948ஆம் நாள் இதழில் வெளியிடப்பட்ட 'காந்தியார் முடிவு' என்ற தலையங்கத்தில் எழுதிய பெரியார் கூறினார்; கம்யூனிஸ்டுகளும், சமதர்மவாதிகளும் காந்தியின் கொள்கையில் எவ்வளவு குறை கண்டாலும், அவரிடத்தில் மதிப்பும் மரியாதையும் வைத்தவர்களாகவே இருந்து வந்தார்கள். வெள்ளையர்கள் மீதில் இந்தியர்களுக்கு எப்படிப்பட்ட குரோத மனப்பான்மை ஏற்பட்ட காலத்திலும், வெள்ளையர் அரசாங்கம் காந்தியாரை மதிப்பதிலோ அவரைப் பாதுகாப்பதிலோ சிறிதுகூடச் சிறிதும் தவறியதில்லை. அனுபவத்துக்கு ஏற்றதோ ஏற்காததோ என்று கவலையற்று காந்தியார் தன் வாழ்நாள் முழுவதும் ஒரு இலட்சியவாதியாகவே இருந்த பெரியவராவார். ஆதலால், அவரிடம் சொந்த விருப்பு வெறுப்பு கொண்டு அவரை எவரும் வெறுத்ததில்லை." வருணாசிரம தர்மத்தைக் காப்பதில் காந்தி பிடிவாதமாக இருந்தார் என்பதால்தான் திராவிடர் கழகத்தார் அவரிடம் முரண்பாடு கொண்டிருந்தனர் என்றும், அந்த வருணதர்மக் கொள்கையையும் காந்தி கைவிடும் நிலையில் இருந்தார் என்றும், வடநாட்டு பனியாக்களின் நிர்பந்தம் அவர் மீது இல்லாமல் இருந்திருந்தால் அவர் வேறுவிதமாக இருந்திருப்பார் என்றும் அத்தலையங்கம் கூறியது.

திராவிடர் கழகத்தின் சார்பில் எல்லா ஊர்களிலும் 29.2.1948 அன்று காந்தியாரின் மறைவுக்கு இரங்கல் கூட்டங்கள் நடத்தப்பட வேண்டும் என்று பெரியார் விடுத்த அறிக்கை (குடி அரசு, 21.2.1948), அவற்றுக்கான விதிமுறைகளையும் வகுத்துத் தந்தது. நேரு, ஜெயப்பிரகாஷ் நாராயண், வல்லபாய் பட்டேல் முதலியவர்களுக்கு எழுதிய கடிதமொன்றில் பெரியார், இந்தியாவிற்கு சுதந்திரம் வாங்கிக் கொடுத்ததில் காந்தி முதன்மைப் பாத்திரம் வகித்ததால் இந்த நாட்டிற்கு 'காந்தி தேசம்' என்று பெயரிட வேண்டும் என்றும் கூறியிருந்தார் (குடி அரசு, 14.2.1948).

காந்தியார் இறந்த ஒரு மணி நேரத்திற்குள் கொலையாளியின் அடையாளமும் பின்னணியும் சந்தேகத்துக்கிடமின்றி முழுமையாகக் கண்டுபிடிக்கப்பட்டு உலகத்திற்கு அறிவிக்கப்படும் என்று மக்கள் எதிர்பார்த்துக் கொண்டிருந்தபோது அனைத்திந்திய வானொலி நிலையமோ அன்றிரவு ஏழரை மணிக்கு ஒலிபரப்பிய செய்தியில் காந்தியைச் சுட்டவன் "அநேகமாக ஓர் இந்துவாக இருக்குமென்று நம்பப்படுகிறது" என்று கூறியது. இப்படிப்பட்ட செய்தி அறிவிப்பு, "ஒரு முஸ்லிம்தான் இந்துவாக வேடம் போட்டிருக்க வேண்டும்" என்று பலராலும் புரிந்துகொள்ளப்பட வழி செய்ததால் ஈரோட்டில் வரலாறு

காணாத அளவுக்கு முஸ்லிம்கள் மீது தாக்குதல்கள் நடத்தப்பட்டு அவர்களின் உடைமைகள் நாசமாக்கப்பட்டன (குடி அரசு, 7.2.1948, ப.6).

எங்கள் ஊருக்கும் இப்படிப்பட்ட வதந்திகள் பரவியது என் நினைவில் உள்ளது. என் அப்பாவின் கிராமத்தில் இருந்தவர்களில் ஐந்தில் இரு பகுதியினர் தமிழ் பேசும் முஸ்லிம்கள். பெரும்பாலும் பாய் பின்னுபவர்களாகவோ விவசாயம் செய்பவர்களாகவோ இருந்த அவர்கள் எங்களை மாமன், மாப்பிள்ளை உறவு வைத்து அழைப்பார்கள். நான் பிறந்து வளர்ந்த ஊரில் உருது பேசும் முஸ்லிம்கள் கணிசமாக இருந்தனர். அவர்களில் பெரும்பாலோர் ஏழைகள். காங்கிரஸ் கட்சியைச் சேர்ந்த விஷமிகள் சிலர் இஸ்லாத்தையும் முஸ்லிம்களையும் பழிக்கும் வகையில் அவ்வப்போது கோஷம் போடுவார்கள். அர்த்தம் புரியாத எங்களைப் போன்ற சிறுவர்கள் அதைக் கேட்டு சிரிப்பர். (கொஞ்சம் வளர்ந்து பெரியவனாகியதும்தான் தெரிந்தது, இந்திய - பாகிஸ்தான் பிரிவினையின் காரணமாக ஏற்பட்ட விருப்பு வெறுப்புகளின் வெளிப்பாடாகத் தோன்றியவைதான் அந்த முழக்கங்கள் என்பது.) ஆனால், அப்படிப்பட்ட முழக்கங்கள் நீடித்து நிற்கவில்லை என்பதோடு, முஸ்லிம்கள் மீது எந்த அசம்பாவித சம்பவமும் நடந்ததாக என் நினைவுக்குத் தெரிந்த அளவில் ஏதும் இல்லை. 'ரேடியோவில் பேசி நாய்க்கர் சமாதானம் செய்தார்' என்று என் அப்பா கூறினார். எனக்கு ஏதும் விளங்கவில்லை.

காந்தியைக் கொன்றவன் கோட்சே என்ற சித்பவன் பார்ப்பனன் ('சித்பவன்' என்றால் நெருப்பால் தூய்மையாக்கப்பட்டவன் என்று பொருள்!) என்பது தெரிந்தவுடனேயே, மகாராஷ்ட்ராவில் பார்ப்பனர்கள் மீது தாக்குதல் தொடங்கியது. தமிழ்நாட்டில் பார்ப்பனர்கள் மீது இத்தகைய வன்முறைத் தாக்குதல்கள் நடக்காமல் செய்யப்பட்டதற்கு பெரியார் 31.1.1948இல் திருச்சி வானொலி நிலையத்தில் ஆற்றிய உரை முக்கியக் காரணம். நாட்டு மக்கள் அமைதி காக்க வேண்டும் என்று பெரியார் வானொலி உரையில் கூறியதால் தமிழகத்தில் பார்ப்பனர்கள் மீது எந்தத் தாக்குதலும் நடக்கவில்லை. காந்தி கொலை பற்றி பெரியார் எழுதியதையும் பேசியதையும் முழுமையாக அறிந்து கொண்ட பிறகுதான் 'ரேடியோவில் பேசி நாய்க்கர் சமாதானம் செய்தார்' என்று 1948இல் என் தந்தை கூறியதன் பொருளைப் புரிந்து கொண்டேன்.

ஆனால் சில பார்ப்பனப் பத்திரிகைகளோ முஸ்லிம்கள் மீது பழி போட முயன்றன. அது பற்றிப் பெரியார் எழுதினார்:

> தென்னாட்டுப் பார்ப்பனப் பத்திரிகைகள் காந்தியாரைச் சுட்டவன் பார்ப்பனன் என்பதை வேண்டுமென்றே மறைத்து - மக்கள் முஸ்லிம்கள் மீதும், காங்கிரஸுக்கு மாறுபட்ட கருத்துக்

கொண்டவர்கள் மீதும் பாயும்படியான அயோக்கியத்தனமாக மறைத்தும் திருத்தியும் பிரசுரித்தார்கள். அது மாத்திரமா என்று பார்த்தால், 'கருப்புச் சட்டைக்காரர்கள் கலாட்டா' என்று தலைப்புக் கொடுத்து மக்களை அவர்கள் மீது கிளப்பியிருக்கிறார்கள். இந்தக் காரியத்தை 'சுதேசமித்திரன்' பத்திரிகையே முதன்முதலாய் தைரியமாய்க் கையாண்டிருக்கிறது. உண்மையாக இந்த நாட்டில் 'இந்து', 'சுதேசமித்திரன்' என்ற இரண்டு பேயாட்ட, வெறி கிளப்பும் விஷமப் பத்திரிகைகள் இல்லாமல் இருக்குமானால் - இந்த நாடு எவ்வளவோ முன்னேற்றமடைந்து, இந்த நாட்டு மக்கள் எவ்வளவோ அன்னியோன்ய பாவமடைந்து ஞானமும், செல்வமும் ஆறாகப் பெருகும் நன்னாடாக ஆகி பல்லாண்டுகள் ஆகியிருக்கும். இன்றைய கலவரங்களிலும், கேடுகளிலும், நாசங்களிலும் 1000-ல் 999 பாகமும் இல்லாமல் இருந்திருக்கும்.

இப்பத்திரிகைகள் தங்கள் சாதியார் செய்யும் அயோக்கியத்தனங்களையெல்லாம் 'பொது மக்கள் ஆத்திரம்' என்று போட்டு விட்டு (கருப்புச் சட்டைக்காரர்கள் செய்தார்களோ இல்லையோ) கருப்புச் சட்டைக்காரர்கள் நடத்தையைக் குறிப்பிடும்போது, 'கருப்புச் சட்டைக்காரர்கள் கலாட்டா' என்று போடுவதன் காரணம் வேறு என்னவாய் இருக்க முடியும்? இந்த நாட்டுக்கு எப்படிப்பட்ட ஆட்சி ஏற்பட்டாலும், 'இந்து', 'சுதேசமித்திரன்' என்னும் இந்த இரண்டு விஷ ஊற்றுகளும் ஒழிக்கப்பட்டால் ஒழிய மக்களுக்குத் துவேஷம், குரோதம், வஞ்சகம் என்ற விஷ நோய்கள் நீங்கப் போவதில்லை என்று உறுதியாய்க் கூறுவோம். இந்தச் சமயத்தில் பார்ப்பனர் செய்யும் அயோக்கியத்தனங்கள் ஏராளமாய் இருக்கும்போது, அவர்களை மறைத்து சுட்டவன் சாதியைக்கூட மறைத்துவிட்டு, 'கருப்புச் சட்டைக்காரன் கலாட்டா' என்று எழுதுவதானது சர்க்கார் அடக்குமுறையைப் பார்ப்பனர்கள் பக்கம் திருப்புவதை விட்டு - கருப்புச் சட்டைக்காரர் பக்கம் திருப்புவதற்கல்லாமல் வேறு எதற்காக இருக்க முடியும்? இந்தப்படி செய்ய மற்ற கூட்டத்தினருக்குப் பெயரைக் கொடுத்து அது பிரசுரித்ததா?

இப்படிப்பட்ட யோக்கியர்கள் உள்ள நாட்டில் - எப்படி சாதி, வகுப்பு ஒற்றுமை இருக்க முடியும்? மேலும், துவேஷம், பிரிவு ஏற்படாமல் எப்படி இருக்க முடியும்? மக்களுக்கு வெறி ஏற்பட்டிருக்கும் சமயத்தில் 'கருப்புச் சட்டைக்காரர் கலாட்டா' என்று எழுதினால் அதனுள்ள மர்மம் என்னவாய் இருக்க முடியும்?

எனவே பார்ப்பனிய விஷம் மதம் அழிக்கப்பட்டால் ஒழியச் சாந்தியும் சமாதானமும் இந்த நாட்டுக்கு ஏற்படுவது அருமையிலும் அருமையாகத்தான் இருக்கும். வருணாசிரம தர்மப் பிரிவு கொண்ட பார்ப்பன மதம் வேண்டவே வேண்டாம் என்றுதான் சொல்லுகிறோம். அது உள்ளவரை நாட்டில் இன்றுள்ள கேடுகள் எல்லாம் இருந்துதான் தீரும். (குடி அரசு, தலையங்கம், 7.2.1948)

அன்று 'இந்து' என்று பெரியார் குறிப்பிட்டது ஆங்கில ஏடான 'தி ஹிந்து' வை. அது இன்று முற்போக்கான, ஜனநாயகக் கருத்துகளை வெளியிடும் ஏடாகி விட்டது. ஆனால் அன்றைய ஆங்கில ஹிந்து, 'சுதேசமித்திரனி'ன் இடத்தில் அமர ஏராளமான பார்ப்பனப் பத்திரிகைகள் போட்டி போடுகின்றன.

மேற்சொன்ன தலையங்கத்தில் வல்லபாய் பட்டேல் அன்று எதிர்கொண்ட விமர்சனங்களையும் பெரியார் சுட்டிக் காட்டினார்:

நேருவின் நண்பரும் சமதர்மக் கட்சித் தலைவருமான ஜெயப்பிரகாஷ் நாராயண் அவர்கள் வெட்ட வெளிச்சமாகவே, இதை - அதாவது 'பாதுகாப்பு மந்திரி (சர்தார் பட்டேல் அவர்கள்) அந்தப் பாதுகாப்பு இலாக்காவுக்குத் தகுதி அற்றவர்' என்று சொல்லுகிறார். பொதுமக்களும் இந்தக் கொலைக்கு சர்தார் பட்டேல் மீது பழி போட இடமிருக்கிறது என்று கருதுகிறார்கள். காந்தியார் உயிருடன் இருக்கும்போது, 'எனக்கும் பட்டேலுக்கும் விரோதம் இருப்பதாகக் கருதாதீர்கள்' என்று சொல்லி, அவர் மீது மக்களுக்கு உள்ள தப்பபிராயத்தை மாற்ற முயன்றிருக்கிறார். சர்தார் பட்டேல் அவர்களும், 'காந்தியார் பட்டினியின் போதே (உண்ணாநோன்பின் போதே - எஸ்.வி.ஆர்.) செத்து இருந்தால் நன்மையாக இருந்திருக்கும்' என்று தனது துக்க செய்தியில் நுழைத்துச் சொல்லியிருக்கிறார்.

வரலாற்றாய்வாளர் க்ளாட் மார்கோவிட்ஸ், *The UnGandhian Gandhi: The Life and Afterlife of the Mahatma* என்னும் நூலில், காந்திக்கான பாதுகாப்பு ஏற்பாடுகளில் இருந்த குறைபாடுகளுக்கு வல்லபாய் பட்டேல் பொறுப்பேற்க வேண்டியிருந்ததாலேயே காந்தி கொலை வழக்கு துரிதமாக நடைபெற்றது என்று குறிப்பிட்டுள்ளார்.

பெரியார் தொடர்ந்து எழுதுகிறார்:

ஆகவே பண்டித நேரு அவர்களும், இராஜகோபாலாச்சாரியார் அவர்களும் அவர்கள் விலகுவதற்கு முன்போ, ஓய்வெடுத்துக் கொள்வதற்கு முன்போ, 'காந்தியார் பலியாக்கப்பட்டதன்

காரணமாய் இந்து மக்கள் சமுதாயத்தில் வருணாசிரம தர்ம முறை - அதாவது பிராமணன், சத்திரியன், வைசியன், சூத்திரன், பஞ்சமன் என்பதான பிரிவு (பிறவி உரிமை) முறை இனி கிடையாது; வருண முறையைக் குறிக்கும் சட்டம், சாஸ்திரம், சம்பிரதாயங்களும் இந்த சுயராஜ்ஜியத்தில் இனி அனுஷ்டிக்கப்படக்கூடாது; இவை ஒழியும்படியாக, அவசியமான எல்லா ஏற்பாடுகளும் கையாளப்படும்' என்று சுயராஜ்ய சர்க்காரால் ஏற்பாடு செய்துவிடுவார்களேயானால் - இந்த நாட்டைப் பிடித்த எந்த கேடும், ஒரே அடியாய் தீர்ந்து விடும். இதைச் செய்த உடனே அப்புறம் ஒரு உத்தரவு போட்டு விடலாம். அதாவது, 'பிறவி சாதி முறை எடு(க்கப்)பட்டு விட்டதால் இனி இந்த நாட்டில் பிராமணர் பாதுகாப்பு சங்கமோ, பிராமணர் சேவா சங்கமோ, வன்னியகுல சத்திரியர் மகாஜன சங்கமோ, நாடார் மகாஜன சங்கமோ, வாணிப வைசிய சங்கமோ, மருத்துவர் சங்கமோ, அருந்ததியர் சங்கமோ, மற்றும் இப்படிப் பட்ட பல பல சாதி-வகுப்பு சங்கமோ இனிச் சட்ட விரோதமாகக் கருதப்படும்; அதனதன் தலைவர்களும் பிரமுகர்களும் பந்தோபஸ்தில் வைக்கப்பட்டு அவர்கள் சொத்துகளைப் பறிமுதல் செய்யப்படும்' என்று உத்தரவு போட்டுவிடலாம். பிறகு நமக்கு என்னதான் வேண்டும்? தானாகவே சமதர்மமும், பொதுவுடமையும், தனித்தனி நாடு சுதந்திரமும் தாண்டவமாடும்.

கருணையும் கனிவும் அன்பும் நிறைந்த பெரியாரின் நெஞ்சம் கொள்கை வேறுபாடுகளையெல்லாம் மறந்துவிட்டு, காந்தி என்ற தனிப்பட்ட மனிதரின் தன்னலமற்ற தன்மையைப் போற்றியது. அனைத்திந்திய அளவில் நேரு, தமிழக அளவில் காமராஜர் போன்ற விதிவிலக்கான மனிதர்களைத் தவிர காங்கிரஸ் கட்சியும் அது அமைத்த அரசாங்கங்களும் பின்னாளில் மேற்கொண்ட நடவடிக்கைகள், உலகில் இருந்த, இருக்கின்ற பாசிசங்களில் எல்லாவற்றிலும் பார்க்க மிக நீண்டகாலமாக இருந்துவரும் இந்துத்துவ பாசிசத்தை இந்த மண்ணிலிருந்து துடைத்தெறிவதற்கான தீவிரமான நடவடிக்கைகள் எதனையும் எடுக்கவில்லை என்பதோடு அதை ஊக்குவிக்கவும் செய்துள்ளன.

மின்னம்பலம்
30, ஜனவரி - 2020

ஒருவேளை அம்பேத்கரும் கைது செய்யப்படலாம்!

1954-1962ஆம் ஆண்டுகளில் அப்போது பிரெஞ்சுக் காலனிகளில் ஒன்றாக இருந்த அல்ஜீரியாவை, பிரெஞ்சுத் தளையிலிருந்து முழுமையாக விடுதலை செய்வதற்காக அல்ஜீரியாவிலிருந்த தேசிய விடுதலை முன்னணி ஆயுதமேந்திய போராட்டத்தை நடத்தி வந்தது. அந்தப் போராட்டத்தைக் கருத்தளவில் மட்டுமின்றி செயலளவிலும் ஆதரித்து வந்தவர்களில் ஒருவர் உலகப் புகழ்பெற்ற தத்துவவாதியும் பிரெஞ்சு எழுத்தாளருமான ழான் பவுல் சார்த்தர்.

இதன் காரணமாக, அல்ஜீரியாவை என்றென்றும் தங்கள் நாட்டின் காலனியாகவே வைத்திருக்க வேண்டும் என்று விரும்பிய ஓ.ஏ.எஸ் என்ற அதிதீவிர வலதுசாரி பிரெஞ்சுக்காரர்களின் அமைப்பு அவர் மீது கருத்துரீதியாக மட்டும் தாக்குதல் நடத்தவில்லை. அவரை அழித்தொழிக்க முயற்சியும் செய்துவந்தது. அன்றைய பிரெஞ்சு அரசாங்கம் அல்ஜீரியாவுக்கு விடுதலை வழங்கும் எண்ணத்தைக் கொண்டிருக்கவில்லையாதலால், அதிதீவிர வலதுசாரிகள், 'சார்த்தரைக் கைது செய்ய வேண்டும்' என்ற கோரிக்கையை இடைவிடாது முன்வைத்துக் கொண்டிருந்தனர். அவர்களது நிர்பந்தத்தின் காரணமாக பிரெஞ்சு அரசாங்கம் சார்த்தரைக் கைது செய்ய முனைந்தது. ஆனால், அப்போது பிரான்ஸின் குடியரசுத் தலைவராக இருந்த சார்லஸ் டி கால் அந்த விஷயத்தில் தலையிட்டுக் கூறினார்: "வால்டேரை எப்படிக் கைது செய்ய முடியும்?"

பிரான்ஸில் முடியாட்சியை ஒழித்துக் கட்டிவிட்டு, பூர்ஷ்வா ஜனநாயகப் புரட்சியை நடத்தியவர்களுக்கு கருத்தாயுதங்களை வழங்கிச் சென்ற அறிவொளி மரபு என்றழைக்கப்படுகின்ற சிந்தனை யோட்டத்தைச் சேர்ந்த பல சிந்தனையாளர்களில் முக்கியமானவர் உலக அளவில் புகழ்பெற்றுள்ள வால்டேர் (அவரது படைப்புகள் சிலவற்றை 1930களில் பெரியாரின் 'குடி அரசு', 'பகுத்தறிவு', 'புரட்சி' ஆகிய வார ஏடுகள் வெளியிட்டு வந்தன.) பிரான்ஸில் இன்றுவரை போற்றப்பட்டு வரும் சிந்தனை மரபுகளிலொன்றுதான் அந்த அறிவொளி மரபு. நவீன பிரான்ஸை உருவாக்கத் துணைபுரிந்த சிந்தனை மரபுகளோடு சார்த்தரை இணைத்துப் பார்த்தார் டி கால்.

டி காலுக்கும் சார்த்தருக்கும் எத்தனையோ கருத்து வேறுபாடுகள் இருந்தாலும், இரண்டாம் உலகப் போரின்போது நாஜிகளால்

ஆக்கிரமிக்கப்பட்டிருந்த பிரெஞ்சுப் பகுதியை விடுவிக்கவும் நாஜிகளும் அவர்களது பிரெஞ்சுக் கையாள்களும் பாரிஸைக் கைப்பற்றுவதைத் தடுக்கவும் நடத்தப்பட்ட நாஜி எதிர்ப்புப் போராட்டத்தில் பங்கேற்றவர்கள்தான் இருவரும். சார்த்தர் தமது எழுத்துகள் மூலம் நாஜி எதிர்ப்புப் பரப்புரையைச் செய்துவர, பிரெஞ்சு இராணுவத்தில் தேசபக்தி கொண்டிருந்த பிரிவினருக்குத் தலைமை தாங்கிய டி கால் நாஜிகளை இராணுவரீதியாக எதிர்கொண்டு அவர்களைத் தோற்கடித்தார். எனவேதான் டி கால் சார்த்தரை வால்டேருடன் (அதாவது நவீன பிரான்ஸுடன்) ஒப்பிட்டார்.

பிரெஞ்சுப் புரட்சியின் முழக்கங்களான 'சுதந்திரம், சமத்துவம், சகோதரத்துவம்' ஆகியவற்றின்பால் ஈர்க்கப்பட்டு, அவற்றை இந்திய நாட்டின் அடிப்படை விழுமியங்களாக ஆக்க வேண்டும் என்று அயராமல் பாடுபட்டவர் அண்ணல் அம்பேத்கர். அந்த விழுமியங்களை அவர் மகாராஷ்டிர தலித் மக்களிடையே மிக எளிய மொழியில் எடுத்துரைத்து வந்ததை ஆனந்த் தெல்தும்டெ எழுதிய 'மஹட்' என்னும் நூலில் காணலாம். (இந்த நூல் கமலாலயனால் தமிழாக்கம் செய்யப்பட்டு, என்.சி.பி.எச் புத்தக நிறுவனத்தாரால் வெளியிடப் பட்டுள்ளது.) பின்னாளில் அவர், பிரெஞ்சுப் புரட்சிக்குப் பல நூற்றாண்டுகளுக்கு முன்பே இந்த விழுமியங்களைப் போதித்தவர் கௌதம புத்தர் என்று தமது ஆய்வுகளின் வழியாகக் கூறினார்.

அண்ணல் அம்பேத்கரின் பேத்தியைத் திருமணம் செய்து கொண்டதன் மூலம், அந்த மாபெரும் மனிதரின் குடும்ப உறுப்பினர்களில் ஒருவராகிவிட்ட முனைவர் ஆனந்த் தெல்தும்டெ, அண்ணலின் சிந்தனையையும் மார்க்ஸியத்தையும் இணைக்கும் அறிவார்ந்த புள்ளியாக, சமூக நீதிக்காக, தலித் மக்களின் உரிமை களுக்காக, பிற்படுத்தப்பட்ட வகுப்பினர் உள்ளிட்ட சுரண்டப்படும் மக்களுக்காக தன் வலுவான எழுத்தாற்றல் மூலமும், களப் பணிகள் மூலமும் ஓயாது பாடுபட்டு வருகிறவர்.

இந்தியாவிலுள்ள கம்யூனிஸ்ட் கட்சிகளும், மாவோயிஸ்டுகளும் செய்யத் தவறியதைச் சுட்டிக் காட்டி வருபவர். வன்முறை வழியை ஒருபோதும் ஆதரித்தவரல்லர் அவர். ஒன்றிய அரசாங்கத்துக்குச் சொந்தமான பெட்ரோநெட் என்னும் கார்ப்பரேட் நிறுவனத்தின் உயரதிகாரியாகப் பணியாற்றி, பின்னர் சுதந்திரமாகச் செயல்படும் பொருட்டு முதலில் ஐ.ஐ.டியிலும் பின்னர் கோவாவிலுள்ள ஐ.ஐ.எம் என்னும் நிறுவனத்திலும் பேராசிரியராகப் பணியாற்றி வந்தவர்.

2018ஆம் ஆண்டு ஜனவரி முதல் நாளில் மகாராஷ்டிரத்திலுள்ள பீம் - கோரேகவான் என்னுமிடத்தில் வன்முறை நிகழ்ச்சிகளைத் தூண்டி

விட்டவர்கள் மாவோயிஸ்டுகள் என்றும், அவர்களுக்கு ஆதரவாகச் செயல்படும் அறிவாளிகள் எல்லாம் 'நகர்ப்புற நக்ஸலைட்டுகள்' என்றும் கூறிய, பாஜக ஆட்சியின் கீழ் இருந்த மகாராஷ்டிர அரசாங்கம் இந்தியாவின் தலைசிறந்த அறிவாளிகளையும், மனித உரிமைப் போராளிகளையும் கைது செய்தது. அதோடு ஆனந்த் தெல்தும்டெ மீதும், அம்பேத்கரின் குடும்ப உறுப்பினராக இல்லாவிட்டாலும் அவரது விழுமியங்களை ஏற்றுக்கொண்டு சமூக நீதிக்காகவும், ஒடுக்கப்பட்ட மக்களின் உரிமைகளுக்காகவும், குறிப்பாக காஷ்மிர், வடகிழக்கு மாநில மக்கள் மீது பல்லாண்டுகளாக நடத்தப்பட்டு வரும் ஒடுக்குமுறைகளுக்கு எதிராகவும் போராடி வந்துள்ளவரும் 'எகனாமிக் அண்ட் பொலிடிகல் வீக்லி' என்னும் புகழ்பெற்ற ஏட்டின் துணை ஆசிரியராக இருந்தவருமான கௌதம் நவ்லாகா என்னும் அறிஞர் மீதும் 'நகர்ப்புற நக்ஸலைட்டுகள்' என்றும், தடை செய்யப்பட்ட மாவோயிஸ்ட் கட்சியின் நடவடிக்கைகள் பலவற்றில் பங்கேற்றவர்கள் என்றும் முத்திரை குத்தி அவர்களைச் சிறையிலடைக்க பாஜக தலைமையிலிருந்த மகாராஷ்டிர அரசாங்கமும் அதற்குத் துணைநின்ற மோடி அரசாங்கமும் முயற்சிகள் செய்தன. அந்த முயற்சிகள் டெல்லி, மும்பை உயர் நீதிமன்றங்கள், உச்ச நீதிமன்றம் ஆகியன இவர்கள் இருவருக்கும் கொடுத்து வந்த தாற்காலிக நிவாரணங்கள் மூலம் தடுக்கப்பட்டு வந்தன.

'நகர்ப்புற நக்ஸலைட்டுகள்' என்று முத்திரை குத்தப்பட்டவர்கள், அத்தகையவர்களல்லர் என்றும் அவர்கள் கைது செய்யப்படுவதற்குத் தடைவிதிக்க வேண்டும் என்றும் இந்தியாவின் புகழ்பெற்ற வரலாற்றறிஞர் ரொமிலா தாப்பரும் வேறு சில மூத்த குடிமக்களும் 2018இல் உச்ச நீதிமன்றத்தை நாடினர். ஆனால் உச்ச நீதிமன்றம் தடை விதிக்க மறுத்துவிட்டது.

சென்ற ஆண்டு மகாராஷ்டிராவில் ஆட்சிக்கு வந்த சிவசேனை - தேசியவாத காங்கிரஸ் கூட்டணி அரசாங்கம், கோரெகவான் வழக்கு புனையப்பட்ட விதம், போலீஸார் மேற்கொண்ட நடவடிக்கைகளின் தன்மை ஆகியவற்றை மறு ஆய்வுக்கு எடுத்துக் கொள்ள முயற்சி செய்வதாகக் கேள்விப்பட்டவுடனேயே மோடி அரசாங்கம், மாநில அரசாங்கங்களின் அதிகார எல்லைக்குள் வராத தேசியப் புலனாய்வு முகமை (National Investigation Agency) அந்த வழக்கை எடுத்துக் கொள்ளுமாறு செய்து, ஆனந்த் தெல்தும்டெ, கௌதம் நவ்லாகா ஆகியோரை 'சட்ட விரோத நடவடிக்கைகள்' (தடுப்பு) சட்டத்தின் கீழ் கைது செய்ய முடிவு செய்தது.

ஏற்கெனவே கொடிய தன்மையைக் கொண்டிருந்த இந்தச் சட்டத்திற்கு மோடி அரசாங்கம் ஒரு திருத்தத்தைச் செய்தது. அதாவது

தீவிரவாத, பயங்கரவாத அமைப்புகளோடு தொடர்பு கொண்டவரைக் கைது செய்வதற்காக மன்மோகன் சிங் ஆட்சிக் காலத்தில் கொண்டு வரப்பட்ட சட்டத் திருத்தத்திலும் ஒரு திருத்தத்தைச் செய்தது. அதாவது ஒரு தனிநபர், அவர் தடைசெய்யப்பட்ட தீவிரவாத, பயங்கரவாத அமைப்புகளுடன் தொடர்பு அற்றவராக இருந்தாலும்கூட, அவரது நடவடிக்கைகள் 'பயங்கரவாத'த் தன்மையுடையவை என்று அரசாங்கம் கருதினால் அவரை மேற்சொன்ன சட்டத்தின் கீழ் கைது செய்யலாம் என்ற திருத்தம்தான் அது.

இதுவரை கைது செய்யப்படாமலிருந்த ஆனந்த் தெல்தும்டெ, கௌதம் நவ்லாகா ஆகியோர் தங்களுக்கு நீதி வழங்கும்படி தாக்கல் செய்த மனுக்களைத் தள்ளுபடி செய்த உச்ச நீதிமன்றம் அவர்கள் இருவரும் மகாராஷ்டிரக் காவல் துறையிடம் சரணடைய வேண்டும் என உத்தரவு பிறப்பித்தது.

கடைசி நேர முயற்சியாக ரொமிலா தாப்பரும் அவரோடு சேர்ந்து உச்ச நீதிமன்றத்தை 2018இல் அணுகியவர்களும் மீண்டும் உச்ச நீதிமன்றத்தை நாடித் தோல்வியடைந்தனர். ஜனநாயகத்தை, மனித உரிமைகளைக் காப்பதற்கான கடைசிப் புகலிடமாக இருந்த உச்ச நீதிமன்றத்தின் அண்மைக்காலச் செயல்பாடுகளை நாம் அறிவோம்.

ஆனந்த் தெல்தும்டெவும் கௌதம் நவ்லாகாவும் அம்பேத்கர் உயர்த்திப் பிடித்த 'சுதந்திரம், சமத்துவம், சகோதரத்துவம்' என்பதை இந்தியாவில் நடைமுறைப்படுத்த உழைத்து வந்தவர்கள் என்ற வகையில் மூான் பவுல் சார்த்தர் மரபுக்கும் உரியவர்கள். ஆனால், மோடியோ டி கால் அல்ல; டி காலுக்கும் சார்த்தருக்கும் மாறாக, பாசிஸ்டுகளை - ஹிட்லரையும் முஸ்ஸோலினியையும் ட்ரம்பையும் போல்ஸரோனாவையும் தன் அரசியல் வழிகாட்டிகளாகக் கொள்பவர்.

அண்ணல் அம்பேத்கரின் பிறந்த நாளான 14.4.2020இல் தெல்தும்டெவும் நவ்லாகாவும் கைது செய்யப்பட்டது, அண்ணல் அம்பேத்கரின் மரபுக்குச் செய்யப்படும் இழுக்கு. ஒருவேளை அவர் இன்று உயிரோடிருந்தால், அவரையும் சேர்த்துக் கைது செய்வார்களோ என்னவோ

இந்திய மக்களை மட்டுமின்றி, உலக மக்கள் எல்லோரின் இருப்பையும் அச்சுறுத்தி வருகின்ற கொரோனோ வைரஸ் நம்மை ஆட்டிப் படைத்துக் கொண்டிருந்த நிச்சயமற்ற காலத்திலும்கூட மேற்சொன்ன இருவரையும் கைது செய்வதை முக்கியமான நடவடிக்கையாக மோடி அரசாங்கம் கருதுவது எத்தகைய வரலாற்று அவலம்.

மின்னம்பலம்
14, ஏப்ரல் - 2020

‘ஆன்மிக’ நடிகர் ரஜினியும் சங் பரிவாரங்களும் கட்டவிழ்த்துவிடும் பொய்கள்

சேலத்தில் 1971இல் பெரியார் தலைமையில் நடந்த மூட நம்பிக்கை ஒழிப்பு மாநாட்டில் இந்துக் கடவுள்களின் உருவங்கள் நிர்வாணமாகக் காட்டப்பட்டதாகவும் பெரியார் இராமன் படத்தை செருப்பால் அடித்ததாகவும், அந்த செய்தியை ‘துக்ளக்’ துணிச்சலுடன் வெளியிட்டதாகவும் ‘துக்ளக்’ ஆண்டு விழாக் கூட்டத்தில் தான் கூறிய கருத்துகளுக்கு எதிர்ப்பு வந்ததும் சினிமா பாணியில் ‘நான் மன்னிப்புக் கேட்க மாட்டேன்’ என்று கூறிய ரஜினி, பின்னர் அந்த செய்தி ‘அவுட்லுக்’ பத்திரிகையில் வெளிவந்தது என்று பேச்சை மாற்றிக் கொண்டிருக்கிறார். அது மட்டுமல்ல; ‘அவுட்லுக்’ ஏடு ‘தி ஹிந்து’ குழுமத்தைச் சேர்ந்தது என்றும் உளறியிருக்கிறார். அந்த செய்திக் கட்டுரையை எழுதியவர் பாஜக ஆதரவாளர். இந்துக் கடவுள்கள் பெரியார் தலைமையில் நடந்த ஊர்வலத்தில் நிர்வாணமாகக் காட்டப் பட்டனர் என்பதை ‘துக்ளக்’ ஏட்டின் அண்மைய இதழ் வெளியிட்டிருக்கும் படமொன்றே மறுத்துள்ளது. அந்தப் படத்தில் ராமர் செருப்பு மாலையுடன் காட்சியளிக்கிறாரேயன்றி நிர்வாணமாக அல்ல; சங்கிகளின் புளுகுகளுக்கு மாறாக, இந்தப் படத்தில் சீதையே இல்லை.

1971இல் மூட நம்பிக்கை ஒழிப்புப் பேரணியில் நடந்ததாய்க் கூறும் நிகழ்ச்சியை 2019இல் ரஜினி கூறுவதன் நோக்கம் என்ன? இதன் பின்னணி யார்? சுப்பிரமணியன் சுவாமியிடம் ரஜினி தொலைபேசி மூலம் யோசனை கேட்க வேண்டிய அவசியம் என்ன? 1971ஆம் ஆண்டு நிகழ்வுக்கு 2017இல் ‘அவுட்லுக்’கில் வெளிவந்த சேகரின் கட்டுரையை, பிரச்சினை பெரிதானபின், ஒருவாரம் கழித்து ரஜினி பொதுவெளியில் வெளியிடுவதன் மர்மம் என்ன? ஓராண்டிற்குள் நடந்த செய்தியே கண்ணும் காதும் வைத்து பூதாகாரமாக்கப்படுகையில், 46 வருடம் கழித்து பாஜக ஆதரவாளர் சேகர் எழுதிய, காதால் கேட்ட செய்தியின் “உண்மை” எப்படியிருக்கும்? சங் பரிவாரம் வலுவாக உள்ள மாநிலங்களில் தபோல்கர், கல்புர்கி, கௌரி லங்கேஷ் போன்ற சிந்தனையாளர்கள், பத்திரிகையாளர்கள், எழுத்தாளர்கள் கொல்லப் பட்டதைப் போல தமிழகத்திலும் பத்திரிகை/கருத்து சுதந்திரத்திற்கு வாய்ப்பூட்டு போடப்படுவதாக ஒரு பார்ப்பனப் பத்திரிகையாளர்

கூறியதை முதன்மைப்படுத்துகிறது இந்த 'அவுட்லுக்' கட்டுரை. ரஜினி போங்க் சாப்பிட்டுப் பைத்தியம் பிடித்தது மாதிரி நடந்ததை நாம் இப்போது பேசினால் எப்படியிருக்கும்? இது அவதூறு பரப்புகிற நோக்கமில்லாமல் வேறென்ன? இது எல்லாமே குடியுரிமைத் திருத்தச் சட்டம், தேசிய மக்கள்தொகைப் பதிவேடு, மாநில உரிமைகளைப் பறிப்பதற்கு மோடி-ஷா அரசாங்கம் வேகவேகமாக செய்துவரும் நடவடிக்கைகள், ஹைட்ரோ கார்பன் திட்டத்திற்கான ஆய்வுக்கான அனுமதி என்ற பெயரில் கார்ப்பரேட் நிறுவனங்கள் காவிரிப் படுகையை பாலைவனமாக்கும் முயற்சிகள் முதலியவற்றுக்கு தமிழகத்தில் எழுந்துள்ள எதிர்ப்பைத் திசை திருப்ப நடக்கிற நாடகம். இதில் ரஜினி முக்கியப் பாத்திரமேற்று நடிக்க 'அட்வான்ஸ்' வாங்கியிருக்கிறார் என்று கருதலாமா?

இந்திய அரசியல் சட்டத்தை எழுதிய அண்ணல் அம்பேத்கர் இராமனைப் பற்றி எழுதியவற்றை சங் பரிவாரத்தில் முன்பு மறைமுகமாகவும் இப்போது நேர்முகமாகவும் இணைந்துள்ள 'ஆன்மிக' நடிகர் ரஜினிகாந்தும் சங்கிகளும் படிக்க வேண்டும். அம்பேத்கர் எழுதியுள்ள 'இந்து மதத்தின் புதிர்கள்' நூலின் பாகம் 3இல் இணைப்பாகத் தரப்பட்டுள்ள 'ராமன் சீதை என்ற புதிர்' என்ற கட்டுரையிலிருந்து சில பகுதிகள் மட்டுமே இங்கு தரப்படுகின்றன. இந்த இணைப்பு முழுவதையும் படித்தால் 'ஆன்மிக' நடிகருக்கு கைகால் உதறி ஒரு திரைப்படத்தில் அவர் நடித்திருப்பது போல 'கடவுளே, கடவுளே, கடவுளே' என்று பதைபதைப்புக் கொண்டு விடுவார்.

அம்பேத்கர் எதையும் புனையவில்லை. மாறாக, வால்மீகி இராமாயணத்தில் எழுதப்பட்டுள்ளதைத்தான் விளக்குகிறார் - புராணங்களில் இந்துக் கடவுள்கள் பற்றிச் சொல்லப்பட்டுள்ளதைத் தான் பெரியார் எடுத்துக் கூறியதைப் போல. தமிழ் ஆண்டுகள் என்று 60 ஆண்டுகளே திரும்பத் திரும்ப வருவது ஏன் என்பதற்காக புராணங்களில் எழுதப்பட்டுள்ள மிக ஆபாசமான கதைகளை சங்கிகளும் 'ஆன்மிக நடிகரும்' மக்களிடையே பரப்ப முன்வருவார்களா?

இனி அண்ணல் அம்பேத்கர் எழுதியவற்றிலுள்ளவற்றைப் பார்ப்போம்:

> இராமாயணக் கதையின் தொடக்கத்திலேயே தசரதனின் மகன் இராமனாகப் பிறப்பதற்கு உடன்பட்டு அதன்படி விஷ்ணுவே இராமனாக அவதரித்ததாக வால்மீகி கூறுகிறார். இதனைப்

பிரம்மதேவன் அறிகின்றான். விஷ்ணு இராமாவதாரம் எடுத்துச் சாதிக்கவிருக்கும் காரியங்கள் யாவும் வெற்றியுடன் முடிய வேண்டுமானால் அவனோடு ஒத்துழைத்து உதவக்கூடிய வல்லமை மிக்க துணைவர்கள் இருக்க வேண்டும் என்பதையும் பிரம்மன் உணர்கின்றான். ஆனால் அத்தகைய துணைவர்கள் எவரும் அப்போது இருக்கவில்லை.

இந்தத் தேவையை நிறைவேற்றுவதற்காக கடவுள்கள், பிரம்ம தேவனின் கட்டளையை ஏற்று விலைமாதர்களான அப்சரசுகள் மட்டுமின்றி யக்ஷர்கள், நாகர் ஆகியோரின் மணமாகாத கன்னிப் பெண்கள் மட்டுமின்றி முறையாக மணமாகி வாழ்ந்து கொண்டிருந்த ருக்ஷா, வித்யாதர், கந்தர்வர்கள், கின்னரர்கள், வானரர்கள் ஆகியோரின் மனைவியரையும் கற்பழித்து, இராமனுக்கு துணையாக அமைந்த வானரர்களை உருவாக்கினர்.

இத்தகைய வரம்பு மீறிய ஒழுக்கக்கேடானது இராமனுடைய பிறப்பு அல்ல என்றாலும், அவனுடைய துணைவர்கள் பிறப்பு அருவெறுப்புக்குரியது. இராமன், சீதையை மணந்ததும் விமர்சனத்திற்கு அப்பாற்பட்டதல்ல. பௌத்தர்களின் இராமாயணத்தின்படி சீதை, இராமனின் சகோதரியாவாள். சீதையும், இராமனும் தசரதனுக்கு பிறந்த மக்கள், பௌத்த இராமாயணம் கூறும் இந்த உறவு முறையை வால்மீகி இராமாயணம் ஏற்கவில்லை. வால்மீகியின் கூற்றுப்படி விதேக நாட்டு மன்னனான ஜனகனின் மகள் சீதை என்றும், அவள் ராமனுக்கு தங்கை உறவு உடையவன் அல்ல என்றும் ஆகின்றது. சீதை ஜனகனுக்கு பிறந்த மகள் அல்லவென்றும், உழவன் ஒருவன் தன் வயலில் கண்டெடுத்து ஜனகனிடம் அளித்து வளர்க்கப்பட்ட வகையிலேயே சீதை ஜனகனுக்கு மகளானாள் என்றும் கூறப்பட்டிருப்பதால் வால்மீகி இராமாயணத்தின் படியே கூட சீதை, ஜனகளுக்கு முறையாகப் பிறந்த மகள் அல்ல என்றாகிறது. எனவே பௌத்த இராமாயணம் கூறும் கதையே இயல்பானதாகத் தோன்றுகின்றது.

அண்ணன் தங்கை உறவுடைய இராமனும் சீதையும் திருமணம் செய்துகொண்டதும் ஆரிய திருமண வழக்கத்திற்கு மாறானதுமல்ல. (ஆரியர்களிடையே அண்ணன் தங்கையை மணந்து கொள்ளும் வழக்கமிருந்தது). ஆயின் இந்தக் கதை உண்மையானால் இராமன், சீதை திருமணம் பிறர் பின்பற்றுவதற்கு தக்கது அல்ல எனலாம். **இராமன் 'ஏக பத்தினி விரதன்' என்பது ஒரு**

சிறப்பாக கூறப்படுகின்றது. இத்தகையதொரு அபிப்ராயம் எவ்வாறு பரவியது என்பது புரிந்துகொள்ள முடியாததாகவே உள்ளது. வால்மீகியே கூட தன் இராமாயணத்தில் இராமன் அநேக மனைவியரை மணந்து கொண்டதை குறிப்பிடுகிறார் (அயோத்தியா காண்டம், சருக்கம் 8, சுலோகம் 12). மனைவியர் மட்டுமல்ல வைப்பாட்டியர் பலரையும் இராமன் வைத்திருந்தான்.

ராமன் சீதையோடு வாழ்ந்த காலங்களிலும் சரி, அவனைப் பிரிந்து அரசாண்ட காலங்களிலும் சரி, தினமும் தனக்கான ஓய்வு இல்லத்தில் மதுவும் மாமிசமும் உண்டு மகிழ்ந்தான். அப்போது அழகிகளின் நடனக் கேளிக்கைகளும் நடைபெறும். எனவே கேளிக்கைகளில் திளைத்து மகிழும் ஒரு அரசன் என்பதைத் தாண்டி ராமனுக்கான பாத்திரமில்லை.

மின்னம்பலம்
22, ஜூன் - 2020

நீதிநாயகம் சுரேஷ்

உயர் நீதிமன்ற, உச்ச நீதிமன்ற நீதிபதிகளை - Justice என்று ஆங்கிலத்தில் சொல்லப்படுபவர்களை - 'நீதியரசர்கள்' என்று சொல்லும் பழக்கம் தமிழ் ஊடகங்களிலும் பொதுவெளியிலும் ஏற்றுக் கொள்ளப்பட்டிருக்கிறது. நிலப்பிரபுத்துவ அரசராட்சி காலத்தை நினைவூட்டும் இந்தச் சொல்லுக்குப் பதிலாக 'நீதிநாயகம்' என்ற சொல்லை உருவாக்கித் தந்தவர் தோழர் தியாகு. இதுதான் Justice என்ற சொல்லின் உள்பொருளைப் பிரதிபலிக்கக்கூடியது. என்னைப் போன்றவர்கள் 1999ஆம் ஆண்டிலிருந்தே இந்தச் சொல்லைத்தான் பயன்படுத்தி வருகிறோம்.

வெளிமாநிலத்தைச் சேர்ந்தவர்களாகவும் தமிழ்நாட்டில் மனித உரிமை மீறல்கள் நடக்கும்போது அவற்றை எதிர்த்துப் போராடும் மனித உரிமை அமைப்புகள், தனிமனிதர்கள், வழக்குரைஞர்கள் ஆகியோருக்கு உள்உந்துதல் தந்து வந்தவர்களாகவும் இருந்தவர்களில் முக்கியமானவர்கள் நீதிநாயகங்கள் பி.என்.பகவதி, வி.ஆர்.கிருஷ்ண ஐயர், பி.பி.சாவந்த், ஹோஸ்பெட் சுரேஷ் ஆகியோராவர். ஐயர் மறைந்து ஏறத்தாழ ஆறு ஆண்டுகளாகிவிட்டன. பி.என்.பகவதி மூன்றாண்டுகளுக்கு முன் காலமானார். ஹோஸ்பெட் சுரேஷ் 11.6.2020இல் காலமானார்.

உயர் நீதிமன்ற, உச்ச நீதிமன்ற நீதிபதிகள் பலர் ஓய்வு பெற்ற பிறகும் கூட அரசாங்கம் உருவாக்கும் பதவிகளில் (விசாரணை ஆணையங்கள் போன்றவற்றில்) அமர்வதற்கு ஆசைப்படுவது வழக்கம். அண்மைக் காலமாக, இந்தியக் குடியரசுத் தலைவருக்கும் பிரதமருக்கும் பதவிப் பிரமாணம் செய்துவைக்கும் அதிகாரம் கொண்ட உச்ச நீதிமன்றத் தலைமை நீதிபதிகள்கூட ஓய்வுபெற்ற பின் மாநில ஆளுநர் பதவியிலும் மாநிலங்கள் அவை உறுப்பினர் பதவியிலும் விருப்பத்தோடு அமர்வதைப் பார்த்து வருகிறோம்.

வாஜ்பாயி அரசாங்கம், இந்திய அரசமைப்புச் சட்டத்தை 'மறு ஆய்வு' செய்ய வேண்டும் என்று முடிவு செய்து, அதன் பொருட்டு பல்வேறு கருத்துகளைத் திரட்டும் பொறுப்பை வி.ஆர். கிருஷ்ண ஐயரிடம் தந்திருந்தது. இந்திய அரசமைப்புச் சட்டத்தை இந்துத்துவத் தன்மை கொண்டதாக மாற்றும் உள்நோக்கத்தோடுதான் இந்த

நடவடிக்கையை வாஜ்பாயி அரசாங்கம் மேற்கொண்டுள்ளது என்னும் கருத்தைப் பலர் கொண்டிருந்தனர். இந்த 'மறு ஆய்வு' தொடர்பாக ஐயர் சென்னைக்கு வந்திருந்த போது நானும் பிற நண்பர்களும் அவரைச் சந்தித்தோம். அவர் பொறுமையுடன் கூறினார்: 'அரசியல் அமைப்புச் சட்டத்தில் என்னென்ன மாற்றங்கள் வேண்டும் என்பதைப் பலதரப்பட்டவர்களிடம் அறிந்து கொள்ளத்தான் நான் இருக்கிறேன். நீயும் எதையாவது எழுதித் தா. அதையும் சேர்த்துக் கொள்கிறேன்'. 'இதெல்லாம் வெறும் காகித வேலைதானே சார். இதில் உங்கள் அருமையான நேரத்தையும் சக்தியையும் வீணடிக்கிறீர்கள் சார்' என்று கூறிவிட்டு வந்து விட்டோம். எனினும் அவருடன் கருத்து முரண்பாடு கொள்பவர்களை மதிக்கின்ற அவரது பண்பை நினைத்து நாங்கள் மகிழ்ந்ததும் உண்டு. அவரது வாழ்க்கையின் கடைசி ஆண்டுகளில், மூப்பின் காரணமாக அவரது சிந்தனையில் குழப்பமும் தடுமாற்றமும் ஏற்பட்டு வந்ததைக் கண்டு நாங்கள் மிகுந்த கவலை கொண்டோம். 2013இல் ராஜிவ் காந்தியைப் புகழ்ந்து 'தி ஹிந்து'வில் கட்டுரை எழுதியிருந்தார். மன்மோகன் சிங்கைப் பாராட்டியும் எழுதினார். பிறகு, 2014இல் 'நரேந்திர மோடியை உண்மையான மதச்சார்பற்ற சோசலிஸ்ட்' என்று எழுதியிருந்தார், 'ஐயருக்கு ஏன் இப்படி புத்தி கெட்டுவிட்டது' என்று நாங்கள் கோபப்பட்டோம். ஒருவேளை ஐயரை நேரில் சந்தித்து மோடியை ஏன் இப்படிப் புகழ்ந்திருக்கிறீர்கள் என்று கேட்டிருந்தால் அதற்கும் அவர் பொறுமையாக பதில் சொல்லி யிருக்கக்கூடும் - அவருக்கே உரிய பாணியில்: "Am I wrong? But tell me who is the better choice?"

எனினும், நரேந்திர மோடி ஆட்சிக்கு வந்த பிறகு அரசியல் சட்டத்திற்குத் திருத்தங்கள் கொண்டு வராமலேயே அரசாங்க ஆணைகள், முடிவுகள் மூலம் அச்சட்டத்தின் ஆன்மாவையே குலைக்கக்கூடிய நடவடிக்கைகள் மேற்கொள்ளப்பட்டு வருவதை ஐயர் உயிரோடு இருந்திருந்தால் சகித்துக் கொண்டிருக்க மாட்டார்.

இதுபோன்ற தடுமாற்றங்களுக்கும் குழப்பங்களுக்கும் இடம் தராத வகையில் கடைசி மூச்சு வரை வாழ்ந்து காட்டியவர் ஹோஸ்பெட் சுரேஷ். பம்பாய் உயர் நீதிமன்ற நீதிபதி பதவியிலிருந்து 1991ஆம் ஆண்டு ஓய்வு பெற்ற நீதிநாயகம் சுரேஷ், மகாராஷ்டிர அரசாங்கம் அமைத்த ஆணையங்களில் ஒன்றே ஒன்றில் மட்டுமே பதவி வகித்ததாக என்னிடம் ஒருமுறை கூறினார். - அது குடிசைப் பகுதி மக்களை வெளியேற்றுவது தொடர்பாக அமைக்கப்பட்ட ஆணையம் என்பதால் மட்டுமே.

காவிரி நீர் பங்கீடு பிரச்சினை தொடர்பாக கர்நாடகத் தலைநகர் பெங்களூரில் டிசம்பர் 2001இல் தமிழர்களுக்கு எதிராக கன்னட வெறியர்கள் நடத்திய கலவரம், தாக்குதல் தொடர்பான உண்மைகளை விசாரணை செய்வதற்காக நீதிநாயகம் டெவேடியா தலைமையில் அமைக்கப்பட்ட ஆணையத்தில் பங்கேற்ற நீதிநாயகம் சுரேஷ் தமிழர்களுக்கு இழைக்கப்பட்ட அநீதிகளையும் கொடுமைகளையும் எடுத்துக்காட்டும் அறிக்கை வரைவதில் முக்கியப் பாத்திரம் வகித்தார்.

பாபர் மசூதி இடிக்கப்பட்டதை அடுத்து பம்பாயில் 1992 டிசம்பரிலும் 1993லும் நடந்த கலவரங்களைப் பற்றிய உண்மைகளைக் கண்டறிவதற்காக அமைக்கப்பட்ட அரசு சாராத ‘இந்திய மக்கள் மனித உரிமை ஆணைய’த்தில் தலைமைப் பொறுப்பு வகித்த அவர், பம்பாயின் மூத்த வழக்குரைஞர் எஸ்.எம். தாவுதின் துணையுடன் செயல்பட்டார். முஸ்லிம் மக்களின் உடைமைகளும் உயிர்களும் பெருமளவில் அழிக்கப்பட்டதை அவர்கள் ‘மக்களின் தீர்ப்பு’ (The People's Verdict) என்று தலைப்பிடப்பட்ட அறிக்கையில் எடுத்துரைத்தனர்.

1995 ஜனவரியில் மும்பையில் குடிசைப் பகுதி மக்கள், நகர வளர்ச்சி என்ற பெயரில் வலுக்கட்டாயமாக வெளியேற்றப்பட்டது தொடர்பான உண்மைகளைக் கண்டறிய, டெல்லி உயர் நீதிமன்றத் தலைமை நீதிபதியாக இருந்த நீதிநாயகம் ராஜிந்தர் சச்சார் (பி.யு.சி.எல், அமைப்பின் அனைத்திந்தியத் தலைவராக இருந்த அவர், இந்தியாவில் முஸ்லிம்கள் நிலை பற்றி ஆராய மன்மோகன் சிங் ஆட்சிக் காலத்தில் நியமிக்கப்பட்ட குழுவின் தலைவராகப் பொறுப்பேற்று, நாடெங்கிலும் பயணம் செய்து திரட்டிய விவரங்கள்தான் ‘சச்சார் கமிட்டி அறிக்கை’ என்று அழைக்கப்படுகிறது) மூத்த வழக்குரைஞர் எஸ்.எம்.தாவுத் ஆகியோருடன் இணைந்து செயலாற்றினார். அவர்கள் கண்டறிந்த உண்மைகளை 1995இல் ‘வலுக்கட்டாய வெளியேற்றங்கள்’ - சாலையோர, குடிசைப் பகுதி வாழ் மக்களின் வீடுகள் மூர்க்கத்தனமாக இடித்துத் தள்ளப்பட்டது - பற்றிய இந்திய மக்களின் தீர்ப்பாயத்தின் விசாரணை' (Forced Evictions - An Indian People's Tribunal Enquiry into the Brutal Demolitions of Pavement and Slum Dwellers' Homes) என்ற தலைப்பில் வெளியிடப்பட்டது.

சென்னையில் 1999இல் நீதிநாயகம் வி.ஆர்.கிருஷ்ண ஐயரைத் தலைவராகவும், என்னை ஒருங்கிணைப்பாளராகவும் கொண்டு உருவாக்கப்பட்ட ‘மரண தண்டனைக்கு எதிரான இயக்கத்திற்கு (Campaign Against Death Penalty) தொடக்கம் முதலே ஆதரவளித்து வந்தார். ‘மரண தண்டனை ஒழிப்பு’ தொடர்பாக அந்த இயக்கத்தால்

கொண்டு வரப்பட்ட வெளியீடு பெரிதும் அவர் எழுதி அனுப்பிய விவரங்களின் அடிப்படையிலேயே தயாரிக்கப்பட்டது. தமிழ்நாட்டில் அவரை அறிமுகப்படுத்திய பெருமை காலஞ்சென்ற மனித உரிமை ஆர்வலர் ஆஸி ஃபெர்ணாண்டஸையே சாரும். தமிழ்நாட்டில் நிலவிய மனித உரிமைப் பிரச்சினைகள் தொடர்பான 'பொது விசாரணைகள்', 'உண்மை அறியும் குழுக்கள்' ஆகியவற்றில் அவர் பங்கேற்று ஆற்றிய பணிகளைப் பற்றி ஒரு நூலே எழுதலாம். தமிழ்நாடு, பாண்டிச்சேரி மாநிலங்களில் உள்ள மனித உரிமைப் போராளிகளுக்கு காலஞ்சென்ற டாக்டர் கே.பாலகோபாலைப் போலவே சட்ட, நீதிக் கவசமாகத் திகழ்ந்தவர் இந்த நீதிநாயகம்.

அவருடைய பணிகளில் மிகவும் முக்கியமானது, 'இந்திய மக்கள் தீர்ப்பாயத்தின் உண்மை அறியும் குழுவில் நீதிநாயகம் வி.ஆர்.கிருஷ்ண ஐயரின் தலைமையில் உச்ச நீதிமன்ற முன்னாள் நீதிநாயகம் பி.பி.சாவந்த் அவர்களுடன் இணைந்து 2002இல் குஜராத்தில் முஸ்லிம்கள் இனக்கொலை செய்யப்பட்டு, முஸ்லிம் பெண்கள் பாலியல் பலாத்காரத்துக்கு உள்ளாக்கப்பட்டு, முஸ்லிம்களின் உடைமைகள் அழிக்கப்பட்டது தொடர்பாக 2002 மார்ச், ஏப்ரல் மாதங்களில் குஜராத்தில் பல்வேறு இடங்களுக்குச் சென்று, 2000த்திற்கு மேற்பட்ட எழுத்துபூர்வமான சாட்சியங்களைத் திரட்டியதாகும். குஜராத் மாநிலத்தின் மூத்த காவல் மற்றும் பிற உயர் அதிகாரிகளையும் அக்குழு சந்தித்து அவர்கள் கூறியவற்றையும் பதிவு செய்தது. அந்தக் குழு கண்டறிந்த உண்மைகள் 'மனிதகுலத்திற்கு எதிரான குற்றங்கள்' *(Crime Against Humanity)* என்ற தலைப்பில் வெளியிடப்பட்டன.

நீதிநாயகம் சுரேஷ், குஜராத் படுகொலைகள் தொடர்பாக சில அதிர்ச்சி தரும் தகவல்களை வெளியிட்டார். மேற்சொன்ன உண்மை அறியும் குழுவினர் சந்தித்தவர்களிலொருவரும் நரேந்திர மோடி அமைச்சரவையின் உள்துறை அமைச்சருமாக இருந்த ஹரேன் பாண்டியா (அவர் 2003இல் கொலை செய்யப்பட்டார்), முஸ்லிம்களுக்கு எதிரான வன்முறையில் ஈடுபட்டிருந்த இந்துக்களைத் தடுத்து நிறுத்த வேண்டாம் என்று மூத்த போலிஸ் அதிகாரிகளிடமும், அரசாங்க அதிகாரிகளிடமும் நரேந்திர மோடி கூறினார் என்பதை அக்குழுவிடம் கூறியிருக்கிறார்.

குஜராத் கலவரத்தின்போது வடோடரா (பரோடா) நகரில் இருந்த பெஸ்ட் பேக்கரியில் 14 முஸ்லிம்கள் உயிரோடு எரித்துக் கொல்லப் பட்டது தொடர்பாக குஜராத் அரசாங்கமும் குஜராத் நீதிமன்றங்களும் நடந்துகொண்ட விதத்தைக் கருத்தில் கொண்டு பெஸ்ட் பேக்கரி

வழக்கு தொடர்பாக புதிய புலனாய்வும், குஜராத்துக்கு வெளியே உள்ள ஒரு மாநிலத்திலுள்ள ஒரு நீதிமன்றத்தில் விசாரணையும் நடத்தப்பட வேண்டும் என்று உச்ச நீதிமன்றம் உத்தரவிட்டதை வரவேற்ற நீதிநாயகம் சுரேஷ், குஜராத்தில் நடைபெற்றது சட்டத்தின் மீது நடத்தப்பட்ட மோசடி என்றும், மனித உரிமைகளில் அக்கறையுள்ளவர்களும் மனித உரிமை விவகாரங்களில் தானாக முன்வந்து நடவடிக்கை எடுக்கும் நீதிமன்றமும் ஒரு புதிய போக்கை உருவாக்கியுள்ளது என்றும் கூறினார். ஆனால், அவர் எதிர்பார்த்ததற்கு முற்றிலும் வேறான போக்கைத்தான் உச்ச நீதிமன்றம் அண்மைக்காலமாக மேற்கொண்டு வருவதை நாம் பார்க்கிறோம்.

மன்மோகன் சிங் காலத்தில் நிறைவேற்றப்பட உத்தேசிக்கப் பட்டிருந்த 'இனக்கொலை மற்றும் மனிதகுலத்துக்கு எதிரான குற்றங்கள் தடுப்பு சட்டம் 2004' (Prevention of Genocide and Crimes against Humanity Act 2004) என்பதை வரைவதில் நீதிநாயகம் சுரேஷ் முக்கியப் பங்கு வகித்தார். இந்தச் சட்டம் கொண்டு வரப்படுவதைக் கடுமையாக எதிர்த்தவர்களிலொருவர் அன்றைய தமிழ்நாடு முதலமைச்சர் ஜெயலலிதா என்பது இங்கு நினைவுகூரப்பட வேண்டும்.

மோடி அரசாங்கத்தின் எத்தனையோ அச்சுறுத்தல்களுக்கிடையே மதவெறிக்கு எதிராகவும் மதச்சார்பற்ற அரசியலுக்கு ஆதரவாகவும் குரல் கொடுத்து வரும் ஜவெத் ஆனந்த், தீஸ்தா செதல்வாட் இணையர் நடத்திவரும் 'Communalism Combat' ஏட்டில் தொடர்ந்து கட்டுரைகள் எழுதி வந்தார்.

2ஜி ஊழல் வழக்கில் குற்றப் பத்திரிகை, சாட்சியங்கள் ஆகியவற்றை உன்னிப்பாகவும் நடுநிலையுடனும் அவதானித்து வந்த அவர், 'THERE IS NO CASE AGAINST A.RAJA' என்று என்னிடம் ஒன்றிரண்டு முறை கூறியிருக்கிறார்.

கர்நாடக மாநிலத்திலுள்ள ஹோஸ்பெட் என்னும் இடத்தில் பிறந்து, மும்பையில் வழக்குரைஞராகவும் உயர் நீதிமன்ற நீதிபதியாகவும் பணியாற்றி, இந்திய மக்கள் அனைவரது அடிப்படை உரிமைகளையும் மனித உரிமைகளையும் காப்பதற்காக 28 ஆண்டுகள் தொடர்ந்து உழைத்து வந்த நீதிநாயகம் சுரேஷ் காட்சிக்கு எளியவர்; பழகுவதற்கு இனியவர். அவரை நான் கடைசியாக சந்தித்தது 2013 ஆகஸ்ட் மாதத்தில்; கரூரில் அவர், கிருஷ்ணம்மாள் ஜெகநாதன், நம்மாழ்வார் ஆகியோருடன் நானும் பங்கேற்ற நிகழ்ச்சியின்போது. அவரை

கோயமுத்தூர் விமான நிலையத்துக்கு அழைத்துச் செல்லும் பொறுப்பு என்னிடம் ஒப்படைக்கப்பட்டது. சூலூர் வந்ததும் போக்குவரத்து நெரிசல். விநாயகர் ஊர்வலம் என்று சொன்னார்கள். கோவையிலிருந்து மும்பைக்குச் செல்லும் கடைசி விமானத்தைப் பிடிக்க முடியாமல் போய்விடுமோ என்று அவருக்குப் பதற்றம் ஏற்பட்டுவிட்டது. விமானம் புறப்படுவதற்கு ஒரு மணி நேரத்துக்கு முன் விமான நிலையத்தில் இருக்க வேண்டும் என்ற விதி முன்னாள் நீதிபதிகளுக்குப் பொருந்தாது, விமானம் புறப்படுவதற்குப் பத்து நிமிடங்களுக்கு முன் அவர்கள் போய்ச் சேர்ந்தாலே போதும் என்றாலும், அவர் சாதாரணப் பயணிகளைப் போலவே தானும் நடத்தப்பட வேண்டும் என்று சொல்லிக் கொண்டு வந்தார். எனினும் விமானம் புறப்படுவதற்கு 25 நிமிடங்கள் இருக்கும்போதே எங்களால் கோவை விமான நிலையத்தை அடைய முடிந்தது. காரை விட்டு இறங்குவதற்கு முன், இந்திய அரசமைப்புச் சட்டம், அதில் வழங்கப்பட்டுள்ள அடிப்படை உரிமைகள் முதலியன பற்றி அவர் எழுதிய ஆங்கில நூலொன்றின் பிரதியை அவரது கையெழுத்துடன் எனக்குப் பரிசாகக் கொடுத்தார்.

எளிமையும் இனிமையும் வாய்ந்த அவரது வாழ்க்கையைப் போலவே அவரது மரணமும் அமைந்திருந்தது. இறப்பதற்கு அரை மணி நேரத்துக்கு முன்பு வரை அவரது உறவுக்காரப் பெண்ணுடன் சீட்டு விளையாடிக் கொண்டிருந்திருக்கிறார். ஒரே ஒரு நிமிடத்தில் அவரது ஆவி பிரிந்திருக்கிறது.

மின்னம்பலம்
13, ஜூன் - 2020

கி.ப. என்னும் பேராசான்

கோவை ஞானி என்று தமிழ்ச் சிந்தனை, இலக்கிய உலகிலும் கி.ப. என்று அவரது நெருக்கமான நண்பர்களாலும் அழைக்கப்பட்டு வந்த ஒரு மாபெரும் ஆளுமை 22.7.2020இல் மறைந்துவிட்டது. தமிழ் அறிவுலகத்திற்கு அவர் வழங்கிய பங்களிப்பைப் பதிவு செய்ய அவர் மீது பற்றும் பாசமும் வைத்திருந்த நண்பர்களால் சில ஆண்டுகளுக்கு முன் ஒரு சிறப்பு மலர் கொண்டுவரப்பட்டபோது, தன்னைப் பற்றி நான்கு வரியாவது நான் எழுதுவதையே பெரிதும் விரும்புவதாகக் கூறினார் ஞானி. கி.ப.வின் ஆக்கங்களையும் அவரது அரசியல் வாழ்க்கையையும் மதிப்பீடு செய்யும் கட்டுரை என்று பிரத்யேகமாக எதனையும் என்னால் எழுத முடிந்திருக்குமா என்பது ஐயத்துக்குரியது. ஏனெனில் நான் எழுதிய நூல்களில் ஐம்பது விழுக்காட்டிற்கு மேல், நானும் அவரும் மணிக்கணக்கில் பேசிப் பகிர்ந்து கொண்ட அல்லது அவரால் கோடிட்டுக் காட்டப்பட்ட சிந்தனைத் தாக்கத்தின் கீழ் எழுதப்பட்டவை. மார்க்ஸியம் பற்றிய எனது புரிதல், இலக்கியம் பற்றிய எனது பார்வை ஆகியனவற்றை வடிவமைத்ததில் அவருக்குப் பெரும் பங்குண்டு.

கி.ப. என்று அவருக்கு நெருக்கமான நண்பர்களால் அழைக்கப்பட்டு வந்த மாபெரும் ஆளுமை எழுத்துலகில் தனக்குச் சூட்டிக் கொண்ட புனைப்பெயர் 'ஞானி'. பின்னாளில் சென்னையில் வீதி நாடகங்களைப் பிரபலப்படுத்திய பத்திரிகையாளர் ந.வே.சங்கரன் 'ஞாநி' என்று அழைக்கப்படத் தொடங்கியதால், அவரிடமிருந்து கி.ப.வை வேறு படுத்திக் காட்ட என்னைப் போன்ற நண்பர்கள்தான் 'கோவை ஞானி' எனக் கூறத் தொடங்கினர். கி.ப.வோ தனது இலக்கிய, சிந்தனைப் புலத்தில் 'ஞானி' என்ற பெயரையே கடைசிவரை பயன்படுத்தி வந்தார்.

1960களில் கோவையில் இயங்கி வந்த 'சிந்தனை மன்றமே' நாங்கள் ஒருவருக்கொருவர் அறிமுகமாகி நெருக்கமான நண்பர் களாவதற்கான களம், சி.பா.ஆகித்தனாரின் 'நாம் தமிழர்' கட்சியைச் சேர்ந்தவர்களிலிருந்து தீவிர இடதுசாரிச் சிந்தனையுடையவர்கள் வரை பல்வேறு தரப்பினர் ஒன்றுகூடி மாதமொருமுறை காத்திரமான விவாதங்களை - கசப்புணர்வோ காழ்ப்புகளோ இல்லாமல் - நடத்தி வந்த அந்த மன்றத்தில்தான் எஸ்.என்.நாகராஜன் மார்க்ஸின் 'அந்நியமாதல்' கருத்தாக்கத்தையும் விளக்கிக்கூறி, மார்க்ஸியம் பற்றிய எங்கள் புரிதலில் ஒரு திருப்புமுனையை உருவாக்கினார்.

மாவோ மீதும் சீனா மீதும் ஆழ்ந்த பற்றுக் கொண்டிருந்த ஜோசப் நீதாம் உலகப் புகழ்பெற்ற அறிவியலாளர், அவர் எழுதிய 'டைம் தி ரெஃப்ரெஷிங் ரிவர்' என்ற நூலை, அப்போது அண்ணாமலைப் பல்கலைக்கழகத்தில் பி.ஓ.எல். பட்டப்படிப்பு படித்துக் கொண்டிருந்த ஞானிதான் எங்களுக்கு அறிமுகப்படுத்தினார். சைவ சித்தாந்தத்திலிருந்து கிறிஸ்தோபர் கால்ட்வெலின் இலக்கியக் கோட்பாடுகள் வரை சிந்தனை மன்றத்தில் விவாதத்துக்குட்படுத்தப்பட்ட விஷயங்கள் ஏராளமானவை. நக்ஸலைட் இயக்கத்தின் தீவிர ஆதரவாளர்களாக ஞானியும் நானும் இருந்த காலத்திலும் மாற்றுக் கருத்துடைய எழுத்தாளர்களுடனும் சிந்தனையாளர்களுடனுமான நட்பைக் கைவிடாமல் இருக்கச் செய்து வந்தவை சிந்தனை மன்ற அனுபவங்கள்தான். அந்த மன்றத்தின் செயல்பாடுகளின் நீட்சியாகவே 1967இல் நான், ஞானி, புலவர் ஆதி முதலியோர் இணைந்து 'புதிய தலைமுறை' ஏட்டைத் தொடங்கினோம். கம்யூனிஸ்ட் இயக்கத்திலுள்ள எந்தவொரு கட்சியின், பிரிவின் கட்டுப்பாடுகளுக்கும் கட்டளைகளுக்கும் உள்படாமல் மார்க்ஸியத்தை முதன்மைப்படுத்தும் சுதந்திரமான விவாதங்களுக்கான ஏடாகத்தான் அது தொடங்கப்பட்டது. கருத்து வேறுபாடுகள் காரணமாக கி.ப.வும் நானும் அதிலிருந்து விலகினோம். அந்த ஏடு எந்த அளவுக்கு நக்ஸலைட் இயக்கத்தையும் மாவோ சிந்தனையையும் ஆதரித்ததோ அதே அளவுக்கு நானும் ஞானியும் அதே அரசியலை ஆதரித்தோம். அதேவேளை சாரு மஜூம்தாரிடம் எங்கள் கருத்து வேறுபாடுகளை ஒளிவுமறைவின்றி முன்வைத்தோம். மாவோவின் வாசகங்கள் அடங்கிய நூற்றுக்கணக்கான சுவரொட்டிகளை நானும் ஞானியும் அடங்கிய குழுவினர் கோவை நகர் முழுவதிலும் ஒட்டிய சம்பவத்திலிருந்து ஒரு கொலை வழக்கில் என்னை சம்பந்தப்படுத்த காவல் துறையினர் பாலக்காடுக்கு அழைத்துச் சென்றது வரை மட்டுமல்ல, தனது கடைசி மூச்சு வரை மாவோவைத் தான் ஞானி தன் ஆதர்சத் தலைவராக ஏற்றுக் கொண்டிருந்தார்.

மார்க்ஸியத்தையும் ஆன்மிகத்தையும் இணைத்துப் பார்ப்பதில் ஞானிக்கு உள்உந்துதல் தந்தவர் நீதாம்தான். கிராம்ஷி என்ற பெயரே தமிழ்நாட்டில் அறிமுகமாகியிராத 1970களில் அவரது படைப்புகளைத் தேடியலைந்து படித்தவர்கள் நாங்கள் இருவரும்தான். எஸ்.என். நாகராஜனையும் கடந்து நானும் கி.ப.வும் ஜான் லூயிஸ், ஜோசப் நீதாம், சிட்னி பிங்கெல்ஸ்டைன், ஹெர்பெர்ட் ஆப்தேகர், அர்னால்ட் ஹாஸர், வால்ட்டர் பெஞ்சமின், ழான் பவுல் சார்த்தர் போன்ற மேலை நாட்டு மார்க்ஸியர்களைப் படிக்கத் தொடங்கினோம். மார்க்ஸியர்களை மட்டுமின்றி ஹைடெக்கர், கீர்க்கேகாட் போன்ற இருத்தலியல்

சிந்தனையாளர்களையும் படித்து வந்தோம். எங்கள் இருவருக்குமே சார்த்தர் எழுதிய 'இலக்கியம் என்றால் என்ன?' என்ற நெடுங்கட்டுரை மிகவும் பிடித்திருந்தது. பெண்ணிலைவாதம் என்ற சொல்லே தமிழகத்தில் அறிமுகமாகியிருந்திராத நாள்களில் ஷுலாமித் ஃபயர்ஸ்டோனின் 'டயலெடிக் ஆஃப் செக்ஸ்' என்ற நூலைப் படித்து எனக்கு அந்த நூலின் சாரத்தை எடுத்துக் கூறியவர் ஞானிதான். என் பங்குக்கு செக் நாட்டு மார்க்ஸிய அறிஞர் விடேஸ்லாவ் கார்டாவ்ஸ்கி எழுதிய 'தி காட் ஈஸ் நாட் யெட் டைட்' என்ற நூலை அவருக்கு அறிமுகப்படுத்தினேன். எந்தப் புத்தகக் கடைக்குப் போனாலும் குறைந்தது ஐந்து புத்தகங்களையாவது வாங்காமல் திரும்ப மாட்டார்.

சீனாவில் மாவோ 1966இல் பாட்டாளி வர்க்கக் கலாசாரப் புரட்சியைத் தொடங்கி வைத்திருந்தார். உலகம் முழுவதிலும் பல்வேறு நாடுகளில் புரட்சிப் போராட்டங்கள் நடைபெற்று வந்த காலம் அது. சின்னஞ் சிறு வியத்நாம், உலகின் மிகப் பெரும் ஏகாதிபத்திய நாடான அமெரிக்காவை எதிர்த்து வீரஞ்செறிந்த போராட்டத்தை நடத்தி வந்தது. 1968இல் அமெரிக்காவிலும் ஐரோப்பிய நாடுகளிலும் மாணவர் போராட்டங்கள் முகிழ்த்தெழுந்தன. அந்த ஆண்டில் பிரான்ஸில் மாணவர்களும் இளம் தொழிலாளர்களும் அதிகாரபூர்வமான கம்யூனிஸ்ட் கட்சியின் எதிர்ப்புக்கிடையில் நடத்திய புரட்சிகரப் போராட்டம், அங்கு மாபெரும் சமுதாய, பொருளாதார, அரசியல் மாற்றத்தை ஏற்படுத்தும் என்னும் நம்பிக்கையை எங்களுக்குத் தந்திருந்தது. அந்தக் காலகட்டத்தில் தோன்றிய நக்ஸலைட் இயக்கம் எங்களை ஈர்த்ததில் வியப்பில்லை.

சீனாவில் நூறு மலர்கள் பூத்தனவோ இல்லையோ, நூறு கருத்துகள் முட்டி மோதினவோ இல்லையோ, 'புதிய தலைமுறை' ஏடு தொடங்கப்பட்டதற்கான குறிக்கோள்களை 'பரிமாணம்', 'நிகழ்' ஆகிய இரு ஏடுகளில் நிறைவேற்றுவதில் ஞானி பெற்ற வெற்றி கணிசமானது.

1990இல் ஞானி கண் பார்வையை முற்றிலுமாக இழந்துவிட்டார். ஆனால் அதன் பிறகு முப்பதாண்டுக்காலம் இலக்கிய, சிந்தனைக் களத்தில் அவர் ஆற்றிய செயல்பாடுகள் ஈடிணையற்றவை. கண்பார்வை இருந்தபோது என் போன்றோருடன் இணைந்து அவர் நடத்திய 'பரிமாணம்' என்ற மார்க்ஸிய ஏடும், கண்பார்வையை இழந்த பிறகு அவர் தனித்து நின்று நடத்திய 'நிகழ்' ஏடும் அறிவுச் சுரங்கங்கள். பார்வையிழந்த பிறகு அவர் படிக்க விரும்பிய ஏராளமான ஆங்கில நூல்களை படித்துக் காட்டக்கூடியவர்கள் அவருக்குப் போதுமான அளவில் கிடைக்கவில்லை. செவ்வியல் தமிழ் இலக்கியத்தில்

அவருக்கிருந்த ஆழமான புலமையும் நவீன தமிழ் இலக்கியப் படைப்புகளுடனும் பிற மொழி ஆக்கங்களுடனும் அவர் இடைவிடாது நடத்தி வந்த உரையாடல்களும்தான் அவரைத் தொய்வில்லாமல் இயங்க வைத்துக் கொண்டிருந்தன.

சூழலியல் தொடர்பான அக்கறைகள் அவரிடம் தோன்றியதற்கு எஸ்.என்.நாகராஜன் காரணம் என்றால், கீழை மார்க்ஸியம் என்ற பெயரில் மார்க்ஸியத்திற்கு நேர் எதிரான கருத்துகளை நாகராஜன் கொண்டிருந்ததை விமர்சனமின்றி ஞானி ஏற்றுக் கொண்டிருந்தது பெரும் குறை. நாகராஜனுக்கு மறுப்பாக நானும் மு.வசந்தகுமாரும் எழுதிய கட்டுரைகளை அவர் கருத்தில் கொள்ளவில்லை. மேலும், சூழலியலும் பொருள்முதல்வாதமும் மார்க்ஸின் சிந்தனையில் பிரிக்க முடியாதவையாக இருந்ததை விளக்கும் பல்வேறு ஆங்கில நூல்களைப் படிக்கும் வாய்ப்பும் ஞானிக்குக் கிடைக்கவில்லை.

கண் பார்வையை அவர் முற்றிலுமாக இழந்துவிட்ட பிறகு ஞானப் பார்வையைத் தொடர்ந்து வளர்த்துக் கொள்ளும் முயற்சியாகவே அவரது அரசியல், இலக்கியச் செயல்பாடுகள் அமைந்திருந்தன என்றால் தமிழ் செவ்வியல் இலக்கியத்தில் அவர் பெற்றிருந்த ஆழமான புலமை அதற்கான வலுவான ஊட்டமாக அ மந்திருந்தது. அவரது அடிமனதில் கனன்று கொண்டிருந்த தமிழ் தேசியத்தை மார்க்ஸிய அடித்தளத்தின் மீதே கட்டமைக்க விரும்பினார். உலக இலக்கியத்தையும் ஒட்டுமொத்த மானுடகுலத்தின் விடுதலையையும் விழைந்த அவரால் ஒருபோதும் வேறுவிதமாக சிந்தித்திருக்க முடியாது. தனது கடைசி ஐந்தாண்டுகளில் பெரியாரியத்தையும் அம்பேத்கரியத்தையும் ஆழமாகக் கற்றுக் கொள்ளத் தொடங்கினார். அவற்றைத் தன்னுடன் இணைத்துக் கொள்ளாத மார்க்ஸியம் இந்தியாவில் வளர்ச்சி பெறவே பெறாது என்ற நிலைப்பாட்டுக்கு வந்து சேர்ந்திருந்த அதேவேளை காந்தியிடமிருந்தும் ஆக்கபூர்வமான அறவியல் நெறிகளைக் கற்றுக் கொள்ள வேண்டும் என்ற கருத்தும் கொண்டிருந்தார். ஏறத்தாழ அறுபதாண்டுக் கால அவரது எழுத்துகளையும் ஈடுபாடுகளையும் தொகுத்துப் பார்த்த பிறகே அவரைப் பற்றிய முழுமையான மதிப்பீட்டைச் செய்ய முடியும்.

பின்குறிப்பு: 2020இல் கோவை ஞானி காலமானபோது, அவருக்கு அஞ்சலி செலுத்தும் விதமாக 'இந்து தமிழ் திசை' (23.7.2020) முதலிய ஏடுகளில் நான் எழுதிய கட்டுரைகளின் சுருக்கமாக இக்கட்டுரை வடிவமைக்கப்பட்டுள்ளது.

சுவாமி அக்னிவேஷ்
(1939 - 2020)

இந்தியாவின் தலைசிறந்த மனித உரிமை, குடிமை உரிமைப் போராளிகளிலொருவரான சுவாமி அக்னிவேஷ் 11.9.2020 மாலை 6.30க்கு டெல்லியிலுள்ள தனியார் மருத்துவமனையில் உயிர் நீத்தார் என்ற செய்தி இந்தியாவிலும் வெளிநாடுகளிலுமுள்ள மனித உரிமைக் களப்போராளிகள், மதச்சார்பற்ற, ஜனநாயக, சோசலிச சக்திகளுக்கும் மத, இன, சாதி அடிப்படையில் ஒடுக்கப்பட்டு, தாழ்த்தப்பட்டுள்ள இந்திய மக்களுக்கும் பேரிடியாய் வந்து சேர்ந்தது.

1939 செப்டம்பர் 21இல் ஆந்திராவைச் சேர்ந்த சனாதன பார்ப்பனக் குடும்பத்தில் பிறந்த அவருக்குப் பெற்றோர்கள் இட்ட பெயர் வேப்பா ஷியாம் ராவ். நான்காம் வயதிலேயே அவரது தந்தை இறந்துவிட்டதால், இன்றைய ஹரியானா மாநிலத்தில் அப்போதிருந்த சமஸ்தானமொன்றில் உயர் அதிகாரியாகப் பணிபுரிந்து வந்த அவரது தாய்வழிப் பாட்டனாரால் வளர்க்கப்பட்ட அவர் சட்ட, வணிகப் படிப்புகளில் கல்லூரிப் பட்டதாரியாகி கொல்கத்தாவிலுள்ள புகழ்பெற்ற தனியார் கல்லூரியொன்றில் விரிவுரையாளராகப் பணியாற்றினார். பின்னர் சட்டப்படிப்பையும் முடித்துவிட்டு வழக்குரைஞராகவும் செயல்பட்டார்.

1968இல் ஹரியானாவுக்கு சென்று ஆரிய சமாஜத்தில் சேர்ந்து சந்நியாசிகளுக்கான உறுதிமொழிகளை எடுத்துக் கொண்டார். ஆனால் அவரது முற்போக்குக் கருத்துகளை ஏற்றுக் கொள்ளாத பிற்போக்கு வாதிகளே அந்த அமைப்பின் தலைமைப் பொறுப்பில் இருந்ததால், அதிலிருந்து வெளியேற்றப்பட்டார் என்றாலும் கடைசி வரை உண்மைத் துறவியாக காவி உடையையே தரித்து வந்தார். 'காவி' என்பது புனிதமானது என்றும் அதற்கும் இந்துத்துவவாதிகளுக்கும் எவ்வித சம்பந்தமுமில்லை என்றும் தொடர்ந்து கருத்துப் பரப்புரை செய்து வந்தார்.

ஆரிய சமாஜத்தின் கொள்கைகளை அடிப்படையாகக் கொண்ட ஆரிய சபா என்ற அரசியல் கட்சியை 1970இல் தொடங்கிய அவர், 1977இல் நடந்த சட்டமன்றத் தேர்தலில் வெற்றி பெற்று, ஹரியானா மாநிலத்தில் அமைந்த ஜனதா கட்சி அரசாங்கத்தில் கேபினெட் தகுதி

பெற்ற கல்வி அமைச்சராகச் சேர்க்கப்பட்டார். அமைச்சராக இருக்கும் போதே ஹரியானா அரசாங்கத்தின் பிற்போக்குக் கொள்கைகளின் காரணமாக அமைச்சர் பதவியிலிருந்து விலகிய அவரை சதி, கொலைக் குற்றங்களில் சம்பந்தப்படுத்தி 14 மாதங்கள் சிறையில் தள்ளியது அந்த அரசாங்கம். ஆனால் குற்றமற்றவர் என்று நீதிமன்றத்தால் தீர்ப்பளிக்கப்பட்டு விடுதலையானார்.

1982இல் டெல்லியின் சுற்றுப் பகுதிகளில் கல் குவாரிகளில் இருந்த கொத்தடிமைத் தொழிலாளர்களை மீட்பதற்காக 'பந்துவா முக்தி மொர்ச்சா' என்னும் அமைப்பை நிறுவினார். அதன் செயல் பாடுகள் இந்தியாவின் பல்வேறு பகுதிகளிலும் விரிவடைந்தன.

இந்தியா முழுவதிலுமிருந்த பல்வேறு மனித உரிமை இயக்கங் களுடனும் போராளிகளுடனும் தன்னை இணைத்துக் கொண்ட அவர். கொத்தடிமைகளின் நிலையைப் பற்றி ஜெனீவாவிலுள்ள ஐ.நா.மனித உரிமை ஆணையத்தின் முன் நவீன அடிமை முறைகளைப் பற்றிய விவரங்களை எடுத்துரைத்தார். கணவரை இழந்த பெண்கள் உடன்கட்டை ஏற்றும் வழக்கத்தைப் புதுப்பிக்க முயன்ற இந்துத்துவ சக்திகளுக்கு எதிராகப் போராடிய அவர், இந்திய ஒன்றிய அரசாங்கம், 'உடன்கட்டை ஏறுவதைத் தடுக்கும் சட்டம் 1987' என்பதை இயற்றச் செய்வதில் முக்கியப் பங்காற்றியதுடன் பெண் சிசுக் கொலைகளைத் தடுத்து நிறுத்தும் இயக்கத்திலும் ஈடுபட்டார். சர்வதேசக் கண்ணோட்டம் கொண்டிருந்த அவர், கடவுச் சீட்டுகளும் புலம்பெயர்வோருக்கான சட்டங்களும் எல்லா நாடுகளிலும் அகற்றப்பட வேண்டும் என்று பேசி வந்தார்.

கொத்தடிமைகளை மீட்கும் இயக்கத்தின் சார்பாகவும், பல்வேறு மதப் பிரிவினரிடையே நல்லிணக்கத்தை உருவாக்குவதற்காகவும் நடந்த முயற்சிகள் சார்பாகவும் அவர் தமிழ்நாட்டிற்குப் பலமுறை வருகை தந்திருக்கிறார். 1981-82ஆம் ஆண்டுகளில் எம்.ஜி.ஆர். ஆட்சிக் காலத்தில் நக்ஸலைட்டுகளை ஒடுக்குதல் என்ற பெயரால் நூற்றுக் கணக்கானோர் கைது செய்யப்பட்டனர். தர்மபுரி, திருப்பத்தூர் பகுதிகளில் முப்பதுக்கும் மேற்பட்ட நக்ஸலைட் புரட்சியாளர்கள் 'என்கவுண்டர்' மூலம் கொல்லப்பட்டு, அந்தப் பகுதிகளுக்குள் மனித உரிமை ஆர்வலர்கள் நுழைய முடியாதிருந்த காலத்தில் எனது அழைப்பை ஏற்று தமிழகம் வந்த அவர் 1982இல், காலஞ்சென்ற சோசலிஸ்ட் நாடாளுமன்ற உறுப்பினர் மிருணாள் கோரே, கே.ஜி.கண்ணபிரான், பாரிஸ்டர் ராமச்சந்திரன், பி.வி.பக்தவத்சலம்

ஆகியோருடன் இணைந்து அந்தப் பகுதிகளுக்குள் சென்று போலிஸ் தடையையும் மீறி பல்வேறு இடங்களில் சொற்பொழிவாற்றி, போலிசாரால் அடித்துக் கொல்லப்பட்ட புரட்சியாளர் தர்மபுரி பாலனை பகத் சிங்குடன் ஒப்பிட்டுப் பேசினார். ஆங்கிலத்திலும் இந்தியிலும் கவிதை நடையில் பேசும் ஆற்றல் கொண்டிருந்த அவர், ஆங்கிலத்தைத் தவிர்க்குமாறும் தாய்மொழியிலே பேசுமாறும் என்னைப் போன்றவர்களிடம் கூறுவார்.

இந்துத்துவத்தையும் சங்கிகளையும் உறுதியாக எதிர்த்து வந்த அவர், முஸ்லிம்களைப் புண்படுத்தும் 'வந்தேமாதரம்' பாடலை அரசாங்கம் பயன்படுத்தக் கூடாது என்று வலியுறுத்தி வந்தார். காஷ்மிர் பள்ளத்தாக்கு மக்கள் மீது ஏவப்பட்டு வரும் ஒடுக்குமுறைகளை எதிர்த்து வந்த அவர், அங்கு முஸ்லிம்களிடமிருந்து காஷ்மிர் பண்டிட்டுகளைப் பிரித்தெடுக்க ஒன்றிய அரசாங்கம் செய்து வந்த முயற்சிகளைக் கண்டனம் செய்தார்.

புரி ஜகநாதர் ஆலயத்திற்குள் இறை நம்பிக்கையுள்ள பிற மதத்தினரையும் அனுமதிக்க வேண்டும், காஷ்மிர் அமர்நாத் குகையில் உள்ள சிவலிங்கம் என்று சொல்லப்படுவது ஒரு பனிக்கட்டிதானே தவிர வேறல்ல என்ற அவரது கருத்துகள் இந்துத்துவவாதிகளால் சர்ச்சைக்குள்ளாக்கப்பட்டன. இரண்டாவதாகச் சொல்லப்பட்ட கருத்து, இந்துக்களின் மத உணர்வைப் புண்படுத்தும் என்று கூறி உச்ச நீதிமன்றம் அவரைக் கண்டனம் செய்தது.

2018இல் கர்நாடகாவில் கவுரி லங்கேஷ் கொல்லப்பட்டதைக் கண்டனம் செய்ய ஆளுநர் மாளிகையை நோக்கிய பேரணியில் கலந்து கொண்டார். மாட்டிறைச்சி உண்பது மனித உரிமைகளிலொன்றாகக் கருதிய அவர், பசுப் பாதுகாப்பு என்ற பெயராலும், மாட்டிறைச்சி உண்பதைத் தடைசெய்ய வேண்டும் என்ற பெயராலும் இந்துத்துவ குண்டர்கள் நடத்திவந்த கொலை வெறித் தாக்குதல்களை முழு மூச்சோடு எதிர்த்து வந்தார். இதன் காரணமாக சங்கிகள், அவர் 'கிறிஸ்தவ மிஷனரிகளின் ஏஜெண்ட்' என்ற பரப்புரையை முடுக்கி விட்டனர்.

சட்டவிரோத நடவடிக்கைகள் தடுப்புச் சட்டத்தின் கீழ் கைது செய்யப்பட்டு மகாராஷ்டிர சிறைகளில் அடைக்கப்பட்ட கவுதம் நவ்லாகா, ஆனந்த் தெல்தும்டெ, சுதா பரத்வாஜ் ஆகியோருடன் நட்புக்கொண்டிருந்த அவர், ஜார்கண்ட் மாநிலத்தில் உள்ள பழங்குடி மக்கள், உழவர்கள் ஆகியோரின் உரிமைகளைப் பாதுகாக்கும்

செயல்பாடுகளில் ஈடுபட்டார். அதன் பொருட்டு ஜார்கண்ட் மாநிலத்துக்குச் சென்ற அவரை இந்துத்துவக் குண்டர்கள் அடித்துத் துவைத்தனர். அங்குள்ள உழவர்களால் அவர் காப்பாற்றப்பட்டாலும், உடல் முழுவதிலும், குறிப்பாக ஈரல் பகுதியில் விழுந்த கனத்த அடிகள் காரணமாக ஓராண்டுக்காலம் செயலற்றவராக்கப்பட்டு, நீண்டகால மருத்துவ சிகிச்சை பெற்று வந்த அவருக்கு அந்த சிகிச்சை பலனின்றிப் போனதால் மரணமடைந்தார்.

என்னைவிட அவர் எட்டு மாதங்களே மூத்தவர். டெல்லியில் அவரது வீட்டில் எனக்குக் கிடைத்த விருந்தோம்பலை மறக்கவே முடியாது. நல்ல நகைச்சுவை உணர்வு கொண்டிருந்த அவர், "என் வீட்டில் அசைவ உணவு கிடைக்காது என்பதற்காக கோபித்துக் கொள்ளாதீர்கள்" என்று கூறுவார். இந்தியாவிலுள்ள உண்மையான ஆன்மிக மரபு, மதச்சார்பின்மை, ஜனநாயகம், சோசலிசம், காந்தியம் ஆகியவற்றின் கலவையாக விளங்கிய அந்த அற்புதமான மனிதரின் இறப்பு மேற்சொன்ன விழுமியங்களைப் பாதுகாக்க விரும்பும் இந்தியர்கள் எல்லோருக்கும் ஈடுசெய்ய முடியாத இழப்பு.

மின்னம்பலம்
12, செப்டம்பர் - 2020

சடலத்துக்கு உண்டா மனித உரிமை?

1

அயோத்தியில் பாபர் மசூதி இடித்துத் தகர்க்கப்பட்ட வழக்கில், அந்த மசூதி இருந்த இடம் யாருக்கு சொந்தம் என்பது குறித்து விரைவு விசாரணை நடத்திய உச்ச நீதிமன்றத்தின் அபகீர்த்தி வாய்ந்த தீர்ப்பைப் பற்றி புதிதாக சொல்வதற்கு நம்மிடம் ஏதும் இல்லை என்றாலும், 'ஒருமனதாக' ஐந்து நீதிபதிகளால் ஏற்றுக்கொள்ளப்பட்ட அந்தத் தீர்ப்பை எழுதிய நீதிபதி யார்? அவரால் எழுதப்பட்ட தீர்ப்பை 'முழுமனதோடு' மற்ற நான்கு நீதிபதிகள் ஏற்றுக்கொண்டதற்கான நியாயங்கள், தர்க்கங்கள் என்ன? அந்தத் தீர்ப்பின் இணைப்பாக சேர்க்கப்பட்ட ஆவணத்தை எழுதிய நீதிபதி யார்? என்ற கேள்விகள் இந்தியாவிலும் உலகெங்கிலும் நீதித் துறையுடன் தொடர்புடைய நீதிபதிகள், வழக்குரைஞர்கள், சட்ட வல்லுநர்கள் ஆகியோரால் தொடர்ந்து எழுப்பப்பட்டே வரும் என்பதை மறுப்பதற்கில்லை.

பாபர் மசூதி இடித்துத் தகர்க்கப்பட்டதை சட்டவிரோதமான குற்றச் செயல் என்றும், அந்தக் குற்றச் செயல் தொடர்பாக நீண்ட காலமாக நிலுவையில் உள்ள வழக்கை லக்னோவிலுள்ள சிபிஐ சிறப்பு நீதிமன்றம் விரைவில் விசாரித்து முடிக்க வேண்டும் என்றும் அயோத்தி வழக்கை விசாரித்த உச்ச நீதிமன்ற நீதிபதிகள் ஆணையிட்டனர் என்பதை நினைத்து நாம் மகிழ்ச்சி கொள்ள வேண்டியதில்லை. ஏனெனில் பாபர் மசூதி இருந்த இடம் யாருக்கு சொந்தம் என்ற சிவில் வழக்குக்கும் பாபர் மசூதி இடித்துத் தகர்க்கப்பட்ட குற்ற வழக்குக்கும் இடையே கடக்க முடியாத பெரும் சீன மதிலை எழுப்பியிருந்தது உச்ச நீதிமன்றம்.

பாபர் மசூதியை இடித்துத் தரைமட்டமாக்கிய இந்துத்துவ வெறியர்களுக்குத் தலைமை தாங்கிய 32 'தலைவர்கள்' மீதான குற்றச்சாட்டு நிரூபிக்கப்படவில்லை என்ற மிகக் கொடூரமான தீர்ப்பை சிபிஐ நீதிமன்றம் வழங்கியதற்கான பாதையை அமைத்துக் கொடுத்தது உச்ச நீதிமன்றம் 'சிவில் வழக்கில்' அளித்த தீர்ப்புதான்.

கடந்த 3-4 ஆண்டுகளில் உச்ச நீதிமன்றம் ரஃபேல் விமானம் வாங்கியதில் இருப்பதாகச் சொல்லப்படும் முறைகேடுகள், சிபிஐயின் இயக்குநர் இரவோடு இரவாக மாற்றப்பட்ட விவகாரம், ஜம்மு-

காஷ்மிருக்கு அரசமைப்புச் சட்டம் வழங்கிய சிறப்புத் தகுதியை வெறும் நாடாளுமன்றச் சட்டத்தின் மூலம் இரத்து செய்யப்பட்டமை, அதைத் தொடர்ந்து காஷ்மிர் பள்ளத்தாக்கு முழுவதையும் சிறைச் சாலையாக மாற்றியமை, டெல்லி ஜமியா மிலியா பல்கலைக்கழகம், அலிகார் பல்கலைக்கழகம் ஆகியவற்றைச் சேர்ந்த மாணவர்களும் ஆசிரியர்களும் காவல் துறையினரால் கொடூரமாகத் தாக்கப்பட்டமை, குடியுரிமைத் திருத்தச் சட்டத்திற்கு எதிராக பெண்களும் குழந்தைகளும் டெல்லி ஷகீன்பாக்கில் நடத்தி வந்த அமைதிப் போராட்டத்தை நசுக்குவதற்காக கிழக்கு டெல்லியில் இந்துத்துவ வெறியர்களும் அமித் ஷாவின் நேரடிக் கட்டுப்பாட்டில் உள்ள காவல் துறையினரும் நடத்திய வன்முறைத் தாக்குதல்கள் முதலிய விவகாரங்களில் தலையிட்டு இந்திய அரசமைப்புச் சட்டத்தில் உறுதியளிக்கப்பட்டுள்ள உரிமைகளைப் பாதுகாத்து, ஜனநாயகத்தை நிலைநிறுத்தும் கடமையிலிருந்து உச்ச நீதிமன்றம் தவறிவிட்டது என்ற எண்ணம் இந்தியாவிலும் உலக அரங்குகளிலும் வலுப்பெற்று வருகின்றது

2

லக்னோ சிபிஐ நீதிமன்றம் வழங்கிய 'தீர்ப்பை' சட்ட வல்லுநர்கள்கூட வரிக்கு வரி முழுமையாகப் படித்து முடிப்பதற்கு முன்பே, மோடியின் 'ஆப்த நண்பர்களில்' ஒருவரான 'யோகி' ஆதித்யநாத் காட்டாட்சி நடத்தும் உத்தரப்பிரதேசத்தின் ஹத்ராஸ் மாவட்டத்தைச் சேர்ந்த கிராமமொன்றிலுள்ள ஓர் இளம் தலித் பெண்மணி 14.9.2020 அன்று 'யோகி'யின் தாக்கூர் சாதியைச் சேர்ந்த நான்கு மனித மிருகங்களால் பாலியல் பலாத்காரத்துக்கும் கொடூரமான சித்திரவதைக்கும் ஆளாக்கப் பட்டதையும், முதலில் உத்தரப்பிரதேச அரசாங்க மருத்துவமனையிலும் பின்னர் டெல்லி அரசாங்க மருத்துவமனையிலும் சிகிச்சைக்காகச் சேர்க்கப்பட்ட அவர் 29.9.2020 அன்று இறந்து போனதையும், அவரது உடலை உத்தரப்பிரதேசப் போலிசார் சிலர், அந்தப் பெண்மணியின் குடும்பத்துக்குத் தெரியாமலேயே, இரவோடு இரவாக எரித்துச் சாம்பலாக்கி விட்டதையும் கேள்வியுற்ற, மனசாட்சியை இன்னும் தக்க வைத்துக் கொண்டுள்ள இந்திய மக்கள் பிரிவினர் அறச்சீற்றத்தால் மனம் கொதித்துப் போயிருந்த நிலையில், உத்தரப்பிரதேசக் காவல் துறையின் உயர் அதிகாரியொருவர், அந்தப் பெண் கொலை செய்யப் பட்டிருக்கிறாரேயன்றி வன்புணர்ச்சி செய்யப்படவில்லை என்று அறிக்கை விடுத்தது, வெந்த புண்ணில் வேல் பாய்ச்சுவது போல் இருந்தது.

வன்புணர்ச்சி - சித்திரவதை - கொலைக் குற்றவாளிகளையும், அந்தப் பெண்ணின் உடலை குடும்பத்தினரின் ஒப்புதல் இல்லாமலேயே

எரித்துச் சாம்பலாக்கிய காவல் துறையினரையும் 'யோகி'யின் ஆட்சி பாதுகாக்கும் என்று கருதுவதற்கு அந்த 'யோகி'யின் ஆட்சியின் கீழ் மதச் சிறுபான்மையினர், தலித்துகள், பெண்கள் ஆகியோர் மீது நடத்தப்பட்டு வந்த வன்முறைகளும், கொலைகளும், இன்ன பிற கொடுஞ்செயல்களும் சாட்சியமாக இருப்பதைக் கருத்தில் கொண்டோ என்னவோ அலகாபாத் உயர் நீதிமன்றம் இந்தக் கொடூரமான நிகழ்வுகளை விசாரிக்க தானாகவே முன்வந்து, 2020 அக்டோபர் 12ஆம் தேதிக்குள் அந்த மாநில காவல் துறை, நிர்வாகத் துறை உயர் அதிகாரிகள் அந்த நீதிமன்றத்துக்கு வந்து நடந்த நிகழ்வுகளை நீதிபதிகள் முன் கூற வேண்டும் என்று ஆணையிட்டது. இந்த நீதிமன்றத்தின் மீது நமக்கு சற்று நம்பிக்கை ஏற்படக் காரணம், 2019இல் அலிகார் பல்கலைக் கழகத்தில் குடியுரிமைத் திருத்தச் சட்டத்தைக் கண்டனம் செய்து பேசிய, கோரக்பூர் நகரைச் சேர்ந்த மருத்துவர் கலீல் கானை தேசியப் பாதுகாப்புச் சட்டம் என்னும் கொடிய சட்டத்தின் கீழ் கைது செய்து சிறையில் அடைத்தது சட்டவிரோதமான செயல் என்று தீர்ப்புக் கூறி, அவரை உடனடியாக சிறையிலிருந்து விடுவிக்க வேண்டும் என்று அது 'யோகி' அரசாங்கத்திற்கு ஆணை பிறப்பித்திருந்ததுதான்.

எனவே, நெஞ்சில் ஈரப்பசையுள்ள நீதிபதிகள் கொண்ட ஆயமொன்று, தலித் பெண்மணி தொடர்பான வழக்கை தானாகவே நேரடியாக விசாரணை செய்து குற்றம் புரிந்தவர்களுக்கும் அவர்களது குற்றத்தை மூடிமறைக்க உதவிய காவல் துறை மற்றும் நிர்வாகத் துறை அதிகாரிகளுக்கும் தக்க தண்டனை வழங்கும் என்ற எதிர்பார்ப்பு தோன்றியது. அந்த நிலையில், 'யோகி' அந்த தலித் பெண்ணின் குடும்பத்திற்கு 25 இலட்சம் ரூபாயை வழங்க முன்வந்ததுடன் மேற்சொன்ன கொடூர நிகழ்வுகளைப் புலனாய்வு செய்ய ஒரு சிறப்புக் குழுவை நியமித்த ஒரு சில நாள்களுக்குள்ளேயே அதை சிபிஐயின் கைக்கு மாற்றியது உண்மையை மூடிமறைக்கத்தான் என்று அந்த அபலைப் பெண்ணின் குடும்பத்தினர் நினைப்பதில் ஆச்சரியம் இல்லை.

அந்த தலித் அபலைப் பெண்ணின் உடல் இரவோடு இரவாக போலிசாரால் எரித்து சாம்பலாக்கப்பட்ட நிகழ்வு, நம் எல்லோருக்கும் பொதுவான ஒரு கேள்வியை எழுப்புகிறது.

சடலங்களுக்கு மனித உரிமை உண்டா? என்பதுதான் அந்தக் கேள்வி.

காலங்காலமாகவே, உலகிலுள்ள பல்வேறு நாகரிகங்களும், மதங்களும் இறந்தவர்களின் உடல்களைக் கண்ணியமான முறையில்

புதைக்கவோ, எரிக்கவோ வேண்டும் என்று கருதுகின்றன. 'கல்யாணத்துக்குப் போகாவிட்டாலும் கருமாதிக்குப் போக வேண்டும்' என்ற முதுமொழி கூறுவது போல, நம் நாட்டிலும் இறந்தவர்களும் அவர்களது உடல்களும் கண்ணியத்தோடு பார்க்கப் படுகின்றன. மேலும், இறந்தவர்கள் 'இறைவனடி சேர்ந்தார்' என்றோ 'மீளாத் துயிலில் ஆழ்ந்துவிட்டார்' என்றோ, 'இயற்கை எய்தினார்' என்றோ கூறுவது உலகிலுள்ள எல்லா நாகரிகங்களிலும் காணப் படுகின்றது. நவீன காலத்தில் இறந்தவர்களின் உடலுக்குரிய கண்ணியத்தைப் பாதுகாப்பதற்கான சட்டங்களும் அவற்றை நடைமுறைப்படுத்துவதற்கான ஏற்பாடுகளும் உருவாகியுள்ளன.

உயிருள்ள மனிதர்களைப் போலவே உயிரற்ற சடலங்களுக்கும் மனித உரிமைகள் உண்டு என்று சர்வதேச சட்டங்களும், இந்திய அரசமைப்புச் சட்டம், இந்திய தண்டனைச் சட்டம், குற்றவியல் நடைமுறைச் சட்டம் ஆகியனவும் கூறுகின்றன. இவை சடலங்களைக் கண்ணியமான முறையில் அடக்கம் செய்வதையும் (அல்லது எரிப்பதையும்), அவற்றின் மீது குற்றங்களைப் புரிவதையும் கருத்தில் கொண்டுள்ளன.

போரில் கொல்லப்படுபவர்கள் தொடர்பான 1949ஆம் ஆண்டு ஜெனீவா ஒப்பந்தம், போரில் சம்பந்தப்பட்ட தரப்பினர், "கொல்லப் பட்டவர்களின் (சடலங்களின்) பாதுகாப்பிற்காக மேற்கொள்ளப்படும் நடவடிக்கைகளை ஏற்படுத்தித் தர வேண்டும்" என்று கூறுகிறது. அனைத்துலக மனித உரிமை அறிக்கையின் (Universal Declaration of Rights) பிரிவு 1, எல்லா மனிதர்களும் சுதந்திரமாகவே பிறக்கிறார்கள், அவர்கள் அனைவருக்கும் சரிசமமான கண்ணியமும் உரிமைகளும் இருக்கின்றன என்று கூறுகிறது.

இந்திய அரசியல் சட்டத்தின் அடிப்படை உரிமைகள் பகுதியில் பிரிவு 21, அனைவருக்கும் உயிர் வாழும் சுதந்திரம் இருக்கிறது என்று கூறுகிறது. 'உயிர் வாழும் சுதந்திரம்' என்பது பல்வேறு காலகட்டங்களில் உச்ச நீதிமன்றத்தால் புதிய விளக்கங்கள் தரப்பட்டு, உணவு பெறும் உரிமை, வீட்டு வசதி பெறும் உரிமை, சுகாதாரமான சுற்றுச்சூழலில் வாழும் உரிமை, அந்தரங்கத்தைப் பாதுகாக்கும் உரிமை, தனிமைச் சிறையில் அடைக்கப்படாமல் இருக்கும் உரிமை, சட்ட உதவி பெறும் உரிமை ஆகியவற்றை மட்டுமின்றி இறந்தவர்கள் கண்ணியமான முறையில் புதைக்கப்படுவதையும் (அல்லது எரிக்கப்படுவதையும்) உள்ளடக்கியுள்ளது என்று பரமானந்த கட்டாரா எதிர் இந்திய ஒன்றிய

அரசாங்கம் என்ற வழக்கில் தீர்ப்பளிக்கப்பட்டது [Parmanand Katara v. Union of India & Ors, 1989 AIR. 2039, 1989 5CR (3) 997].

அஷ்ரே அதிகார் எதிர் இந்திய ஒன்றிய அரசாங்கம் என்ற வழக்கில், இறந்தவரின் உடல் அவரது மத சம்பிரதாயப்படி கண்ணியமான முறையில் அடக்கம் (அல்லது எரிக்கப்படுதல்) செய்யப்படுவது அரசாங்கத்தின் கடமை என்று தீர்ப்பளித்தது (Ashray Adhikar Abhiyan v. Union of India, 2002 WCP 143 of 2001)

ஒரு தனிநபரின் மதத்தைப் புண்படுத்தும் நோக்கத்துடனோ அல்லது ஒரு மதத்தை இழிவுபடுத்தும் நோக்கத்துடனோ, ஒரு தனிநபரின் உணர்வுகள் புண்படுத்தப்படும், அல்லது அவரது மதம் இழிவுபடுத்தப்படும் என்பதை அறிந்தும் சடலங்கள் புதைக்கப்படும் (எரிக்கப்படும்) இடங்கள், வழிபாட்டு இடங்கள், சமாதிகள், இறுதிச் சடங்குகளுக்கென்றோ அல்லது இறந்தவர்களின் அஸ்திகளை வைப்பதற்கென்றோ ஒதுக்கப்பட்டுள்ள இடங்கள் ஆகியனவற்றில் அத்துமீறி நுழைவது, இறந்தவரின் சடலத்துக்கு அவமரியாதை ஏற்படுத்துவது, இறுதிச்சடங்கை செய்வதற்காகக் குழுமியுள்ளவர்களுக்குத் தொல்லை தருவது ஆகியன இந்தியத் தண்டனைச் சட்டத்தின் 297ஆம் பிரிவின் கீழ் குற்றமாகும். இந்தக் குற்றம் நிரூபிக்கப்பட்டால் குற்றம் செய்தவர்களுக்கு ஓராண்டு சிறை தண்டனையோ அல்லது அபராதமோ அல்லது இரண்டுமோ விதிக்கப்படும். இந்தக் குற்றச் செயல்களைப் புரிபவர்களை, நீதிமன்ற உத்தரவுகள் இல்லாமலேயே காவல் துறையினர் கைது செய்யலாம். (இந்தச் சட்டத்தின்படி கைது செய்யப்பட்டிருக்க வேண்டியவர்கள் ஷாகின் பாக் போராட்டத்தை நசுக்குவதற்காக வன்முறைத் தாக்குதல்களில் ஈடுபட்டு கிழக்கு டெல்லியில் மசூதியையும் முஸ்லிம்களின் சமாதிகளையும் இடித்து நாசமாக்கிய இந்துத்துவ வெறியர்கள்தான்.)

அண்மையில் கோவிட்-19 தொற்று ஏற்பட்டவர்களுக்கு சிகிச்சையளித்து, பின்னர் அதே தொற்று ஏற்பட்டதன் காரணமாக இறந்துபோனவரும், தனியார் மருத்துவமனையொன்றில் நரம்பியல் அறுவை சிகிச்சை மருத்துவராகப் பணியாற்றியவருமான சைமன் ஹெர்குலிஸின் உடல் கீழ்ப்பாக்கத்திற்கு அருகிலுள்ள இடுகாட்டிற்கு எடுத்துச் சென்ற போது, வன்முறைக் கும்பலொன்றின் எதிர்ப்பின் காரணமாக அண்ணா நகரிலுள்ள இடுகாட்டில் புதைக்கப்பட்டது தொடர்பாக சென்னை உயர் நீதிமன்றம் அளித்த தீர்ப்பு, இந்திய அரசமைப்புச் சட்டப் பிரிவு 21, இந்தியத் தண்டனைச் சட்டப் பிரிவு

297 ஆகியவற்றின்படி கண்ணியமான முறையில் அடக்கம் செய்யப்படும் உரிமை இறந்தவர்களுக்கு உண்டு என்பதை உறுதிப்படுத்தியது.

குற்றவியல் நடைமுறைச் சட்டம் பிரிவு 404இன் படி, இறந்தவரின் உடைமையை நேர்மையற்ற வகையில் அபகரித்துக் கொள்வது, மூன்றாண்டு முதல் ஏழாண்டு வரை சிறை தண்டனையோ, அபராதமோ இரண்டுமோ விதிக்கப்படக்கூடிய குற்றமாகும். "இறந்தவரின் உடைமை" என்பதில் அவரது சடலமும் அடங்குமா என்பதைப் பற்றி நீதிமன்றங்கள் இதுவரை ஏதேனும் விளக்கங்கள் கொடுத்திருக்கின்றனவா என்பது நமக்குத் தெரியவில்லை.

இறந்தவர்கள் மீதான அவதூறுகள் அவர்களது குடும்பத்தினர் அல்லது நெருங்கிய உறவினர்கள் ஆகியோரின் உணர்வுகளைப் புண்படுத்தும் என்றால் அவை குற்றங்களாகக் கருதப்பட்டு இந்தியத் தண்டனைச் சட்டப் பிரிவுகள் 499, 503 ஆகியனவற்றின் கீழ் தண்டிக்க முடியும்.

ஆனால் 'இறந்தவர்' என்பதற்கான விளக்கமோ, அவருக்கு இறுதிச் சடங்கு செய்யும் உரிமை யாருக்கு உண்டு என்பதைப் பற்றிய தெளிவான வரையறையோ சட்டத்தில் இல்லை என்றாலும் அதைச் செய்யும் உரிமை அவரது குடும்பத்தாருக்கே உண்டு என்பது சம்பிரதாயமாக மக்கள் அனைவராலும், நீதிமன்றங்களாலும் ஏற்றுக்கொள்ளப்பட்டுள்ளது.

ஒருவரின் சடலத்தை, அது பிற உயிர்களுக்குத் தீங்கு செய்யும் என்றாலோ (எடுத்துக்காட்டாக கோவிட்-19 தொற்று நோயால் இறந்து போனவர்களின் சடலங்கள்) அல்லது இயற்கையாகவின்றி கொலை, சித்திரவதை போன்றவற்றால் இறந்து போனவர்கள் மீது இழைக்கப்பட்ட குற்றத்தைப் புலனாய்வு செய்வதற்கோ அவர்களின் சடலங்களை எடுத்துக் கொள்வதற்கோ அரசுக்கு உரிமை உண்டு (சவப் பரிசோதனை செய்த பிறகு அந்த சடலம் உரியவர்களிடம் ஒப்படைக்கப்படும்). உற்றார் உறவினர் எவராலும் உரிமை கொண்டாடாதபடி அநாதையாகக் கிடக்கும் சடலங்களை அறிவியல் ஆய்வுகளின் பொருட்டு அரசு எடுத்துக் கொள்ளலாம்.

எப்படியிருந்தாலும் உயிருள்ளவர்களுக்குத் தரப்படும் உரிமைகள் யாவும் இறந்தவர்களின் சடலங்களுக்கும் இந்திய அரசமைப்புச் சட்டமும் பிற சட்டங்களும் வழங்குகின்றன.

ஆனால், வர்க்க, சாதி ஏற்றத் தாழ்வுகள் உள்ள இந்திய சமுதாயத்தில் சுரண்டப்படும் வர்க்கங்களுக்கும் ஒடுக்கப்படும் சாதிகளுக்கும் இந்தச் சட்டங்கள் யாவும் அருவமானவையே என்பதையும் மிக அரிதான

நிகழ்வுகளில் மட்டுமே இவர்களுக்கு சட்டப்படியான நீதி வழங்கப்படுகிறது என்பதையும் சொல்லத் தேவையில்லை. உயர் சாதி ஆணவம் (ஆதிக்கம்), உயர்சாதியினருக்கும் காவல் துறைக்கும் (அரசுக்கும்) உள்ள நெருக்கமான உறவு, பணபலம் என்ற முக்கூட்டுச் சக்தியாலேயே நியாயமும் நீதியும் தீர்மானிக்கப்படுகின்றன.

ஹத்ராஸ் மாவட்ட இளம் தலித் பெண் விஷயத்தைப் பொருத்தவரை, அவரது குடும்பத்தார் மிக வலுவான உயர்சாதியினர், அவர்களைப் பாதுகாக்கும் முதலமைச்சர், அவரது கட்டளையின் கீழ் செயல்படும் காவல் துறை, நிர்வாகத் துறை ஆகியோரை எதிர்த்து தலித்துகள் நிற்க வேண்டியிருந்தது. அந்த மாவட்டத்திலுள்ள 12 கிராமங்களைச் சேர்ந்த உயர்சாதியினர் கட்டைப் பஞ்சாயத்து நடத்தி, அந்த தலித் இளம் பெண் மீது குற்றங்களைச் செய்தவர்களுக்கு எல்லா வகையான உதவிகள் செய்வது, அந்தக் குற்றங்களைப் பற்றி அறிந்து கொள்ள வரும் வெளியாள்களை அந்தப் பெண்ணின் கிராமத்துக்குள் நுழையவிடாமல் தடுப்பது என்று முடிவு செய்திருந்தனர்.

காவல் துறை தரப்பில், அந்த தலித் பெண் கொலை செய்யப் பட்டிருக்கிறாரேயன்றி பாலியல் பலாத்காரம் செய்யப்படவில்லை, குற்றவாளிகள் எனக் கருதப்படும் எவருடையை விந்துவும் அந்தப் பெண்ணின் உடலில் இல்லை என்று தடயவியல் ஆய்வுகள் தெரிவிக்கின்றன என்ற பரப்புரை முடுக்கிவிடப்பட்டது. எனினும் சவப் பரிசோதனையில், அந்தப் பெண்ணின் பிறப்புறுப்பில் ஆணுறுப்புகள் நுழைக்கப்பட்டிருப்பது தெரிய வந்தது. எப்படி இருப்பினும், இப்போதுள்ள இந்தியச் சட்டங்கள் 'பாலியல் பலாத்காரம்' (rape) என்பதை 'புணர்ச்சி' என்பதற்குள் மட்டுப்படுத்தாமல், பெண்ணின் உடல் மீது அத்துமீறி கைவைப்பதையும்கூட உள்ளடக்குகின்றன.

ஆளும் பாஜக சார்பில் சங்கிகளுக்கே உரித்தான பொய்ப் பிரசாரங்கள் கட்டவிழ்த்துவிடப்பட்டன. உத்தரப்பிரதேசத்தில் சாதிக் கலவரத்தை (உயர்சாதியினருக்கு எதிராக வால்மிகி சாதியினர் (அந்த தலித் பெண்ணின் சாதி. அந்த சாதியினரின் எண்ணிக்கை மிக மிகக் குறைவு) உருவாக்க காங்கிரஸ், கம்யூனிஸ்ட், தலித் அமைப்புகள் முயற்சி செய்து வருகின்றன என்றும், இந்தக் கலவரத்தை எப்படி நடத்துவது என்பதற்கான வழிமுறைகளைப் பரப்புவதற்காக ஒரு இணையதளம் புதிதாக உருவாக்கப்பட்டுள்ளதை உ.பி. காவல் துறையினர் கண்டுபிடித்துள்ளனர் என்றும், இந்த முயற்சிகளுக்குப் பின்னால் அம்னெஸ்டி இண்டர்நேஷனல், சில முஸ்லிம் நாடுகள் ஆகியவற்றின் நிதி உதவி இருக்கின்றன என்றும் அங்குள்ள சங்கிகள் பிரசாரம் செய்து வந்தனர்.

தமிழ்நாட்டில் தலித்துகள் மீது அன்றாடம் நடத்தப்பட்டு வரும் வன்கொடுமைகளைப் பற்றி சிறிதுகூட கவலைப்படாத தமிழ்நாட்டு சங்கிகள், பாலியல் பலாத்காரம் செய்யப்பட்ட பெண்ணின் புகைப் படத்தை வெளியிடக்கூடாது என்று சட்டம் கூறுவதைகூடப் பொருள் படுத்தாமல், தமிழகத்தின் பல இடங்களில் அந்தப் பெண்ணின் புகைப்படமும் பெயரும் இடம்பெற்றுள்ள 'கண்ணீர் அஞ்சலி' சுவரொட்டிகளை ஒட்டி வந்தனர். "ஒரே தேசம், ஒரே கலாசாரம், ஒரே மொழி, ஒரே பொய்" என்ற அவர்களது கொள்கைக்கேற்ப இந்த சுவரொட்டிகள் எல்லாவற்றிலும் பொறிக்கப்பட்டுள்ள வாசகங்கள் இவை: "உத்தரப்பிரதேச மாநிலம் ஹத்ரசில் காங்கிரஸ் மற்றும் கம்யூனிஸ்ட் கயவர்களால் படுகொலை செய்யப்பட்ட தலித் இளம் பெண்... அவர்களுக்கு கண்ணீர் அஞ்சலியை காணிக்கையாக்குகிறோம்". ஒரு சுவரொட்டியில் "கற்பழித்து படுகொலை செய்யப்பட்ட" என்று அச்சிடப்பட்டுள்ளது. கோயபல்ஸ்கூட வெட்கித் தலைகுனிகிறான்!

பிறப்பிலிருந்து இறப்பு வரை உயர் சாதியினரின் கொடுமைகளாலும் காவல் துறையின் அக்கிரமங்களாலும் அவதியுற்று இறுதியில் சாம்பலாகிப் போன அந்த அபலைப் பெண்ணால் தனது சோகக் கதையை - சங்கிகளின் பொய்களை மறுதலிக்கும் கதையை - சொல்ல முடியுமா? கடுஞ்சீற்றத்துடன் யாரேனும் ஒரு தலித் எழுத்தாளர் அந்தப் பெண் கூறுவது போல ஒரு புனைவிலக்கியப் படைப்பை நமக்கு வழங்கக் கூடும். அல்லது அந்தப் பெண்ணின் சடலம் பேசுவது போலவும் அதை எழுதலாம். இதற்கு எத்தனையோ முன்னுதாரணங்கள் உலக இலக்கியத்தில் இருக்கின்றன. சட்டென்று நினைவுக்கு வருவது தென் கொரிய எழுத்தாளர் ஹான் காங் (Han Kang) 'மனிதச் செயல்பாடுகள்' (Human Acts) என்னும் நாவலில் 1980இல் க்வாங்ஜு நகரில் தென் கொரிய சர்வாதிகார ஆட்சியை எதிர்த்து மாணவர்கள் நடத்திய கிளர்ச்சியின் போது காவல் துறையாலும் இராணுவத்தாலும் சித்திரவதை செய்யப்பட்டுக் கொல்லப்பட்டவர் ஒருவரின் சடலம் பேசுவது போல ஒரு அத்தியாயத்தை எழுதியிருக்கிறார்; லெபனான் நாட்டு எழுத்தாளர் எமிலி நஸ்ரல்லா (Emily Nasrallah) 'குண்டு வெடிப்பு' ('Explosion') என்ற சிறுகதையை எழுதியுள்ளார். ஒரு தாய் தன் குழந்தையை அழைத்துக் கொண்டு அவளுக்கு பொம்மையொன்றை வாங்கித்தரச் சென்ற பேரங்காடியொன்றில் தீவிரவாதிகள் வெடித்த வெடிகுண்டில் இருவரது உடலும் சிதறிப் போக, சிதறிப் போன தாயின் உடல் பேசுவது போல எழுதப்பட்டுள்ளது அந்தச் சிறுகதை.

மின்னம்பலம்

6, அக்டோபர் - 2020

மரடோனா:
குட்டைக் கால்களின் செப்பிடு வித்தைகள்

நிவார் புயலும் வானத்தைப் பொத்து கொண்டு வந்த கனமழையும் சென்னைப் பெருநகர் தொடங்கி பல்வேறு மாவட்டங்களில் மக்களுக்குப் பெரும் சேதங்களையும் துன்பங்களையும் விளைவித்து வந்த சூழலில், 25.11.2020 அன்று இறந்துபோன ஒரு கால்பந்தாட்ட வீரருக்கு அஞ்சலிக் கட்டுரை எழுத வேண்டுமா என்ற கேள்வி மனதைக் குடைந்துகொண்டிருந்தது.

மனித வாழ்க்கையில் மகிழ்ச்சியைவிட அதிகத் துன்பங்களையே நீண்டகாலமாகச் சந்தித்து வரும் ஏழை நாடுகளின் நண்பராக விளங்கியவர் என்ற முறையிலாவது அர்ஜெண்டினா நாடு வழங்கிய மகத்தான கால் பந்தாட்ட வீரர் டீகோ மரடோனாவை நாம் நினைத்துப் பார்க்க வேண்டும்.

இலண்டனிலுள்ள டௌனிங் தெருவில் இங்கிலாந்தில் பிரதமர் பொறுப்பில் இருப்பவர்கள் வசிக்கும் வீட்டின் இலக்கமான 10ஐப் போல, உலகக் கோப்பைப் போட்டியின்போது அர்ஜெண்டினா அணியில் 10ஆம் இலக்கமிட்ட சீருடையும் புகழ்பெற்றிருந்தது. அதற்குக் காரணம், ஆட்டக்களத்தின் நடுவில் இருந்து (மிட்ஃபீல்டர்) விளையாடி வந்த மரடோனோ அதை அணிந்திருந்ததுதான்.

கால்பந்து ரசிகனாகிய எனக்கு 1986ஆம் ஆண்டு முதல்தான் உலகக் கோப்பைப் போட்டிகளைத் தொலைக்காட்சி வழியாகப் பார்க்கும் வாய்ப்புக் கிட்டியது. அப்போது முதல் கொண்டே நான் அர்ஜெண்டினா, பிரேஸில் ஆகிய இரு நாட்டு கால்பந்தாட்டக் குழுவினர்களின் இரசிகனாக இருந்து வந்துள்ளேன். கறுப்பின தியரியின் தலைமையிலும் அல்ஜீரிய வீரர் ஸெடேனின் தலைமையிலும் பிரெஞ்சுக் கால்பந்தாட்டக் குழு உலகக் கோப்பைப் போட்டிகளில் விளையாடிய போது நான் “கட்சி மாறி” அந்த அணிகளின் இரசிகனாக இருந்தேன்.

எனினும், உலகின் இலட்சக்கணக்கான கால்பந்தாட்ட இரசிகர்களைப் போலவே, குறிப்பாக அர்ஜெண்டின மக்களைப் போலவே, கால்பந்தாட்டத்தைப் பொருத்தவரை மரடோனோ ஒரு

'தெய்வம்' என்றே கருதி வந்தேன். 1986ஆம் ஆண்டில் மெக்ஸிகோவில் நடந்த உலகக் கோப்பைப் பந்தயத்தில் அவர் தலைமை தாங்கிய அர்ஜெண்டினா அணி மேற்கு ஜெர்மனி அணியைத் தோற்கடித்த போது எங்கள் வீட்டார் அனைவருக்கும் கிட்டிய மகிழ்ச்சிப் பெருக்கை இன்னும் நான் மறக்கவில்லை.

கால்பந்தாட்ட உலகக் கோப்பைப் போட்டிகளில் விளையாடிய வீரர்களில் அவர் மிகவும் குட்டையானவர். ஐந்தடி ஐந்தங்குல உயரம் மட்டுமே கொண்ட அவரைப் பற்றி காலஞ்சென்ற லத்தின் அமெரிக்க இடதுசாரி எழுத்தாளர் எடுவர்டோ காலியானோ எழுதினார்; "கால் பந்தாட்டக் களத்தில் மரடோனாவின் ஓட்டம் வேகமானது அல்ல என்றாலும் பந்து அந்தக் 'குட்டைக் கால்கள் கொண்ட எருது'வின் காலிலேயே வைத்துத் தைக்கப்பட்டிருக்கிறது" என்றும், "அவர் உடல் முழுவதுமே கண்கள்தான்" என்றும் வர்ணித்தார், விளையாட்டுக் களத்தில் மரடோனா பிசாசு போல செய்த செப்பிடுவித்தைகளையும் மாயாஜாலங்களையும் யாராலும் முன்கூட்டியே ஊகிக்க முடியாது என்றும், அவரது தந்திரங்களில் ஒன்று மற்றொன்றைப் போல இருக்காது என்றும் ஆட்டக் களத்தில் அவர் நிகழ்த்திய 'சர்க்கஸ் வித்தைகள்' விளையாட்டு மைதானத்தைப் பிரகாசிக்க வைத்தன என்றும் காலியானோ கூறினார்.

அப்படிப்பட்ட மகத்தான விளையாட்டு வீரர் உணவுப் பிரியராகவும் அளவுக்கு அதிகமாக உண்பவராகவும் இருந்ததுடன் போதைப் பொருள்களுக்கும் மதுபானங்களுக்கும் அடிமைப்பட்டுமிருந்தார். அதன் காரணமாக அவர் பல ஆண்டுகளாகவே பல்வேறு நோய்களால் அவதிப்பட்டிருந்த போதிலும் இளம் விளையாட்டு வீரர்களைத் தொடர்ந்து ஊக்குவித்துக் கொண்டே இருந்தார்.

உடல் பெருத்து, போதைப் பொருள்களுக்கு அடிமையாகிய அவர் சில ஆண்டுகளுக்கு முன் கூபாவில் பல மாதங்கள் மருத்துவ சிகிச்சை பெற்றுக் கொண்ட பிறகு, ஏறத்தாழ பழைய மரடோனாவைப் போலத் திரும்பி வந்தார். கூபாவில் மருத்துவ சிகிச்சை பெற்றுவந்த போது ஃபிடல் காஸ்ட்ரோ அவரது நெருக்கமான நண்பரானார். காஸ்ட்ரோ இறந்தபோது தன் ஆருயிர் நண்பரை இழந்துவிட்டதாக வருந்திய அவர் அந்தப் புரட்சித்தலைவரின் இறுதிச் சடங்கில் கலந்து கொண்டார். காஸ்ட்ரோ, செ குவாரா ஆகியோரின் உருவங்களைத் தன் உடலில் பச்சை குத்திக் கொண்டவர் அவர்.

மின் வசதியோ, குடிநீர் வசதியோ இல்லாத ஓர் ஏழைக் குடும்பத்தில் எட்டுக் குழந்தைகளில் ஒருவராகப் பிறந்த அவர், ஏழை நாடுகளுக்காக, ஒடுக்கப்பட்ட மக்களுக்காகத் தொடர்ந்து குரல் கொடுத்து வந்தார். இஸ்ரேலிய ஆக்கிரமிப்பாலும் இராணுவத் தாக்குதல்களாலும் தொடர்ந்து அவதிப்பட்டு வரும் பாலஸ்தீன மக்களுக்கு ஆதரவளித்து வந்தார். காஸாவில் இஸ்ரேலிய இராணுவம் நடத்தி வந்த தாக்குதல்களைக் கண்டனம் செய்து “என் இதயத்தில் நானும் ஒரு பாலஸ்தீனியன்தான்” என்று 2018இல் அவர் கூறியது புகழ்பெற்ற வாசகம்.

விசுவாசமிக்க கத்தோலிக்கர் அவர். ஆனால் போப் இரண்டாம் ஜான் பாலைச் சந்தித்துவிட்டுப் பத்திரிகையாளர்களை எதிர்கொண்ட போது போப்புடன் தான் நடத்திய சந்திப்பு பற்றிக் கூறினார் : “நான் வாட்டிக்கனுக்கு (போப்பின் மாளிகை) சென்றிருந்தேன். அந்த மாளிகையின் உள் கூரையில் தங்க முலாம் பூசப்பட்டிருக்கிறது. ஏழைக் குழந்தைகளைப் பற்றித் தாம் கவலைப்படுவதாக போப் கூறியதைக் கேட்டேன். நண்பரே, உங்கள் (மாளிகையின்) உள்கூரையை விற்று, எதையாவது செய்யுங்கள்”.

அமெரிக்கக் குடியரசுத் தலைவர் ஜார்ஜ் புஷ்ஷைக் கடுமையாக விமர்சித்து வந்த அவர், இராக் போரின் போது, அது ‘அமெரிக்காவின் ஆக்கிரமிப்புப் போர்’ என்ற வாசகங்கள் பொறித்த டீ ஷர்ட்டுகளை அணிந்து வந்தார். தீமைகளின் உறைவிடமே அமெரிக்கா என்று கூறிய அவர் “அமெரிக்காவிலிருந்து வருகின்ற ஒவ்வொன்றையும் நான் வெறுக்கிறேன். என் வலுவனைத்தையும் கொண்டு அதை வெறுக்கிறேன்” என்று கூறினார். இந்த வாசகங்கள் அமெரிக்காவால் ஒடுக்குமுறைக்கும் துன்பத்துக்கும் ஆளான கோடிக்கணக்கான மக்களால் வரவேற்கப் பட்டன.

வெனிஸுலாவில் ஹ்யூகோ சாவெஸின் ஆட்சியின் போது கல்வி, மருத்துவம் முதலியனவற்றின் விநியோகம் ஏழை மக்களுக்குப் பரவலாகச் சென்றடைந்ததை மிகவும் பாராட்டினார்.

அவரது இறப்புக்காக அர்ஜெண்டினா தேசம் முழுவதுமே துக்கத்தில் ஆழ்ந்தது. உலகில் எந்த விளையாட்டு வீரருக்கும் கிடைத்திராத இறுதி மரியாதையை அவருக்கு அந்த நாட்டின் குடியரசுத் தலைவர் செலுத்தினார். “போய் வாருங்கள்” என்று மரடோனாவுக்கு இறுதி விடை கொடுத்து மூன்று நாள்கள் தேசிய விடுமுறையை அறிவித்தார்.

அவரது சொந்த நாட்டைச் சேர்ந்த மெஸ்ஸி, போர்ச்சுக்கலின் ரொனால்டோ போன்ற சிறந்த கால்பந்து ஆட்டக்காரர்கள் இருக்கின்றனர். ஆனால் கால்பந்து மைதானத்தைப் பொருத்தவரை அவரோடு ஒப்பிடத்தக்க கால்பந்தாட்டக்காரர் பிரேஸில் நாட்டைச் சேர்ந்த கறுப்பினத்தவரான பெலெ மட்டும்தான்.

அவரது ஆட்டத்திறமை, பலகீனங்கள் ஆகியன பற்றி நிறைய எழுதப்படும். ஆனால் ஈடிணையற்ற ஆட்டத் திறமை கொண்டிருந்ததோடு உலகிலுள்ள பராரிகளின், ஏழைகளின் நண்பராகத் திகழ்ந்தவர் என்பதாலும் அவருக்கு நமது இரட்டை அஞ்சலி.

மின்னம்பலம்
11, நவம்பர் - 2020

‘க்ரியா’ ராம்:
கோவிட் - 19 சாய்த்துவிட்ட ஆலமரம்

தமிழ் இலக்கிய உலகில் ஆழ வேரூன்றியிருந்த ஓர் ஆலமரம், கோவிட்-19 சூறாவளியால் சாய்க்கப்பட்டுவிட்டது. பதிப்புத் துறையிலோ, அறிவார்ந்த விவாதங்களிலோ, மொழியாக்கப் பணிகளிலோ சிறிதும் சமரசம் செய்துகொள்ளாமல் தனியொரு மனிதனாக நவீனத் தமிழ் அறிவுலகத்திற்கு மகத்தான பங்களிப்புகளைச் செய்த ‘க்ரியா’ ராமகிருஷ்ணன் இனி நம்மோடு இல்லை.

அரை நூற்றாண்டுக்காலம் என் குடும்ப நண்பராய், ஆசானாய், என்னையும் ஓர் எழுத்தாளனாய், மொழிபெயர்ப்பாளனாய் வார்த்தெடுத்த ‘க்ரியா’ ராம் இலக்கியம், இசை, ஓவியம் எனப் பல்துறைகளில் கொண்டிருந்த ஆழ்ந்த அறிவும் இரசனையும் நம்மை மலைக்க வைப்பவை. இன்னும் பல பத்தாண்டுகளுக்குப் பேசப்படும் ‘கசடதபற’ ஏட்டை வெளியிட்டு வந்தவர்களில் ஒருவரான அவர் அற்புதமான சிறுகதைகளை எழுதியுள்ளார். அவரது ‘க்ரியா’ பதிப்பகம் நான் எழுதிய நான்கு நூல்களை வெளியிட்டு என்னைப் பெருமைப்படுத்தியது. ஒவ்வோர் ஆண்டும் மூன்று நூல்களுக்கு மேல் வெளியிடமாட்டார். இமையம், ந.முத்துசாமி, ஜி.நாகராஜன், அசோகமித்திரன், பூமணி, சுந்தர ராமசாமி, மௌனி, சா.கந்தசாமி, ஞானக்கூத்தன், சி.மணி, திலீப்குமார், தங்க.ஜெயராமன், ந.கோவிந்தராஜன், மு.நித்தியானந்தன் போன்ற மகத்தான ஆளுமைகளின் ஆக்கங்கள் ‘க்ரியா’ முத்திரையுடன் வெளிவந்துள்ளன. ஈழக்கவிஞர்களைத் தமிழகத்தில் முதல் முறையாக அறிமுகம் செய்தவர் அவர்தான். எல்லாவற்றுக்கும் மேலாக, உலகெங்கும் பேசப்படும் சிந்து நாகரிகம் பற்றியும் தமிழ்-பிராமி எழுத்துகளின் வளர்ச்சி பற்றியும் காலஞ்சென்ற அறிஞர் ஐராவதம் மகாதேவன் எழுதிய ஆங்கில நூலை வெளியிட்டவர்.

வெ.ஸ்ரீராம், தட்சிணாமூர்த்தி, ஜி.கிருஷ்ணமூர்த்தி, மதனகல்யாணி, என்.சிவராமன் முதலிய மொழிபெயர்ப்பாளர்களைப் போற்றி வளர்த்தவர். எத்தனையோ இளம் எழுத்தாளர்களுக்கும் பத்திரிகையாளர்களுக்கும் ஊக்கமும் ஆக்கமும் தந்தவர். கூத்துக் கலையைப் புதுப்பிப்பதில், நவீன நாடகங்கள் மேடையேற்றப்படுவதில் ந.முத்துசாமியுடன் கரம்

கோர்த்தவர். ரோஜா முத்தையா நூலகத்தின் உருவாக்கத்தில் அவரது பங்களிப்பு முக்கியமானது. சாதி, மதம், சாத்திரங்கள் அனைத்தையும் வெறுத்தொதுக்கியவர்.

காம்யு, காஃப்கா, இயனெஸ்கோ, அந்துவான் து எக்சுபரி, ழாக் ப்ரெவெர், கெமால் தவுத், ரே ப்ராட்பரி, யானிஸ் வரூஃபாகிஸ் முதலிய ஐரோப்பிய எழுத்தாளர்கள், பண்டை சீனத் தத்துவஞானி லாவோ ட்ஸு போன்றோரை அற்புதமான மொழியாக்கங்கள் வழி தமிழுக்கு அறிமுகப்படுத்தியவர். எல்லாவற்றுக்கும் சிகரம் வைத்தாற்போல், அரசாங்கமோ, பல்கலைக்கழகங்களோ செய்யத் துணியாத, இதுவரை நமக்குக் கிடைத்துள்ள ஒரே 'தமிழ்-தமிழ்-ஆங்கில' அகராதியின் மூன்று பதிப்புகளை நமக்கு வழங்கிச் சென்றவர். அகராதியின் உருவாக்கத்தில் பல அறிஞர்களின் பங்களிப்புகளை இணைத்தவர். ஒரு சொல்லுக்கான விளக்கம் தனக்குச் சரியாகப் படவில்லை என்றால் அதை அறிந்துகொள்ள இரண்டு, மூன்று மாதங்களைச் செலவிடும் அர்ப்பணிப்பு அவருடையது. அந்த அகராதியின் மூன்றாவது, விரிவுபடுத்தப்பட்ட பதிப்பை கொரோனா பரவல் விதித்திருந்த தடைகளை உடைத்து, மருத்துவமனையில் மரணத்தோடு போராடிக் கொண்டிருக்கும்போது வெளியிட்டு நம்மிடமிருந்து விடைபெற்றவர்.

தான் வெளியிட்ட புத்தகங்களில் சில நன்கு விற்பனையாகாமல் இருப்பது அவருக்கு அவ்வப்போது சற்று மனத் தொய்வைத் தரும். அப்போதும் அவர் தனக்கே உரிய நகைச்சுவை உணர்வைக் கைவிட மாட்டார். சில மாதங்களுக்கு முன் என் நண்பர் ஒருவருக்காக காஃப்காவின் 'விசாரணை' நூலின் பிரதியொன்றை அனுப்புமாறு கேட்டேன். "எனக்கு சமாதி கட்டும் அளவுக்கு உள்ளன விற்பனையாகாத பிரதிகள்" என்றும் "இழப்பு எனக்கல்ல, தமிழ் வாசகர்களுக்குத்தான்" என்றும் கூறினார்.

தனக்குப் பின் 'க்ரியா' வையும் அதில் பணியாற்றிக் கொண்டிருப்பவர்களையும் எப்படிப் பேணிப் பாதுகாப்பது என்ற கவலையில் மூழ்கியிருந்தார். அதற்கான ஏற்பாடுகளைச் செய்யும் முன் நச்சுக் கிருமி அவரை விழுங்கிவிட்டது.

மின்னம்பலம்
17, நவம்பர் - 2020

அருள்தந்தை ஸ்டேன் - உங்களைக் கொன்றது எது?

பழங்குடி மக்களின் கண்ணியத்தை, பண்பாட்டை
அவர்களது சுயத்தை
உயர்த்திப் பிடித்தீர்களே
அந்தக் குற்றமா?

சிங்கமும் மானும் ஒரே குட்டையில் நீர் அருந்தும்
சமாதான சகவாழ்வு பற்றிக் கனவு கண்டீர்களே
அந்தக் கனவா?

எந்தக் கொடுஞ்சிறையாலும் உங்களிடமிருந்து
அகற்ற முடியாதபடி உங்கள் தோலைப் போலக்
கெட்டியாகப் பிடித்துக் கொண்டிருந்த உங்கள்
உன்னத இலட்சியங்களா?

மனித விரோதத்தையும் மூர்க்கத்தனமான அதிகாரத்தையும்
வைத்துக் கொண்டிருக்கும் மூர்க்கர்களைத்
தட்டிக் கேட்ட உங்கள் அறத் துணிச்சலா?

தாதுப் பொருள்களைச் சுரண்டும் உரிமையையும் உரிமத்தையும்
பெற்றுள்ள டாட்டா, அதானி, எஸ்ஸார் குழுமங்களைவிடக்
காலங்காலமாகக் கானகத்தைக் காத்து நின்ற ஆதிவாசிகளின்
உரிமைகள் புனிதமானவை என்று கருதினீர்களே, அந்தக் கருத்தா?

இந்த பூமியில் சபிக்கப்பட்ட உழைக்கும் மக்களுக்கும்
ஒடுக்கப்பட்டோர்களுக்கும் பரலோக சாம்ராஜ்யத்தைக் காட்டாது
இவ்வுலகில், இங்கே, இன்றே விடுதலை சாத்தியம் என நம்பினீர்களே,
அந்த நம்பிக்கையா?

வன்முறை வழி விடுதலைக்கு ஒரு போதும் வழிவிடாது
என்று போதித்து வந்தீர்களே, அந்த போதனையா?
தள்ளாடும் உடல் தடுமாறி விழாமலிருக்க
ஒரு கைத்தடிக்காக சிறையில் ஏங்கினீர்களே,
அந்த ஏக்கமா?

ஒரு ஜோடி செருப்புக்காக சிறையதிகாரிகளின் கருணைக்குக்
காத்திருந்தீர்களே, அந்த அவலமா?
நீதி தேவதையின் கண்கள் ஒருபோதும் திறக்காது
பார்த்துக் கொண்டவர்களின் கதவுகளைத்
தட்டிக் கொண்டிருந்தீர்களே
அந்தத் தட்டல்களா?
எந்தக் குற்றத்தை இழைத்தீர்கள்
நீங்கள் கொல்லப்படுவதற்கு?
நோபல் பரிசு பெற்ற
போலந்துக் கவிஞர்
விஸ்லாவா ஸிம்போர்ஸ்கா எழுதியது போல:
“எதுவும் மாறவில்லை
உடல் நடுங்குகிறது
ரோமப் பேரரசுக்கு முன்
அதற்குப் பின் இருபதாம் நூற்றாண்டில்
ஏசுவுக்கு முன், அவருக்குப் பின்
நடுங்கியதைப் போலவே.
சித்திரவதை எப்போதும் போலவே இப்போதும்
ஒரே வேறுபாடு -
இன்று உலகம் சுருங்கிவிட்டதால்
பக்கத்து அறையில் நடப்பது போல அது
நமக்குத் தெளிவாகக் கேட்கிறது”.

மின்னம்பலம்
5, ஜூலை - 2021

ஓ, நிர்வாண அரசனே!

ஒரு காலத்தில் குஜராத்திலுள்ள ஆர்.எஸ்.எஸ். ஏடான 'சாதனா'வின் ஆசிரியர் விஷ்ணு பாண்ட்யாவால், "குஜராத்தி கவிதையின் அடுத்த பெரும் பிம்பம்" என்று போற்றப்பட்டு வந்த பெண் கவிஞர் பருல் கக்கர் (Parul Khakkar) எழுதி, தன் முகநூலில் மே 11, 2021இல் பதிவிட்ட 'சப்வாஹினி கங்கா' என்ற கவிதை மிக வேகமாக இந்திய மொழிகள் பலவற்றில் மொழியாக்கம் செய்யப்பட்டது.

'ராம ராஜ்யத்தை' ஆளும் 'நிர்வாண அரசன்' என்று மோடியை அழைக்கும் இக்கவிதை, கோவிட்-19 தொற்றால் ஏற்பட்டுவரும் துயரங்களையும், மோடி அரசாங்கத்தின் நிர்வாகத் திறமையின்மையையும் கடுமையாக சாடி, கோடிக்கணக்கான இந்திய மக்களின் உள்ளக் குமுறலை வெளிப்படுத்துகிறது என்றும், சவ வண்டியாக புனித கங்கை மாற்றப்பட்டுவிட்ட அவலத்தை எடுத்துரைக்கிறது என்றும் 'தி ஒயர்' கூறுகிறது. (https://thewire.in/the-arts/parul-kkakkar-gujarati-poem-ganga-bodies-covid). அந்த ஏடு தரும் கூடுதல் தகவல்கள் பின்வருமாறு:

பருல் கக்கர் ஒருபோதும் பாஜகவின் எதிரியாக இருந்ததில்லை. அவர் இந்துக் கடவுள்கள் பற்றிய பல கவிதைகளை இயற்றியுள்ளார். அவற்றில் பல பக்திப் பாடல்களாகவும் பாடப்பட்டு வருகின்றன. ஆனால், கோவிட் 19 தொற்றும் மோடி அரசாங்கத்தின் மெத்தனப் போக்கும் அவரது உள்ளத்தை வருத்தியுள்ளன. எனவே தன் மனசாட்சியின் குரலாக அவர் இக்கவிதையை எழுதியுள்ளார்.

பாஜகவும் சங் பரிவாரமும் தங்கள் கையில் வைத்துள்ள அசுரத்தனமான ஆயிரக்கணக்கான சமூக வலைத் தளங்கள் பருல் கக்கர் மீது அவதூறு பொழிந்தன. வழக்கம் போலவே அவர்களது இந்த எதிர் வினைகளிலும் வசைச் சொற்கள் இடம்பெற்றிருந்தன. ஒரு மூத்த பாஜக தலைவரே, இத்தகைய வசைப்பொழிவுகள் கண்ணியமற்றவை என்று கூறினார். இந்தக் கவிதைக்கு இதுவரை இரு ஆங்கில மொழியாக்கங்கள் உள்ளன. கவிஞர் சலில் திருபாதியின் ஆங்கில மொழியாக்கத்தை 'தி ஒயர்' பரிந்துரைக்கிறது. அந்த ஆங்கில மொழியாக்கத்தின் வழியே பின்வரும் தமிழாக்கம்:

கவலைப்படாதே, பிணங்கள் ஒரே குரலில் சொல்கின்றன
ஓ அரசனே, உன் ராம ராஜ்யத்தில்
கங்கையில் உடல்கள் மிதப்பதைப் பார்க்கிறோம்

ஓ அரசனே, மரங்கள் சாம்பல்கள்தான்
சுடுகாடுகளில் எந்த இடங்களும் காலி இல்லை

ஓ அரசனே, அவற்றைப் பாதுகாப்பவர்கள் யாரும் இல்லை
பாடை தூக்குபவர்கள் யாரும் அங்கு இல்லை
மன அழுத்தத்தின் சொற்களில்லா ஒப்பாரிகளுடன்
தனிமைச் சோகத்தில் விடப்பட்டுள்ளோம்

மரண தேவதை ஒவ்வொரு வீட்டிலும் நுழைந்து
நடனமாடியபடியே தாவித் தாவிச் செல்கிறாள்

ஓ அரசனே, உருகிக்கொண்டிருக்கும்
புகைக்கூண்டுகள்[1] நடுங்குகின்றன
வைரஸ் எங்களை அசைத்தாட்டுகிறது

ஓ அரசனே, எங்கள் வளையல்கள் உடைந்து சிதறுகின்றன,
விம்மும் எங்கள் நெஞ்சம் உடைந்து கிடக்கிறது

அவன் பிடில் வாசிக்கும்போது நகரம் எரிகிறது
பில்லாவும் ரங்காவும் தங்கள் ஈட்டிகளைப்[2]
பாய்ச்சுகின்றனர்.
ஓ அரசனே, உன் ராம ராஜ்யத்தில்
கங்கையில் உடல்கள் மிதப்பதைப் பார்க்கிறேன்

ஓ அரசனே உன் ஆடைகள் பிரகாசித்து,
ஒளிர்ந்து, கொளுந்துவிட்டெரிகையில் ப...பளக்கின்றன
ஓ அரசனே, இந்த நகரம் முழுவதும் கடைசியில்
உன் உண்மை முகத்தைப் பார்த்துவிட்டது

உன் துணிச்சலைக் காட்டு, தயக்கமில்லாமல்
வெளியே வந்து கூச்சலிடு உரத்துச் சொல்
"நிர்வாண அரசன் முடமாகிவிட்டவன் பலகீனமானவன்" என்று
நீ இனியும் கோழைத்தனமானவனல்ல என்பதை எனக்குக் காட்டு
தீக்கொழுந்துகள் உயர்ந்தெழுந்து வானத்தை முட்டுகின்றன
சீற்றங்கொண்ட நகரம் கட்டுக்கடங்கா கோபத்தில் ஆர்ப்பரிக்கிறது

ஓ அரசனே, உன் ராமராஜ்யத்தில்
கங்கையில் உடல்கள் மிதப்பதை நீ காண்கிறாயா?

மின்னம்பலம்
21, மே - 2021

---

1. *மின்மயானப் புகைக்கூண்டுகள்.*

2. *பில்லா - ரங்கா: 1980களில் டெல்லியில் சில குழந்தைகளைக் கடத்திச் சென்று கொலை செய்தவர்கள். அவர்களது மரண தண்டனை உச்ச நீதிமன்றத்தால் உறுதி செய்யப்பட்ட பின் தூக்கிலிடப்பட்டனர். பருல் கக்கரின் கவிதையில் உள்ள இந்த வரிதான் சங் பரிவாரத்திற்கு மிகுந்த ஆத்திரத்தை ஏற்படுத்தி யுள்ளதாக 'தி ஒயர்' கட்டுரை கூறுகிறது.*

பார்ப்பனர், பார்ப்பனியம் பற்றி பெரியார்

ஹிட்லரின் நாஜி கட்சியினரிடமும், ஐரோப்பிய-அமெரிக்க வெள்ளை இனத்தவரிடையேயும் உள்ள இனவாதக் கண்ணோட்டம் (racism) பெரியாரிடமும் அவரது இயக்கத்தினரிடமும் இருந்ததாகவும், இருந்துவருவதாகவும் தொடர்ந்து ஒரு குற்றச்சாட்டு பார்ப்பன அறிவாளிகள் பலரால் முன்வைக்கப்பட்டு வருகிறது. சாதி-எதிர்ப்பு, மதச்சார்பின்மை, அறிவியல் கண்ணோட்டம் ஆகியவற்றை உயர்த்திப் பிடிக்கும் 'தி ஒயர்' என்ற புகழ்பெற்ற இணையதள நாளேட்டிலும்கூட சில ஆண்டுகளுக்கு முன் இரு பார்ப்பன அறிவாளிகள் (இவர்கள் தங்களை முற்போக்குவாதிகளாகக் காட்டிக்கொள்பவர்கள்) பெரியார் பற்றிய விமர்சனக் கட்டுரைகள் எழுதிவந்தனர். இந்தக் கட்டுரைகளில் அவர்கள் முன்வைத்த குற்றச்சாட்டுகளில் முக்கியமானது, பெரியார் ஓர் இனவாதி (racist) என்பதாகும். இவர்களுக்குப் பல ஆண்டுகளுக்கு முன்பே காலஞ்சென்ற எழுத்தாளர் அசோகமித்திரன், நாஜி ஜெர்மனியில் யூதர்களுக்கு இருந்தது போன்ற நிலையில்தான் தமிழ்நாட்டில் பார்ப்பனர்கள் இருக்கிறார்கள் என்று கூறும் அளவுக்குச் சென்றார். 'தி ஒயர்' ஏட்டில் பெரியாரைத் தாக்கி அடுத்தடுத்து எழுதப்பட்ட கட்டுரைகளுக்கு பெரியார் பற்றாளர்கள் சிலர் - குறிப்பாக 'தலித் முரசு' ஆசிரியர் புனித பாண்டியன் - தக்க பதிலடி கொடுத்த பிறகு அந்த ஏட்டில் பெரியார் மீதான ஆதாரமற்ற குற்றச்சாட்டுகளை சுமத்தும் கட்டுரைகள் வெளியிடப்படுவது நிறுத்தப்பட்டது.

பெரியாரைப் பற்றியும் அவரது இயக்கத்தைப் பற்றியும் அரைகுறையாகத் தெரிந்து வைத்திருப்பவர்களும், என்னதான் 'முற்போக்கு' வேடம் பூண்டிருந்தாலும், 'பார்ப்பனர்' என்ற சொல்லால் துன்புறும் அளவுக்கு பார்ப்பனிய மனப்பான்மை கொண்டிருப்பவர்களுமான மேற்சொன்ன அறிவாளிகள், ஒரு போதும் சுய பரிசோதனை செய்து கொள்வதில்லை. அப்படிச் செய்து கொள்வார்களேயானால், தங்களை 'பிராமணர்கள்' என்று விளிப்பதைக்கூட ஏற்றுக் கொள்ள மாட்டார்கள். நாங்கள் 'பிராமணர்களோ', 'பார்ப்பனர்களோ' அல்லர், மாறாக மற்ற எல்லோரையும்போலவே மனிதப் பிறவிகள்தான் என்று ஒப்புக் கொள்வார்கள்.

இத்தாலியில் பாசிசமும், ஜெர்மனியில் நாஜிசமும் தோன்றிய போது, அவற்றைக் கண்டனம் செய்து எழுதியவை சுயமரியாதை ஏடுகளான 'குடி அரசு', 'பகுத்தறிவு', 'புரட்சி' ஆகியவை என்பதை இவர்கள் இனியேனும் அறிந்து கொள்ள வேண்டும்.

இந்தத் தாக்குதல் அண்மையில் புதுப்பிக்கப்பட்டது. அதற்குக் காரணம், ஆர்.எஸ்.எஸ். செல்வாக்கின் கீழ் இயங்கும் தனியார் பள்ளியொன்றில் வணிகவியல் ஆசிரியராக இருந்த ஒரு பார்ப்பனர், பல ஆண்டுகளாகவே மாணவிகளுக்குப் பாலியல் தொல்லை கொடுத்தார் என்ற குற்றச்சாட்டின் பேரில் கைது செய்யப்பட்டதுதான். அந்தப் பள்ளி நிர்வாகத்தோடு தொடர்புடைய மதுவந்தி என்னும் பார்ப்பனப் பெண் முதல் சுப்பிரமணியன் சுவாமி வரை, தமிழகத்தில் பார்ப்பனர்கள் மட்டுமே குறி வைத்துத் தாக்கப்படுவதற்கும் அவர்கள் யூதர்களைப் போல நடத்தப்படுவதற்கும் திராவிட இயக்கமே காரணம் என்று ஊடகங்களுக்குக் கொடுத்த பேட்டிகளிலும் அறிக்கைகளிலும் கூறி வந்தனர். பார்ப்பனர்கள் மீதான இத்தகைய தாக்குதல்கள் (கைது நடவடிக்கைகள்) நிறுத்தப்படாவிட்டால் புதிதாக அமைந்துள்ள திமுக அரசாங்கத்தைக் கவிழ்க்கவும் தயங்க மாட்டேன் என்று மிரட்டல் விடுக்கும் அளவுக்கு சுப்பிரமணியன் சுவாமி சென்றார். அதன் பிறகு பார்ப்பனர் அல்லாத ஓர் ஆசிரியரும் பாலியல் குற்றச்சாட்டு தொடர்பாக கைது செய்யப்பட்டதாலும், சிறுபான்மையினர் நடத்தும் பள்ளிகளில் நடப்பதாகச் சொல்லப்படும் பாலியல் குற்றங்களைப் பற்றிய புலனாய்வில் தமிழக காவல் துறை மும்முரமாக ஈடுபட்டதாலும், பார்ப்பனர்கள் மட்டுமே குறி வைத்துத் தாக்கப்படுகின்றனர் என்ற குற்றச்சாட்டு ஓரளவு ஒய்ந்துள்ளது.

அண்ணல் அம்பேத்கரைப் போலவே பெரியாரும் பார்ப்பனர் களையும் பார்ப்பனியத்தையும் வேறுபடுத்திப் பார்த்தார் என்றாலும், இருவருமே பார்ப்பனியத்தின் முதன்மையான முகவர்களாக இன்றுவரை பார்ப்பனர்களே இருந்து வருகின்றனர் என்பதைச் சுட்டிக் காட்டத் தவறவில்லை. அதன் காரணமாகத்தான் 1947இல் 'குடி அரசு' ஏட்டில் 'தோழர்களே' என்ற தலைப்பில் வெளியிடப்பட்ட தலையங்கம் கூறியது:

> ஜாதி, மதம், கடவுள், சமுதாயம், அரசியல் துறைகளில் புரட்சி மாறுபாடுகள் ஏற்பட வேண்டும் என்று கருதி, அதாவது இவைகளில் உள்ள நடப்புகள் சீர்திருத்தம் செய்யப்பட வேண்டும் என்று இல்லாமல் அடியோடு அழித்து ஒரே தன்மையானதாக ஆக்கப்பட வேண்டும் என்று போராடத் தொடங்கிய ஒரு

இயக்கம் சுயமரியாதை இயக்கமாகும். இந்த நாட்டில் தீண்டாமை ஒழிப்பு சங்கம் இருக்கலாம். ஆனால், அது ஜாதியை ஒழிக்க சம்மதிக்காது. ஜாதி ஒழிப்பு சங்கம் இருக்கலாம். ஆனால் அது மதத்தை ஒழிக்க சம்மதிக்காது. அது போலவே இந்த நாட்டில் மத ஒழிப்பு சங்கம் இருக்கலாம். ஆனால் அது மதத்துக்கு ஆதாரமான கடவுள்களையும், கடவுள் சம்பந்தமான முரண்பட்ட உணர்ச்சிகளையும் மூட நம்பிக்கையையும் ஒழிக்க சம்மதிக்காது. கடவுள் சம்பந்தமான முரண்பட்ட தன்மை, மூட நம்பிக்கை ஆகியவைகளை ஒழிக்கும் சங்கம் இருக்கலாம். ஆனால் அது சம்பந்தமான சாஸ்திர ஆதாரங்களை ஒழிக்கச் சம்மதிக்காது. அன்னிய ஆட்சியை ஒழிக்கும் சங்கமாக இருக்கலாம். ஆனால் அது அன்னிய பேதங்களை ஒழிக்கும் சங்கமாக இருக்காது. ஆனால் சுயமரியாதை இயக்கமானது எது சரியோ, அதாவது பகுத்தறிவுக்கு எது சரி என்று பட்டதோ அதைத் தவிர மற்றவைகள் எவை ஆனாலும் அவைகளை அழிப்பதில் துணிவுடன் கவலையுடன் உண்மையுடன் பணியாற்றி வருகிறது...

பார்ப்பானை வேறுபடுத்திக் காட்டுவதன் மூலமே ஜாதி, மத, கடவுள், சாஸ்திர, புராணத் தொல்லையிலிருந்தும், கொடுமையிலிருந்தும் மக்களை மீள வைக்க சுலபமாக முடிகிறது (குடி அரசு, 4.1.1947).

'பார்ப்பானை வேறுபடுத்திக் காட்டுதல்' என்பதன் பொருள் பார்ப்பன சமுதாயத்தை ஒழித்துக்கட்டுவது என்பதல்ல. அரசியல், பண்பாடு, பொருளாதாரம், சமூக நடைமுறைகள் அனைத்திலும் பார்ப்பனர்கள் செலுத்தி வந்த ஆதிக்கத்தையும் முற்றுரிமையையும் கேள்விக்குட்படுத்தி வந்த சுயமரியாதை இயக்கம் அரசியலிலோ, நிர்வாக இயந்திரத்திலோ பார்ப்பனர்களுக்கு எந்தப் பங்கும் தரப்படக் கூடாது என்று கூறியதில்லை. இதை 1929ஆம் ஆண்டிலேயே பெரியார் உறுதிப்படுத்தியிருக்கிறார். அந்த ஆண்டில் நெல்லூரில் நடந்த நீதிக் கட்சி மாநாட்டில், அக்கட்சியில் பார்ப்பனர்களை சேர்த்துக் கொள்வதற்கான முயற்சிகள் நடந்தன. அப்போது பெரியார் தனது நிலைபாட்டைத் தெளிவாக எடுத்துரைத்தார்:

எந்தக் காரணத்தை முன்னிட்டும் பார்ப்பனர்களை இவ்வியக்கத்தில் (நீதிக் கட்சியில் - எஸ்.வி.ஆர்.) சேர்த்தால், அன்றே - தேன்கூட்டில் நெருப்பு வைக்கப்பட்டது போல் இயக்கம் செத்து, பார்ப்பன ஆதிக்கத்துக்கு மற்றொரு சாதனமாய் மாறிவிடும் என்பதை

மட்டும் அழுத்தம் திருத்தமாக உறுதியாகச் சொல்லுவோம். பார்ப்பனரல்லாத தலைவர்களில் சிலர் இவ்வியக்கத்தில் பார்ப்பனர்களைச் சேர்த்துக்கொள்ள வேண்டியதற்குப் பலவித அரசியல் காரணங்களைச் சொல்லி நம்மை வசப்படுத்த முயற்சிக்கக்கூடும். அரசியல் காரணங்களே முக்கியமல்ல. **அன்றியும் பார்ப்பனர்களுக்குள்ள அரசியல் பங்கை மோசம் செய்ய வேண்டும் என்று நாம் சொல்வதில்லை. நமது கொள்கைக்கும் நன்மைக்கும் விரோதமில்லாத பார்ப்பனர் களுக்கு அவர்களது பங்கைக் கொடுக்க நாம் தயாராகவே இருக்கிறோம். அரசியலில் நன்மையான காரியங்களுக்கு அவர்களுடன் ஒத்துழைக்கவும் அவர்களது ஒத்துழைப்பை ஏற்றுக்கொள்ளவும் தயாராக இருக்கின்றோம்.** எந்தக் காரணத்தைக் கொண்டும் நமது இயக்கத்தில் பார்ப்பனர்களைச் சேர்த்துக் கொள்ளாததாலேயே அரசியல் தத்துவம் கெட்டுப் போவதாகயிருந்தால் நமக்கு அதைப் பற்றிச் சிறிதும் கவலையில்லை. *(குடி அரசு தலையங்கம், 22.9.1929; அழுத்தம்: எஸ்.வி.ஆர்.)*

இந்தித் திணிப்புக்கு எதிரான கிளர்ச்சி தமிழகமெங்கும் பரவி, அது பார்ப்பனிய மேலாதிக்கத்துக்கு எதிர்ப்பான போராட்டமாக மாறிய சூழலில், இந்தி எதிர்ப்புப் போராட்டத்தில் பங்கேற்றவர்கள் சிலர் "பூணூல் ஒழிக" என்று முழக்கமிடுவதாகக் குற்றம் சாட்டிய பத்திரிகைகளுக்குப் பதில் கூறிய பெரியார், அப்படிச் சொல்வதில் தவறில்லை என்றும், 'பூணூல்' என்பது பார்ப்பனியத்தைக் குறிக்கிறது என்றும் கூறினார். அதேசமயம், சிலர் ராஜகோபாலாச்சாரியாரின் வீட்டுப் பெண்களையும் பார்ப்பனப் பெண்களையும் இழிவாகப் பேசுவதாகச் சொல்லப்பட்ட குற்றச்சாட்டுக்கு கீழ்க்கண்டவாறு பதில் அளித்தார்:

...பெண்டு பிள்ளைகளைப் பற்றிப் பேசுவது என்பது குற்றம் தான்... அவர்கள் பெண்டு பிள்ளை வேறு, அவர்களுக்கு வரும் இழிவு வேறு, அவர்களுக்கு வரும் அவமானம் வேறு, நமது பிள்ளைகளுக்கு வரும் அவமானம், இழிவு வேறு என்று நாம் கருதவில்லை. கருதுவதுமில்லை என உறுதிபடக் கூறுகிறோம். அப்படிப்பட்ட பேச்சு பேசியவனையும் கூப்பாடு போட்டவனையும் எப்படி தண்டிப்பதிலும் எவ்வித அடக்குமுறை கையாளுவதிலும் எனக்கு சிறிதும் ஆட்சேபணையில்லை... ஆனால் அப்படி இதுவரை யார்

சொன்னார்கள். அது எங்கே பதிவு செய்யப்பட்டது. அது உண்மையானால் ஏன் அதற்குத் தனிப்பட்ட நடவடிக்கை எடுத்துக் கொள்ளப்படவில்லை. (குடி அரசு, 28.8.1938; அழுத்தம்: எஸ்.வி.ஆர்.)

தந்தை பெரியார் எல்லாப் பெண்களையும் மிகவும் மதித்தார் என்பதற்கு இன்னொரு எடுத்துக்காட்டைக் கூறுவது தேவை. 1929 பிப்ரவரியில் நடந்த சென்னை மாகாண முதல் சுயமரியாதை மாநாட்டுக்கு வருமாறு அழைப்பு விடுக்கும் 'குடி அரசு' தலையங்கத்தில் பெரியார் கூறுகிறார்; "தனிப்பட்ட ஸ்திரீகளும், தங்களை விதவைகள் என்றோ வேசிகள் என்றோ நினைத்துக் கொண்டிருப்பவர்களும் அவசியம் வரவேண்டுமென்று கேட்டுக் கொள்ளுகின்றோம்" (குடி அரசு, தலையங்கம், 13.01.1929). அந்தக் காலத்தில் இதைவிட முற்போக்கான கருத்தைத் தமிழகத்தில் வேறு எந்த அரசியல், சமூகத் தலைவர்களும் கூறியுள்ளனரா?

1939இல் பொதுக்கூட்டமொன்றில் பேசிய பெரியார், அங்கு அவரிடம் கேட்கப்பட்ட கேள்விக்குக் கூறிய பதிலில் பார்ப்பனர்களை ஒழித்துக் கட்டுதல் என்பது தனது இயக்கத்தின் நோக்கமோ விருப்பமோ அல்ல என்று கூறினார்:

எந்தப் பார்ப்பனரிடமும் எனக்குத் தனிப்பட்ட விரோதமோ பகைமையோ கிடையாது... சாதாரண வாழ்க்கைத் துறையில் ஒருவருக்கொருவர் மனிதத்தன்மையுடன்தான் எல்லாப் பார்ப்பனரிடமும் பழகி வருகிறேன் என்பதுடன் சகல பார்ப்பனரும் என்னிடம் அப்படித்தான் பழகி வருகின்றார்கள் என்றே சொல்லுவேன். எதோ சில பார்ப்பனர்களும் பார்ப்பன வாலிபர்களும் தங்கள் நன்மையும் ஆதிக்கமும் பாதிக்கப்பட்டு விடும் எனப் பயந்து சில்லறை விஷமங்கள் செய்து வருகிறார்கள் என்பது எனக்குத் தெரியும்... "பார்ப்பனப் பூண்டை ஒழிக்கவே நான் உயிருடன் இருக்கிறேன்" என்று எங்கோ சொன்னதாகக் கேள்வியில் குறிப்பிடப்பட்டிருக்கிறது. அந்தக் காரியம் என்னால் முடியாது என்றும், யாராலும் முடியாது என்றும், முடியுமானால் அது அல்ல என்னுடைய அபிப்பிராயம் என்றும் பல தடவை சொல்லியும் எழுதியும் வந்திருக்கிறேன். ஆனால் நான் கூறிவந்ததும் இப்பொழுது உண்மையாகக் கூறுவதும், பார்ப்பனியத்தை அடியோடு ஒழிப்பது என்பது தான் எனது முக்கியமானதும் முதன்மையானதுமான காரியம் என்று கூறுகிறேன்... எந்தக் காரியம் எப்படி இருந்தாலும்

அரசியலில், பொது வாழ்க்கையில் கண்டிப்பாக மனித தர்மம் தவிர வேறு எந்த கால தர்மமோ சமய தர்மமோ புகுத்தப்படக்கூடாது என்பதுதான் எனது ஆசையே ஒழிய உலகத்தில் உள்ள மக்கள் எல்லாம் என் இஷ்டம் போல் தான் நடக்க வேண்டும் என்பதல்ல. காலப் போக்கையும் நிலைமை இயற்கையிலேயே கைகூடி வருவதையும் பொறுத்தே நான் பேசுகிறேன்". *(குடி அரசு, 17.9.1939; அழுத்தம்: எஸ்.வி.ஆர்.)*

இந்தியா குடியரசாக அறிவிக்கப்பட்டதையொட்டி, 'இந்து' ஆங்கில நாளேடு குடியரசு நாள் சிறப்பிதழைக் கொண்டு வந்தது. அந்த சிறப்பிதழில், 'கருஞ்சட்டை இயக்கம்' பற்றி எழுதுமாறு பெரியார் கேட்டுக் கொள்ளப்பட்டார். ஓர் இயக்கத்தை, அதிலுள்ள தொண்டர்கள் அணியும் உடையைக் கொண்டு மதிப்பிடக்கூடாது என்றும் அப்படிச் செய்தால் காங்கிரஸ் கட்சியை காந்திக் குல்லாக் கட்சி என்று அழைக்க வேண்டிவரும் என்றும் 'இந்து' நாளேட்டுக்கு அனுப்பிய கட்டுரையில் கூறினார். அக்கட்டுரையில் ஆரியம், திராவிடம் என்பது வரலாற்றுரீதியாகப் பலராலும் கையாளப்பட்ட கருத்தாக்கங்கள் என்பதைச் சுட்டிக் காட்டும் பெரியார், பார்ப்பனர்-பார்ப்பனரல்லாதோர் என்ற பிரிவினை என்றென்றும் நிலைநிறுத்தப்பட வேண்டும் என்பது தமது இயக்கத்தின் நோக்கம் அல்ல என்றும், இரண்டு எதிரெதிர் கூறுகளை இணைப்பதுதான் நோக்கம் என்றும் கூறினார். இரத்தப் பரிசோதனை மூலம் இனங்களை வரையறுக்கும் நாஜி கொள்கைக்குத் தான் எதிரி என்றும், அப்படிப் பிரிப்பது தற்கொலைக்குச் சமமானது மட்டுமல்ல, பிற்போக்குத்தனமானது என்றும் கூறுகிறார். ஆரியர் - திராவிடர் என்னும் பாகுபாடு கலாசார அடிப்படையில் ஏற்பட்டதேயன்றி வேறல்ல என்றும் கூறுகிறார்:

> The Dravidians have a distinct origin in society, their languages are independent and belong to a separate class. The terms 'Aryan' and 'Dravidian' are not my inventions. They are historical realities. They can be found in any school boy's textbook. That the Ramayana is an allegoric representation of the invading Aryans and the domiciled Dravidians has been accepted by all historians including Pandit Nehru and all reformers including Swami Vivekananda. **My desire is not to perpetuate this difference, but to unify the two opposing elements in society. I am not a believer**

> **in the race theory as propounded by the late Nazi leader of Germany. None can divide the South Indian people into two races by means of any blood test. It is not only suicidal but most reactionary. But the fundamental difference between two different cultures, Aryan and Dravidian cannot be refuted by anyone who has closely studied the daily life habits and customs and literature of these two distinct elements in South India** (The Hindu, Republic Day Number 26.1.1950) Emphasis: SVR.

1962ஆம் ஆண்டு புத்தாண்டு நாளன்று விடுத்த அறிக்கையில் பெரியார் கூறுகிறார்:

> பார்ப்பனத் தோழர்களே! நான் மனிதத்தன்மையில் பார்ப்பனர் களுக்கு எதிரி அல்ல. தமிழ்நாட்டிலேயே அனேக பார்ப்பனப் பிரமுகர்கள் - பெரியோர்கள் ஆகியோர்களுக்கு அன்பனாகவும், மதிப்புக்குரியவனாகவும், நண்பராகவும்கூட இருந்து வருகிறேன். சிலர் என்னிடத்தில் அதிக நம்பிக்கையும் வைத்திருக்கிறார்கள்.
>
> **சமுதாயத் துறையில் பார்ப்பனர்கள் அனுஷ்டிக்கிற உயர்வு, அவர்கள் அனுபவிக்கிற அளவுக்கு மேற்பட்ட விகிதம் ஆகியவைகளில் தான் எனக்கு வெறுப்பு இருக்கிறது. இது பார்ப்பனர்களிடம் மாத்திரம் அல்ல, இந்த நிலையில் உள்ள எல்லோரிடத்தும் நான் வெறுப்பு கொள்கிறேன்.** இந்நிலை என்னிடத்தில் ஏற்பட்டிருப்பதற்குக் காரணம், ஒரு தாய் வயிற்றில் பிறந்த எல்லா மக்களுக்கும் சம அனுபவம் இருக்க வேண்டும் என்று கருதி, ஒன்றுக்கொன்று குறைவு, அதிகம் இல்லாமல் பார்த்துக் கொள்வது எப்படி ஒரு தாய்க்கு இயற்கை குணமாக இருக்குமோ, அதுபோலத்தான் எனக்கும் தோன்றுகிறது. மற்றும், அந்தத் தாய் தனது மக்களில் உடல்நிலையில் இளைத்துப் போய், வலிவுக் குறைவாய் இருக்கிற மகனுக்கு, மற்ற குழந்தைகளுக்கு அளிக்கிற போஷணையை விட எப்படி அதிகமான போஷணையைக் கொடுத்து மற்ற குழந்தைகளோடு சரிசமானமுள்ள குழந்தையாக ஆக்க வேண்டுமென்று பாடுபடுவாளோ, அது போலத்தான் நான் மற்ற வலுக்குறைவான பின்தங்கிய மக்களிடம் அனுதாபம் காட்டுகிறேன். இந்த அளவுதான் நான் பார்ப்பனரிடமும், மற்ற வகுப்புகளிடமும் காட்டிக் கொள்ளும் உணர்ச்சி ஆகும்.
>
> **உண்மையிலேயே பார்ப்பனர்கள் தங்களை இந்நாட்டு மக்கள் என்றும், இந்நாட்டிலுள்ள மக்கள் யாவரும் ஒரு தாய்**

வயிற்றுப் பிள்ளைகள் என்றும், தாயின் செல்வத்துக்கும் உரிமை உடையவர்கள் என்றும் கருதுவார்களேயானல், இந்த நாட்டிலே சமுதாயப் போராட்டமும் சமுதாய வெறுப்பும் ஏற்பட வாய்ப்பே இருக்காது. *('விடுதலை' அறிக்கை, 1.1.1962; அழுத்தம்: எஸ்.வி.ஆர்.)*

இவ்வாறு பல்வேறு காலகட்டங்களில் பெரியார், பார்ப்பனியம், பார்ப்பனர் பற்றிய தமது நிலைப்பாட்டைத் தெளிவுபடுத்தியிருந்த போதிலும், உண்மையான முற்போக்குச் சிந்தனையுள்ள பார்ப்பன நண்பர்களும்கூட பெரியாரை இனவாதியாகப் பார்க்கும் தவறுக்கு இரையாகிறார்கள். 'பார்ப்பனர்' என்பது இழிவுக்குறிப்புச் சொல் என்றும், அது பார்ப்பனர்களின் மனதைப் புண்படுத்துகிறது என்றும், தங்கள் மீது செய்யப்படும் விமர்சனத்தை ஏற்றுக்கொள்வதாகவும், ஆனால் தங்களை 'பிராமணர்கள்' என்றே அழைக்க வேண்டும் என்றும் கூறுகிறார்கள். சாதி ஒழிப்பு இயக்கமான பெரியார் இயக்கம் ஏன் 'பிராமணர்' என்ற சொல்லை ஏற்றுக் கொள்ளாது, 'பார்ப்பனர்' என்ற சொல்லைப் பயன்படுத்துகிறது என்பதை அவர்கள் புரிந்து கொள்ள வில்லை. 'பிராமணர்' என்ற சொல், 'பிரமத்தை அறிந்தவன்', பிரமனின் நெற்றியிலிருந்து உதித்தவன் என்ற பொருள்களைத் தருவதால், அதைப் பார்ப்பனரல்லாதவர்கள் பயன்படுத்தும்போது அவர்கள் தங்களை அறியாமலேயே 'சூத்திர' தகுதியை ஏற்றுக் கொள்கிறார்கள். 'சூத்திரன்' என்பது நூற்றுக்குத் தொன்னூற்றேழு விழுக்காடாக உள்ள பார்ப்பனரல்லாத மக்களுக்கான இழிவுக் குறிப்புச் சொல் என்பதை 'பிராமணர்கள்' உணர்ந்து கொள்வார்களேயானால், 'பார்ப்பனர்கள்' என்ற தூய தமிழ்ச் சொல்லால் அவர்கள் விளிக்கப்படுவதற்கு வருந்த மாட்டார்கள்.

மின்னம்பலம்
22, ஜூலை - 2021

என் கனவில் பறக்கும் கவிதை

'குழந்தைக் கவிஞர்' என்று என் தலைமுறையைச் சேர்ந்தவர்கள் பலரின் பள்ளிப் பருவத்தில் நன்கு தெரிந்திருந்தவர் அழ.வள்ளியப்பா. 'குழந்தைக் கவிஞர்' என்ற சொற்கள் எனக்குச் சற்றுக் குழப்பத்தைத் தந்திருக்கின்றன. அவர் குழந்தைக்(களு)காகக் கவிதை எழுதியவரா அல்லது குழந்தையாக இருந்து கவிதை எழுதியவரா என்ற சந்தேகம்! பருவ ஏடுகளிலோ, அவரது கவிதை நூல்களின் அட்டைகளிலோ அவரது புகைப்படத்தைப் பார்த்த பிறகே சந்தேகம் நீங்கியது. இருந்தாலும், அவரது கவிதைகளைவிட பாரதியார், பாரதிதாசன், கவிமணி தேசியவிநாயகம் பிள்ளை, நாமக்கல் கவிஞர் ஆகியோர் 'குழந்தைக'ளுக்காக எழுதிய கவிதைகள்தான் என்னை மிகவும் வசீகரித்தன.

பதினெட்டு வயதுக்குக் கீழே இருப்பவர்கள் குழந்தைகள் என்று 'ஐ.நா. குழந்தைகள் உரிமைகள் ஒப்பந்தம்' கூறுகிறது. அந்த வரையறையின்படி பார்த்தால் 17 ஆண்டுகள் 12 மாதங்கள் 31 நாள்கள் வரையுள்ளவர்கள் குழந்தைகள். அதற்கடுத்த நாள் அவர்கள் இந்தியா, அமெரிக்கா போன்ற நாடுகளில் வாக்காளர்களாக ஆகிவிடுகிறார்கள்! எனவேதான், 18 வயதுவரை ஒரு ஆணோ, பெண்ணோ 'குழந்தையாக'க் கருதப்படுவதற்கு சரியான தர்க்கம் இருக்கிறதா என்று சிலர் தொடர்ந்து கேட்டுக் கொண்டே இருக்கிறார்கள். அப்படி வரையறுத்துள்ளதற்கான வலுவான காரணங்கள் இருப்பதை ஐ.நா. ஆவணத்தைப் படிப்பவர்கள் புரிந்து கொள்ளலாம்.

ஆனால், என் காலத்தில் பதின்பருவத்தைப் பொருத்தவரை 17 வயது என்பது 'பெரியவனாகி'விட்டதைக் குறித்தது. பெண்களில் பலர் 17 வயதில் பிள்ளை குட்டிகளைப் பெற்றெடுத்தவர்களாக இருந்தனர் (இப்போதும்கூட!). இந்தத் தலைமுறையைச் சேர்ந்த, 18 வயதுக்குக் கீழே உள்ளவர்களில் பெரும்பாலோர் - ஆண்களோ பெண்களோ - குழந்தைப் பருவத்தின் 'களங்கமின்மையை' இழந்துவிட்டவர்களாகத் தோன்றுகின்றனர். இவர்கள் பலருக்கு 'ஆண் நண்பர்கள்'. 'பெண் நண்பர்கள்' (boy friends, girl friends - இவற்றுக்குத் தமிழ்ச் சொற்கள் என்ன?) இருக்கிறார்கள். எனவே பள்ளிகளிலேயே இப்போது பாலுறவு தொடர்பான விழிப்புணர்வை ஊட்ட வேண்டிய தேவை ஏற்பட்டுள்ளது.

ஆறு வயதிலேயே செவ்வியல் இசையைக் கசடறக் கற்றவர்கள், அதனை இசைப்பவர்கள், இசையை அமைப்பவர்கள், கணினி நிரல்கள் எழுதுபவர்கள், கணினி அறிவியலை ஆழமாகக் கற்றவர்கள், 1330 குறள்களை எட்டு வகைகளில் ('அஷ்டாவதானிகள்') ஒப்புவிப்பதுடன், அவற்றுக்கு உரையும் வழங்குபவர்கள், மேடைப் பேச்சில் சூராதி சூரர்களாக விளங்குபவர்கள், மகாபாரதம், இராமாயணம் போன்ற காவியங்களை முழுமையாகப் படித்து அவற்றின் கதைகளைச் சொல்பவர்கள், புதிய தொழில்நுட்பங்களையோ, கருவிகளையோ கண்டுபிடிப்பவர்கள் என்று பல்வேறு திறமைகள் வாய்க்கப்பெற்ற (18 வயதுக்குக் குறைவான) குழந்தைகளை இன்று மிக இயல்பாகப் பார்க்க முடிகின்றது. தலைமுறைக்குத் தலைமுறை அறிவு வளர்ச்சியில் ஏற்படும் பாய்ச்சலின் வெளிப்பாடுகளே இவை என்றாலும், ஒவ்வொரு தனிநபரிலும் இயற்கையாகவே வாய்க்கப்பெற்றுள்ள திறன்களையும் நாம் கருத்தில் கொள்ள வேண்டும். ஆனால், இப்படிப்பட்ட அசாதாரண ஆற்றலுள்ளவர்களில் பலர், பொதுவாகப் பார்க்குமிடத்து 'களங்கமற்ற' உள்ளத்தைக் கொண்டவர்களாகவும் இருக்கிறார்கள்.

இவர்களைச் சேர்ந்தவர்களில் சிலர் கவிதைகள் எழுதினால் அவற்றில் எவ்வகை எண்ணங்கள், உணர்வுகள், உணர்ச்சிகள் வெளிப்படும்? இலக்கிய உலகில் 'குழந்தைக் ச ..ஞர்களை' (அதாவது கவிதைகள் எழுதும் 'குழந்தைகள்') என்று என்னால் எவரையேனும் அரிதாகவே பார்க்க முடிந்திருக்கிறது. பத்து வயதிலேயே கவிதைத் தொகுப்பொன்றை வெளியிட்டு சர்வதேச அளவில் அங்கீகரிக்கப்பட்ட அனுஷ்கா என்ற பெண் குழந்தையைப் பற்றிய செய்திகள் சில ஆண்டு களுக்கு முன் வெளிவந்தன. ஆனால் அவரது கவிதை எதனையும் படித்ததில்லை.

மேற்கு நாடுகளில், ஏன் ஜப்பான், கொரியா போன்ற ஆசிய நாடுகளிலும்கூட குழந்தைகளுக்காகவென்றே கவிதைகள் எழுதுபவர் களுடன் குழந்தைகளுக்காகவும் கவிதை எழுதும் பிரபல எழுத்தாளர்கள் இருப்பதையும், கல்லூரிகளில் மட்டுமின்றி பள்ளிக்கூடங்களிலும் கவிதை எழுதும் பயிற்சி பல நாடுகளில் வழங்கப்படுவதையும் நாம் அறிவோம்.

எனக்குப் பிடித்த சீனக் கவிஞர்களிலொருவர் கி.பி.ஆறாம் நூற்றாண்டைச் சேர்ந்த டு ஃபூ (Tu Fu). அவர் எழுதிய கவிதை:

எனக்கு வயது ஆறு
ஃபீனிக்ஸ் பறவையின் பாட்டுடன்
என் வாயைத் திறக்கிறேன்.

அமெரிக்காவுக்கு அகதியாகச் சென்ற பாலஸ்தினத் தந்தைக்கும் ஜெர்மன் - ஸ்வீடிஷ் கலப்புடைய தாய்க்கும் பிறந்த நாவலாசிரியர், சிறுகதை எழுத்தாளர், கவிஞர் எனப் பல பரிமாணங்களுள்ள நவோமி ஷிஹாப் நை (Naomi Shihab Nye) எழுதிய கவிதை இது:

எனக்கு அப்போது இரண்டு வயது
அம்மாவிடம் கூறினேன்
உன்னை எனக்குப் பிடிக்கவில்லை, உன்னை எனக்குப் பிடித்திருக்கிறது
அவள் நீண்ட நேரம் சிரித்துக் கொண்டிருந்தாள்.
இந்தப் புதிருக்குத் தீர்வு காண முயல்வதில்
வாழ்க்கையின் எஞ்சிய நாள்களைச் செலவிடுவேன்.

இந்த இரு கவிதைகளும் அவர்கள் 'குழந்தைகளாக' இருந்த போது எழுதப்பட்டவையல்ல என்பதைச் சொல்லத் தேவையில்லை.

குழந்தைகள் படங்கள் வரைவதிலும் ஓவியங்கள் தீட்டுவதிலும் மிகுந்த ஆர்வம் காட்டுவதைப் பார்க்கிறோம். அவற்றை மற்றவர்களுக்குக் காட்டிப் பெருமைப்பட்டுக் கொள்ளும் பெற்றோர்களையும் தான். அவர்களில் சிலர், மற்றவர்கள் வீட்டுச் சுவர்களில் தங்கள் குழந்தைகளின் கலையாற்றல் வெளிப்படுவதை அனுமதிக்கும் அளவுக்குச் சென்றுவிடுகிறார்கள்! ஆனால், ஒரு குறிப்பிட்ட வயதை அடைந்தவுடன், விதிவிலக்கான ஒரு சிலரைத் தவிர, படம் வரையும், ஓவியம் தீட்டும் ஆர்வம் குழந்தைகனிடமிருந்து மறைந்துவிடுகிறது. வண்ணக் குச்சிகளையோ தூரிகைகளையோ பயன்படுத்தும் குழந்தைகள் வரைபவை கிட்டத்தட்ட அனைத்துமே முப்பரிமாணம் கொண்டவையாக உள்ளன. குழந்தைகள் அப்படித்தான் எல்லாவற்றையும் முப்பரிமாணத்தில் பார்க்கிறார்கள். ஆனால், அவர்களின் படைப்புகளை, பிக்காஸோ, ஷகால் போன்றவர்களின் முப்பரிமாண ஓவியங்களுடன் ஒப்பிட முடியுமா? முடியாது. ஏனெனில் இந்த ஓவிய மேதைகள், திட்டமிட்டும் உணர்வுபூர்வமாகவும் உருவாக்குகின்ற படைப்புகளை, குழந்தைகள் தன்னியல்பாக வரைபவற்றுடன் ஒப்பிட முடியாது; கூடாது - அந்தக் குழந்தைகளில் சிலர் உணர்வுபூர்வமாகக் கடைசி வரை ஓவியக் கலையைக் கைக்கொண்டிருந்தாலொழிய.

குழந்தைகள் எழுதும் கவிதைகளை எவற்றுடன் ஒப்பிடுவது? அவை எத்தகைய எண்ணங்களைத் தங்கள் கவிதைகள் வெளிப்படுத்து கின்றன? அப்படிப்பட்ட உணர்வு அவர்களிடம் இருக்கிறதா? உளவியல் வல்லுநர்கள்தான் இதற்குப் பதில் சொல்ல வேண்டும்.

எனினும், எனக்குத் தெரிந்தவரை, தமிழில் இதுவரை ஒரே ஒரு குழந்தைக் கவிஞரின் கவிதைகள்தான் வெளிவந்துள்ளன. அந்தக் குழந்தையின் அப்பாவும் ஒரு கவிஞர்தான்; ஆங்கிலத்திலும் தமிழிலும் நல்ல புலமையுடையவர் என்பதை ஓரிருமுறை அவரை சந்தித்தபோது அறிந்துகொள்ள முடிந்தது. அந்தக் குழந்தையையும் ஒரு முறை பார்த்திருக்கிறேன். அப்போது அவனுக்கு ஆறு வயது; அந்த வயதுக் கேற்ற குறும்புகள்; கள்ளமில்லாப் பேச்சுகள், அவனுடன் நேரம் கழிக்கவோ, தான் கற்றுக்கொண்டதை மெல்ல மெல்ல அவனுக்குப் புகட்டவோ அவகாசம் தராத வேலை அவனுடைய அப்பாவுக்கு. அவன் சாதாரணமாக அப்பா, அம்மாவுடன் பேசும்போது அந்தப் பேச்சில் கவிதையின் சாயல் இருப்பதைத் தற்செயலாக அவர்கள் கண்டறிந்து, அவனது குழந்தை உள்ளத்தில் அவ்வப்போது உதிக்கும் கவிதை வரிகளை நோட்டுப் புத்தகங்களில் குறித்து வைக்க, அவன் 4ஆம் வயதிலிருந்து 9ஆம் வயது வரை 300 கவிதைகளை சொல்லி யிருக்கிறான். அவற்றில் 75 கவிதைகள் அவனது அப்பாவால், எழுத்தாளர் பா.வெங்கடேசனின் ஊக்குவிப்புடன் தெரிந்தெடுக்கப்பட்டு "நான்தான் உலகத்தை வரைந்தேன்" என்ற தலைப்பில் வெளியிடப் பட்டுள்ளன.•

கவிஞன் மகிழ் ஆதனின் ஆக்கங்கள் சிலவற்றைச் சுவைக்கலாம் அல்லவா:

1. மறஞ்ச வெயில்
   வருவதைப் போல
   குறும்பு வெயில்.

2. என் கனவுக்குள்ளே
   என் நெஞ்சு போகும்
   என் நெஞ்சுக்குள்ளே
   என் கனவு போகும்
   என் சந்தோஷம்
   அற்புதத்துக்குள்ளே போகும்.

3. என் புல்லாங்குழல்
   என் வாய்க்குள் வாசிக்கும்
   என் நெஞ்சு

• Vaanam, M22, Sixth Avenue, Azhakapuri Nagar, Ramapuram, Chennai 600089; phone: +91-91765499l; 88 pages Price Rs.50/-

என் உடம்பிலே வாசிக்கும்
என் நெஞ்சு
என் மனசை வாசிக்கும்

4. என் நிழல்
எப்படி வருது தெரியுமா?
என் மனசாலே வருது என் இருட்டிலே
பிறந்தது அது
வடிவம் இல்லை
அது பிரகாசம்

5. வீசும் கவிதை
காற்றும் கவிதை
கண்ணும் கவிதை
குயில் கவிதை
குழியும் கவிதை
கையில் கவிதை
பூச்சி கவிதை சொல்லும்

6. எரிகல்
வானத்தில் இருக்கும்போதே
வானத்தைக்
காதலிக்கும்.

7. குதிக்கும் கவிதை
என் கண்களைக் குதிக்க வைத்து
சூரியன் வயிற்றில் வைக்கும்
என்னை சூரியக் குழந்தை ஆக்கும்.

8. பறவை என் கனவில் பறக்கும்
பறவை என் கையில் இசை வாசிக்கும்
இசை என் கண்ணில் பட்டு
மழையாக மாறும்
மழை என் கையில் பட்டு
வானமாக மாறும்.

உயிர் எழுத்து
டிசம்பர் - 2021

சாம் ராஜப்பா என்னும் இதழியல் ஆளுமை

தமிழ்நாட்டின் மூத்த பத்திரிகையாளர்களில் ஒருவராக இருந்த சாம் ராஜப்பா, கனடாவிலுள்ள தன் மூத்த மகன் வீட்டில் மாரடைப்பால் காலமானதை அறிந்து கடும் வலியால் மூடப்பட்டிருந்த என் கண்களில் ஒன்றிலிருந்தும் நீர் வழியத் தொடங்கியது. அவர் இன்னும் பல ஆண்டுகள் வாழ்ந்து, இதழியலில் அவர் பெற்றிருந்த அனுபவத்தை மட்டுமின்றித் தன் காலத்தில் அவர் காணவும் அறியவும் நேர்ந்த முக்கிய இந்திய, தமிழக அரசியல், பொருளாதார நிகழ்வுகள், அவற்றின் வளர்ச்சிகள், சிதைவுகள் ஆகியவற்றை ஆங்கிலத்தில் எழுத வேண்டும் என்று விரும்பியவர்களில் நானும் ஒருவன். அதை அவர் செய்திருந்தால், சமகால இந்திய வரலாறு பற்றிய ஆய்விலும் எழுத்திலும் ஈடுபட்டுள்ள அறிஞர்களுக்கு வலுவான ஓர் ஆவணத்தை விட்டுச்சென்றிருப்பார்.

ஆங்கில இதழியலாளர்களாக இருந்த, தமிழ்நாட்டைச் சேர்ந்த முக்கிய மனிதர்கள் சிலரை இப்போது என் உடனடி நினைவுக்கு எட்டியவரை பட்டியலிட முடிகிறது: மோகன்ராம், இராம.திரு.சம்பந்தம், ஐராவதம் மகாதேவன், சாம் ராஜப்பா, ஞாநி, சாஸ்திரி ராமச்சந்திரன். ‘அதிகாரத்திடம் உண்மையை உரைத்தல்’ என்ற எட்வர்ட் சைதின் அறக் கோட்பாட்டைத் தங்களால் இயன்ற அளவு கடைப்பிடித்த இவர்களில் கடைசியாகக் குறிப்பிட்டவர் மட்டுமே நம்மோடு இருக்கிறார் - டெல்லியில்.

சாம் ராஜப்பாவுடன் நீண்டகாலம் பழகியிருக்கிறேன். தனித்த அடையாளமும், சுதந்திர உணர்வும் கொண்டுள்ள ‘ஸ்டேட்ஸ்மன்’ ஆங்கில நாளேட்டின் சிறப்பு நிருபராக அவர் இருந்தபோதுதான் அவருடன் பழக்கம் ஏற்பட்டது. ‘ஸ்டேட்ஸ்மன்’ நாளேட்டிலும், பின்னர் ‘ஹிந்துஸ்தான் டைம்ஸ்’ நாளேட்டிலும் பணிபுரிந்த, யாருக்கும் பணியாத மனித உரிமைப் போராளி காலம்சென்ற கன்ஷியாம் பரதேசி என் நண்பர் என்பது சாம் ராஜப்பாவுக்குத் தெரிந்ததும் இருவரும் மிகவும் நெருக்கமானோம்.

1980-82-ஆம் ஆண்டுகளில் நக்ஸலைட் இயக்கத்தைச் சேர்ந்தவர்கள், அனுதாபிகள் என்று சந்தேகிக்கப்பட்டவர்கள் நூற்றுக்கணக்கில் கைதுசெய்யப்பட்டும் விசாரணைக்கு அழைத்துச் செல்லப்பட்டும், சித்ரவதை செய்யப்பட்டும் வந்தபோது, பெரும்பாலான ஏடுகள் காவல் துறை தரப்பில் சொல்லப்பட்டுவந்த விளக்கங்களையே ஏற்றுக்

கொண்டிருந்தன. ஆனால், சாம் ராஜப்பாவோ பல்வேறு தரப்புகளிலிருந்து உண்மை விவரங்களைத் திரட்டி 'ஸ்டேட்ஸ்மன்' ஏட்டுக்கு அனுப்புவார்.

அப்போது தமிழ்நாட்டில் நடந்த போலி என்கவுண்டர்கள் பற்றி இந்தியாவின் பிற பகுதிகளுக்குத் தெரிய வைத்தவர்களில் சாமும் ஒருவர். அதன் பிறகு புகழ்பெற்ற கேரள எழுத்தாளர் ஓ.வி.விஜயன்கூட தமிழ்நாடு வந்து திருப்பத்தூர், தர்மபுரி பகுதிகளுக்குச் சென்று நீண்ட கட்டுரையை எழுதினார் - அரசு ஒடுக்குமுறையைக் கண்டனம் செய்தும் யதார்த்த நிலையைக் கருத்தில் கொள்ளாத போராளிகளை விமர்சித்தும்.

இந்திரா காந்தி அறிவித்த நெருக்கடிநிலை காலத்தில் கேரளத்தைச் சேர்ந்த பொறியியல் மாணவர் ராஜன், நக்ஸலைட் இயக்கத்தில் தீவிரமாகச் செயல்படுபவர் என்ற சந்தேகத்தின் பேரில் கைது செய்யப்பட்டு, போலீஸாரால் சித்ரவதை செய்யப்பட்டு இறந்து போனதை இந்திய அளவில் செய்தியாக்கியவர் சாம் ராஜப்பா. கேரள இடதுசாரி அரசியல் வட்டாரங்களில் பெரும் கலக்கத்தை ஏற்படுத்திய செய்தி அது.

எந்த அரசியல் கட்சிக்கும் ஒருபோதும் சாதகமாக எழுதாத அவர், எல்லாக் கட்சிகளைச் சேர்ந்தவர்களுடனும், எந்தக் கட்சியையும் சேராதவர்களுடனும் தொடர்பு வைத்துக்கொண்டு, தகவல்களைத் திரட்டும்போது, அவற்றின் நம்பகத்தன்மையை உறுதிசெய்த பிறகே அவற்றைப் பற்றிய செய்தியை அனுப்புவார். தமிழகத்தின் சுற்றுச்சூழல் பிரச்சினையிலும் அவர் காட்டிய ஆர்வத்துக்குச் சிலவற்றைக் குறிப்பிட விரும்புகிறேன். கடலூரில் சிப்காட்டிலுள்ள தொழிற்சாலைகளால் ஏற்பட்டுவரும் சுற்றுச்சூழல் கேடுகளையும் மாசுகளையும் பலரும் அறிவார்கள்.

நாக்பூரைச் சேர்ந்த 'நேஷனல் என்விரான்மென்ட் இன்ஜீனியரிங் ரிஸர்ச் இன்ஸ்டிட்யூட்' 2008இல் தயாரித்த அறிக்கை, கடலூரில் சிப்காட் வளாகத்திலும் அதைச் சுற்றிலும் இருக்கும் மக்களுக்குப் புற்றுநோய் ஏற்படும் சாத்தியப்பாடு தமிழகத்தின் பிற பகுதிகளில் இருப்பவர்களைவிட ஆயிரம் மடங்கு அதிகம் என்று குறிப்பிட்டிருந்தது. சிப்காட் வளாகத்தில் உள்ள வேதிப்பொருள்கள், பூச்சிமருந்துகள், மனிதர்களுக்கான நோய்களுக்கான மருந்து ஆகியவற்றைத் தயாரிக்கும் தொழிற்சாலைகளின் கழிவுகளில் உள்ள நச்சுகள் மிக அதிக அளவு (சிகப்பு வகை) மாசு ஏற்படுத்துகின்றன என்று கூறிய அந்த அறிக்கை, அது தயாரிக்கப்பட்ட காலத்தில் அத்தொழிற்சாலைகளில் பாதி இயங்கவில்லை என்றும், அவை இயங்கியிருந்தால் சுற்றுச்சூழல் கேடு மூன்று மடங்கு அதிகமாக இருந்திருக்கும் என்றும் கூறியது.

கழிவுகள் சுத்திகரிக்கப்படாமல் பொது இடங்களில் கொட்டப் படுவதால் காற்றிலும் நீரிலும் ஏறத்தாழ 30 வகையான நச்சுப் பொருள்கள் கலந்துவிடுவதை சுட்டிக்காட்டிய அந்த அறிக்கை, அவற்றால் மிகவும் பாதிக்கப்படுபவர்கள் குழந்தைகள்தான் என்று கூறியது. அறிக்கையை 'கம்யூனிட்டி என்விரான்மென்ட் மானிட்டரிங்' என்ற தன்னார்வக் குழுதான், தகவல் அறியும் உரிமையைப் பயன்படுத்தி வெளியே கொண்டுவந்தது.

இந்தத் தகவல்களை வேறு சிலருடன் கலந்தாய்ந்து உறுதிப் படுத்திக்கொண்ட பின்னர் சாம் ராஜப்பா எழுதியவை, 'ஸ்டேட்ஸ்மன்' ஏட்டில் 'துரிதமான தொழில்மயமாக்கலும், மக்களின் உடல்நலத்துக்கு ஏற்படும் கேடுகளும்' என்ற தலைப்பில் வெளிவந்தது. தொழிலாளர்களின் உடல்நலத்தையோ, ஆயுள்காலத்தையோ 'மூலதனம்' பொருள்படுத்து வதில்லை என்று கார்ல் மார்க்ஸ் எழுதியிருந்ததைக் குறிப்பிட்டு, 'அரசாங்கம் மூலதனத்தின் பக்கமா அல்லது தொழிலாளர்களின் பக்கமா என்பதைக் காட்ட வேண்டிய நேரம் வந்துவிட்டது' என்று எழுதியிருப்பார் சாம்.

கூடங்குளத்தில் அணுமின் நிலையத்துக்கு எதிராக நடந்துவரும் மக்கள் போராட்டங்களைப் பற்றி சாம் தொடர்ந்து எழுதிவந்தார். முல்லைப் பெரியாறு அணை பற்றி எழுதும்போது தமிழ்நாடு அரசின் நிலைப்பாட்டை ஆதரித்து வலுவான சான்றுகளுடன் அவர் எழுதிய கட்டுரைகளும், பென்னிகுயிக் பற்றிய அவரது கட்டுரைகளும் கேரள அரசின் கவனத்தையும் ஈர்த்தன.

'தி ஸ்டேட்ஸ்மன்' ஏடு கொல்கத்தாவில் நிறுவிய 'இதழியல் பள்ளி'யின் இயக்குநராகச் செயல்பட்ட அவர், ஏறத்தாழ இரண்டாண்டு காலம் அந்த நகரில் வசித்தார். அவரது துணைவியார் புற்றுநோயால் அவதியுற்றுக்கொண்டிருந்ததால், இதழியல் பள்ளிப் பணிகளை வீட்டிலிருந்தே செய்துவந்தார். அதுமட்டுமல்ல, இதழியல் தொடர்பாக அவரது வீட்டில் ஏராளமான இளைஞர்களுக்கு எவ்விதக் கட்டணமும் இன்றி பயிற்சியும் கல்வியும் வழங்கிவந்தார்.

'டெக்கான் குரோனிக்கிள்' ஏட்டுக்கும் அவ்வப்போது எழுதி வந்தார். குறைந்த காலமே நீடித்த 'தி ஆந்திர பிரதேஷ் டைம்ஸ்' என்ற பத்திரிகையின் ஆசிரியராக சாம் ராஜப்பா இருந்தார். பலரும் வியக்கும் வண்ணம் அவருக்கு ஒன்றிய அரசு 2017இல் 'சிறந்த இதழியலாளர்கள்' விருதை வழங்கியது. இத்தகைய அர்ப்பணிப்பு மிக்க இதழியலாளர்களைத் தமிழ்நாடு அரசும் உரிய முறையில் கௌரவிக்க வேண்டும்.

இந்து தமிழ் திசை
18, ஜனவரி - 2022

மொழிப்போர் தியாகிகள் நாள்

மொழிப்போர் தியாகிகள் நாள் கொண்டாடப்படுவது குறித்தும் தமிழகத்தில் நடந்த இந்தித் திணிப்பு எதிர்ப்புப் போராட்டம் குறித்தும் நாடாளுமன்ற உறுப்பினர் ரவிக்குமார் "தமிழ்க்குரலு"க்கு அளித்த நேர்காணலின் காணொலிப் பதிவை சில நண்பர்கள் என்னுடன் பகிர்ந்து கொண்டனர். தமிழகத்தில் இந்தித் திணிப்புப் போர் 1937-39ஆம் ஆண்டுகளில் தந்தை பெரியார் தலைமையில் (அவர் சிறைப்பட்ட பிறகும்கூட) நடந்த போது (அது ஈழத்து அடிகள் என்ற சைவத் துறவியின் தலைமையில்தான் நடந்தது என்று சில தமிழ் தேசியர்கள் அடித்துப் பேசி வருகின்றனர். அது அவர்கள் உரிமை) அதில் முதல் ஈகையானவர் தாழ்த்தப்பட்ட (தலித்) சமுதாயத்தைச் சேர்ந்த நடராசன் என்பதை யாரும் மறுக்க இயலாது. அவர் மாண்ட சிறிது காலத்திற்குள் தாலமுத்து (இவர் பிற்பட்ட வகுப்பொன்றைச் சேர்ந்தவர்) இரண்டாவது ஈகையரானார். 1937-39ஆம் ஆண்டுகளில் நடைபெற்ற போராட்டத்தின் போதோ, அதன் பிறகு நீண்டகாலமாகவோ இருவரையும் பாகுபடுத்திப் பேசும் வழக்கம் திராவிட இயக்கத்தில் இருந்ததில்லை. 13ஆம் வயதிலிருந்து 21ஆம் வயதுவரை அந்த இயக்கத்தில் நான் இருந்தேன் என்பதால் இப்படி என்னால் சொல்ல முடிகின்றது. உண்மையைச் சொல்வதென்றால் தாலமுத்து, நடராசன் என்பது ஒரே ஒரு மனிதரைத்தான் குறிக்கும் என்று அந்த இயக்கத்தைச் சேர்ந்தவர்கள்கூட பேசியதைக்கூட நாம் அறிவோம். அந்த இரு ஈகையர்கள் புதைக்கப்பட்ட இடத்தில் நடராசன் பெயர் முதலிலும் தாலமுத்து பெயர் இரண்டாவதாகவும் பொறிக்கப்பட்டுள்ளது என்றாலும், 1937-39ஆம் ஆண்டு ஈகையர்களை தாலமுத்து நடராசன் என்றே குறிப்பிடும் வழக்கம் வந்துவிட்டது. திராவிட இயக்கத்தைச் சேர்ந்த நண்பர்களுடன் இதைப் பற்றிப் பேசும்போது, அப்படிச் சொல்வது பழக்கப்பட்டுப்போய்விட்டது, தாலமுத்து நடராசன் என்பது உச்சரிப்பதற்கு நன்றாக இருக்கிறது என்று என்னிடம் கூறுவார்கள். ஆனால் அவர்கள், தங்கள் சாதி உணர்வின் காரணமாக அப்படிப் பேசினார்கள் என்று நான் நினைக்கவில்லை என்றாலும், அதை ஒரு வரலாற்றுத் தவறு என்பதை உணராமலிருக்கிறார்கள் என்றே கருதி வந்தேன். 'தாலமுத்து நடராசன்' என்பது நம் அடிமனதில் ஆழப்பதிந்துவிட்டது என்றாலும், வரலாற்றுத் தவறை சரி செய்வது இயலாத காரியமல்ல. மேலும், இந்தியா சுதந்திரம் பெற்ற பிறகு, பெரிதும் திமுகவின் கருத்துநிலை செல்வாக்கின் கீழ் நடந்த இந்தி எதிர்ப்புப் போராட்டத்தைப் பெரியார் ஆதரிக்கவில்லை. அதற்கான

காரணங்களை அவர் விளக்கியிருக்கிறார்: 1. இந்தி வலுக்கட்டாயமாகத் திணிக்கப்படாது என்றும், தமிழகம் விரும்பும்வரை ஆங்கிலமும் தொடர்பு மொழியாக நீடிக்கும் என்றும் காமராசரிடம் நேரு வாக்குறுதி கொடுத்த பிறகு போராட்டம் தேவையில்லை; 2. வன்முறைச் செயல் பாடுகள் ஏற்றுக்கொள்ளத் தகாதவை. பெரியார் இந்த நிலைபாட்டை மேற்கொண்டதன் காரணமாக திராவிடர் கழகத்தைச் சேர்ந்தவர்கள் பலர் கடும் தாக்குதலுக்கு உள்ளானார்கள். பெரியார் பயணம் செய்த கார் மறிக்கப்பட்டு அவர் மீதும் தாக்குதல் நடக்கும் நிலை ஏற்பட்டது. இவையெல்லாம், அன்று பெரியாருக்கும் அறிஞர் அண்ணாவுக்கும் இருந்த அரசியல் மற்றும் தனிப்பட்ட விருப்பு வெறுப்பு ஆகியன இருந்த காலத்தில் நிகழ்ந்தவை என்பதை நாம் கருத்தில் கொள்ளவேண்டும். 1967க்குப் பிறகு நிலைமை மாறிவிட்டதை நாம் அனைவரும் அறிவோம். இருந்தாலும், இந்தி எதிர்ப்புப் போராட்டம் 1964-65இல்தான் நடந்தது; அப்போதுதான் சின்னசாமி தொடங்கி நூற்றுக்கணக்கானோர் மாண்டனர் என்பது சரியான வரலாறு அல்ல. தமிழகத்தில் இந்திக்கு எதிரான குரலை பெரியார் 1938ஆம் ஆண்டிலிருந்தே எழுப்பி வந்தார். எனினும் அதற்கு எதிரான முதல் போராட்டம் 1937-39இல்தான் நடந்தது; அச்சமயம் சி.இராசகோபாலாச்சாரியார் (ராஜாஜி) தலைமையிலிருந்த காங்கிரஸ் அரசாங்கம் கொடிய அடக்குமுறைகளை ஏவியது; அதற்கு முதல் உயிர் பலியாக இருந்தவர் நடராசன் என்ற வரலாற்றுண்மையை நாம் மறக்கக்கூடாது. ரவிக்குமார் எழுப்பும் கேள்விகளுக்குப் பின்னால் சில அரசியல் உள்நோக்கங்கள் உள்ளன என்று சிலர் என்னிடம் கூறுகின்றனர். அது எனக்கு ஒரு பொருட்டல்ல. இன்று அவர் எவ்வாறு நாடாளுமன்ற உறுப்பினராக செயல்படுகிறார் என்பதுதான் எனக்கு முக்கியம். அவர் எழுப்பும் கேள்விகளில் நியாயம் இருக்கிறதா இல்லையா என்பதுதான் எனக்கு முக்கியம். எப்படியிருந்தாலும் இந்தி எதிர்ப்புப் போரின் முதல் ஈகையர் நடராசன்தான் என்பதை ஏற்றுக் கொள்வதன் மூலம் இரு வரலாற்று உண்மைகள் நிலைநிறுத்தப்படும்; 1. தமிழகத்தில் நடந்த முதல் இந்தித் திணிப்புப் போராட்டம் 1937-39இல் பெரியார் தலைமையில் நடந்தது என்பது மீண்டும் நினைவுபடுத்தப்படும்; 2. அந்தப் போராட்டத்தின் முதல் ஈகையர் நடராசன் என்பது நிலைநிறுத்தப்படும். தாலமுத்து நடராசன் என்ற வரிசையை நடராசன் தாலமுத்து என்று எல்லா இடங்களிலும் வரிசைப்படுத்த வேண்டும் என்ற கோரிக்கை நியாயமானது, சரியானது. பொங்கல், மாட்டுப் பொங்கல், திருவள்ளுவர் பிறந்த நாள் ஆகியவற்றோடு, ஜனவரி 15 முதல் 25 வரை இந்தி எதிர்ப்புபோராட்ட வரலாறும் சேர்த்துக் கொண்டாடப்பட வேண்டும் என்றுதான் ரவிக்குமார் கூறியுள்ளார் என்று நான் புரிந்துகொள்கிறேன்.

போதி

பிப்ரவரி - 2022

உக்ரெய்னில் ரஷிய இராணுவப் படையெடுப்பும் நேட்டோவின் 'மாற்றாள் போரும்'

1990இல் சோவியத் யூனியனில் நடந்த அரசியல் சூழலைப் பயன்படுத்தி, அதிலிருந்த ஆறு குடியரசுகள் யூனியனிலிருந்து பிரிந்து போவதாக அறிவித்துவிட்ட பிறகு, எஞ்சியிருந்த குடியரசுகளை சரிசமமான இறையாண்மையுள்ள சோவியத் குடியரசுகளின் யூனியன் என்ற வடிவத்தில் தக்கவைத்துக் கொள்ளும் முயற்சியாக கோர்பசெவ் தலைமையிலிருந்து சோவியத் நாடாளுமன்றம் 1991 மார்ச் 17இல் பொது வாக்கெடுப்பை நடத்தியது. அதற்கு ஆதரவாக, ஏற்கெனவே பிரிந்து போன குடியரசுகளைத் தவிர மற்ற குடியரசுகளைச் சேர்ந்த மக்களில் 76.5% மக்கள் ஆதரவளித்தனர். சோவியத் யூனியனில் எல்லா வகையிலும் பலம் வாய்ந்ததும் மிகப் பெரியதும், அப்போது யெல்ட்ஸினைக் குடியரசுத் தலைவராகக் கொண்டிருந்ததுமான ரஷியக் குடியரசிலுள்ள மக்களிலும்கூட 71% மக்கள் ஆதரவு தெரிவித்து வாக்களித்தனர். அதை ஏற்றுக்கொண்டு யெவ்ட்ஸினும்கூட சோவியத் யூனியன் புதிய வடிவத்தில் நீடிக்க ஆதரவு தெரித்தார். ஆதரவு தெரிவித்த எட்டு குடியரசுகளின் தலைவர்கள் ஒன்றுகூடி, பொது இராணுவமும் பொதுக்குடியரசுத் தலைவரும் கொண்ட 'சோவியத் இறையாண்மைக் குடியரசுகளின் ஒன்றியத்தை' உருவாக்கும் திட்டத்தை சில புதிய நிபந்தனைகளுடன் ஏற்றுக் கொள்ளும் ஒப்பந்தத்தில் 1991 ஆகஸ்ட் 20இல் கையெழுத்திட முடிவு செய்திருந்தனர். அத்தகைய புதிய 'ஒன்றியம்' உருவாகியிருக்குமானால், அது சோசலிசத் தன்மையற்றதாக இருந்திருந்தாலும், அங்கு இன்னும் உயிர்ப்போடு இருந்த சோசலிச சக்திகள் மீண்டும் வளர்வதற்கான வாய்ப்பு இருந்திருக்கும் என்பதுடன் அமெரிக்காவினதும் பிற நேட்டோ நாடுகளினதும் விஸ்தரிப்புக் கொள்கை நிறைவேறாதபடி தடுத்திருக்கும். ஆனால், இந்த முயற்சியைத் தடுத்து பழைய சோவியத் யூனியனை அப்படியே தக்க வைத்துக் கொள்வதற்காக சோவியத் கம்யூனிஸ்ட் கட்சி, இராணுவம், உளவுத் துறை ஆகியவற்றைச் சேர்ந்த ரஷிய அதிகாரிகள் மக்களை அணிதிரட்டுவதற்குப் பதிலாக 'மேலிருந்து நடத்திய இராணுவப் புரட்சி' இரத்தம் சிந்தப்படாமலேயே அன்று ரஷிய சோசலிசக் குடியரசு மக்களில் யெல்ட்சினுக்கு

ஆதரவளித்து வந்த மிகப் பெரும்பான்மையான மக்களாலேயே முறியடிக்கப்பட்டது. யெல்ட்ஸின் ரஷிய மக்களிடையே இருந்த பேராதரவைப் பயன்படுத்திக் கொண்டு உக்ரெய்ன், பைலோரஷியா (இப்போது பேலாரஸ்) சோவியத் குடியரசுத் தலைவர்களுடன் தனியாக ஒப்பந்தம் செய்து கொண்டு சுதந்திர அரசுகளின் காமன்வெல்த் (Commonwealth of Independent States) என்ற அமைப்பை உருவாக்கி சோவியத் யூனியனின் மறைவுக்குப் பச்சைக்கொடி காட்டினார். அப்போது யெல்ட்ஸினின் கூட்டாளிகளிலொருவராக இருந்தவர்தான் விளாடிமிர் புதின்.

சோவியத் யூனியனின் தகர்வுக்குப் பிறகு ரஷியாவிலிருந்த அரசு உடைமைகளை யெல்ட்சினும் அவரது கூட்டாளிகளும் அபகரித்துக் கொண்டனர். அமெரிக்க, ஐரோப்பிய நாடுகளுடன் பல்வேறு சமரசங்களைச் செய்து கொண்டார். மேற்கு நாடுகளிலிருந்த முதலாளிய ஜனநாயக முறையோ, பொருளாதார அமைப்போ இல்லாதிருந்த யெல்ட்ஸினின் ரஷியாவில் மாஃபியாக்களின் ஆட்சியே கொட்டமடித்து வந்தது. யெல்ட்ஸினால் ஏமாற்றப்பட்டுவிட்ட ரஷிய மக்களிடையே பொங்கி எழுந்த எதிர்ப்பின் காரணமாக 1990இல் அவர் பதவி விலகினாலும் அவரால் தெரிவு செய்யப்பட்ட விளாதிமிர் புதினே ரஷியப் பிரதமராகவும் பின்னர் குடியரசுத் தலைவராகவும் ஆக முடிந்தது. நாட்டில் ஏற்பட்டிருந்த ஒழுங்குச் சீர்குலைவுகளைப் போக்க சில நடவடிக்கைகளை மேற்கொண்ட புதின் எண்ணெய், கனரகத் தொழில்கள், இராணுவத் தொழிலுற்பத்தி முதலியவற்றை அரசின் இறுக்கமான கட்டுப்பாட்டுக்குள் கொண்டு வந்த போதிலும், சோவியத் யூனியனின் தகர்வுக்குப் பிறகு அரசு உடைமைகளைத் தன்னைப் போலவே கொள்ளையடித்து வைத்திருந்தவர்கள், திடீர் செல்வந்தர்கள், புதிய முதலாளிகள், இராணுவத்திலுள்ள உயரதிகாரி வர்க்கத்தினர் ஆகியோர் அடங்கிய சிறு குழுவினராட்சியை (Oligarchy) நிறுவி, சிறுபான்மை தேசிய இனங்களை ஒடுக்குதல், கருத்து சுதந்திரத்தை மறுத்தல், அரசை விமர்சிப்பவர்களை ஒடுக்குதல் என்ற சர்வாதிகாரத்தை நிலை நிறுத்தினார். பழைய ஜார் முடிமன்னர் ஆட்சிகளின்போது, ரஷியாவின் ஆர்த்தடாக்ஸ் கிறிஸ்தவ சபையும் அரசும் ஒன்றோ டொன்று பிரிக்க முடியாதபடி பிணைக்கப்பட்டு மக்களை அடிமைத் தனத்தில் வைத்திருந்த நிலையை லெனின் தலைமையிலிருந்த போல்ஷ்விக் புரட்சி மாற்றி, மேற்கு நாடுகளில் சில நூற்றாண்டுகளுக்கு முன்பே ஏற்பட்டிருந்ததுபோல அரசிலிருந்து மதத்தைப் பிரித்து வைத்ததுடன் ஆர்த்தடாக்ஸ் திருச்சபை சமுதாய, அரசியல், பண்பாட்டு

விவகாரங்களில் ஆதிக்கம் செலுத்த முடியாதபடி செய்தது. ஆனால் மீண்டும் இரண்டையும் இணைக்க யெல்ட்ஸின் காலத்தில் செய்யப்பட்ட முயற்சியை இப்போது புதின் நிறைவேற்றிவிட்டார். யெல்ட்ஸின் ஆட்சிக்காலத்திலிருந்து வறுமைக்கும் அந்நியமாதலுக்கும் உட்பட்டு வந்துள்ள பல்லாயிரக்கணக்கான ரஷியர்களுக்கு திருச்சபை மறு உலக வாழ்க்கையை உத்தரவாதம் செய்து ஆறுதலளித்து வருகிறது! அண்மையில் அந்த சபையின் உயர்பீடத் தலைவர் (கத்தோலிக்கர்களின் போப்புக்கு இணையானவர்), உக்ரெய்ன் மீது ரஷியா தொடுத்துள்ள போருக்கு முழு ஆதரவையும் ஆசியையும் வழங்கியிருப்பதுடன் புதின் ஊக்குவித்து வந்த ரஷியப் பெருந்தேசியவாதத்துக்கு அங்கீகாரமும் வழங்கியுள்ளார். பழைய சோவியத் கம்யூனிஸ்ட் கட்சியின் மரபுக்கு உரிமை கொண்டாடி வருவதாகக் கூறிக் கொள்ளும் ரஷியக் கூட்டாட்சிக் கம்யூனிஸ்ட் கட்சியும் ரஷியப் பெருந்தேசியவாதத்தை உள்கொண்டு உள்ளதுடன் இந்தப் போருக்கு முழு ஆதரவு தந்துள்ளது.

நாஜிகளுக்கு எதிராக சோவியத் யூனியனால் நடத்தப்பட்ட மாபெரும் தேசபக்தப்போர் அடைந்த வெற்றியைப் பாராட்டும் அதேவேளை, அக்டோபர் புரட்சியையும் போல்ஷ்விக் புரட்சியாளர்களையும் பல்வேறு தேசிய இனங்களைக் கொண்ட கூட்டாட்சி உருவாக்கப் பட்டதையும் புதின் கண்டனம் செய்வதையும் நாம் நினைவுபடுத்திக் கொள்ள வேண்டும். "போல்ஷ்விக்குகள்தான் உக்ரெய்ன் என்ற நாட்டை உருவாக்கினார்கள்" என்பதுதான் புதினின் வாதம். உக்ரெய்ன் மீது படையெடுப்பதற்கு முதல் நாள் புதின் தொலைக்காட்சியில் ரஷிய மக்களுக்கு ஆற்றிய உரையில் "உக்ரெய்ன் பிரதேசங்களை ஆக்கிரமிப்பது நமது திட்டமல்ல" என்று கூறிய அதே மூச்சில், இன்றைய உக்ரெய்னின் பகுதியாக உள்ள பிரதேசங்களில் வாழும் மக்களிடம் சோவியத் யூனியன் உருவாக்கப்பட்ட போதோ, அல்லது இரண்டாம் உலகப் போருக்குப் பிந்தியோ எவ்வாறு தங்கள் வாழ்க்கையை நிர்மாணிக்கப் போகிறார்கள் என்று கேட்கப்படவேயில்லை என்பதை நினைவுபடுத்த விரும்புவதாகவும் சொல்கிறார். அதாவது, உக்ரெய்னில் ரஷியர்கள் பெரும்பான்மையாக உள்ள பகுதிகளைத்தான் இவ்வாறு மறைமுகமாகக் கூறுகிறார். அதாவது அவற்றை ஏற்கெனவே 'மக்கள் குடியரசுகளாக' அங்கீகரித்துவிட்ட ரஷியா அவற்றைத் தன்னுடன் இணைத்துக்கொள்ளும் என்பதுதான் இதன் பொருள். "பழைய சோவியத் யூனியன் தன்னை வலுப்படுத்திக்கொள்ளத் தவறிவிட்டது. ஆனால் இப்போதுள்ள நவீன ரஷியா அந்தத் தவறைச் செய்யாது" என்று கூறும் அவர், அந்த சோவியத் யூனியனை வலுக்குறையச்

செய்து அது தகர்ந்து விழுவதை உத்தரவாதம் செய்துகொண்ட சதிகாரர்களில் தானும் ஒருவர் என்பதை மூடிமறைக்கிறார்.

கள்ளங்கபடமற்ற குழந்தையைப் போன்ற முகத்தைக் கொண்ட உக்ரெய்ன் குடியரசுத் தலைவரின் உருவம், அமெரிக்க - நேட்டோ அணி அந்த நாட்டு மக்களைப் பலிகொடுத்தும் ‘ஜனநாயகத்தை வலுப்படுத்துதல்’ என்ற பெயரால் தனக்கு வேண்டிய ஆட்சியாளர்களை உக்ரெய்னில் உருவாக்கி, பல ஆண்டுகளாக ரஷியாவை சீண்டி வந்து இப்போது அந்த ஆட்சியாளர்களைக் கொண்டு ரஷியா மீது நடத்தும் ‘மாற்றாள் போரின்’ (proxy war) கொடூரத்தன்மையை, அதன் கடந்த கால ஆக்கிரமிப்புப் போர்களை மூடிமறைக்க மேற்கு நாட்டு ஊடகங்களால் பயன்படுத்தப்படுகிறது. விளாதிமிர் புதின் ஒரு போர்க் குற்றவாளி என்று கூறும் அமெரிக்கக் குடியரசுத் தலைவர் ஜோ பைடெனின் கூற்றையும், அப்படித் தீர்ப்பளித்த சர்வதேச குற்றவியல் நீதிமன்றத்தின் கூற்றையும் போன்ற மாய்மாலவாதம் வேறு ஏதும் இருக்க முடியாது. ரஷியாவைத் தோற்கடித்து அதன் இயற்கை வளங்களைக் கொள்ளை யடிக்க விரும்பும் அமெரிக்க, ஐரோப்பிய, ஆஸ்திரேலியா, கனடா நாடுகளுக்கும் ரஷியாவிலும் உக்ரெய்னிலுமுள்ள ரஷிய ஏகபோக முதலாளிய நலன்களைக் காப்பதற்குமான விளாதிமிர் புதினின் ரஷியாவுக்கும் நடக்கும் போர், உக்ரெய்ன் நாட்டு மக்களைக் கொன்று குவிப்பதுடன் மீட்டெடுக்க முடியாத சாத்தியப்பாடுள்ள உலகப் பொருளாதாரத்தை மட்டுமல்ல, இனி ஒரு போதும் நிவர்த்தி செய்யப்பட முடியாத சூழலியல் கேடுகளையும் உண்டாக்கி வருகிறது. மேலும், அமெரிக்காவும் அதன் நேட்டோ கூட்டாளிகளும் தங்கள் இராணுவ வலிமையை அதிகரிப்பதற்கு இன்னும் கூடுதலாக கோடிக் கணக்கான நிதியை செலவிட வைத்துள்ளது. ஜெர்மன் இராணுவ வாதம் வலுப்பெற்று வருகிறது. இவை யாவும் அந்தந்த நாட்டு மக்கள் ஆயிரக்கணக்கில் கொரோனோ தொற்று நோயால் மடிந்து வருவதைப் பற்றிய கவலை சிறிதும் அற்றவை. அங்குள்ள வேலையில்லாத் திண்டாட்டத்தைப் போக்கும் அக்கறையற்றவை. எனவே, இந்தப் போர் புதிய போர்களைத் தடுத்து நிறுத்தப் போவதில்லை. ஏகபோக முதலாளியம் உலகில் நீடிக்கும் வரை போர் அபாயங்கள் இருந்து கொண்டே வரும். போர் முடிந்தாலும், உக்ரெய்னில் தரைமட்டமாக்கப்பட்ட கட்டடங்கள், கல்வி நிறுவனங்கள், மருத்துவமனைகள், அகக்கட்டுமானங்கள், மக்களின் வாழ்வாதாரங்கள் ஆகியவற்றை மீளக்கொணர்வது உடனடியாகச் சாத்தியமில்லை. ஒருவேளை இந்தப் போரில் ரஷியா தோற்கடிக்கப் பட்டால் (அதற்கான சாத்தியப்பாடுகள் மிகக் குறைவு), ஏற்கெனவே பொருளாதாரரீதியாக பலகீனப்பட்டுள்ள அமெரிக்காவும் ஐரோப்பிய

நாடுகளும் இந்த ஆக்கபூர்வமான பணிகளைச் செய்ய கோடிக்கணக்கான டாலர்களை செலவிட முன்வரும் என்பது சந்தேகத்துக்குரியது. ரஷியா வெற்றிபெற்றால், மிகப் பெருமளவுக்குத் தன் இராணுவ சக்தியை இந்தப் போரில் செலவிட்டுள்ளதும், மேற்கு நாட்டுப் பொருளாதாரத் தடைகளால் பொருளாதார பலகீனத்தை அடைந்துள்ளதுமான ரஷியா விடமும் இதை எதிர்பார்க்க முடியாது. எது 'ஆகப் பெரிய தீங்கு விளைவிக்கும் ஏகாதிபத்தியம்' எது 'குறைந்த தீங்குள்ள ஏகாதிபத்தியம்' என்று வகைப்படுத்துவதும் அரசியலையும் பொருளாதாரத்தையும் பிரித்துப் பார்ப்பதும் லெனினின் கோட்பாடுகளுக்கு எதிரானது. "போர்களை நடத்துபவர்கள் செல்வந்தர்கள், துன்பத்தை அனுபவிப்பவர்கள் ஏழைகள்" என்று சார்த்தர் சொல்வதற்கிணங்க இந்தப் போரையும் அதை நேரடியாகவோ மறைமுகமாகவோ நடத்துபவர்களையும் கண்டனம் செய்வதும், ரஷிய, உக்ரெய்ன் நாட்டு உழைக்கும் மக்களுடனும் அங்குள்ள போர் எதிர்ப்பு முற்போக்கு சக்திகளுடனும் ஒருமைப்பாட்டைத் தெரிவிப்பதும்தான் லெனினிசத்திற்கு விசுவாசமாக இருப்பதாகக் கூறிக்கொள்ளும் கம்யூனிஸ்டுகளின் கடமை.

மின்னம்பலம்
23, மார்ச் - 2022

தமிழர்களே! தமிழர்களே!!
‘தமிழ் வருஷப்பிறப்பு’ தமிழர்களே!!

சென்னை பச்சையப்பன் கல்லூரியில் தமிழாசிரியராக இருந்த ஆ.சிங்காரவேலு முதலியாரால் 1880ஆம் ஆண்டில் எழுதத் தொடங்கப்பட்ட பச்சையப்பன் அறக்கட்டளையின் கல்வி நிறுவனப் பிரிவின் அறங்காவலராக இருந்த வ.கிருஷ்ணமாச்சாரி, அதிக செலவாகுமென்று உதவி செய்ய மறுத்ததால், நிதியுதவி கேட்டுப் பலரிடம் விண்ணப்பித்தும் பலனின்றிப் போன நிலையில் மதுரைத் தமிழ்ச் சங்கத் தலைவராக இருந்த பாண்டித்துரை தேவர் முழுச்செலவையும் ஏற்றுக் கொண்டதால் 1050 பக்கங்கள் கொண்ட ‘அபிதான சிந்தாமணி’ (Abithana Chintamani: The Encyclopedia of Tamil Literature) 1910இல் வெளிவந்தது. அந்த நூலில் “விடுபட்டுப் போனதையும் பின்னர் தெரிந்துகொண்டவற்றையும்” சேர்த்து இரண்டாவது பதிப்பைக் கொண்டுவருவதில் ஈடுபட்டுக் கொண்டிருந்த அவர் 1931இல் காலமாகிவிடவே, அவரது மகனும் சென்னைத் தலைமை அஞ்சல் அலுவலகத்தில் உயரதிகாரிகளிலொருவாராக இருந்தவருமான ஆ.சிவப்பிரகாச முதலியார் 1634 பக்கங்களுடைய அதன் இரண்டாம் பதிப்பை 1935ஆம் ஆண்டில் வெளியிட்டார்.

முதல் பதிப்பின் முன்னுரையில், சங்க இலக்கியங்களைப் பொருத்த வரை உ.வே.சா. அவர்களின் பதிப்புகள் தனக்கு உதவியதாகக் குறிப்பிடும் ஆ.சிங்காரவேலு முதலியார் இந்தக் ‘கலைக் களஞ்சிய’த்தின் கணிசமான பகுதிகளுக்கான தரவுகளைக் குறிப்பிடுகிறார்:

> ...நான் ஒருவனே பலர்கூடிச் செய்ய வேண்டிய இதனை “கலேகபோதிநியாயமாக”, பலவிடங்களிற் சென்று பல அரிய கதைகளைப் பல புராண, இதிஹாஸ, ஸ்மிருதி, ஸ்தல புராணங் களிலும், மற்றுமுள்ள நூல்களிலுமுள்ள விஷயங்களையும், உலக வழக்குகளையும் அவற்றினுட் கருத்துகளையும் தழுவியதாகும். இதிலடங்கியவை: வேதப் பொருள் விளக்கம், பல மஹாபுராணக் கதைகள், ஸ்தலபுராணக் கதைகள், பாரதாதி இதிஹாசங்கள், ஸ்மிருதி விஷயங்கள், பலநாட்டுச் சமைய நிச்சயங்கள், பல ஜாதி விஷயங்கள், பரதம், இரத்தினோற்பத்தி, வைத்யம், சோதிடம், விரதம், நிமித்தம், தானம், கனாநிலை, பலசமய அடியாழ்வார்களின் சரிதைகள், பல வித்வான்களின் சரிதைகள், சிவாலய விஷ்ணுவாலாய

மான்யங்கள், சூர்ய சாத்திர, ராக்ஷஸ, இருடிகளின் பரம்பரைகள், சைவ வைஷ்ணவ மாதவ ஸ்மார்த்த சமய வரலாறுகள், சைவாதீன பண்டார சந்நதிகளின் மடவரலாறுகள், இந்து தேசம் ஆண்ட புராதன அரசர் வரலாறுகள் முதலிய அரிய விஷயங்களாம்.

இது ஒரு தத்வ கலாரத்னாகரமாய் மந்திர சாஸ்திரமாயுள்ள அரிய விஷயங்கள் நீங்க மற்றவைகளின் சாரசங்கிரகமாகும்.

நம் புண்ணிய பூமியான பாரத தேசத்தின் பாரம்பரியம், கலாசாரம் ஆகியவற்றுக்கு ஊறுவிளைவிக்கும் விதேசிகளின் அறிவியல், வரலாறு எழுதுமுறை, ஆராய்ச்சி முறை ஆகியவற்றை நாடாமல், நம் அறிவுக்கு ஆதாரமான புராணங்கள், இதிகாசங்கள் முதலிய வற்றிலிருந்து நம் வரலாறு முதலியவற்றைத் தெரிந்துகொள்ள வேண்டும் என்ற தேசபக்த உணர்வால் உந்தப்பட்டு, தமிழ் வருஷப் பிறப்பு ('தாது வருஷப் பஞ்சம்' என்றால் விதேசிகளின் ஆண்டுக் கணக்கை நாட வேண்டிய துர்பாக்கியம் ஒருபுறம் இருந்தாலும்) பற்றிய ஆதார அறிவை இக்களஞ்சியத்தில் தேடிக் கண்டறிந்தேன். இரண்டாம் பதிப்பில் 1892ஆம் பக்கத்தில் காணக் கிடைக்கும் அது பின்வருமாறு:

வருஷம் - 1. ஒருமுறை நாரதமுநிவர் கிருஷ்ணமூர்த்தியை நீர் அறுபதாயிரம் கோபிகளுடன் கூடி இருக்கிறீரே எனக்கு ஒரு கன்னிகை தரலாகாதா என்ன, அதற்குக் கண்ணன் நான் இல்லாப் பெண்ணை வரிக்க என, உடன்பட்டுத் தான் (60000) வீடுகளிலும் பார்த்து இவர் இல்லாத வீடு கிடைக்காததானால் கண்ணனிடம் வந்து அவரை நோக்கி நான் தேவரீரிடம் பெண்ணாக இருந்து ரமிக்க எண்ணங்கொண்டேன் என்றனர். கண்ணன் யமுனையில் நாரதரை ஸ்நான்ஞ்செய்ய ஏவ, முநிவர் அவ்வகை செய்து ஒரு அழகுள்ள பெண்ணாயினர். இவளுடன் கண்ணன் அறுபது வருஷம் கிரீடித்து அறுபது குமாரரைப் பெற்றனர். அவர்கள் பெயர் பிரபவ முதல் அக்ஷய இறுதியானவர்களாம். இவர்கள் வருஷமாம் பதம் பெற்றனர்.

2. பிரபவ, விபவ, சுக்கில, பிரமோதூத, பிரசோத்பத்தி, ஆங்கிரீச, ஸ்ரீமுக, பவ, யுவ, தாது, ஈசுவர, வெகுதானிய, பிரமாதி, விக்ரம, விஷு, சித்திரபானு, சுபாணு, தாரண, பார்த்திப, விய இவ்விருபதும் உத்தம வருஷங்கள். சர்வஜித்து, சர்வதாரி, விரோதி, விகிர்தி, கர, நந்தன, விஜய, ஜய, மன்மத, துன்முகி, ஏவிளம்பி, விளம்பி, விகாரி, சார்வரி, பிலவ, சுபகிருது, சோபகிருது, குரோதி, விஸ்வாவசு, பராபவ இவ்விருபதும் மத்திம வருஷங்கள். பிலவங்க, கீலக,

சௌமிய, சாதாரண, விரோதிகிருது, பரிதாபி, பிமாதீச, ஆனந்த, ராக்ஷஸ, நள, பிங்கள, காளயுக்தி, சித்தார்த்தி, ரௌத்ரி, துன்மதி, துந்துபி, உருரோத்காரி, இரதாக்ஷி, குரோதன, அக்ஷய இவ்விருபதும் அதம வருஷங்களாம்.

3. பூமி தன்னினும் பலமடங்கு பெரிய சூரியனை ஒருமுறை சுற்றி வருவதற்கு (365 1/4) நாட்கள் ஆகின்றன. அதுவே வருஷம்.

தமிழர்களே இப்போது தெரிந்து கொள்ளுங்கள் உங்கள் தமிழ் வருஷப்பிறப்பின் மகிமையை! 'தமிழ் வருஷப் பிறப்பு: தமிழர்களின் மானங்கெட்ட கதை' என்ற தலைப்பில் ஒரு கட்டுரையைப் பெரியார் 1944ஆம் ஆண்டிலேயே 'குடி அரசு' இதழொன்றில் எழுதினார். பெண் அவதாரமெடுத்த நாரதனும் கிருஷ்ணனும் 60 ஆண்டுகள் இடைவிடாமல் புணர்ந்து பெற்றெடுத்த அறுபது குழந்தைகளுக்கு இடப்பட்ட பெயர்கள் தான் தமிழாண்டுகளின் பெயர்கள். இந்தப் புராணக் கதையைப் படிக்கும் போதே நம்மை நாணமுறச் செய்கிற, அருவருக்கத்தக்க இந்தத் தமிழாண்டுப் பெயர்களுக்கான புராணக் காரணங்களை அறியாமலிருக்கும் தமிழ் மக்களைவிட மானமற்ற மனிதர்கள் உலகிலுண்டா? மேலும், இந்த அறுபதாண்டுகள்தான் சுழற்சியாகத் திரும்பத் திரும்ப வந்து கொண்டிருக்கின்றன என்பதால் எந்தவொரு வரலாற்று நிகழ்வையும் அது எந்த ஆண்டைச் சேர்ந்தது என்பதைத் தமிழர்கள் அறிந்துகொள்ளாமல் செய்கிற, அவர்களுக்கு வரலாறே இல்லாமல் செய்கிற பார்ப்பனச் சூழ்ச்சியின் காரணமாக உருவாக்கப்பட்ட தமிழாண்டுப் பெயர்களைக் கட்டியழுது கொண்டிருக்கும் தமிழர்களுக்கு, 'தாது வருஷப் பஞ்சம்' என்ற ஒன்று ஆங்கிலேயர் ஆட்சியில் நிகழ்ந்ததை அறிந்து கொள்ள ஆங்கில ஆண்டு மட்டும்தான் உதவும் என்பதை அறிந்துள்ள தமிழர் களுக்கும்கூட சூடும் சொரணையும் ஏற்படுத்தத் தந்தை பெரியார் செய்த எல்லா முயற்சிகளையும் எதிர்த்து, பார்ப்பனர்களின் வருண தர்ம அமைப்பில் சூத்திரர்களாகவே (அதாவது சாஸ்திரப்படி சொல்லப் போனால் பார்ப்பனர்களின் வேசி மக்களாகவே) இருப்பதைத் தமிழர்களில் பெரும்பான்மையினர் தாமாகவே விரும்பி ஏற்றுக்கொள்ளச் செய்வதில் பார்ப்பனர்கள் இயற்றிய புராணக் கட்டுக்கதை இன்று வரை வெற்றி பெற்றுள்ளது. இந்த இழிநிலையிலிருந்து விடுபட்டு சுயமரியாதையுள்ள மனிதர்களாகத் தமிழர்கள் வாழ வேண்டும் என்று அயராது உழைத்து வந்த தந்தை பெரியாரை, பார்ப்பன சங் பரிவாரத்தின் கூலிப் பட்டாளமாக, அடிமைகளாக இருக்க விரும்பும் தமிழர்கள், அதிலும் அறிஞர் அண்ணாவின் பெயரைத் தாங்கியுள்ள கட்சியைச் சேர்ந்தவர்களும் தமிழ் தேசியம் பேசும் சூராதி சூரர்களும் (ஆரியக் கருத்துப்படி இவர்கள் அசுரர்கள்

தான்) வெறுப்பதும் புறந்தள்ளுவதும் இகழ்வதுமான காரியங்களில் ஈடுபட்டு வருவதைவிடப் பார்ப்பனர்களுக்கு அதிக மகிழ்ச்சியைத் தரக்கூடியது ஏதேனுமுண்டா? அதனால்தான் தமிழர்களின் மானமும் வரலாறும் நிலைநிறுத்தப்படும் வகையிலும் அறிவியல் வகையிலும் தமிழாண்டுப் பிறப்பு தை மாதம் 1ஆம் நாள் என்று அறிவித்து கலைஞர் மு.கருணாநிதி அரசாங்கம் 2007இல் பிறப்பித்த ஆணையை 2016இல் முதல்வர் பதவிக்கு வந்த ஜெயலலிதா முதல் நடவடிக்கையாக இரத்து செய்தார். மானமும் வெட்கமும் இல்லாத தமிழர்கள், ஆணும் ஆணும் கூடிப்புணர்ச்சி செய்து பெற்றெடுத்த குழந்தைகளின் பெயர்களைத் தாங்கிய தமிழாண்டுப் பெயர்களை வைத்துக் கொள்வதை, அந்தப் பெயர்களின்படி அமைந்த 'தமிழ் வருஷப் பிறப்பைக்' கொண்டாடுவதைக் கண்டு நம்மால் வேதனைப்படாமல் இருக்க முடியவில்லை. தன்மானமும் வரலாற்றுணர்வும் கொண்ட தமிழர்கள் தை முதல் நாளைத்தான் தமிழாண்டுப் பிறப்பாகக் கொள்ளவேண்டும்.

பின்குறிப்பு: 14.4.2022 மின்னம்பலம் கட்டுரையில் சேர்த்திருக்கப்பட வேண்டிய பகுதிகளையும் உள்ளடக்கியதாக இக்கட்டுரை அமைந்துள்ளது.

அறிவுத்தளத்தின் மீது இன்னொரு தாக்குதல்

தமிழ்நாடு அரசாங்கத்தில் உள்ள மிக நேர்மையான அதிகாரிகளி லொருவர் என்று பொதுமக்களிடம் நற்பெயரெடுத்துள்ள புதுக்கோட்டை மாவட்ட ஆட்சியர் கவிதா ராமுவைப் பதவி நீக்கம் செய்ய வேண்டும் என்ற கோரிக்கையை தமிழக முதல்வருக்கு விடுத்துள்ளார் அந்த மாவட்ட பாஜக தலைவர். ஆட்சியர் செய்த குற்றம் என்ன? 'அறியப்படாத கிறிஸ்தவம்' என்ற இரு பாக நூலை அவர் தமிழக முதல்வருக்குப் பரிசாக அளித்ததுடன் அதற்கான காரணத்தை ஆட்சியரின் முகநூல் இணைப்பில் பதிவிட்டிருக்கிறார் என்பதுதான்! “ஜாதி, மத வேறுபாடு இல்லாமல், அனைத்து மதத்தினரையும் அரவணைத்துச் செல்லும் பொறுப்பில் உள்ள மாவட்ட ஆட்சியர், ஒரு மதத்தை தூக்கிப் பிடிக்கும் வகையில் செய்திருப்பது கண்டனத்துக்குரியது. இது அவர் வகிக்கும் பொறுப்புக்கு அழகல்ல. அவரை உடனடியாக பதவி நீக்கம் செய்ய வேண்டும்” என்று அத்தலைவர் தன் முகநூலில் எழுதியுள்ளதாகவும் இதனால் ஒரு பெரும் 'சர்ச்சை' வெடித்துள்ளதாகவும் ஒரு நாளேட்டுச் செய்தி வந்துள்ளது.

வேறு எவராலும் பொருட்படுத்தப்படாத இந்த 'சர்ச்சை'யை ஏற்படுத்தியுள்ள பாஜகவின் புதுக்கோட்டை மாவட்டத் தலைவர் அந்த நூலைப் பற்றிய தனது முழு அறியாமையைத் தமிழக முதல்வருக்கு 11.6.2022 அன்று எழுதிய கடிதத்தில் வெளிப்படுத்தியிருக்கிறார் - அந்த நூலின் தலைப்பை 'அறியப்படாத கிருஸ்தவம்' என்று இரு இடங்களில் குறிப்பிட்டுள்ளதன் மூலம். மேலும், தான் அந்த நூலைப் படித்ததே யில்லை என்பதையும் அவர் ஒப்புக் கொண்டிருக்கிறார் - அதாவது அந்த நூலின் உள்ளடக்கத்தைப்பற்றித் தான் அறிந்துகொண்டதெல்லாம் கூகிளிலிருந்துதான் என்று கூறியுள்ளார்.

அதுமட்டுமல்ல; கவிதா ராமு தனது தனிப்பட்ட முகநூலில்தான் மேற்சொன்னதைப் பதிவிட்டுள்ளாரே தவிர, 'மாவட்ட ஆட்சியரின் அதிகாரபூர்வமான' முகநூலில் அல்ல. எனவே, தனிப்பட்ட முறையில் ஒரு நூலைப் பற்றியோ அதை முதல்வருக்குப் பரிசளித்தது பற்றியோ இந்தியக் குடிமக்களிலொருவர் என்ற முறையில் - இந்திய அரசமைப்புச் சட்டத்தின் வரம்புக்குட்பட்டு - கருத்து சொல்வதற்கு அவருக்கு முழு உரிமை உண்டு.

புதுக்கோட்டை மாவட்ட ஆட்சியர் மீதான பாஜக தலைவரின் குற்றச்சாட்டு, அந்த நூல் மீதும் அதை எழுதியவர் மீதுமான குற்றச்சாட்டுமாகும். இப்படிக் குற்றம் சாட்டுகிறவர் குறைந்தபட்சம், அந்த நூலை எழுதியவர் அதில் எழுதியுள்ள முன்னுரையையாவது படித்திருக்க வேண்டும். தமிழகத்தில் இன்றைய முக்கியமான பெண்ணிலையாளராகவும் கள ஆய்வுகள் மூலம் வரலாற்று நூல்களை எழுதியவராகவும், வரலாற்றால் இருட்டடிப்பு செய்யப்பட்ட, ஆனால் கலை, இலக்கியம், மருத்துவம், அறிவியல், சமூக சீர்திருத்தம் போன்ற பல்வேறு துறைகளில் முன்னோடிகளாக இருந்த பெண்களைப் பற்றிய விவரங்களை (இவர்களில் மிக மிகப் பெரும்பாலோர் பிராமணப் பெண்களும் உள்ளடங்கிய இந்துப் பெண்கள்) வெளிச்சத்துக்குக் கொண்டு வரும் வகையில் 'முதல் பெண்கள்' என்ற நூலையும் நிவேதிதா லுயிஸ் எழுதியிருக்கிறார், 'அறியப்படாத கிறிஸ்தவம்' நூலுக்கு எழுதியுள்ள முன்னுரையில் "நேருவின், காந்தியின், போஸின் இந்தியாவின் ஒரு துளி" என்று தன்னை அடையாளப்படுத்திக் கொள்கிறார். மேலும், "என் பெயர் நான் விரும்பியோ, விரும்பாமலோ என் அடையாளமாகிவிட்டது. அதை நான் மாற்றுவதற்கில்லை. ஆனால் அது என் மதம், சாதி சார்ந்த அடையாளமல்ல" என்றும் தமிழகத்தைப் பொருத்தவரை, "கிறிஸ்தவம் என்ற மதம் இம்மண்ணில் வெளியிலிருந்து வந்ததே என்பதை மறுப்பதற்கில்லை. இதுதான் என் மண். இந்த நிலம் என் மூதாதையர்களின் ரத்தமும் வியர்வையும் சிந்தி உழைத்த நிலம். தமிழ் எங்கள் அடையாளம், உயிர் மூச்சு. அந்த உணர்வே முதல். மற்றவை எல்லாம்... அது சாதியாகட்டும், மதமாகட்டும், பின்னர்தான்... தமிழக தேவாலயங்களுக்கான 'கைடு புக்' அல்ல இந்நூல். மக்களின் நம்பிக்கை என்பதில் இருந்து விலகி நின்று, பகுத்தறிவாளராக, விமர்சனக் கண்ணோட்டத்துடன் இந்த நூலை அணுகியிருக்கிறேன். இது கிறிஸ்தவ பக்தி நூலும் அல்ல. கிறிஸ்தவம் பற்றிய அறிமுகம் இல்லாதவர்கள் இறுதி இரு அத்தியாயங்களை வாசித்துவிட்டு முதலில் இருந்து தொடங்குதல் நலம்".

தமிழகத்தில் சமணம், பௌத்தம், ஆசீவகம், சைவம், வைணவம், சனாதன தர்மம் ஆகியவற்றைப் போலவே கிறிஸ்தவம், இஸ்லாம் ஆகியனவும் வேரூன்றியுள்ளன. இவற்றுக்குப் பன்னூறாண்டுக் கால வரலாறு உண்டு. தமிழகத்தின் பன்முகப் பண்பாட்டு அடையாளம், இந்த மதங்களைப் போலவே இங்கு பன்னூறாண்டுகளாக வாழ்ந்து வரும் வேற்று மொழி பேசும் சமுதாயங்களாலும் உருவாக்கப் பட்டுள்ளதுதான். இவை எல்லாவற்றையும் பற்றிய வரலாற்றாய்வு

நூல்கள் பல்வேறு வரலாற்றாய்வாளர்களால் எழுதப்பட்டுள்ளன. இவர்களில் மிகப் பெரும்பான்மையினர் இந்துக்கள்தான்.

தமிழகத்தில் கிறிஸ்தவ மதம் பரவியதற்கான சமூக, பண்பாட்டுக் காரணங்கள், அது சந்தித்த இன்னல்கள், கிறிஸ்தவத்தின் பல்வேறு பிரிவுகளுக்கிடையே ஏற்பட்ட முரண்பாடுகள், மோதல்கள், கத்தோலிக்கத்தைத் தழுவியவர்களுக்கிடையே ஏற்பட்ட சாதி ஏற்றத் தாழ்வுகள், சாதி அடிப்படையிலான ஒடுக்குமுறைகள், சச்சரவுகள், கிறிஸ்தவத்திற்கு மாறியவர்கள் அதற்கு முன்பிருந்த தமிழ்ப் பண்பாட்டு மரபுகள், சடங்குகள் ஆகியவற்றைத் தன்வயமாக்கிக் கொண்ட நிகழ்வுகள், அவர்கள் வாழ்ந்த பகுதிகள் மீது நாயக்கக் குறுநில மன்னர்கள் மட்டுமல்ல, அவர்களோடு கூட்டுச் சேர்ந்து இஸ்லாமியர்களும் நடத்திய தாக்குதல்கள் (அவை மதத்திற்காக நடத்தப்பட்ட தாக்குதல்கள் அல்ல; அதிகாரத்தை நிலை நாட்டுவதற்காக நடத்தப்பட்டவை), கிறிஸ்தவர்களிடையே வழங்கும் ஐதிகங்கள், கட்டுக்கதைகள் பற்றிய இனவரைவியல் (ethnology), வரலாற்றியல், நாட்டார் வழக்காற்றியல் ஆகியவற்றின் அறிவுக் கோவையான இந்த நூல், தமிழுக்கு கிறிஸ்தவம் அளித்த முக்கிய பங்களிப்புகளையும் எடுத்துக்காட்டுகிறது. எடுத்துக்காட்டாக, முதலில் கத்தோலிக்கத்துக்கு மாறியவர்கள் வாழ்ந்த புன்னைக்காயலில்தான் முதல் அச்சுக்கூடம் அமைக்கப்பட்டு அச்சிடப்பட்ட முதல் தமிழ் நூல் வெளியிடப் பட்டதை வலுவான ஆதாரங்களுடன் இந்த நூல் நிறுவுகிறது.

அதனால்தான் இந்த நூலுக்கு தென்னிந்தியாவின் முக்கிய மானுடவியலாளர்களிலொருவரான பக்தவத்சல பாரதி ஆழமான முன்னுரை எழுதியிருக்கிறார்; அவர் ஓர் இந்து. கிறிஸ்தவம், தமிழகத்தில் பரவியதையும் அது சமுதாயத்தில் ஏற்படுத்திய தாக்கத்தையும் எதிர்வினையையும் பற்றிய தகவல்களை சேகரிக்கும் வாய்ப்பும் அனுகூலமும் மற்ற ஆய்வாளர்களுக்கு இருப்பதைவிட இந்த நூலாசிரியருக்கு இயல்பாகவே இருப்பதற்குக் காரணம் அவர் பிறப்பால் கிறிஸ்தவராக இருப்பதுதான் என்பதைச் சுட்டிக்காட்டும் பாரதி, இது தமிழுக்கு வந்துள்ள செறிவான வரவு என்று பாராட்டுகிறார். இந்த நூலுக்கு இருவர் அணிந்துரை வழங்கியுள்ளனர். அவர்களிலொருவர் சேசுசபையைச் சேர்ந்தவர். மற்றவர், தமிழ்நாடு அரசாங்கத்தின் தொல்லியல் துறையின் மேனாள் துணைக் கண்காணிப்புத் தொல்லியலாளரும் ஆராய்ச்சி வல்லுநருமான முனைவர் மார்க்சிய காந்தி. இவரும் ஓர் இந்துதான். எனவேதான் தமிழக முதல்வருக்குப் பரிசாக வழங்கப்படத் தகுதியுள்ள நூல்தான் இது என்று கவிதா ராமு

தேர்ந்தெடுத்திருக்க வேண்டும். அது அவரது நிர்வாகத் திறமையைப் போல அறிவாற்றலையும் காட்டுகிறது. அவரும் ஓர் இந்துதான்.

எல்லா ஆய்வு நூல்களையும் போலவே, இந்த நூலும் விமர்சனத்துக்கு உள்படுத்தப்படக்கூடியதுதான். ஆனால் அந்த விமர்சனம் அறிவையும் ஆராய்ச்சியால் கண்டறியப்பட்ட விவரங்களையும் உள்ளடக்கியதாக இருக்க வேண்டுமே தவிர, இது ஒரு மதப் பரப்புரை நூல், இதை முதல்வருக்குப் பரிசாகக் கொடுப்பது ஒரு குறிப்பிட்ட மதத்தைத் தூக்கிப் பிடிக்கிற செயல், அது அரசியல் சட்டத்திற்கு விரோதமானது என்று பேசுவது அறியாமையாலோ, அரசியல் ஆதாயத்துக்காகவோ செய்யப்படுவது தவிர வேறல்ல.

இந்து தமிழ் திசை
15, ஜூன் - 2022

இளையராஜா: மா இசை போற்றுதும்! மா இசை போற்றுதும்!!

இக்கட்டுரை முற்றிலும் என் இசையனுபவம் சார்ந்தது மட்டுமே. 2016ஆம் ஆண்டு ஜூன் மாதம் நான் சென்னைக்குச் சென்றிருந்தபோது 'விகடன்' குழுமத்தைச் சேர்ந்த பத்திரிகையாளர் நண்பர்கள் சிலர் என்னைச் சந்திக்க வந்தனர். அந்தக் குழுமம் 'தடம்' என்னும் மாத ஏட்டைத் தொடங்கவிருப்பதாகவும் அதன் ஓரிதழில் என் நேர்காணலை வெளியிட விரும்புவதாகவும் கூறினர். அவர்களது முன்னறிவிப்போ, எனது முன்தயாரிப்போ இல்லாமல் எங்களிடையே மிக இயல்பாக நடந்த உரையாடல்தான் பல மாதங்களுக்குப் பிறகு 'நேர்காணலாக' வெளிவந்தது. அந்த நேர்காணலின்போது இளையராஜாவைப் பற்றிய எனது கருத்தைக் கேட்டனர். அவரது கோடிக்கணக்கான இரசிகர்களில் நானுமொருவன் என்பதைத் தவிர அவரைப் பற்றிச் சொல்வதற்கான சிறப்பான இசை அறிவு எனக்கு ஏதுமில்லை. எனினும் அப்போது நான் கூறியவற்றின் சாரம் என் நினைவில் இன்றும் உள்ளது: தமிழகத்தின் நாட்டார் இசை, இந்திய, ஐரோப்பிய செவ்வியல் இசைகள் ஆகியவற்றின் கூறுகளை ஒரு புத்திணைவுக்குள் கொண்டு வந்தவர் அவர்; இன்றைய தமிழ் சினிமா பற்றி இன்னும் நூறாண்டு களுக்குப் பிறகு ஏதேனும் எழுதப்படுமானால், அது இளையராஜாவின் இசையைப் பற்றியதாக மட்டுமே இருக்கும்.

இந்தக் கூற்றுக்கு அடிப்படை, இசையின் இலக்கணம் பற்றி எனக்கு ஒரு போதும் இருந்திராத அறிவல்ல, ஒவ்வொரு நாளும் ஒரு மணி நேரமாவது இசையில் மூழ்கித் திளைப்பதைப் பயிற்சியாகவே நான் வைத்திருப்பதுதான். சுருக்கமாகச் சொன்னால், என் கேள்வி ஞானம் தான்.

அடுத்த நாள் மாலை, கனடாவிலிருந்து சென்னைக்கு வந்திருந்த மார்க்ஸிய அறிஞர் மார்செல்லோ முஸ்ட்டோவுடன் சந்தித்து உரையாடியதில் நேரம் போனதே தெரியவில்லை. நள்ளிரவாகி விட்டது. அவர் தங்கியிருந்த இடத்திலிருந்து நான் போய்ச்சேர வேண்டிய இடத்திற்கு என்னை அழைத்துச் செல்ல ஆட்டோ ஓட்டுநர்கள் எவரும் முன்வரவில்லை. அரை மணி நேர முயற்சிக்குப் பிறகு ஒருவர் முன் வந்தார் - இரண்டு மடங்கு கட்டணம் கேட்டு.

நானும் ஒப்புக்கொண்டு அவரது ஆட்டோவில் ஏறினேன். வண்டியை ஓட்டத் தொடங்கியதும், "பாட்டுப் போடலாமா சார்?, அது உங்களுக்குத் தொந்தரவாக இருக்குமா?" என்று கேட்டார். வாடகைக் காரிலோ, ஆட்டோவிலோ பயணம் செய்கையில் ஓட்டுநர்கள் பாட்டுப் போட்டால், அதை நிறுத்துமாறு வேண்டிக்கொள்வது என் வழக்கம். ஆனால், அந்த நள்ளிரவில் அந்த ஓட்டுநர் நான் போய்ச் சேர வேண்டிய இடத்தில் என்னைக் கொண்டு போய் விட முன்வந்ததால், நான் மறுப்புத் தெரிவிக்கவில்லை. இளையராஜா இசையமைத்த முத்து முத்தான பாடல்கள் சில ஒவ்வொன்றாக அவரது சி.டி. பிளேயரிலிருந்து வந்து கொண்டிருந்தன. நானும் என் பங்குக்கு ஓரிரு பாடல்களை இன்னொரு முறை கேட்க விருப்பம் தெரிவித்தேன். இளையராஜா இரசிகர்கள் என்ற முறையில் எங்கள் இருவருக்குமிடையே ஒன்றிப்பு உணர்வு தோன்றிய கணத்தில்தான், நான் அன்றிரவு கட்டாயம் சாப்பிட வேண்டிய மருந்துகள் உள்ள பையை மார்செல்லோ முஸ்ட்டோ தங்கியிருந்த ஓட்டல் அறையிலேயே வைத்துவிட்டு வந்துவிட்டதை உணர்ந்தேன். அப்போது நான் போய்ச் சேர வேண்டிய இடத்திற்குக் கிட்டத்தட்ட மிக அருகில் வந்து விட்டேன். அந்த நேரத்தில் எங்கும் மருந்துகள் வாங்க முடியாது. எனவே ஆட்டோ ஓட்டுநரிடம் விஷயத்தைச் சொன்னேன், "சார், நீங்க வயசானவர்; மருந்து சாப்பிடாமல் இருக்கக்கூடாது" என்று கூறி நான் புறப்பட்ட இடத்துக்கே ஆட்டோவைத் திருப்பினார். மருந்துப் பையை எடுத்துக் கொண்டு நான் அடைய வேண்டிய இடத்துக்கு வந்ததும், இரண்டு 'ட்ரிப்'புக்குக் கணக்குப் போட்டு ஐநூறு ரூபா கொடுத்தேன். "சார், நீங்களும் எம்மாதிரி இளையராஜா இரசிகர். இதிலே பாதிக் காசு கொடுங்க சார் போதும்" என்றார். நான் மிகவும் வற்புறுத்திய பிறகு 280 ரூபாய் மட்டுமே பெற்றுக் கொண்டு சென்றுவிட்டார்.

இது என் வாழ்க்கையில் மறக்க முடியாத நிகழ்வுகளிலொன்று என்றால், இன்னொன்று அடுத்த சில ஆண்டுகளுக்குப் பிறகு நிகழ்ந்தது. மிஷ்கினின் விருப்பத்திற்கிணங்க, கோயம்புத்தூரிலும் பொள்ளாச்சியிலும் நடந்த படப்பிடிப்பைப் பார்க்கச் சென்றிருந்தேன். தான் இயக்கிய அந்தப் படத்திற்கு ('சைக்கோ') இளையராஜா மெட்டுப் போட்டு இசையமைத்துள்ள நான்கு பாடல்களைக் கேட்கும் வாய்ப்பளித்தார் மிஷ்கின். அந்தப் பாடல்கள் அனைத்துமே 'ஹிட்' ஆகக்கூடியவையாக இருந்தன. "கடந்த பத்தாண்டுகளில் இளையராஜா இசையமைப்பில் இப்படிப்பட்ட 'ஹிட்கள்' இருந்திருந்தால் தமிழ்நாட்டில் இத்தனை 'ஆணவக் கொலை'களும் 'சாதிச் சண்டை'களும் இருந்திருக்காது" என்று

மிஷ்கினின் யூனிட்டைச் சேர்ந்த சாமானியரொருவர் கூறினார். இதைவிடச் சிறந்த இசை விமர்சனம் எதையும் எந்த 'சுப்புடுக்'களாலும் செய்திருக்க முடியாது!

மிஷ்கின் இயக்கும் இதே படத்தில், ஸ்பானிய செவ்வியல் இசையமைப்பாளர் அர்ரிகியின் 'ஸ்ட்ரிங் க்வார்டெட்' (நான்கு தனித்தனி நரம்பிசைக் கருவிகளால் இசைக்கப்படும் இசை வகை) ஒன்றை கதாநாயகன் நிகழ்த்துவதாக ஒரு காட்சி. அந்த 'க்வார்டெட்'டின் வயலின் பகுதியை இசைப்பதற்காக கர்நாடக இசையில் நன்கு தேர்ச்சி பெற்று வரும் பதின்வயதினர் இருவரை சென்னையிலிருந்து வரவழைத்திருந்த மிஷ்கின், அவர்களுக்கும் அந்த நான்கு பாடல்களைப் போட்டுக் காட்டி, அவர்களது கருத்தைக் கேட்டார். 'ராஜா சாரைப் பற்றி அபிப்பிராயம் சொல்ல நாங்கள் இன்னும் நூறு வருஷம் சங்கீதம் படிக்கனும்' என்று அவர்களில் மூத்தவன் கூறினான். 'கிருக பேதம்' செய்து இளையராஜா செய்யும் மாயாஜாலங்களைப் பற்றிப் பிரமிப்போடு பேசினான். இன்று கர்நாடக இசையுலகில் தனி முத்திரை பதித்துள்ள வயலின் இசைக் கலைஞர் எம்பார் கண்ணன், எங்கள் வீட்டுப் பிள்ளை போல, "ராஜா சார், சங்கீத பிரபஞ்சம்" என்பார் அவர். மராத்தித் திரைப்படங்களில் தொடங்கி ஹிந்தி, கன்னடத் திரை உலகிலும் புகழ்பெற்று விளங்கும் இசையமைப்பாளர்களான அஜய்-அடுல் சகோதரர்களைக் கேட்டால், 'இளையராஜாதான் எங்களுக்கு ஆதர்சம்' என்பார்கள். அவர்களிருவரும் இசைப் பாரம்பரியமுள்ள குடும்பப் பின்னணி கொண்டவர்களோ, செவ்வியல் இசையறிவு பெறுவதற்கு வேண்டிய முறைப்படியான பயிற்சியைப் பெறும் வாய்ப்பை உருவாக்கித் தரும் வசதியுள்ள பெற்றோர்களுக்குப் பிறந்தவர்களோ அல்லர். இளம் வயதிலிருந்தே படிப்பில் நாட்டம் கொள்ளாமல் இசையால் ஈர்க்கப்பட்டவர்கள். அவர்களது இசைத் திறமை பீறிட்டுப் புலப்பட்டுப் பலரது பாராட்டுகள் குவிந்து வந்ததைக் கண்ட பிறகே அவர்களது தந்தை ஒரு 'கீ போர்ட்' வாங்கித் தந்திருக்கிறார். அவர்களைவிடப் பன்மடங்கு வசதிக்குறைவான பெற்றோர்களுக்குப் பிறந்தவர் இளையராஜா. அவருக்கும் செவ்வியல் இசையைக் கற்றுக் கொடுக்க ஓரிரு ஆசிரியர்கள் இருந்ததாகக் கேள்விப்படுகிறோம். ஆனால் அவர்கள் யாருமே 'சங்கீத பூஷணோ', 'மகா வித்வானோ' அல்லர்.

மேற்சொன்னவற்றைவிட மிகப் பெரும் பாராட்டுகளை, மிகப் பெரும் இசை மேதைகளான பாலமுரளி கிருஷ்ணா, ஜேசுதாஸ், உஸ்தாத் ரஷித் கான் போன்றவர்களிடமிருந்து பெற்றிருக்கிறார் இளையராஜா.

தமிழகத்தின் தென்மாவட்டக் கிராமத்திலிருந்து புறப்பட்டு கம்யூனிஸ்ட் கட்சியின் கொள்கைப் பரப்புப் பாடல்களைத் தமது மூத்த சகோதரர் பாவலர் வரதராஜன், இளைய சகோதரர் கங்கை அமரன் ஆகியோரோடு சேர்ந்து பாடியதிலிருந்துதான் இளையராஜாவின் இசைப் பயணம் தொடங்கியது என்பதை என் தலைமுறையைச் சேர்ந்தவர்கள் அறிவர். அந்தக் கட்சியில் இருந்த சில தலைவர்களின் அணுகுமுறையின் காரணமாகவோ, வறுமையின் காரணமாகவோ பாவலர் வரதராஜன் அதிலிருந்து விலகி சிறிதுகாலம் திமுகவில் இணைந்திருந்தார். இளையராஜா எல்லாவிதமான அரசியலுக்கும் ஒரேயடியாக முழுக்குப் போட்டுவிட்டு நகர்ப்புறங்களுக்கு - குறிப்பாக சென்னைக்கு இடம் பெயராமல் இருந்திருந்தால் நமக்கு ஓர் இசைஞானி கிடைத்திருக்க மாட்டார். அவரது ஆளுமை இத்தனை உயரத்தைப் பெற்றதற்கு அவரது சுயகல்வியே ஆதாரம், கிதார் இசைப்பதில் கரைகடந்தவர், பியானோவை இசைப்பதில் அபார ஆற்றல் படைத்தவர் என்பவையெல்லாம் பலரும் அறிந்த செய்திகள்தாம்.

இசையைப் பொருத்தவரை என்னைப் போன்ற பாமரர்களும் ('பாமரர்' என்ற சொல்லை இசையின் இலக்கணத்தை அறியாத, ஆனால் கேட்பதிற்கினிய இசையால் ஈர்க்கப்படக்கூடியவர்கள் என்ற பொருளில் பயன்படுத்துகிறேன்) பண்டிதர்களும் ('பண்டிதர்' என்னும் சொல்லால், இசை மேதைகள், இசைக் கலைஞர்கள், இலக்கணம் அறிந்து இசையை இரசிப்பவர்கள் ஆகியோர் அனைவரையும் குறிக்கின்றேன்) அவரவர் திசையிலிருந்து எட்டிப் பார்க்கும், தொட்டுப் பார்க்கும் மந்திரப் புள்ளியாக இளையராஜா விளங்குவதன் 'மர்மம்' என்ன?

இளையராஜாவின் இசைப்பயணம் தொடங்கிய இடம் தமிழக நாட்டார் மரபு இசைக் கோவை, அதன் முக்கிய கூறுகளாக அமைபவை தெம்மாங்கு, கும்மி, குலவை, இலாவணி ஆகியவை எனலாம். நாட்டார் இசையில் 2, 3 சுரங்கள் மட்டுமே இருக்கும். வளர்ச்சியடைந்த (செவ்வியல் இசையில்) மட்டுமே 5, 6, 7 சுரங்கள் உண்டு. மழலைப் பருவ இசைதான் நாட்டார் இசை. ஆனால் கர்நாடக இசை என்னும் செவ்வியல் இசையிலுள்ள இராகங்கள், நாட்டார் இசையிலுள்ள முக்கியமான சுர ஸ்தானங்களைக் கொண்டிருக்கும். தாலாட்டுப் பாடல்கள் உட்பட பல நாட்டார் இசைக் கோவையில் இரண்டு அல்லது மூன்று சுரங்கள் மட்டுமே இருக்கும். 'ஜீவ சுரங்கள்' (உயிர் சுரங்கள்) எனப்படும் இவை மூன்றும் (ச, ம, ரி) கர்நாடக இசை இராகங்களிலும் உள்ளன. சுர ஸ்தானம் என்றால் ஒலி (யின்)

இடம் என்று சொல்லலாம். தாலாட்டிசையிலுள்ள சுரங்களெல்லாம் கர்நாடக இசை இராகங்களிலுள்ள முக்கியமான சுரங்களாகவும் அமைந்துள்ளதைக் காணலாம். இதற்கோர் எடுத்துக்காட்டாக, 'சங்கராபரணம்' இராகத்தைக் கூறலாம். இந்தத் தாய் இராகமாகட்டும் இதன் சேய் இராகங்களாகட்டும், எல்லாவற்றிலும் தாலாட்டுப் பாட்டின் அம்சங்கள் இருக்கும்.

கர்நாடக இசையிலுள்ள எல்லா இராகங்களுக்கும் அடிப்படை ஏழு சுரங்கள்தாம் (அல்லது சுரக் கணக்குதான்). இளையராஜா, சுர சேர்க்கை மூலம் இராகவர்த்தினி, பஞ்சமுகி (ஐந்து சுரங்களைக் கொண்டது) முதலிய புதிய இராகங்களைக் கண்டுபிடித்துள்ளதை இசை வல்லுநர்கள் சுட்டிக்காட்டியுள்ளனர் (கர்நாடக இசையிலுள்ள பல இராகங்களுக்குப் பெண்கள் பெயரிடப்பட்டுள்ளன.) சுரங்களை (ஹார்மோனியத்தில்) இசைத்துப் பார்த்தும், அவற்றை வெவ்வேறு வகைகளில் சேர்த்துப் (கோத்துப்) பார்த்தும், புதிய இராகங்களைக் கண்டுபிடிப்பது இசையில் ஆழ்ந்த புலமை மிக்கவர்களுக்கே சாத்தியம் என்பார்கள். இசைப் பேரண்டத்தில் வாழ்ந்துகொண்டிருக்கும் இளைய ராஜாவுக்கு உணவு, உடை, மூச்சு, பேச்சு எல்லாமே இசைதான். அதனால்தான் ஆயிரத்திற்கும் மேற்பட்ட திரைப்படங்களுக்கான பாடல்களுக்கு மெட்டமைத்தும் பின்னணி இசையமைத்துமுள்ள இசைஞானி, ஒவ்வொரு பாட்டையும் புது விதமாக ஒலிக்கச் செய்கிறார் - அவர் மெட்டமைத்த எல்லாப் பாட்டுகளுமே சோபை குன்றாதவை என்று சொல்ல முடியாது என்றாலும்.

'தென்றல் வந்து தீண்டும் போது என்ன வண்ணமோ மனசிலே' பாட்டு தெம்மாங்கு போலத் தொடங்குகிறது. இந்தத் தொடக்கம் பண்டிதத்தனம் எதனையும் புலப்படுத்துவதில்லை. ஆனால், போகப் போக இதில் மேற்கத்திய இசைமரபிலுள்ள கன்ஸெர்ட்டோ, சொனாட்டா, சிம்ஃபொனி ஆகியவற்றின் கூறுகள் தென்படும் வகையில் நீண்டு நிலைத்து நிற்கக்கூடிய இசைப்படைப்பாக இந்தப் பாட்டை மாற்றிவிடுகிறார் இசைஞானி. இது வெறும் எண்ணங்களின் கோவையாக இல்லாமல், உணர்ச்சிகளின் கோவையாக நம் உள்ளங்களைக் கொள்ளை கொள்கிறது. காதல் உணர்ச்சியை வெளிப் படுத்துவதற்குப் பொருத்தமான மேற்கத்திய இசைக் கருவிகளிலொன்றான 'பாஸ் கிதாரி'ல் (bass guitar) சில இசையலகுகளை (notes) ஆங்காங்கே இசைக்க வைத்து நம்மை அசத்துகிறார் இளையராஜா. தம்மையே காதலனாகவும் காதலியாகவும் தற்காலிகமாக உருமாற்றம் (metamorphosis) செய்துகொண்டுதான் இந்தப் பாட்டுக்கு மெட்டமைக்கவும்

எஸ். ஜானகியுடன் சேர்ந்து பாடவும் செய்திருக்க வேண்டும் என்று நினைக்கத் தோன்றுகிறது. அவருக்கு இயல்பாக வாய்த்துள்ளது அடித்தொண்டைக் குரல்தான் (bass voice). கூடவே கொஞ்சம் மூக்கில் பாடுவது போலவும் இருக்கும் (nasal voice). இந்தக் குரலில்தான் இந்தப் பாட்டையும் பாடியுள்ளார் (மேல்தொண்டையில் அல்லது உச்சஸ்தாயியில் பாடும் போது சுரங்கள் தெளிவாகவும் கூர்மையாகவும் வெளிப்பட வேண்டும்.) மேலும், சாதாரணமான காதல் உணர்வையோ, விரகதாபத்தையோ வெளிப்படுத்தும் வேறுபல காதல் பாட்டுகளைப் போலவன்றி, காதலின் ‘அவஸ்தை’யை - ஏன் ‘இம்சை’ என்றுகூடச் சொல்லலாம் - வெளிப்படுத்துகிறது இந்தப் பாட்டு. இதில் கர்நாடக, ஹிந்துஸ்தானி, மேற்கத்திய இசைக்கருவிகளை இசைத்துக் கிடைக்கப் பெறும் ஒலிச் சேர்க்கைகள் எல்லாம் குறிப்பிட்ட ஒரே ஒரு இராகம்தான் என்றில்லாமல் ஒன்றிலிருந்து மற்றொன்றுக்குத் தாவும் வகையிலான முழுவடிவம் எய்தி, பல அருவிகள் சங்கமிக்கும் பெரும் நீரோடை போன்று, காதல் உணர்ச்சிகளின் கூர்மைப்பட்ட வெளிப்பாடாக (concentrated expression) நம் உள்ளங்களில் பாய்கின்றன.

கர்நாடக இசையை, அதன் இலக்கணத்தை நன்கு கற்றறிந்தவர்கள், இந்தப் பாட்டையும் இளையராஜாவின் வேறு பல பாட்டுகளையும் கேட்கத் தொடங்குகையில், இது இன்ன இராகத்தில் அமைக்கப்பட்டுள்ளது எனக் கூறிய அடுத்த கணமே, அந்த இராகத்தின் எல்லைகளைத் தாண்டி இன்னொரு இராகத்திற்குள் இளையராஜா நுழைந்து தங்களை வியப்பில் ஆழ்த்துவதாகக் கூறுவார்கள். அவர்களுக்கும் (பண்டிதர்களுக்கும்) என்னைப் போன்ற சாதாரண இரசிகர்களுக்கும் (பாமரர்களுக்கும்) ஒரு சேர இசை விருந்து படைக்கிறார் இளையராஜா. தெம்மாங்கை ஒரு கையில் பிடித்துக் கொண்டிருக்கும் பாமர இரசிகர்களின் மற்றொரு கையைப் பிடித்துக்கொண்டு, அவர்களால் பெரும் கட்டணம் செலுத்திச் செல்ல முடியாத கர்நாடக, ஹிந்துஸ்தானி சபாக்களுக்கும், மேற்கத்திய இசையரங்குகளுக்கும் அழைத்துச் சென்று அவர்களது மனதை வருடுகிறார். இன்னும் பல பத்தாண்டுகளுக்கு நிலைத்து நின்று கேட்கப்படக்கூடியதும், பல்வேறு கருவி இசைக் கலைஞர்களால் தொடர்ந்து கருவியிசை வடிவங்களில் (வீணை, புல்லாங்குழல், கிதார் முதலியன) தொடர்ந்து வழங்கப்பட்டு வருவதுமான இந்தப் பாட்டு - நாஸர் தமது நடிப்புத் திறனை அற்புதமாக வெளிப்படுத்திய, தமிழ் சினிமாக் கூட்டத்தை நம்பி அவரே இயக்கித் தயாரித்து பெரும் பண இழப்பைச் சந்தித்த ‘அவதாரம்’ படத்தின் சாரம் முழுவதையுமே - சொல்லிவிடுகிறது.

நாட்டார் இசைக் கோவையிலுள்ள 'தெம்மாங்கு' அம்சத்தை இளையராஜா பல பாடல்களில் பயன்படுத்தியுள்ளார். செஞ்சுருட்டி, மோகனம், ஹரிகாம்போதி, புன்னாகவராளி, மத்யமாவதி, சங்கராபரணம் ஆகிய கர்நாடக இசை இராகங்களில் அவர் தெம்மாங்குப் பாட்டு களுக்கு இசையமைத்துள்ளார் என்று இசை ஞானம் மிக்கவர்கள் கூறினாலும் என்னைப் போன்ற பாமரர்களுக்கு உடனடியாக மனக் காதில் ஒலிப்பது 'நாடோடி தென்றல்' படத்தில் மனோவும் எஸ்.ஜானகியும் பாடியுள்ள 'மணியே மணிக்குயிலே' பாட்டுதான்.

மேல்தொண்டையில் (உச்ச ஸ்தாயியில்) அனாயசமாகப் பாடும் திறன் கொண்ட ஜேசுதாஸையும் உமா ரமணனையும் பாட வைத்து இளையராஜா இசையமைத்த 'ஆகாய வெண்ணிலாவே, தரை மீது வந்ததேனோ' பாட்டு, ஏராளமான தமிழ் சினிமா காதல் பாட்டுகளைப் போலவே, தமிழ் நாட்டார் மரபு இசைக் கோவையிலுள்ள இலாவணி அம்சத்தைக் (வினா-விடை) கொண்டுள்ளது. 'ஏரிக்கரைப் பூங்காற்றே' பாட்டுக்கு சங்கராபரணம் இராகத்தில் மெட்டை அமைத்த இளையராஜா, ஹரிகாம்போதி இராகத்தில் உள்ள 'ரி' சுரத்தை 'ச' சுரமாக வைத்தால் உருவாகும் 'நட்ட பைரவி' இராகத்தில் (தமிழ் மரபில் 'குறிஞ்சி யாழ்') 'ஆகாய வெண்ணிலாவே' பாட்டுக்கு மெட்டமைத்துள்ளார் என்று பலரும் கூறுவர். இசை பற்றிய விஷயங்களை என்னோடு அடிக்கடி பகிர்ந்து கொள்பவரும் கர்நாடக இசையை முறைப்படி கற்றவருமான என் நண்பர் - பேராசிரியர் த. கனகசபை கூறுவார்; "ஆகாய வெண்ணிலாவே தரைமீது வந்ததேனோ, அழகான ஆடை சூடி அரங்கேறும் வேளைதானோ" என்பது வரை 'நட்ட பைரவி' என்றால், "மலர் சூடும் கூந்தலே மழைக்கால மேகமாய் கூட, உறவாடும் விழிகளே இரு வெள்ளி மீன்களாய் ஆட" என்ற அடுத்த வரிகளில் (இளையராஜா) இரசவித்தை செய்து 'நட்ட பைரவியை' உன்னத நிலைக்குக் எடுத்துச் சென்றுவிட்டார். இந்த இசையமைப்பில் அற்புதமான ஒப்பனை, கற்பனை, பாவனைகளோடு முத்தாய்ப்பாக அமையும் இந்த வரிகள், கர்நாடக இசைக்கலைஞர்கள் செய்து பார்க்காத கிருகபேதங்களை (சுரப் பெயர்ச்சிகளை) தொடர்ந்து செய்து கொண்டே வரும் இளையராஜாவின் மேதைமையை வெளிப்படுத்தும் இன்னொரு இசையமைப்பு".

திரைப்படக் கலைஞர் சிவகுமார் தன் நண்பரொருவர் மூலம், இசைஞானம் மிக்க இன்னொருவரிடம் கேட்டுத் தெரிவித்த தகவல், இந்தப் பாட்டில் தர்பாரி கனடா இராகத்தின் சாயல் அதிகம் என்று கூறுகிறது. இந்த விவரங்கள் ஏதுமில்லாமலேயே என்னைப் போன்ற

'பாமரர்கள்', தங்கள் வாழ்க்கையில் இந்தப் பாட்டைக் குறைந்தது நூறு முறையாவது கேட்டு இரசித்திருப்பார்கள்.

கர்நாடக இசையிலுள்ள 'கீரவாணி' இராகத்தை மிக அற்புதமாகக் கையாளுபவர் என்றும் 'King of Keeravani' என்றும் போற்றப்படுபவர் இளையராஜா. எஸ்.ஜானகி பாடிய 'காற்றில் எந்தன் கீதம் காணாத ஒன்றைத் தேடுதே', 'கிழக்கு வாசல்' படத்தில் எஸ்.பி.பாலசுப்ரமணியம் பாடிய 'பாடிப் பறந்த கிளி' ஆகிய இரண்டுமே இந்த இராகத்தில் மெட்டமைக்கப்பட்டவை. எஸ்.ஜானகி பாடியது செவ்வியல் இசைத்தன்மை கொண்டதாகவும், எஸ்.பி.பி. பாடியது நாட்டார் இசைத்தன்மை கொண்டதாகவும் அமைந்துள்ளன. இந்த இரண்டு பாட்டுகளுமே ஒரே மாதிரியாகவா நம் காதில் ஒலிக்கின்றன? வெவ்வேறு பண்களால்(சுரங்களால்) பின்னப்பட்ட ஒன்றுக்கொன்று வித்தியாசமான பாட்டுகளாகத்தானே இவற்றை இரசிக்கிறோம்!

நாட்டார் இசைக் கோவையிலுள்ள 'கும்மி'யை உள்ளடக்கும் ஏராளமான பாட்டுகளுக்கு ஹரி காம்போதி, யதுகுல காம்போதி, சங்கராபரணம், தோடி ஆகிய கர்நாடக இசை இராகங்களில் மெட்டமைத்துள்ளார் என்றாலும், இவற்றில் 'பாமரர்களை' இன்று வரை மிகவும் ஈர்த்துக் கொண்டிருப்பது 'அலைகள் ஓய்வதில்லை' படத்தில் எஸ்.ஜானகியும் எஸ்.பி.பாலசுப்ரமணியமும் பாடியுள்ள 'ஆயிரம் தாமரை மொட்டுகளே, வந்து ஆனந்தக் கும்மிகள் கொட்டுங்களே' பாட்டுதான். மிருதங்க இசையுடன் தொடங்கும் இந்தத் தமிழ்நாட்டுக் கும்மி, ஹிந்துஸ்தானி, மேற்கத்திய செவ்வியல் இசைக் கருவிகள் வழியாக நமக்கு உலகளாவிய இசைப் பயணத்தை ஏற்படுத்தித் தருகிறது. வட்டமாக நின்று கும்மியடித்துக் கொண்டு ஒருவர் பாட, மற்றவர்கள் பின்பாட்டுப் பாடும் கும்மி வடிவத்தைக் காதல் பாட்டாக மாற்றியிருக்கிறார் இளையராஜா. எனினும் பாமர மக்களுக்கு, குறிப்பாக நாட்டுப்புற மக்களுக்கு ஏற்கெனவே பழக்கப்பட்டிருந்த ஓர் ஆடல் - பாடல் வடிவத்தின் வேர்களைக் கொண்டிருப்பதால்தான் இந்தப் பாட்டு இன்னும் அவர்கள் மனதை ஆள்கொள்ளக்கூடியதாக உள்ளது.

பாட்டின் முதல் வரிக்கும் அடுத்த வரிக்கும் இடையே ஒரே ஒரே நொடி மட்டுமே இடைவெளிவிட்டு, இசைரீதியான பெரும் எதிர்பார்ப்பை நம் மனதில் தூண்டுபவர் இளையராஜா. 'சின்னக் கவுண்டர்' படத்தில் எஸ்.பி.பியும் பி.சுசீலாவும் பாடியுள்ள "முத்துமணி மாலை, உன்னைத் தொட்டுத் தொட்டுத் தாலாட்ட" பாட்டு இப்படிப்பட்ட ஆர்வத்தைத் தூண்டிவிடுகிறது. பல்வேறு இசைக்கருவிகளை ஒருங்குசேர்த்து இசைக்கவைப்பதில் (orchestration) இளையராஜாவின் மந்திர சக்தி

வாய்ந்த ஆற்றலும் அழகான காட்சிப்படுத்தலும் (picturisation) பூவும் மணமுமாய் இணைந்து சிருங்கார ரசத்தை அற்புதமாக வெளிப் படுத்துகின்றன. வயல்வெளிகளில் வேலை செய்யும் ஆண்களும் பெண்களும் இந்தப் பாட்டைப் பாடிக் கொண்டிருந்ததை அறிவேன். ஆனால் இந்தப் பாட்டின் மெட்டு அமைக்கப்பட்டுள்ள இராகம் என்ன என்பதை இதுவரை அறிந்துகொள்ள முடியவில்லை. அதனால் என்ன? ‘முத்துமணி மாலை’யை ராஜாவே நமக்கு அணிவித்திருக்கிறாரே, அது போதாதா?

‘முத்துமணி மாலை’ பாட்டில் ஒரு கணம் நம்மை ‘சஸ்பென்ஸில்’ ஆழ்த்தும் இளையராஜா, ‘ஹே ராம்’ திரைப்படத்தில் ஆஷா போன்ஸ்லெவும் ஹரிஹரனும் பாடியுள்ள ‘நீ பார்த்த பார்வை’ பாட்டின் இறுதியில் ‘உயிரே’ என்ற சொல்லை அடுத்து இன்னும் பெரிய ‘சஸ்பென்ஸை’ உருவாக்கிவிட்டு, இரசிகர்கள் ஒவ்வொருவரும் தத்தம் இசையறிவு, இரசனை ஆகியவற்றுக்கேற்ப, இந்தப் பாட்டின் நீட்சியைத் தம் மனக் காதில் கேட்டுக் கொள்ளும்படி செய்துவிடுகிறார். பியானோ, புல்லாங்குழல், வயலின் கருவிகள் மூலம் மேற்கத்திய செவ்வியல் இசையும் இந்திய செவ்வியல் இசையும் சங்கமிக்கும் பாடலாக இதற்கு மெட்டமைத்துள்ள இளையராஜா, உச்சஸ்தாயியில் சுரங்களைத் தெளிவாக வெளிப்படுத்தும் குரல் வளம் கொண்ட ஆஷா போன்ஸ்லெவின் முழு ஆற்றலையும் உள்கிரகித்துக் கொண்டிருக்கிறார் என்று சொல்லத் தோன்றுகிறது. மேற்கத்திய செவ்வியல் இசை மரபிலுள்ள பியானோ கான்ஸெர்ட்டோவில் (Concerto for Piano with Orchestra) வாய்ப்பாட்டிலுள்ள தனிக் குரலிசையின் இடத்தை பியானோ எடுத்துக்கொண்டு, இசைப் படைப்பின் கருப்பொருளை (theme) வெளிப்படுத்துவதாக அமையும். ‘நீ பார்த்த பார்வை’ பாட்டு, பியானோ கன்ஸர்ட்டோ வடிவத்தையும் உள்ளடக்கியிருப்பதாக எனக்குப் படுகிறது. இந்தப் பாட்டின் கடைசி மூன்று வரிகளை ஆஷா போன்ஸ்லெவும் ஹரிஹரனும் வெவ்வேறு ஒலிநயத்தோடு மாறி மாறிப் பாடி ஒரே இலயத்தில் ஒன்றிணைவதும் ‘மிக்ஸிங்’கில் இளையராஜா தமது அபாரத் திறமையை வெளிப்படுத்தி யிருப்பதும் இந்தப் பாடலின் சிறப்புகள். இந்தப் பாட்டைப் பின்வருமாறு சித்திரிக்கலாம்: மலையிலிருந்து சலசலவென்று கொட்டிக் கொண்டிருக்கும் அருவியின் மீது காற்று வீசுகையில் அந்த அருவி நீர்த் திவாலைகளாகச் சிதறுவதுபோல, பியானோவும் புல்லாங்குழலும் வயலின்களும் சேர்ந்த இசைக்கூட்டு என்னும் அருவி ஆஷா போன்ஸ்லெ, ஹரிஹரன் ஆகியோரின் குரல்கள் பட்டு இன்னொலிச் சிதறல்களாக நமக்குக் கிடைக்கின்றன.

ஐந்தே ஐந்து சுரங்களைக் கொண்ட 'மோகனம்' இளையராஜாவுக்கு மிகவும் பிடித்த இராகங்களிலொன்று என்று சொல்வார்கள். அவருக்குப் பிடிக்காத, அவருக்குப் பிடிபடாத இராகங்கள் ஏதேனுமுண்டா?

'பாட்டறியேன், படிப்பறியேன்' என்று சொல்லிவிட்டு சுரம் போட்டுப் பாடுவதைச் செய்வது ('சிந்து பைரவி' படத்திலுள்ள இந்தப் பாட்டு சாரமதி இராகத்தில் மெட்டமைக்கப்பட்டுள்ளது என்று சொல் வார்கள்; இதில் கதாநாயகான நடித்துள்ள சிவகுமாரின் உதட்டசைவுகள் பிரமிக்கத்தக்கவை. இந்தப் படத்தில் அவர் உண்மையிலேயே பெரிய சங்கீத வித்வான்தான் என்ற மனப்பதிவை என் போன்ற இரசிகர்களிடம் ஏற்படுத்தியிருப்பார்) அபாரமான இசை சாகசம். நான் ஓரளவுக்குப் படிப்பறிவுள்ளவன். ஆனால் 'பாட்டறியேன்". அதாவது பாடவோ, பாட்டின் இலக்கணம் அறியவோ இயலாதவன். 'பாடப்பாட இராகம்' என்று சொல்வார்கள். எனக்குப் பாடவும் தெரியாது, இராகமும் தெரியாது. ஆனால் 'கேட்கக் கேட்க இரசனை' என்பது எனக்கும் கொஞ்சம் பொருந்தும். அதனால்தான் உலகிலுள்ள இசைவடிவங்கள் இருக்கும் திசைகளிலெல்லாம் கிளைபரப்பி நெடிதோங்கி நிற்கும் இளையராஜா என்னும் ஆலமரத்தடியில் நின்று அந்த மரத்தின் கிளைகளிலும் இலைகளிலும் ஒலிச்சேர்க்கையால் திரட்டி வைக்கப் பட்டுள்ள இன்னொலிகளில் செளராசியா, ரவிஷங்கர், பாஹ், மொஸார்ட், பீத்தோவன், ஷுபர்ட் எனப் பல இசைமேதைகள் அசைந்தாடிக் கொண்டிருப்பதைக் காணவும் கேட்கவும் முடிகின்றது.

இளையராஜாவின் இசைப் பயணம் ஒருபோதும் முடிவற்றதாகவே தோன்றுகிறது. அவரது சாதனைக்கு அவர் தனக்கு மட்டுமே கடன் பட்டிருக்கிறார் - தொடக்ககால ஆசான்கள் என்று ஓரிருவரை அவர் அவ்வப்போது அடையாளப்படுத்தியும் அங்கீகரித்தும் வந்துள்ள போதிலும், அவருடைய அரசியல் என்றும், பலகீனங்கள் என்றும் இன்று விவாதிக்கப்படும் விஷயங்கள் அவரது இசை ஆளுமையில் கண்ணுக்குப் புலப்படாத விரிசலைக்கூட ஏற்படுத்தா. அவரது பிரசன்னம் இல்லாத என் வாழ்க்கையைக் கற்பனை செய்துகூடப் பார்க்க முடியவில்லை.

உயிர் எழுத்து
ஆகஸ்ட் - 2022

‘சக்ஸ்’ என்னும் மாமனிதர்

டெல்லி அம்பேத்கர் பல்கலைக்கழகப் பேராசிரியரும் என் நண்பருமான ரவிச்சந்திரனிடமிருந்து 26.07.2022 பிற்பகல் அதிர்ச்சி தரும் செய்தியொன்று வந்தது. ‘சக்ஸ்’ என்று அவரது நண்பர்களாலும், குடும்ப உறுப்பினர்களாலும், தமிழ் இலக்கிய, ஊடக உலகத்தையும் பல்வேறு பல்கலைக்கழகத்திலுள்ள கல்விப்புலம் சார்ந்த அறிவாளி களாலும் அன்போடு அழைக்கப்பட்டு வந்த வெங்கடேஷ் சக்ரவர்த்தி காலமாகிவிட்டார் என்ற துக்கச் செய்தியைக் கேட்டதும் என்னால் நாள் முழுக்க நிலைகொள்ள முடியவில்லை; இரவில் ஒரு நொடிகூடத் தூங்க முடியவில்லை.

அவரும் அவரது துணைவியார் பிரீதமும் பார்ப்பனக் குடும்பத்தில் பிறந்தவர்கள் என்றாலும், பார்ப்பனியத்தைக் கடுமையாக விமர்சித்து ஒதுக்கியதுடன் சாதியற்ற, சாதி என்பதைக் கனவிலும்கூடக் கருதிப்பார்க்காத இணையர்களாகவே வாழ்ந்தனர். தன் முன்னோர் களிலொருவர் அராபியப் பெண்ணைத் திருமண ம செய்துகொண்டவர் என்பதால், தன் உடலில் அராபிய இரத்தமும் ஓடுகிறது என்று சக்ஸ் அவ்வப்போது நகைச்சுவையோடு கூறுவார். அவரது குடும்பமே ஒரு கலைக் குடும்பம். அவரது தாயார் அற்புதமான குணச்சித்திர நடிகராக ஏராளமான திரைப்படங்களில் நடித்திருக்கிறார். வாழ்க்கையின் பெரும் பகுதியில் சக்ஸுக்குப் போதுமான வருமானம் இருந்ததில்லை. அந்தக் குறையை நாடக இயக்குநராகவும் திரைப்பட நடிகராகவும் மொழிபெயர்ப்பாளராகவும் விளங்கும் அவரது துணைவியார் ஈட்டிய வருமானம் ஓரளவு ஈடுசெய்து வந்தது. கையில் காசிருந்தாலும் இல்லாவிட்டாலும், அவர்களது விருந்தோம்பலுக்கு ஒருபோதும் குறைச்சல் இருந்ததில்லை. அவர்களது இல்லம் எப்போதுமே ‘திறந்த வீடு’தான். அங்கு வந்து இளைப்பாறியும் விருந்துண்டும், அறிவுச் செல்வத்தை அள்ளிச் சென்றும் பயனடைந்தவர்களின் எண்ணிக்கையை அளவிட முடியாது.

ஏறத்தாழ 40 ஆண்டுக்கால நண்பராக இருந்த அவர், பத்தாண்டுக் காலம் என் அண்டை வீட்டுக்காரராகவும் இருந்திருக்கிறார். 1980களிலேயே சமூகவியல், மெய்யியல், மொழியியல் போன்ற துறைகளில் பெரும் தாக்கங்களை ஏற்படுத்தியிருந்த விட்கென்சஸ்டைன்,

ஸாஸூர், க்ளோட் லெவி-ஸ்ட்ராஸ், ஃபூக்கோ போன்றவர்களின் சிந்தனைகளை ஒரு பள்ளி மாணவனுக்கும்கூட விளங்கும்படியாக எடுத்துச் சொல்லும் பேராற்றல் பெற்றிருந்தவர் சக்ஸ், இடதுசாரி மனப்பான்மை கொண்டிருந்த அவர், மார்க்ஸியம் பற்றி எழுதவோ, பேசவோ செய்ததில்லை என்றாலும் 'அமைப்பியல் மார்க்ஸியத்தின் தந்தை' எனக் கருதப்படும் அல்துஸ்ஸெவைப் பற்றி அவ்வளவு அழகாக எடுத்துரைப்பார். 'ரஷியப் புரட்சி: இலக்கிய சாட்சியம்' நூலை நான் எழுதுகையில் உலகப் புகழ்பெற்ற மொழியியலாளரும் இலக்கிய விமர்சகருமான எம்.எம்.பாக்தின், 'மொழி என்பதும்கூட வர்க்கப் போராட்டக் களங்களிலொன்று' என்று கூறியிருந்ததை அவரிடம் ஒருமுறை சொல்ல, பாக்தினைப் பற்றிப் பல மணி நேரம் எனக்கு வகுப்பெடுத்தார்.

இணையதளங்களோ, வலைத்தளங்களோ, இன்டெர்நெட்டோ இல்லாதிருந்த காலத்திலும் உலகிலுள்ள பல்வேறு அறிவுச் செல்வங்கள் அவரிடத்தில் குவிந்துகிடந்தன. இப்போது சமூக ஊடகங்களில் தங்கள் மேதாவிலாசத்தைப் பற்றிப் பீற்றிக்கொள்ளும் பலரைப்போல அல்லாமல், தன்னிடமிருந்த அறிவு வளத்தை வெளிப்படுத்திக் கொள்ள விரும்பாதவர். 'குடத்திலிட்ட விளக்காக'வே வாழ்ந்து மறைந்த அவரோடு உரையாடி மகிழ்ந்தவர்கள் பாக்கியவான்கள்.

சென்னை இலயோலா கல்லூரி, ஹைதராபாத்திலுள்ள ஒரு புகழ்பெற்ற நிறுவனம் முதலியவற்றில் 'விஷுவல் கம்யூனிக்கேசன்' துறையில் எண்ணற்ற மாணவர்களுக்குக் கல்வி கற்பிப்பவராக, திரைப்பட விமர்சகராக, இசை இரசிகராக விளங்கி அவர்களைப் பன்முக ஆளுமை கொண்டவர்களாக்கியவர்.

சென்னையில் சிவகுமார், திரைப்பட இயக்குநர் ஹரிஹரன் ஆகியோரோடு இணைந்து 1980களில் 'சென்னை ஃபிலிம் சொசைட்டி'யைத் திறம்பட நடத்தி வந்த சக்ஸ், அந்த அமைப்பால் திரையிட்டுக் காட்டப் படும் இந்திய, ஐரோப்பிய, அமெரிக்க, ஆசிய, ஆப்பிரிக்கத் திரைப் படங்களை அந்த சொசைட்டியின் உறுப்பினர்களோ வருகையாளர்களோ பார்த்து மகிழச் செய்ததுடன், திரைப்படங்களிலுள்ள அத்தனை நுணுக்கங்களையும் - நடிப்பு, இசை, காமிரா கோணம், ஷாட்டுகள் என சினிமாக் கலையின் அனைத்துக் கூறுகளையும் அற்புதமாக எடுத்துக் கூறுவார். அவருக்கும் ஹரிஹரன், சிவகுமார் போன்றவர்களுக்கும் நடக்கும் விவாதங்களை வாய் பிளந்து கேட்டுக் கொண்டிருந்தவர்களில் நானுமொருவன். எங்களைப் போன்றோருக்கு அவர் அறிமுகப்படுத்திய உலகப் புகழ்பெற்ற திரைப்பட இயக்குநர்களின் எண்ணிக்கையை விரல்

விட்டு எண்ண முடியாது. செக் இயக்குநர் யிர் மென்ஸிலின் Closely Watched Train, ஆண்ட்ரே வாய்டாவின் Ashes and Diamonds, ஃபிரான்ஸுவா த்ருஃபோவின் The Last Metro, மார்கரெட்டா வான் ட்ரோட்டாவின் Rosa Luxumburg ஆண்ட்ரே தார்கோவ்ஸ்கியின் Solar என உலகத் திரைப்பட வானில் ஒளிர்ந்துகொண்டிருந்த திரைப் படங்களைப் பற்றியும் அவற்றின் பின்னணிகளைப் பற்றியும் அவரைப் போல அழகியல் உணர்வோடும் ஆழ்ந்த இரசனையோடும் எடுத்துச் சொன்னவர்கள் மிக அரிது. நான் நடத்தி வந்த 'இனி' இதழுக்குக் கட்டுரைகள் எழுதித்தந்து என்னை கௌரவப்படுத்தியவர்.

தமிழகத்திலும் இந்தியாவின் பிற மாநிலங்களிலும் மட்டுமல்லாது உலகின் பல்வேறு பகுதிகளிலுமுள்ள எழுத்தாளர்கள், அறிஞர்கள், வாசகர்கள், நண்பர்கள் ஆகியோர்தான் சக்ஸ் திரட்டி வைத்த ஒரே சொத்து. தமிழ் அறிவுலகத்தில் பாடல் பெறாத, உரிய அங்கீகாரம் பெறாத, அதைப் பற்றிச் சிறிதும் கவலைப்படாத மாமனிதர் அவர். மிக அடக்கமான மனிதர். எதிலும் சமரசம் செய்துகொள்ளாத அவர் சட்டென்று கோபப்படுவார். ஆனால் அது சில நொடிகளில் மறைந்து விடும். மன்னிக்கும் மனப்பான்மை கொண்டவர். அவரது முகத்தை எப்போதும் அலங்கரித்து வந்த தாடியும் அவரது புன்னகையும் மறக்க முடியாதவை.

உயிர் எழுத்து
ஆகஸ்ட் - 2022

மோடி கூறும் 'பெண் விடுதலை'யும் கொடுங்குற்றவாளிகளும்

திட்டமிட்ட முன்தயாரிப்புகளுடன் 75ஆம் இந்திய சுதந்திர நாளை 'இந்து சுதந்திர நாளாக'க் கொண்டாடுவதற்கு கார்ப்பரேட்டுகளின் நைலான் நூலிழையால் உருவாக்கப்பட்டதும், இந்திய தேசியக் கொடியின் நீளம், அகலம் ஆகியவற்றுக்கு இந்திய அரசமைப்பு சட்டம் விதித்துள்ள வரையறைகளை மீறும் வகையிலும், பிரிட்டிஷ் ஏகாதிபத்தியத்திடம் மன்னிப்புக் கேட்டு விடுதலையாகி, இரண்டாம் உலகப் போரின்போது பிரிட்டிஷ் இந்திய இராணுவத்திற்கு ஆள் சேர்ப்பதற்கும் அனைத்து மதத்தைச் சேர்ந்தவர்களும் இணைந்திருந்த தேசிய விடுதலைப் போராட்டத்தைப் பிளவுபடுத்தி அதை பலகீனப் படுத்துவதற்காகவும் இந்து மகாசபை என்ற அமைப்பை உருவாக்கி மகாத்மா காந்தியைக் கொலை செய்த கோட்செவின் அரசியல் குருநாதராக விளங்கிய வி.டி.சாவர்க்கரை முன்னிலைப்படுத்தி, ஜவகர்லால் நேருவைப் பின்னுக்குத் தள்ளி, செங்கோட்டையில் ஹிட்லர், முஸ்ஸோலினி பாணியில் கைகளை அசைத்தும் உயர்த்தியும் ஒவ்வொரு சொல்லுக்குப் பிறகும் தலையை வலப்பக்கமாகவும் இடப்பக்கமாகவும் திருப்பியும் வழக்கமான பொய் மூட்டைகளை அவிழ்த்தும் தனது சுதந்திர நாள் உரையில் பிரதமர் மோடி முழங்கினார்: "நமது நடத்தை முறை, பண்பாடு, அன்றாட வாழ்க்கை ஆகியவற்றில் பெண்களை இழிவுபடுத்தும் அவமானம் செய்யும் ஒவ்வொன்றையும் களைந்தெறிய நாம் உறுதி பூண வேண்டாமா?"

'பெண்களின் சக்தி' பற்றி அவர் உரை நிகழ்த்திய அதே நாளில், அவரால் உருவாக்கப்பட்ட 'குஜராத் மாடலை'ப் பின்பற்றி அந்த மாநிலத்தில் ஆட்சி புரிந்துவரும் பாஜக அரசாங்கம் 2002இல் அந்த மாநிலத்தில் முஸ்லிம்களுக்கு எதிராக நடத்தப்பட்ட வன்முறைச் சம்பவங்களின்போது பில்கிஸ் பானு என்ற முஸ்லிம் பெண்மணியைக் கூட்டாக வன்புணர்ச்சி செய்ததுடன், இஸ்லாம் மதத்தை சேர்ந்த 13 பேர் களையும் மூன்று வயதுக் குழந்தையையும் படுகொலை செய்தவர்களை அவர்களின் ஆயுள் தண்டனைக் காலம் முடிவதற்குள் விடுதலை செய்ய வேண்டும் என்ற பரிந்துரையை ஏற்றுக்கொண்டுள்ளதாக அறிவித்தது.

சிபிஐ நீதிமன்றத்தின் விசாரணைக்குப் பிறகு 2018இல் ஆயுள் தண்டனை வழங்கப்பட்ட பதினோரு கொடிய குற்றவாளிகளை, அவர்களது தண்டனைக்காலம் முடிவதற்கு முன்பே, அதாவது அவர்களின் நான்காண்டுக் கால சிறை வாசத்துக்குப் பிறகே விடுதலை செய்ய வேண்டும் என்ற பரிந்துரையைச் செய்தவர்களும் அந்த அரசாங்கத்தைச் சேர்ந்தவர்களோ அதன் ஆதரவாளர்களோதான்.

அரசியல், பண, ஆள் பலம் மிக்க பாஜகவையும் அதன் அரசாங்கத்தையும் அதற்கு சார்பாகப் பணிபுரிந்து வந்த உயர் அதிகாரிகளையும் எதிர்கொண்டு இந்த வழக்கை நடத்தியவர்களால், மேற்சொன்ன குற்றங்கள் நடந்த 16 ஆண்டுகளுக்குப் பிறகே குற்றவாளிகளுக்குத் தண்டனை பெற்றுத் தர முடிந்தது. அதற்கு முக்கியக் காரணமாக இருந்தது பில்கிஸ் பானுவின் அஞ்சா நெஞ்சமும் நீதிக்கான அவரது வேட்கையும்தான்.

2002இல் குஜராத்தில் முஸ்லிம்களுக்கு எதிரான வன்முறை கட்டவிழ்த்துவிடப்பட்டிருந்த நிலையில், பில்கிஸ் பானுவும் அவரது கூட்டுக்குடும்பத்தைச் சேர்ந்தவர்களும் அந்த மாநிலத்தின் தஹோட் மாவட்டத்தைச் சேர்ந்த லிங்கேடா கிராமத்திலிருந்து தப்பித்துச் சென்று கொண்டிருந்த போது 2002 மார்ச் 3ஆம் தேதி வன்முறைக் கும்பலின் தாக்குதலுக்கு ஆளாயினர். தேசிய மனித உரிமை ஆணையத்தை பில்கிஸ் பானு அணுகிய பிறகே உச்ச நீதிமன்றம் இந்த வழக்கில் தலையிட்டது. பாஜக ஆட்சிபுரியும் குஜராத்தில் இந்த வழக்கை நடத்துவது சாத்தியமில்லை என்பதாலும், பில்கிஸ் பானுவுக்கு ஏராளமான கொலை மிரட்டல்கள் வந்துகொண்டிருந்ததாலும், அந்த வழக்கு விசாரணையை மகாராஷ்டிராவிலுள்ள சிபிஐ நீதிமன்றமொன்றுக்கு மாற்றுமாறு உச்ச நீதிமன்றம் உத்தரவிட்டது. அந்த நீதிமன்றம் குற்றம் சாட்டப்பட்ட பதினோரு நபர்களைக் குற்றவாளிகள் எனத் தீர்ப்பளித்து அவர்களுக்கு ஆயுள் தண்டனை வழங்கியது. அத்தீர்ப்பை 2017, 2019ஆம் ஆண்டுகளில் பம்பாய் உயர் நீதிமன்றமும் உறுதி செய்தது. பில்கிஸ் பானுவுக்கு ரூ50 இலட்சம் இழப்பீட்டுத் தொகையை வழங்க வேண்டும் என்று உச்ச நீதிமன்றம் ஆணையிட்டது. பில்கிஸ் பானு கொடுத்த புகாரை முறைப்படி புலன் விசாரணை செய்யாமல் குஜராத் அரசாங்கத்துக்கு ஆதரவாக செயல்பட்ட காவல் துறை அதிகாரிகளை உச்ச நீதிமன்றம் கண்டனம் செய்தது.

தன் சொந்த கிராமத்தைச் சேர்ந்தவர்களே மேற்சொன்ன தாக்குதலையும் குற்றங்களையும் செய்தவர்களாக இருந்ததால், உயிருக்கு அஞ்சி வாழ்ந்து வரும் பில்கிஸ் பானுவால் இன்றுவரை தன் சொந்த கிராமத்துக்குத் திரும்பிச் செல்ல முடியவில்லை.

குற்றவியல் நடைமுறைச் சட்டத் தொகுப்பின்படி (CrPC) தண்டனைக் குறைப்பைச் செய்ய மாநில அரசாங்கத்திற்கு அதிகாரம் உண்டு. ஆனால், மேற்சொன்ன சட்டத் தொகுப்பின்படி, ஆயுள் தண்டனை விதிக்கப்பட்டவர்கள் குறைந்தது 14 ஆண்டுகள் சிறைத் தண்டனையை அனுபவித்திருக்க வேண்டும்; அவர்களின் நன்னடத்தை முதலியவற்றை ஆராய்ந்து தண்டனைக் காலம் முடிவதற்கு முன் அவர்களை விடுதலை செய்வதற்கான பரிந்துரையைச் செய்வதற்கு ஒரு வாரியம் (Board) அமைக்கப்பட வேண்டும். ஆனால், குஜராத் அரசாங்கத்தின் கீழ் உள்ள வாரியமும் அதே அரசாங்கத்தால் நியமிக்கப்பட்ட உறுப்பினர்களைக் கொண்டதுதான்!

குஜராத் அரசாங்கத்தின் முடிவு முன்னுவமை இல்லாததும் அபாயகரமான பின்விளைவுகளை உருவாக்கக்கூடியதுமாகும். அதைப் போன்ற வேதனை மிக்க நிகழ்வு என்னவென்றால், முன்பு நேர்மையுடன் செயல்பட்ட உச்ச நீதிமன்ற நீதிபதிகளின் இடத்தில் வேறு நீதிபதிகள் இருப்பதால், முன்பு பாதிக்கப்பட்டவர்களின் சார்பில் தலையிட்டு அவர்களுக்கு நீதி வழங்கத் தலையிட்ட அதே உச்ச நீதிமன்றம் தண்டிக்கப்பட்ட குற்றவாளிகள் பதினோரு பேரில் ஒருவர் தனது தண்டனைக் காலத்தைக் குறைக்க வேண்டும் என்று கோரும் மனுவை 2012 மே மாதம் விசாரணைக்கு ஏற்றுக்கொண்டதுதான். அந்தப் பதினோரு குற்றவாளிகளை அவர்களது தண்டனைக் காலம் முடிவதற்குள் விடுதலை செய்ய வேண்டும் என்ற பரிந்துரை செய்வதற்கு சிறை வாரியமொன்றை குஜராத் அரசாங்கம் உருவாக்கியதற்கு உச்ச நீதிமன்றம்தான் மேற்சொன்ன சமிக்ஞை அனுப்பியிருக்கிறது என்று கருதவேண்டியுள்ளது.

பில்கிஸ் பானுவின் வழக்கை நடத்துவதற்காக எத்தனையோ மிரட்டல்களுக்கும் துன்புறுத்தல்களுக்கும் அஞ்சாது போராடி வந்த தீஸ்டா செதல்வாட் என்ற மனித உரிமைப் போராளி மீதும் அந்த வழக்கு விசாரணையில் நேர்மையாக நடந்துகொண்டு குற்றவாளிகளுக்குத் தண்டனை வாங்கிக் கொடுத்ததில் முக்கியப் பங்காற்றிய நேர்மையான காவல் துறை அதிகாரியான ஆர்.பி.ஸ்ரீகுமார் மீதும் பண மோசடி என்ற பொய்க் குற்றத்தைச் சுமத்தி சில மாதங்களுக்கு முன் குஜராத் அரசாங்கம் அவர்கள் இருவரையும் சிறையில் அடைத்தது. இதற்குக் காரணமும் உச்ச நீதிமன்றம்தான். அதாவது, அந்த இருவர் மீது குஜராத் அரசாங்கம் சுமத்திய குற்றச்சாட்டுகளை எதிர்த்து உச்ச நீதிமன்றத்தில் தாக்கல் செய்யப்பட்ட மனுவைத் தள்ளுபடி செய்ததன் மூலம், குஜராத் காவல் துறைக்கு பச்சைக் கொடி காட்டியது உச்ச நீதிமன்றம்.

இதுதான் பிரதமர் மோடி கூறிய 'பெண் சக்தி'; 'பெண் விடுதலை'; பெண்களுக்குக் கொடுக்கப்பட வேண்டிய மரியாதை.

இந்திய சுதந்திரத்தின் பவளவிழாவை பெரும் ஆரவாரத்துடனும் ஆடம்பரத்துடனும் வரலாற்றுத் திரிபுகளுடனும் கொண்டாடிய மோடி தலைமையிலான ஒன்றிய அரசாங்கம், மோடியின் சுதந்திர தின உரைக்கும் குஜராத் அரசாங்கத்தின் நடவடிக்கைக்குமுள்ள கொடூரமான முரண்பாட்டைப் பற்றி இதுவரை வாய் திறக்கவில்லை.

இந்திய நாட்டில் இன்னும் நீதி, நியாயம் என்பவை இருக்கின்றன என்பதை இந்தியக் குடிமக்களுக்கு நிரூபித்துக் காட்ட வேண்டிய கடமையும் பொறுப்பும் உச்ச நீதிமன்றத்துக்கு இருக்கிறது என்றால், அது குஜராத் அரசாங்கத்தின் முடிவை இரத்து செய்தாக வேண்டும் என்று நீதியிலும் நேர்மையிலும் நம்பிக்கை கொண்ட பல்லாயிரக் கணக்கான இந்திய மக்கள், கட்சி, மத, சாதி வேறுபாடின்றி குரல் எழுப்பிக் கொண்டிருக்கிறார்கள்.

மின்னம்பலம்
18, ஆகஸ்ட் - 2022

கோர்பசெவ்: வரலாற்றில் ஓர் அவல நாயகர்

மிகெய்ல் கோர்பசெவ் இறந்துவிட்டார். அவர் உயிரோடு இருந்தபோது அமெரிக்காவிலும் மேற்கு நாடுகளிலும் ஜப்பானிலும் அவரைப் புகழ்ந்து வந்தவர்களில் பெரும்பாலோர் இப்போது இரங்கல் தெரிவித்தனர். அவரது தாய் மண்ணான ரஷ்யாவிலோ ஆளும் வர்க்கத்தைச் சேர்ந்த புதின் மட்டுமல்லாது, பழைய சோவியத் யூனியன் கம்யூனிஸ்ட் கட்சியின் இரங்கத்தக்க எச்சமாகவும் புதினின் ரஷிய பெருந்தேசியவாதத்தை ஆதரித்துவரும் இயக்கமாகவும் உள்ள ரஷ்ய கம்யூனிஸ்ட் கட்சியினரும் பெரும்பாலான சாமானிய மக்களும் கூட சோவியத் யூனியன் தகர்ந்துவிடுவதற்கான முழுப் பழியையும் இப்போதும்கூட அவர் மீதே சுமத்துகின்றனர். அதேபோலத்தான் உலகிலுள்ள கம்யூனிஸ்ட் கட்சிகளில் பெரும்பாலானவையும்.

கோர்பசெவ் சோவியத் கம்யூனிஸ்ட் கட்சியின் பொதுச் செயலாளரானவுடன் தொடங்கிய 'பெரெஸ்த்ரொய்கா' (பொருளாதாரம், அரசியல் சீர்திருத்தங்கள்), 'கிளாஸ்னோஸ்ட்' (வெளிப்படைத்தன்மை) ஆகியவை சோவியத் யூனியனில் இருந்த அதிகாரி வர்க்க சோசலிஸத்திற்கு மாற்றான ஜனநாயகத்தன்மை கொண்ட, மக்களின் விமர்சனங்களுக்கு செவிமடுக்கின்ற, ஒரு புதிய சோசலிஸ சோவியத் யூனியனை உருவாக்கும் என்ற நம்பிக்கையை உலகெங்குமுள்ள பல்லாயிரக்கணக்கான சோசலிஸ ஆதரவாளர்களிடையே உருவாக்கியிருந்தது. 'கிளாஸ்நோஸ்ட்', கருத்துச் சுதந்திரத்தை உத்தரவாதம் செய்து, அரசின் கடந்த கால, நிகழ்காலக் குற்றங்களையும் தவறுகளையும் வெளிப்படையாக விவாதிப்பதற்கும் பேசுவதற்கும், கிளாஸ்நோஸ்டை எதிர்த்தவர்களின் கருத்துகளுக்கும்கூட வாய்ப்பளித்தது. கடந்த காலத்தில் பொய்க் குற்றச்சாட்டுகளின் பேரில் 'கங்காரு கோர்ட்' முறையில் தண்டிக்கப்பட்ட போல்ஷ்விக்குகள், எழுத்தாளர்கள், சிந்தனையாளர்கள், ராணுவத் தளபதிகள், சிறுபான்மை இனக் குழுவினர் ஆகியோருக்கு அங்கீகாரமும் மறுவாழ்வும் தரப்பட்டன.

ஆஃப்கானிஸ்தானில் தலையிட்டதன் மூலம் எந்த சோவியத் ராணுவம் பாசிஸத்தை முறியடிப்பதில் புகழ் பெற்றிருந்ததோ அதே

சோவியத் ராணுவம், பேரிழப்புகளையும் அவமானத்தையும் சம்பாதித்திருந்த நிலையில் அந்த ராணுவத்தை கோர்பசெவ் திரும்ப அழைத்துக்கொண்டது மக்களால் வரவேற்கப்பட்டது. அதேபோல, அணு ஆயுதங்களால் ஏற்படக்கூடிய அபாயங்களை உணர்ந்து அணு ஆயுதக் குறைப்பு ஒப்பந்தங்களை அமெரிக்காவுடன் அவர் செய்து கொண்டதும் உலக சமாதானத்தை விரும்பியவர்களாலும் அந்த ராணுவத் தலையீட்டினால் சோவியத் பொருளாதாரத்திற்கு ஏற்பட்ட பேரிழப்புகளை ஓரளவேனும் ஈடு செய்துவிட வேண்டும் என்று விரும்பிய சோவியத் மக்களாலும் வரவேற்கப்பட்டது. சோவியத் யூனியனில் கட்சிக்கோ, ஆட்சிக்கோ கட்டுப்படாத வகையில் சுயாதீனமுள்ள நீதித் துறையை உருவாக்கிய பெருமையும் அவருக்கு இருந்தது. சோவியத் யூனியனுக்கும் சீனாவுக்கும் இருந்துவந்த பல்லாண்டுக் காலப் பகைமைக்கு முற்றுப்புள்ளி வைத்து சீனாவுடன் நல்லுறவை உருவாக்கினார் கோர்பசெவ்.

கோர்பசெவின் சீர்திருத்தங்கள் ஏற்படுத்திய சில குழப்பங்களைப் பயன்படுத்தி பால்டிக் நாடுகள், ஆர்மீனியா, ஜார்ஜியா, மோல்டோவா ஆகியன பிரிந்து செல்ல முடிவெடுத்தன. அங்குள்ள சுரண்டும் சக்திகளுக்கு அந்தந்த நாட்டு தேசியவாதம் மட்டுமின்றி நீண்ட காலம் நீடித்திருந்த வெள்ளை ரஷ்யர்களின் ஆகிக்கமும் காரணமாக இருந்தன. ஆனால், லித்துவேனியாவில் சோவியத் ராணுவம் நுழைந்து வலுக்கட்டாயமாகப் பிரிவினைச் சக்திகளை ஒடுக்குவதை கோர்பசெவ் விரும்பவில்லை. அதேபோல, அஜெர்பய்ஜானிலும் ஆர்மீனியாவிலும் இருந்த தேசிய வெறிக் கும்பல்களால் அந்த நாடுகளின் சாமானிய மக்கள் தேசிய வாதத்தின் பெயரால் கொல்லப்படுவதைப் பெருமளவில் கட்டுப் படுத்தினார் கோர்பசெவ். மேலும் கிழக்கு ஜெர்மனி, ருமேனியா, போலந்து முதலிய கிழக்கு ஐரோப்பிய நாடுகளில் இருந்த ‘சோசலிஸை ஆட்சிகள்’ மீது வெறுப்படைந்திருந்த அந்த நாடுகளின் மக்கள் அந்த அரசுகளுக்கு எதிராகக் கிளர்ச்சி செய்தபோது, அதில் சோவியத் யூனியன் தலையிடுவதைத் தவிர்த்ததுடன், கிளர்ச்சி செய்யும் தங்கள் சொந்த நாட்டு மக்கள் மீது ஒடுக்குமுறையை ஏவக் கூடாது என்று அந்த நாட்டு அரசுகளுக்கு அறிவுரையும் வழங்கினார்.

அமெரிக்க மையத்தில் இருந்த ‘நேட்டோ’ அமைப்புக்கு எதிராக உருவாக்கப்பட்ட ‘வார்ஸா ஒப்பந்த’த்தையும் ‘ப்ரெஸ்னெவ் கொள்கை’ என்று சொல்லப்பட்ட சோவியத் முன்மாதிரியை ஏற்க மறுத்த கிழக்கு ஐரோப்பிய நாடுகளில் ராணுவத் தலையீடு செய்வதற்கு சோவியத் யூனியனுக்கு இருந்த அதிகாரத்தையும் உரிமையையும் ரத்து செய்தார்

இந்த அதிகாரத்தைக் கொண்டுதான் சோவியத் முன்மாதிரிக்கு மாற்றாக செக்கோஸ்லோவோகிய அரசாங்கம் உருவாக்கத் தொடங்கிய புதிய சோசலிஸ முன்மாதிரியை சோவியத் யூனியன் 1968இல் நசுக்கி ஒழித்தது.

சறுக்கல்கள்

பொருளாதாரத் துறையில் ‘பெரெஸ்த்ரொய்கா’ தொடக்கக் காலத்தில் சில ஆதாயங்களை மக்களுக்கு ஈட்டித் தந்தது என்றாலும், எண்ணெய், இயற்கை வாயு ஆகியவற்றின் உலக விலை திடீரென சரிந்ததால் ஏற்பட்ட பொருளாதார நெருக்கடி அந்த வெற்றிகளை மங்கச் செய்தது.

சோவியத் யூனியனில் ‘நாமன்கிளேச்சுரா’ என்றழைக்கப்பட்டு வந்த அதிகாரி வர்க்கத்தினர் பல்வேறு துறைகளில் அனுபவித்துவந்த ஆகிக்கத்தை அகற்ற கோர்பசெவ் முயற்சி செய்தபோதிலும் நாட்டில் நிலவிவந்த ஆழமான பொருளாதார நெருக்கடியை அவர் சரியாகப் புரிந்துகொள்ளவில்லை. காலஞ்சென்ற மார்க்ஸிய அறிஞர் எரிக் ஹாப்ஸ்பாம் கூறியதுபோல, “சோவியத் யூனியனில் இருந்த பொருளாதார நெருக்கடியைக் கடந்து வருவதற்கான வாய்ப்புகள் ஸ்டாலின் இறந்ததற்குப் பிந்திய முதல் சில ஆண்டுகளில் மட்டுமே இருந்தன.” ஆனால், சோவியத் அதிகாரி வர்க்கம் தான் அனுபவித்து வந்த சலுகைகளையும் அதிகாரத்தையும் சிறிதும் விட்டுக்கொடுக்காததால், அந்த வாய்ப்புக் கை நழுவிப்போயிற்று.

உள்ளாட்சித் தேர்தல்களிலிருந்து சோவியத் நாடாளுமன்றத் தேர்தல் வரை ஒரு கட்சியைச் சேர்ந்தவர்கள் மட்டுமே போட்டியிடும் நிலைமையை மாற்றி கம்யூனிஸ்ட் கட்சி வேட்பாளர்களுடன் வேறு கட்சியினரும் போட்டியிடலாம் என்ற முறையை கோர்பசெவ் கொண்டு வந்தது ஜனநாயகச் செயல்பாடு என்றாலும், அது அப்பட்டமான நவதாராளவாத முதலாளியத்தைக் கொண்டுவர முடிவுசெய்திருந்த யெல்ட்ஸின் போன்றவர்கள் ஆட்சியைக் கைப்பற்றுவதற்கான வழியைத் திறந்துவிட்டது.

கோர்பசெவின் சீர்திருத்தங்களின் காரணமாக மனித முகம் கொண்ட சோசலிஸத்தைக் கட்டும் கொள்கைகளையும் கோட்பாடு களையும் கொண்ட பல மார்க்ஸிய சிந்தனையாளர்கள் உருவாகினர். ஆனால் கட்சியிலோ அரசாங்கத்திலோ எவ்விதச் செல்வாக்கும் இல்லாதிருந்த அவர்களால் மக்கள் மீது பெரும் தாக்கத்தை ஏற்படுத்த முடியவில்லை.

ஒருபக்கம் யெல்ட்ஸின் போன்ற அப்பட்டமான முதலாளிய ஆதரவாளர்களுக்கும் மறுபக்கம், சோவியத் யூனியனில் உருவான அரசியல், பொருளாதார, நிர்வாகக் கட்டமைப்புகளை போல்ஷ்விஸத்தின் பெயரால் அப்படியே கட்டிக் காக்க வேண்டும் என்று விரும்பிய அதிகாரி வர்க்க சக்திகளுக்குமிடையே மாட்டிக்கொண்டு தவித்த கோர்பசெவைக் கைவிட்டு விலகினார் கம்யூனிஸ்ட் கட்சியில் செல்வாக்கு மிகுந்தவரும் பெரெஸ்த்ரொய்காவின் முதல் கட்டம் வெற்றிகரமாக நிறைவேறுவதில் கோர்பசெவுக்கு துணையாக நின்றவருமான லிகாசெவ். அது பெரெஸ்த்ரொய்காவின் இரண்டாவது கட்டம் சோசலிஸ குறிக்கோள்களிலிருந்து விலகத் தொடங்கியதற்கான தொடக்கமாக அமைந்தது.

துரோகங்கள்

இப்படிப்பட்ட சூழலில் கோர்பசெவ் மேற்கு ஐரோப்பிய சோசலிஸ ஜனநாயகவாதிகளைப் பின்பற்றி, 'மேலிருந்து கட்டுப் படுத்தப்படும்' அதிகாரி வர்க்க பொருளாதாரத்துக்கு மாற்றாக முதலாளிய அம்சங்கள் கொண்ட ஒரு புதிய பொருளாதாரக் கொள்கையை நடைமுறைப்படுத்தத் தொடங்கினார். அதன் பொருட்டு அவரும் அவரது ஆதரவாளர்களும் அமெரிக்காவின் உதவியை நாடியதுடன் உலக வங்கி, சர்வதேச நிதியம் ஆகியவற்றை அணுகும் நிலைக்குச் சென்றுவிட்டனர்.

கோர்பசெவ் என்னதான் உலக சமாதானக் கொடியை ஆட்டிவந்த போதிலும் அமெரிக்காவோ, பிற நேட்டோ நாடுகளோ தங்கள் ராணுவக் கூட்டமைப்புகளைக் கலைக்க முன்வரவில்லை. நேட்டோ அமைப்பு கிழக்கு ஐரோப்பா நோக்கி விரிவடையாது என்ற வாக்குறுதியை கோர்பசெவ் அன்றைய அமெரிக்க அதிபரிடமிருந்து பெற்றது உண்மைதானென்றாலும், அப்படிப்பட்ட வாக்குறுதி ஏதும் தரப்படவில்லை என்ற பச்சைப் பொய்யை அமெரிக்க ஆட்சியாளர்களும் ஊடகங்களும் இன்று அவிழ்த்துவிட்டுக்கொண்டிருக்கின்றன.

மறுபுறம், சோவியத் யூனியனிலிருந்து பிரிந்துபோன (இந்தப் பிரிவினையை ஊக்குவித்தவர் யெல்ட்ஸின்) குடியரசுகள் நீங்கலாக சோவியத் யூனியனில் இருந்த மற்ற எட்டுக் குடியரசுகளில் பொது வாக்கெடுப்பு நடத்தி மிகப் பெரும்பான்மையான மக்கள் புதிய வடிவத்தில் சோவியத் யூனியன் நிலவுவதற்கு வாக்களிப்பு செய்ய வைத்தார் கோர்பசெவ். ரஷிய குடியரசின் குடியரசுத் தலைவராகத் தேர்ந்தெடுக்கப்பட்ட யெல்ட்சினாலும்கூட அந்த வாக்கெடுப்பைத் தடுக்க முடியவில்லை.

அந்த வாக்கெடுப்பு 1991 மார்ச்சில் நடந்தது. அந்த எட்டுக் குடியரசுத் தலைவர்களும் அந்த வாக்கெடுப்பைப் பின்பற்றி சில புதிய நிபந்தனைகளுடன் ‘இறையாண்மை பெற்ற சோவியத் குடியரசுகளின் ஒன்றியம்’ என்ற புதிய அமைப்பை உருவாக்க அதே ஆண்டு ஆகஸ்ட் மாதம் ஓர் ஒப்பந்தத்தில் கையெழுத்திட முடிவு செய்திருந்தனர்.

ஆனால், அதற்குள் இரு நிகழ்ச்சிகள் நடந்தன. சோவியத் யூனியனின் பழைய கட்டமைப்பு அதிகாரம், நிர்வாகம் முதலியவற்றை ‘போல்ஷ்விசத்தின்’ பெயரால் தக்க வைத்துக்கொள்ள முடிவு செய்த பழைமைவாத அதிகாரி வர்க்கத்தினர் (ராணுவத் தளபதிகள், உளவுத் துறையினர், ஆட்சித் துறையினர்), அப்போது கிரிமியாவில் ஓய்வெடுத்துக் கொண்டிருந்த கோர்பசெவை வீட்டுக் காவலில் வைத்துவிட்டு நெருக்கடி நிலையைப் பிரகடனப்படுத்தி ரஷ்ய நாடாளுமன்றத்தைக் கைப்பற்றவும் யெல்ட்ஸினைக் கைதுசெய்யவும் ஒரு ராணுவப் புரட்சித் திட்டத்தைத் தீட்டினர். சோவியத் யூனியன் கம்யூனிஸ்ட் கட்சியில் இருந்த லட்சக்கணக்கான உறுப்பினர்களையோ, கோடிக்கணக்கான பொதுமக்களையோ திரட்டாமல் நடந்த அந்த ராணுவப் புரட்சி இரண்டே இரண்டு நாள்கள் மட்டுமே நீடித்தது.

ரஷ்ய நாடாளுமன்றக் கட்டடத்தை நோக்கிச் சென்ற ஒரு ராணுவ டாங்கியின் மீது ஏறி நின்று அந்த ராணுவப் புரட்சியை எதிர்த்து முழங்கிய யெல்ட்ஸின் பெரும் வீரராக ரஷ்ய மக்களால் பார்க்கப் பட்டார். சோவியத் ராணுவத்தின் மிகப் பெரும் பகுதி அந்த ராணுவப் புரட்சியாளர்களுடன் ஒத்துழைக்க மறுத்தது. கைதுசெய்யப்பட்ட அவர்கள் விசாரணைக்குப் பிறகு தண்டிக்கப்பட்டனர்.

இது ஒருபுறமிருக்க, எட்டுக் குடியரசுகள் சேர்ந்த புதிய ஒன்றியம் ஏற்படுவதைத் தடுக்க யெல்ட்ஸின் சந்தர்ப்பவாத உக்ரெய்ன், பைலோரஷியா குடியரசுத் தலைவர்களுடன் கூட்டுச் சேர்ந்து ‘சுதந்திர அரசுகளின் கூட்டமைப்பு’ என்ற அமைப்பை உருவாக்கி சோவியத் யூனியன் சரிந்து விழுவதற்குக் கால்கோள் இட்டார். எந்த ஆதரவும் அதிகாரமும் இல்லாமல் போன கோர்பசெவ் சோவியத் நாடாளுமன்றத்தின் கடைசிக் கூட்டத்தில் யூனியனைக் கலைத்துவிடுவதற்கான தீர்மானத்தை நிறைவேற்ற வேண்டியவரானார்.

சோசலிஸ நாட்டை உருவாக்க எத்தனையோ இன்னல்களையும் தியாகங்களையும் செய்த அந்த நாட்டு உழைக்கும் மக்கள் உருவாக்கிய செல்வங்களைக் கொள்ளையடிக்கவும் தொடங்கினர் யெல்ட்ஸினும் அவரது தீவிர ஆதரவாளர்களிலொருவருமான புதின் போன்றவர்களும்.

அரசியல் செல்வாக்கு அனைத்தையும் இழந்திருந்த, சோவியத் பொருளாதாரம் சந்தித்திருந்த நெருக்கடிக்கு சந்தைப் பொருளாதாரத்தில் தீர்வு தேடிய கோர்பசெவுக்கு அந்தக் கொள்ளையடிப்புகளைத் தடுத்து நிறுத்தும் சக்தி சிறிதும் இருக்கவில்லை. எனினும், எந்த லட்சியத்தை முன்னிட்டும் சோவியத் யூனியனில் உள்நாட்டுப் போருக்கான சாத்தியப்பாடும் ரத்தக்களரியும் நிகழ்வதற்கு தான் எவ்வகையிலும் பொறுப்பானவராக இருக்கக்கூடாது என்பதில் உறுதியாக இருந்தார் அவர். யெல்ட்சினின் தலைமையிலிருந்த தீவிர வலதுசாரி முதலாளியப் பாதையாளர்கள், ராணுவப் புரட்சியை நடத்தித் தோல்வியடைந்தவர்கள் ஆகியோரும் சேர்ந்துதான் சோவியத் யூனியனின் தகர்வை உத்தரவாதப் படுத்தினர்.

சோவியத் யூனியனை எட்டுக் குடியரசுகள் மட்டுமே கொண்ட புதிய ஒன்றியமாக மாற்றும் கோர்பசெவ் திட்டம் நிறைவேறி யிருந்தால் அந்த ஒன்றியம் அமெரிக்காவும் நேட்டோ நாடுகளும் இன்று உக்ரெய்ன் மூலம் ரஷியாவுக்கு எதிராக நடத்தி வரும் மாற்றாள் போருக்கு (proxy war) வாய்ப்பிருந்திருக்காது.

கம்யூனிஸ்ட்டுகளுக்கான கேள்வி

சோவியத் யூனியனின் சோசலிஸ முயற்சிகள் தோல்வி யடைந்ததற்கும் அந்த மாபெரும் நாடு சிதறுண்டு போனதற்குமான அரசியல், பொருளாதார, வரலாற்றுக் காரணங்களை ஆழமாகக் கற்றுணர்வது லெனின் தலைமையில் நடந்த மாபெரும் நவம்பர் புரட்சியின் லட்சியங்களை எதிர்காலத்தில் நிறைவேற்ற விரும்பும் இன்றைய கம்யூனிஸ்ட்டுகள் செய்ய வேண்டிய முக்கியக் கடமை. வரலாற்றில் சில தனிமனிதர்கள் முக்கியப் பாத்திரம் வகிக்கின்றனர். ஆனால், அவர்கள் மட்டுமே வரலாற்றை உருவாக்குவதில்லை, அதன் திசை மார்க்கத்தைத் தீர்மானிப்பதில்லை என்பதை உணர்வதோடு, சோவியத் யூனியன் இரண்டே இரண்டு நாளில் தகர்ந்து விழுந்தது எவ்வாறு, அந்தத் தகர்வுக்கு எதிராக அந்த நாட்டு மக்கள் ஏன் ஒரு சிறிய எதிர்ப்புப் போராட்டத்தைக்கூட நடத்தவில்லை என்ற கேள்வி களுக்கும் விடை காண்பது மேலும் முக்கியமானது.

சோவியத் யூனியனின் தகர்வுடன் வரலாறு முடிந்துவிடவில்லை. முடிந்துவிட்டது என்று கூறிய பிரான்ஸிஸ் ஃபுக்கியாமாகூட அந்தக் கருத்தை நிராகரித்துவிட்டார். கோர்பசெவ் வரலாற்றில் தோன்றி மறைந்த அவல நாயகர்களிலொருவர். அவ்வளவுதான்!

அருஞ்சொல்

2, செப்டம்பர் - 2022

இந்திய அறத்தின் இரு முகங்கள்

பிரிட்டன் ராணி இரண்டாம் எலிசபெத் மறைவுக்கு 'ராஜ விசுவாசம்' மிக்க இங்கிலாந்து மக்கள் துக்கம் அனுஷ்டிப்பதைத் தொலைக்காட்சியில் பார்த்து, இந்திய மக்களில் ஒரு பகுதியினர் கண்ணீர் மல்கியதும், அவர்களில் சிலர் இந்தியாவிலுள்ள பிரிட்டிஷ் தூதரக அலுவலகங்களில் வைக்கப்பட்டிருந்த இரங்கல் குறிப்பேடுகளில் தங்கள் அனுதாபத்தைத் தெரிவித்துக் கையெழுத்திட்டதும் விவாதத்துக்கு வித்திட்டது. பிரிட்டன் அரசியாக ஏறத்தாழ 70 ஆண்டுகள் கோலோச்சி, பிரிட்டிஷ் ஏகாதிபத்தியத்தின் முதலாளியச் சுரண்டல், ராணுவ ஆக்கிரமிப்புகள் ஆகியவற்றுக்கு அந்த நாட்டின் தலைவர் என்ற முறையில் மொத்தம் 15 பிரதமர்களின் ஆட்சிக்காலத்தில் ஒப்புதல் தந்தவர் இரண்டாம் எலிசபெத். 'இத்தகைய கடந்த கால ஆக்கிரமிப்பாளர்களுக்கு இப்படியான இரங்கல் எப்படி சாத்தியமாகிறது?' என்று அதிர்ச்சி கலந்த அதிருப்திக் கேள்வியை சமூக வலைதளங்களில் பார்க்கவும் முடிந்தது.

உண்மையில் நாம் இதில் அதிர்ச்சி அடைய ஏதும் இல்லை. ஏனெனில், நம்மை இரு நூற்றாண்டுகளாகச் சுரண்டி, ஒடுக்கிவந்த வெள்ளையர்களையும் உள்ளூர் அளவில் அப்படியான ஆதிக்கச் சாதியினரையும் மேன்மக்களாகப் பார்ப்பது இந்திய இயல்பு. அதேபோல, யாரெல்லாம் சுரண்டப்படுபவர்களாகவும் இந்தச் சுரண்டல் அமைப்பால் நம் சமூகத்தில் விளிம்புக்குத் தள்ளப்பட்டவர் களாகவும் இருக்கிறார்களோ அவர்களைக் கீழானவர்களாகப் பார்ப்பதும் இந்திய இயல்பு. சொல்லப்போனால், தலித்துகள், முஸ்லிம்கள், பழங்குடிகள் மீது இழைக்கப்படும் வன்முறைகளைச் சிறிதும் பொருள்படுத்தாமல் கடப்பதற்கான வேர் இதில் புதைந்துள்ளது. ஆம், பெரும்பாலான இந்திய மக்களுடைய இரட்டை ஆளுமையின் வெளிப்பாடுதான் இது.

பில்கிஸ் பானு

பில்கிஸ் பானு விவகாரத்தை எடுத்துக்கொள்வோம். 2002இல் குஜராத்தில் முஸ்லிம்களுக்கு எதிராக நடந்த வன்முறைக்குப் பலியானவர்களில் பில்கிஸ் பானுவும் ஒருவர். என்டிடிவி தொலைக் காட்சியில் பத்திரிகையாளர் பர்க்கா தத் வழி வெளியான பில்கிஸ்

பானுவின் கதை எவரையும் நிலைகுலைக்கக் கூடியது. இதன்படி, அந்தக் கலவர நாள்களில் 21 வயதே நிறைந்திருந்த, ஐந்து மாத கர்ப்பிணியான பில்கிஸ் பானு, தன் தாயார் கண்ணுக்கு எதிராகவே கூட்டு வன்புணர்ச்சிக்கு உள்ளாக்கப்பட்டார்; பானுவின் கண்ணுக்கு முன்னால் அவரது தாயாரும் அவரது இரு சகோதரிகளும் கூட்டு வன்புணர்ச்சி செய்யப்பட்டனர். பில்கிஸ் பானுவின் மூன்று வயதுக் குழந்தையை மேலே தூக்கியெறிந்த வன்முறையாளர்கள், அக்குழந்தையின் தலை கருங்கல் மீது விழுந்து சிதறிப்போனதைக் கண்டு களித்தனர். பின்னர் பில்கிஸ் பானுவின் இரு சகோதரிகளையும், அவர் குடும்பத்தைச் சேர்ந்த பன்னிரண்டு பேரையும் கொன்று குவித்தனர். பலரால் கூட்டு வல்லுறவுக்குள்ளாக்கப்பட்ட பில்கிஸ் பானு இறந்துவிட்டார் என்று நினைத்த அந்த வன்முறைக் கும்பல் அவரை ஒரு புதருக்குள் தூக்கியெறிந்து விட்டுச் சென்றது.

ஐந்து மணி நேரம் கழித்து சுய நினைவுக்கு வந்த பில்கிஸ் பானு, தானும் இறந்திருக்கக்கூடாதா என்று அழுதிருக்கிறார். குப்பையில் கிடந்த சில கந்தலாடைகளை அணிந்துகொண்டு, உணவும் தண்ணீருமின்றி ஒரு நாள் முழுவதையும் மலையுச்சியொன்றில் கழித்த அவர், மறுநாள் அருகிலுள்ள பழங்குடி மக்கள் கிராமம் ஒன்றுக்குச் சென்று தான் இந்து என்றும் தனக்கு உணவும் உடையும் தர வேண்டும் என்றும் மன்றாடியிருக்கிறார். ஆனால், மதவாதத் தாக்கம் பெற்றிருந்த அந்தக் கிராம மக்கள் அவர் மீது காதால் கேட்க முடியாத வசை மொழிகளைப் பொழிந்திருக்கின்றனர். கொடுமை என்னவென்றால், அவரையும் அவரது சகோதரிகள், தாயாரையும் கூட்டுவன்புணர்ச்சி செய்தவர்களும் பின்னர் 14 பேரைக் கொன்றவர்களும் பில்கிஸ் பானுவின் சொந்த ஊர்க்காரர்கள், பில்கிஸ் பானு குடும்பத்தார் அவர்களுக்குப் பசும்பால் விற்றுவந்தவர்கள்.

2004இல் இந்த வழக்கின் குற்றவாளிகள் கைதுசெய்யப்பட்டனர். அகமதாபாத் நீதிமன்றத்தில் வழக்கு விசாரணை தொடங்கியது. ஆனால், அப்போதிருந்த சிபிஐ சேகரித்திருந்த தகவல்கள் சிதைக்கப்படும் வாய்ப்பு உள்ளது என்றும், சாட்சிகள் துன்புறுத்தப்படுவார்கள் என்றும் சரியாகவே கருதிய பில்கிஸ் பானுவின் வழக்குரைஞர்கள் தாக்கல் செய்த மனுவை விசாரித்த உச்ச நீதிமன்றம், அந்த வழக்கு விசாரணையை மகாராஷ்டிர மாநிலத்திற்கு மாற்றியது. அங்குள்ள சிறப்பு சிபிஐ நீதிமன்றம் குற்றஞ்சாட்டப்பட்டவர்களில் 11 பேருக்கு ஆயுள் தண்டனை விதித்து, போதிய சாட்சியங்கள் இல்லை என்று 7 பேரை விடுவித்தது. குற்றம் சாட்டப்பட்டவர்களில் ஒருவர்

விசாரணைக் காலத்திலேயே காலமானார். வழக்கு மேல் முறையீட்டுக்குப் போன போது, மும்பை உயர் நீதிமன்றம் அந்த 11 பேரின் ஆயுள் தண்டனையையும் உறுதி செய்தது.

இவர்கள்தான் சர்வோத்தமர்கள்!

இந்திய சுதந்திரத்தின் பவள விழாவின்போது (75ஆம் ஆண்டு) செங்கோட்டையில் 'பெண் சக்தி' பற்றி பிரதமர் மோடி பேசிய அதே காலகட்டத்தில் அந்த 11 பேரையும் விடுதலை செய்ய குஜராத் மாநில அரசாங்கம் முடிவு செய்தது. "அவர்கள் பிராமணர்கள், சர்வோத்தமர்கள்" என்று கொண்டாடியவர்களில் ஒருவர் பாஜக சட்டமன்ற உறுப்பினர்; தண்டனைக் காலம் முடிவதற்கு முன் சட்டப்படியான காரணங்களை முன்னிட்டு சில கைதிகளை விடுவிக்கப் பரிந்துரைக்க அமைக்கப்படும் வாரியத்தின் உறுப்பினர்களில் ஒருவர் அவர். இந்த விடுதலையை முன்னிட்டு பொதுமக்களுக்கு இனிப்புகள் வழங்கப்பட்டன. இவை மிக அண்மைச் செய்திகள்,

கொஞ்சம் பழைய செய்தி என்னவென்றால், ஆயுள் தண்டனை பெற்ற இந்த 11 பேரும் குஜராத் சிறையிலிருந்தபோதே ராஜமரியாதையுடன் நடத்தப்பட்டார்கள் என்பதும், அவர்களுடைய உறவினர்களின் / நண்பர்களின் திருமணத்தில் கலந்துகொள்ள வேண்டும் என்பது போன்ற காரணங்களுக்காகக்கூட ஏராளமான முறை பரோலில் விடுவிக்கப்பட்டனர் என்பதும்தான்! அந்த பரோல் காலம் சில சமயம் 2 மாதம் வரை நீடித்திருக்கிறது. அவர்களுக்குத் தண்டனை வாங்கித் தருவதில் முக்கியப் பங்கு வகித்தவர்களில் ஒருவரான மனித உரிமைச் செயல்பாட்டாளரும் பத்திரிகையாளருமான தீஸ்தா செதல்வாட் பண மோசடிக் குற்றச்சாட்டின்பேரில், கைதுசெய்யப்பட்டு பின்னர் சிறையில் அடைக்கப்பட்டார். பெரும் போராட்டத்துக்குப் பின் உச்ச நீதிமன்றம் தற்போது அவருக்கு இடைக்காலப் பிணை வழங்கியுள்ளது என்றாலும், மற்றொருவர் இன்னும் சிறையில்தான் இருக்கிறார்.

இந்த 11 பேர் விடுவிக்கப்பட்டதை, பீமா கோரெகவேன் வழக்கில் கைதுசெய்யப்பட்டு மூன்றாண்டு காலம் விசாரணைக் கைதிகளாக உள்ள, இதுவரை குற்றப் பத்திரிகை வழங்கப்படாத மனித உரிமைச் செயல்பாட்டாளர்களின் அவலநிலையுடன் ஒப்பிட்டுப் பாருங்கள். ஒருவர் - ஸ்டேன் சாமி ஏற்கெனவே இறந்துவிட்டார். இன்னொருவர் நோய்வாய்ப்பட்டு அபாய கட்டத்தில் இருக்கிறார்!

எப்படியெல்லாம் முடிவுகள் எடுக்கப்படுகின்றன?

தண்டனைக் கைதிகளை அவர்களின் தண்டனைக் காலம் முடிவதற்கு முன் விடுதலை செய்வது அதற்கென அமைக்கப்படும் குழுவின் பரிந்துரையைப் பொறுத்தது. அக்குழுவின் தலைவர் சம்பந்தப்பட்ட மாநிலத்தின் முதலமைச்சர், தண்டனைக் கைதிகளில் சிலர் தங்கள் பண பலம், சாதி பலம், அரசியல் தொடர்பு ஆகியவற்றைக் கொண்டு தண்டனைக் காலம் முடிவதற்கு முன் விடுதலை செய்யப்படுவது பல மாநிலங்களிலும் நடக்கத்தான் செய்கிறது.

டெல்லியில் காங்கிரஸ் ஆட்சி செய்தபோது முதலமைச்சராக இருந்த ஷீலா தீட்சித் ஆண்டுக்கு ஒரு முறை மட்டுமே அந்தக் குழுக் கூட்டத்தை நடத்தினார் (மூன்று மாதங்களுக்கு ஒரு முறை இந்தக் கூட்டம் நடத்தப்பட வேண்டும் என்று சொல்லப்படுகிறது). ஆனால், அவரது ஆட்சியில் எவருக்கும் தண்டனைக் குறைப்பு வழங்கப் படவில்லை. இத்தனைக்கும் அங்கு 20 - 25 ஆண்டுகளாக சிறையில் வாடிக்கொண்டிருப்பவர்கள் ஏராளம். தற்போதைய முதல்வர் கெஜ்ரிவாலும் அப்படித்தான் நடந்துகொள்கிறார்.

ஹைதராபாத் மத்திய சிறையில் கணேஷ் என்ற நக்சலைட் 1997ஆம் ஆண்டு முதல் சிறையில் அடைக்கப்பட்டுள்ளார். அவரது நன்னடத்தையின் பொருட்டு மாநில அரசாங்கமும் காவல் துறையும் அவரை விடுவிக்க விரும்புகின்றன. அவர் அந்தச் சிறை முழுவதிலும் பழ மரங்களை நட்டு, எல்லோருக்கும் பழங்கள் கிடைக்கும்படி செய்துள்ளவர்; மிகவும் நன்னடத்தைக் கொண்டவர் என்று சிறை அதிகாரிகள் கூறுகின்றனர். ஆனால், அவர் மீது ஒன்றிய அரசாங்கத்தின் கட்டுப்பாட்டிலுள்ள சிபிஐ வழக்கு ஒன்று இருப்பதால், அவர் இன்னும் சிறையிலேயே இருக்க வேண்டியுள்ளது.

கீழமை, உயர் நீதிமன்றங்கள்கூட மனிதாபிமானம் இன்றி, அரசமைப்பு விரோதக் கருத்துகளைக் கூறும் அளவுக்கான நீதிபதிகளையும் கொண்டிருக்கின்றன.

கல்விக்கூடங்களுக்குச் சீருடையுடன் ஹிஜாபும் அணிந்து செல்ல அனுமதிப்பது தொடர்பான வழக்கு விசாரணையின்போது, உச்ச நீதிமன்ற நீதிபதியொருவர் "இந்தக் கோரிக்கையை தர்க்கரீதியாக விரிவுபடுத்தினால், உடையணியாமல் இருப்பதும்கூட அரசமைப்புச் சட்டம் 21இன்படி ஓர் அடிப்படை உரிமை என்று சொல்வீர்களா?" என்று கேட்டிருக்கிறார்.

கேரளத்தைச் சேர்ந்த ஒரு இடதுசாரிக் கவிஞர் சிவிக் சந்திரன் மீது தலித் பெண் ஒருவரைப் பாலியல் துன்புறுத்தல் செய்ததாகக் கூறும் புகாரின்பேரில் வழக்கு நடந்து வருகிறது. அவரைப் பிணையில் விடுவித்த நீதிபதி கூறிய காரணம் இது: "குற்றஞ்சாட்டியவர் பட்டியலினப் பெண் என்பதை நன்கு தெரிந்திருந்த சிவிக் சந்திரன் அந்தப் பெண்ணின் உடல் மீது தன் கையை வைத்திருப்பாரா?"

பெண்ணியர்களில் சிலரும்கூட படித்த, உயர்சாதிப் பெண்கள் வேலை செய்யும் இடங்களில் பாலியல் தொல்லைகளுக்கு ஆளாவதற்கு எதிராகக் கொடுக்கும் வலுவான குரலுக்கு இணையாக தலித், முஸ்லிம், பழங்குடி போன்ற சாமானிய பெண்கள் மீது அன்றாடம் நடத்தப்பட்டு வரும் பாலியல் வன்கொடுமைகளுக்கு எதிராகப் பேசுவதும் இல்லை, எழுதுவதும் இல்லை.

அன்றே சொன்னார் அம்பேத்கர்

நம் நாட்டிலுள்ள சாதிய அமைப்பு எல்லோருக்கும் பொதுவான அறவியலைக் கொண்டிருப்பதில்லை என்பதையும், அறம், மறம் என்பன அவரவர் சாதி அளவுகோல்படியே தீர்மானிக்கப்படுகின்றன என்பதையும் அம்பேத்கர் 1936ஆம் ஆண்டிலேயே பேசியிருந்தார். நம் நாட்டின் பழம்பெரும் பண்பாட்டைப் பற்றிப் பேசுபவர்கள், தங்கள் வீட்டிலுள்ள ஒரு நாற்காலியோ உணவுத் தட்டோ உடையும்போது அடையும் வருத்தத்தின் அளவைக்கூட முஸ்லிம்களும் தலித்துகளும் அனுபவிக்கும் துன்பங்கள் மீது காட்டுவதில்லை. ஒரு காலத்தில் தாழ்த்தப் பட்டவர்களின் நிழல்படுவதுகூடப் பாவம் என்று நினைத்தவர்களின் வழித்தோன்றல்கள் சிலரை இப்போது தண்டிக்க முடிகிறது என்றால், நம் நாட்டில் மக்கள் பிரதிநிதிகளிடம் சிறிது ஜனநாயக உணர்வு இருந்தபோது உருவாக்கப்பட்ட சட்டங்கள்தான் காரணம்.

பில்கிஸ் பானு வழக்கைப் பொருத்தவரை, அன்றிருந்த தேசிய மனித உரிமை ஆணையம், அவரது வழக்கை வேறொரு மாநிலத்துக்கு மாற்ற வேண்டும் என்று உச்ச நீதிமன்றத்துக்குப் பரிந்துரைத்தது. இன்றுள்ள தேசிய மனித உரிமை ஆணையம் அந்த 11 பேரை விடுதலை செய்ததைப் பரிசீலிப்பதாகக் கூறியுள்ளது. ஆனால், ஆணையத்திலுள்ள உறுப்பினர்கள் எவரும் அதைக் கண்டுகொள்ளவும் இல்லை; அதைப் பற்றிய தங்கள் கருத்துகளைக் கூறவுமில்லை. அந்த ஆணையத்தில் அதிகாரபூர்வமற்ற உறுப்பினர்களாக (ex officio) உள்ளவர்கள் தேசிய சிறுபான்மை இனத்தவருக்கான ஆணையத்தின் தலைவர், தேசியப் பட்டியலின, பழங்குடி மக்களுக்கான ஆணையத்தின் தலைவர் ஆகியோர்.

அவர்களும்கூட எந்தக் கருத்தையும் இதுவரை தெரிவிக்கவில்லை. இதன் பின்னணியில் எல்லாம் மேல் - கீழ் இந்திய மனம் திட்டவட்டமாக இருக்கிறது.

முஸ்லிம்கள், தலித்துகள், பழங்குடிகள் உள்ளிட்ட விளிம்பு நிலையினர் கொடுமைக்கு உள்ளாக்கப்படும்போது மட்டும் இல்லை; சமூகத்துக்கு அவர்கள் மகத்தான பங்களிப்பைச் செலுத்தும்போதும் இதே மனம் வெளிப்படுகிறது. இந்திய விடுதலைப் போர் வரலாற்றில் பங்கேற்றவர்களில் விளிம்புநிலையினரின் பங்களிப்பு இடதுசாரி வரலாற்றாசிரியர்களாலும்கூட உரிய வகையில் பேசப்படவில்லை அல்லது அவர்கள் வரலாற்றில் மறக்கடிக்கப்பட்டுள்ளனர் என்று சிந்தனையாளர் கோபாட் காந்தி அண்மையில் ஓர் ஆங்கில ஏட்டில் எழுதிய கட்டுரையில் கூறியிருப்பது இங்கே சுட்டிக்காட்டப்பட வேண்டும். மஹாராஷ்டிரத்தில் 1860களில் தொடங்கி உறுதியான போராட்டத்தை முன்னெடுத்த இனாயத் அலி, விலாயத் அலி, கரமத் அலி, ஜெய்னுதீன், ஃபர்ஹட் ஹுஸேன், தென்னிந்தியாவில் பிரிட்டிஷ் ஆட்சியாளர்களுக்கு ஓர் அச்சுறுத்தலாக விளங்கிய இப்ராஹிம் கான், பல்வந்த ஃபட்கெ போன்று இந்நாட்டு விடுதலைக்காகத் தங்கள் இன்னுயிரை இழந்த நூற்றுக்கணக்கான முஸ்லிம்கள் முற்றிலுமாக உதாசீனப்படுத்தப்பட்டனர் அல்லது மறக்கடிக்கப்பட்டுவிட்டனர். பிரிட்டிஷ் ஆட்சியைத் தூக்கியெறிவதற்காகப் போர்க்களத்தில் நேரடியாகவோ மறைமுகமாகவோ இறங்கித் தங்கள் இன்னுயிரை மாய்த்துக்கொண்ட தலித் பெண்மணிகளான உதா தேவி, ஜல்காரிபாய், ராணி கய்டின்லியு ஆகியோரை முதன்மை நீரோட்ட வரலாற்றாசிரியர்களில் எத்தனை பேருக்குத் தெரியும் என்ற கேள்வியை கோபாட் காந்தி எழுப்பியுள்ளார். இந்தக் கேள்வியின் வரலாற்று நீட்சிதான் பில்கிஸ் பானு இன்று எதிர்கொள்ளும் அநீதி.

'வாழ்வாங்கு வாழ்ந்து' மறைந்த எலிசபெத் ராணியின் மரணத்துக்குக் கண்ணீர் வடிப்பதும், பில்கிஸ் பானு யார் எனக் கேட்பதும் ஒரே இந்திய மனம்தான். அதன் அறம் அன்றும் ஒன்றுபோல் இல்லை; இன்றும் ஒன்றுபோல் இல்லை!

அருஞ்சொல்
14, செப்டம்பர் - 2022

கோர்பசெவ் கட்டுரையும் எதிர்வினையும்

என்னுடைய ‘கோர்பசெவ்: வரலாற்றில் ஓர் அவல நாயகர்’ கட்டுரை பரவலான வாசகக் கவனத்தைப் பெற்றிருப்பதை அறிந்து கொண்டேன். பல தோழர்கள் அதை வரவேற்று எனக்கு எழுதி யிருந்தனர். சில குறிப்பிடத்தக்க விமர்சனங்களும் வந்தன. இரு விமர்சனங்களுக்குப் பதில் அளிப்பது முக்கியம் எனக் கருதினேன்.

அருஞ்சொல் மீதான விமர்சனம்

காலையிலேயே என் அன்புக்குரிய தோழரொருவர் எனக்கு அனுப்பியிருந்த வாட்சப் செய்தியில், சமஸ் நடத்தும் ஏட்டில் இந்தக் கட்டுரையை நான் எழுதியிருப்பது தனக்கு வருத்தமளிப்பதாகக் கூறியிருந்தார். சமஸ் ஒரு முற்போக்கு முகமூடி அணிந்த ஆர்எஸ்எஸ் காரர் என்பது அவரது குற்றச்சாட்டு, நான் ‘அருஞ்சொல்’ தளத்தில் எழுதுவதைத் தவிர்க்க வேண்டும் என்பது அவரது முறைப்பாடு.

நான் அவருக்கு எழுதிய பதிலில், சமஸின் அரசியல் பற்றி எனக்குத் தெரியாது என்றும், ஆனால், இந்தக் கட்டுரையை ‘தீக்கதிர்’ இதழில் வெளியிட்டிருக்க முடியுமா என்றும், ‘அருஞ்சொல்’ போல அதிக வாசகர்களைச் சென்றடையும் வேறொரு ஊடகத்தைப் பரிந்துரைக்குமாறும் கேட்டிருந்தேன்.

உடல்நலக் குறைவாலும் கண் பார்வை பாதிக்கப்பட்டுள்ளதாலும் என்னால் முன்புபோல செயல்பட முடியவில்லை. அன்றாடம் எல்லாத் தளங்களையும் நான் வாசிக்கிறேன் என்று சொல்வதற்கு இல்லை. ‘அருஞ்சொல்’ தளமும் அப்படித்தான். அதேசமயம், அதில் வெளியாகும் முக்கியமான கட்டுரைகளைப் பல்வேறு நண்பர்கள் பல சமயங்களில் பகிர்கிறார்கள்.

என்னிடம் கட்டுரை கேட்கும், என் கட்டுரையைத் திரிக்காமல் வெளியிடும் பத்திரிகைகளில் மட்டும் எழுதுகிறேன். இணையத்தில் ‘மின்னம்பலம்’ தளத்தில் சில ஆண்டுகளாக எழுதுகிறேன். ‘அருஞ்சொல்’ தளத்தில் நான் எழுதிய முதல் கட்டுரை இதுதான். அதன் ஆசிரியர் சமஸ் கேட்டார், எழுதினேன். ‘ஆனந்த விகடன்’ காலம் முதற்கொண்டு அவர் பணியாற்றும் இதழ்களில் அவர் கேட்டு

நான் எழுதி வந்திருக்கிறேன். எனக்கும் அவருக்கும் இடையே அன்பார்ந்த உறவு உண்டு. அதேசமயம், முரண்பாடுகள் மிக்க மோதல்களும் உண்டு.

சமீபத்தில்கூட சமஸ் அக்னிபாத் திட்டத்தை ஆதரித்து எழுதிய தலையங்கத்தால் கடும் கோபம் அடைந்தேன். அந்தச் சமயத்தில் எங்கள் இருவருக்கும் பொது நண்பரான ஜி.குப்புசாமி என்னுடைய ஸரமாகோ நூலுக்கு எழுதிய மதிப்புரை 'அருஞ்சொல்' இதழில் வெளியீட்டுக்காக வரிசைப்படுத்தப்பட்டிருந்தது. கோபத்தின் காரணமாக அது 'அருஞ்சொல்' இதழில் வெளியிடப்பட வேண்டாம் என்று குப்புசாமி மூலம் திரும்பப் பெற்றேன். பின்னர் அது வேறு ஓர் இதழில் வெளியானது. இந்த அளவுக்கு சில சமயங்களில் முரண்பாடு போகும் என்றாலும், பத்தாண்டுகளுக்கு மேலாக எழுத்தாளர் - பத்திரிகையாளர் எனும் உறவு எங்கள் இடையே தொடர்கிறது. ஜனநாயகரீதியாக இப்படித்தான் செயல்பட முடியும் என்றும் எண்ணுகிறேன்.

அறிவாழம் மிக்க தோழரின் கூற்று

இன்னொரு தோழரிடமிருந்து வந்த விமர்சனமும் குறிப்பிடத் தக்கது. அதற்கு விரிவாகவே பதில் அளிக்க வேண்டும் என்று எண்ணுகிறேன். ஏனென்றால், அவர் என்னால் மிகவும் மதிக்கப்படும் தோழர். அறிவாழம் மிக்கவர். அக்கட்டுரை பலகீனமான வாதத்தைக் கொண்டிருக்கிறது என்றும், தனக்கு அது ஏமாற்றமளிப்பதாகவும் கூறியிருந்தார்.

என் கட்டுரையில் எங்கு, என்ன தவறு இருக்கிறது என்று விளக்கிச் சொல்லுமாறு அவரிடம் கேட்டிருந்தேன். ஆனால், 'அருஞ்சொல்' கட்டுரையில் நான் எழுப்பியிருந்த ஒரு கேள்விக்குக்கூட பதில் சொல்லாமல் ரஷியக் கூட்டாட்சி கம்யூனிஸ்ட் கட்சியின் பொதுச் செயலராக இருந்த கென்னடி ஜுயுகனோவ் எழுதிய கட்டுரையின் 'தோராயமான' தமிழாக்கத்தை அனுப்பி வைத்திருந்தார். அத்தமிழாக்கம் தமிழ்நாட்டிலுள்ள இடதுசாரி இயக்கத்தவரிடையே - குறிப்பாக சிபிஎம் அணியினரிடையே - பரவலாகப் போய்ச் சேர்ந்துள்ளதால் அக் கட்டுரைக்கும், அதை அனுப்பிய தோழருக்கும் பதில் சொல்லும் முகமாக இன்னொரு பதிலை அத்தோழருக்கு அனுப்பி வைத்தேன்.

இச்சூழ்நிலையில் ஜுயுகனோவின் கட்டுரை, அதனை அனுப்பிய தோழரிடம் நான் எழுப்பிய கேள்விகள் ஆகியவற்றை இங்கு பதிவு செய்வது அவசியம் என்று கருதுகிறேன்.

ஜுயுகனோவின் கட்டுரை

முதலில் ஜுயுகனோவ் எழுதிய அந்தக் கட்டுரையை வாசகர்கள் வாசித்துவிட வேண்டும் என்பதால் அதைத் தருகிறேன்.

"ரஷ்யாவின் ஆயிரம் ஆண்டு கால வரலாறு கண்ட ஆட்சியாளர்களில் ஒருவராகவே நான் கோர்பசெவை நான் பார்க்கிறேன். அவர் நம் நாட்டின் மக்களுக்கு மட்டும் அல்ல; நமது கூட்டாளிகள் மற்றும் நண்பர்கள் அனைவருக்கும் துக்கத்தையும் துரதிஷ்டத்தையும் கொண்டுவந்தவராக இருக்கிறார் என்றே கருதுகிறேன்.

நான் சிபிஎஸ்யூவின் (சோவியத் யூனியன் கம்யூனிஸ்ட் கட்சி-எஸ்.வி.ஆர்.) மத்தியக் குழுவில் பணிபுரிந்துள்ளேன். வடக்கு காகஸ் பகுதியில் மேற்பார்வையாளராகப் பணியாற்றி உள்ளேன். அப்போது எனது சான்றிதழில் ஆண்ட்ரபோவ் கையெழுத்திட்டு கொடுத்தார்.

கோர்பசெவின் சொந்த ஊரான ஸ்டாரோபோவிற்குப் பல முறை சென்றிருக்கிறேன். அங்கு உள்ளூர் தலைவர்களை நான் சந்தித்து பேசியபோது கோர்பசெவ் பற்றிய அவர்களின் முகஸ்துதி அற்ற மதிப்பீடுகளைத் தெரிந்துகொண்டிருக்கிறேன்.

ஒரு காலத்தில் கோர்பசெவ் அங்கு கட்சி அமைப்பின் தலைவராக இருந்தார் என்பதை நினைவூட்டுகிறேன். கோர்பசெவுடன் இணைந்து பணியாற்றியவர்கள் அவரை அறிந்தவர்கள். கோர்பசெவால் ஒன்றும் செய்ய முடியாது என்றும் ஒருவேளை அவர் மறுசீரமைப்பைத் தொடங்கி மக்களைத் தட்டி எழுப்பலாம் என்றும் கூறினார்கள். அரசியல் அதிகாரத்திற்கு அவர் வந்ததை நாங்கள் ஒரு பெரிய சோகமாகக் கருதுகிறோம் என்று அவர்கள் வெளிப்படையாகச் சொன்னார்கள்.

சில ஆண்டுகளுக்குப் பிறகு இந்த மதிப்பீடுகள் அனைத்தும் முழுமையான துல்லியத்துடன் உறுதிப்படுத்தப்பட்டன.

கோர்பசெவின் முக்கியமான குற்றம் சோவியத் ஒன்றியத்தைச் சீர்குலைத்த குற்றமாகும். எல்லாவற்றுக்கும் மேலாக அவர் ஒரு சக்தி வாய்ந்த சக்தியை பெற்றிருந்தார். இந்த உலகில் இருந்த அனைவருக்கும் அது தெரியும்.

சோவியத் ஒன்றியம் உலகின் உற்பத்தியில் 20% உற்பத்தியைச் செய்தது. கிட்டத்தட்ட மூன்றில் ஒரு பங்கு விமானங்களை உற்பத்தி செய்தது. மின்னணுவியலில் முன்னணியில் இருந்தது. அப்போது

நாங்கள் பல துறைகளிலும் பல திசைகளிலும் தலைவர்களாக இருந்தோம். உதாரணமாக விமானம், ராக்கெட், விண்வெளி தொழில் நுட்பம், மின்னணுவியல், லேசர் தொழில்நுட்பம், வான் பாதுகாப்பு போன்ற பல துறைகளில் வலுவாக இருந்தோம்.

துரதிஷ்டவசமாக கோர்பசெவ் வருகை இவை அனைத்துக்கும் முடிவு கட்டிவிட்டது. இவை அனைத்தும் காட்டிக்கொடுக்கப்பட்டன.

சோவியத் ஒன்றியம் அனைத்துப் பாதுகாப்பு மண்டலங்களையும் கொண்டிருந்தது. ஜெர்மனியில் சோவியத் துருப்புக்களின் குழுவில் நான் பணியாற்றியபோது ஜெர்மனியர்கள் எங்களை மதித்து சாலையில் எங்களை வரவேற்றனர். காரணம், அந்த ஆண்டுகளில் நாங்கள் ஒரு பெரிய சக்தியாக இருந்தோம் என்பதுதான். சிபிஎஸ்யு என்பது ஒரு கட்சி மட்டுமல்ல; அவசரக் காலச் சூழ்நிலைகளில் நெருக்கடிகளைக் கையாளக்கூடிய அரசியல் நிர்வாக அமைப்பு என்பதை கோர்பசெவ் கொஞ்சம்கூட புரிந்துகொள்ளவில்லை.

லெனினிஸம்-ஸ்டாலினிஸத்தின் நவீனமயமாக்கல், சிதைந்து கிடந்த பேரரசை ஒன்றுபட்ட சோவியத் அமைப்பாக கொண்டுவந்து சேர்த்தது. சோவியத் மக்கள் சிபிஎஸ்யூவின் தலைமையின் கீழ் கிட்டத்தட்ட ஒன்பதாயிரம் சிறந்த தொழிற்சாலைகளை உருவாக்கினார்கள். பாசிஸத்தைத் தோற்கடித்தார்கள். விண்வெளியில் ஊடுருவி சாதனை படைத்தார்கள். அணுசக்தியில் சமநிலையை உருவாக்கினார்கள்.

இந்த வெற்றிகள் நம்பிக்கையான கண்ணியமான எதிர்காலத்தை எங்களுக்கு வழங்கியது. ஆனால், கட்சியைச் சீர்திருத்துவதற்குப் பதிலாக கோர்பசெவ் அதை அழிக்க முடிவுசெய்தார். அவர் உச்ச அதிகாரத்திற்கு வந்ததிலிருந்து சுமார் 100 முன்னணித் தலைவர்களை, அமைச்சர்களை சிபிஎஸ்யுவின் மத்தியக் குழுவிலிருந்து வெளியேற்றினார்.

கோர்பசெவ் அவரைச் சுற்றி அப்பட்டமான துரோகிகளை - யாகோவ்லெவ்ஸ், ஷெவர்ட்நாட்ஸஸ், யெல்ட்சின்ஸ் மற்றும் பகாடின்ஸ் போன்றவர்களை - வைத்துக்கொண்டார்.

கோர்பசெவ்வின் மற்றொரு குற்றம் சோவியத் அதிகாரத்தை காட்டிக்கொடுத்தது. எனது தந்தை ஒரு கட்சி உறுப்பினர் அல்ல. அவர் கிட்டத்தட்ட 50 ஆண்டுகள் ஆசிரியராகப் பணியாற்றினார். சோவியத் அரசுக்காகப் போராடினார். செபஸ்டோபோலில் யுத்தத்தின்போது அவர் தனது கால்களை இழந்தார். நான் பணிக்கு வந்தபோது என் தந்தை என்னிடம் இவ்வாறு கூறினார். “நினைவில்

வைத்துக்கொள் மகனே, இந்த வாழ்க்கையில் சோவியத் சக்தியைவிட சிறந்தது எதுவுமில்லை. ஆம், சிரமங்கள், பிரச்னைகள் இருக்கும். ஆனால், சோவியத் அரசாங்கம் எப்போதும் சாதாரண மனிதனைப் பற்றி நினைத்தது. பெண்களுக்கு மகப்பேறு விடுப்பு முதல் 21 சலுகைகளை வழங்கியது. ஒவ்வொரு சோவியத் குடிமகனுக்கும் கல்வி, மருத்துவம் ஆகியவற்றை இலவசமாகக் கிடைக்கச் செய்தது. சோவியத் ஒன்றியத்தின் தாய் எங்களை வெற்றியின் உச்சத்திற்கு உயர்த்தினாள்.

இந்த சோவியத் சக்தியை, மக்கள் சக்தியை கோர்பசெவ் மிகவும் இழிந்த முறையில் காட்டிக்கொடுத்தார். சோவியத் ஒன்றியத்தின் அரசியல் அமைப்பின்படி சோவியத் குடிமக்கள் அனைவருக்கும் வாக்களிக்கும் உரிமை உள்ளது என்பதை உங்களுக்கு நினைவூட்டுகிறேன்.

சோவியத் ஒன்றியத்தின் குடிமக்களில் கிட்டத்தட்ட 77% ஒன்றுபட்ட சோசலிஸ தந்தை நாட்டில் வாழ விருப்பம் தெரிவித்தனர். ஆனால் கோர்பசெவ், எல்ஸ்டின் தலைமையிலான குழுக்கள் சோவியத் மக்களின் இந்த வரலாற்று சாதனையை காட்டிக் கொடுத்தனர். இது எந்த விதமான வரையறைகளும் இல்லாத குற்றமாகும்.

கோர்பசெவ்வின் மற்றொரு குற்றம் என்னவென்றால், சோவியத் மக்கள் கடந்த 100 ஆண்டுகளில் வென்ற அனைத்தையும் இழக்க வைத்தார். அனைவரும் ஒரு கண்ணியமான வேலைக்கான உத்தரவாதம், நல்ல சுகாதார பாதுகாப்பு, இலவச கல்வி, ஒழுக்கமான ஓய்வூதியம் உட்பட பல சமூக உத்தரவாதங்களை மக்களை இழக்கச் செய்தார். குடிமக்களின் சேமிப்பு மதிப்பு குறைக்கப்பட்டது. மூதாட்டிகள் ஒரு மழை நாளுக்காக வைத்திருந்த பணம்கூட காலி காகிதமாக மாறியது. கோர்பசெவுடைய மற்றொரு குற்றத்தை நான் அறிந்து அதிர்ச்சி அடைந்தேன். அவர் தனது நண்பர்கள் மற்றும் கூட்டாளிகள் அனைவருக்கும் துரோகம் செய்தார். உதாரணமாக கிழக்கு ஜெர்மனியின் முன்னாள் தலைவர் ஹரிக் ஒனெக்கர் ரஷ்யாவில் இருந்து வெளியேற்றப்படும் அளவுக்கு கோர்பசெவால் காட்டிக்கொடுக்கப் பட்டார். ஜெர்மனியில் ஹரிக் ஒனேக்கர் ஹிட்லரின் கீழ் எந்தச் சிறையில் இருந்தாரோ அதே சிறையில் மீண்டும் அடைக்கப்பட்டார்.

1989 டிசம்பர் மாதம் மால்டாவில் கோர்பசெவ் அமெரிக்க ஜனாதிபதி சீனியர் புஷ் மற்றும் அமெரிக்க வெளியுறவு அமைச்சர் ஜேம்ஸ் பேக்கர் ஆகியோரைச் சந்தித்துப் பேசினார். இயற்கைகூட

இந்தச் சந்திப்புக்கு எதிராகக் கிளர்ந்து எழுந்தது. கடலில் புயல் எழுந்தது. அமெரிக்கக் கப்பல்கள் ஒரு பக்கமாகத் தூக்கி எறியப் பட்டன. எங்கள் சோவியத் ஒன்றியத்தால் உருவாக்கப்பட்ட பெரிய லைனர் மாக்சிம் கார்க்கி கப்பல் சீராக நின்றது. அங்கு பேச்சுவார்த்தை நடைபெற்றது. அவர்கள் பேச்சுவார்த்தையில் மேஜையில் அமர்ந்த போது எந்தக் காரணமும் இல்லாமல் கோர்பசெவ் புஷ்ஷிடம் கூறினார். கிழக்கு ஐரோப்பாவிலிருந்து வெளியேற வார்சா ஒப்பந்தத்தைக் கலைக்க முடிவு செய்திருக்கிறோம் என்றார் கோர்பசெவ். அமெரிக்கப் பிரதிநிதிகள் இந்தச் செய்தியைக் கேட்டவுடன் அவர்களுக்கு வியர்த்து விட்டதாக வெளியுறவுத் துறை அமைச்சர் பிரேக்கர் நினைவுகூர்ந்தார். நேட்டோவைக் கலைக்க வேண்டும் என்று கோர்பசெவ் கோருவார் என்று எதிர்பார்த்த நிலையில் மேலும் ஆச்சரியத்தை ஏற்படுத்தினார். இல்லை இப்போது நமக்குத் தூய சிந்தனை இருக்கிறது. எனவே நாங்கள் வார்சா ஒப்பந்தத்தைக் கலைக்கிறோம். நீங்கள் விரும்பியதைச் செய்யுங்கள் என்று கூறிவிட்டார். இவ்வாறு முழுப் பாதுகாப்பு அமைப்பும் காட்டிக் கொடுக்கப்பட்டது.

இந்தப் பாதுகாப்புக் கட்டமைப்பிற்காக எங்கள் தாய்நாட்டின் 27 மில்லியன் மகன்கள் மற்றும் மகள்கள் உயிர்த் தியாகம் செய்துள்ளனர். பெரும் தேச பக்த போரின்போது கிட்டத்தட்ட ஒவ்வொரு சோவியத் குடும்பமும் உயிரிழப்புகளைச் சந்தித்தது. எனவேதான் கோர்பசெவ் மற்றும் அவரது குழு என்ன செய்கிறார்கள் என்பதை நாங்கள் அறிந்து கொண்டோம். நாங்கள் ஆர்எஸ்எஃப்எஸ்ஆர் என்ற கம்யூனிஸ்ட் கட்சியை உருவாக்கினோம். நாங்கள் பலவீனமாக இருந்தோம். அவர்கள் எங்களுக்கு ஒரு சின்ன வாய்ப்பைக்கூட தரவில்லை. ஆனால், கிரெம்ளின் மற்றும் ஸ்டாரையா சதுக்கத்திலிருந்து இந்த ஆட்சியாளர்களை வெளியேற்றுவதற்காக அனைத்து ஆரோக்கியமான தேச பக்தி சக்திகளையும் ஒன்றிணைக்க எங்களுக்கு ஒரு வருடம் மட்டும் போதாது என்பதைப் புரிந்துகொண்டோம்.

நான் பொலிட்பீரோ உட்பட கட்சி அமைப்புகளில் இருந்து விலக்கி வைக்கப்பட்டு 10 ஆண்டுகளாக கிரிமினல் வழக்குகளை அவர்கள் ஜோடித்தனர். எழுத்தாளர் யூரி பொண்டரேவ், இயக்குநர் ஸ்டானிஸ்லாவ் கோவோருகின், பாடகர் ஐயோசிஃப் கோப்சன், நடிகர் மிகைல் நோஷ்கின், பத்திரிகையாளர்கள் அலெக்சாண்டர் புரோகானோவ் மற்றும் வாலண்டைன் சிக்கின் ஆகியோர் எனக்கு ஆதரவாகக் குரல் எழுப்பினர், உண்மையான தேச பக்தர்கள் இது ஒரு நியாயம் அற்ற படுகொலை என்பதை நன்கு அறிந்திருந்து கிளர்ச்சி

செய்தனர். கோர்பசெவ் குழுவிலிருந்து வெளியேறுவதற்கு நிறைய மகிமை இருக்கிறது. வெளியேறுவது அவர்களின் தொழில். ஆனால் துரோகத்தனமான 90ஆம் ஆண்டுகளிலிருந்து நாம் நேர்மையாக நம்மைப் பிரித்துக்கொள்ள வேண்டும். இல்லையெனில் நாசிஸம் மற்றும் பாசிஸத்தின் மீது வெற்றி கிடைக்காது. இது எங்களின் கொள்கைரீதியான நிலைப்பாடு.

மக்கள் நீண்ட காலமாக கோர்பசெவிஸம் குறித்த மதிப்பீட்டைக் கடுமையான தண்டனையின் மூலம் வெளிப்படுத்தினர். அதாவது 1996இல் கோர்பசெவ் மற்றும் அவரது குழுவினர் ஒரு தேர்தல் குழுவை உருவாக்கி அந்த ஆண்டு நடைபெற்ற ஜனாதிபதி தேர்தலில் பங்கேற்க முடிவு செய்தனர். ஆனால், கோர்பசெவ் தாயகமான ஸ்டோவ்ரோபோலில் கூட அவருக்கு யாரும் வாக்களிக்க மாட்டார்கள் என்று மக்கள் கூறினார்கள். ஏனென்றால், அவர் எல்லாவற்றையும் விற்று ஏமாற்றி விட்டார். திருடர்களின் தனியார்மயமாக்கலைத் தொடங்கிவைத்தார். இதன் விளைவாக 1996 ஜனாதிபதி தேர்தலில் 0.5% வாக்காளர் மட்டுமே கோர்பசெவுக்கு வாக்களித்தனர்.

கோர்பசெவுடைய கிரிமினல் துரோகக் கொள்கைக்கு மக்கள் அளித்த தீர்ப்பு இது. நாங்கள் பின்னர் ஒரு பகிரங்கமான தடயவியல் விசாரணையை நடத்தினோம். எல்ஸ்டினின் குற்ற நடவடிக்கை குறித்து உட்பட இந்த விசாரணை நடைபெற்றது. 20க்கும் மேற்பட்ட தொகுதிகள் டூமாவில் உள்ளது. அனைத்துக் குற்றங்களும் நிரூபிக்கப்பட்டன. கிழக்கு ஐரோப்பாவில் இருந்த ராணுவத்துக்கு இழைக்கப்பட்ட குற்றங்கள் உட்பட இதில் உள்ளது. ஜெர்மனியில் மட்டுமே எங்கள் துருப்புக்கள் கிட்டத்தட்ட 5 லட்சம் பேர்கள் இருந்தனர். அது வலிமையான ராணுவமாக இருந்தது. ஜெர்மனியில் இருந்து நாங்கள் எங்கள் படைகளைத் திரும்பப் பெறுவதால் ஒப்பந்தத்தில் குறைந்தபட்சம் ஒரு ஷரத்தைச் சேர்க்க வேண்டும் என்று எதிர்பார்த்தோம். அதாவது ஜெர்மனி இனி வரும் நூற்றாண்டுகளில் எந்த நேட்டோவிலும் சேராது என்ற சரத்து இருக்க வேண்டும் என்று விரும்பினோம்.

இந்தக் கொள்கை கிழக்கு ஐரோப்பாவிற்கும் பொருந்தும். காரணம் அந்த நேரத்தில் போலந்து, செக்கஸ்லோவாக்கியா, மற்றும் அங்கேரியில் எங்கள் ராணுவம் இருந்தது. இந்த ஷரத்து சேர்க்காததின் விளைவு இன்று நாஜிக்கள் அங்கு அணிவகுத்து சோவியத் நினைவுச் சின்னங்களை இடித்துத் தள்ளுகிறார்கள். ஒவ்வொருவரும் ரஷ்ய மக்களைக் கேலி செய்கிறார்கள். இன்றைய நமது பிரச்னைகள் அனைத்தும் அங்கிருந்து வளர்ந்து விரிவடைகின்றன.

திருடியவர்கள், தங்கள் சட்டைப்பைகளில் அடைத்துக்கொண்டவர்கள், இந்தக் குற்றம், அவமானம் தேசத்தின் அழிவு என்று தங்களைத் தாங்களே வளப்படுத்திக்கொண்டவர்கள் எல்லாம் இப்போது கோர்பசெவ் மரணத்தைப் பற்றிப் பேசுகிறார்கள் அல்லது திணறுகிறார்கள். அவர்கள் அமைதியாக இருந்தால் நல்லது.

உலகிலும், ஐரோப்பாவிலும், ரஷ்ய கூட்டமைப்பிலும் தற்போதைய பலவீனமான பாதுகாப்பு ஏற்படுவதற்கு கோர்பசெவ் நடவடிக்கைகள் தான் காரணமாகும், நமது எல்லையை சுற்றிப் பாருங்கள், இந்தத் துரோகத்தின் விளைவுகளை நீங்கள் காண்பீர்கள், கிழக்கு ஐரோப்பா இப்போது உக்ரேனுக்கு ஆயுதங்களை வழங்குகிறது. பால்டிக் நாடுகளில் பாசிஸ்ட்டுகள் மற்றும் நாஜிக்கள் எல்லாவற்றிலும் அமர்ந்திருக் கிறார்கள். அவர்கள் அங்கு தொழிற்சாலைகளை கட்டியவர்களை வாயை அடைத்து புதிய துறைமுகங்களைத் திறக்கிறார்கள்.

உக்ரைனில் 82 சதவீத மக்கள் ரஷ்ய மொழியை தங்கள் சொந்த மொழியாகக் கருதுகின்றனர். ஆனால் இன்று அவர்களால் தாய்மொழி பேச முடியவில்லை. இப்போது உக்ரைன் மற்றும் டான்பாஸில் உள்ள பாசிஸத்தை அழிக்க எங்கள் மகன்களின் வாழ்க்கையை மீண்டும் இழக்க வேண்டிய கட்டாயத்தில் இருக்கிறோம்.

தற்போது கோர்பசெவ், இரண்டாம் நிக்கோலஸ் சார் மன்னன் இருவரையும் இணைத்துப் பேச வேண்டியுள்ளது. நிக்கோலஸ் லண்டன், பாரிஸ், நியூயார்க் வங்கியாளர்களின் பணத்திற்காக தேவையற்ற முறையில் முதல் உலகப் போரில் இறங்கினார். அவர் ஒரு பெரிய சாம்ராஜ்யத்தை நடத்த முடியாதவராக இருந்தார். கோர்பசெவ் ஒரு பெரிய ராணுவத்துடன், சக்தி வாய்ந்த, உற்பத்தி சிறந்த, அறிவியல் சிறந்த, சமூக அமைப்பு ஆகியவற்றுடன் அதிகாரத்தில் இருந்தார். தாட்சர் அவரைப் பார்த்துப் புன்னகைத்ததற்காகவும், புஷ் தோள் பட்டைகளில் கைகளைப் போட்டதற்காகவும் எல்லாவற்றையும் வீழ்த்தினார். ஒரு தலைவருக்கும் ஒரு அரசியல்வாதிக்கும் மிகவும் அவமானகரமான நடத்தை இது.

டான்டே அல்கியேரினி தெய்வீக நகைச்சுவையைப் படிக்கப் பரிந்துரைக்கிறேன். பல வட்டங்களில் மரணங்களைப் பற்றி அவர் ஓவியங்களை வரைந்தார். ஒன்பதாவது வட்டத்தில் தங்கள் தாயகம், குழந்தைகள், நாடு, நண்பர்கள் மற்றும் உறவினர்களுக்கு துரோகம் செய்த அயோக்கியர்களுக்கானது என்பதை வரைந்தார். நம் ஆயிரம்

வருட வரலாற்றில் கோர்பசெவைவிடப் பெரிய துரோகியை அவளுக்குத் தெரியாது என்று நான் நம்புகிறேன்.''

(ஆங்கிலத்திலிருந்து தமிழ்ச் சுருக்கம்: அ.பாக்கியம்)

என்னுடைய பதில்

இக்கட்டுரையை எனக்கு அனுப்பிய தோழருக்கு நாள் அனுப்பிய பதில்:

நன்றி. சோவியத் யூனியனிலும் பிற கிழக்கு ஐரோப்பிய சோசலிஸ நாடுகளிலும் இழைக்கப்பட்ட குற்றங்கள், தவறுகள் ஆகியவற்றை ஒரு தனிமனிதர் மீதே சுமத்துவதை (எடுத்துக்காட்டாக ஸ்டாலின் பற்றிய குருஷ்செவ் அறிக்கை) இந்திய கம்யூனிஸ்ட் கட்சி (அப்போது ஒன்றுபட்டிருந்த கட்சி) (பின்னர் சிபிஎம்) உள்ளிட்ட பல கம்யூனிஸ்ட் கட்சிகள் விமர்சித்தன. அதேபோலத்தான் நீங்கள் அனுப்பிய ஜியுகனோவின் கட்டுரையும்.

நான் கேட்க விரும்பும் கேள்விகள் பின்வருமாறு:

1. பெரும் வரலாற்று நிகழ்ச்சிகளுக்கு (சோவியத் யூனியனின் தகர்வுக்கு இட்டுச் சென்ற நிகழ்ச்சிகள்) ஒரு தனிமனிதர் (கோர்பசெவ்) மட்டுமே பொறுப்பு என்பது எவ்வகையான மார்க்ஸியம்?

2. கோர்பசெவ் ஆட்சிக்காலத்தில் கட்சிக்குள்ளும் வெளியிலுமிருந்த சக்திகள் யாவை?

3. அவற்றின் பலாபலம் என்ன?

4. கோர்பசெவ் செய்ததாக ஜியுகனோவின் கட்டுரை கூறும் குற்றங்களுக்கு எதிராக மக்கள் தன்னிச்சையாகவோ அல்லது கம்யூனிஸ்ட் கட்சியில் இருந்த 'உண்மையான கம்யூனிஸ்ட்' களால் அணிதிரட்டப்பட்டோ ஏன் போராடவில்லை?

5. சோவியத் யூனியனைப் பழைய வடிவத்தில் அப்படியே தக்க வைத்துக்கொள்ள விரும்பியவர்களின் ராணுவக் கிளர்ச்சிக்கு ஏன் மக்கள் ஆதரவளிக்கவில்லை? அந்தக் கிளர்ச்சி முழுக்கவும் ரஷிய பின்புலம் கொண்ட தளகர்த்தர்களால் முன்னெடுக்கப்பட்டது; ஏனைய தேசிய இனங்களைச் சார்ந்தோர் அதில் இல்லை என்பது நாம் கவனப்படுத்தாமல் விடக் கூடியதா? மேலும் ஏன் இரண்டே நாள்களில் அந்தக் கிளர்ச்சி தோற்றது?

6. யெல்ட்சினுக்குப் பெரும் ஆதரவு ஏற்பட்டது ஏன்?

7. ரஷிய சோசலிஸ சோவியத் குடியரசின் தலைவராக (சோவியத் யூனியன் இருந்தபோதே) ஏறத்தாழ 90 விழுக்காடு வாக்காளர்களால் யெல்ல்ட்ஸின் தேர்ந்தெடுக்கப்பட்டது எவ்வாறு?

8. சோவியத் யூனியன் மற்றும் கிழக்கு ஐரோப்பிய சோசலிஸ நாடுகளின் வீழ்ச்சிக்கு ஏகாதிபத்திய நாடுகள் உடந்தையாக இருந்தன என்பதை மறுக்கவியலாது என்றாலும், அந்த நாடுகளில் இருந்த பெரும்பான்மையான மக்கள் அங்கிருந்த கம்யூனிஸ்ட் ஆட்சிகளைத் தூக்கியெறிய இலட்சக்கணக்கில் திரண்டது ஏன்?

9. ஏகாதிபத்தியப் பிரசாரத்துக்கும் சதிக்கும் அவர்கள் பலியாகி விட்டார்கள் என்றால் பல பத்தாண்டுக்கால கம்யூனிஸ ஆட்சிக்குப் பிறகும் அவர்கள் மனங்கள் ஏகாதிபத்தியப் பிரசாரங்களுக்கு இரையாகிவிட்டதை எப்படிப் புரிந்து கொள்வது?

10. ஜுயுகனோவின் கட்டுரையில் சோவியத் யூனியனின் தகர்வில் 'இராணுவப் புரட்சியாளர்கள்', யெல்ட்சின் ஆகியோர் வகித்த முக்கியப் பாத்திரம் பற்றிய ஒரு சொல்கூட இல்லாதது ஏன்?

11. சோவியத் யூனியனில் சாதிக்கப்பட்டவற்றை யாரும் (நான் உள்பட) மறுக்கவில்லை. எனினும் அந்தச் சாதனைகளுக்குப் பின்னால் பல குலக்குகள் எனும் கட்டாயப் பணி நிர்பந்த வதைமுகாம்கள் இருந்தன என்பதை மறுக்க முடியுமா? அந்தச் சாதனைகளுக்குத் தரப்பட்ட மனித விலைகளைப் பற்றிப் பேசத் தயாரா? மேலும், குருஷ்செவ் காலம் தொட்டு ப்ரெஸ்னெவ் காலம் வரை தானியங்கள் இறக்குமதி செய்யப்பட்டு வந்ததற்குக் காரணம் என்ன?

12. விண்வெளி ஆராய்ச்சி, செயற்கைக் கோள் ஆகியன குருஷ்செவ் காலத்தில் நிகழ்ந்தவை. ஆனால் அவரை திருத்தல்வாதி எனக் கருதுபவர்கள் ஏன் அதை அங்கீகரிப்பதில்லை?

13. கோர்பசெவ் தனக்கு வேண்டாதவர்களைக் கட்சியிலிருந்து நீக்கினார் என்று ஜுயுகனோவ் கூறுகிறார். இதை சோவியத் கம்யூனிஸ்ட் கட்சியிலிருந்த வேறு தலைவர்கள் செய்யவில்லையா?

புகாரின், ஸீனோவிவ், ராடெக் முதலிய நூற்றுக்கணக்கான போல்ஷ்விக் தலைவர்கள் - *1917* புரட்சியின் முன்னணிப் பாத்திரம் வகித்தவர்கள் - மீது ஜோடிக்கப்பட்ட வழக்குகள் போடப்பட்டு அவர்கள் கொல்லப்படவில்லையா? சோவியத் யூனியனில் பிரெஸ்னெவ் ஆட்சியின்போது அவர்களில் பலருக்கு மறுஅங்கீகாரம் தரப்படவில்லையா? அதேவேளை வேறு சில கம்யூனிஸ்டுகள் கைது செய்யப்படவில்லையா?

14. சோவியத் யூனியனில் எல்லாக் குடிமக்களுக்கும் வாக்குரிமை தரப்பட்டது என்று ஜுயுகனோவ் கூறுவது உண்மைதான். ஆனால் அவர் சொல்லாமல் விட்ட இன்னொரு உண்மை, ஒரே ஒரு கட்சியைச் சேர்ந்தவர்கள் மட்டுமே வேட்பாளர்களாக நிறுத்தப்பட்டார்கள் - கோர்பசெவ் காலம் வரை - என்பதல்லவா? அவர்கள் எல்லோரும் பரிசுத்தமானவர்களா? 'நாமன்கிளேசுரா' முறையில்தானே வேட்பாளர்கள் நிறுத்தப் பட்டனர், கட்சியில் பதவி தரப்பட்டனர் என்பதெல்லாம் பொய்யா?

15. சோவியத் யூனியன் குடிமக்களில் கிட்டத்தட்ட 77 சதவீதம் ஒன்றுபட்ட சோசலிஸ தந்தை நாட்டில் வாழ விருப்பம் தெரிவித்தனர். ஆனால், கோர்ப்பசெவ், யெல்ட்சின் தலைமையிலான குழுக்கள் சோவியத் மக்களின் இந்த வரலாற்றுச் சாதனையை காட்டிக் கொடுத்தனர் என்று உண்மையைத் திரித்துக் கூறுகிறார் ஜுயுகனோவ். ஆனால், அந்தப் பொது வாக்கெடுப்பு என் முந்தைய கட்டுரையில் கூறப்பட்டதுபோல கோர்பசெவ் ஆட்சிக்காலத்தில்தான் நடத்தப்பட்டது (விக்கிபீடியாவில்கூட இதைத் தெரிந்து கொள்ள முடியும்). அது சோவியத் யூனியனிலிருந்து பிரிந்து போன பால்டிக், ஜார்ஜிய, ஆர்மினிய, மோல்டோவியக் குடியரசுகள் நீங்கலாக மீதி எட்டுக் குடியரசுகளில் இருந்த மக்களிடம் நடத்தப்பட்ட பொது வாக்கெடுப்புதான்; மேலும், அது 'சோவியத் இறையாண்மைக் குடியரசுகளின் ஒன்றியம்' என்ற (Union of Soviet Soverign Nations) புதிய ஒன்றியமொன்றை உருவாக்குவதற்கான வாக்கெடுப்பு தானேயன்றி பழைய சோசலிஸ சோவியத் யூனியனைத் தக்கவைத்துக் கொள்வதற்கான வாக்கெடுப்பு அல்ல. அப்போது யெல்ட்சினின் ஆட்சியின் கீழ் இருந்த ரஷிய சோசலிஸ சோவியத் குடியரசில் இருந்த மக்களிலும்கூட

ஏறத்தாழ 72 விழுக்காட்டினர் அந்தப் புதிய ஒன்றியத்தில் இருக்க விருப்பம் தெரிவித்து வாக்களித்தனர்.

என் முந்தைய கட்டுரையில் கூறியதுபோல, அந்த எட்டுக் குடியரசுகளின் தலைவர்கள் 1991 ஆகஸ்ட்டில் கூடி அதற்கான ஒப்பந்தத்தில் கையெழுத்திடுவதைத் தடுக்கவும் பழைய சோவியத் யூனியனை (அதிலிருந்து பிரிந்துபோன நாடுகளையும் வலுக்கட்டாயமாகச் சேர்த்து) தக்கவைத்துக்கொள்ளவும் சோவியத் நாமன்கிளேசுராவைச் சேர்ந்தவர்கள், மக்களை அணிதிரட்டாமலும், கோர்பசெவை வீட்டுக் காவலில் வைத்தும், அவசரநிலையைப் பிரகடனப்படுத்தியும் ராணுவப் புரட்சியை நடத்தினர். அந்த ராணுவப் புரட்சியை ஒடுக்குவதில் முதன்மைப் பாத்திரம் வகித்தவர் யெல்ட்சின் என்பதைக்கூட ஜுயுகனோவ் மூடிமறைக்கிறார். அதேபோல, அந்த ராணுவப் புரட்சி தோல்வியடைந்த பின், உக்ரெய்ன், பைலோ ரஷியக் குடியரசுத் தலைவர்களுடன் சேர்ந்து சதி செய்து 'சுதந்திர அரசுகளின் காமன்வெல்த்' என்பதை யெல்ட்ஸின் உருவாக்கியதையும் சோவியத் யூனியன் அதிகார பூர்வமாகக் கலைக்கப்பட்ட பிறகு சோவியத் யூனியன் கம்யூனிஸ்ட் கட்சிக்குச் சொந்தமாக இருந்த உடைமைகள், ஆவணங்கள் அனைத்தையும் பறிமுதல் செய்தவர் அவர்தான் என்ற வரலாற்று உண்மைகளையும் மறைக்கிறார் ஜுயுகனோவ்.

அந்தக் குழப்பமான சூழ்நிலையில் தனது கட்சி ஆவணங்களைக் கூட சோவியத் கம்யூனிஸ்ட் கட்சியிலிருந்த 'உண்மையான கம்யூனிஸ்ட்'டுகளால் ஏன் பாதுகாக்க முடியவில்லை? இப்போது அவை யாவும் புதினின் ரஷிய அரசாங்கக் காப்பகத்தில் உள்ளன. அவற்றில் கணிசமானவை ஆராய்ச்சியாளர்களுக்குக்கூடத் தரப்படுவதில்லை. கோர்பசெவை சோவியத் கம்யூனிஸ்ட் கட்சியின் பொதுச்செயலாளராக ஆக்குவதில் முக்கியப் பாத்திரம் வகித்தவர் ஆண்ட்ரெபோவ் என்பதைக் கூறும் ஜுயுகனோவ், சோவியத் கம்யூனிஸ்ட் கட்சி, அரசாங்கம், ராணுவம் ஆகியவற்றிலிருந்த ஊழல்கள் ஒழிக்கப்பட வேண்டும் என்பதைப் பகிரங்கமாக அறிவித்தவர் ஆண்ட்ரோபோவ் என்பதை குறிப்பிடுவதே இல்லை.

கோர்பசெவின் 'பெரெஸ்த்ரொய்கா', 'கிளாஸ்நோஸ்ட்' ஆகியன சோவியத் யூனியனை அதிகாரி வர்க்க சோசலிஸத்திலிருந்து மீட்டு, கருத்துரிமையும் ஜனநாயக உரிமைகளும் உத்தரவாதம் செய்யப்படும் உண்மையான சோசலிஸத்தை உருவாக்கும் என்று உளமார நம்பிய பல லட்சக்கணக்கானவர்களில் நானும் ஒருவன். ஆனால், அது எவ்வாறு திசைமாறிப் போயிற்று, கோர்பசெவ் மேற்கு ஐரோப்பிய சோசலிஸ

ஜனநாயகப் பொருளாதார முறையை (சாராம்சத்தில் அது முதலாளியம் தான்) நடைமுறைப்படுத்தத் தொடங்கினார் என்பதையெல்லாம் 'ரஷியப் புரட்சி; இலக்கிய சாட்சியம்' நூலின் இரண்டாவது பதிப்பில் பதிவுசெய்துள்ளேன்.

கோர்பசெவ் காலத்தில் கட்டவிழ்த்துவிடப்பட்ட அரசியல், பண்பாட்டுச் சக்திகள் யாவை, புதிய தலைமுறையைச் சேர்ந்த இளம் மக்களுக்கு ஏன் மேற்கு நாட்டுக் கலாசாரம் கவர்ச்சிகரமாகத் தெரிந்தது, மேற்கு நாட்டு முதலாளிய ஜனநாயகம் வந்துவிட்டால் தங்கள் வாழ்வு மேம்படும் என்ற தவறான எண்ணம் அவர்களிடம் இருந்தது ஏன் என்பது போன்றவற்றை விளக்கியுள்ளேன். அதே வேளை கோர்பசெவின் பெரெஸ்த்ரொய்காவின் முதல் கட்டம் சோசலிஸத்தைக் குலைக்காத வண்ணம் இருந்தது என்பதைப் பின்னாளில் கோர்பசெவிடமிருந்து விலகிய லிகசெவ் என்ற முக்கிய கம்யூனிஸ்ட் தலைவர் கூறியதையும் பதிவுசெய்துள்ளேன். அதேபோல, கோர்பசெவ் சந்தைப் பொருளாதாரத்தையும் அமெரிக்கா, சர்வதேச நிதியம் ஆகியவற்றையும் அணுக முடிவு செய்ததையும் விமர்சித்து உள்ளேன். ஆனால், சோவியத் யூனியனிலோ பிற நாடுகளிலோ எக்காரணமும் கொண்டும் ரத்தக்களரி ஏற்படுத்துவதை, அந்தந்த நாட்டு அரசுகள் தங்கள் சொந்த நாட்டு மக்களைக் கொன்று குவிப்பதைத் தடுக்க முயற்சி செய்தவர் கோர்பசெவ் என்பதை நான் மறுக்க மாட்டேன்.

சோவியத் யூனியன் கலைக்கப்பட்ட பிறகு ரஷிய குடியரசுத் தலைவர் பதவிக்கான தேர்தலில் 1996ஆம் ஆண்டுத் தேர்தலில் போட்டி யிட்ட கோர்பசெவுக்கு 0,5 விழுக்காடு வாக்குகளே கிடைத்ததற்குக் காரணம் ரஷிய மக்களால் அவர் நிராகரிக்கப்பட்டதுதான் என்று கூறும் ஜுயுகனோவ், அந்தத் தேர்தலில் வென்றவர் யெல்ட்சின் என்பதைக் கூறுவதில்லை.

யெல்ட்சின் ஆட்சிக் காலத்தில் ஜனநாயக உரிமைகள் ஒழிக்கப் பட்டதையும் பொருளாதாரத் துறையில் கொள்ளையடிப்புகள் நடந்ததையும் விமர்சித்து வந்த கோர்பசெவ், மக்கள் ஒரேயடியாக வறுமையில் தள்ளப்பட்டதைக் கண்டனம் செய்துவந்தார். தான் மக்களிடம் அந்நியப்பட்டுப் போனதை உணர்ந்த யெல்ட்சின் தனது ஆதரவாளரான புதினைக் குடியரசுத் தலைவர் பதவிக்குப் போட்டியிட வைத்தார். யெல்ட்சினுக்குப் பதிலாக புதின் ஆட்சிப் பொறுப்பை ஏற்றது ரஷியாவுக்கு நன்மை பயக்கும் என்று முதலில் கருதிய கோர்பசெவ்

பிற்பாடு புதினின் பொருளாதார, அரசியல் கொள்கைகளைக் கடுமையாக விமர்சித்து வந்தார். உக்ரெய்னிலிருந்து கிரிமியா பிரிந்து வந்து ரஷியாவுடன் சேர்ந்ததை ரஷிய பெருந்தேசியவாதக் கண்ணோட்டத்திலிருந்து அல்லாமல் ஜனநாயக உணர்வோடு வரவேற்ற கோர்பசெவ், சோவியத் யூனியன் இருந்தபோது கிரிமிய மக்களின் விருப்பத்தை அறியாமல் அது உக்ரெய்னுக்குக் கொடுக்கப் பட்டதற்கு மாறாக, தற்போது பொது வாக்கெடுப்பின் வழியாக அந்த மக்கள் முழு விருப்பத்தோடு ரஷியாவுடன் சேர்ந்துள்ளனர் என்று கூறினார்.

உக்ரெய்னில் 2014ஆம் ஆண்டிலிருந்து அமெரிக்காவும், மேற்கு நாடுகளும் தலையிட்டு வந்தது விரைவில் பேரழிவை உண்டாக்கும் என்று கோர்பசெவ் கூறியது இன்று நிதர்சனமாகிவிட்டது. தொடர்ந்து அவர் அமெரிக்காவின் செயல்பாடுகளைக் கண்டனம் செய்துவந்தார். ஜுயுகனோவ், கோர்பசெவையும் யெல்ட்சினையும் ஏகாதிபத்தியத்தையும் பின்னர் புதினையும் எதிர்த்தவர். ஆனால், ஸ்டாலினிஸ கம்யூனிஸமும் ரஷிய தேசியவாதமும் இணைந்த ஒரு கம்யூனிஸ்ட் கட்சியின் தலைவராக இருந்து மீண்டும் ஸ்டாலினிஸ ஆட்சி முறையைக் கொண்டுவர வேண்டும் என்று விரும்புகிறவர். அவரது தேசியவாதம் இன்று புதினின் ஆட்சி உக்ரெய்னில் நடத்தும் போருக்கு முழு ஆதரவு தரும் நிலைக்குச் சென்றுள்ளது. ரஷியப் பாட்டாளி வர்க்கத்தின் அல்லது உக்ரெய்ன் பாட்டாளி வர்க்கத்தின் சார்பில் அந்தப் போர் நடக்கிறதா?

உக்ரெய்னிலுள்ள முற்போக்குச் சக்திகள் நேட்டோ சார்பில் உக்ரெய்ன் நடத்தும் போரை எதிர்க்கின்றனர். அவர்களைக் கைது செய்து சித்திரவதை செய்கிறது ஸெலென்ஸ்கியின் அரசு. அதேபோல ரஷியாவிலுள்ள போர் எதிர்ப்பாளர்களை (அவர்களில் பலர் ஜுயுகனோவின் கம்யூனிஸ்ட் கட்சியில் இல்லாத கம்யூனிஸ்ட்டுகளும் ஆவர்) புதின் அரசு கொடுமைப்படுத்துகிறது. இதை நியாயப்படுத்து கிறவர் ஜுயுகனோவ்.

வார்ஸா ஒப்பந்தத்தை ரத்து செய்ததன் மூலம் கோர்பசெவ் கிழக்கு ஐரோப்பிய நாட்டு மக்களுக்குப் பாதுகாப்பற்ற நிலையைக் கொண்டு வந்துவிட்டதாக ஜுயுகனோவ் கூறுவதன் மூலம், 1958இல் ஹங்கேரி மீதும் 1971இல் செக்கோஸ்லோவாகியா மீதும் சோவியத் (ரஷிய) ராணுவம் படையெடுத்ததை நியாயப்படுத்துகிறார். ஆனால், அந்த நாட்டு மக்கள் அந்தப் படையெடுப்புக்கு எதிராகப் போராடியதையும் ஆயிரக்கணக்கானோர் கொல்லப்பட்டதையும் அவர் சோசலிஸ்ட்டாக அல்ல, ரஷிய தேசியவாதத்தின் பெயராலே நியாயப்படுத்துகிறார்.

சோவியத் யூனியனில் கடந்த காலத்தில் நடந்த தவறுகளையும் குற்றங்களையும் விமர்சித்து, பாடங்களைக் கற்றுக்கொள்ளாமல் நியாயப்படுத்தும் போக்கும் சேர்ந்துதான் சோவியத் யூனியன் தகர்ந்து விழுவதற்கான காரணங்களிலொன்றாக இருந்தது. இன்றும்கூட வேறு சில கம்யூனிஸ்ட் கட்சிகளுக்கும் ஸ்டாலின்களும் ஸ்டாலினிஸமும் தேவைப்படுகின்றன - மனித உரிமை என்று பேசிக்கொண்டே தங்கள் அரசியலையும் ஆட்சியையும் விமர்சிப்பவர்களுக்கு எதிராக 'உபா' போன்ற கொடிய சட்டங்களைப் பயன்படுத்துவதை நியாயப்படுத்து வதற்காக! இதுதான் சரியான வழியா?

பின்குறிப்பு

ஜுயுகனோவின் கட்டுரையிலுள்ள மேலும் சில வரலாற்றுத் திரிபுகளுக்கு நான் பதில் கூறவில்லை. அவற்றைப் பிறகு பார்ப்போம். அக்கட்டுரையை எனக்கு அனுப்பிய தோழர் எனக்குத் தனிப்பட்ட முறையில் அனுப்பிய செய்தியில், எல்லாத் தவறுகளுக்கும் ஒரு தனிமனிதர் மீது குற்றம் சாட்டுவது சரியல்ல என்றும், ஆனால், அமெரிக்க உள்ளிட்ட மேற்கு நாடுகளைப் பொருத்தவரை கோர்பசெவின் அணுகுமுறை வரலாற்றுத்தன்மையற்றதும், மார்க்ஸியமல்லாததுமாகும் என்றும் எழுதியிருந்தார்.

இக்கட்டான தருணங்களில் ஏகாதிபத்தியத்துடன் சமாதான ஒப்பந்தம் செய்துகொள்வது சோவியத் யூனியனின் வரலாற்றில் புதியதொன்றல்ல. எடுத்துக்காட்டாக, போல்ஷ்விக் அரசாங்கம் ஏற்பட்ட பிறகு சோவியத் அரசாங்கம் ஜெர்மனியுடன் 1918இல் செய்துகொண்ட போர் நிறுத்த ஒப்பந்தம்; 1939இல் நாஜி ஜெர்மனியுடன் சோவியத் யூனியன் செய்துகொண்ட சமாதான மற்றும் கலாசார ஒப்பந்தம்; கொரியப் போரை முடிவுக்குக் கொண்டு வர அமெரிக்காவும் சோவியத் யூனியனும் செய்துகொண்ட ஒப்பந்தம்; கூபாவில் சோவியத் ஏவுகணை வைக்கப்பட்டதன் காரணமாக ஏற்பட்ட பதற்றமான சூழலில் கென்னடியும் குருஷ்செவும் செய்துகொண்ட ஒப்பந்தம் மற்றும் புதின் ஆட்சிக்கு வந்த பிறகும் அமெரிக்கா, நேட்டோ நாடுகளுடன் சில ஒப்பந்தங்கள் செய்துகொள்ளப்பட்டன என்றும் நான் பதிலளித்தேன்.

எவ்வகையிலேனும் அவருடைய மனதைப் புண்படுத்தும்படி நான் எழுதியிருந்தால், என்னை மன்னிக்கும்படி அவரைக் கேட்டுக் கொண்டேன். மேலும், இது தொடர்பாக இன்னும் பல விஷயங்களை எழுதுவதாக இருந்தால், ரஷியப் புரட்சி ஏற்பட்ட நாளிலிருந்து அது எதிர்கொண்ட உள்நாட்டு, வெளிநாட்டு அச்சுறுத்தல்கள், சவால்களிலிருந்து

தொடங்கி, அங்கு ஏற்பட்ட மாற்றங்கள், அது தகர்ந்து விழுவதற்குக் காரணமான பல்வேறு வரலாற்று நிகழ்வுகள் ஆகியவற்றை எழுத வேண்டும். அது இரு பெரும் நூலாக விரிவடையும் என்பதால் இந்த விவாதம் முடிவு பெற்றுவிட்டது.

அருஞ்சொல்
5, செப்டம்பர் - 2022

பின்குறிப்பு : 'அருஞ்சொல்'லில் வெளிவந்த மூலக் கட்டுரையில் சில மாற்றங்களைச் செய்துள்ளேன்.

உச்ச நீதிமன்றம் யாருக்கு?

2002இல் குஜராத்தில் முஸ்லிம்கள் மீது நடத்தப்பட்ட வன்முறைத் தாக்குதல்களின்போது ஐந்து மாதக் கர்ப்பிணியான பில்கிஸ் பானு (அவருக்கு அப்போது வயது 21) என்ற பெண்மணியைக் கூட்டு வன்புணர்ச்சி செய்து அவருடைய மூன்று வயதுக் குழந்தையின் தலையைத் தரையில் அடித்துக் கொன்று, அவரையும் அவருடைய தாயார் உள்பட அக்குடும்பப் பெண்களனைவரையும் கூட்டு வன்புணர்ச்சி செய்து, குடும்ப உறுப்பினர்கள் பலரைப் படுகொலை செய்த குற்றங் களுக்காக ஆயுள் தண்டனை விதிக்கப்பட்ட பதினோரு பேரை, அவர்கள் நான்கு ஆண்டுகள் மட்டுமே சிறைத்தண்டனை அனுபவித்திருந்த நிலையில் விடுதலை செய்ய வேண்டும் என்ற பரிந்துரையை இந்திய சுதந்திரத்தின் பவளவிழா நாளன்று - அதாவது டெல்லி செங்கோட்டையில் பிரதமர் மோடி மூவண்ணக் கொடியை ஏற்றி, பெண்களுக்கு இழைக்கப் படும் அவமானத்தை, இழிவை ஒழிக்க வேண்டும் என்று கர்சித்த அதே நாளில் - குஜராத் மாநில அரசாங்கம் ஏற்றுக் கொண்டதை இன்னொரு கட்டுரையில் (“மோடி கூறும் ‘பெண் விடுதலை’யும் கொடுங் குற்றவாளிகளும்” - மின்னம்பலம், 18.8.2022) குறிப்பிட்டிருந்தோம் (அந்தக் கட்டுரையில் குற்றவாளிகளின் கொலைபாதகங்கள் சிலவற்றை நாம் குறிப்பிட மறந்துவிட்டோம்.) அந்தப் பரிந்துரையின் பேரில் உடனடியாக விடுதலை செய்யப்பட்ட அவர்களுக்கு மாலை மரியாதை செய்தும் இனிப்புகள் வழங்கியும் சங் பரிவாரத்தினர் கொண்டாடினர். மகாத்மா காந்தி கொலை செய்யப்பட்டபோது, ஆர்.எஸ்.எஸ். அமைப்பினரும் இந்து மகா சபா அமைப்பினரும் பல இடங்களில் மக்களுக்கு இனிப்புகள் வழங்கிக் கொண்டாடியதை இது நினைவூட்டுகிறது. அதன் காரணமாகத்தான் இப்போது சனாதன சங்கிகளால் கொண்டாடப் படும் சர்தார் வல்லபாய் பட்டேல் ஆர்.எஸ்.எஸ். அமைப்பைத் தடை செய்யும் ஆணையைப் பிறப்பித்தார். இந்தியக் குற்றவியல் நடைமுறை சட்டப் பிரிவு 432இன்படி சிறைத் தண்டனை பெற்றவர்களை தண்டனைக் காலம் முடிவதற்குள் விடுதலை செய்ய மாநில அரசாங்கத்துக்கு உரிமை உண்டு என்றாலும் அதற்கான சில விதிமுறைகள் உள்ளன.

அவற்றைப் பார்க்கும் முன், இந்த பதினோரு குற்றவாளிகளுக்கு ஆயுள் தண்டனை வழங்கிய மேனாள் மும்பை உயர் நீதிமன்ற நீதிபதி நீதிநாயகம் ஜே.டி.சால்வி, குஜராத் அரசாங்கத்தின் நடவடிக்கை

அதிர்ச்சி தரக்கூடியதாகவும் மிக மோசமான பின்விளைவுகளை ஏற்படுத்தக்கூடியதாகவும் உள்ளது என்றும், பெண்களை அதிகார முள்ளவர்களாக ஆக்க வேண்டும் என்றும் பிரதமர் மோடி பெண்களின் அவலநிலை பற்றிப் பேசிய அதே நாளில், பிரதமர் எந்த மாநிலத்தைச் சேர்ந்தவரோ அதே மாநிலத்தின் அரசாங்கம் அந்தப் பதினோரு கொடியவர்களை விடுதலை செய்ய முடிவெடுத்தது ஒரு வரலாற்று விநோதம் என்றும், கூட்டு வன்புணர்ச்சிக் குற்றத்தைச் செய்ததற்காக சிறை தண்டனை அனுபவிக்கும் வேறு பல கைதிகள் இதேபோன்ற நிவாரணத்தைக் கோரும் அபாயம் உள்ளது என்றும் கூறியுள்ளார். 2008ஆம் ஆண்டு அந்தப் பதினோரு பேருக்கு ஆயுள் தண்டனை விதித்த அவர், போதுமான சாட்சியங்கள் இல்லை என்று குற்றம்சாட்டப் பட்டிருந்த வேறு எழுவரை விடுதலை செய்ய உத்தரவிட்டார். ஆனால் பில்கிஸ் பானு வழக்கில் நியாயம் கிடைப்பதற்காகப் போராடிய வழக்குரைஞர்கள் செய்த மேல் முறையீட்டை விசாரித்த நீதிநாயகங்கள் விஜயா தஹில்ரமணி, மிருதுளா பட்கர் ஆகியோர் அடங்கிய மும்பை உயர் நீதிமன்ற ஆயம் (Bench) அந்தப் பதினோரு பேரின் ஆயுள் தண்டனையை உறுதி செய்ததுடன், நீதிநாயகம் ஜே.டி.சால்வியால் விடுதலை செய்யப்பட்ட மற்ற எழுவரும் குற்றவாளிகள்தான் எனத் தீர்ப்பளித்து அவர்களுக்கும் சிறை தண்டனை வழங்கியது.

தண்டனைக்காலம் முடிவதற்குள் விடுதலை செய்யப்பட்ட பதினோரு பேரும் பிராமணர்கள் என்றும், சர்வோத்தமர்கள் என்றும். சிறையில் அவர்கள் நன்னடத்தையை கடைப்பிடித்தனர் என்றும், அவர்களை விடுதலை செய்யவேண்டும் என்றும் பரிந்துரைத்த வாரியக் குழுவில் உறுப்பினராக இருந்த பாஜக சட்டமன்ற உறுப்பினரொருவர் கூறியுள்ளதன் மூலம், இந்தியாவில் மனுதர்ம சாஸ்திரத்தால் உயர்த்திப் பிடிக்கப்படும் வர்ணாஸ்ரம தர்மம்தான் இந்தியச் சட்டங்கள் அனைத்தையும் விட உயர்வானது என்ற கருத்தை மறைமுகமாக வலியுறுத்தியுள்ளார்.

சிறைத்தண்டனை அனுபவிக்கும் குற்றவாளிகளுக்கு, தண்டனைக் காலம் முடிவதற்குமுன் விடுதலை செய்வது அல்லது தண்டனைக் குறைப்பு செய்வது பற்றி 1992ஆம் ஆண்டு குஜராத் மாநில அரசாங்கம் வகுத்த கொள்கையின்படிதான் அந்தப் பதினோரு பேர் விடுதலை செய்யப்பட்டிருக்கிறார்கள் என்றும் தண்டனைக் குறைப்பு தொடர்பாக 2014ஆம் ஆண்டில் அந்த மாநில அரசாங்கம் வகுத்த கொள்கை பின்பற்றப் பட்டிருந்தால் அவர்களை விடுதலை செய்திருக்க முடியாது என்றும் 'தி ஒயர்' மின்னேட்டில் வெளிவந்த கட்டுரை ஒன்று கூறுகிறது. மேலும், தண்டனைக் குறைப்பு செய்தல் தொடர்பாக - குறிப்பாக

வன்புணர்ச்சி செய்தவர்களின் தண்டனைக் குறைப்பு தொடர்பாக - அண்மையில் ஒன்றிய அரசாங்கம் வகுத்துள்ள வழிகாட்டுநெறிகளை, குஜராத் அரசாங்கம் பின்பற்றாமல் அலட்சியம் செய்ததாலேயே, கூட்டு வன்புணர்ச்சிக் குற்றம் செய்த அந்தப் பதினோரு பேரை குஜராத் அரசாங்கத்தால் விடுதலை செய்ய முடிந்திருக்கிறது என்றும் அக்கட்டுரை சொல்கிறது.

மூத்த வழக்குரைஞரும் குற்றவியல் சட்ட வல்லுநருமான ரெபெக்கா எ.ஜான், நாம் வேறு ஒரு கட்டுரையில் கூறிய கருத்தை, அதாவது அந்தப் பதினோரு பேரை விடுதலை செய்வதற்கு உச்ச நீதி மன்றமே பச்சைக்கொடி காட்டியிருந்தது என்ற கருத்தை உறுதி செய்துள்ளார். குற்றவியல் நடைமுறைச் சட்டப் பிரிவு 432 (7)இன் படி, ஒரு குற்ற விசாரணை எந்த மாநிலத்தில் நடைபெற்றதோ, எந்த மாநில நீதிமன்றத்தில் தண்டனைத் தீர்ப்பு வழங்கப்பட்டதோ, அந்த மாநில அரசாங்கத்துக்குத்தான் தண்டனைக் குறைப்பு கோரும் மனுக்களைப் பரிசீலிக்கும் அதிகார வரம்பு உள்ளதாக உச்ச நீதிமன்றம் அளித்த பல்வேறு தீர்ப்புகளின் உறுதி செய்யப்பட்டுள்ளது. ராஜிவ் காந்தி கொலை வழக்கில் தண்டிக்கப்பட்ட ஸ்ரீஹரன் என்ற முருகன் எதிர் ஒன்றிய அரசாங்கம் என்ற வழக்கில் உச்ச நீதிமன்றத்தின் அரசமைப்புச் சட்ட ஆயமும்கூட (Constitutional Bench) கூட இதையே உறுதி செய்துள்ளது.

பில்கிஸ் பானுவின் வழக்கு விசாரணை உச்ச நீதிமன்றத்தின் ஆணையின் பேரில் மகாராஷ்டிர மாநிலத்திற்கு மாற்றப்பட்டு, அங்குள்ள அமர்வு நீதிமன்றத்தால் மேற்சொன்ன குற்றவாளிகளுக்குத் தண்டனை வழங்கப்பட்டதால், தண்டனைக் குறைப்பைப் பரிசீலிப்பதற்கான 'பொருத்தமான அரசாங்கம்' (appropriate government) மகாராஷ்டிர அரசாங்கம்தானேயன்றி, குஜராத் அரசாங்கம் அல்ல. 'பொருத்தமான அரசாங்கம்' என்பது என்ன என்பதை மேற்சொன்ன சட்டப் பிரிவு 432(7) தெளிவுபடுத்துகிறது: 'குற்றம் இழைத்தவர் எந்த மாநிலத்தில் விசாரணை செய்யப்பட்டாரோ, எந்த மாநிலத்தில் தண்டனை உத்தரவு பிறப்பிக்கப்பட்டதோ அந்த மாநில அரசாங்கம்தான் பொருத்தமான அரசாங்கம்'.

ஆனால், கடந்த (2022) மே மாதம் அந்தப் பதினோரு பேரில் ஒருவர் தண்டனைக் குறைப்பு கேட்பதற்காக உச்ச நீதிமன்றத்தில் தாக்கல் செய்திருந்த மனுவை விசாரணை செய்வதற்கு அனுமதித்த உச்ச நீதிமன்ற நீதிபதிகள் இருவர் அடங்கிய ஆயம், பகவான்தாஸ் ஷா என்ற லாலா வக்கில் எதிர் குஜராத் அரசாங்கம் என்ற வழக்கில்

அளிக்கப்பட்ட தீர்ப்பை மட்டும் மேற்கோள் காட்டி, மேற்சொன்ன பதினோரு பேர் செய்த குற்றங்கள் குஜராத் மாநிலத்தில்தான் நடை பெற்றன என்பதால், தண்டனைக் குறைப்பைப் பரிசீலிக்கும் அதிகார வரம்பு குஜராத் மாநில அரசாங்கத்துக்குத்தான் உள்ளது என்று தீர்ப்புக் கூறியது.

அதற்குமுன், மேற்சொன்ன முருகன் எதிர் ஒன்றிய அரசாங்கம் வழக்கில் உச்ச நீதிமன்ற அரசமைப்பு ஆயம் கூறிய தீர்ப்பை ஆதாரமாகக் கொண்டு குஜராத் உயர் நீதிமன்றம் மேற்சொன்ன நபர் அங்கு தாக்கல் செய்திருந்த தண்டனைக் குறைப்பு மனுவின் மீது விசாரணை நடத்தி தண்டனைக் குறைப்பு செய்யும் அதிகார வரம்பு மகாராஷ்டிர அரசாங்கத்துக்குத்தான் உள்ளது என்று தீர்ப்புக் கூறியிருந்தது.

குஜராத் உயர் நீதிமன்றத்தின் தீர்ப்புக்கு நேர்மாறான தீர்ப்பை வழங்கிய உச்ச நீதிமன்ற நீதிபதிகள் அஜாய் ரஸ்டோகி, விக்ரம் நாத் ஆகியோரடங்கிய ஆயம், பில்கிஸ் பானுவுக்காக வழக்காடிய வழக்குரைஞர்களின் வாதம் ஏற்றுக்கொள்ளத்தக்கதல்ல என்றும், அதற்குக் காரணம் குற்றங்கள் குஜராத் மாநிலத்தில்தான் நடைபெற்றன என்றும், சாதாரணமாக குற்றம் எந்த மாநிலத்தில் புரியப்படுகிறதோ அந்த மாநிலத்தில்தான் விசாரணை நடப்பது வழக்கம் என்றும், எனவே பொதுவாகத் தண்டனைக் குறைப்பு செய்யக்கூடிய 'பொருத்தமான அரசாங்கம்' என்று பார்த்தால், அது குஜராத் அரசாங்கமாகத்தான் இருக்க முடியும் என்றும், ஆனால் அசாதாரணமான சூழ்நிலைமைகளின் காரணமாகத்தான் பில்கிஸ் பானு வழக்கு என்பது விசாரணை, தீர்ப்பு என்ற வரம்புக்குட்பட்ட நோக்கங்களுக்காக மட்டுமே உச்ச நீதிமன்றத்தால் 6.8.2004ஆம் தேதி பிறப்பிக்கப்பட்ட ஆணையின் பேரில் மகாராஷ்டிர மாநிலத்துக்கு மாற்றப்பட்டது என்றும், எனவே, விசாரணை முடிந்து தீர்ப்பு வழங்கப்பட்ட பிறகு, தண்டனைக் குறைப்புக்கான அதிகார வரம்புக்கான 'பொருத்தமான அரசாங்கம்' என்று மேற்சொன்ன குற்றவியல் நடைமுறை சட்டப் பிரிவு 432 (7) இன் படி சொல்லப் படக்கூடியது குஜராத் அரசாங்கம்தான் என்று தீர்ப்புக் கூறியது!

உச்ச நீதிமன்றத்தின் மேற்சொன்ன ஆயம் சட்டத்திற்குத் தவறான விளக்கம் கொடுத்துள்ளது என்று கூறும் ரெபெக்கா, முருகன் எதிர் ஒன்றிய அரசாங்கம் வழக்கில் உச்ச நீதிமன்றத்தின் அரசமைப்புச் சட்ட ஆயத்தில் நீதிநாயகம் லலித், பெரும்பான்மையான நீதிபதிகளின் கருத்துகள் சிலவற்றுடன் உடன்படாமல் இருந்தபோதிலும் அந்த ஆயத்தின் தீர்ப்பை ஏற்றுக்கொண்டவர். அவர் எழுதிய மாறுபட்ட

தீர்ப்பின் 23 ஆம் பத்தியில் கூறப்பட்டுள்ளதை ரெபக்கா சுட்டிக் காட்டுகிறார்: 'அ' என்ற மாநிலத்தில் ஒரு குற்றம் இழைக்கப் பட்டிருக்கிறது என்றாலும், அந்தக் குற்றம் தொடர்பான வழக்கு 'ஆ' என்ற மாநிலத்தில் நடத்தப்பட்டு அங்கு தண்டனையும் வழங்கப்பட்டால், 'ஆ' என்ற மாநிலம்தான் 'பொருத்தமான அரசாங்கம்' என்று கொள்ள வேண்டும்.

மேலும், இதே கருத்து முன்பு பல வழக்குகளில் சொல்லப் பட்டுள்ளது என்று கூறும் ரெபெக்கா, அவற்றுக்கு எடுத்துக்காட்டாக மத்தியப் பிரதேசம் எதிர் ரத்தன் சிங் (1976) 3 SCC 470, ஹனுமந்த் சிங் தாஸ் எதிர் வினய் குமார் மற்றும் பிறர் (1982) 2 SCC 177 ஆகிய வழக்குகளைச் சுட்டிக் காட்டுகிறார்.

நேற்று ஓர் உணவகத்தில் தேநீர் அருந்திக் கொண்டிருக்கும்போது பதினோரு குற்றவாளிகள் விடுதலை செய்யப்பட்ட விவகாரத்தை சிலர் பேசிக்கொண்டிருந்தது என் காதில் விழுந்தது. அவர்களில் ஒருவர் கூறினார்: "அறிஞர் அண்ணா திரைக்கதை வசனம் எழுதிய திரைப்படமொன்றில் 'சட்டம் ஓர் இருட்டறை; வக்கீலின் வாதம் ஓர் ஒளிவிளக்கு' என்ற வசனம் வருகிறது. கடந்த பத்தாண்டுக்காலமாக உச்ச நீதிமன்றம் அளித்துள்ள தீர்ப்புகள் சிலவற்றைப் படிக்கும்போது அறிஞர் அண்ணாவின் வசனத்தை 'உச்ச நீதிமன்றம் ஓர் இருட்டறை; அங்கு ஓர் ஒளிவிளக்கு தேவைப்படுகிறது' என்று மாற்றினால் என்ன?"

மின்னம்பலம்
21, ஆகஸ்ட் – 2022

நமீபிய சீட்டாக்களும் குஜராத் சிங்கங்களும்

பிரதமர் நரேந்திர மோடியின் சாதனையாக, ஆப்பிரிக்க நாடான நமீபியாவிலிருந்து வரவழைக்கப்பட்ட எட்டு சீட்டாக்கள் (பூனை இனத்தைச் சேர்ந்த இவைதான் காட்டுயிர்களிலேயே மிக வேகமாக ஓடக்கூடியவை) மத்தியப் பிரதேசத்திலுள்ள குனோ-பல்பூர் தேசியப் பூங்காவில் விடப்பட்டுள்ளன. அந்த நிகழ்ச்சி ஒன்றிய அரசாங்கத்தாலும் மத்தியப் பிரதேச அரசாங்கத்தாலும் பெரும் ஆரவாரத்துடன் விளம்பரம் செய்யப்பட்டுள்ளது. ஏறத்தாழ 70 ஆண்டுகளுக்கு முன் இந்தியாவில் இருந்த சீட்டாக்கள் முற்றிலுமாக அழிந்துவிட்டதை ஈடு செய்யும் 'மகத்தான கடமையாக' பிரதமர் மோடி இச்சாதனையைச் செய்துள்ளதாக அவரது ஆதரவாளர்கள் குதூகலிக்கிறார்கள்.

அந்தந்த சந்தர்ப்பத்திற்கேற்றவாறு விலை உயர்ந்த மோஸ்தர் ஆடைகளை அணிபவரும் சகலகலா மன்னருமான மோடி இம்முறை சீட்டாக்களைப் புகைப்படம் பிடிப்பவரைப் போன்ற உடையணிந்து, அவற்றின் அருகில் நின்றே எடுத்ததாகச் சொல்லப்படும் புகைப்படங்கள் இந்த விளம்பரத்திற்கு வலுச் சேர்த்தன. ஆனால் அதேவேளை, அவர் கையில் இருந்த காமிராவின் லென்ஸின் மூடி திறக்கப்படாத நிலையில் புகைப்படங்கள் எடுப்பது போன்ற தோற்றம் தரும் புகைப்படங்கள் சமூக வலைத்தளங்களில் வைரலாகப் பரவின. சில நண்பர்களால் பகிரப்பட்ட அந்தப் புகைப்படங்களை நானும் என் பங்குக்கு சிலருடன் பகிர்ந்துகொண்டேன். அதை உண்மை என்று முதலில் நம்பியவர்களின் நானுமொருவன். ஆனால் இரண்டு நண்பர்கள் அந்தப் புகைப்படங்கள் மோடியைக் கிண்டல் செய்வதற்காக போட்டோஷாப் போன்ற நவீன தொழில்நுட்ப உத்திகளைக் கொண்டு செயற்கையாகத் தயாரிக்கப்பட்டவை என்பதைச் சுட்டிக் காட்டினார்கள். அவற்றை சற்று உற்றுப் பார்த்தால் மோடியின் கையில் இருக்கும் காமிராவும் அக்காமிரா லென்ஸின் மூடியும் வெவ்வேறு நிறுவனங்களால் தயாரிக்கப்பட்டவை என்பது தெரிய வரும். துடைப்பத்தைக் கொண்டு தெருக்களைச் சுத்தம் செய்வதும், கடற்கரையில் உள்ள குப்பைகளைச் சேகரித்து குப்பையில் போடுவதும் போன்ற எண்ணற்ற "சமூக சேவைகளை" மோடி ஏற்கெனவே தயாராக வைக்கப்பட்டிருந்த

காமிராக்கள் முன்னால் செய்து காட்டியிருந்தவர் என்பதால், அவர் சீட்டாக்களைப் புகைப்படம் எடுப்பதாகக் காட்டுவது, அவரது இன்னொரு விளம்பர நாடகம் என்ற விமர்சனங்களும் கிண்டல்களும் நாடு முழுவதிலுமிருந்து - குறிப்பாக எதிர்க்கட்சிகளைச் சேர்ந்தவர் களிடமிருந்து - சமூகவலைத் தளங்களில் பரவலாக வெளிவரத் தொடங்கின. மோடியைக் கிண்டல் செய்வதற்காகத் தயாரிக்கப்பட்ட போலிப் புகைப்படங்களைக் கொண்டு அவரை விமர்சிப்பதை அவரது கட்சியினர் கடுமையாகத் தாக்கி வருகின்றனர். இது எதிர்க்கட்சிகளுக்கு மட்டுமல்ல, அசல் எது, போலி எது என்பதை தெளிவாக ஆராயத் தவறும் நம்மைப் போன்ற சாமானியர்களுக்கும் நல்ல பாடமாக அமையட்டும்.

ஆனால், விவாதிக்கப்பட வேண்டிய முக்கிய விஷயங்கள் சிலவற்றை மோடி ஆதரவாளர்கள், எதிர்ப்பாளர்கள் ஆகிய இரு தரப்பினரும் பேசவில்லை. பாஜகவினர் இவை பற்றி மௌனம் சாதிப்பது புரிந்துகொள்ளக்கூடியதே. ஆனால், எதிர்க்கட்சிகள் தங்கள் கடமையைச் செய்யத் தவறிவிட்டது ஏன் என்பது ஒரு பெரும் கேள்வியாக நம் முன் நிற்கிறது. முதலாவதாக, இந்தியாவில் குஜராத்திலுள்ள கிர் பகுதியில் மட்டுமே வசிக்கின்ற ஆசிய சிங்கங்களுக்கு போதுமான இரைகளும் இருப்பிடங்களும் சுருங்கிக் கொண்டே வருகின்றன. அங்கு மனிதர்களின் நடமாட்டம் தொடர்ந்து அதிகரித்து வருகின்றது. 2013-2018ஆம் ஆண்டுகளில் அங்கு 413 சிங்கங்கள் மடிந்திருக்கின்றன. எனவே அவற்றுக்கு இன்றும் கூடுதலான வாழ்விடத்தையும் தேவையான இரைகளையும் வழங்கு வதற்கு மத்தியப் பிரதேசத்திலுள்ள குனோ-பல்பூர் தேசியப் பூங்கா பல ஆண்டுகளாகக் காத்திருந்தது. ஆனால், குஜராத் மாநில அரசாங்கம் அச்சிங்கங்கள் அவற்றுக்கு உகந்த வேறு இடங்களுக்குச் செல்வதை அனுமதிக்கவேயில்லை.

ஆசிய சிங்கங்களை கிர் காடுகளிலிருந்து வேறு வாழிடங் களுக்கு அனுப்புவதையும், ஆப்பிரிக்க சீட்டாக்களைக் கொண்டு வருவதால் ஏற்படும் பின்விளைவுகளையும் மேற்பார்வையிடுவதற்காக ஒன்றிய அரசாங்கத்தால் அமைக்கப்பட்டுள்ள வல்லுநர் குழுவிலுள்ள உறுப்பினரும் காட்டுயிர்கள் தொடர்பான உயிரியலாளருமான முனைவர் ரவி செல்லம், சீட்டாக்களைக் கொண்டு வருவது வெறும் ஜம்பத்துக்காக செய்யப்படும் செயல் என்று முன்பொருமுறை கூறியிருக்கிறார். காரணம், ஒன்றிய அரசாங்கத்தின் சுற்றுச்சூழல், வன மற்றும் பருவநிலை மாற்ற அமைச்சகம், இந்தியக் காட்டுயிர்களின்

பிரிக்கமுடியாத பகுதியாக இருந்த சீட்டாக்களை மீண்டும் கொண்டு வருவது மிக முக்கியமான நடவடிக்கை என்று கருதியதுதான்.

சீட்டாக்களைக் கொண்டு வரும் திட்டம், காட்டுயிர்களைப் பாதுகாப்பது என்ற குறிக்கோளுடன் செய்யப்பட்டது அல்ல என்றும், அவசரஅவசரமாக நிறைவேற்றப்பட்ட இத்திட்டம் பற்றிய ஒரு சொல்கூட 2017-2031ஆம் ஆண்டுகளுக்கான தேசிய காட்டுயிர் செயல் திட்டத்தில் (National Wildlife Action Plan) இடம் பெறவில்லை என்றும் ஓர் ஆங்கில ஏட்டுக்கு அளித்த நேர்காணலில் ரவி செல்லம் கூறியுள்ளார். 2013ஆம் ஆண்டில் காடுகளைப் பாதுகாப்பதற்கான விஷயத்தில் உச்ச நீதிமன்றத்தால் அமைக்கப்பட்ட ஆயம் (Bench), சீட்டாக்கள் மீது மோகம் கொள்வதைக் காட்டிலும் இந்தியாவில் அழிந்து கொண்டிருக்கும், காட்டுயிர்களைப் பாதுகாப்பதுதான் முக்கியம் என்று கூறியது. ஆனால், உச்ச நீதிமன்றம் தனது தீர்ப்பை மறு ஆய்வு செய்ய வேண்டும் என்று தேசிய புலிகள் பாதுகாப்பு முகமை (National Tiger Agency) அந்த நீதிமன்றத்தை அணுகியது. அந்த முகமை, சீட்டாக்களை குனோ தேசியப் பூங்கா அல்லாத இடங்களில் விடப்போவதாகவே கூறியது. அதாவது உச்ச நீதிமன்றம் சீட்டாக்களை இறக்குமதி செய்யவே கூடாது என்று திட்டவட்டமாகக் கூறவில்லை என்பதால் அத்தீர்ப்புக்கான விளக்கத்தை அந்த முகமை கோரியது. 2013ஆம் ஆண்டுத் தீர்ப்பில் சில மாற்றங்களை 2020இல் செய்த உச்ச நீதிமன்றம் பரிசோதனை அளவில் சீட்டாக்களை இறக்குமதி செய்யலாம் என்று கூறியது. மத்தியப் பிரதேசத்திலுள்ள குனோ தேசியப் பூங்காவைத் தவிர அதே மாநிலத்திலுள்ள நவ்ரதேஹி வனவிலங்கு சரணாலயம், தமிழ்நாட்டிலுள்ள சத்தியமங்கலம் புலிகள் சரணாலயம் ஆகியவற்றில் ஏதோவொன்றுக்கு சீட்டாக்களைக் கொண்டு செல்லலாம் என்றே தேசிய புலிகள் பாதுகாப்பு முகமையும் கூறியிருந்தது.

குஜராத் சிங்கங்களை குனோ பூங்காவுக்குக் கொண்டு வருவதற்கான ஏற்பாடுகளை செய்து வந்த மத்தியப் பிரதேச அரசாங்கம், ஒன்றிய அரசாங்கத்தின் விருப்பத்திற்கேற்ப தன் முடிவை திடீரென்று மாற்றிக் கொண்டது. குஜராத்திலுள்ள 674 சிங்கங்கள் ஏறத்தாழ 30000 சதுர கிலோ மீட்டர் பரப்பளவிலுள்ள காடுகளில் வசிக்கின்றன. இதில் 1648 சதுர கிலோ மீட்டர் பரப்பளவு மட்டுமே பாதுகாக்கப்பட்ட காடு. எனவே வனப் பகுதிகளுக்கு வெளியே சென்று ஆடு மாடுகளை வேட்டையாடித் தின்னும் சிங்கங்கள், தெரு நாய்களாலும், வெறி நாய்களாலும் தாக்கப்படுகின்றன. மேலும் அவை ஒரே இடத்தில்

அடைபட்டுக் கிடப்பதால் கொடிய நோய்களால் பாதிக்கப்படுகின்றன. 2013ஆம் ஆண்டு ஏப்ரல் 15ஆம் தேதி உச்ச நீதிமன்றம் பிறப்பித்த ஆணை, கிர் காடுகளிலிருந்து சிங்கங்களை குனோ தேசியப் பூங்காவுக்கு ஆறு மாதங்களுக்குள் மாற்ற வேண்டும் என்று கூறியது. ஆனால் அந்த உத்தரவு மத்தியப் பிரதேச, குஜராத் மாநில அரசாங்கங்களாலும் ஒன்றிய அரசாங்கத்தாலும் இதுவரை மதிக்கப்படவேயில்லை என்று கூறுகிறார் ரவி செல்லம்.

சீட்டாக்களை மத்தியப் பிரதேச குனோ பூங்காவில் விடுவதற்கான திட்டத்திற்கு தொடக்கத்தில் 990 கோடி செலவாகும் என்றும், அவற்றைப் பராமரிப்பதற்கு ஆண்டுதோறும் ரூ 500 கோடி செலவாகும் என்றும் கருதப்படுகிறது. ஆனால், உண்மையில் எவ்வளவு செலவாகும், அதற்கான நிதி எங்கிருந்து ஒதுக்கப்படும் என்பதைப் பற்றிய தெளிவான விவரம் ஏதும் இதுவரை கிடைக்கவில்லை என்று ரவி செல்லம் கூறுகிறார். காட்டுயிர்களைப் பாதுகாத்தல் என்பதைப் பொருத்தவரை சீட்டா திட்டம்தான் மிக அதிகம் செலவு பிடிக்கும் திட்டம் என்றும், அத்திட்டம் யதார்த்த நிலைமைகளுக்குப் பொருந்தி வராது என்றும் கருதுகிறார். இந்தத் திட்டத்திற்கு வீண் செலவு செய்வதற்குப் பதிலாக நிலப் பயன்பாட்டில் தொடர்ந்து மாற்றங்களை ஏற்படுத்துவதைத் தவிர்த்தல், புல்வெளிப் பகுதிகள் சீரழியாமலும் துண்டு துண்டாக்கப் படாமலும் பார்த்துக் கொள்ளுதல், மின்சாரம் கடத்துவதற்கான மின் கம்பங்களை காட்டுயிர்களைப் பாதிக்காத இடங்களுக்குக் கொண்டு செல்லுதல் போன்றவற்றுக்குச் செலவிடுவதுதான் விவேகமானதாகவும் காடுகளையும் காட்டுயிர்களையும் பாதுகாப்பதற்கான ஆக்கபூர்வமான நடவடிக்கைகளாக இருக்கும் என்றும் கூறுகிறார்.

சீட்டாக்கள் உயிர் வாழ்வதற்கு பெரும் புல்வெளிகள் தேவை, ஆனால், குனோ பால்பூர் தேசியப் பூங்கா மரக்காடுகளை மட்டுமே கொண்டது. மேலும் சீட்டாக்களுக்கான இரைகளான குறிப்பிட்ட வகை மான்கள் அங்கு கிட்டத்தட்ட அழிந்துவிட்டன. சீட்டாக்கள் பல்வேறு வகையான வாழ்விடங்களில் வசிப்பவை: வெப்பம் மிகுந்த பாலைவனங்கள், குளிர் நிறைந்த பாலைவனங்கள், மலைப் பகுதிகள், வறண்ட காடுகள், மலைப் பகுதிகள் முதலியன இவற்றில் அடங்கும். ஆனால், குனோ பூங்காவைப் பொருத்தவரை முக்கிய விஷயம் என்னவென்றால், சீட்டாக்களுக்குத் தேவையான இரை கிடைக்காது என்பதுதான். சீட்டாக்கள் இந்தியாவில் நிலைத்து நின்று இனப் பெருக்கம் செய்ய வேண்டுமானால் 2000-3000 சதுர கிலோ மீட்டர் பரப்பளவுள்ள தனித்தனிப் புல்வெளிப் பகுதிகளைக் கொண்ட 10000

-20000 சதுர கிலோ மீட்டர் பரப்பளவுள்ள புல்வெளிகள் தேவை. ஆனால், சீட்டாக்களுக்கு உகந்த இடமல்லாத குனோ தேசியப் பூங்காவில் தன்னை ஒரு புகைப்பட வல்லுநராகக் காட்டிக் கொண்ட மோடி, புதிய நாடாளுமன்றக் கட்டடம் போன்ற இன்னொரு வீண் திட்டத்தை உருவாக்கியிருக்கிறார் என்பது மட்டும் நிதர்சனம்.

இந்திய மக்களில் பெரும்பாலோரால் கடவுளாக வணங்கப்படும் யானைகள் விரைவு ரயில் வண்டிகளால் தாக்கப்பட்டு உயிர் இழக்கும் அவலத்தைத் தடுக்க ஒன்றிய அரசாங்கத்தின் முழுக்கட்டுப்பாட்டில் இருக்கும் இரயில்வே அமைச்சகம் உருப்படியான நடவடிக்கையை மேற்கொள்ள வேண்டியதுதான் அது தீட்ட வேண்டிய ஒரு முக்கியமான திட்டம் என்பதையும் நாம் இங்கு குறிப்பிட்டாக வேண்டும்.

மின்னம்பலம்
29, செப்டம்பர் - 2022

சாதி ஆணவமும் ஆணாதிக்க மனப்பான்மையும்

அண்மைக்காலமாக திமுக அரசாங்கத்திலுள்ள சில அமைச்சர்களும் முக்கிய நிர்வாகிகளும் பொதுவெளிகளில் பொறுப்பற்ற முறையிலும் பண்புக்குறைவாகவும் பேசிவந்ததையும் நடந்து கொண்டதையும் கருத்தில் கொண்டு அக்கட்சியின் தலைவரும் முதலமைச்சருமான மு.க.ஸ்டாலின் அவர்கள், அத்தகைய பேச்சுகளையும் நடத்தைகளையும் (உடல் மொழி) கண்டனம் செய்யும் வகையில் 4-10-2022 அன்று அறிக்கை விடுத்திருப்பது வரவேற்கத்தக்கது. தமிழகத்திலுள்ள ஊடகங்கள் மட்டுமல்லாது சங் பரிவாரமும் அவர்களது கூட்டாளிகளும் "எப்போ, எப்போ" என்று 24 மணி நேரமும் காத்திருப்பதற்குத் தோதுவாக, சில மாதங்களுக்கு முன்பு அமைச்சர் கே.கே.எஸ் எஸ்.ஆர். ராமச்சந்திரன், தன்னிடம் மனுக் கொடுக்க வந்த ஓர் இளம் பெண்ணின் தலையில் காகிதக்கட்டுகளைக் கொண்டு அடித்த காட்சி மிகவும் பரபரப்பாக ஒளிபரப்பப்பட்டது. அந்தப் பெண், அமைச்சரின் உறவினர் என்றும், உரிமையோடும் செல்லமாகவும்தான் அவர் அப்பெண்ணின் தலையைத் தட்டினார் என்றும் விளக்கம் சொல்லப்பட்டது. தன் சொந்தபந்த உறவுகளைத் தனியாக வைத்துக்கொள்ளாமல், பொதுவெளியில் அப்படி வெளிப்படுத்தியது திமுகவின் எதிரிகளுக்கு சாதகமாயிற்று. இதுபோன்ற புகார்கள் அவ்வப்போது கிளம்பிக் கொண்டுதான் இருந்தன. அதற்கும் சில மாதங்களுக்கு முன்பு இன்னொரு திமுக பிரமுகர், உச்ச நீதிமன்ற நீதிபதியாக ஒரு தாழ்த்தப்பட்டவர் நியமிக்கப்பட்டது பெரியார் இட்ட பிச்சை என்று கூறி வசமாக மாட்டிக் கொண்டு, அதற்காக மன்னிப்பும் கேட்டுக் கொண்டார்.

அண்மையில் உயர் கல்வித்துறை அமைச்சர் பொன்முடி, தமிழக முதல்வர் தமிழகப் பெண்களுக்கென நடைமுறைப்படுத்திய முதல் நலத்திட்டத்தை மட்டுமல்லாமல் பேருந்தில் கட்டணம் இல்லாமல் பயணம் செய்யும் பெண்கள் அனைவரையும் இழிவுபடுத்தியுள்ளார். தாழ்த்தப்பட்ட மக்களுக்குக் கிடைத்துள்ள சில உரிமைகள், சலுகைகள் ஆகியவற்றை பெரியார் இட்ட பிச்சை என்று கூறி தந்தை பெரியாரை மட்டுமல்லாது, ரெட்டமலை சீனிவாசன் முதல் அண்ணல் அம்பேத்கர் வரையிலான தலைவர்கள், அவர்களுக்குப் பின்னால் அணிதிரண்டு

நின்ற ஒடுக்கப்பட்ட மக்கள் ஆகியோரையும் சேர்த்து இழிவு படுத்தியுள்ளார்.

சில ஆண்டுகளுக்கு முன் வைகோ, கலைஞர் கருணாநிதியின் சாதியைக் குறிப்பிட்டு இழிவாகப் பேசியதையும் பிறகு கலைஞரிடமும் பொதுமக்களிடமும் மன்னிப்புக் கேட்டதையும் நாம் நினைவு கூர வேண்டும். வைகோவின் பேச்சு சாதிரீதியாக மட்டுமல்ல, பாலினரீதியாவும் கலைஞரின் குடும்பத்தை இழிவுபடுத்தியதாக அமைந்திருந்தது. எனினும், சாதியும் ஆணாதிக்கமும் கழற்றி எறிய முடியாத இரண்டாம், மூன்றாம் தோலாக திராவிடக் கட்சித் தலைவர்கள் பலரிடம் இருந்து வருகிறது என்பதைத்தான் நீண்ட காலம், 'தாய்க் கட்சியான' திராவிடர் கழகத்திலிருந்தவரும் 'பெரியார் பாசறையில்' பயின்றவராகவும் தன்னைக் காட்டிக்கொள்பவருமான பொன்முடியின் பேச்சு காட்டுகிறது. தந்தை பெரியார் சாதி ஒழிப்பில் எவ்வளவு தீவிரம் காட்டினாரோ அதற்குச் சற்றும் குறையாத வகையில் ஆணாதிக்கத்துக்கு எதிராகவும் பெண்களின் கௌரவத்துக்கு ஆதரவாகவும் பேசியும் எழுதியும் வந்தார் என்பதை பெரியார் பாசறையில் பயின்றதாகத் தம்பட்டம் அடித்து கொள்பவர்களுக்கு நினைவூட்ட விரும்புகிறோம்.

1937-39இல் சென்னை மாநிலத்திலிருந்த, தெரிவு செய்யப்பட்ட பள்ளிகளில் இந்தி கட்டாயப் பாடமாக்கப்பட்டதற்கு எதிராக நடந்த போராட்டங்களின் பகுதியாக அன்றைய முதலமைச்சர் சி.ராஜகோபாலாச்சாரியாரின் வீட்டுக்கு முன் நாள்கணக்கில் தொடர் மறியல் போராட்டம் நடந்தது. அந்த மறியல் போராட்டத்தின் போது சி.ராஜகோபாலாச்சாரியார் வீட்டுப் பெண்களையும் பார்ப்பனப் பெண்களையும் போராட்டக்காரர்கள் சிலர் இழிவாகப் பேசுவதாக காங்கிரஸ் தரப்பில் பிரசாரம் செய்யப்பட்டது. அது பொய்ப் பிரசாரம் தான் என்றாலும் அதற்கு எதிர்வினையாக பெரியார் எழுதினார்:

> "...பெண்டு பிள்ளைகளைப் பற்றிப் பேசுவது என்பது குற்றம் தான், கூடாததுதான். ஆச்சாரியார்(ரின்) பெண்டு பிள்ளைகளைப் பற்றி மாத்திரம் அல்ல. விபசாரத்தையும் குச்சுக்காரத் தொழிலையும் குடும்பத் தொழிலாய் கொண்டிருக்கும் பெண்டு பிள்ளைகளைப் பற்றிப் பேசினாலும் குற்றம் என்றுதான் சொல்லுகிறோம். அவர்கள் பெண்டு பிள்ளைகள் வேறு, அவர்களுக்கு வரும் அவமானம் இழிவு வேறு என்று நாம் கருதவில்லை, கருதுவதுமில்லை என உறுதிபடக் கூறுகிறோம். அப்படிப்பட்ட பேச்சு பேசியவனையும் கூப்பாடு போட்டவனையும் எப்படி தண்டிப்பதிலும் எவ்வித

அடக்குமுறை கையாளுவதிலும் நமக்கு சிறிதும் ஆட்சேப மில்லை. ஆனால் அப்படி இதுவரை யார் சொன்னார்கள், அது எங்கே பதிவு செய்யப்பட்டது. அது உண்மையானால் ஏன் அதற்கு தனிப்பட்ட நடவடிக்கை எடுக்கப்படவில்லை என்பதை வெளிப்படுத்த வேண்டாமா என்று கேட்கின்றோம். அதற்கு யார் பொருப்பாளி என்று கண்டுபிடிக்க என்ன முயற்சி செய்யப்பட்டது என்று கேட்கின்றோம்" (குடி அரசு, 28.8.1938, தலையங்கம்).

ஆக, உயர் கல்வித்துறை அமைச்சராக இருக்கும் தகுதியைத் தன் பேச்சின் மூலம் முற்றிலுமாக இழந்துவிட்டார் அமைச்சர் பொன்முடி என்றே கூற முடியும். இல்லாவிட்டால், 2006-2011 ஆம் ஆண்டு கலைஞர் ஆட்சியின்போதே மிகவும் ஆணவத்துடன் நடந்து கொள்கிறவர் என்ற பெயரை ஈட்டியவர் பொன்முடி என்றும், பதவியைவிட மானமே பெரிதென நினைத்த திருச்சி பாரதிதாசன் பல்கலைக்கழகத் துணைவேந்தரொருவர் பதவி விலகியதற்கு அப்போது உயர்கல்வித் துறை அமைச்சராக இருந்த பொன்முடி அத்துணைவேந்தரிடம் ஆணவத்துடனும் மரியாதைக் குறைவுடனும் நடந்துகொண்டதுதான் காரணம் என்றும் சொல்லப்படுவது உறுதிசெய்யப்பட்டதாக ஆகிவிடும். அமைச்சர் பொன்முடியிடம் மக்கள் குறைந்தபட்சமாக எதிர்பார்ப்பது, தனது பேச்சுக்கு அவர் தெரிவிக்கும் வருத்தம்தான். இல்லாவிட்டால், ஆட்சி அதிகாரத்திலிருந்தவர்கள் பயணம் செய்த ஹெலிகாப்டரைப் பார்த்துத் தரையில் விழுந்து 'நமஸ்கரித்தும்', தவழ்ந்து தவழ்ந்து சென்று பெண்களின் காலைத் தொட்டுக் கும்பிட்டும் 'பெண்களுக்கு மரியாதை கொடுத்தவர்களாலும்', பெண்களை இழிவுபடுத்தும் மனுஸ்மிருதியைத் தூக்கிப் பிடிக்கும் சங்கிகளாலும் அவர்களது ஊடக நண்பர்களாலும் திமுக அரசாங்கம் தொடர்ந்து தாக்குதலுக்குள்ளாகி வரும் மிகச் சிக்கலான அரசியல் சூழலிலும் கடும் பொருளாதார நெருக்கடியிலும்கூட அது நடைமுறைப்படுத்தி வரும் நல்ல திட்டங்கள்கூட மக்களிடம் எடுபடாமல் போகும்.

மின்னம்பலம் 5,
அக்டோபர் - 2022

மோடியும் சங் பரிவாரமும் வழங்கும் ‘இலவச’ மரணங்கள்

குஜராத்தின் மோர்பி நகரின் மச்சு ஆற்றின் குறுக்கே 140 ஆண்டுகளுக்கு முன் கட்டப்பட்டுப் பழுதடைந்திருந்ததும் அண்மையில் புதுப்பிக்கப்பட்டதுமான தொங்கு பாலம் திடீரென இடிந்து விழுந்ததால் ஏறத்தாழ 200 பேர் மாண்டதும் இன்னும் நூற்றுக்கணக்கானோர் காணாமல் போனதுமான சோகச் செய்தி நாட்டையே உலுக்கி எடுத்து வந்தது. பாலத்தின் கம்பிகளைப் பிடித்துக் கொண்டும், ஆற்றில் விழுந்த அதன் இடிபாடுகளின் மீது நின்று கொண்டும், தண்ணீரில் தத்தளித்துக் கொண்டுமிருந்த நூற்றுக்கணக்கான மக்களை உள்ளூர் மக்களும், குஜராத் காவல் துறையினரும், எல்லோருக்கும் மேலாக தேசியப் பேரிடர் மீட்புக் குழுவினரும் காப்பாற்றியுள்ளனர். தங்கள் சொந்த மாநிலத்தில் அப்பேரழிவு நடந்த இடத்தைப் பார்ப்பதற்கு பிரதமர் மோடியும் உள்துறை அமைச்சர் அமித் ஷாவும் உடனடியாக விரைந்து சென்றிருக்க வேண்டும். ஆனால், அந்த மாநிலத்தின் வேறோர் இடத்தில் நலத்திட்டங்களைத் துவக்கி வைத்துப் பேசிய மோடி, வழக்கமான தன் நடிப்புக் கலையை வெளிப்படுத்தி சோகரசத்தைப் பிழிந்து கண்ணீர் விட்டதை ஊடகங்கள் பெரும் செய்தியாக வெளியிட்டு வந்தன.

மக்களின் வாழ்வாதாரத்தை மேம்படுத்துவதற்காகப் பல்வேறு மாநில அரசாங்கங்கள் நடைமுறைப்படுத்திவரும் திட்டங்களை ‘இலவசங்கள்’ என்று கொச்சைப்படுத்தியும், அவை வாக்குச் சேகரிப்பதற்காக ஆட்சிக்கு வரும் முன் அந்தந்த அரசியல் கட்சிகள் தரும் பொய் அல்லது மிகை வாக்குறுதிகளின் காரணமாக வழங்கப்பட்டு வருபவை என்றும், எனவே அவற்றைத் தடை செய்ய என்றும் உச்ச நீதிமன்றத்தையும் தேர்தல் ஆணையத்தையும் அணுகியிருக்கும் பாஜக, தான் ஆட்சிபுரியும் ஒன்றிய அரசாங்கமும் வேறு பல மாநில அரசாங்கங்களும் குஜராத்தி பனியாக்களான அதானிக்கும் அம்பானிக்கும் மட்டும் பல லட்சம் கோடிக் கடன் தள்ளுபடி, மானியங்கள், ஏக்கர் கணக்கில் நிலத்தை வழங்குதல், துறைமுகங்களை ஒப்படைத்தல் போன்றவற்றை வழங்குவது ‘இலவசங்கள்’ பட்டியலில் வராது போலும்.

அதேவேளை அந்த அரசாங்கங்கள் மக்களுக்கு வழங்குவது இலவச மரணங்கள்தான். தங்கள் கட்சியைச் சேர்ந்த வன்முறை கும்பல்களான விசுவ இந்து பரிஷத், பஜ்ரங் தள், இன்னும் பல்வேறு குரங்குப் படைகளை ஏவிவிட்டு அப்பாவி முஸ்லிம்கள், பகுத்தறிவுச் சிந்தனையாளர்கள் முதலியோரைக் கொல்வதும், சங் பரிவாரத்தை எதிர்த்து நிற்கும் பத்திரிகையாளர்கள் மீது பொய்வழக்குப் போட்டுக் கைது செய்வதும் உலகப் புகழ்பெற்ற 'தி ஒயர்' ஆசிரியர் சித்தார்த்த வரதராஜன் மீதும் அவரோடு பணியாற்றிக் கொண்டிருக்கிறவர்கள் மீதும் பல குற்ற வழக்குகள் போடப்பட்டதுடன் நிற்காமல், அவர்களை ஏதோ தீவிரவாதிகள் போல மக்களுக்குக் காட்டுவதற்காக டெல்லியில் அவர்களது வீடுகளில் போலிஸ் ரெய்டு நடப்பதுமாக உள்ளது.

விரைவில் வரவிருந்த குஜராத் சட்டமன்றத் தேர்தலில் வாக்காளர்களைக் கவர்வதற்காகவே மேற்சொன்ன தொங்கு பாலம் அவசரம் அவசரமாக புனரமைப்பு செய்யப்பட்டு திறக்கப்பட்டது என்று எதிர்க்கட்சிகள் குற்றம் சாட்டிவருகின்றன. அந்தப் பாலம் இடிந்து விழுந்ததற்குப் பொறுப்பேற்காத பாஜக மாநில அரசாங்கமும் ஒன்றிய அரசாங்கமும் சேர்ந்து மேற்கொண்ட நடவடிக்கைகளில் ஒன்றுதான் அந்தப் பாலத்தைப் புனரமைப்பு செய்வதற்கான ஒப்பந்தத்தைப் பெற்ற நிறுவனத்தைச் சேர்ந்த சில கீழ்நிலை அலுவலர்கள் சிலரையும் பாலத்தைப் பராமரிக்கும் பணியில் இருந்த பாதுகாவலரையும் கைது செய்து உண்மையை மூடி மறைக்கும் கபட நாடகத்தை அரங்கேற்றியுள்ளன.

உண்மை என்னவென்றால் பொதுவாகக் கட்டுமானப் பணிகளிலோ, குறிப்பாகப் பாலங்கள் கட்டுவதிலோ எந்த அனுபவமும் இல்லாததும் கடிகாரம் தயாரிக்கும் தொழிலை மட்டுமே செய்துவந்ததுமான ஒரு நிறுவனத்திடமே ரூ.2 கோடி மதிப்புள்ள மறுநிர்மாணப் பணிகள் ஒப்படைக்கப்பட்டிருந்ததாகச் சொல்லப்படுகின்றது. அதற்கு டெண்டர்கள் ஏதும் விடப்படவில்லை என்ற செய்தியும் வெளிவந்து கொண்டிருந்தது. குஜராத் மாநில அதிகாரிகள் அந்த நிர்மாணப் பணியை செய்ய அந்த நிறுவனத்திற்குத் தங்கு தடையற்ற சுதந்திரத்தைத் தந்திருந்தனர். தங்களுடைய ஒப்புதல் இன்றியும், அது திருப்திகரமான முறையில் மறுநிர்மாணம் செய்யப்பட்டது என்ற சான்றிதழைப் பெறாமலும், அந்த நிறுவனம் அந்தப் பாலத்தை பொதுமக்களுக்குத் திறந்துவிட்டதாக குஜராத் அரசங்கம் பச்சைப் பொய்யை அவிழ்த்து விட்டது. அது சொல்வது உண்மையாகத்தான் இருக்கும் என்று

வைத்துக் கொண்டாலும், அது திறந்துவிடப்பட்டதற்குப் பிறகு நான்கு நாள்கள் அந்த அரசாங்கம் ஏன் தடுப்பு நடவடிக்கை எடுக்கவில்லை?

உண்மை என்னவென்றால், அந்தப் பாலம் திறக்கப்படும் முன், அந்த நிறுவனம் அதிகாரபூர்வமான பத்திரிகையாளர்கள் கூட்டத்தைக் கூட்டி பாலம் திறக்கப்படும் செய்தியை அறிவித்த பிறகே அதைப் பொதுமக்களுக்கு திறந்துவிட்டது. ஆனால், கட்டுமான வேலைகளுக்கு சம்பந்தமில்லாத ஒரு நிறுவனத்திற்கு அந்தப் பணி ஒப்படைக்கப் பட்டதற்கு நிச்சயமாக குஜராத் அரசாங்கத்தை நடத்திவரும் பாஜகதான் முழுக்காரணம் என்ற உண்மையை முழுப் பூசணிக்காயை சோற்றில் மறைப்பதுபோல மூடிமறைத்தன அக்கட்சியும் அதன் அரசாங்கமும். இந்த அக்கிரமத்திற்குப் பின்னால் உள்ள உண்மையை வெளிக் கொண்டுவர உச்ச நீதிமன்ற நீதிபதி ஒருவரின் தலைமையில் ஒரு விசாரணை ஆணையம் அமைக்கப்பட வேண்டும் என்று எதிர்க் கட்சிகள் கோருவதில் நியாயம் உண்டு. ஆனால், நீதியும் நியாயமும் என்ன விலை என்ற கேள்வி கேட்கும் சங்க பரிவாரம் இதற்கு மசியாது. அப்படியே மசிந்தாலும், தான் வைத்திருக்கும் நீதிபதிகளின் அணியிலுள்ள ஒருவரை விசாரணை ஆணையத்தின் தலைவராக நியமிக்கும்.

கோவையில் நடக்கவிருந்த பயங்கரவாதச் செயல்களை முளையிலேயே கிள்ளியெறிந்த தமிழகக் காவல் துறையினரைத் தொடர்ந்து அவதூறு செய்துவரும் அண்ணாமலையும் ஆளுநர் ரவியும் இதைப் பற்றி வாய் திறப்பார்களா? எப்படியிருந்தாலும், மக்களுக்கு 'இலவசங்கள்' என்று பாஜக வைத்திருப்பது மரணங்களே என்பதை குஜராத் தொங்கு பால நிகழ்வு ஐயந்திரிபற மீண்டுமொருமுறை மெய்ப்பித்துவிட்டது.

'மின்னம்பலம்'
1, நவம்பர் - 2022

தோல்ஸ்தாயின் 'போரும் வாழ்வும்'

என்னிடம் மிகுந்த அன்பும் மதிப்பும் வைத்திருக்கும் நண்பர் ஜமாலன் சில மாதங்களுக்கு முன் சமூகவலைத்தளமொன்றில் வெளிவந்திருந்த செய்தியொன்றை என்னிடம் பகிர்ந்திருந்தார். புதுமைப்பித்தனின் அனைத்து சிறுகதைகளையும் உள்ளடக்கிய மலிவுப்பதிப்பொன்று 2022, ஜனவரியில் சென்னையில் நடந்த புத்தகக் கண்காட்சியின் போதும் அதன் பிறகும் ஏறத்தாழ 12000 பிரதிகளுக்கு மேல் விற்பனையானதால் உற்சாகம் அடைந்த அந்த மலிவுப் பதிப்புப் பதிப்பாளர்கள் தோல்ஸ்தாயின் 'போரும் வாழ்வும்' நாவலை மூன்று பகுதிகளாகப் பிரித்து, அந்த மூன்று தொகுப்புகளுக்குமாகச் சேர்த்து ரூ.600 விலைக்குத் தரவிருக்கிறார்கள் என்றும், முன்பதிவு செய்துகொள்ளும்படி வேண்டுகோள் விடுத்திருப் பதாகவும், இந்த நூலை இத்தனை மலிவாக விற்பதற்கு இலக்கிய அன்பர்களின் நன்கொடைகளை - புதுமைப்பித்தன் சிறுகதைத் தொகுப்பைக் கொண்டுவந்தபோது நடந்ததுபோல - திரட்டிவருகிறார்கள் என்றும் அத்தகவல் கூறியது. அந்தப் புத்தகக் கண்காட்சி நடப்பதற்குச் சில நாள்களுக்கு முன் மருத்துவ சிகிச்சைக்காக நான் சென்னை வந்திருந்த போது பேராசிரியர் வீ.அரசு, நாடக இயக்குநரும் மொழிபெயர்ப்பாளரும் எழுத்தாளருமான மங்கை ஆகிய இருவரும் என்னைச் சந்தித்து 'புதுமைப்பித்தன் சிறுகதைத் தொகுப்பொன்றின்' பிரதியை அன்பளிப்பாகத் தந்தனர். தரமான காகிதத்தில், நன்கு அச்சிடப்பட்டு, கெட்டி அட்டையுடன் இருந்த அந்தப் புத்தகத்தின் விலை ரூ.150-தான் என்று அவர்கள் கூறிய போது வியப்படைந்தேன். அப்போது அவர்கள், பல்வேறு இலக்கிய அன்பர்கள் முன்வந்து அளித்த நன்கொடைகளே அதைச் சாத்தியமாக்கியதாகக் கூறினர்.

இதுபோல கோவை விடியல் பதிப்பகம், 'பெரியார் இன்றும் என்றும்', 'அம்பேத்கர் இன்றும் என்றும்', 'மார்க்ஸியம் இன்றும் என்றும்' (மூன்று தொகுதிகள்) ஆகியவற்றை 'மக்கள்' (மலிவுப்) பதிப்பாகக் கொண்டு வந்திருக்கின்றது. அவையும்கூட பல்வேறு அன்பர்களின் நன்கொடைகளால்தான் சாத்தியமாயின. அதற்கும் முன்பு தந்தை பெரியாரின் 'பெண் ஏன் அடிமையானாள்?' என்ற நூல் ரூ10 விலையில் ஒரு இலட்சம் பிரதிகள் விற்பனையானதாகச் சொல்லப் பட்டது, அதைக் கேள்விப்பட்டதும், அதை வாங்கிய ஒரு இலட்சம்

பேரில் எத்தனை பேர் அதைப் படித்திருப்பார்கள் என்ற ஐயம் எனக்கு எழாமலில்லை.

சோவியத் ஒன்றியம் இருந்தவரை, சோவியத் இலக்கியம், மார்க்ஸிய நூல்கள், வெளிநாட்டு இலக்கியம் எனப் பலவகைப்பட்ட புத்தகங்கள் மிக மலிவான விலைக்கு அந்த நாட்டிற்குள்ளேயும் வெளிநாடுகளிலும் விற்பனைக்குக் கிடைத்து வந்தன என்பதை நாம் அறிவோம். சோவியத் ஒன்றியத்தில் தமிழ் மொழிபெயர்ப்பாளராகப் பணியாற்றி நூறு புத்தகங்களுக்கு மேல் மொழியாக்கம் செய்துள்ள பேராசிரியர் நா. தர்மராஜன், தனக்குத் தெரிந்தவரை மாஸ்கோவில் அத்தகைய நூல்களை வாங்கியவர்களில் மிகப் பெரும்பாலோர் அவை மலிவாகக் கிடைத்ததால் வாங்கி வீட்டிலுள்ள புத்தக அலமாரிகளில் வைத்துக்கொள்வார்களேயன்றி அவற்றைப் படிப்பவர்களின் எண்ணிக்கை மிகக் குறைவு என்று ஒருமுறை என்னிடம் கூறினர். நானும் சோவியத் ஒன்றியத்திலிருந்து மிக மலிவுப் பதிப்புகளாக வெளிவந்த தோல்ஸ்தாய் (Leo Tolstoy), தோஸ்தோயெவ்ஸ்கி (Fyodor Dostoyevsky), செகோவ் (Anton Chekhov), கார்க்கி (Maxim Gorky), துர்கனேவ் (Ivan Turganev), கோகோல் (Nikolai Gogol), லெஸ்கோவ் (Nikolai Leskov), ஸால்டிகோவ் ஷெட்ரின் (Satykov-Schcedrin) போன்ற செவ்வியல் இலக்கிய மேதைகளின் படைப்புகளையும் சோவியத் நவீன எழுத்தாளர்களின் படைப்புகளையும் வாங்கி வந்திருக்கிறேன். மார்க் ட்வெய்ன் (Mark Twain), ஏ.ஜே.குரோனின் (A.J.Cronin), ராபர்ட் ட்ரெஸ்ஸெல் (Robert Tressell), எர்னெஸ்ட் ஹெமிங்வே (Ernst Hemingway) போன்ற மேற்கு நாட்டு எழுத்தாளர்களின் படைப்புகளின் மலிவுப் பதிப்புகளையும் குழந்தைகள், இளம் வயதினர் ஆகியோருக்கான எண்ணற்ற அறிவியல், புனைகதைப் புத்தகங்களையும் மிகுந்த அழகியல் உணர்வுடன் சோவியத் ஒன்றியம் வெளியிட்டு வந்தது. அதேபோல அப்போது சோசலிச நாடாக இருந்த கிழக்கு ஜெர்மனியிலிருந்த 'செவென் ஸீஸ் பப்ளிகேஷன்ஸ்' என்ற பதிப்பகம் வெளியிட்டு வந்த பல மலிவுப் பதிப்புகளையும் வாங்கியிருக்கிறேன். அவை சோவியத் புத்தகங்களைவிடச் சற்றே விலை கூடுதலானவை, பல ஆண்டுகள் ஒவ்வொரு கிழமையும் குறைந்தது ஒருமுறையாவது சோவியத் ஒன்றியத்திலிருந்து கொண்டுவரப்பட்ட நூல்களை விற்பனை செய்துவந்த என்.சி.பி.எச். புத்தக நிலையங்களுக்குச் சென்று குறைந்தது 5 புத்தகங்களாவது வாங்கி வருவேன் (எனது ஆசான்களிலொருவரான கோவை ஞானியும் இன்னும் அதிகமான நூல்களை வாங்குவார்) என்றால், அதற்கான முக்கிய காரணங்களிலொன்று அத்தனை குறைந்த விலைக்கு (பெரும்பாலும்

மிக நல்ல புத்தகங்கள்) கிடைத்தன என்பதுதான். எனினும், என்னைப் பொருத்தவரை ஒரு புத்தகத்தையோ, இசைத்தட்டையோ, காஸட்டையோ, இசை அல்லது திரைப்படக் குறுந்தகட்டையோ வாங்குவதற்கான ஒரே அளவுகோலாக விலை மட்டுமே இருந்ததில்லை. அவற்றின் விலை எவ்வளவு அதிகமானாலும் நான் மிகக் குறைந்த வருமானத்தோடு வாழ்க்கையை நடத்திக்கொண்டிருந்த ஆண்டுகளிலும் - அவற்றை வாங்கியே தீருவேன், ஆனால் நான் வாங்கிய புத்தகங்களில் 50 விழுக்காட்டுக்கு மேல் படித்ததில்லை என்றாலும் புத்தகங்களை வாங்கும் பழக்கம் முடிவுக்கு வரவில்லை. தற்சமயம் பார்வைக் குறைவினால் பெரும்பாலும் கிண்டிலிலேயே படிக்க வேண்டியுள்ளது. ஆனால், நான் படிக்க விரும்பும் புத்தகங்கள் கிட்டத்தட்ட அனைத்துமே 'லிப்ஜெனி'ல் இலவசமாகக் கிடைக்கும்போது புத்தகம் வாங்குவதற்கான செலவு எனக்குக் கடந்த பத்தாண்டுகளாக அனேகமாக ஏதும் இல்லை.

2002இல் சென்னை வாழ்க்கையைத் துறக்கையில் ஓர் இடதுசாரிக் கட்சியின் நூலகத்துக்கு ஆயிரக்கணக்கான புத்தகங்களை நன்கொடையாகக் கொடுத்துவிட்டேன். ஆனால், சோவியத் புத்தகங்களின் அழகான வடிவமைப்புக்காக அவற்றில் சிலவற்றைப் பத்திரமாக வைத்துள்ளேன். என்னிடம் இப்போதுள்ள புத்தகங்களைப் போலவே அவையும் விரைவில் சென்னையிலுள்ள ஓர் ஆராய்ச்சி நூலகத்திற்கு நன்கொடையாகத் தரப்படவுள்ளன.

உலக செவ்வியல் இலக்கியத்தில் ஆழ்ந்த புலமை கொண்டிருந்த என் நண்பர்கள் சிலர் சோவியத் ஒன்றியத்தில் வெளியிடப்பட்ட ஆங்கில மொழியாக்கங்களைப் பற்றிக் குறை சொல்வார்கள். அவர்கள் சொல்வது சரிதான் என்பதை சோதித்துப் பார்க்க, ஒப்பீட்டளவில் விலை அதிகம் இல்லாததும், கான்ஸ்டன்ஸ் கார்னெட் (Constance Garnett) அம்மையாரால் ஆங்கில மொழியாக்கம் செய்யப்பட்டதுமான 19ஆம் நூற்றாண்டு ரஷிய செவ்வியல் இலக்கியப் படைப்புகளைப் படித்துப் பார்ப்பேன் (உண்மையில் மாஸ்கோவிலிருந்து வெளிவந்த ரஷிய செவ்வியல் இலக்கியங்களின் ஆங்கில மொழியாக்கங்களுக்கு முன்னரே அந்த அம்மையாரின் மொழி யாக்கங்களைப் படித்திருக்கிறேன்.) உலகம் முழுவதிலும் ஆங்கிலத்தில் புத்தகங்களைப் படிப்பவர்களில் என் தலைமுறையைச் சேர்ந்தவர்கள் மட்டுமல்ல, இன்றைய தலைமுறையினரும் கூட அந்த அம்மையாரின் மொழியாக்கங்களை வாசிக்கின்றனர்; இரசிக்கின்றனர். சோவியத் ஒன்றியத்திலிருந்து வெளிவந்த ஆங்கில மொழியாக்கங்களுக்கும் கார்னெட்டின் மொழியாக்கங்களுக்கும் நிறைய வேறுபாடுகள்

இருக்கின்றன என்று மேற்சொன்ன நண்பர்கள் சொல்வார்கள். ஆனால், ரஷிய மொழி எனக்குத் தெரியாததால் எந்த ஆங்கில மொழியாக்கம் சரியானது என்பதைத் தெரிந்துகொள்ள முடியவில்லை. அண்மைக் காலத்தில்தான் ஆங்கில மொழியாக்கங்களில் ஒப்பீட்டு நோக்கில் சிறந்தவை எவை என்பதை இலக்கிய விமர்சகர்கள் முதலானோரின் திறனாய்வுக் கட்டுரைகள் மூலம் ஓரளவு அறிந்து கொள்ள முடிகிறது.

1992இல், அப்போது திருவனந்தபுரத்தில் முனைவர் பட்டத்திற்காகப் படித்துக்கொண்டிருந்த என் வளர்ப்பு மகன் விஜயபாஸ்கர் தோஸ்தோயெவ்ஸ்கியின் 'கரமஸோவ் சகோதரர்கள்' (The Brothers Karamazov) நாவலின் ஆங்கில மொழியாக்கமொன்றைக் கொடுத்தான். அந்த நாவலின் ஆங்கில மொழியாக்கத்தை நான் ஏற்கெனவே இரண்டு முறை படித்திருக்கிறேனே என்றேன். ஆனால் அவனோ, "இல்லை, இது முற்றிலும் புதிய ஆங்கில மொழியாக்கம். இது ரிச்சர்ட் பெவியர் (Richard Pevear), லாரிஸ்ஸா வோலோகோன்ஸ்கி (Larissa Volokhonsky) என்ற இணையர்களால் செய்யப்பட்டது; அமெரிக்காவிலுள்ள பென் எழுத்தாளர் சங்கத்தினரால் சிறந்த மொழியாக்கங்களுக்கான பரிசைப் (Pen Translation Prize) பெற்ற இந்த மொழியாக்கத்தை, நீங்கள் இதற்கு முன் படித்த (கான்ஸ்டன்ஸ் கார்னெட்டின்) மொழியாக்கத்துடன் ஒப்பிட்டுப் பாருங்கள்" என்றான். அந்த புகழ்பெற்ற எழுத்தாளர் சங்கம், சிறந்த மொழியாக்கங்களுக்கான பரிசுகளையும் வழங்கி வருவதை அப்போது தான் தெரிந்துகொண்டேன். அக்காலத்தில் (1992) இண்டர்நெட், இணையதளம் என்பன ஏதும் இல்லை. ஆனால், ரஷிய செவ்வியல் இலக்கியப் படைப்புகளிலொன்றான தோல்ஸ்தாயின் 'போரும் அமைதியும்' நாவலின் முதல் ஆங்கில மொழியாக்கத்தைச் செய்தவர் கான்ஸ்டன்ஸ் கார்னெட் அம்மையார் என்பதும், பின்னர் தோல்ஸ்தாயின் நெருக்கமான நண்பர்களும் ஆங்கிலேயர்களுமான லூஸி மோட் (Louise Maude) அய்ல்மெர் மோட் (Aylmer Maud) இணையர்களின் ஆங்கில மொழியாக்கம் 1922இல் வெளிவந்தது என்பதும் எனக்கு ஏற்கெனவே தெரிந்திருந்தவை. ஆனால் நான் இதுவரை மேற்சொன்ன இணையரின் ஆங்கில மொழியாக்கத்தைப் படித்ததில்லை.

அந்த இரண்டு மொழியாக்கங்களும் படிப்பதற்கு நெருடல் ஏதுமில்லாத, சுவாரசியமானவையாக அமைந்துள்ளன என்று என் நண்பர்கள் கூறுவார்கள். 'போரும் அமைதியும்' நாவலை ஆங்கிலத்தில் மொழியாக்கம் செய்த லூஸி மோட் - அய்ல்மெர் மோட், ரிச்சர்ட் பெவியெர் - லாரிஸ்ஸா வோலோகோன்ஸ்கி ஆகியோர் திருமணம் செய்து கொண்ட இணையர்கள் என்றால், திருமணம் செய்துகொள்ளாத,

ஆனால் இணை மொழிபெயர்ப்பாளர்களாக உள்ள இருவரை சில ஆண்டுகளுக்கு முன்தான் அறிந்து கொண்டேன்; அர்ஜெண்டினா நாவலாசிரியர் ஆந்த்ரேய்ஸ் நியூமனின் (Andreas Neuman) நாவல்கள் சிலவற்றை ஆங்கில மொழியாக்கம் செய்துள்ள நிக் கெய்ஸ்டர் (Nick Caistor), லொரென்ஸா கார்ஸியா (Lorenza Garcia) ஆகியோர் முறையே ஆங்கிலேயரும் இங்கிலாந்தில் நீண்டகாலம் வாழ்ந்த ஸ்பானியரும் ஆவர். இவர்களைப் போன்றவர்கள் இன்னும் பலர் இருக்கக்கூடும்.

இவை ஒருபுறமிருக்க, ரஷிய செவ்வியல் இலக்கியவாணர்களில் தோல்ஸ்தாய், தோஸ்தோயெவ்ஸ்கி ஆகியோரைத் தவிர செகோவ், கோகோல், துர்கனேவ், லெஸ்கோவ் முதலியோரின் நாவல்கள், சிறுகதைகள் ஆகியவற்றையும் தொடர்ந்து ஆங்கிலத்தில் மொழியாக்கம் செய்துள்ள, செய்துவரும் ரிச்சர்ட் பெவியர், லாரிஸ்ஸா இணையர்கள் சிறந்த ஆங்கில மொழியாக்கங்களுக்கான வேறு சில பரிசுகளையும் பெற்றுள்ளவர்கள்; இன்றைய மேற்குலக இலக்கியப் படைப்பாளிகள், இலக்கிய விமர்சகர்கள், மொழியியலாளர்கள், ஸ்லாவியப் பண்பாட்டு ஆராய்ச்சியாளர்கள் எனப் பல தரப்பினரால் மிகவும் போற்றப் படுபவர்கள். அமெரிக்காவின் மாஸாசூஸட்ஸ் மாநிலத்தில் பிறந்த ரிச்சர்ட் பெவியர் தொடக்கத்தில் பிரெஞ்சு, இத்தாலிய மொழி இலக்கியப் படைப்புகளை ஆங்கிலத்தில் மொழியாக்கம் செய்துவந்தார். ரஷியாவில் பிறந்து 1973இல் இஸ்ரேலுக்குப் புலம் பெயர்ந்து இரண்டாண்டுகளுக்குப் பிறகு அமெரிக்காவுக்கு வந்து ரிச்சர்ட் பெவியரைச் சந்தித்த லாரிஸ்ஸா ஆறாண்டுகளுக்குப் பிறகு அவரைத் திருமணம் செய்து கொண்டார். 1986 முதல் அவர்கள் இருவரும் இணைந்து ரஷிய செவ்வியல் இலக்கியப் படைப்புகளை ஆங்கிலத்தில் மொழியாக்கம் செய்யும் பணியைச் செய்து கொண்டிருக்கின்றனர். 2009இல், 'வால்ஸ்ட்ரீட் ஜெர்னல்' என்ற அமெரிக்க நாளேட்டுக்குக் கொடுத்த நேர்காணலொன்றில், தங்களுக்கு விருப்பமான நூல்களை மட்டுமே மொழியாக்கம் செய்வதாகக் கூறியுள்ளனர். தாங்கள் முதலில் தோஸ்தோயெவ்ஸ்கியின் படைப்புகளை மொழியாக்கம் செய்யத் தொடங்கியதற்குக் காரணம், அப்படைப்புகள் ஆங்கிலத்தில் நல்ல படியாக மொழியாக்கம் செய்யப்படாமலிருந்ததுதான் என்றும், சுருக்கமாகச் சொல்வதென்றால், அதுவரை வெளிவந்திருந்த மொழி யாக்கங்களைப் படிப்பவர்கள், தோஸ்தோயெவ்ஸ்கி, மனிதர்களிடமுள்ள இருண்ட பகுதிகளை, விகாரங்களை, அவர்கள் துன்புறுவதை மட்டுமே சித்திரிப்பதாகக் கருதியதாகவும், நகைச்சுவை உணர்வு, கிண்டல், கேலி, கும்மாளம் ஆகியன அவரது படைப்புகள் முழுவதிலும்

விரவியிருப்பதை உணர்ந்துகொள்ளவில்லை என்பதால்தான் அவரது படைப்புகளை மொழியாக்கம் செய்ய முடிவு செய்தனர் என்றும் கூறினர். ஒரு நூலை மொழியாக்கம் செய்யும்போது, தங்கள் இருவருக்கு மிடையே தோன்றும் கருத்து வேறுபாடுகள் எப்படித் தீர்த்துக் கொள்ளப்படுகின்றன என்பதை லாரிஸ்ஸா கூறுகிறார்: “ரிச்சர்டின் தாய்மொழி ஆங்கிலம். என் தாய்மொழியோ ரஷியன். நான் ரிச்சர்டுக்கு விளக்குவேன். பிறகு தன்னால் எதைச் செய்யமுடியுமோ அதைச் செய்வது ரிச்சர்டின் வேலை. மொழியாக்கத்தைப் பொருத்தவரை இறுதி வார்த்தை ரிச்சர்டுடையது. ரஷிய மூலத்தில் சில இடங்களில் இப்படிச் சொல்லப்படுவதில்லையே என்று நான் கூறுவேன். ரிச்சர்ட், எனக்கு மனநிறைவு தரும் சிலவற்றைச் சொல்வார்; அல்லது நான் சொல்வதை மறுப்பார். இருவரும் முடிவில்லாதபடி விவாதித்துக் கொண்டிருப்போம். மொழியாக்கத்தின் கையெழுத்துப்படி பதிப்பாளருக்கு அனுப்பப்பட்ட பிறகும் அந்த விவாதம் சிலசமயம் தொடர்ந்துகொண்டே இருக்குமாதலால் அது எங்களுக்கு எரிச்சல் தரும். இருப்பினும் நாங்கள் இருவரும் ஒருபோதும் சண்டை போட்டுக் கொள்வதில்லை.”

ரிச்சர்ட் தன் பங்குக்குக் கூறுகிறார்: “என்னால் தாண்ட முயலாத ஓர் எல்லைக் கோடு உள்ளது என்றாலும் சில சமயங்களில் அதை தாண்டிவிடுவதாகக் கருதுகிறேன். ஆங்கிலச் சொற்களின் வரலாற்றையும் அவை எப்போது அந்த மொழியில் நுழைந்தன என்பதையும் கூறும் ஆக்ஸ்ஃபோர்ட் ஆங்கில அகராதியைப் பயன்படுத்துகிறேன். நானும் என் துணைவியாரும் காலவழக்கொழிந்த, புளித்துப்போன சொற்களையும் எல்லோராலும் இதுவரை பேசப்பட்டு வருகின்ற மரபுச் சொற்றொடர்களையும் தவிர்க்கிறோம். ஒரு படைப்பு எழுதப்பட்ட காலத்தைக் கருத்தில் கொள்ளும் அதேவேளை, சற்று நவீனமான சொற்களை (மைக்கேல் புல்காகோவின் ‘மாஸ்டர் அண்ட் மார்கரிட்டா’ நாவலை மொழியாக்கம் செய்கையில்) பயன்படுத்தியதால் எனக்கிருந்த இறுக்கம் தளர்ந்தது”.[1]

அவர்களது மொழியாக்கங்களில் குறை காணும் வேறு சில மொழிபெயர்ப்பாளர்களும் இலக்கிய விமர்சகர்களும் இருக்கத்தான் செய்கின்றனர். அதனால்தான் மேற்குலகில் மொழியாக்கங்கள் தொடர்ந்து செழுமைப்பட்டு வருகின்றன.

என் வளர்ப்பு மகன் கொடுத்த ‘கரமஸோவ் சகோதரர்கள்’ நாவலின் ஆங்கில மொழியாக்கத்தைப் படிக்கும் வாய்ப்பு, புவியரசு செய்துள்ள தமிழாக்கத்தைப் பற்றிய திறனாய்வுக் கட்டுரையைப் பல ஆண்டுகளுக்கு முன் ‘உயிர் எழுத்து’ ஏட்டில் எழுதியபோதுதான்

கிடைத்தது. புவியரசு தன் தமிழாக்கத்திற்கு ஆறு ஆங்கில மொழி யாக்கங்களையும் ஒரு மலையாள மொழியாக்கத்தையும் பயன்படுத்தி யுள்ளதாகக் கூறுகிறார். எனக்குத் தெரிந்தவரை, 'போரும் அமைதியும்' நாவலுக்கு இதுவரை வெளிவந்துள்ள ஆங்கில மொழியாக்கங்கள் பற்றிய விவரங்களை இக்கட்டுரையில் வேறோர் இடத்தில் தந்துள்ளேன். 'கரமஸோவ் சகோதரர்கள்' நாவலுக்கு ரிச்சர்ட் பெவியர், லாரிஸ்ஸா செய்துள்ள ஆங்கில மொழியாக்கத்தை புவியரசு பார்க்காமல் இருந்தது பெரும் குறையாக எனக்குத் தென்பட்டது. இந்த மொழியாக்கத்திலுள்ள மிகச் சிறப்பான அம்சங்களிலொன்று, தோஸ்தோயெவ்ஸ்கியின் நாவலிலுள்ள சித்திரிப்புகளிலும் உரையாடல்களிலும் காணப்படும் மறை குறிப்புகளுக்கான (allusions) விளக்கங்கள் ஆகும். தோஸ்தோயெவ்ஸ்கியின் மிக ஆழமான, விரிவான தத்துவ, இலக்கிய, இறையியல், வரலாற்று அறிவைப் புரிந்துகொள்ளவும் இந்த நாவலின் கருத்தாழத்தை இன்னும் கூடுதலாக உணர்ந்துகொள்ளவும் இந்த விளக்கங்கள் உதவும். நான் எழுதிய மதிப்புரைக் கட்டுரையில் இந்த ஆங்கில மொழியாக்கத்திலுள்ள சில பகுதிகளைத் தமிழாக்கம் செய்துள்ளேன். அவற்றிலொன்று:

'தியானம்' என்னும் பெயரிட்டு, ஓவியர் கிராம்ஸ்கி அற்புதமான ஓவியம் தீட்டியிருக்கிறார். அதில், உறைபனியால் மூடப்பட்ட ஒரு காடு. அந்தக் காட்டினூடாகச் செல்லும் சாலையில் கந்தல் நீளாடையும், மரப்பட்டைகளிலான காலணிகளும் அணிந்த விவசாயி தன்னந்தனியே சிந்தனையில் மூழ்கியவனாய் நின்று கொண்டிருக்கிறான். ஆயினும் அவன் சிந்தித்துக் கொண்டிருப்ப தில்லை; 'தியானித்துக் கொண்டிருக்கிறான்'. அவனை யாரேனும் தொட்டால், அப்போதுதான் விழிந்தெழுந்தவன் போலவும் சட்டென்று திகைப்படைந்தவனாகவும் தொட்டவனைப் பார்ப்பான். உடனடியாக சுயஉணர்வுக்குத் திரும்பி வருவானென்பது உண்மைதான்; ஆனால் 'நீ எதை சிந்தித்துக் கொண்டிருக்கிறாய்' என்று கேட்டால் அவனுக்கு எதுவும் நினைவில் இருக்காது. ஒரு வேளை அவன் தியானத்திலிருந்த நேரத்தில் அவனுக்கு ஏற்பட்ட மனப்பதிவுகளை அவன் தனக்குள் மறைத்து வைத்திருக்கக் கூடும். அந்த மனப்பதிவுகள் அவனுக்கு அருமையானவை என்பதால் அவற்றைக் கண்ணுக்குப் புலப்படாமலும், ஏன் பிரக்ஞையற்ற முறையிலும்கூட, பதுக்கி வைக்கிறான். அதற்கான காரணம் அவனுக்குத் தெரியாது என்பது உண்மைதான். பல ஆண்டுகள் மனப்பதிவுகளைப் பதுக்கி வைத்துக் கொண்டிருந்த பிறகு, ஒரு நாள் அவன் திடீரென்று எல்லாவற்றையும் கைவிட்டு தனது

ஆன்மாவுக்கான விமோசனம் தேடி யெருசலேமுக்குப் புனிதப் பயணம் மேற்கொள்ளவோ, தனது சொந்த கிராமத்தைத் திடீரென தீ வைத்துக் கொளுத்திவிடவோ கூடும் அல்லது இரண்டையுமே செய்யக்கூடும். விவசாயி வர்க்கத்திடையே ஏராளமான 'தியானிகள்' இருக்கிறார்கள். இருக்கட்டும். ஸ்மெர்டியாகோவ் அவர்களில் ஒருவனாக இருக்கக்கூடும். அவன் தன் அருமையான மனப் பதிவுகளைப் பேராசையோடு பதுக்கி வைத்துக் கொண்டிருக்கலாம், ஏன் எதற்கு என்பது தெரியாமலேயே.[2]

இதை புவியரசுவின் தமிழாக்கத்திலுள்ள சம்பந்தப்பட்ட பகுதியுடன் வாசகர்கள் ஒப்பிட்டுப் பார்ப்பது, மொழியாக்கங்கள் ஒவ்வொன்றும் ஒன்றுக்கொன்று வேறுபட்டிருப்பதைக் காண உதவும்.

1

இனி, தோல்ஸ்தாயின் 'போரும் அமைதியும்' நாவலின் மொழி யாக்கங்கள் பற்றிப் பேசுவோம். தோல்ஸ்தாய் இதுவரையிலான மாபெரும் உலக எழுத்தாளர்களிலொருவர். அவருடைய எழுத்துகள் உலகெங்கிலும் ஏராளமான நாவலாசிரியர்கள் மீதும், சிறுகதை எழுத்தாளர்கள் மீதும் தாக்கம் ஏற்படுத்தியுள்ளன. எனினும், அவரது படைப்புகள் ஆங்கிலத்தில் மொழியாக்கம் செய்யப்படத் தொடங்கிய பிறகே உலகின் பெரும் பகுதிக்கு அவர் அறிமுகமானார். பத்தொன்பதாம் நூற்றாண்டின் இறுதியில், ஆங்கிலம் அதன் தாயகத்தில் மட்டுமின்றி இங்கிலாந்தின் காலனி நாடுகளிலும் பேசப்படும், எழுதப்படும் மொழியாகியது. ஸ்பெயின், பிரான்ஸ், போர்ச்சுகல், ஜெர்மனி, நெதெர்லாந்து ஆகியவற்றுக்கும் காலனி நாடுகள் இருந்தன என்றாலும், மொழிப் போட்டியில் அந்த நாடுகளின் மொழிகளால் ஆங்கிலத்திற்கு அடுத்த இடங்களையே பிடிக்க முடிந்திருக்கின்றது.

முடியாட்சியும் நிலப்பிரபுத்துவமும் கோலோச்சியதும் அன்று சிதறுண்டு கிடந்தவையுமான ஜெர்மன் பிரதேசங்கள் சிலவற்றில் 1789ஆம் ஆண்டுப் பிரெஞ்சு பூர்ஷ்வா ஜனநாயகப் புரட்சி மட்டுமின்றி, நெப்போலியனின் ஆட்சியும் பெரும் தாக்கத்தை ஏற்படுத்தியிருந்தன. நெப்போலியன் போனபார்ட்டின் படையெடுப்பின் மூலம் பிரெஞ்சுப் பேரரசின் பகுதிகளாக்கப்பட்ட ஜெர்மன் பகுதிகளில் முற்போக்கு எண்ணம் கொண்டிருந்தவர்களும் சிந்தனையாளர்களும் நெப்போலியனால் நடைமுறைப்படுத்தப்பட்ட அரசியல், சமூக, பண்பாட்டுச் சீர்திருத்தங்களை வரவேற்றனர். நெப்போலியனை 'வெண்குதிரை மீது அமர்ந்திருக்கும் உலக ஆன்மா' (The World Spirit on the White Charger) என்று ஹெகல் வர்ணித்திருக்கிறார். அதேபோல 19ஆம் நூற்றாண்டு ஜெர்மானியக்

கவிஞர்களான கெதெ (Johann Wolfgang von Goethe), ஹெய்னெ (Heinrich Heine) போன்றவர்களுக்கும் அச்சீர்திருத்தங்கள் ஈர்ப்புடையனவாக இருந்தன.

பத்தொன்பதாம் நூற்றாண்டு ஜார் ரஷியாவில் முடியாட்சிக்கு எதிரான ஜனநாயக உணர்வையும் ரஷியாவை நவீனமயமாக்க வேண்டும் என்ற விருப்பத்தையும் கொண்டிருந்தவர்கள் பிரெஞ்சுப் புரட்சியையும் அதன் விழுமியங்களையும் வரவேற்று ஜார் ரஷியாவும் பிரான்ஸைப் போன்ற ஒரு ஜனநாயகக் குடியரசாக மலர்வதை எதிர்பார்த்தனர். அதே வேளை, ரஷிய மேற்குடி வர்க்கத்தினரோ பிரெஞ்சு நாகரிகம், அதன் உடை நடை பாவனைகள் ஆகியவற்றை விரும்பினர், பிரெஞ்சு மொழியில் பேசுவதும் எழுதுவதும் மிக நாகரிகமானவையாகக் கருதப்பட்டன. அந்தச் சூழலில், பத்தொன்பதாம் நூற்றாண்டைச் சேர்ந்த துர்கனேவ் போன்ற முக்கியமான ரஷிய எழுத்தாளர்களின் படைப்புகள் ஆங்கிலத்தில் மொழியாக்கம் செய்யப்படுவதற்கு முன்பே பிரெஞ்சு மொழியாக்கம் செய்யப்பட்டிருந்தன. துர்கனேவை ஆங்கிலத்திலும் மொழியாக்கம் செய்வது கடினமானதாக இருக்கவில்லை. ஏனெனில் ஆங்கிலேய வாசகர்களைப் பொருத்தவரை அவர் 'நயத்தக்க நாகரிக'முடையவராக இருந்தார். ஆனால், தோல்ஸ்தாயோ மிகுந்த ரஷியத்தன்மையும், ஆங்கிலேய வாசகர்களுக்கு எளிதில் புலப்படாத சிக்கலான சிந்தனைப்போக்கும், இலக்கிய மரபுகள், முறைகள் என்பன வற்றை உடைத்தெறியக்கூடிய, சமரசமற்ற நிலைப்பாடும் கொண்ட வராக இருந்தார். அவரது புனைவிலக்கியப் படைப்புகளைவிட அகிம்சையைப் போதிக்கும், நிறுவனமயமாக்கப்பட்ட கிறிஸ்தவத்தை விமர்சிக்கும், அரசாங்க ஒடுக்குமுறைகளைக் கண்டனம் செய்யும் படைப்புகளான 'நான் எதை நம்புகிறேன்' (What I believe?), 'கடவுளின் இராச்சியம் உனக்குள்ளே இருக்கிறது' (The Kingdom of God is within you) போன்றவைதான் ஆங்கிலேய வாசகர்களை உடனடியாகக் கவர்ந்தன. அந்த நூல்களை தென்னாப்பிரிக்காவிலிருந்த போது காந்தியும் படித்திருக்கிறார். ஆனால், அவர் தோல்ஸ்தாயின் படைப்பிலக்கியங்களைப் படித்ததற்கான சான்றுகள் ஏதும் இல்லை.

பாகிஸ்தானிய இலக்கிய விமர்சகர் சர்வத் அலி (Sarwat Ali), தோல்ஸ்தாயின் புனைவிலக்கியப் படைப்புகளின் ஆங்கில மொழி யாக்கங்கள் பற்றிய சில தகவல்களைத் தருகிறார்: மாஸ்கோவில் இருந்த அமெரிக்கத் தூதரக அதிகாரிகளிலொருவரும் தோல்ஸ்தாயை நேரில் சந்தித்தவருமான யூஜின் ஷ்யுலெர் (Eugene Schuyler) என்பவர் தான் தோல்ஸ்தாயின் படைப்புகளிலொன்றை முதன் முதலில்

ஆங்கிலத்தில் மொழியாக்கம் செய்தவர். 1878இல் வெளிவந்த அது, தோல்ஸ்தாயின் 'கஸாக்கியர்கள்' (Cossacks) என்ற படைப்பின் மொழியாக்கம். 1886இல் நத்தான் ஹாஸ்கெவ் டோல் (Nathan Haskel Dole) என்ற இன்னொரு அமெரிக்கர் 'அன்னா கரீனினா' (Anna Karinina) நாவலை ரஷிய மூலத்திலிருந்து ஆங்கிலத்தில் மொழியாக்கம் செய்திருந்தார். ஆனால் அது மிக மோசமான மொழியாக்கம் என்று 'நியூயார்க் டைம்ஸ்' ஏடு கூறியது.

இங்கிலாந்தில் தோல்ஸ்தாயின் புனைவிலக்கியப் படைப்பொன்றை முதன்முதலில் ஆங்கிலத்தில் மொழியாக்கம் செய்தவர் கிளாரா பெல் (Clara Bell) என்ற மொழியியலாளர், (ஆங்கிலம் தவிர வேறு எட்டு ஐரோப்பிய மொழிகளில் புலமை பெற்றிருந்தவர் அவர் என 'விக்கிபீடியா' குறிப்பொன்று கூறுகிறது). ஆனால், அவரால் ரஷிய மூலத்தின் ஆன்மாவைப் பிரதிபலிக்க முடியவில்லை; அதன் காரணமாக ஆங்கிலேய இலக்கியப் பரப்பில் தோல்ஸ்தாயுக்கு சாதகமான பதிவுகள் உருவாகவில்லை.[3]

கிளாரா பெல், பிரெஞ்சு மொழியாக்கத்திலிருந்து ஆங்கிலத்திற்குப் பெயர்த்தது 'அன்னா கரீனினா' நாவல் என்று சர்வத் அலி கூறுவது சரியான தகவல் அல்ல. 'ஒரு ரஷிய சீமாட்டி' என்ற புனைபெயரில் யாரோ ஒருவர் செய்திருந்த 'போரும் அமைதியும்' நாவலின் பிரெஞ்சு மொழியாக்கத்திலிருந்துதான் கிளாரா பெல் ஆங்கில மொழியாக்கம் செய்திருந்தார்.[4] எனினும், சர்வத் அலி கூறும் பிற தகவல்கள் சரியானவையே: தோல்ஸ்தாயின் நாவல்களை ஆங்கிலத்தில் மொழியாக்கம் செய்வதில் வேறு இரு பெண்களும் ஈடுபட்டனர். அவர்களிலொருவர் லூஸி மோட் (Lousie Maude). அவரும் அவரது கணவர் அய்ல்மெர் மோடும் (Aylmer Maude) தோல்ஸ்தாயின் நண்பர்கள். அவரது கருத்துகளை இங்கிலாந்தில் பரப்புவதில் உற்சாகம் கொண்டிருந்தவர்கள். தனது 'புத்துயிர்ப்பு' (Ressurrection) நாவலை மொழிபெயர்க்கும் உரிமையை தோல்ஸ்தோய் லூஸி மோடிடம் ஒப்படைத்திருந்தார். அவரும் அவரது கணவரும் இணைந்து தோல்ஸ்தாயின் 'போரும் அமைதியும்' (War and Peace) நாவலை மொழிபெயர்த்தனர். இவையிரண்டும் முறையே 1918, 1922ஆம் ஆண்டுகளில் வெளிவந்தன. அவர்களுக்கு முன்பே தோல்ஸ்தாய் உள்ளிட்ட பல்வேறு ரஷிய எழுத்தாளர்களின் புனைவிலக்கியங்களை ஆங்கிலம் பேசும் உலகில் பரவலாக்குவதில் தலையாய பாத்திரம் வகித்திருந்த கான்ஸ்டன்ஸ் கார்னெட் அம்மையார், 'போரும் அமைதியும்' நாவலின் ஆங்கில மொழியாக்கத்தை 1904ஆம் ஆண்டிலேயே வெளியிட்டிருந்தார்.

பல்கலைக்கழகத்தில் செவ்வியல் இலக்கியத்தில் பட்டப்படிப்பு முடித்த கான்ஸ்டன்ஸ் அம்மையாருக்கு உறுதுணையாக இருந்தவர் அவரது கணவரும் பதிப்பாளருமான எட்வர்ட் கார்னெட் (Edward Garnett). கான்ஸ்டன்ஸ் கார்னெட், தமது சமகால, புகழ்பெற்ற எழுத்தாளர்களான ஜோசப் கொன்ராட் (Joseph Conrad), டி.ஹெச்.லாரன்ஸ் (D.H.Lawrence), பெர்னார்ட் ஷா (George Berad Shaw) ஆகியோரை நன்கறிந்தவர். இங்கிலாந்துக்குப் புலம்பெயர்ந்து வந்திருந்த இரு ரஷியர்களிடமிருந்து ரஷிய மொழியைக் கற்றுக்கொண்ட கார்னெட் அம்மையார், முதன் முதலில் மொழியாக்கம் செய்த ரஷிய இலக்கியப் படைப்பு, ஐவான் கோஞ்சரோவின் (Ivan Goncharov) 'ஒரு சாதாரணக் கதை' (An Ordinary Story). அதன் பிறகு தோல்ஸ்தாயின் 'கடவுளின் இராச்சியம் உனக்குள்ளே இருக்கிறது' என்ற நூலை மொழியாக்கம் செய்தவுடன் ரஷியாவுக்குச் சென்று தோல்ஸ்தாயைச் சந்தித்தார். பின்னர் 'அன்னா கரீனினா', 'போரும் அமைதியும்' நாவல்களின் அவரது மொழியாக்கங்கள் முறையே 1901, 1904ஆம் ஆண்டுகளில் வெளி வந்தன. லூஸி மோட் தோல்ஸ்தாயின் புனைவிலக்கியக்கியங்களிலும் அவரது கணவர் தோல்ஸ்தாயின் பிற படைப்புகளிலும் கவனம் செலுத்தி மொழியாக்கம் செய்து வந்தனர். தோல்ஸ்தாயின் நூறாம் ஆண்டான 1928இல் அவர்கள் இருவரும் அவரது படைப்புகள் அனைத்தினதும் ஆங்கில மொழியாக்கங்களையும் 21 தொகுதிகளாகக் கொண்டு வரும் முயற்சியில் இறங்கினர். அதே ஆண்டில் சோவியத் ஒன்றியத்தில் தோல்ஸ்தாயின் படைப்புகள் 90 தொகை நூல்களாக வெளிவந்தன.⁵

'போரும் அமைதியும்' நாவலுக்குச் செய்யப்பட்டுள்ள ஆங்கில மொழியாக்கங்களின் விவரங்கள் என ஒரு வலைத்தளத்திலிருந்து பெறப்பட்டவை:

1. 1886 - Clara Bell (UK)
2. 1889 - Nathan Haskell Dole (US)
3. 1904 - Leo Wiener (US)
4. 1904 - Constance Garnett (UK)
5. 1923 - Aylmer and Louise Maude (UK)
6. 1957 - Rosemary Edmonds (UK)
7. 1966 - Maude revised by George Gibian
8. 1968 - Ann Dunnigan actress translator (US)

9. 2005 - Anthony Briggs (UK)
10. 2007 - Richard Pevear and Larissa Volokhonsky
11. 2010 - Maude revised by Amy Mandelker

War and Peace: Miscellaneous Translations

இவற்றில் கிளாரா பெல் செய்த மொழியாக்கம், 'கூகில் புத்தக' மாகக் கிடைக்கிறது. நான்கு பாகங்களைக் கொண்ட நத்தன் ஹாஸ்கெல் டோலின் மொழியாக்கத்தை 'இன்டர்நெட் ஆர்கை'வி லிருந்து இலவசமாகப் பதிவிறக்கம் செய்து கொள்ளலாம்.[6] அதேபோல அமெரிக்க மொழியியலாளரும் எழுத்தாளரும் ஸ்லாவிய இலக்கியங்களில் புலமை கொண்டிருந்தவருமான லியோ வீனெர் (Leo Wiener) மொழி யாக்கம் செய்த தோல்ஸ்தாயின் 21 படைப்புகளில் (The Complete Works of Count Tolstoy) 'போரும் அமைதியும்' ஒன்று. 1904இல் வெளியிடப்பட்ட இத்தொகுப்பையும் இலவசமாகப் பதிவிறக்கம் செய்து கொள்ள முடிகின்றது.[7]

இவற்றுக்கிடையே ஹண்டிங்டன் ஸ்மித் (Huntington Smith) என்பவர் 'போரும் அமைதியும்' நாவலின் பிரெஞ்சு மொழியாக்கத்தி லிருந்து செய்த ஆங்கில மொழியாக்கம் போர், வரலாறு, அறவியல், ரஷிய தேசப்பற்று முதலியவற்றைப் பற்றி தோல்ஸ்தாய் அந்த நாவலின் இரண்டு பின்னுரைகளில் எழுதியிருந்தவற்றைத் தவிர்த்துவிட்டு, நாவலின் கதைப் பகுதியை மட்டும் கொண்டிருந்ததும் 'போர் இயங்கு முறை' (The Physiology of War) என்ற தலைப்பைக் கொண்டிருந்ததுமான இரு பாக நூலை 1888இல் வெளியிட்டிருந்தார் (இது இன்றும் 'அமேஸானி'ல் கிடைக்கிறது; விலையைப் பார்த்தால் நமக்கு மயக்கம் வரும்!)

ரஷிய ஆட்சிமறுப்பிய (Anarchist) சிந்தனையாளர் பீட்டர் க்ரோபோட்கினின் (Peter Kropotkin) மகள் அலெக்ஸாண்ட்ரா க்ரோபோட்கின் செய்த இந்த நாவலின் சுருக்கமான வடிவத்தின் ஆங்கில மொழியாக்கம் 1949இல் வெளிவந்துள்ளது.

அமெரிக்க நாடகாசிரியரும் மொழிபெயர்ப்பாளருமான மானுவேல் கொம்ரோஃப் (Manuel Komroff) கான்ஸ்டன்ஸ் கார்னெட்டின் மொழியாக்கத்தின் சுருக்கமான வடிவத்தைத் தந்துள்ளார். அதைக் கொண்டுதான் 1956இல் வெளிவந்த 'War and Peace' என்ற ஹாலிவுட் திரைப்படம் தயாரிக்கப்பட்டது.

செக்கோஸ்லோவியாவில் பிறந்தவரும் அமெரிக்காவுக்குப் புலம்பெயர்ந்து சென்று அங்கு பேராசிரியராகப் பணிபுரிந்தவருமான

ஜார்ஜ் கிபியன் (George Gibian) 1966ஆம் ஆண்டிலும் நியூயார்க் பல்கலைக்கழகத்தில் ஒப்பியல் இலக்கியப் பேராசிரியராக உள்ள ஆமி மண்டேல்கர் (Amy Mandelkar) 2010ஆம் ஆண்டிலும் லூஸி மோட், அய்ல்மெர் இணையர்களின் மொழியாக்கத்தின் திருத்தப்பட்ட பதிப்புகளைக் கொண்டு வந்துள்ளனர்.

2007இல் மிக சர்ச்சைக்குரிய ஆங்கில மொழியாக்கமொன்று வெளி வந்தது. அந்த மொழியாக்கத்தைச் செய்த ஆங்கிலேய எழுத்தாளரும் மொழிபெயர்ப்பாளருமான ஆண்ட்ரூ ப்ரோம்ஃபீல்ட் (Andrew Bromfield) அதற்கு ‘போரும் அமைதியும்: மூல வடிவம்’ (War and Peace: Original Version) என்று தலைப்பிட்டுள்ளார். அது தோல்ஸ்தாயின் நாவலின் முதல் வரைவேயன்றி இறுதி வடிவம் அல்ல. ஆனால் அதுதான் மூல வடிவம் என்று சாதித்து வருகிறார் ஆண்ட்ரூ ப்ரோம்ஃபீல்ட்.

மேற்சொன்னவற்றைத் தவிர, ரஷியக் கிறிஸ்தவ மதம், விவிலியம் ஆகியன பற்றிய ஆராய்ச்சி நூல்களை எழுதிய அமெரிக்க அறிஞர் ஒருவர் இந்த நாவலை மொழியாக்கம் செய்து தாமாகவே வெளியிட்டிருக்கிறார். இதுவும் அமேஸான், ஃபிலிப்கார்ட் முதலிய வணிக நிறுவனங்களில் கிடைக்கிறது. கெட்டி அட்டை இல்லாத (PAPER PACK) பிரதியின் விலை 56 அமெரிக்க டாலர்தான்! எனினும், அதிகம் பேசப்படாத மொழியாக்கம்தான் இது.

2

தமிழகத்தில் தோல்ஸ்தாயின் படைப்புகள் சில சிறுசிறு பதிப்புகளாக 1940களிலேயே வெளிவரத் தொடங்கியிருந்தன என்பதை சென்னையிலுள்ள ரோஜா முத்தையா ஆராய்ச்சி நூலகத்திலிருந்து தெரிந்து கொள்கிறோம். தோல்ஸ்தாய் உள்ளிட்ட இன்னும் பல ரஷிய எழுத்தாளர்களின் படைப்புகள் இந்தியாவில் புகழடைந்ததற்கு நம் நாட்டு மக்கள் சோவியத் ஒன்றியத்தின் மீது கொண்டிருந்த மதிப்பு ஒரு காரணம் என்று கூறலாம். அது நம் நாட்டைத் தனது காலனியாகக் கொண்டிருக்கவில்லை; ரஷிய மொழி நம் மீது ஆதிக்கம் செலுத்தவில்லை என்பது ஒரு காரணம் என்றால், தோல்ஸ்தாய் பற்றி காந்தி கொண்டிருந்த மிக உயர்ந்த கருத்தும் இன்னொரு காரணம். எனினும், சோவியத் ஒன்றியத்தில் அச்சிடப்பட்டு மலிவு விலையில் விற்கப்பட்ட தோல்ஸ்தாயின் படைப்புகளின் ஆங்கில மொழியாக்கங்கள் எந்த ஆண்டிலிருந்து இந்தியாவுக்கு வரத் தொடங்கின என்பது தெரிய வில்லை. ஆனால், தோல்ஸ்தாயின் இந்தப் புகழ்பெற்ற நாவலின்

ஒரு பகுதி, 'போரும் காலமும்' என்ற தலைப்பில் சென்னையிலிருந்த சக்தி காரியாலயத்தால் 1940களில் வெளியிடப்பட்டிருக்கிறது. டி.எஸ்.சொக்கலிங்கத்தின் முழுமையான தமிழாக்கத்தை 1957இல் வெளியிட்ட அப்பதிப்பகத்தின் உரிமையாளர் வை.கோவிந்தன், அதற்கு எழுதிய முன்னுரையில் கூறுகிறார்; "தொடர்ந்து வெளியிட யுத்த காலமானதால் காகிதம் கிடைப்பதிலுள்ள தொல்லைகளால் முடியவில்லை. இன்னும் ஒரு காரணமும்கூட, அந்தப் புத்தகத்துக்கு மூல நூலாக எடுத்துக்கொண்ட ஆங்கில மொழிபெயர்ப்பு நூல் அவ்வளவு சரியானதாகவும் எங்களுக்குத் தோன்றவில்லை".

ஆகவே பெர்னார்ட் ஷா போன்றவர்களால் பாராட்டப்பட்டதும், லூஸி மோட், அய்ல்மெர் மோட் ஆகியோரால் செய்யப்பட்டதுமான ஆங்கில மொழியாக்கத்தைத் தெரிவு செய்ததுடன், அந்த மொழி யாக்கத்தை வெளியிட்ட ஆக்ஸ்ஃபோர்ட் யுனிவர்சிடி பிரஸ்ஸிடம் அனுமதியும் வாங்கிய பிறகே தமிழாக்கம் செய்யும் பொறுப்பை டி.எஸ்.சொக்கலிங்கத்திடம் ஒப்படைத்திருக்கிறார் வை.கோவிந்தன். வை.கோவிந்தன்,[8] டி.எஸ்.சொக்கலிங்கம் போன்ற ஆளுமைகளை, தாங்கள் மேற்கொண்ட பணிகளை அத்தனை அர்ப்பணிப்புடன் செய்து முடித்தவர்களைப் பார்ப்பது அரிது. 'தினமணி' ஏட்டை 1934இல் நிறுவியவரும் பிரிட்டிஷ் ஆட்சிக்கு எதிரான விடுதலைப் போராட்டத்தில் பல முறை சிறை சென்றவரும், 'தினமணி' ஆசிரியர் பொறுப்பிலிருந்து ராம்நாத் கோயங்காவால் நீக்கப்பட்டவருமான டி.எஸ். சொக்கலிங்கம் பத்தாம் வகுப்பு வரையிலான பள்ளிப் படிப்பை மட்டுமே முடித்தவர்; தன் சொந்த முயற்சியின் மூலமே ஆங்கிலத்தில் புலமைபெற்றவர்; பல்துறை அறிஞர். அவர் பல்லாண்டுக்காலம் உழைத்து முழுமையாக மொழியாக்கம் செய்த தோல்ஸ்தாயின் புகழ்பெற்ற நாவலை வை.கோவிந்தனின் 'சக்தி காரியாலயம்' 1957இல் வெளியிட்டது. பின்னர் என்.சி.பி.எச். நிறுவனத்தாரால் 1984இல் மூன்று பகுதிகளாக அந்த மொழியாக்கம் வெளியிடப்பட்டது. அந்த நிறுவனத்தாரால் இதுவரை அந்த மொழியாக்கத்தின் மூன்று பதிப்புகள் கொண்டுவரப்பட்டுள்ளன (தற்போது கிடைக்கும் பதிப்பின் மூன்று தொகுதிகளுக்குமான விலை ரூ 2235.) 1984இல் என்.சி.பி.எச். நிறுவனம் டி.எஸ்.சொக்கலிங்கத்தின் வாரிசுகளிடமிருந்து மொழியாக்கத்துக்கான காப்புரிமை தொடர்பான ஒப்பந்தங்களைச் செய்து கொண்டதா என்பது நமக்குத் தெரியவில்லை. டி.எஸ்.சொக்கலிங்கத்தின் நூல்கள் நாட்டுடைமையாக்கப்படவில்லை என்பது மட்டும் தெரியும். அவரது மொழியாக்கங்களின் சிறப்புகளில் மிக முக்கியமானவை, சக்தி காரியாலயம் வை. கோவிந்தனின் பதிப்புரையும்

தன் மொழியாக்கத்துக்கு 'போரும் வாழ்வும்' என்ற தலைப்பிட்ட டி.எஸ்.சொக்கலிங்கம் எழுதிய நீண்ட முன்னுரையுமாகும். அந்த முன்னுரை, தோல்ஸ்தாயின் நாவல் எழுதப்பட்ட சூழல், அந்த நாவலில் அவருடைய சொந்த வாழ்க்கையில் நடந்த சில நிகழ்வுகள் எவ்வாறு நாவலில் இடம்பெறும் நிகழ்ச்சிகளாக உருமாற்றப்பட்டுள்ளன என்பது போன்ற விளக்கங்களைக் கொண்டுள்ளது. அதேபோல இறை நம்பிக்கை, மத நம்பிக்கை, அறவியல், பண்ணையடிமைகளின் விடுதலை போன்ற விஷயங்களில் தோல்ஸ்தாய் கொண்டிருந்த கருத்துகளும் அதிகாரம், ஆட்சி ஆகியவற்றுக்கு எதிரான அவரது கோட்பாடுகளும் எடுத்துரைக்கப்பட்டுள்ளன.

இந்த மொழியாக்கத்திற்கான காப்புரிமை பற்றிய சரியான தகவல்கள் இல்லாததை வாய்ப்பாகக் கொண்டு சில ஆண்டுகளுக்கு முன், முதலில் சக்தி காரியாலயத்தாலும் பின்னர் என்.சி.பி.எச். நிறுவனத்தாலும் வெளியிடப்பட்ட பதிப்புகளிலுள்ள பதிப்புரை, முன்னுரை ஆகிய வற்றை நீக்கியும் சில சொற்களை அங்கொன்றும் இங்கொன்றும் மாற்றியும் இன்னொரு பதிப்பாளர் ஒரு பதிப்பை வெளியிட்டுள்ளார். நாட்டின் விடுதலைக்காக எண்ணற்ற துன்பங்களை அனுபவித்த டி.எஸ்.சொக்கலிங்கத்தின் வாரிசுகளை அந்தப் பதிப்பாளர் அணுக வில்லை. மேலும் அவர், தோல்ஸ்தாயின் படைப்பு கல்கி, சாண்டில்யன் போன்றவர்கள் எழுதிய 'வரலாற்று'ப் புதினங்கள்' போன்றது என்றும், வெறும் கதை என்றும் கருதியிருக்க வேண்டும். அவர், என்.சி.பி.எச். 1984இல் வெளியிட்ட சொக்கலிங்கத்தின் மொழியாக்கத்தின் மறுபதிப்பிலோ வேறு இரு பதிப்புகளிலோ உள்ளவற்றையே மீண்டும் கணினி அச்சு செய்திருக்க வேண்டும் அல்லது இப்போது ஏற்பட்டுள்ள தொழில்நுட்ப வளர்ச்சியைப் பயன்படுத்திக் கொண்டு ஒவ்வொரு பக்கத்தையும் புகைப்படம் எடுத்து அதை அச்சு வடிவத்தில் கொண்டு வந்திருக்க வேண்டும். இந்த மார்க்கத்தைத்தான் இப்போது ரூ600க்கு விலை வைத்து விற்பனை செய்ய விரும்பும் அன்பர்கள் பின்பற்றுகிறார்களா என்பது தெரியவில்லை.

'போரும் வாழ்வும்' என்ற தலைப்பில் 1957இல் டி.எஸ்.சொக்க லிங்கத்தின் தமிழாக்கம் வெளிவந்த பிறகும் அதற்கு முன்பும் பின்பும் வெளிவந்துள்ள ஆங்கில மொழியாக்கங்களின் விவரங்கள் மேலே தரப்பட்டுள்ளன. அந்த நாவல் ரஷிய மூலத்திலிருந்து தமிழில் நேரடியாக மொழியாக்கம் செய்யப்பட்டிருக்குமானால், அந்த இரு மொழிகளையும் தெரிந்தவர்களால் தமிழாக்கத்தில் என்ன குறைபாடுகள் உள்ளன என்பதை விரிவாக எடுத்துக்கூற முடியும் (நமக்குத் தெரிந்தவரை ரஷிய

மொழியிலிருந்து நேரடியாக தமிழாக்கம் செய்யப்பட்டுள்ளது ஒரே ஒரு நாவல்தான்; அதைப் படிப்பவர்கள் அபாக்கியவான்கள் என்பது வேறு விஷயம்.) எனினும் 33 ஆண்டுகளுக்கு முன் வெளிவந்த ஒரு மொழியாக்கத்தையே (ஒரு சில சொற்களுக்குப் பதிலாக புதிய சொற்களைப் பயன்படுத்துவது தவிர) எந்த மாற்றமும் செய்யாமல் மீண்டும் மீண்டும் வெளியிடுவது தமிழ் இலக்கிய உலகில் மட்டுமே நடக்கும் வினோதம், நமக்கு ரஷிய மொழி தெரியாது என்றாலும், ஆங்கிலத்தில் வெளிவந்துள்ள மொழியாக்கங்களிலிருந்து சில முக்கிய விசயங்களைக் கற்றுக்கொள்ள முடியும். எடுத்துக்காட்டாக, தோல்ஸ்தாயின் நாவலில் ஏறத்தாழ ஐந்திலொரு பகுதி பிரெஞ்சு மொழியில் எழுதப் பட்டுள்ளது. அதற்கான காரணத்தை நாம் மேலே குறிப்பிட்டுள்ளோம். அதாவது அன்று பிரெஞ்சு மொழியில் பேசுவதும் எழுதுவதும், பிரெஞ்சு கலாசார மோஸ்தர்களைப் பின்பற்றுவதும் ரஷிய மேற்குடி வர்க்கத்தினரின் வழக்கமாக, அவர்கள் தங்கள் 'சமுதாய மேன்மையை' வெளிப்படுத்திக் கொள்வதற்கான ஊடகங்களாக இருந்தன. ரஷியா மீது படையெடுத்து வந்த நெப்போலியனின் படைகளில் இருந்த போர் வீரர்கள் பேசிய கொச்சை பிரெஞ்சு மொழி, வசைச் சொற்கள் ஆகியனவற்றையும் தோல்ஸ்தாய் அதே மொழியிலேதான் எழுதியிருக்கிறார்.

இரண்டாவதாக, ரஷிய மற்றும் பிற ஸ்லாவிய மக்களுக்குச் சூட்டப்படும் பெயர்கள் அலாதியனவை. அதாவது அவற்றில் 'patronomic' (இதை 'தந்தையின் பெயர்' அல்லது 'முன்னோர் பெயர்' என்று சொல்லலாம்) என்பது கட்டாயமாக இடம் பெற்றிருக்கும். அதாவது ஒருவரது பெயருக்கு முன்னொட்டாகவோ பின்னொட்டாகவோ இருக்கும். ஆங்கிலம் பேசும் மக்களிடமும் இந்த வழக்கம் இருந்தது. எடுத்துக்காட்டாக ஃப்ரிட்ஸ் பாட்ரிக் (Patrick) என்ற பெயர் 'பாட்ரிக்கின் மகன்' என்ற பொருளில் பயன்படுத்தப்பட்டது. 'பீட்டர்' என்பவர் 'பீட்டர்சன்' (பீட்டரின் மகன்) என்றழைக்கப்பட்டார். ஆனால், இப்போது முன்னோர் பெயர் என்று ஏதும் பயன்படுத்தப்படுவதில்லை. அது குடும்பப் பெயராகவோ அல்லது துணைப் பெயராகவோ (surname) ஆகிவிட்டது. ஆனால், ரஷியாவில் அவ்வழக்கம் இன்றும் நீடிக்கிறது. எடுத்துக்காட்டாக பீட்டர் இலியிச் சைக்கோவ்ஸ்கி (Peter llych Tchaikovsky) என்ற இசைமேதையின் பெயரில் உள்ள 'இலியிச்' என்பது 'இலியிச்சின் மகன்' என்ற பொருள் கொண்டது. இன்னும் விரிவாகச் சொல்வதென்றால், ரஷியாவில் ஒருவர் இன்னொருவரை மரியாதையாக விளிக்கும் விதம் என்பது, விளிக்கப்படுபவரின் பெயரிலுள்ள முதல்

பெயருடன் (First Name) அம்முதல் பெயருக்கும் கடைசிப் பெயருக்கும் (last name) இடையில் உள்ளதும் (தந்தையின் பெயரைக் குறிப்பிடுவதுமான) நடுப்பெயரையும் சேர்த்து அழைப்பதாகும். நடுப்பெயர் என்பது, விளிக்கப் படுபவர் ஆணாக இருந்தால் இன்னாருடைய மகன் (மேற்சொன்ன எடுத்துக்காட்டு கூறுவதுபோல 'இலியிச்சின் மகன்') என்று பொருள் படுவது. -ovich, -evich என்பன போன்றவை இவ்வகையைச் சேர்ந்தவை. விளிக்கப்படுபவர் பெண்ணாக இருந்தால் (எடுத்துக்காட்டாக அன்னா மிகெய்லோவ்னா), அவரது முதல் பெயரான அன்னா என்பதுடன் அவர் இன்னாருடைய மகள் (இங்கு மிகெய்லோவின் மகள்) என்பதைக் குறிக்கும் வகையில் இருக்கும். ovna, evna போன்ற பின்னொட்டுகள் இவ்வகையைச் சேர்ந்தவை.

ரஷிய மொழியில் ஆண்களையும் பெண்களையும் அவர்களின் பெயர்களைச் சுருக்கியும் குறுக்கியும் அழைப்பதோ, செல்லப் பெயர்களாலோ கேலிப் பெயர்களாலோ அழைப்பதோ மிகமிக இயல்பானதாகும். தங்களுக்கு மிகவும் நெருக்கமாக அல்லது பிரியமானவர்களாக இருப்பவர்களை விளிக்கத்தான் இந்த சுருக்கமான, செல்லப் பெயர்கள் பயன்படுத்தப்படும். எடுத்துக்காட்டாக, நிக்கோலாய் என்பவர், நிக்கோலென்கா என்றும், நிகோலுஷ்கா என்றும் அவர் மீது பிரியம் வைத்திருப்பவரால் விளிக்கப்படுவார். அதேபோல ஆந்த்ரேய் ஆந்த்ரேயுஷ்காகவும் மரியா, மாஷாவாகவும் மாறிவிடுவர். சிலர் பெரும்பாலும் அவர்களது செல்லப்பெயர்களாலேயே அழைக்கப் படுவர். 'போரும் வாழ்வும்' நாவலின் முக்கிய கதாபாத்திரமான நடஷா, நட்டாலியா என்பவளின் செல்லப்பெயர்.

தோல்ஸ்தாய் இந்த நாவலில், ரஷிய நாட்டு மக்களுக்கு மிகவும் பரிச்சயமான வரலாற்று நாயகர்களின் குடும்பப் பெயர்களை அந்த நாவலிலுள்ள சில முக்கியப் பாத்திரங்களுக்குச் சூட்டியுள்ளார். எடுத்துக் காட்டாக, போல்கோன்ஸ்கி, ட்ருபெட்ஸ்கோய் என்ற பெயர்கள் உண்மையில் ரஷிய வரலாற்றைச் சேர்ந்த வோல்கோன்ஸ்கி, ட்ருபெட்ஸ்கோய் என்பவர்களின் பெயர்களைத் தழுவியவையாகும். நாவலிலுள்ள பெண் பாத்திரங்களின் பெயர்கள் 'ஆ' அல்லது 'யா' என்ற விகுதியுடன் முடிவடையும் (எடுத்துக்காட்டாக ரோஸ்டோவா, போல்கோன்ஸ்கயா.)

பிரெஞ்சு கதாபாத்திரங்களின் பெயர்கள், பிரெஞ்சு மொழியில் எப்படி உள்ளனவோ அவ்வாறும், ரஷியப் பாத்திரங்களுக்கு அவரவரது முதல் பெயர், தந்தை பெயர், குடும்பப் பெயர் ஆகிய மூன்றும்

தரப்பட்டுள்ளன. எடுத்துக்காட்டாக, கிரில் விளாடிமிரியோவிச் பெஸுகோவ் (Kiril VladÜmirovich Bezikhov)[9]

தன் தமிழாக்கத்திற்கு டி.எஸ்.சொக்கலிங்கம் பயன்படுத்திய லூஸி மோட், அய்ல்மெர் மோட் இணையர்களின் ஆங்கில மொழியாக்கம் குறித்த சில விமர்சனங்கள் தொடர்ந்து வந்து கொண்டிருந்தன. தோல்ஸ்தாய் தன் நாவலில் பிரெஞ்சு மொழியில் எழுதிய பகுதிகளை அப்படியே வைத்துக்கொண்டு அதற்கான ஆங்கில மொழியாக்கத்தை அடிக்குறிப்புகளாகத் தந்திருக்க வேண்டும் என்றும், அப்படிச் செய்யாததனால் பிரெஞ்சு மொழி ரஷிய மேற்குடி வர்க்கத்தின் அபிமான மொழியாக இருந்தது ஏன் என்ற முக்கியமான விசயத்தை வாசகர்களால் தெரிந்துகொள்ள முடியவில்லை என்றும், அந்த மொழியாக்கத்தில் ரஷியப் பெயர்கள் ஆங்கிலத்தன்மையாக்கப் பட்டதன் மூலமும் (எடுத்துக்காட்டாக நிக்கொலாய் என்பது நிக்கோலஸ் என்றும், ஆந்த்ரேய் என்பது ஆண்ட்ரூ என்றும் மாற்றப்பட்டிருந்தன), பாத்திரங்களின் செல்லப் பெயர்கள், குறுக்கப்பட்ட பெயர்கள் முதலியன பற்றிய குறிப்புகள் இல்லாததாலும் அது ரஷியர்களின் பெயர் வைக்கும் முறையையும் அவர்களின் பண்பாட்டுக் கூறொன்றையும் அறிந்து கொள்ளாமல் செய்துவிட்டது என்றும் அந்த விமர்சனங்கள் கூறின. மேலும், ரஷியச் சொற்கள் பலவற்றுக்கு இணைப் பொருத்தமற்ற ஆங்கிலச் சொற்கள் பல இடங்களில் பயன்படுத்தப்பட்டிருந்ததாகவும் கருதப்பட்டது. எனினும் ஒட்டுமொத்தமாகப் பார்த்தால் அந்த மொழி யாக்கம் இன்றுவரை வாசகர்களால் வரவேற்கப்பட்டு வந்துள்ளது மட்டுமின்றி, அமெரிக்காவைச் சேர்ந்த ஆமி மண்டேவ்கர் (Amy Mandelkar) என்ற பெரும் இலக்கிய அறிஞரால் திருத்தப்பட்டு, பிரெஞ்சு மொழிப் பகுதிகள் (அவற்றின் ஆங்கில மொழியாக்கம் அடிக்குறிப்பாகத் தரப்பட்டுள்ளது) சேர்க்கப்பட்டு, அவர் எழுதிய நீண்ட முன்னுரையுடன் 2010இல் ஆக்ஸ்ஃபோர்ட் பல்கலைக்கழகப் பதிப்பகத்தால் வெளியிடப் பட்டுள்ளது. ஆமி மண்டேல்கரின் முன்னுரையைப் படிப்பவர்களுக்கு, என்னைப் போன்றவர்களால் பெரிதும் மதிக்கப்படும் ரிச்சர்ட் பீவியெர், லாரிஸ்ஸா வோல்கோலென்ஸ்கி இணையர்களின் ஆங்கில மொழியாக்கத்தை (இதுதான் ரஷிய மூல நாவலுக்கு மிக நெருக்கமாக உள்ளதாக சில விமர்சகர்களும், அப்படி இருந்தாலும்கூட அகில் அழகியல்-இலக்கியத் தன்மை குறைவாக உள்ளது என்று வேறு சில விமர்சகர்களும் கூறுகின்றனர். அந்த மொழியாக்கத்தில் ஏறத்தாழ 130 பக்கங்களை மட்டுமே என்னால் படிக்க முடிந்திருக்கிறது என்றாலும், அவற்றிலுள்ள விளக்கக் குறிப்புகள் வாசகர்களுக்குப் பயனுள்ளதாக இருக்கும் என்ற எண்ணம் எனக்கு ஏற்பட்டுள்ளது) விட்டுவிட்டு லூஸி அய்ல்மெர் மோடின் திருத்தப்பட்ட

2010ஆம் ஆண்டுப் பதிப்பைப் படிக்கலாமே என்ற ஆவல் தோன்றக்கூடும். எனினும், ரஷிய மொழி அறிவு சிறிதுமற்ற, ஆங்கில அறிவு மிகக் குறைவாக உள்ள என்னைப் போன்றவர்களுக்கு எந்த ஆங்கில மொழியாக்கம் சிறந்தது என்று கூறும் தகுதி இல்லை.

ஆங்கில மொழிபெயர்ப்பாளர்களைப் பொருத்தவரை அவரவர்களுக்கு உரிய ஆதரவாளர்களும் விமர்சகர்களும் இருக்கத்தான் செய்கின்றனர். மேலும், வெவ்வேறு மொழியாக்கங்களை வெளியிடும் பதிப்பாளர்களிடையே நடக்கும் விற்பனைப் போட்டி, அந்தந்தப் பதிப்பாளர்களுக்கு நெருக்கமாக உள்ள விமர்சகர்களைக் கொண்டு ஒரு மொழியாக்கத்தைப் புகழ்ந்தோ இன்னொரு மொழியாக்கத்தை மட்டம் தட்டியோ கட்டுரைகளை எழுதவைக்கும் இழிவான போக்கை ஏற்படுத்தியுள்ளது. எனினும் நமக்கு இது முக்கியமானது அல்ல. எவ்வளவு சிறந்த மொழியாக்கத்தாலும் மூலப் படைப்புகளின் ஆன்மாவை முழுமையாக வெளிப்படுத்த முடியாது என்பது பொதுவாக ஏற்றுக்கொள்ளப்பட்ட உண்மை. 'மொழியாக்கம் என்பது துரோகம்' என்ற பழமொழி இத்தாலியில் நிலவுகிறது. எனினும் மொழியாக்கங்கள் வழியாகத்தான் நாம் பல்வேறு நாட்டு இலக்கியங்களைப் படிக்க முடியும். எல்லா மொழிகளையும் கற்று மூலப் படைப்புகளை படிப்பது எந்த மனிதருக்கும் சாத்தியமில்லை. எனவேதான் சிறந்த, செவ்வியல் தன்மை கொண்ட படைப்புகளுக்கு அவ்வப்போது புதிய புதிய மொழியாக்கங்கள் தேவைப்படுகின்றன. இரண்டாங்கையாகக்கூட அல்லாமல் ஆங்கிலம் மூலம் மூன்றாம் கையாகவே மிகப் பெரும்பாலான வெளிநாட்டு இலக்கியப் படைப்புகளைப் படிக்கும் வாய்ப்பு மட்டுமே பெற்றுள்ள நமக்கு, ஒரு குறிப்பிட்ட படைப்பின் பல மொழியாக்கங்களைப் படிப்பது மேற்சொன்ன குறையை ஓரளவு ஈடு கட்ட உதவும். அவற்றில் உள்ள கூடுதலான விளக்கங்கள், குறிப்புகள் முதலியவற்றின் வழியாக சம்பந்தப்பட்ட நாடுகளின் மக்களின் பண்பாடு, வாழ்க்கை முறை, அந்த நாடுகளிலுள்ள இயற்கை - நில அமைப்பு, அரசியல், பொருளாதாரம் முதலியவற்றை அறிந்துகொண்டு நம் அறிவை விசாலப்படுத்திக்கொள்ள முடியும். தமிழிலும் ஆங்கிலத்திலும் புலமை கொண்டுள்ளதுடன் தோல்ஸ்தாயின் இந்த நாவலை மட்டுமின்றி அவரது பிற ஆக்கங்கள் அனைத்தையுமோ அல்லது அவற்றில் பெரும்பாலானவற்றையோ படித்துள்ள எவரேனும் இனி வரும் காலத்தில் 'போரும் அமைதியும்' நாவலைப் புதிதாகத் தமிழாக்கம் செய்யக்கூடும். அதைப் பார்க்கும் வாய்ப்பு எனக்குக் கிடைக்காது என்பது மட்டும் உறுதி.

தரவுகள்:

1. Jeffrey A. Trachtenberg, Translating Tolstoy, The Wall Street Journal, Nov. 17, 2009 https://www.wsj.com/articles/SB10001424052748704431804574539613167679976 (Accessed on 19.07.2002)
2. Fyodor Dostoevsky, *Brothers Karamazov*, Translated by Richard Pevear-Larissa Volokhonsky, Vintage, 1992, pp. 126-127.
3. Sarwat Ali, Tolstoy in translation, TNS thenewson Sunday, August 24, 2014, https://www.thenews.com.pk/tns/detail/556917-tolstoy-in-translation (Accessed on 20.7.2022.)
4. What's the best translation of War and Peace by Tolstoy?, World Literature in English https://welovetranslations.com/2021/08/31/whats-the-best-translation-of-war-and-peace-by-tolstoy/;http://books.google.co.in/books?id=R/WixgEACAAJ&newbks=1&newbks_redir=0&hl=en&redir_enc=y (Both Accessed on 19.07.2022)
5. Sarwat All, Op.Cited
6. *https://ia802807.us.archive.org/10/item/warandpeace01dolegoog/warandpeace01delegoog.pdf* (Accessed on 21.07.2022)
7. *https://ia800200.us.archive.org/1/items/completeworksofc01tols/completeworksofc01tols.pdf* (Accessed on 21.07.2022)
8. லியோ டால்ஸ்டாய், *போரும் வாழ்வும்*, தமிழில்: டி.எஸ்.சொக்கலிங்கம், நியூ செஞ்சுரி புக் ஹவுஸ் (பி) லிமிடெட் மூன்றாம் பதிப்பு, முதல் பகுதி, டிசம்பர் 2017, ப.8.
9. Leo Tolstoy, *War and Peace,* Translated with Notes by Lousie and Aylmer Moude, Revised and Edited with An Introduction by Amy Mandelkar, Oxford University Press, London, 2010, pp XXXVII-XXX.

உயிர் எழுத்து
அக்டோபர் - 2022

மொழியாக்கம்: சில கருத்துகள் சில தகவல்கள்[1]

மொழியாக்கம் தொடர்பான கட்டுரையொன்றை பத்துப் பன்னிரண்டு ஆண்டுகளுக்கு முன்பு எழுதினேன். அக்கட்டுரையிலுள்ள சில கருத்துகளை இங்கு நினைவுகூர்வதோடு வேறு சிலவற்றையும் சொல்ல விரும்புகிறேன். அதற்கு முன் என்னைப் பற்றிய சில வார்த்தைகள்:

1965இல் நான் சிபிஎம் கட்சி உறுப்பினரானேன். ஓரளவு ஆங்கிலம் தெரிந்தவனாக இருந்ததால், கட்சி ஆவணங்கள், விவாத உரைகள் முதலியவற்றைத் தமிழாக்கம் செய்யும் பொறுப்பு எனக்குத் தரப்பட்டது. பின்னர் கருத்துநிலைக் காரணங்களால் அக்கட்சியை விட்டு வெளியேற்றப்பட்டு நக்சலைட் இயக்கத்தில் இருந்த போதும் இதே போன்ற வேலைகள் இருந்தன. எனினும் அதே காலகட்டத்தில் தான் 'மார்க்சியம் ஓர் அறிமுகம்' (1977), 'எக்ஸிஸ்டென்ஷியலிசம் ஓர் அறிமுகம் (1975), 'அந்நியமாதல்' (1979), 'எக்ஸிஸ்டென்ஷியலிசம்' (1983) ஆகிய நான்கு நூல்களையும் எழுதினேன். இந்த நான்கும் ஒன்றுக்கொன்று பொருந்திவராதவை என்று சிபிஐ, சிபிஎம், சிபிஐ (எம்-எல்) கட்சித் தலைமைகளும் கட்சி ஆதரவாளர்களும் கருதிய போதிலும் (அவர்களில் நூற்றுக்கு தொன்னூறு பேர் அந்த நூல்களைப் படித்ததேயில்லை. அவர்களது கட்சிகளில் இருந்த அறிவாளிகளால் தெரிந்தோ தெரியாமலோ தவறாகவும் திரிபுபடுத்தப்பட்ட முறையிலும், எடுத்துரைக்கப்பட்ட கருத்துகளின் அடிப்படையிலேயே அந்த நூல்கள் பற்றிய 'மார்க்ஸிய' விமர்சனங்களும் தாக்குதல்களும் அமைந்திருந்தன.) ஆனால், எனது பார்வையில் அவை நான்குக்கும் தொடர்பிருந்தன. அதாவது, 'உற்பத்தி உறவுகள்', 'உற்பத்தி சக்திகள்' என்ற மனிதம் சாராத கூறுகளைக் கொண்டே மார்க்ஸியத்துக்கான விளக்கம் சொல்லப்பட்டு வந்த காலத்தில் வரலாற்றை உருவாக்கும் கர்த்தாக்களான மனிதர்களை முதன்மைப்படுத்தும் மார்க்ஸின் எழுத்துகளை அறிமுகம் செய்யவும், அன்றிருந்த 'சோசலிச' சமுதாயங்களிலும் 'அந்நியமாதல்' என்ற நிகழ்வுப்போக்கு இருந்தது என்பதைச் சுட்டிக்காட்டவும் 'அந்நியமாதல்' நூல் எழுதப்பட்டது. அதேபோல, தாம் வாழும் உலகத்தில் தனி மனிதர்கள், தங்கள் வாழ்க்கைக்கு அர்த்தம் காண்பதற்காக மேற்கொள்ள

வேண்டிய சுதந்திரமான தேர்வு என்பதை முதன்மைப்படுத்திய எக்ஸிஸ்டென்ஷியலிசம் ஏறத்தாழ அரை நூற்றாண்டுக்கும் மேலாக மேற்குலகில் தத்துவ, இலக்கிய, கலைத் துறைகளில் மார்க்ஸியத்துக்கு சவாலாக இருந்த காலகட்டத்தில் அந்த தத்துவப் போக்கைப் பின்பற்றியவர்கள் எழுப்பிய மிக அடிப்படையான கேள்விகளை யாரும் உதாசீனப்படுத்த முடியாது என்பதாலும் அந்தக் கேள்விகளுக்கு மார்க்ஸியத்தில் பதில்களைத் தேடும் முகமாகவும் 'எக்ஸிஸ்டென்ஷியலிசம் ஓர் அறிமுகம்', 'எக்ஸிஸ்டென்ஷியலிசம்' ஆகிய இரு நூல்களும் எழுதப் பட்டன. இந்த இரு நூல்களிலும் பாஸ்கல், கீர்க்கேகாட், சார்த்தர், மார்க்ஸ் முதலியோரின் படைப்புகளிலுள்ள சில பகுதிகள் தமிழாக்கம் செய்யப்பட்டிருந்தன.

மார்க்ஸியவாதிகள் என்று சொல்லிக் கொள்பவர்களிடமிருந்து இந்த இரு நூல்களைப் பற்றி வந்த விமர்சனங்கள், வழக்கமான 'கெட்ட வார்த்தைகளா'கவே இருந்தனவேயன்றி அறிவார்ந்த முறையில் விவாதம் நடத்துவனவாக இருக்கவில்லை. 'எக்ஸிஸ்டென்ஷியலிசம்' நூல் மட்டுமல்ல, 'அந்நியமாதல்' நூலும்கூட மார்க்ஸியத்துக்கு எதிரானது என்று 'மார்க்ஸிய ஆய்வாளர்கள்' எனக் கூறிக்கொள்பவர்கள் விமர்சித்தனர். இவர்களிலொருவர் மார்க்ஸ் எழுதிய நூலொன்றின் தலைப்பான 'Eighteenth Brumaire of Louis Bonaparte' என்பதைக்கூட அபத்தமாக 'பதினெட்டாம் புரூமேர் நடத்திய அரண்மனைப் புரட்சி' என்று மொழியாக்கம் செய்திருந்தார்! (பூர்ஷ்வா சமுதாயத்தைப் பற்றிய) 'விமர்சனம் என்ற ஆயுதம்' என்பது அதைத் தூக்கியெறிவதற்கான 'ஆயுதம் என்ற விமர்சனத்துக்கு' அதாவது பாட்டாளி வர்க்கப் புரட்சிக்கு) மாற்றீடாக இருக்க முடியாது என்ற மார்க்ஸின் கூற்றை இலக்கியம் பற்றிய மார்க்ஸின் கருத்து என்று இன்னொரு அபத்தமான கருத்தையும் கூறியிருந்தார்.

'எக்ஸிஸ்டென்ஷியலிசம்' பற்றிய எனது மேற்சொன்ன இரண்டு நூல்களும், அத்தத்துவச் சிந்தனையைக் கொண்டிருந்தவர்கள் எழுப்பிய ஆழமான கோள்விகளுக்கு மார்க்ஸியத்தில் விடை காணும் முயற்சி என்பதை புரிந்துகொள்ளாமலும் என் நிலைப்பாட்டைத் திரித்துக் கூறியவர்களும் என்னையும் ஓர் 'எக்ஸிஸ்டென்ஷியலிஸ்டாக' சித்தரித்துக்கொண்டிருந்ததால் 'அந்த இரண்டு நூல்களின் நீட்சியாக 'மார்க்ஸியமும் இருத்தலியமும்' என்ற நூலை எழுதினேன். அது 2011இல் கோவை விடியல் பதிப்பகத்தால் வெளியிடப்பட்டது. நான் மார்க்ஸியக் கண்ணோட்டத்தில் 'பாசிசம்' பற்றிய புத்தகத்தை அப்போது எழுதியிருந்தால், என்னை அவர்கள் 'பாசிஸ்ட்' என்றும்கூட சித்தரித்திருக்கக்கூடும்!

பல்வேறு காரணங்களால் 1976ஆம் ஆண்டிற்குப் பிறகு உடையத் தொடங்கிய நக்சலைட் இயக்கம் 1980களின் தொடக்கத்திலிருந்தே பல்வேறு குழுக்களாகவும் கட்சிகளாகவும் மீண்டும் உயிர்ப்பிக்கத் தொடங்கியது. எந்த அரசியல் இயக்கத்திலும் சேரக்கூடாது என்றும், இலக்கியப் பணிகளில் மட்டுமே அக்கறை கொள்ள வேண்டும் என்றும் முடிவு செய்து 1980இல் சென்னைக்கு வந்த என்னை நக்சலைட் இயக்கத் தலைவர்கள் தொடர்பு கொண்டதன் காரணமாக, மீண்டும் அரசியலுக்குள் இழுக்கப்பட்டேன். அந்தக் காலகட்டத்தில் நான் தனியாகவோ, இன்குலாப், சிங்கராயர் ஆகியோருடன் இணைந்தோ செய்த மொழியாக்கங்கள் அந்த இயக்கத்துக்கு வேண்டியவையாக இருந்தன (லெனின், ஸ்டாலின் ஆகியோர் எழுதிய கட்டுரைகள்) மாசேதுங் கவிதைகளின் தமிழாக்கங்களும்கூட அப்படிப்பட்டவைதான். மாவோ கவிதைகளின் மொழியாக்கத்தைப் பாராட்டிய சுந்தர ராமசாமி, அடிக்குறிப்புகளைத் தவிர்த்திருக்கலாம் என்று கூறினார். ஆனால், பண்டைச் சீன இலக்கியங்கள், வரலாறு தொடர்பான மறைகுறிப்புகள் (allusions) மாவோவின் கவிதைகளில் இருந்தமையால், அவற்றுக்கான விளக்கக் குறிப்புகள் இன்றி அவற்றின் பொருளைப் புரிந்து கொள்ள முடியாது. சீன வரலாறும் அதன் தத்துவ வரலாறும் ஓரளவேனும் எனக்குத் தெரிந்திருந்ததால்தான் அந்தத் தமிழாக்கம் சாத்தியப்பட்டது.

இடைவிடாத போலிஸ் தொல்லைகளுக்கும் மன உளைச்சல் களுக்கும் பொருள் இழப்புக்கும் மட்டுமின்றி, கடைசியில் அதே இயக்கத்தைச் சேர்ந்தவர்களாலேயே அவதூறுகளுக்கும் ஆளாகியதால், 1984ஆம் ஆண்டு (ஜார்ஜ் ஆர்வெல்லின் புகழ்பெற்ற நாவல் '1984' என்பது குறிப்பிடத்தக்கது) அந்த இயக்கத்துடனான தொடர்பு நீடிக்கவில்லை,

1976இல் மாவோவின் மறைவுக்குப் பிறகு சீனத்தில் ஏற்பட்ட மாற்றங்கள், 1980களில் சோவியத் யூனியனில் தொடங்கப்பட்ட 'க்ளாஸ்நோஸ்ட்' இயக்கம் ஆகியன, சோசலிச நாடுகளின் அதிகாரபூர்வமான கருத்துநிலைக்கும் யதார்த்த நிலைக்கும் இருந்த முரண்பாடுகளை வெளிச்சத்துக்குக் கொண்டு வந்தன; மறுபுறம் இலத்தின் அமெரிக்க, ஆப்பிரிக்க, ஆசிய நாடுகளில் காலனியம், நவகாலனியம், ஏகாதிபத்தியம் ஆகியவற்றுக்கு எதிரான போராட்டங்கள் - ஈழ விடுதலைப் போராட்டம் உள்பட - மும்முரமாக நடைபெற்றுக் கொண்டிருந்தன. அந்தச் சூழலில், சோவியத் யூனியனில் சோசலிசம் கட்டுவதற்கான முயற்சி, ஸ்டாலினியம் ஆகியனவற்றை இலக்கியப் படைப்புகளின் ஊடாகப் புரிந்துகொள்வதற்கும் மதிப்பீடு செய்வதற்குமான முயற்சியாகவே

'ரஷியப் புரட்சி: இலக்கிய சாட்சியம்' நூலை எழுதினேன். அதில் பல்வேறு ரஷிய எழுத்தாளர்களின் நாவல்கள், கவிதைகள் ஆகியவற்றை முழுமையாகவோ பகுதியாகவோ தமிழாக்கம் செய்துள்ளேன். அந்தத் தமிழாக்கங்களில் வ.கீதாவின் பங்கும் இருந்தது. அதனையொட்டி அன்னா அக்மதோவாவின் 'இரங்கற்பா' முதலிய கவிதைகளை வ. கீதாவும் நானும் தமிழாக்கம் செய்தோம். ஸ்டாலினியமென்ற சுமை முழுவதையும் சுமந்துகொண்டிருப்பதாகத் தோன்றிய அக்மதோவாவின் 'இரங்கற்பா'வைத் தமிழாக்கம் செய்வதற்கு எனது இலங்கை நண்பரும் அறிஞரும் இடதுசாரி சிந்தனையாளருமான காலஞ்சென்ற ரெஜி ஸ்ரீவர்தன பெரும் உதவி செய்தார். ரஷிய மொழிப் புலமை கொண்டிருந்த அவர், அந்த நெடுங்கவிதையின் ஐந்து வெவ்வேறு ஆங்கில மொழியாக்கங் களிலிருந்து தமக்குப் பிடித்த பகுதிகளை ஒன்று சேர்த்து அனுப்பினார். அந்தக் கவிதையில் 'கறுப்பு மரியா' என்ற சொற்கள் இருந்தன. அது ரஷிய போலிஸ் மோட்டார் வாகனம் என்பதைக் கண்டறிய நானும் வ.கீதாவும் பல நாள்களைச் செலவிட்டோம். அப்போதெல்லாம் இண்டெர்நெட் வசதிகள் போன்றவை ஏதும் கிடையாது. மேலும் விவிலியம் சார்ந்த சில மறைகுறிப்புகளும் (allusions) இருந்தன. எனவே விவிலியத்தில் எங்களுக்கு இருந்த ஓரளவு அறிவும் அந்த மொழி யாக்கத்திற்குப் பயன்பட்டது. 'க்ளாஸ்நோஸ்ட்', சோவியத் யூனியனில் 'மனித முகத்துடன்' கூடிய சோசலிசத்தை உருவாக்கும் என்ற நம்பிக்கையைக் கொண்டிருந்தோம். அந்த நம்பிக்கையை வரலாறு பொய்ப்பித்துவிட்டது,

அப்போது, அரசியல் செயல்பாடுகளிலிருந்து கிட்டத்தட்ட விலகி யிருந்த நான், மனித உரிமை இயக்கத்தில் தீவிரமாகச் செயல்பட்டுக் கொண்டிருந்தேன். சோசலிச நாடுகளிலும் வேறு நாடுகளிலும் ஒடுக்கு முறைக்கு ஆளான, தணிக்கை முறை மூலம் தடை செய்யப்பட்ட கவிதைகளையும் கதைகளையும் வ.கீதாவும் நானும் மொழியாக்கம் செய்து, 'அவ்வப்போது பறித்த அக்கரைப் பூக்கள்' என்னும் தலைப்பில் வெளியிட்டோம். அதே காலகட்டத்தில், மானுட விடுதலையைப் பொருத்தவரை நம்பிக்கை தரக்கூடிய போராட்டங்கள் நிகழ்ந்து கொண்டிருந்தவையும் இலக்கியவாதிகளால் அதிக கவனம் செலுத்தப்படாதவையுமாக இருந்த (இந்திரனின் 'அறையில் தோன்றிய ஆப்பிரிக்க வானம்' இதற்கு விதிவிலக்கு) மூன்றாம் உலகக் கவிதை களைத் தமிழாக்கம் செய்தோம். இந்தக் கவிதைகள் பெரும்பாலும் அங்கொன்றும், இங்கொன்றுமாக பல்வேறு ஏடுகளிலிருந்து திரட்டப் பட்டவையே. எனினும், அந்தக் கவிதைகள் எந்த ஏடுகளிலிருந்தும்

நூல்களிலிருந்தும் திரட்டப்பட்டன என்ற விவரங்களையும் தந்திருந்தோம். இது எந்த மொழிபெயர்ப்பாளரும் செய்ய வேண்டிய கடமை.

இந்தக் கவிதைகளின் மொழியாக்கத் தொகுப்பு மூன்று பதிப்புகளைக் கண்டுள்ளது. முதல் பதிப்பு சோசலிச முகாமும் மூன்றாம் உலக நாடுகளின் போராட்டங்களும் உயிர்ப்புடன் இருந்த போதும், இரண்டாம் பதிப்பு அவை தகர்ந்து விழுந்த பிறகு நேபாளப் புரட்சி மட்டுமே ஆதர்சமாக இருந்த போதும், மூன்றாம் பதிப்பு அரபு உலகில் கொந்தளிப்புகளும் நவீன அரபு இலக்கியப் படைப்புகளின் அசாதாரணமான வளர்ச்சியும் நிலவிய காலத்திலும் வெளிவந்தன. தேசிய விடுதலைப் புரட்சிகளும் சோசலிச முயற்சிகளும் தோற்றுப் போனாலும், அவை ஏற்படுத்திய நம்பிக்கை உணர்வை நாம் கைவிட வேண்டியதில்லை என்ற எண்ணத்தை ஏற்படுத்துவதற்காகவே மூன்றாம் பதிப்பு வெளியிடப் பட்டது. இன்னும் பல கவிதைகளின் மொழியாக்கங்களும் சேர்க்கப் பட்டு (மொத்தம் 150 கவிதைகள்) 'கடைசி வானத்துக்கு அப்பால்' என்ற தலைப்பில் நான்காம் பதிப்பு 2017 ஆம் ஆண்டில் 'எதிர் வெளியீட்டால்' கொண்டு வரப்பட்டது. நான்கு வெவ்வேறு காலகட்டங்களில் இருந்த உலக அரசியல் சூழ்நிலைமைகளை அந்த நான்கு பதிப்புகளுக்கு நாங்கள் எழுதிய முன்னுரைகள் விளக்குகின்றன.

நாங்கள் மொழியாக்கம் செய்த ஆறு சிறுகதைகளின் தொகுப்பும் வெளிவந்துள்ளது. அந்தச் சிறுகதைகளில் ஒன்று கார்க்கி எழுதியதாகும். போராட்டச் சக்திகள் எவ்வளவு சிறியவையாக இருந்தாலும் அவை வீறு கொண்டு எழும் என்று கூறும் கதை, சீன கலாசாரப் புரட்சி, அதிதீவிர நிலைக்குச் சென்றதன் விளைவுகளை எடுத்துச் சொல்லும் கதை, தமிழில் இதுவரை மொழியாக்கம் செய்யப்பட்டுள்ள ஒரே ஒரு தாய்லாந்து கதை, இரண்டு அரபுக் கதைகள், பாலஸ்தின அராபியர் களுக்கும் யூதர்களுக்குமான முரண்பாட்டை வெளிப்படுத்தும் காஃப்காவின் கதை - இவையெல்லாமே ஏதோவொரு அரசியலைச் சொல்லக்கூடியவைதான். அத்தொகுப்பின் இரண்டாம் பதிப்பு என்.சி.பி.எச். நிறுவனத்தால் 'குள்ள நரிகளும் அராபியர்களும்' என்ற தலைப்பில் வெளியிடப்பட்டது.

எனினும், இங்கு நான் ஓர் ஒப்புதல் வாக்குமூலத்தைத் தந்தாக வேண்டும். அதாவது, மொழியாக்கம் செய்வோருக்கு வேண்டிய தகுதிகள் என இத்துறை அறிஞர்கள் கூறுவதை கருத்தில் கொள்கையில், எனக்குத் தகுதிக் குறைவு மிகவும் அதிகம். அந்தத் தகுதிகள் என்பன:

இரண்டு மொழிகளிலும் ஆழமான புலமை; பண்பாடு, வரலாறு, பொருளாதாரம், அரசியல், சமூக-மானுடவியல் ஆகியவற்றில்

நல்ல தேர்ச்சி; மொழிபெயர்ப்பாளர் தாம் மொழியாக்கம் செய்கிற குறிப்பிட்ட படைப்புடன் மட்டுமல்லாது, அப்படைப்பை ஆக்கியோனின் அனைத்துப் படைப்புகளுடனும் பரிச்சயம் கொண்டவராக இருத்தல்; அப்படைப்பாளியின் காலத்திலுள்ள இலக்கிய இயக்கங்கள், இலக்கியப் போக்குகள் எல்லாவற்றையும் ஒட்டுமொத்தமான பின்புலமாகக் கருத்தில் கொண்டு அப் படைப்பாளி பற்றிய மதிப்பீட்டைச் செய்தவராக இருத்தல்.

மேலும், ஓர் இலக்கியப் படைப்பை உருவாக்குவதற்கோ, இலக்கியப் பகுப்பாய்வைச் செய்வதற்கோ தேவையான அதே நுண்ணுணர்வு அல்லது கூருணர்வுத்திறன் மொழிபெயர்ப் பாளருக்கும் இருந்தாக வேண்டும்.

இது புனைவிலக்கியப் படைப்புகளுக்கு மட்டுமின்றி, மார்க்ஸியம் தொடர்பான நூல்கள், கட்டுரைகள் போன்ற புனைவிலக்கியம் அல்லாத எழுத்துகளுக்கும் பொருந்தும்.

'கம்யூனிஸ்ட் கட்சி அறிக்கை'யையும் மார்ஸெல்லோ முஸ்ட்டோவின் இரு நூல்களையும் நான்கு கட்டுரைகளையும் தமிழாக்கம் செய்கையில் எனக்கு இன்னொரு தகுதிக் குறைவும் இருப்பதை உணர்ந்து கொண்டேன். அதாவது மார்க்ஸியத்தை நன்கு கற்க ஜெர்மன், பிரெஞ்சு மொழி அறிவும் இருந்தாக வேண்டும் என்பதை.

மொழியாக்கப் பணியில் எனக்கு அக்கறை இருப்பதற்கு அரசியல் மட்டுமே காரணமல்ல. வ.கீதா, நான் ஆகிய இருவருமாக மொழி யாக்கம் செய்த கவிதைகளின் தொகுப்பொன்றில் கூறுகிறோம்:

மொழியாக்கம் செய்வது எங்களைப் பொருத்தவரை மனத்திற்கு நிறைவு தரும், உவகையளிக்கும் ஒரு படைப்புச் செயல். இச் செயலின் காரணமாக எங்கள் அக உலகம் விரிவடைந்திருக்கிறது. மொழியறிவு வளர்ந்திருக்கிறது; எங்கள் வாழ்க்கை புதிய பரிமாணங்களைப் பெற்றிருக்கிறது.

மொழியாக்கத்தால் ஏற்படுவது சேதாரங்களும் இழப்புகளும் மட்டுமல்ல; சில ஆதாயங்களும்தான். முற்றிலும் வேறுபட்ட பண்பாட்டு வேர்களை இணைப்பதைப் பெரிதும் சார்ந்துள்ளது உலகப் பண்பாடு. இந்த இணைப்புக்கான முக்கியப் பாலமாக விளங்குவது மொழியாக்கம். இந்த இணைப்புப் பாலம் இல்லா விட்டால் நாம் கிடுகு வேலிக்குள் கிணற்றுத் தவளையாக, கூட்டுப்புழுவாக நிலைத்து நின்றுவிடுவோம்.

1993இல் நான் எழுதிய ‘இந்து இந்தி இந்தியா’ (இது மூன்று பதிப்புகளைக் கொண்டிருக்கிறது), பெரியார், அல்துஸ்ஸெ, ஃப்ராங்க்ஃபர்ட் மார்க்ஸியம் பற்றி நான் தனியாகவும் வ.கீதாவுடனும் எழுதிய நூல்கள், ‘சார்த்தர் விடுதலையின் இலக்கணம்’, ‘சார்புநிலைப் பொருளாதாரம்’ ஆகிய நூல்களில் தொடங்கி, ‘ஓர் அணுகுண்டு இரு கவிஞர்கள்’, ‘பதி பசு பாகிஸ்தான்’, ‘சொல்லில் நனையும் காலம்’ ஆகிய எனது கட்டுரைத் தொகுப்புகளிலிருந்து இன்று வரை என் மொழியாக்கங்கள் இடம்பெற்றுள்ளன. இனிவரப்போகின்ற கட்டுரைத் தொகுப்புகளிலும் முக்கியமான கட்டுரைகளில் மொழியாக்கங்கள் இடம்பெறும். ஆக, எனது எழுத்துப் பணியில் மொழியாக்கம் எப்போதுமே முக்கியப் பங்கு வகித்து வருகின்றது. இந்த மொழி யாக்கத்தில் பெரும் பகுதி ஆங்கிலத்திலிருந்து நேரடியானதாகவும் பிற ஐரோப்பிய எழுத்தாளர்களில் படைப்புகள் ஆங்கிலம் வழி இரண்டாங்கையானதுமாகவே அமைந்துள்ளன.

பெரும்பாலும் ஆங்கிலம் வழியாகவே நான் மட்டுமின்றி, தமிழகத்திலுள்ள பெரும்பாலான மொழிபெயர்ப்பாளர்களும் தமிழாக்கம் செய்வதற்கான முக்கியமான காரணத்தை கிட்டத்தட்ட எண்பது ஆண்டுகளுக்கு முன், பெரியார் நடத்தி வந்த ‘பகுத்தறிவு’ மாத ஏட்டின் நவம்பர் 1937இதழில் வெளிந்த ‘ஹிந்தியா? இங்கிலீஷா?’ என்ற கட்டுரை கூறுகிறது (இக்கட்டுரை சென்னைப் பல்கலைக்கழகக் கலைச்சொல் அகராதிக் குழுவில் இடம்பெற்றிருந்த விபுலானந்த அடிகளாரின் கூற்றுடன் முடிவடைவதால், அது அவர் ஆற்றிய உரை என்ற எண்ணத்தையே எனக்கு நீண்டகாலம் ஏற்படுத்தியிருந்தது. அண்மையில் அதை மீண்டும் படிக்கையில் அதில் பயன்படுத்தப் பட்டுள்ள சில சொற்கள் அவருடையவையாக இருந்திருக்க முடியாது என்பதைத் தெளிவாக்கின. கட்டுரையாசிரியரின் பெயரும் தெளிவாகக் குறிப்பிடப்படவில்லை. சுயமரியாதை இயக்க ஏடுகளில் வெளிவந்த கட்டுரைகளில் ஏராளமானவற்றுக்கு கட்டுரையாளர்கள் பெயர்கள் குறிப்பிடப்பட்டதில்லை. கட்டுரையாளரின் பெயரைவிட கருத்துகளே முக்கியம் எனக் கருகியது அந்த இயக்கம்):

> ரவீந்தரநாத் தாகூர் வங்காளியில் பல சிறந்த நூல்களை எழுதியிருக் கிறார். ஆனால் அவரை உலகம் மதிக்கச் செய்தது, அவருடைய நூல்களின் இங்கிலீஷ் மொழிபெயர்ப்புக்களே, தாகூரின் கவித் திறமையை நாம் (தமிழர்) அறிந்ததும், அவர் நூல்களின் இங்கிலீஷ் மொழிபெயர்ப்புகளின் மூலமேயாகும். ஆனால் தாகூரின் சொந்த மொழிகளைப் படித்து இன்புற வேண்டுபவர்கள் வங்காளி பாஷையைப்

படிக்கட்டும். அதுபோல, துளசிதாஸர் இராமாயணத்தை கிரந்தகர்த்தாவின் சொந்த 'வார்த்தைகளில் படித்து' இன்பம் பெற விரும்புவர்கள் ஹிந்தி கற்றுக் கொள்ளட்டும். உமாரின் ருபாயத்தைப் பாரஸீக பாஷையில் படிக்க விரும்புவர், பாரஸீக பாஷை கற்கட்டும்; கதேயின் 'பாஸ்ட்' (Goethe's Faust) என்னும் உலகிற் சிறந்த காவியத்தை ஜெர்மன் பாஷையில் படிக்க விரும்புவர் ஜெர்மன் பாஷையைக் கற்றுக்கொள்ளட்டும்; ஹோமரின் இலியத்தை கிரேக்க பாஷை கற்று படிப்பவர் படிக்கட்டும்; ஆனால் உலகின் பல பாஷைகளில் உள்ள சிறந்த இலக்கியங்களை, அவ்வப் பாஷைகளைக் கற்றுப் படிப்பது எந்த ஒரு தனிநபருக்கும் சாத்தியமான காரியம் அல்ல. உலக இலக்கியங்களில் பொறுக்குமணிகள் போன்றுள்ள சிலவற்றைக்கூட, நம் நாட்டு பாஷைகளில் மொழிபெயர்த்துவிடுவதும் உடனே கைகூடும் காரியமல்ல. ஆனால், ஒருவன் இங்கிலீஷ் பாஷை ஒன்றைக் கற்றுக்கொள்வதன் மூலம், உலக இலக்கியப் பொக்கிஷத்திற்குத் திறவுகோலைப் பெற்றுவிடுகிறான். உலகத்தின் சிறந்த நூல்கள் எல்லாவற்றையும் வாசிக்க வசதியடைந்துவிடுகிறான்.[2]

அன்றைய உலகப் போக்கு பற்றி அக்கட்டுரை கூறுகிறது:

சுமார் 3000 பாஷைகள் வழங்குகிற உலகம் முழுவதற்கும் ஒரு பொதுப் பாஷையை ஏற்படுத்த வேண்டுமென்று, நாகரீகம் பெற்ற ஜனங்கள் பலரும் முயற்சித்து வருகிறார்கள். 'எஸ்பிராண்டோ' (Esperanto) என்ற ஒரு பாஷை உலகப் பொதுப் பாஷையாக தற்காலம் இருந்து வருகிறது. ஆனால் இப் பாஷை பெருவாரியான மக்களால் பயிலப்படுவதில்லை. இதற்குப் பதில், செல்வாக்குள்ள மேல்நாட்டுப் பாஷைகளில் ஒன்றே உலகப் பொதுப்பாஷையாக ஏற்படும் என்று அறிவாளிகள் அபிப்பிராயப்படுகின்றனர். இங்கிலீஷ், பிரஞ்சு, ருஷியன் ஆகிய மூன்றில் ஒரு பாஷை, உலகப் பொதுப் பாஷையாகக் கூடும் என்று எச்.ஜி.வெல்ஸ்(Wells) சொல்லுகிறார். இவர்களில் 18 கோடிப் பெயர் இங்கிலீஷும், 10 கோடிப் பெயர் ருஷிய பாஷையும், 7 கோடிப் பெயர் பிரஞ்சு பாஷையும் பேசுவதாகக் கணக்கு. தற்காலம் ஐரோப்பாவில் சர்வதேசக் கூட்ட நடவடிக்கைகள் பெரும்பாலும் பிரஞ்சு பாஷையிலும், சிறுபாகம் இங்கிலீஷ் பாஷையிலும் நடைபெறுகின்றன.[3]

கடந்த என்பது ஆண்டுகளில் உலகிலுள்ள எல்லா மொழிகளையும் பின்னுக்குத் தள்ளிவிட்டு உலகத் தொடர்பு மொழி (lingua franca) என்னும் நிலைக்கு ஆங்கிலம் வளர்ந்துள்ளது. ஐ.நா. அவையில் ஆங்கிலத்தோடு

சேர்த்து ரஷிய, ஸ்பானிய, சீன, அரபு மொழிகளும் ஆட்சி மொழிகளாக உள்ளன. ஆங்கிலத்துடன் பன்னூறு ஆண்டுகளாகப் போட்டியிட்டு வந்த பிரெஞ்சு மொழியின் செல்வாக்குக் குறைந்து வருகின்றது. ஜெர்மன், ஸ்பானிய, ரஷிய மொழிகள் போன்றவை மட்டுமின்றி உலகில் பெரும் எண்ணிக்கையிலான மக்கள் பேசும் மொழியான சீன மொழியாலும் உலகத் தொடர்பு மொழி என்னும் தகுதியைப் பெற முடியவில்லை. உலகில் ஆங்கிலத்தைத் தாய்மொழியாகக் கொண்டவர்களும் அதனை இரண்டாம் மொழியாகக் கொள்கிற நாடுகளும் மக்களும் சேர்ந்து ஆங்கிலத்தை உலகில் மேலாதிக்கம் செலுத்தும் மொழியாக ஆக்கியுள்ளனர். மொழியாக்கத் துறையைப் பொருத்தவரை இதன் விளைவுகள் பாரதூரமானவை.

எண்பது ஆண்டுகளுக்கு முன்பிருந்ததைப் போலவே, இன்றுங்கூட, உலகின் பல்வேறு நாடுகளையும் மொழிகளையும் சார்ந்த இலக்கியப் படைப்புகளோ இலக்கியமல்லாத படைப்புகளோ, அவற்றில் மிகப் பெரும்பகுதி இப்போதும் நமக்கு ஆங்கிலம் வழியாகவேதான் கிடைத்து வருகின்றன. அதே போல அரபு, சீன, ஜப்பானிய, கொரிய போன்ற ஐரோப்பிய அல்லாத மொழிகளில் எழுதப்படும் இலக்கியப் படைப்புகள் பிரெஞ்சு, ஜெர்மன், ரஷிய மொழிகளில் மொழியாக்கம் செய்யப்படுவதையும் பால்டிக் நாடுகள் எனச் சொல்லப்படும் குட்டி நாடுகளின் இலக்கியங்களும்கூட முன்பை விட அதிக் கவனம் பெறுவதையும் பார்க்கிறோம். *Index on Censorship, Words Without Borders, World Literature Today* போன்ற ஏடுகள் உலகின் பல்வேறு பகுதிகளைச் சேர்ந்த இலக்கியப் படைப்புகளை ஆங்கில அறிவுடைய எழுத்தாளர் களுக்கு அறிமுகம் செய்கின்றன.

இந்தியாவின் பிற மொழிப் படைப்பிலக்கியங்களைப் பொருத்தவரை, எனது தலைமுறையைச் சேர்ந்தவர்கள் கா.ஸ்ரீ.ஸ்ரீ., த.நா. குமாரஸ்வாமி, த.நா.சேனாபதி, புதுமைப்பித்தன், க.நா.சு., சி.சு.செல்லப்பா, கு.அழகிரிசாமி போன்றவர்களின் மொழியாக்கங்களால் மிகவும் பயனடைந்திருக்கிறோம். இப்போதும் இந்தி, மலையாளம், கன்னடம், தெலுங்கு, வங்காளி மொழி இலக்கியங்களை நேரடியாகவே தமிழாக்கம் செய்யும் மொழிபெயர்ப்பாளர்கள் உள்ளனர். அதேவேளை, இந்தியாவிற்குள்ளேயேயும்கூட இலக்கியப் பரிமாற்றத்தையும் அறிவுப் பரிமாற்றத்தையும் செய்வதில் ஆங்கிலம் இன்னும் முக்கிய பாத்திரத்தை வகிப்பதை நாம் சொல்லத் தேவையில்லை.

எனினும், ஆங்கிலம் தவிர வேறு ஐரோப்பிய மொழிகளையோ, ஆசிய மொழிகளையோ கற்றுக் கொள்வதற்கான வாய்ப்புகள் நம்

காலத்தில் பன்மடங்கு பெருகியுள்ளதால், ஆங்கிலம் வழியாக அல்லாமல் அந்தந்த மொழிகளிலிருந்தே நேரடியாக புனைவிலக்கியப் படைப்புகளையோ, புனைவிலக்கியம் அல்லாத எழுத்துகளையோ தமிழாக்கம் செய்வதற்கான முயற்சிகளை நாம் முடுக்கிவிட வேண்டும். இந்த முயற்சிகள் ஏறத்தாழ நாற்பதாண்டுகளுக்கு முன்பே 'க்ரியா' பதிப்பகத்தால் தொடங்கப்பட்டன. காம்யு, எக்ஸுபரி, கெமல் தாவுத், காஃப்கா, இயனெஸ்கோ, ரே பிராட்பரி முதலியோரின் படைப்புகளை ஆங்கிலத்தில் படிப்பதைக் காட்டிலும் அவற்றின் நல்ல தமிழாக்கங்களே கூடுதலான சுவை தருவனவாகவும் மூலப் படைப்புகளை இன்னும் எளிதாகவும் ஆழமாகவும் புரிந்துகொள்ளச் செய்வதாகவும் இருப்பதாகக் கருதுகிறேன்.

இங்கு, பிரெஞ்சிலிருந்து சில முக்கியப் படைப்புகளைத் தமிழாக்கம் செய்துள்ள வெ. ஸ்ரீராம் பற்றிக் குறிப்பிட வேண்டும். காம்யுவின் 'அந்நியன்' நாவலை அவர் முதன் முதலில் தமிழாக்கம் செய்கையில், அந்த நாவலின் ஆங்கில மொழியாக்கங்கள் சிலவற்றைக் கருத்தில் கொண்டிருந்தார். முதலில் வெளிவந்த ஆங்கில மொழியாக்கங் களுக்கு 'Outsider' என்ற தலைப்புக் கொடுக்கப்பட்டிருந்தது. அதாவது 'பிறத்தியான்', ஆனால், இந்தச் சொல், அந்த நாவலின் கதைத் தலைவன் மெர்சோவின் குணச்சித்திரத்தை வெளிப்படுத்தக்கூடியதாக இல்லை. அவன் 'பிறத்தியான்' அல்ல; மாறாக, அல்ஜீரிய-பிரெஞ்சுக் காரர்களிலொருவன்; அராபியர்கள் மத்தியிலும் வாழ்கிறவன். ஆனால், அவன் அராபியர்களிடமிருந்து தனிமைப்பட்டவனாக மட்டுமின்றி அந்தப் பிரெஞ்சுக்காரர்களின் மதிப்பீடுகளை, அறநெறிகளை ஒப்புக் கொண்டவனுமல்ல; அவற்றிலிருந்து தன்னைத்தானே அந்நியப்படுத்திக் கொண்டவன். எனவே 'அந்நியன்' என்ற சொல்தான் பொருத்தமானது என வெ.ஸ்ரீராம் முடிவு செய்தார். இந்த சொல்லைத் தாம் தேர்வு செய்வதற்கான காரணங்களிலொன்று, நான் எழுதிய நூலொன்றின் தலைப்பு 'அந்நியமாதல்' என்பதாக இருந்தது என்று அவர் என்னிடம் கூறியபோது அளவற்ற மகிழ்ச்சியடைந்தேன். 'அந்நியன்' நாவலின் முதல் பதிப்பு வருவதற்கு முன், அவர் பிரெஞ்சு மொழியின் அரிச்சுவடி கூடத் தெரியாத என்னைப் போன்றோர்களிடமும் அவ்வப்போது யோசனை கேட்பார். கிறிஸ்தவர்கள் குடும்பத்தில், இறந்துபோனவரின் சவ அடக்கம் மறு நாள்தான் நடைபெறக்கூடியதாக இருக்குமானால், அவர் இறந்த இரவு முழுக்க உறவினர்கள் மெழுகுவத்தியுடன் உடலுக்கருகே கண் விழித்திருப்பர். இப்படிக் கண்விழித்திருக்கும் சடங்கை தமிழில் எப்படி அழைப்பது என்பது அன்று. எங்களில் யாருக்கும் தெரிந்திருக்கவில்லை. ஏனெனில் நாங்கள் எல்லோரும்

வேறு மத, பண்பாட்டுப் பின்னணியுடையவர்கள். எங்கள் கிறிஸ்தவ நண்பர்களும்கூட அந்த சடங்குக்கான ஆங்கிலப் பெயரை மட்டுமே ('keeping vigil') கூறினார்கள். இரண்டாம் பதிப்பை வெளிக்கொணரும் சமயத்தில்தான் 'நீத்தார் கண்விழிப்பு' என்ற சொல்லாக்கத்தை உருவாக்கினார் வெ. ஸ்ரீராம். மொழிபெயர்ப்புப் பணியில் அவரைப் போலவும் அவருக்கு உறுதுணையாக இருந்த 'க்ரியா' ராமகிருஷ்ணனைப் போலவும் அத்தனை கடுமையாகவும், அர்ப்பணிப்புடனும் உழைப்பவர்களை தமிழ்நாட்டில் மிக அரிதாகவே காண முடிகின்றது. அதாவது ஒரு சிறந்த மொழிபெயர்ப்பாளருக்கு ஒரு சிறந்த பதிப்பாசிரியர் இருக்க வேண்டும். அதேபோல இருவரும் ஓர் ஆக்கத்திற்கு முதன்மையும் மதிப்புக் கொடுக்க வேண்டுமே தவிர, தங்கள் 'அகங்காரத்துக்கு' (ego) அல்ல. அப்போதுதான் நல்ல மொழியாக்கங்கள் சாத்தியமாகும்.

இவர்களிருவரும் இணைந்து செயல்படும்போது அவர்களுடைய நண்பன் என்னும் முறையில் என்னுடன் அவர்கள் பகிர்ந்து கொண்ட விஷயங்களில் ஒன்றிரண்டை மட்டும் பதிவு செய்ய விரும்புகிறேன். வெ.ஸ்ரீராமால் பிரெஞ்சு மொழியிலிருந்து நேரடியாகத் தமிழாக்கம் செய்யப்பட்டுள்ள நூல்களிலொன்று அந்த்வான் து செந்த்-எக்சுபெரியின் 'காற்று, மணல், நட்சத்திரங்கள்'. இந்த மொழியாக்கத்தின் முதல் வரைவு (First draft) மொழிபெயர்ப்பாளராலும் பதிப்பாசிரியரும் புத்தக வெளியீட்டாளருமான 'க்ரியா' ராமகிருஷ்ணனாலும் விவாதிக்கப் படுகையில் பதிப்பாசிரியர் சில திருத்தங்களைச் சொல்கிறார்; சில வாக்கியங்களுக்கு மெருகூட்டுகிறார்; பதிப்பாசிரியருக்கு பிரெஞ்சு தெரியாது; ஆனால் ஆங்கிலத்திலும் தமிழிலும் புலமையிருப்பதால் மேற்சொன்ன நூலின் ஆங்கில மொழியாக்கத்தையும் ஆங்காங்கே ஒப்பிட்டுப் பார்க்கிறார். இந்த உழைப்பின் விளைவாகவே நமக்கு நேர்த்தியான தமிழாக்கம் கிடைக்கிறது.

அதேபோல, டக்ளஸ் எம்.நைட் ஜூனியர் (Douglas M. Knight J). எழுதிய 'Balasaraswathi Her Art and Life' என்ற நூலின் தமிழாக்கத்தை 'பாலசரஸ்வதி அவர் கலையும் வாழ்வும்' என்ற தலைப்பில் 'க்ரியா' வெளியிட்டுள்ளது. ஆங்கில மூலத்தில் உள்ள 'drummer', 'drum', 'drumming' ஆகிய சொற்களைத் தமிழாக்கம் செய்யும்போது, தமிழ் இசைப் பண்பாடு, இசைக்கருவிகள் ஆகியவற்றைக் கருத்தில் கொள்ளாவிட்டால், அபத்தமான மொழியாக்கமே கிடைக்கும். எனவே பொறுப்புணர்வுள்ள பதிப்பாளர் என்ற முறையில் 'க்ரியா' எஸ்.ராமகிருஷ்ணன், பொருத்தமான தமிழ்ச்சொற்கள் அந்தந்த இடங்களில் வருமாறு பார்த்துக் கொண்டிருக்கிறார். சில எடுத்துக்காட்டுகள்:

1. In Bala's account, three or four male musicians in red or green turbans stood at the rear of the stage to her right, and the drummer stood behind her, drum slung on a sash around his neck and waist (Balasaraswathi Her Art and Life P. 71.)

    பாலாவின் கச்சேரியில் சிவப்பு அல்லது பச்சைத் தலைப் பாகைகள் அணிந்த மூன்று, நான்கு ஆண் இசைக் கலைஞர்கள் அவருக்கு வலதுபுறம் மேடைக்குப் பின்னால் நிற்பார்கள். தாள இசைக் கலைஞர் பாலாவுக்குப் பின்னால் நிற்பார். மிருதங்கம் அவர் கழுத்தில் கட்டி இடுப்புவரை தொங்கவிடப் பட்டிருக்கும் (பாலசரஸ்வதி அவர் கலையும் வாழ்வும், பக். 109.)

2. During Most of the 1920s Kandappa used several drummers... on different occasions (Balasaraswathi Her Art and Life P. 71.)

    1920களில் முனுசாமி முதலியார், கோவிந்தசாமி ஆகியோர் உள்ளிட்ட பல்வேறு மிருதங்கக் கலைஞர்களை வெவ்வேறு சந்தர்ப்பங்களில் பயன்படுத்தினார் (பாலசரஸ்வதி அவர் கலையும் வாழ்வும், பக். 110.)

3. Lakshmi's account of this story was that Bala and Jayammal giggled as the unfamiliarly rustic drumming that precedes the appearance of Goddess began (Balasaraswathi Her Art and Life P. 136.)

    கடவுள் தோன்றுவதற்கு முன்பு அடிக்கப்பட்ட தங்களுக்கு அறிமுகமில்லாத பம்பை, உடுக்கை, சிலம்பு ஆகியவற்றின் சத்தத்தைக் கேட்டு பாலாவும் ஜெயம்மாளும் சிரித்ததாக லட்சுமி அந்தச் சம்பவத்தைப் பற்றிக் குறிப்பிட்டார் (பால சரஸ்வதி அவர் கலையும் வாழ்வும், பக். 191.)

4. ...recalled with admiration what he had learned from Birju Maharaj about playing table and about how a drum could be used to accompany dance. (Balasaraswathi Her Art and Life P. 158.)

    அவரிடமிருந்து தபேலாவை வாசிப்பது பற்றித் தான் கற்றுக் கொண்டதையும், இதுபோன்ற தாள வாத்தியத்தை நடனத்துக்கு எப்படி வாசிப்பது என்பதையும் அவரிடம் கற்றுக்கொண்டதை மரியாதையுடனும், பாராட்டுணர்வுடனும் குறிப்பிட்டார் ரங்கநாதன் (பாலசரஸ்வதி அவர் கலையும் வாழ்வும், பக். 217, 218.)

மறுபுறம், பிற மொழிப் படைப்புகளின் ஆங்கில மொழியாக்கங்களும்கூட - அவை மொழிபெயர்ப்புக் கலையில் பெரும் தேர்ச்சி பெற்றவர்களால் செய்யப்பட்டவை என்றாலுங்கூட - பரிபூரணமானவையாக, இறுதியானவையாக அமைந்துவிடும் என்று சொல்வதற்கில்லை. எடுத்துக்காட்டாக,

(1) காஃப்காவின் 'உருமாற்றம்' (Metamorpohosis) என்னும் குறுநாவல் இதுவரை எட்டு ஆங்கில மொழியாக்கங்களைக் கண்டிருக்கிறது. ஒவ்வொரு மொழியாக்கத்திலும் அந்தக் குறுநாவலின் தொடக்க வாக்கியம் வெவ்வேறு விதமாக அமைந்துள்ளதை ஓர் ஆய்வாளர் எடுத்துக் காட்டியுள்ளார்:*4*

1. **Edwin and Willa Muir, first published in 1933. Currently published by Vintage Classics and Schocken Books.**

    "As Gregor Samsa awoke one morning from uneasy dreams he found himself transformed in his bed into a gigantic insect."

2. **Stanley Corngold, first published 1972, currently published in the US by the Modern Library.**

    "When Gregor Samsa woke up one morning from unsettling dreams, he found himself changed in his bed into a monstrous vermin."

3. **Joachim Neugroschel, first published 1993. Scribner Paperback Fiction.**

    "One morning, upon awakening from agitated dreams, Gregor Samsa found himself, in his bed, transformed into a monstrous vermin."

4. **Michael Hofmann (2007). Penguin Modern Classics.**

    "When Gregor Samsa awoke one morning from troubled dreams, he found himself changed into a monstrous cockroach in his bed."

5. **Joyce Crick (2009). Oxford World Classics.**

    "As Gregor Samsa woke one morning from uneasy dreams, he found himself transformed into some kind of monstrous vermin."

6. **Christopher Moncrieff (2014). Alma Classics.**

    "One morning, as Gregor Samsa woke from a fitful, dream-filled sleep, he found that he had changed into an enormous bedbug."

7. **Susan Bernofsky (2014), Norton.**

    "When Gregor Samsa woke one morning from troubled dreams, he found himself transformed right there in his bed into some sort of monstrous insect."

8. **John R Williams (2014) Wordsworth Classics.**

    "One morning Gregor Samsa woke in his bed from uneasy dreams and found he had turned into a large verminous insect."

"Ungeheuren Ungeziefer" என்ற ஜெர்மன் சொற்களுக்கு நேரடியான அர்த்தம் தரும் சொற்கள் ஆங்கிலத்தில் இல்லை; ஆனால் பொதுவாகச் சொல்வதென்றால், மிகப் பெரிய அல்லது அரக்கத்தனமான, அசுத்தமான பூச்சி என்று அச்சொற்களுக்கு ஆங்கிலத்தில் பொருள் கொள்ளலாம் என்று மேற்சொன்ன ஆய்வாளர் கூறுகிறார். ஆகவே இந்த ஜெர்மன் சொற்களுக்கு நிகரான ஆங்கிலச் சொற்கள் யாவை என்பது தொடர்ந்து விவாதிக்கப்பட்டு வரும் விஷயமாகவே இருக்கும்.

(2) செர்வாண்டெஸின் 'டான் க்யோட்' நாவலுக்கு ஏராளமான ஆங்கில மொழியாக்கங்கள் வந்துள்ளன. ஏறத்தாழ எட்டாண்டுகளுக்கு முன்பு எடித் க்ராஸ்மனின் ஆங்கில மொழியாக்கத்தில் அந்த நாவலைப் படித்தேன். மிகச் சிறந்த மொழிபெயர்ப்பாளர் என்று பாராட்டப்படுபவர். ஆனால் அதற்குப் பிறகு இன்னும் இரண்டு புதிய ஆங்கில மொழி யாக்கங்கள் வந்திருக்கின்றன. ஜான் ரூத்ஃபோர்ட் (John Rutherford), பர்ட்டன் ரஃபேல் (Burton Raffel) ஆகியோரால் செய்யப்பட்டவை விரைவில் வரப் போவதாகச் சொல்லப்படுகிறது. எனினும் இதுவரை வெளிவந்துள்ள ஆங்கில மொழியாக்கங்களில், எடித் கிராஸ்மனின் மொழியாக்கத்தில்தான் இலக்கிய நயமும் அழகியல் உணர்வும் மிகுதியாக இருப்பதாக நம் காலத்தில் புகழ்பெற்ற இலக்கிய விமர்சகரான ஜேம்ஸ் வுட் (James Wood) கருதுகிறார்.[6]

இதுவரை வெளிவந்துள்ள ஆங்கில மொழியாக்கங்களில் இரண்டு ஸ்பானியச் சொற்கள் எவ்வாறு வெவ்வேறு விதமாக மொழியாக்கம் செய்யப்பட்டுள்ளன என்பதை ஓர் ஆய்வாளர் எடுத்துக் காட்டியுள்ளார்;[6]

Cervantes's Don Quiote: Different Translations of Two Spanish Words

Year	Translator	"triste figura"
1620	Shelton	"rueful countenance"[1]
1700	Motteux	"woeful figure"
1742	Jervas	"sorrowful figure"
1755	Smollett	"rueful countenance"
1885	Ormsby	"rueful countenance"
1949	Putnam	"mournful countenance"
1950	Cohen	"sad countenance"
1957	Starkie	"rueful figure"
1996	Raffel	"sad face"
2003	Rutherford	"sorry face"
2005	Grossman	"sorrowful face"

இந்த நாவல் இரு காஷ்மிரி பண்டிட்டுகளால் 1935ஆம் ஆண்டில் சமஸ்கிருதத்தில் மொழியாக்கம் செய்யப்பட்டிருக்கிறது என்பது இன்னொரு சுவாரசியமான தகவல்.[7]

(3) நார்வேஜிய எழுத்தாளர் குனுட் ஹாம்ஸனின் (Knut Hamson) 'விக்டோரியா' என்னும் நாவலின் மூன்றாவது வரியை ஸ்வெர் லைங்ஸ்டாட் (Sverre Lyngstad) - ஸ்காண்டிநேவிய நாடுகளில் புகழ்பெற்ற இலக்கிய விமர்சகரும்கூட - கீழ்க்கண்டவாறு மொழியாக்கம் செய்துள்ளார்: 'When he grew up he wanted to be maker of matches'. இதே வரி ஒலிவெர் ஸ்டால்லிப்ராஸ் (Oliver Stallybrass) என்பவரால் கீழ்க்கண்டவாறு மொழிபெயர்க்கப்பட்டுள்ளது: "When he grew up he would work in a match factory". இந்த இரண்டு மொழியாக்கங்களில் எது மூலத்திற்கு நெருக்கமானது என்பதைச் சொல்லும் தகுதி எனக்குக் கிடையாது. ஆனால் இரண்டுக்குமிடையே பெரும் வேறுபாடு இருப்பதை நம்மால் பார்க்க முடிகிறது. இரண்டாவது மொழியாக்கம், அந்த நாவலில் குறிப்பிடப்படும் பையன் தனது வறுமையின் காரணமாக தீப்பெட்டித் தொழிற்சாலையில் வேலை பார்த்தான் என்னும் பொருளைத் தருகிறது. முதல் மொழியாக்கமோ, அவன் அசாதாரணமான சிறுவனாக இருந்தான் என்னும் பொருளைத் தருகிறது. அதாவது "உலகைத் தலைகீழாகப் புரட்டப் போகிறவனாக இருந்தான்" அல்லது சற்றுக் கொச்சையாகச் சொல்வதென்றால் "தூள் கிளப்பப் போகிறவனாக இருந்தான்" என்னும் பொருள் தருகிறது.[8]

முதல் எடுத்துக்காட்டில் (அதாவது, காஃப்காவின் குறுநாவல்) மூலப் படைப்பிலுள்ள வரிகளின் அர்த்தம் பெருமளவில் தக்கவைத்துக் கொள்ளப்பட்டிருக்கிறது. மூன்றாவது எடுத்துக்காட்டு - குனுட் ஹாம்ஸனின் நாவல் - இரண்டு, மூன்று சொற்களை மட்டுமே வெவ்வேறு விதமாக மொழியாக்கம் செய்தால், வாக்கியத்தின் அர்த்தம் மட்டுமல்ல, கதாபாத்திரத்தின் குணச்சித்திரமும்கூட மாறிவிடுகிறது என்பதைக் காட்டுகிறது.

ஆனால், மூலப் படைப்புகளிலுள்ள வரிகள் - மிக எளிதாகப் புரிந்து கொள்ளப்படக்கூடியவையும் தவறான மொழிபெயர்ப்புக்குச் சிறிதும் இடம் கொடுக்காதவையுமான சாதாரண வாக்கியங்களும்கூட முற்றிலும் தவறாக மொழிபெயர்க்கப்படுவதைச் சில தமிழாக்கங்களில் காணலாம். எடுத்துக்காட்டாக, சில வாக்கியங்களை நான்கு மொழி பெயர்ப்பாளர்கள் தனித்தனியாக எப்படி மொழிபெயர்த்துள்ளனர் என்பதைக் காண்போம்:

இந்தத் தமிழாக்கத்திற்கு மூலமாக உள்ள ஆங்கில மொழியாக்கத்தின் முதல் பதிப்பு, இரண்டாம் பதிப்புகள் முறையே 1969, 1975ஆம் ஆண்டுகளில் வெளிவந்தன. முதலில் (1983இல்) வெளிவந்த தமிழாக்கம் 1976ஆம் ஆண்டு ஆங்கில மொழியாக்கத்திலிருந்தும், 2012, 2017, 2018இல் வெளிவந்த பிற மூன்று தமிழாக்கங்கள் 1969ஆம் ஆண்டு ஆங்கில மொழியாக்கத்திலிருந்தும் செய்யப்பட்டுள்ளன:

1976 English Translation

Finally, in Germany the decisive struggle between the bourgeoisie and the absolute monarchy is still to come. Since, however, the Communists cannot count on the decisive struggle between themselves and the bourgeoisie until the bourgeoisie rules, it is in the interests of the Communists to help bring the bourgeoisie to power as soon as possible in order as soon as possible to overthrow them again. The Communists must therefore always take the side of the liberal bourgeois against the governments but they must ever be on their guard against sharing the self-deceptions of the bourgeois or believing their false assurances about the benefits which the victory of the bourgeoisie will bring to the proletariat. The only advantages which the victory of the bourgeoisie will provide for the Communists will be: 1. various concessions which make easier for the Communists the defence, discussion and spreading of their principles and thus the unification of the proletariat into a closely knit, militant and organised class, and 2. the certainty that from the day when the absolute governments fall, comes the turn for the fight between bourgeois and proletarians. From that day onwards the party

1. இறுதியாக, ஜெர்மனியில் முதலாளித்துவ வர்க்கத்துக்கும் **எதேச்சாதிகார** முடியாட்சிக்கும் இடையிலான போராட்டம் இன்னும் **அருகே காணப்படுகிறது.** எனினும் கம்யூனிஸ்டுகள் முதலாளித்துவ வர்க்கம் ஆட்சி நடத்தும் வரையில் அதனுடன் தீர்மானகரமான போராட்டத்தை நடத்துவதெனக் கருத முடியாத காரணத்தால், அதைக் கூடிய விரைவில் வீழ்த்தும் பொருட்டு முதலாளித்துவ வர்க்கம் அந்த ஆட்சியை எவ்வளவு வேகமாக முடியுமோ அவ்வளவு வேகத்தில் பெறும்படி உதவுவது கம்யூனிஸ்டுக .ன் நலன்களுக்கு உதவுவதாகும். ஆகவே கம்யூனிஸ்டுகள் அரசாங்கங்களுக்கு எதிராக **மிதவாத** முதலாளித்துவ வர்க்கத்தின் பக்கம் எப்போதும் நிற்க வேண்டும். முதலாளித்துவ வர்க்கத்தின் வெற்றி கம்யூனிஸ்டுகளுக்கு வழங்கக் கூடிய சாதகங்கள் இவை மட்டுமே: 1. கம்யூனிஸ்டுகள் தமது கோட்பாடுகளை தாங்கி ஆதரிக்கவும், விவாதிக்கவும், பரப்பவும் செய்யும் பணிகளை எளிதாக்க உதவும் பல்வேறு சலுகைகள், இதன் மூலம் பாட்டாளி வர்க்கத்தை ஒரு **கச்சிதமான,** போராடும் திறனுடைய **சிறந்த அமைப்புத் திரட்சியுள்ள** வர்க்கமாக ஒன்றிணைக்க முடியும்.

2. **(Based on 1969 English Translation)**

இறுதியில் ஜெர்மனியில், இப்போதைய நிலைமைகளில் தீர்மானகரமான

policy of the Communists will be the same as in the countries where the bourgeoisie already rules. (Frederick Engels, Principles of Communism in *Marx Engels Collected Works*, Progress Publishers, Moscow, Vol 6, 1976, pp 356-357)

1969 Translation

In Germany, finally, the decisive struggle now on the order of the day is that between the bourgeoisie and the absolute monarchy. Since the communists cannot enter upon the decisive struggle between themselves and the bourgeoisie until the bourgeoisie is in power, it follows that it is in the interest of the communists to help the bourgeoisie to power as soon as possible in order the sooner to be able to overthrow it. Against the governments, therefore, the communists must continually support the radical liberal party, taking care to avoid the self-deceptions of the bourgeoisie and not fall for the enticing promises of benefits which a victory for the bourgeoisie would allegedly bring to the proletariat. The sole advantages which the proletariat would derive from a bourgeois victory would consist (i) in various concessions which would facilitate the unification of the proletariat into a closely knit, battle-worthy, and organized class; and

(ii) in the certainly that, on the very day the absolute monarchies fall, the struggle between bourgeoisie and proletariat will start. From that day on, the policy of the

போராட்டமாக இருப்பது முதலாளித்துவ வர்க்கத்துக்கும் யதேச்சதிகார மன்னராட்சிக்கும் இடையிலானதுதான். முதலாளித்துவம் அதிகாரத்துக்கு வரும் வரையில், கம்யூனிஸ்டுகள் தமக்கும் முதலாளித்துவ வர்க்கத்துக்கும் இடையிலான தீர்மானகரமான போராட்டத்தை நடத்த முடியாத நிலையில் இருப்பதால், முதலாளித்துவ வர்க்கம் அதிகாரத்துக்கு வர வேண்டிய நிலையில் கம்யூனிஸ்டுகள் உள்ளனர். எவ்வளவு விரைவாக முதலாளித்துவம் அதிகாரத்துக்கு வருகிறதோ அப்போதுதான் அதை தூக்கியெறிய வேண்டுமென்பதால் கம்யூனிஸ்டுகள் இவ்வாறு நடந்து கொள்ள வேண்டியதாக உள்ளது.

எனவே, கம்யூனிஸ்டுகள், அரசாங்கத்துக்கு எதிராக தீவிர தாராளவாதக் கட்சியைத் தொடர்ந்து ஆதரிக்க வேண்டும். முதலாளித்துவ வர்க்கத்தின் வெற்றியிலிருந்து பாட்டாளி வர்க்கம் பெறக்கூடிய சாதகங்களை பின்வருபவை இருந்தாக வேண்டும்:

1. பாட்டாளிவர்க்கம் நெருக்கமாகக் கட்டியமைக்கப்பட்ட, போராட்டத்துக்குத் தகுதியுள்ள, அமைப்பாக்கப்பட்ட வர்க்கமாக ஒன்றுபட உதவுவதாக அது பெறும் சலுகைகள் அமைய வேண்டும்.

3. (Based on 1969 English Translation)

இறுதியாக, *ஜெர்மனியில்* முதலாளித்துவ வர்க்கத்துக்கும் எதேச்சாதிகார முடியாட்சிக்கும் இடையிலான போராட்டமே இன்றைக்குத் தீர்மானகரமான போராட்டம் ஆகும். முதலாளித்துவ வர்க்கம் ஆட்சிப்

communists will be the same as it now is in the countries where the bourgeoisie is already in power. (F Engels, Principles of Communism (translated by Paul Sweezy) in Marx Engels Selected Works Vol 1, Progress Publishers, Moscow, 1969)

பொறுப்பில் இல்லாத வரையில், கம்யூனிஸ்டுகள் தங்களுக்கும் முதலாளித்துவ வர்க்கத்துக்கும் இடையிலான தீர்மானகரமான போராட்டத்தில் இறங்க முடியாது. எனவே முதலாளித்துவ வர்க்கத்தை வெகுவிரைவில் வீழ்த்தும் பொருட்டு, எவ்வளவு விரைவில் முடியுமோ? அவ்வளவு விரைவில் முதலாளித்துவ வர்க்கம் ஆட்சியில் அமர அவர்களுக்கு உதவுவது கம்யூனிஸ்டுகளின் நலன்களுக்கு உகந்ததாகும். ஆகவே [இன்றைய ஜெர்மானிய] அரசாங்கங்களுக்கு எதிராகக் கம்யூனிஸ்டுகள் **தீவிர தாராளவாதக்** கட்சியைத் தொடர்ந்து ஆதரிக்க வேண்டும். முதலாளித்துவ வர்க்கத்தின் வெற்றியிலிருந்து கம்யூனிஸ்டுகள் தருவித்துக் கொள்ளக் கூடிய சாதகமான கூறுகள் கீழே காண்பவற்றை மட்டுமே உள்ளடக்கியிருக்கும்:

(1) [கம்யூனிஸ்டுகளுக்குக் கிடைக்கும்] பல்வேறு சலுகைகள், பாட்டாளி வர்க்கத்தை ஒரு **கச்சிதமான**, போர்க் குணம் கொண்ட, ஒழுங்கமைக்கப்பட்ட வர்க்கமாக ஒன்றிணைக்கக்கூடிய வாய்ப்பினை நல்கும்.

4. (Based on 1976 English Translation)

இறுதியாக, ஜெர்மனியில் முழுமையான முடியாட்சிக்கும் முதலாளிகளுக்குமிடையே தீர்மானமான போராட்டம் தொடர்ந்து நடைபெற்று வருகிறது. எனினும் முதலாளி வர்க்கம் ஆட்சிக்கு வராமல் தங்களுக்கும் முதலாளி வர்க்கத்திற்கும் இடையே தீர்மானமான போராட்டத்தில் ஈடுபட முடியாது

என்பதாலும், முதலாளி வர்க்கத்தை வெகு விரைவில் ஆட்சியதிகாரத்திலிருந்து தூக்கியெறிவதற்காகவும், கம்யூனிஸ்டுகள் முதலாளி வர்க்கம் ஆட்சிக்கு வருவதற்கு உதவி செய்யவேண்டும். எனவே அரசாங் கங்களுக்கு எதிரான போராட்டத்தில் கம்யூனிஸ்டுகள் எப்போதும் மிதவாத **முதலாளிகள்** கட்சியையே ஆதரிக்க வேண்டும். முதலாளி வர்க்கத்தின் வெற்றியிலிருந்து கம்யூனிஸ்டுகள் பெறப் போவதெல்லாம் இவைதான்.

1. கம்யூனிஸ்டுகள் தங்களது கோட்பாடு களைப் பரப்புவதற்கும், விவாதிப் பதற்கும், பாதுகாப்பதற்கும், உதவி செய்யும் வகையில் கிடைக்கவிருக்கும் பல்வேறு சலுகைகளும், அதன் மூலம் பாட்டாளி வர்க்கத்தைப் பின்னிப் பிணைந்த, போர்த்திறன் மிக்க, ஒருங் கிணைந்த வர்க்கமாக இணைப்பதற்கு வாய்ப்பளிக்கும்.

இரண்டு ஆங்கில மொழியாக்கங்களிலுள்ள மேற்சொன்ன பத்தியில் அடிக்கோடிடப்பட்ட பகுதிகள் முற்றிலும் தவறாகத் தமிழாக்கம் செய்யப்பட்டுள்ளன:

1. 'absolute monarchy' என்பது 'வரம்பிலா முடியாட்சி'யேயன்றி, 'எதேச்சாதிகார முடியாட்சி'யோ, 'யதேச்சாதிகார மன்னராட்சி'யோ, 'முழுமையான முடியாட்சி'யோ அல்ல.

2. முதல் மொழியாக்கத்திலும் நான்காவது மொழியாக்கத்திலும் 'liberal bourgeois' என்பது, 'மிதவாத முதலாளித்துவ வர்க்கம்' எனத் தமிழாக்கம் செய்யப்பட்டுள்ளது. 'தாராளவாத முதலாளி வர்க்கம்' என்பதுதான் சரி. 'Moderate' என்ற ஆங்கிலச் சொல்தான் நீண்டகாலமாகவே 'மிதவாத' என்று தமிழில் பயன்படுத்தப்பட்டு வருகின்றது. 'Liberalisation' என்பதை 'தாராளமயமாக்கல்' என்றுதான் சொல்கிறோமேயன்றி 'மிதவாதமாக்கல்' என்றல்ல!

3. 1976ஆம் ஆண்டு ஆங்கில மொழியாக்கத்திலிருந்து செய்யப் பட்ட 1983ஆம் ஆண்டுத் தமிழாக்கம் 'மிதவாத முதலாளி வர்க்கம்' என்று கூற, அதே ஆங்கில மொழியாக்கத்திலிருந்து செய்யப்பட்ட 2018ஆம் ஆண்டுத் தமிழாக்கம் 'மிதவாத முதலாளிகள் கட்சி' என்று கூறுகிறது. ஆங்கில மொழி யாக்கத்தில் 'liberal bourgeois' என்று மட்டுமே கூறப்படுகிறது.

4. இரண்டாவது, மூன்றாவது தமிழாக்கங்களில் the defence, discussion and spreading of their principles என்னும் சொற்கள் விடுபட்டு விட்டன. காரணம், அவற்றின் மூல ஆங்கில மொழியாக்கத்திலும் இந்தச் சொற்கள் இல்லை. செம்மைப் படுத்தப்படாத, தவறான ஆங்கில மொழியாக்கத்தைப் பயன்படுத்தியதால்தான் இந்த இரு தமிழாக்கங்களில் 'தீவிர தாராளவாதக் கட்சி' புகுந்துவிட்டது!

5. 'defence' என்பது இங்கு '(பாட்டாளி வர்க்கம்) தன் தரப்பு நியாயத்தை எடுத்துச் சொல்வதற்காக' என்ற பொருளில்தான் பயன்படுத்தப்பட்டுள்ளது.

6. 'Closely-knit' என்ற ஆங்கிலச் சொற்கள், முதலாம், மூன்றாம் தமிழாக்கங்களில் 'கச்சிதமான' என்று தமிழாக்கம் செய்யப்பட்டுள்ளது. இந்தத் தமிழ்ச் சொல்லுக்குள்ள பொருள் பின்வருமாறு:

கச்சிதம் பெ (-ஆக, -ஆன) 1: சற்று அதிகம் அல்லது குறைவு என இல்லாமல் மிகவும்) சரியான அளவு; ஒன்றுக் கொன்றே அமைந்தது போன்ற பொருத்தம்; (most) apt; neat; compact, *உன்னுடைய அலங்காரம் கன கச்சிதம்! / உடை உனக்குக் கச்சிதமாக இருக்கிறது. / சிறிய குடும்பத்துக்குக் கச்சிதமான வீடு இதுவே. 2. (ஒரு செயலைச் செய்வதில்) நேர்த்தி;* perfect in doing sth). *கொடுத்த வேலையைக் கச்சிதமாகச் செய்து முடிப்பான்./பந்தை அவன் கச்சிதமாகப் பிடிப்பான்./கச்சிதமான அணுகுமுறை.* (க்ரியாவின் தற்காலத் தமிழ் அகராதி, மே 2008, ப.311-312).

7. முதல் மொழியாக்கத்தில் 'organised class' என்பது 'சிறந்த அமைப்புத் திரட்சியுள்ள வர்க்கம்' எனத் தமிழாக்கம் செய்யப்பட்டுள்ளது. 'சிறந்த' என்ற சொல்லுக்கு இங்கு வேலை இல்லை. 'ஒழுங்கமைக்கப்பட்ட வர்க்கம்' என்றாலே போதும்.

8. Bourgoeisie என்பதை 'முதலாளி வர்க்கம்' என்று தமிழாக்கம் செய்வது வழக்கமாக இருக்கையில், அதே அர்த்தத்தைக் கொண்ட 'capitalist class' என்பதை ஏன் 'முதலாளித்துவ வர்க்கம்' என்று தமிழாக்கம் செய்ய வேண்டும்? 'Proletarian class', 'Proletariat' ஆகிய இரண்டையும் 'பாட்டாளி வர்க்கம்' என்றுதான் தமிழாக்கம் செய்கிறோமேயன்றி, ஒன்றை 'பாட்டாளி வர்க்கம்' என்றும், இன்னொன்றை 'பாட்டாளித்துவ வர்க்கம்' என்றும் தமிழாக்கம் செய்வதில்லையே!

எங்கெல்ஸின் 'Principles of Communism' கட்டுரையின் நான்கு தமிழாக்கங்களிலும் இன்னும் ஏராளமான தவறுகள் உள்ளன. இவற்றை எடுத்துக்காட்ட தனியொரு நூலையே எழுத வேண்டும். மேலும், மாஸ்கோவில் வெளியிடப்பட்ட *Marx Engels Collected Works* என்பனகூட இன்று விமர்சனப் பகுப்பாய்வுக்கு உட்படுத்தப்பட்டுள்ளன என்பது விரிவாகப் பேசப்பட வேண்டிய வேறொரு விஷயம்.

மேற்சொன்ன மொழிபெயர்ப்பாளர்களில் இருவர் எங்கெல்ஸின் கட்டுரையின் 1976ஆம் ஆண்டு ஆங்கில மொழியாக்கத்திற்குப் பதிலாக, தவறுகளும் விடுபடல்களும் இருந்த 1969ஆம் ஆண்டு ஆங்கில மொழியாக்கத்தைப் பயன்படுத்தியிருக்கிறார்கள்.

இனி வேறொரு தமிழாக்கத்தைப் பார்ப்போம். இது 2016இல் நுரையீரல் புற்று நோயால் இறந்து போன பால் கலாநிதி, அமெரிக்காவில் தமிழ்-தெலுங்கு பெற்றோர்களுக்குப் பிறந்தவர்; ஆங்கில இலக்கியத்தில் ஆழமான ஈடுபாடு கொண்டிருந்தவர்; அறிவியல், மருத்துவம் பற்றிய தத்துவம், வரலாறு ஆகியவற்றைக் கற்றவர். நோயுடன் போராடிக் கொண்டிருந்த போது தமது வாழ்க்கையைப் பற்றியும் நோயின் கொடூரத்தைப் பற்றியும் எழுதிய நினைவுக் குறிப்புகள், அவர் இறந்த பிறகே அமெரிக்காவிலுள்ள ராண்டம் பதிப்பகத்தால் 2016 ஜனவரியில் வெளியிடப்பட்டது (Paul Kalanithi, When Breath Becomes Air, Random Publishing House, New York, 2016).

இந்த நூலைத் தமிழாக்கம் செய்தவர், அதன் தலைப்பை 'சுவாசம் காற்றில் கரையும் போது' என மொழிபெயர்த்திருக்கிறார். 'சுவாசம் காற்றாகிப் போகும் போது' என்று சொன்னாலே போதும். இந்த தமிழாக்கத்திலுள்ள ஏராளமான தவறுகள் என நண்பர்கள் சுட்டிக் காட்டியவற்றில் மூன்றை மட்டும் இங்கு பார்ப்போம்:

1. I was dressed in patient's gown, **tethered to an IV pole,** using the computer the nurse had left in my hospital room with my wife Lucy, an internist at my side.	மாறாக, நோயாளிக்கான ஆடை அணிந்திருந்தேன். கதிரியக்கச் சிகிச்சைப் பிரிவில், கணினியைப் பயன்படுத்தி **நான்காவது முனையுடன் இணைக்கப் பட்டிருந்தேன்.** என் மனைவியைப் பார்த்துவிட்டு செவிலிப் பெண் அங்கிருந்து சென்றுவிட்டாள். என் மனைவி ஒரு மருத்துவப் பயிற்சியாளர். அவள் என் அருகில் இருந்தாள்.
2. How about we get flexion-extension Xrays, then I may be the more realistic diagnosis here is isthmic spondylolisthesis?" From the reflection on the well mirror, **I could see her googling it.** (p.5 ibid.)	"ஃபிலெக்ஷன் - எக்ஸ்டன்ஷன் எக்ஸ்ரே எடுத்துப் பார்த்தால் என்ன? என் முதுகு வலிக்குக் காரணம் ஸ்பான்டிலோலிஸ்தசிஸ் ஆக இருப்பதற்கான வாய்ப்புகள் அதிகம் இருக்கின்றனவல்லவா?" என்று நான் கேட்டேன். சுவரில் மாட்டப்பட்டிருந்த கண்ணாடியில் அந்த மருத்துவரின் உருவத்தைப் பார்த்தேன். **நான் சொன்னதைப் பற்றி அவள் தீவிரமாக சிந்திக்கிறாள் என்று தெரிந்தது.**
3. From the gate I sent her text message: **"I wish you were here".** (p.11 ibid.)	Form the gate I sent her text message: **"I wish you were here".** (p.11 ibid.) விமான நுழைவாயிலிலிருந்து நான் அவளுக்கு ஒரு குறுந்தகவல் அனுப்பினேன். **"நீ இங்கேயே இருக்க வேண்டும் என்று நான் விரும்புகிறேன்"** என்பதுதான் அந்தத் தகவல்.

பால் கலாநிதி, நோயாளிக்கான ஆடையுடன் கட்டிலில் படுத்துக் கொண்டே, அவரது மனைவியும் பயிற்சி மருத்துவருமான லூஸியிடம் விட்டுச் சென்ற கணினியில் வேலை செய்து கொண்டிருக்கையில் அவருக்கு சொட்டு மருந்து செலுத்தப்பட்டுக் கொண்டிருந்தது என்பது தான் முதல் எடுத்துக்காட்டிலுள்ள ஆங்கில வரிகளுக்குள்ள அர்த்தம். ஆனால், மொழிபெயர்ப்பாளரோ '(பால் கலாநிதி) கணினியைப் பயன்படுத்தி நான்காவது முனையில் இணைக்கப்பட்டதாக' அர்த்தப்படுத்துகிறார்.

பால் கலாநிதி விஷயத்தை செவிலியர் கூகிளில் (இணைய தளத்தில்) தேடிக் கொண்டிருந்தார் என்று பொருள்படும் வாக்கியத்தை "நான் சொன்னதைப் பற்றி அவள் தீவிரமாக சிந்திக்கிறாள் என்று தெரிந்தது" என்று மொழிபெயர்ப்பாளர் மொழிபெயர்த்துள்ளார்.

"நீ இங்கிருந்தால் நல்லது" என்ற குறுஞ்செய்தியை அவளுக்கு அனுப்பினேன்" என்று எளிதாக மொழியாக்கம் செய்யப்படுவதற்குப் பதிலாக, 'அவளுக்கு ஒரு குறுந்தகவல் அனுப்பினேன், "**நீ இங்கேயே இருக்க வேண்டும் என்று நான் விரும்புகிறேன்**" என்பதுதான் அந்தத் தகவல்' என்று மொழியாக்கம் செய்துள்ளார்.

இவற்றையெல்லாம் நான் சுட்டிக் காட்டுவது, மொழிபெயர்ப்புப் பணியில் நான் பெரிய மேதை என்று காட்டிக் கொள்வதற்காக அல்ல, இதுபோன்ற தவறுகளை நானும் செய்திருக்கிறேனா என்று சுய பரிசோதனை செய்து கொள்வதற்கும், பிறரிடமிருந்து கற்றுக் கொள்வதை ஒருபோதும் கைவிடக்கூடாது என்பதற்காகவும்தான்.

தங்கள் படைப்புகள் ஆங்கிலத்திலோ, வேறு ஐரோப்பிய மொழிகளிலோ மொழிபெயர்க்கப்படவில்லையே என்று சில தமிழ் எழுத்தாளர்கள் ஆதங்கப்பட்டுக் கொள்வதுண்டு. அவர்களுக்கு ஆறுதலாக ஒன்றிரண்டை இங்கு சொல்லியாக வேண்டும். சுந்தர ராமசாமியின் 'புளிய மரத்தின் கதை' தமிழில் மிகவும் குறிப்பிடத்தக்க நாவல். அது ஆங்கிலத்தில் மொழியாக்கம் செய்யப்பட்டுள்ளது. தமிழ் மூலத்திலுள்ள சில வரிகளையும் அவை எவ்வாறு ஆங்கிலத்தில் மொழியாக்கம் (Sundara Ramawamy, Tamarind History, Tr. Blake Wentworth, Penguin 2013) செய்யப்பட்டுள்ளன என்பதையும் காண்போம்:

1. அக்கம்பக்கம் கண் வட்டத்திற்கு ஈ காக்காய் கிடையாது	As far as she could see, it was absolutely still. No crows, not even a fly.
2. செல்லாயிக்கு உற்சாகம் கரை புரண்டுவிட்டது.	Chellayi was seized by a sudden yearning.
3. கடைசி வரை அவனுடைய நடைக்குத் துரத்தியவர்களின் ஓட்டம் பின்தங்கிப் போனதுதான் மிகவும் ஆச்சரியமான விஷயம்.	It was amazing, really, that the men who gave him the chase were able to keep up with him as long as they did. (p16. ibid.)

முதல் வரி, அந்த இடத்தில் ஆள் அரவம் ஏதும் இல்லை என்னும் பொருள் தரும் மரபுத்தொடர். ஆனால் ஆங்கில மொழிபெயர்ப்பாளரோ வார்த்தைக்கு வார்த்தை அப்படியே மொழியாக்கம் செய்துள்ளார்.

இரண்டாவது வாக்கியத்தை 'செல்லாயியை திடீரென ஒரு ஏக்கம் பிடித்துக் கொண்டது' என்று பொருள்படும் வகையில் மொழிபெயர்த்துள்ளார்.

மூன்றாவது எடுத்துக்காட்டில், மொழிபெயர்ப்பாளர் மூல வரிகளுக்குள்ள அர்த்தத்தைத் தலைகீழாக்கியுள்ளார்.

புனைவிலக்கியமோ, புனைவிலக்கியம் அல்லாததோ, அது எவ்வளவு சிறப்பாக ஒரு மொழியிலிருந்து இன்னொரு மொழிக்குப் பெயர்க்கப்பட்டிருந்தாலும், மூலப்படைப்புகளின் ஆசிரியர்களே அந்த மொழியாக்கங்களைப் பாராட்டியிருந்தாலும், மொழியாக்கம் என்பதே மூலப்படைப்புக்கு இழைக்கப்படும் 'துரோகம்' என்ற கருத்து இன்னும் வலுவாகவே இருந்து வருகின்றது. "tradutore, traditore" என்னும் இத்தாலிய முதுமொழியின் பொருள் "மொழிபெயர்ப்பாளர், துரோகி" என்பதாகும். அதாவது ஒரு மொழியில் எழுதப்பட்ட ஒரு மூலப் படைப்பை மற்றொரு மொழிக்குப் பெயர்ப்பது தவிர்க்கமுடியாதபடி மூலமொழியிலுள்ள தனிச்சிறப்பான, தன்னிகரற்ற, மகத்தான படைப்புக்கு இழைக்கப்படும் துரோகமாகவே போய் முடியும் என்பது தான் இதன் பொருள். இத்தகைய படைப்புக்கு ஒரே ஒரு மொழியாக்கம் இருந்தாலும் சரி, ஒன்பது மொழியாக்கங்கள் இருந்தாலும் சரி துரோகம் துரோகம்தான் என்கிறது இந்த முதுமொழி. இப்படி ஒரு முதுமொழி இருப்பதால்தான் என்னவோ, மொழிபெயர்ப்பு ஆதரவாளர்கள், ஒவ்வொரு மகத்தான படைப்பும் ஒவ்வொரு தலைமுறைக்கும் புதிது புதிதாக மொழியாக்கம் செய்யப்பட வேண்டும் எனக் கூறி இந்த முதுமொழியின் கடுமையைத் தணிக்க முயல்கின்றனர். இத்தாலிய மகாகவி தாந்தேவின் 'நரகம்' (Inferno), கடந்த முப்பதாண்டுகளில் மட்டும் பத்து ஆங்கில மொழியாக்கங்களைக் கண்டுள்ளது. அதே போலத்தான் ஹோமரின் 'ஒதிஸ்ஸி'யும், 'இலியட்'டும் தொடர்ந்து புதிய புதிய ஆங்கில மொழியாக்கங்களைக் கண்டு வருகின்றன. சில மொழியாக்கங்கள், மூலப்படைப்பிலுள்ள யாப்பிலக்கணத்துக்குப் பொருத்தமானதாக இருக்கும் வகையிலும் வேறு சில புதிய தலை முறை வாசகர் எளிதில் புரிந்து இரசிக்கும் வகையில் உரைநடையிலும் அமைந்துள்ளன. ஒவ்வொரு மொழியாக்கமும் மற்றொன்றிலிருந்து வித்தியாசப்பட்டிருப்பதால், "மொழிபெயர்ப்பாளர், துரோகி" என்னும் முதுமொழி வலுப்பெற்றுவிடுகிறது. மூலப்படைப்பின் அர்த்தம், அதனுடைய மொழியியல்-வரலாற்றுப் பின்னணி ஆகியனவற்றுக்கு சேதாரம் ஏற்பட்டுவிடுகிறது என்பதை இம் முதுமொழி குறிப்பால் உணர்த்துகிறது. மேற்சொன்ன அம்சங்கள் மட்டுமின்றி, மூலப் படைப்பின் அழகியல் அம்சத்திற்கும் சேதாரம் ஏற்பட்டுவிடுகிறது

என்பதை மற்றொரு இத்தாலியக் கூற்று சொல்கிறது: “மொழியாக்கம் ஒரு பெண்ணைப் போன்றது; அவள் விசுவாசமானவனாக இருந்தால் அழகாக இருக்கமாட்டாள்; அழகாக இருந்தால் விசுவாசமானவளாக இருக்க மாட்டாள்”. இது ‘மொழியாக்கம்’ என்னும் விஷயத்தைப் பால்நிலைப்படுத்துகிற கூற்று. அதாவது ஒரு ஆண், தான் கற்பனை செய்துகொள்கிற, அழகும் பண்பும் நிறைந்த ஒரு பெண் இலட்சிய பூர்வமானவளாக இருக்கிறாளா என்பதைக் கண்டறிய அவள் திரும்பத் திரும்பப் பரிசோதனைக்கு உள்ளாக்கப்படுவது போல, மொழிபெயர்ப்பு அர்த்தத்தைச் சரியாக வெளிப்படுத்துகிறதா, அழகியல் அம்சத்தை மட்டுமே கொண்டுள்ளதா என்பதைக் கண்டறிய அது திரும்பத் திரும்ப ஆய்வுக்குட்படுத்தப்பட வேண்டும் என்பதே இக்கூற்றின் பொருள். இப்படிப் பால்நிலைப்படுத்தப்படாத ஒரு கூற்றை உலகப் புகழ்பெற்ற கவிஞர் ரசூல் கம்ஸதோவ் கூறியுள்ளார்: “மொழியாக்கம் என்பது திருப்பி விரிக்கப்பட்ட இரத்தினக் கம்பளம் போன்றது”.

மொழிபெயர்ப்பாளர்களின் ஆர்வத்தைத் தணிக்கின்ற, அவர்களது நோக்கங்களைக் களங்கப்படுத்துகிற மற்றொரு விஷயம், புகழ்பெற்ற மொழிபெயர்ப்பாளர்களிற் சிலர், மொழிபெயர்ப்பைப் பற்றிய தாழ்வான கருத்து கொண்டிருப்பதுதான். எடுத்துக்காட்டாக, பூஷ்கினின் ‘எவ்கனி ஒனெகின்’ என்னும் கவிதைவடிவ நாவலை ரஷிய மொழியிலிருந்து ஆங்கிலத்திற்குக் கொண்டு சென்றவர் விளாடிமிர் நபகோவ். சொல்லுக்குச் சொல் அப்படியே மொழிபெயர்க்க வேண்டும், மொழி பெயர்ப்பாளனின் பாணி, மூலப்படைப்பின் பாணியை எவ்வகையிலும் பாதித்துவிடக்கூடாது என்பது அவரது கோட்பாடு. இதன் உள்பொருள், யாரும் எதையும் மொழிபெயர்க்கக்கூடாது என்பதுதான். ஏனெனில் ஒவ்வொரு மொழிபெயர்ப்பாளரும் அவரது பாணியைப் பின்பற்றவே செய்கிறார். மொழிபெயர்ப்பதையே தொழிலாகக் கொண்ட நவீனகால மொழிபெயர்ப்பாளர்களைப் பற்றிய அவரது மதிப்பீடு இதுதான்; “மூலப்படைப்புடன் ஒப்பிடுகையில், பள்ளிச்சிறுவனின் முட்டாள்தனமான தவறுகள் மொழியாக்கத்தைப் போல அத்தனை கேலிக்கூத்தானது அல்ல”. அதேபோல பிரெஞ்சுச் சிந்தனையாளர் மொந்தெய்னின் படைப்புகள் அனைத்தையும் ஆங்கிலத்தில் பெயர்த்துள்ள டொனால்ட் ஃப்ரேம், “நல்ல இலக்கியப் படைப்பு, நல்ல இலக்கியப் பகுப்பாய்வு ஆகியவற்றுடன் ஒப்பிடுகையில் மொழியாக்கம் மிக மிகத் தாழ்வானது என்பதில் சந்தேகமில்லை” என்று கூறியுள்ளார்.[9]

பரிபூரணமான, தன்னிகரற்ற ஓர் இலக்கியப் படைப்பை உருவாக்குவது கடினம் என்றாலும், அது சாத்தியமற்றது அல்ல.

ஆனால் மிகத் திறமையான மொழிபெயர்ப்பாளராலும்கூட முழு நிறைவான, தன்னிகரற்ற, எல்லாக் காலத்துக்கும் பொருந்துகிற ஒரு மொழியாக்கத்தைச் செய்வது சாத்தியமேயில்லை. அதற்கான காரணங்கள் ஏராளமாக உள்ளன. அவற்றில் சிலவற்றை நம்மால் சொல்ல முடியும். உலகிலுள்ள வெவ்வேறு வகையான நிலப்பரப்புகளில் (திணைகள்) வெவ்வேறுவகையான அனுபவங்களினூடாக மொழிகள் உருவாயின. எடுத்துக்காட்டாக 'உறைபனி'யைக் (Snow) குறிக்க எஸ்கிமோக்கள் இருபதுக்கும் மேற்பட்ட சொற்களைக் கையாள்கிறார்கள். எந்தப் பருவத்து, எந்த நேரத்து உறைபனிக்கு எந்தச் சொல்லைப் பயன்படுத்துகிறார்கள் என்பதைக் கண்டறிந்து, துருவப் பிரதேச உறைபனி போன்ற ஒரு விஷயம் இல்லாத இன்னொரு நாட்டைச் சேர்ந்த மொழியில் எஸ்கிமோக்களின் இனுயிட் மொழி இலக்கியத்தை எவ்வாறு மொழிபெயர்ப்பது? இது மொழிபெயர்ப்புத் துறையில் உள்ள எந்தவொரு விற்பன்னருக்கும் பெரும் சவாலாகவே இருக்கும். தமிழிலும்கூட Snow, Frost, Fog, Mist என்னும் ஆங்கிலச் சொற்களுக்கு ஒரே சொல்லையே - 'பனி' என்பதையே - சிற்சில வேறுபாடுகளுடன் ('உறைபனி', 'மூடுபனி') பயன்படுத்துகிறோம். ஐரோப்பிய, ஆஸ்திரேலிய அல்லது தென்னாப்பிரிக்க இலக்கியப் படைப்புகளைப் படிக்கையில் savannah, tundra, veld போன்ற நில அமைப்புகளைக் குறித்த சொற்களை எதிர்கொள்கிறோம். இவை நமது நிலத்தில் காணப்படாதவை. இவற்றை விளக்க அடிக்குறிப்புகள் தந்தாலொழிய அவை தொடர்பான இலக்கியச் சித்திரிப்புகளைத் தமிழில் கொண்டுவர முடியாது. மொழிபெயர்ப்பாளன், பேசாமல் 'புல்வெளி' என மொழிபெயர்த்துவிட்டுத் தனது பணியைத் தொடர்கிறான். மொழிகள் பல்வேறு வகை நிலப்பரப்புகளில், திணைகளில், பல்வேறுவகை அனுபவங்களினூடாக உருவாவதால், ஒன்றுக்கொன்று ஒத்துவராததாக இருப்பது இயல்பு. 'சோலை' என்னும் தமிழ்ச் சொல்லுக்கு நிகரான ஆங்கிலச் சொல் இல்லை. எனவே ஆங்கிலேயர்கள் அதனை Sholaவாக மாற்றி பிரச்சினையை எளிதாகத் தீர்த்துக் கொண்டார்கள். ஆனால், ஜோ டி க்ரூஸின் நாவலில் கடலில் பல்வேறு வகை அலைகள் (14-15 வகையான அலைகள்) இருப்பது சுட்டிக்காட்டப்படுகிறது. இவற்றை ஆங்கிலத்தில் எவ்விதமாக மொழிபெயர்ப்பார்கள்? தேங்காயும்கூட, அதன் வளர்ச்சிப் பருவத்தில் பல்வேறு பெயர்களால் அழைக்கப்படுகின்றது.

ஒவ்வொரு மொழியும் அது பேசப்படும், எழுதப்படும் வரலாற்று யுகங்களும் தமக்கேவுரிய பாணிகளைக் கொண்டிருக்கின்றன. ஒவ்வொரு மொழிக்கும் அதற்கே உரிய உள்ளார்ந்த வடிவம்,

இலக்கண அமைப்பு, தனிச்சிறப்பான சொற்றொகுதி, தனிச்சிறப்பான பண்பாட்டு அர்த்தங்கள் ஆகியன உள்ளன. மொழிபெயர்ப்பாளர் ஒரு மொழியிலிருந்து ஒரு சொல்லை, சொற்றொடரை மற்றொரு மொழிக்குப் பெயர்க்கத் தொடங்குகையில் அவர் முன் பல சொற்களும் சொற்றொடர்களும் அணிவகுத்து நிற்கின்றன. இவை வெவ்வேறு பண்பாட்டு அர்த்தங்களைக் கொண்டிருக்கக்கூடும். இவற்றில் எதைத் தேர்ந்தெடுப்பது? பழங்காலச் சொற்களையா? நவீனகாலச் சொற்களையா? எல்லோரும் பயன்படுத்தும் சொல்லையா? சிலர் மட்டுமே பிரத்யேகமாகப் பயன்படுத்தும் சொல்லையா? கொச்சைச் சொல்லையா? இலக்கியச் சொல்லையா? பேச்சு வழக்கையா அல்லது எழுத்து வழக்கையா? ஒரு கவிதைப் படைப்பை அதனுடைய அர்த்தம் புலப்படும் படியாக மொழிபெயர்ப்பதா அல்லது அதனுடைய வடிவம், எதுகை மோனைகள், அணிகள் முதலியன வெளிப்படும்படி செய்வதற்காக அர்த்தத்தைத் தியாகம் செய்வதா - இப்படிப் பல சிக்கல்கள் எழுகின்றன. இவற்றில் எதைத் தேர்ந்தெடுக்கிறோமோ அதற்குத் தக்கபடி மொழியாக்கத்தின் தன்மை அமைந்துவிடுகிறது. எனவேதான் ஒரே மூலப்படைப்பின் எந்த இரண்டு மொழியாக்கங்களும் ஒன்று போல இருப்பதில்லை.

மொழிபெயர்ப்பாளர் எதிர்கொள்ளும் மற்றொரு பிரச்சினை, மொழியாக்கங்கள் பற்றிய பல்வேறு கோட்பாடுகளில் எதைத் தெரிவு செய்வது என்பதாகும். இப் பிரச்சினைகளில் இரண்டை மட்டும் இங்கு சுட்டிக் காட்ட விரும்புகிறேன்: ஒரு மூலப் படைப்பு வாசகரை நோக்கி நகரும் வகையில் அதை மொழியாக்கம் செய்வது, அதாவது மூலப் படைப்பின் மூலத் தன்மை புலப்படாத வகையில் சொந்த மொழிப் படைப்பு போல அதை ஆக்குவது (இதற்கு எடுத்துக்காட்டு: க.நா.சுப்பிரமணியம்); மூலப் படைப்பை நோக்கி வாசகரை நகர்த்துவது, அதாவது அப்படைப்பின் மூலத்தன்மை புலப்படும்படி, உணரப்படும்படி செய்வது (இதற்கு எடுத்துக்காட்டு, பிரெஞ்சு, ஜெர்மானிய மொழிகளிலிருந்து 'க்ரியா' செய்துள்ள மொழியாக்கங்கள்). பிற பண்பாடுகளிலிருந்து கற்றுக் கொள்வதைப் பொருத்தவரை இரண்டாவது முறையே உசிதமானது என்று நான் கருதினாலும் கூடுமானவரை நானும் வ.கீதாவும் எங்கள் மொழியாக்கங்களில் மத்திம முறையைப் பின்பற்றியுள்ளோம்.

மொழிபெயர்ப்பாளர்கள் மூலமே உலகில் மூலச்சிறப்பான இலக்கியப் படைப்புகள் மட்டுமின்றி, கலைப்படைப்புகளும் சாத்தியமாயிருக்கின்றன. பிற மொழி இலக்கியங்களுடனான ஊடாட்டத்தை இன்றைய இங்கிலாந்து அவ்வளவாக ஊக்குவிக்கா

விட்டாலும், ஸ்பானிய, போர்ச்சுகீசிய இலக்கியம் ஆங்கில இலக்கியத்தில் ஏற்படுத்திய தாக்கம் மிக ஆழமானது என எஸ்ரா பவுண்ட் கூறுகிறார். “ஆங்கில இலக்கியம் மொழிபெயர்ப்புகள் மூலமே ஊட்டம் பெற்றது, அவற்றின் மூலமே உயிர் தரித்திருக்கிறது, அதனுடைய சொல் வளம், அணி வளம் ஒவ்வொன்றுக்கும் அதனுடைய எழுச்சி ஒவ்வொன்றுக்கும் மொழிபெயர்ப்புகளே தூண்டுதலாக இருந்தன” என்று கூறும் எஸ்ரா பவுண்ட், “மாபெரும் யுகம் என்று சொல்லப்படும் ஒவ்வொரு யுகமும் மொழிபெயர்ப்புகளின் யுகம்தான்” எனக் கூறுகிறார். ஆறாம் நூற்றாண்டு சீனக் கவிதைகள் முதல் பத்தொன்பதாம் நூற்றாண்டு பிரெஞ்சுப் பாணர்களின் பாடல்கள் வரை பல்வேறுவகைக் கவிதைப் படைப்புகளை, தனது சொந்தப் பாணியில், அவை ஆங்கிலத்திலேயே அசலாக எழுதப்பட்டனவோ என வாசகர்கள் வியப்புறும் வண்ணம், மொழிபெயர்த்தவர் பவுண்ட் என விமர்சகர்கள் கூறுகின்றனர்.[10] ஐரோப்பாவின் பல்வேறு பகுதிகளில் தோன்றிய புனை விலக்கியங்கள் ஷேக்ஸ்பியரின் காலத்தை வெல்லும் நாடகங்களுக்கான அடிப்படையாக அமைந்தன என்பது பலரும் அறிந்த செய்தி.

இங்கிலாந்திற்கு ஏன் போகவேண்டும். மேற்சொன்ன ‘பகுத்தறிவு’ கட்டுரை கூறுகிறது:

> சொற்பெருக்கம் மட்டும் அன்றிப் பாஷை நடையிலும் இலக்கிய அமைப்பிலும் தேச ‘பாஷைகள்’, இங்கிலீஷின் சம்மந்தத்தால் பெரிய மாறுதல்களையடைந்து வருகின்றன. உதாரணமாகத் தமிழில் நூறு வருஷங்களுக்கு முன், வசன நடையில் நூல்களே இருக்கவில்லை. ஒன்றிரண்டு இருந்தாலும், அவைகள் செய்யுள் நூல்களின் உரை நூல்களாகவும் வியாக்கியானங்களாகவும் இருந்தன. இவைகளும் படிப்போர் பல்லை உடைக்கும் கடின நடையில் எழுதப்பட்டிருந்தன. அரும்பெரும் கருத்துகளைச் செய்யுளிற் போலவே, வசனத்திலும் அமைத்து இலக்கியங்கள் எழுதலாம் என்று தேச பாஷைப் பண்டிதர்கள் ஒப்புக்கொள்ள வில்லை. வசன நூல்களின் மூலம்தான் பாமர ஜனங்கள் அறிவு பெற முடியும் என்பதையும் சமீப காலம் வரை ஒப்புக் கொள்ளவில்லை. வழக்கத்தில் இல்லாத வார்த்தைகளைக் கொண்டு கருத்துகளை எவ்வளவுக்கெவ்வளவு மறைத்து எழுத முடியுமோ, அவ்வளவுக்கவ்வளவு நூலின் மதிப்பு உயர்வதாகப் பண்டிதர்கள் எண்ணினர். இந்தக் கொள்கை மாறி வெள்ளைச் சொற்களால் எல்லாருக்கும் விளங்கும்படி எழுதுவதுதான் சிறந்த நடையென்று ஒப்புக்கொள்ளப்பட்டதும், இங்கிலீஷ் பாஷையின்

இலக்கியப் போக்கையும் நடையையும் பின்பற்றியதேயாகும். நமது தேச பாஷைகளில் உள்ள இலக்கியங்களின் பொருளும், சமீப காலம் வரை மதம், கடவுள், பக்தி முதலிய ஒன்றிரண்டு துறைகளிலேயே சுழன்று தேங்கிக் கிடந்தது. கீழ் நாட்டு இலக்கியங்களில் 100க்கு 99, மத சம்மந்தமானவைகளாகவே யிருந்தன. இயற்கைப் பொருள்களைப் பற்றியும், ஜன சமூக வாழ்க்கைக் காட்சிகளை உள்ளபடி சித்தரித்தலையும், விஞ்ஞான சம்மந்தமான ஆராய்ச்சிகளையும், பல்வேறு கலைகளின் வளர்ச்சியைப் பற்றியும் இலக்கியங்கள் எழுதப்பட ஆரம்பித்திருப்பதும் இங்கிலீஷ் இலக்கியங்களைப் பின்பற்றியேயாம்.[11]

நமது உலகில், நாம் வாழும் காலத்தில் மொழியாக்கம், இல்லாத இடங்களோ, விஷயங்களோ ஏதும் இல்லை. ஐ.நா. அவை, ஐரோப்பிய ஒன்றியம், உலக வர்த்தக நிறுவனம் ஆகியனவற்றில் மட்டுமின்றி, நவீன வாழ்க்கையை வரன்முறைப்படுத்துகிற சர்வதேச அமைப்புகள் எல்லாவற்றிலுமே மொழியாக்கம் இருக்கிறது. நவீனகால தொழில் வர்த்தகத்தின் பிரிக்கமுடியாத அம்சமாக மொழியாக்கம் விளங்குகிறது. தனது செயல்பாடுகளுக்கான ஊடகமாக மொழியாக்கத்தைப் பயன்படுத்தாத பெரும் தொழில், வர்த்தக நிறுவனம் ஏதுமில்லை. நமது புத்தக அலமாரிகளில் மொழியாக்கம் இருக்கிறது. ஒரு திறன்பேசியையோ, குளிர்சாதனப் பெட்டியையோ, பதப்படுத்தப்பட்ட உணவுப் பொருள்கள் உள்ள டின்களையோ நாம் வாங்கும்போது, அவற்றை உபயோகிக்கும் முறை பல மொழிகளில் காணப்படுகின்றது. ஏ.டி.எம். திரைகளிலிருந்து உலக நாட்டுத் தலைவர்களின் இரகசியப் பேச்சுவார்த்தைகள் வரை மொழியாக்கம் இருக்கிறது. விலை உயர்ந்த கைக்கடிகாரத்தை நாம் வாங்கும்போது தரப்படும் உத்தரவாதச் சீட்டில் தொடங்கி புத்தகக் கடைகளில் நாம் வாங்கும் செவ்வியல் இலக்கியப் படைப்புகள் உள்ள புத்தகங்கள் வரை மொழியாக்கம் இருக்கிறது.

மொழியாக்கமே வேண்டாம், அதைத் தவிர்க்க வேண்டும் என்றால் நாம் உலகில் எந்த நாட்டு மக்களிடம் தொடர்பு கொள்ள வேண்டியது அவசியமோ, அந்த மக்கள் பேசுகின்ற மொழிகளைக் கற்றுக் கொண்டாக வேண்டும். பொருளாதாரத்திலிருந்து கலாசாரம் வரை எல்லாமே உலகமயமாக்கப்பட்ட நம் காலத்தில் நாம் நேரடியாகவோ, அல்லது அரசாங்கம், தொழில் வர்த்தக நிறுவனங்கள் ஆகியவற்றின் வழியாக சுற்றடியாகவோ இன்று நாம் தொடர்பு கொண்டிருக்கிற நாடுகளும், அவற்றில் பேசப்படும் மொழிகளும் ஏராளம். எனவே ஏராளமான மொழிகளை எவரொருவரும் கற்றுக் கொள்வது

சாத்தியமற்றது. எனவே இதற்கு மாற்று, உலகிலுள்ள எல்லா நாட்டு மக்களும் பேசுவதற்கும் எழுதுவதற்கும் ஒரு பொது மொழியை ஏற்றுக் கொள்வது தான். சென்ற நூற்றாண்டிலேயே 'எஸ்பிராண்டோ' என்ற செயற்கையான ஓர் - உலகப் பொது மொழி - ரோம எழுத்துகளைக் கொண்ட மொழி - உருவாக்கப்பட்டது. இன்றும்கூட மின்புத்தகங்கள் பல இந்த மொழியிலும் தயாரிக்கப்படுகின்றன. ஆனால் இது விற்பனையாகாத பொருளாகவே இருந்து வருகிறது. மேலும், ஒரு மொழி என்பது தகவல்களைப் பரிமாறிக் கொள்ளும் வெறும் ஊடகமல்ல. அது எந்த நாட்டு மக்களால் பேசப்படுகிறதோ, அந்த மக்களின் வரலாறு, பண்பாடு ஆகியவற்றுடன் பின்னிப் பிணைந்தது. எழுத்து வடிவம் இல்லாத மொழிகள் மட்டுமே பிற மொழிகள் ஏதோவொன்றின் எழுத்து வடிவத்தை ஏற்றுக் கொண்டிருக்கின்றன. எடுத்துக்காட்டாக மலாய் மொழி, பாஷா இந்தோனீஷியா. ஆனால் அந்த மொழிகளும் கூட அந்தந்த நாடுகளின் கலாசாரத்தில் ஆழமான வேர்களைக் கொண்டுள்ளன. எனவே, உலகப் பொதுமொழி ஒன்றை உருவாக்கும் முனைப்பு தோல்வியடைந்துவிட்டது.

ஆக, மொழியாக்கம் இல்லாமல் நவீன வாழ்க்கை என்பது சாத்தியப் படாது. எனினும் மொழிபெயர்ப்பு என்பது பெரும் விவாதத்துக் குரியதாக மாறுவது ஐ.நா. அவையிலோ, வேறு சர்வதேச அமைப்பு களிலோ, தொழில் வர்த்தகத் துறையிலோ அல்ல. புத்தகங்களை, புனைவிலக்கியம் அல்லது புனைவிலக்கியம் அல்லாத புத்தகங்களைப் பொருத்தவரையில்தான் மொழியாக்கம் வேண்டுமா, வேண்டாமா; விரும்பத்தக்கதா, வெறுக்கத்தக்கதா என்ற விவாதம் நீண்ட காலமாகவே இருந்துவருகிறது. மொழியாக்கம் வேண்டவே வேண்டாம் என்றால் உலகின் முக்கிய மதங்களான கிறிஸ்தவம், இஸ்லாம் ஆகியன மட்டுமின்றி கம்யூனிஸக் கருத்துகளும் பரவியிரா.

மொழிபெயர்ப்பாளர்கள் 'துரோகிகள்' என இழித்துரைக்கப் பட்டாலும், அவர்கள் செய்யும் தவறுகளுக்கு அவர்கள் மட்டுமே பொறுப்பாக்கப்பட்டு எண்ணற்ற குட்டுகளை அவர்கள் தம் தலைகளில் வாங்கிக் கொண்டாலும், அவர்களிடம் 'ஒரிஜினாலிட்டி' இல்லை எனச் சொல்லப்பட்டாலும், விளாடிமிர் நபகோவ் போன்ற படைப்பிலக்கியவாதி-மொழிபெயர்ப்பாளர்களின் கண்டனங்களைப் பெற்றுவரும்போதிலும், உலக நாகரிகங்களுக்கிடையிலான உரையாடல்கள், தொடர்புகள், சேர்க்கைகள், உலகப் பண்பாட்டின் வளர்ச்சி ஆகியன மொழியாக்கங்களின் மூலமே நடைபெற்று வந்துள்ளது. விவிலியமும் குரானும் கம்யூனிஸ்ட் கட்சி அறிக்கையும்

உலகின் பல்வேறு மொழிகளில் பெயர்க்கப்பட்டுள்ளதால் ஏற்பட்டுள்ள பாரதூரமான விளைவுகளைப் பற்றி நாம் சொல்லத் தேவையில்லை. பண்பாடு, கலை என்பன எந்தவொரு மூலச்சிறப்பான, தன்னிகரற்ற, எல்லாக் காலத்திலும் நிலைத்து நிற்கிற தனிப்படைப்புகளை விடப் பெரியவை. அவற்றின் இருப்புக்கும் வளர்ச்சிக்கும் மொழியாக்கங்கள் இன்றியமையாதவை. மொழிபெயர்ப்பின் தீவிர ஆதரவாளரான எஸ்ரா பவுண்ட் கூறியது போல, “எந்தத் தனி மொழியாலும் மனித ஞானம் முழுவதையும் தனக்குள் கொண்டிருப்பது சாத்தியமில்லை. எந்தவொரு தனி மொழியாலும் மனிதர்களின் புரிந்துணர்வின் எல்லா வடிவங்களையும் அளவுகளையும் வெளிப்படுத்த முடியாது”. எனவே தான் மொழிகளின் சங்கமம் - மொழியாக்கங்கள் என்னும் வடிவத்தில் - அவசியமாகின்றது. ஸ்பானியச் சிந்தனையாளர் ஒர்டெகா காஸ்ஸெ கூறியதுபோல “மொழியாக்கம் என்பது படைப்பு அல்ல, படைப்புக்கான பாதை”. மேலும், இன்று நல்ல மொழியாக்கங்கள் உலக அளவில் முன்பைக் காட்டிலும் கூடுதலான அங்கீகாரத்தைப் பெற்று வருகின்றன. சில மொழிபெயர்ப்பாளர்கள், அவர்களால் மொழிபெயர்க்கப்பட்ட படைப்பாளிகளுக்கு இணையானவர்களாகவும் கருதப்படுகிறார்கள்.

அதற்குக் காரணம், அத்தகையவர்கள் எந்த நூலை மொழியாக்கம் செய்ய வேண்டும் என்று கருதி அதை விரும்பிப் படிக்கையில், அந்தப் படிப்பும் ஒரு படைப்புத் தொழில்தான் என்கிற உணர்வோடு படிக்கிறார்கள்; அதைத் தம் மனதால் தொட்டு உணர்கிறார்கள்; அதை மறுபடைப்புச் செய்ய வேண்டும் என்ற வேட்கையை தம் நெஞ்சில் வளர்க்கிறார்கள். சமகால எழுத்தாளர்களின் படைப்புகளை மொழி பெயர்ப்பவர்கள், சம்பந்தப்பட்ட எழுத்தாளருடன் தொடர்பு கொண்டு, அவர்களது ஆலோசனையைப் பெறுகிறார்கள்; தமது அறிவுப்புலத்தைப் பகிர்ந்து கொள்பவர்களின் அறிவுரைகளைப் பெறுகிறார்கள்; அவர்களிடமிருந்த பல விஷயங்களைக் கேட்டுத் தெரிந்து கொள் கிறார்கள். எல்லாவற்றுக்கும் மேலாக, நல்ல பதிப்பாசிரியர்களைப் பெறுகிறார்கள்.

ஆனால் நமக்கோ அப்படிப்பட்ட பதிப்பாசிரியர்கள் மிக அரிதாகவே கிடைக்கிறார்கள். க்ரியாவின் தற்காலத் தமிழ் அகராதியை விட்டால், நல்ல நிகண்டுவோ, ஆங்கிலம்-தமிழ் அகராதியோ ஏதும் இல்லை. 1956இல் சென்னைப் பல்கலைக் கழகம் வெளியிட்ட ஆங்கிலம் - தமிழ் அகராதி (லிஃப்கோ அகராதி போன்ற தனியார் வெளியீட்டு நிறுவனங்களின் அகராதிகளைப் பொருட்படுத்த வேண்டியதில்லை) மட்டுமே நமக்கு இருக்கிறது. அறுபத்திநான்கு

ஆண்டுகளாகப் பயன்படுத்தப்பட்டு வரும் அந்த ஒரே அகராதியை சென்னைப் பல்கலைக்கழகம் 'மறுபதிப்புக'ளாக (மறுபதிப்புக்கும் மறுஅச்சுக்கும் வித்தியாசமில்லை போலும்!) வெளியிடும்போது, இந்த நீண்ட இடைவெளியில் ஆங்கிலத்தில் ஆயிரக்கணக்கான புதுச்சொற்கள் சேர்ந்துள்ளன, நூற்றுக்கணக்கான சொற்கள் காலவழக்கொழிந்துவிட்டன என்பதைக்கூட உணராமலும் வெட்க உணர்வு சிறிதுமின்றியும் துணைவேந்தர்கள் முன்னுரை எழுதுகிறார்கள். இணையதள தமிழ் நிகண்டுகளும் அகராதிகளும் கொடூரமானவை. எனவே தமிழ்நாட்டைப் பொருத்தவரை மொழிபெயர்ப்பாளர்கள் முற்றிலும் தம் சொந்த முயற்சியைக் கொண்டே மொழியறிவையும் மொழிபெயர்ப்புத் திறனையும் வளர்த்துக் கொள்ள வேண்டியுள்ள நிலையில் இருப்பதால், மற்றவர்களிடம் கேட்டுத் தெரிந்து கொள்வதை, ஒவ்வொரு நாளும் கற்றுக்கொள்வதை கண்டிப்பாகப் பின்பற்ற வேண்டிய நியதியாகக் கருத வேண்டும். இன்றைய மின்னணு யுகத்தில் இதற்கான சாத்தியப்பாடுகளும் வசதிகளும் அதிகமாகவே உள்ளன.

ஒரு வேட்கையுடனும், உள்உந்துதலுடனும், தங்களிடமுள்ள குறைபாடுகளைப் பற்றிய உணர்வுடனும் தன்னடக்கத்துடனும் மொழியாக்கப் பணியில் ஈடுபடுவோமேயானால் நாம் வருத்தப்படவோ, வெட்கப்படவோ வேண்டியிருக்காது. ஒருபோதும் பரிபூரணமாக்கப்பட முடியாத மொழியாக்கத்தை குறைந்தபட்சம் நேர்மையாகச் செய்திருக்கிறோம் என்னும் மன நிறைவைப் பெறுவோம்.

தரவுகள்:

1. சென்னையிலுள்ள புத்தக விற்பனை நிலையத்தை நடத்திவருபவரும், பதிப்பாளரும், இலக்கிய ஆர்வலருமான நண்பர் வேடியப்பன் மூன்று (அல்லது நான்கு?) ஆண்டுகளுக்கு முன்பு, கோத்தகிரியில் மொழியாக்கம் தொடர்பான மூன்று நாள் பயிற்சி வகுப்புகளுக்கு ஏற்பாடு செய்திருந்தார். நான் அதே ஊரில் வசிப்பதை அறிந்த அவர், அந்த நிகழ்ச்சியைத் துவக்கி வைக்குமாறு என்னைக் கேட்டுக் கொண்டார். நான் அவசரஅவசரமாக எழுதிய குறிப்புகளைக் கொண்டு சில கருத்துகளைக் கூறினேன். அவையும் இக்கட்டுரையில் இடம் பெற்றுள்ளன. பின்னர் அவ்வப்போது படித்து வந்த ஆங்கிலக் கட்டுரைகளி லிருந்து சில தகவல்களையும் சேர்த்தேன். மேலும், ஆங்கிலத்திலிருந்து தமிழாக்கம் செய்யப்பட்ட சில நூல்களையும் தமிழிலிருந்து ஆங்கிலத்தில் மொழியாக்கம் செய்யப்பட்ட ஒரு நாவலையும் கருத்தில் கொண்டு இக்கட்டுரையை எழுதியுள்ளேன்.
2. 'இந்தியா? இங்கிலீஷா?' *பகுத்தறிவு*, நவம்பர் 1937, குடி அரசுப் பதிப்பகம், ஈரோடு.
3. மேலது.
4. WB Gooderham, Kafka's Metamorphosis and its mutations in translation, The Guardian, *http://www.theguardian.com/books/booksblog/2015/may/13/kafka-metamorphosis-translations*

5. James Woof, Knight's Gambit, The Sacred Profanity of Don Quixote, The New Yorker, December 22, 2003, https://www.newyorker.com/magazine/2003/12/22/knights-gambit
6. Don Quixote in English Language Translation, Frankly Curious, http://franklycurious.com/wp/don-quixote-english/
7. Sam Jones 'First modern novel-oldest language': Sarakrit translation of Don Quixote rescued from oblivioô, The Guardian, http://www.theguardian.com/books/2022/jul/06/first-modern-novel-oldest-language-sanskrit-translation-of-don-quixote-rescued-from-oblivion, 6 July 2022
8. Erica Johnson Debeljak, Gained intranslation, Euroine Magazine, http://www.eurozine.com/articles/2005-07-25-johnsondebeljak-en.html
9. Edmund Wilson, The Strange Case of Pushkin and Nabakov, The New York Review, July 15, 1985, https://www.nybooks.com/articles/1965/07/15/the-strange-case-of-pushkin-and-nabokov/
10. Michael Alexander, Ezra Pound as Translator, Translation and Literature, published By: Edinburgh University Press, itehttp://www.jstor.org/stable/40339757rature
11. 'இந்தியா? இங்கிலீஷா?' பகுத்தறிவு, நவம்பர் 1987, குடி அரசுப் பதிப்பகம், ஈரோடு.

அமித் ஷாவும் உள்ளூர் மொழிக் கல்வியும்

உள்ளூர் மொழிக் கல்வியின் வழியாக உயர் கல்வியைக் கற்பித்தல் எனும் மோடி அரசின் முடிவு தொடர்பாக 'அருஞ்சொல்' வெளியிட்டுவரும் தொடர் கட்டுரைகளும், இது தொடர்பாக அதன் ஆசிரியர் எழுதிய தலையங்கமும் கவனம் ஈர்க்கின்றன. "உள்ளூர் மொழி வழியிலான உயர்கல்வி எனும் பாதையில் இந்திய அரசு அடியெடுத்து வைத்திருப்பது வரவேற்புக்குரிய முன்னெடுப்பு. இந்தியாவில் நூற்றாண்டு பழமையான கனவு இது. பல மாநிலங்களின் அபிலாஷையாக நீடித்துவந்த இதை இன்றைய மோடி அரசு செயல்படுத்த களம் இறங்கியிருப்பது நல்ல விஷயம்" என்று அத்தலையங்கம் தொடங்குகிறது.

நமது கல்வி நிலையங்களில் உள்ள ஆங்கில ஆதிக்கத்தை அகற்ற வேண்டும்; ஆங்கில மொழி வழியாகக் கல்வி கற்பவர்களுக்கும் தமிழ்மொழி வாயிலாகக் (குறைந்தது உயர்நிலைப் பள்ளி வரை) கல்வி கற்பவர்களுக்கும் இடையிலான ஏற்றத்தாழ்வுகள் அகற்றப்பட வேண்டும்; தாய்மொழியில் கற்பிப்பதுதான் மாணவர்களின் உண்மையான அறிவுத் தேர்ச்சிக்கான சிறந்த வழி என்றும் அருஞ்சொல்லில் வெளிவந்த பல கட்டுரைகள் தெரிவிக்கின்றன. 'தமிழால் முடியும்' என்று உறுதியாக நம்புகிறவர்களின் நானும் ஒருவன்.

தமிழாலும் முடியும்

எழுத்து வடிவம் பெறாத பாஷா மலேஷியா, பாஷா இந்தோனீஷியா ஆகியன ரோமன் எழுத்துகளைப் பயன்படுத்தி, உயர் கல்வி நிறுவனங்கள் வரை கல்வி கற்பிக்கும்போது சொந்த எழுத்துகளைக் கொண்ட வளமான மொழியான தமிழால் ஏன் முடியாது? தமிழ்நாட்டில் சில கலைக் கல்லூரிகளில் மட்டுமல்லாது, பொறியியல் கல்லூரிகளிலும் சோதனை அளவில் தமிழ்மொழி பயிற்றுமொழியாக ஆக்கப்பட்டுள்ளதையும் கருத்தில் கொள்ள வேண்டும். இது சரியாக செயல்படவில்லை என்றால், அதற்கான தீர்வுகளைக் கண்டறிவோம்.

எனினும் தொடக்கப் பள்ளி முதல் ஐஐடி போன்ற உயர்கல்வி நிறுவனங்கள் வரை தமிழ் மொழியைப் பயிற்றுமொழியாக

ஆக்குவதற்கு என்னென்ன அடிப்படைகளை உருவாக்க வேண்டும், எத்தகைய முன்னெடுப்புகள் எடுக்கப்பட வேண்டும் என்பது தமிழைப் பயிற்றுமொழியாக்க விரும்பும் பல்வேறு துறைகளைச் (குறிப்பாக அறிவியல் துறைகளைச்) சேர்ந்த கல்வி வல்லுநர்களுடன் இணைந்து தமிழக அரசு மேற்கொள்ள வேண்டிய பணி. இல்லாவிட்டால் தமிழ் 'தமிழிங்கலம்' ஆகவோ அல்லது 'தமிஹிந்தி' ஆகவோ மாற்றப்படும் ஆபத்து ஏற்படும்.

நடந்திருக்கும் பணிகள்

தமிழ் மொழியின் சிறப்புகளில் ஒன்று, அதிலுள்ள வேர்ச் சொற்கள் களஞ்சியம். அதைக் கொண்டு இன்று பல்வேறு துறைகளில் பல்வேறு கல்வி நிறுவனங்கள் மட்டுமல்லாது, 'அறியப்படாத' எண்ணற்றோரும் தமிழில் பல அறிவுத் துறைகளைச் சேர்ந்த கலைச் சொற்களை உருவாக்குகின்றனர். தமிழின் தனித்தன்மையைப் பெரிதும் பாதிக்காத அளவில் இச்சொற்கள் உருவாக்கப்படுகின்றன.

முக்கியமான இந்தப் பணியில் இலங்கைத் தமிழர்கள், மலேசியத் தமிழர்கள் உள்ளிட்ட அயல்நாட்டுத் தமிழர்கள் சிறந்த பங்களிப்புகளை வழங்கி வருகின்றனர். அதேபோல, சாமானிய மக்களின் அன்றாடப் பேச்சு வழக்கில் இருக்கும் பல சொற்கள் அவர்களது பட்டறிவின் வாயிலாக உருவாக்கப்பட்டவை. இவையும் நமக்குப் பயன்படும்.

கலைஞர் மு.கருணாநிதியின் தலைமையில் 1971இல் தமிழ்நாடு அரசு அமைந்தபோது, பல துறைகளைச் சேர்ந்த அறிஞர்களால் தமிழ் மொழியில் அரசியல், பொருளியல், புவியியல், உயிரியல், வேதியியல், இயற்பியல் முதலியன தொடர்பான அருமையான பாடநூல்கள் எழுதப்பட்டு வெளியிடப்பட்டன. அடுத்தடுத்து வந்த ஆட்சியாளர் களால் அந்த முயற்சி கைவிடப்பட்டது. எப்படியிருப்பினும் அந்தப் பாடநூல்களை இன்று நாம் எடுத்துப் பார்ப்போமேயானால், 'தமிழால் முடியும்' என்பது எவ்வளவு சாத்தியத்துக்குரியது என்பது மேலும் உறுதிப்படும்.

நோக்கங்களை அடையாளம் காணல்

ஆக, தமிழ்நாட்டுக்கோ தமிழ் அறிவுப் புலத்துக்கோ 'தாய்மொழி வழியிலான கல்வி' ஏற்கெனவே அறிமுகமானதும் நம்முடைய ஆர்வத்தில் உள்ளதுமான ஒன்றாலும், மறுபடியும் அக்கறையைக் கோரும் ஒரு விவகாரம். இந்தியாவில் எந்த மாநிலமும் ஆக்கபூர்வமாக எடுத்துச் செய்ய வேண்டிய ஒரு விஷயம். இதில் அந்தந்த மாநில

மொழிகளை வளம் பெறச் செய்வதையும், அந்தந்த மாநில மக்களுக்குக் கல்வியை மேலும் ஜனநாயகப்படுத்துவதையும் தாண்டி வேறு எந்த நோக்கமும் இருக்க நியாயம் இல்லை.

சரி, பிரதமர் மோடியும் உள்துறை அமைச்சர் அமித் ஷாவும் இப்போது கையில் எடுத்திருக்கும் 'உள்ளூர் மொழி வழியிலான கல்வி'யை இப்படி நம்மால் பார்க்க முடியுமா? அவர்களுடைய உள்ளார்ந்த நோக்கம் என்ன? இந்தக் கேள்விகளும் இந்த விவாதங்களில் முக்கியமான ஒரு புள்ளியாக அமையும்.

உள்ளூர் மொழிக்கான வரையறை என்ன?

உள்ளூர் மொழி என்று அமித் ஷா குறிப்பிடுவது என்ன? ஏனென்றால், ஒரே மாநிலத்தில் பல 'உள்ளூர் மொழிகள்' உள்ளன. சரி, 'தாய்மொழிக் கல்வி' என்று குறிப்பிட்டாலும், அதுவும் பிரச்சினை தான். ஏனெனில், இந்தியாவில் பேசப்படும் பல 'தாய்மொழி'களுக்கு எழுத்துருவம் இல்லை. எனவே, அந்தந்த மாநிலத்தில் எது முதன்மையான அல்லது பெரும்பான்மையான மக்களால் பேசப்படுகிறதோ அந்த மொழியில்தான் அந்த மாநில மக்களில் மிகப் பெரும்பான்மையினர் எழுதுகிறார்கள், படிக்கிறார்கள் அல்லது அந்த முதன்மையான மொழியின் எழுத்துகளைத்தான் தங்கள் மொழிக்குப் பயன்படுத்திக்கொள்கிறார்கள்.

பிஹாரில் 'உள்ளூர் மொழி' எது? போஜ்பூரி, கடிபோலி, மைதிலி என வட்டாரத்துக்கு வட்டாரம் 'உள்ளூர் மொழி / தாய்மொழி' உள்ளது. மத்திய பிரதேசத்தில் கணிசமான மக்களால் சட்டிஸ்கரி பேசப்படுகிறது. போஜ்பூரியிலும், மைதிலியிலும், சட்டிஸ்கரியிலும் சிறந்த இலக்கியப் படைப்புகள் வெளிவந்துள்ளன. அவற்றை இந்திய அரசமைப்புச் சட்டத்தில் தேசிய மொழிகளுக்கான அட்டவணையில் வரிசையில் சேர்க்க வேண்டும் என்ற கோரிக்கை அங்கு நீண்ட காலமாக இருக்கிறது.

சில மாநிலங்களில் அதிகாரபூர்வமாகவும், அதிகாரபூர்வமற்றும் பெரும் தொகை மக்களால் பேசப்படும் பல மொழிகள் உள்ளன. உதாரணமாக, உத்தரபிரதேசத்திலும் டெல்லியிலும் பிஹாரிலும் உருது மொழி பேசுவோர் கணிசமாக உள்ளனர். எனவே உருதுவும் அமித் ஷாவுடைய 'உள்ளூர் மொழி' அங்கீகாரத்துக்குள் வருமா? அப்படி யென்றால், எந்தெந்த மொழிகளை இந்திய அரசு இந்த வரையறைக்குள் கொண்டுவர இருக்கிறது?

உண்மையான உள்ளூர் மொழிகளுக்குப் பயன் உண்டா?

இந்திய அரசின் அறிவிப்பில் தெளிவில்லாத சூழலில், நாம் ‘மாநில மொழிகள்’ என்பதைத்தான் அமித் ஷா ‘உள்ளூர் மொழிகள்’ என்று குறிப்பிடுவதாகக் கொண்டாலும்கூட அதிலும் சிக்கல்கள் உள்ளன. ஏனென்றால், ஏற்கெனவே இங்கு மாநிலங்களுக்குள் பல உண்மையான உள்ளூர் மொழிகள் உள்ளன. அவை அரசிடமிருந்து எதிர்பார்க்கும் விஷயங்களும் நெடுங்காலமாக நிறைவேறாமல் உள்ளன.

மொழிவாரி மாநிலங்கள் என்று கூறப்படுபவை ஒரு பிராந்தியத்தில் எந்த மொழி முதன்மையான மொழியாக, பெரும்பான்மையான மக்களால் பேசப்படுகின்ற மொழியாக இருக்கிறதோ அந்த மொழியின் அடிப்படையில் உருவாக்கப்பட்டன. ஆயினும், எந்த ஒரு மாநிலமும் மொழி அடிப்படையில் ஒருபடித்தானது இல்லை. ஒவ்வொரு மொழிவாரி மாநிலத்திலும் பல்வேறு மொழிகள் பேசப்படுகின்றன.

பெரும்பான்மையான மக்கள் பேசும் மொழிதான் ‘மாநில மொழி’ என்ற தகுதியைப் பெறுகிறது என்றால், ஏனைய மொழிகள் சில பகுதிகளில் கணிசமானோரால் பேசப்படுகின்றன. தமிழ்நாட்டை எடுத்துக்கொண்டால், கன்னடம், மலையாளம், தெலுங்கு, உருது, செளராஷ்டிரம் போன்றவற்றைத் தாய்மொழியாகக் கொண்டவர்கள் கணிசமாக உள்ளார்கள். இவர்களில் பெரும்பாலோர் தங்களைத் தமிழர்களாக அடையாளப்படுத்திக்கொள்கின்றனர். பள்ளிக் கல்வியில் தமிழைப் பாட மொழியாகக் கொண்டு கற்றுக்கொள்வது அவர்களுக்கு ஒரு பிரச்சினையாக இருக்கவில்லை. எனினும், வாய்ப்புள்ள இடங்களில் எல்லாம் இவர்களுக்கு அவர்களுடைய தாய்மொழியைக் கற்பிப்பது முக்கியம். இது மொழிச் சிறுபான்மையினருக்கான உரிமை.

தமிழகத்தில் சில இடங்களில் அப்படி பயிற்றுவிக்கப்படுகிறது என்றாலும், தேவை அதிகம். கற்பித்தலில் மட்டும் அல்லாது, முக்கிய அரசாணைகள், அறிவிப்புகள் ஆகியவற்றை அந்தந்த மொழிகளில் தருவதும் அவசியம். இந்தியா முழுவதும் இப்படியான தேவைகளை முன்னிறுத்தும் சிறுபான்மை மொழிகள் உள்ளன.

இன்னொரு விஷயம், குறிப்பிட்ட பிராந்தியத்தில் கணிசமானோரால் பேசப்படும் மொழி. தமிழகத்தின் நீலகிரி மாவட்டத்தில் ஒரு குறிப்பிட்ட மொழியைப் பேசுபவர்களின் எண்ணிக்கையைக் கருத்தில் கொண்டால், பிற எல்லா மக்களையும்விட ‘உள்ளூர் மொழி’ அல்லது ‘தாய்மொழி’ என்பது படுகு. அதற்கு எழுத்து கிடையாது. எனவே படகர்கள் தமிழ் எழுத்துகளைப் பயன்படுத்தி படுகப் பாட்டுகளை எழுதுகிறார்கள், பைபிளை மொழிபெயர்க்கிறார்கள்.

நீலகிரி மாவட்டத்தின் ஒட்டுமொத்த மக்கள்தொகையைக் கருத்தில் கொண்டால் அவர்கள் (படுகர்கள்) பெரும்பான்மையினராக அமைவதில்லை. அதற்கு முக்கியக் காரணம் தொழில் வளர்ச்சியோ, உயர் கல்வி நிறுவனங்களோ இல்லாத நீலகிரி மாவட்டத்திலுள்ள அவர்கள் சிறந்த கல்வி வாய்ப்பையும் வேலை வாய்ப்புகளையும் பெறுவதற்காக வெளிமாவட்டங்களுக்கும் வெளிமாநிலங்களுக்கும் புலம்பெயர்ந்து சென்றுவிட்டது ஆகும். 2011 மக்கள்தொகை கணக்கெடுப்பின்படி பத்தாண்டுகளில் மக்கள்தொகை குறைந்துபோன மாவட்டம் அது ஒன்றுதான்.

மேலும், அந்த மாவட்டத்தில் குறைந்தது ஆறு பழங்குடி இனங்கள் இருக்கின்றன. அவர்கள் ஒவ்வொருவரின் எண்ணிக்கையும் சுமார் இரண்டாயிரத்துக்குள்தான் அடங்கும் என்றாலும், அவர்களுக்கென்று தனிமொழிகள்/தாய்மொழிகள் உள்ளன. அவற்றில்தான் அவர்கள் ஒருவருக்கொருவர் பேசிக்கொள்கிறார்கள். படுகர்களும் பழங்குடி மக்களும் தமிழ்மொழியை ஏற்றுக் கொள்வதில் இதுவரை எந்தச் சிக்கலும் இல்லை என்றாலும், இந்த மொழியினர் தம் மொழிகளுக்கான வளர்ச்சிக்காக அரசிடம் எதிர்பார்ப்பது அதிகம்.

கேள்வி என்னவென்றால், இவர்களுடைய நலன் - மேம்பாட்டுக்கு இந்திய அரசின் திட்டம் என்ன? இதுவரை குறைந்தபட்சம் 'உள்ளூர் மொழி' என்ற பிரயோகத்தையேனும் அவர்கள் தக்க வைத்திருந்தார்கள். இப்போது உள்ளூர் மொழி என்ற பெயரையும் அவர்களிடமிருந்து இந்திய அரசு பறிக்கப்போகிறதா? அப்படி இல்லை என்றால், உள்ளூர் மொழி வழியிலான கல்வி எனும் அறிவிப்புக்குள் இந்த உள்ளூர் மொழிகளுக்கான திட்டங்கள் ஏதும் இருக்கிறதா?

உள்ளூர் மொழிகள் மீதான தாக்குதல்

பழங்குடி மக்களிடம் பேசினால், அவர்களுடைய மொழி மீது தாக்குதலையே இதுவரை இன்றைக்கு ஆட்சியில் அமர்ந்திருக்கும் சங்க பரிவாரங்கள் மேற்கொண்டிருப்பதைச் சொல்வார்கள். குறிப்பாக, பழங்குடிகள் மிகுந்த வட கிழக்கு மாநிலங்களில் சென்ற கால் நூற்றாண்டில் இந்தி எப்படியெல்லாம் வளர்க்கப்பட்டது என்பதும், எப்படியெல்லாம் உள்ளூர் மொழிகள் சிதைக்கப்பட்டன என்பதும் தனித்தும் விரித்தும் எழுதப்பட வேண்டிய கதை.

இன்னொரு விஷயம், உள்ளூர் மொழிக் கல்வி நிறுவனங்களில் இந்திய அரசின் அக்கறை என்ன என்பது ஆகும். நேரடியாக ஒரு

மாணவர் உயர் கல்விக்கு வந்து அமர்ந்துவிடுவது இல்லை. பள்ளிக் கல்வியை அவர் முடிக்க வேண்டும். அப்படியானால், உள்ளூர் மொழி வழியிலான உயர் கல்வியில் அக்கறை காட்டுவதாகச் சொல்லும் ஓர் அரசாங்கம் பள்ளிக் கல்வியிலும் அந்த அக்கறையைக் காட்ட வேண்டும். தமிழ்நாட்டையே எடுத்துக்கொண்டால் தமிழ் வழியில் கற்பிக்கும் பள்ளிகள் உள்ளன. பெரும்பகுதியானவர்கள் இந்தப் பள்ளிகளில் விளிம்புநிலையினர். இந்த வகைப் பள்ளிகளுக்கும் அங்கு படிக்கும் மாணவர்களுக்கும் இந்திய அரசு கொடுப்பது என்ன? ஏதாவது மானியம், சலுகைகள் உள்ளனவா?

எல்லாவற்றிலும் முக்கியம், இப்போது பாஜக அரசு பேசும் 'உள்ளூர் மொழி வழியிலான கல்வி' ஒருவேளை செயல்முறைக்கு வருமானால், கல்வியை முழுமையாக மாநிலங்களின் பட்டியலுக்கு மாற்றினால் மட்டுமே அது சாத்தியம். ஏனென்றால், அந்தந்த மாநிலங்கள்தான் அவரவர் மொழிக்கான பாடத்திட்டத்தை, வகுப்புகளை, தேர்வுகளைத் திட்டமிட்டு செயலாற்ற முடியும். உள்ளூர் அளவில் செயல்பாடு என்று பேசிக்கொண்டு தேசிய அளவில் கல்விக் கொள்கையை வகுப்பதும், முடிவுகளை எடுப்பதும் அபத்தமாக இருக்கும். அதேபோல, தேசிய அளவில் நடத்தப்படும் தேர்வுகள், வேலைவாய்ப்புகளுக்கான தேர்வுகள் எல்லாம் 'உள்ளூர் மொழி'யில் நடத்தப்படும் என்றும் ஒன்றிய அரசு அறிவிக்க வேண்டும்.

இது தொடர்பாக தன்னுடைய நிலைப்பாடு என்ன என்பதை மோடி அரசு அறிவிக்க வேண்டும்.

ஆங்கிலத்தை வெளியேற்றுவதா?

மிக முக்கியமான இன்னொரு விஷயம் என்னவென்றால், உள்ளூர் மொழியை வளர்க்கிறேன் என்ற பெயரில் ஆங்கிலத்தை அழித்தொழிக்க முற்பட வேண்டியது இல்லை. இந்தியாவில் தாய்மொழி வழியிலான கல்விக்கான முயற்சிகளை முன்னெடுத்த மாநிலங்களில் ஒன்று தமிழ்நாடு. ஆனால், ஆங்கிலத்தை அது எதிரியாகச் சித்திரிக்கவில்லை. காரணம், அதற்கு மறைமுக நோக்கம் ஏதும் இல்லை.

இந்தியை ஒரு மாநில மொழியாக வளர்த்தெடுக்க நினைத்தால் அதைச் செய்யலாம். ஆங்கிலத்தின் இடத்தில் இந்தியை அமர்த்திவிட முடியும் என்று நினைப்பது பேராசை, அபத்தம்! அந்தப் பேராசை இந்தி மாநிலங்களுக்கு இருக்கலாம்; சங்கப் பரிவாரங்களுக்கு இருக்கலாம்; அதற்குத் தமிழ்நாடு போன்ற ஏனைய மாநிலங்கள் எதற்காக பலியாக வேண்டும் என்பதையும் அமித் ஷா விளக்க வேண்டும்.

மத்திய பிரதேசத்தில் ஐஐடியில்கூட இந்தி பயிற்றுமொழியாக ஆக்கப்பட்டுள்ளது என்று அமித் ஷா பெருமைப்பட்டுக்கொள்ளலாம். மிக எளிய கலைச்சொற்களைக்கூட உருவாக்காமல் தேவநாகரி மொழி எழுத்துகளில், ஆங்கிலச் சொற்களை எழுதுவதன் மூலம் அவை இந்திச் சொற்களாகிவிட முடியுமா என்ற கேள்விக்கு, 'அது ஹிங்க்லிஷ்' என்று விநோத விளக்கத்தையும் அவர்களே கொடுத்து சந்தோஷப்பட்டுக் கொள்ளலாம். ஆனால், இத்தகு அபத்தங்களை எல்லாம் எல்லா மாநிலங்களும் ஏற்கத் தேவை இல்லை.

ஆங்கிலத்துடன் ஒட்டியும் வெட்டியுமான உறவைத் தமிழ்நாடு கொண்டிருக்கிறது. மொழிபெயர்ப்புகளை எவ்வளவு உயிர்ப்போடு கொண்டுவர வேண்டும் என்பதும் தமிழர்களுக்குத் தெரியும்; ஆங்கிலம் போன்ற ஓர் உலக மொழியை ஆக்கபூர்வமாக எப்படி அணுகுவது என்பதும் தமிழர்களுக்குத் தெரியும். ஒருபுறம் தம்முடைய பிள்ளைகளை ஆங்கிலத்தில் அதுவும் வெளிநாட்டு நிறுவனங்களில் படிக்க வைத்துக் கொண்டே மறுபுறம் 'ஆங்கிலம் ஒழிக; இந்தி வாழ்க' என்று கோஷம் எழுப்பும் இரட்டைவேஷத்தனம் எமக்கு வேண்டியது இல்லை.

ஆகையால், 'உள்ளூர் மொழி வழியிலான கல்வி' என்று சொல்லும் போது அதை எப்படிப் பார்ப்பது என்பது அந்தந்த மாநிலங்களின் எல்லைக்குள் அமைய வேண்டும். இந்த முடிவை இந்திய அரசு எடுக்குமா?

உள்ளே வெளியே ஆட்டம்

இப்படி வரிசையாகக் கேள்விகளை எழுப்பினால் ஒரு விஷயம் தெரியவரும், 'தேசியக் கல்விக் கொள்கை' என்ற பெயரில் பாஜக அரசு இன்று எதையெல்லாம் செயல்படுத்த விரும்புகிறதோ அதற்கு நேர் எதிரான முடிவுகளை எடுத்தால் மட்டுமே 'உள்ளூர் மொழி வழியிலான கல்வி' என்பது உண்மையில் சாத்தியம் ஆகும். ஆக, ஒருபோதும் அப்படியான முடிவை அவர்கள் எடுக்க மாட்டார்கள். அப்படியானால், இந்த 'உள்ளூர் மொழி வழியிலான கல்வி'யின் நோக்கம்தான் என்ன?

ஒற்றை அடையாளத்துக்குள் இந்தியாவைக் கொண்டுவர இந்தியை ஒரே மொழி ஆக்குவது பாஜக அரசின் முக்கியமான தேவையும் நோக்கமும் ஆகும். அதை நோக்கிய செயல்பாட்டில் இந்தியை அவர்கள் மேலும் வலுப்படுத்த விரும்புகிறார்கள். அதை 'உள்ளூர் மொழி' வளர்ச்சி என்ற பெயரில் முன்னெடுக்க விரும்புகிறார்கள்.

தமிழர்கள், தாய்மொழி வழியிலான கல்வியை வளர்த்தெடுக்க விரும்புபவர்கள் தம் பணியை வழக்கம்போல முன்னெடுக்கலாம். ஆனால், பாஜக அரசின் இந்தச் சூழ்ச்சியைப் புரிந்து இந்த விவகாரத்தை அணுக வேண்டும். ஏனென்றால், நாம் பேசும் தாய்மொழி வழிக் கல்வியும் அவர்கள் பேசும் உள்ளூர் மொழி வழிக் கல்வியும் ஒன்று அல்ல!

அருஞ்சொல்
2, டிசம்பர் - 2022

பின்குறிப்பு: 'அருஞ்சொல்'லில் வெளிவந்த கட்டுரையில் இருந்த சில எழுத்துப் பிழைகளும் வாக்கியப் பிழைகளும் இங்கு திருத்தப்பட்டுள்ளன.

ஜோஸெ ஸரமாகோவின் நெடும் பயணம்

(16.11.1922-16.11.2022)

16.11.2022 அன்று உலகப் புகழ்பெற்ற போர்ச்சுகீசிய எழுத்தாளரும் 2008இல் இலக்கியத்துக்கான நோபல் பரிசு பெற்றவருமான ஜோஸெ ஸரமாகோவின் நூற்றாண்டு நிறைவு பெறுகிறது. படைப்பிலக்கியத் துறையைப் பொருத்தவரை, சமுதாயத்தின் மிக அடித்தட்டைச் சேர்ந்த நிலமற்ற ஏழை விவசாயக் குடும்பத்தில் பிறந்து நோபல் பரிசு பெறும் அளவுக்கு உயர்ந்தவர் இதுவரை அவர் ஒருவர் மட்டுமே. அவரது குடும்ப மரபில் முதன் முதலில் ஓரளவு எழுதப் படிக்கத் தெரிந்திருந்தவர் லிஸ்பன் நகரில் சாதாரண போலிஸ்காரனாக அற்ப சம்பளத்திற்குப் பணியாற்றிய அவர் தந்தை.

தொடக்கப்பள்ளிக் காலத்திலிருந்தே மிகச் சிறந்த மாணவராக இருந்த ஸரமாகோவுக்கு உயர்கல்வி வழங்க இயலாத அந்த ஏழைத் தந்தையால் அவரை ஒரு தொழிற்பயிற்சிக் கல்வி நிறுவனத்தில் மட்டுமே சேர்க்க முடிந்தது. விதிவிலக்காக இருந்த அந்த நிறுவனத்தில் தொழிற் பயிற்சியுடன் பிரெஞ்சு மொழியும் ஓரளவு இலக்கியமும் கற்பிக்கப் பட்டன. படிப்பு முடிந்ததும் இலவச நூலகங்களுக்குச் சென்று தனக்குக் கிடைத்த அனைத்து நூல்களையும் படிப்பதை வழக்கமாகக் கொண்டிருந்த ஸரமாகோ பின்னாளில் ஜெர்மன் மொழியிலும் புலமை மிக்கவரானார். அந்த இரண்டு அந்நிய மொழிகளிலிருந்தும் உலகத் தரம் வாய்ந்த 80 நூல்கள் அவரால் போர்ச்சுகீசிய மொழிக்குக் கொண்டு வரப்பட்டன.

கார் மெக்கானிக்காகத் தன் வாழ்க்கையைத் தொடங்கிய அவர், விரைவில் இதழியல் உலகிலும் நுழைந்து கவிதைகளையும் கட்டுரை களையும் நாடகங்களையும் எழுதத் தொடங்கினார். இன்று வரை பாராட்டப்படும் அவை இதுவரை ஆங்கிலத்தில் மொழியாக்கம் செய்யப்படாமல் இருப்பது அவப்பேறு.

போர்ச்சுக்கலில் பாசிச ஆட்சி நிறுவப்பட்ட பிறகு அதை உறுதியுடன் எதிர்த்து வந்த ஒரே அமைப்பான கம்யூனிஸ்ட் கட்சியில் சேர்ந்து கடைசிநாள் வரை அதன் உறுப்பினராக இருந்த அவர் பல இன்னல்களை எதிர்கொண்டார். சிறையிலும் சிறைக்கு வெளியிலும்

இருந்த தோழர்கள்தான் அவரைப் பாதுகாத்து வந்தனர். அவர் எழுதிய முதல் நாவல் 'பாவங்களின் நகரம்' பெருமளவில் வரவேற்புப் பெறவில்லை. அவரது இரண்டாவது நாவல் கணிசமான பாராட்டைப் பெற்றது. பாசிச ஆட்சிக்குத் துணைபுரிந்த பெரும் நிலவுடைமையாளர்களுக்கு எதிரான ஏழை விவசாயிகளின் எழுச்சியை அடிப்படையாகக் கொண்ட அவரது மூன்றாவது நாவலிலிருந்துதான் அவருக்கே உரிய எழுத்துநடை உருவாயிற்று. அதாவது கால்புள்ளியைத் தவிர மற்ற நிறுத்தல்குறிகள் கிட்டத்தட்ட ஏதும் இருக்காது. அந்த எழுத்து நடைக்குக் காரணம் விவசாயிகளின் பேச்சு மொழிதான் என்றும், அவர்கள் பேசும் போது, கால் புள்ளி, முற்றுப் புள்ளியோடு பேசுவதில்லையே என்றும் கூறினார் ஸரமாகோ. பொதுவாக கம்யூனிஸ்ட் கட்சிகள் வற்புறுத்தி வந்த 'சோசலிச யதார்த்தவாதம்' என்ற இலக்கிய உத்தியை நிராகரித்த அவர், மாய யதார்த்தவாதம், அதிகற்பனை (fantasy) போன்ற உத்திகளைப் பயன்படுத்தினாலும், அவை அனைத்தும் உலகில் ஒடுக்கப்பட்ட மாந்தர்களைப் பற்றியவையாக இருந்தன. அவரது நாவல்களில் பெண் பாத்திரங்கள் மிக கண்ணியமாகச் சித்திரிக்கப்படுகின்றனர்.

அமெரிக்காவின் ஆக்கிரமிப்புக் கொள்கைகளையும் நவதாராளவாதப் பொருளாதாரத்தையும் கண்டனம் செய்துவந்த அவர், மூன்றாம் உலக நாடுகளின் மக்கள் மீதும் பாலஸ்தீன மக்களின் விடுதலை மீதும் மிகுந்த அக்கறை கொண்டிருந்தார். போர்ச்சுக்கலின் காலனிகளாக இருந்த ஆப்பிரிக்க நாட்டு மக்களுடன் ஒருமைப்பாடு கொண்டிருந்தார்.

அவர் தனக்குக் கிடைத்த நோபல் பரிசுப் பணம், தன் படைப்புகளுக்குக் கிடைத்து வந்த உரிமைத் தொகை ஆகியவற்றில் பெரும் பகுதியைக் கொண்டு 'ஸரமாகோ ஃபவுண்டேஷன்' என்ற நிறுவனத்தை உருவாக்கினார். இளம் எழுத்தாளர்களை ஊக்குவித்து சிறந்த படைப்புகளுக்குப் பரிசு வழங்குதல், கலை இலக்கியப் பொக்கிசங்களைப் பாதுகாத்தல், உலக அளவிலான இலக்கிய விவாதங்களை நடத்துதல், மனித உரிமைகளைப் பாதுகாத்தல் என்ற பல்வேறு நோக்கங்களுடன் செயல்பட்டு வரும் அந்த நிறுவனம் ஏறத்தாழ ஓராண்டுக் காலமாக, ஸரமாகோவின் நூற்றாண்டு விழாவையொட்டி, உலகப் புகழ்பெற்ற எழுத்தாளர்கள், இலக்கிய விமர்சகர்கள், வரலாற்றாய்வாளர்கள் முதலியோர் பங்கு பெறும் கருத்தரங்குகளை நடத்தி வந்தது.

2008இல் போர்ச்சுகீசிய, ஸ்பானிய மொழிகள் இரண்டிலும் ஒரே சமயத்தில் வெளிவந்ததும், 2010இல் ஆங்கிலத்தில் மொழியாக்கம் செய்யப்பட்டதுமான 'யானையின் பயணம்' நாவல் கோவாவிலிருந்து

சுப்ரோ என்ற பாகனுடன் போர்ச்சுக்கலுக்குக் கொண்டு செல்லப்பட்ட ஒரு யானை கடைசியில் ஆஸ்திரிய மன்னனுக்குப் பரிசாகக் கொடுக்கப்பட்டு, வியன்னாவுக்குப் போய்ச் சேர்ந்ததை (பெரிதும் உண்மை நிகழ்வுகளின் அடிப்படையில்) விவரிக்கிறது. அது அங்கு இறந்துபோனதும் அதன் கால்கள் பாடம் போடப்பட்டு, குடைகளை வைப்பதற்குப் பயன்படுத்தப்பட்டதை எழுதும் ஸரமாகோ, சக உயிரிராசிகளை மதிக்காத மனிதர்கள் தங்களைத் தாங்களே அவமதித்துக் கொள்கிறார்கள் என்று எழுதினார். அந்த நாவல் வெளிவந்தவுடன் லிஸ்பன் நகரிலிருந்து ஸ்பெயின் எல்லை வரை அந்த யானை பயணம் செய்த பாதையை சுட்டிக் காட்டுவதற்காக இதழியலாளர்களும் துணைவியாரும் நண்பர்களும் கலந்துகொண்ட ஒரு பயணத்தை நிகழ்த்திக் காட்டினார். அவருடைய நாவல்கள் கிட்டத்தட்ட அனைத்திலுமே நாயை ஒரு பாத்திரமாகப் படைத்திருக்கிறார்.

18ஆம் நூற்றாண்டு போர்ச்சுக்கல்லைப் பின்புலமாகக் கொண்டு அவரால் எழுதப்பட்ட 'பல்தசாரும் பிலிமுண்டாவும்' நாவலில், அப்பாத்திரங்கள் இருவரும் ஆட்சியாளர்களை எதிர்த்துவந்த ஒரு பாதிரி 'பறக்கும் யந்திரம்' ஒன்றை உருவாக்குவதற்குத் துணைபுரிகின்றனர். அந்த இயந்திரத்தை பரிசோதனைக்காக இயக்கிப் பார்க்கையில் எதிர்பாராதவிதமாக பறக்கத் தொடங்கிய அதிலிருந்த தன் கணவனைத் தேடி பிலிமுண்டா ஊர் ஊராக அலைகிறாள். ஒருமுறை ஸ்பெயின் மண்ணையும் அவள் மிதிக்க வேண்டியதாகிறது.

அந்தக் கற்பனை நிகழ்வுகளை அடிப்படையாகக் கொண்டு, போர்ச்சுக்கலுக்கும் ஸ்பெயினுக்கும் இடையே ஸரமாகோவாவால் உருவாக்கப்பட்ட கலாசார வழித்தடம் ஒன்றை 'ஸரமாகோ ஃபவுண்டேஷன்' உருவாக்கி, சுற்றுலாப் பயணிகள் அந்த இரு நாட்டுக் கலாசாரத்தையும், வரலாற்றையும் அறிந்துகொள்ளச் செய்கிறது. அந்த வழித்தடம் ஸரமாகோவுக்கான இன்னொரு நினைவஞ்சலியாகவும் அமைந்துள்ளது.

இந்து தமிழ் திசை
16, நவம்பர் - 2022

இடதுசாரிகளும்
இடஒதுக்கீட்டுக் கொள்கையும்

பொருளாதாரரீதியில் நலிவுற்ற முற்போக்கு சாதியினர் உள்ள பிரிவுக்கு இடஒதுக்கீடு செல்லும் என்ற உச்ச நீதிமன்ற தீர்ப்பை மிக மகிழ்ச்சியோடு வரவேற்றுப் பேசிய சிபிஎம் கட்சியில் தமிழ்நாடு மாநிலச் செயளாளர் தோழர் பாலகிருஷ்ணன் தனது கட்சி 1990ஆம் ஆண்டுகளில் இருந்து இதை வலியுறுத்தி வந்ததாகப் பெருமைப்பட்டுக் கொள்கிறார். மோடி அரசாங்கம் உயர்சாதியினரில் பொருளாதாரீதியில் நலிந்தவர்களுக்கு (Economically Weaker Sections) இடஒதுக்கீட்டில் பத்து விழுக்காடு தருவதற்காக அரசியல் சட்டத் திருத்தத்தைக் கொண்டு வந்த நாளிலிருந்தே சமூகநீதியில் அக்கறை கொண்டிருந்தவர்கள் அதனைக் கடுமையாக விமர்சித்து வந்தனர். அது அரசியல் சட்டப் பிரிவில் ‘கல்விரீதியாகவும் சமூகரீதியாகவும் பிற்பட்ட வர்க்கங்களுக்கு (வகுப்பினருகே) தரப்பட வேண்டும்’ என்று தெளிவாக செய்யப்பட்டுள்ள வரையறைக்கு எதிரானது என்றும் இந்த சட்டத் திருத்தத்தை இரத்து செய்யவேண்டும் என்றும் ஏராளமான மனுக்கள் உச்ச நீதிமன்றத்தில் தாக்கல் செய்யப்பட்டன. அந்த மனுக்களை எதிர்த்து ஒன்றிய அரசு ஓர் எதிர் மனு தாக்கல் செய்தது. அந்த முக்கியமான வழக்கை உடனடியாக விசாரிக்காமல் காலம் தாழ்த்திக் கொண்டே வந்த உச்ச நீதிமன்றம் திடீரென அதை விசாரணைக்கு எடுத்து கொண்டு, ஒன்றிய அரசு கொண்டு வந்த திருத்தம் செல்லுபடியாகக் கூடியது என்று நவம்பர் 6, 2022இல் அவசர அவசரமாகத் தீர்ப்பு சொல்ல வைப்பதற்காக, பாஜகவுக்கு ஆதரவாக உள்ள நீதிபதிகள் அடங்கிய உச்ச நீதிமன்ற ஆயமொன்று அமைக்கப்படுவதிலும் அந்த ஆயத்திலுள்ள பெரும்பான்மையான நீதிபதிகள் தனக்குச் சார்பாகத் தீர்ப்பு சொல்ல வைப்பதிலும் ஒன்றிய அரசு வெற்றிபெற்றது. அந்தத் தீர்ப்பை முழுமையாகப் படித்தால் நியாய உணர்வு கொண்டவர்களுக்கு அறவியல் சீற்றம் ஏற்படும். அந்த ஆயத்திலிருந்த ஒரு நீதிபதி இட ஒதுக்கீடு 10 ஆண்டுகளுக்கு மேல் நீடிக்கக்கூடாது என்று அம்பேத்கர் கூறியதாக ஆதாரமற்ற ஒரு கருத்தையும் கூறியிருந்தார். எஸ்.சி., எஸ்.டி. பிரிவினருக்கான அரசியல் ஒதுக்கீடு (நாடாளுமன்றம், சட்டமன்றம் ஆகியவற்றில் தனித் தொகுதிகள்) மட்டுமே பத்து ஆண்டுகளுக்கு மேல் இருக்க வேண்டியதில்லை என்று அரசமைப்பு அவையில் ஒரு

கருத்து பொதுவாக நிலவியது. ஆனால், அந்த அவையில் அந்தக் கருத்தை எதிர்த்து 1949 ஆகஸ்ட் 25இல் அண்ணல் அம்பேத்கர் ஆற்றிய உரை வரலாற்றுச் சிறப்பு மிக்கதாகும்.

ஒருவேளை அந்தப் பத்து விழுக்காடு இடஒதுக்கீடு அரசியல் சட்டப்படி செல்லும் என்று சிபிஎம் வழக்குத் தொடர்ந்து அதில் வெற்றி பெற்றிருந்தால் (அந்தத் தீர்ப்பு நியாயமற்றது, அரசமைப்புச் சட்டப் பிரிவுக்கு விரோதமானது என்றாலும்) அதைத் தனக்குக் கிடைத்த வெற்றியாக அக்கட்சி கருதுவது தர்க்கரீதியாக (தர்க்கரீதியாக மட்டுமே) சரியானதாக இருந்திருக்கலாம். ஆனால், 'உயர்சாதி ஏழை களுக்'கான இடஒதுக்கீடு வழக்கில் எதிர்மனு தாக்கல் செய்ததும் அதில் வெற்றி பெற்றதும் பாஜகவேயன்றி அதில் இடதுசாரிகளுக்கு எந்தப் பங்கும் இல்லை. அந்தத் தீர்ப்பு பாஜக தாக்கல் செய்திருந்த எதிர் மனுவின் பேரில் வழங்கப்பட்டதால், அதை சங் பரிவாரம்தான் தனக்குக் கிடைத்த வெற்றி என்று கொண்டாடியிருக்க வேண்டும். ஆனால், அந்தத் தீர்ப்பு வழங்கப்பட்ட அரை மணி நேரத்தில் பத்திரிகையாளர்களைச் சந்தித்த தோழர் பாலகிருஷ்ணன் அது தன் கட்சியின் நிலைப்பாட்டுக்குக் கிடைத்த வெற்றி என்று மிக்க மகிழ்ச்சியுடன் பெருமைப்பட்டுக் கொண்ட அந்த நேரத்தில், அந்தப் பத்து விழுக்காடு பெறத் தகுதியுள்ள 'உயர் சாதி ஏழை'களின் ஆண்டு வருமான வரம்பு ஆண்டுக்கு ரூபாய் 8 லட்சம் என்பதைக்கூட சரியானபடி அவர் கேள்விக்குட்படுத்தவில்லை. மேலும், சாதி அடிப்படையில் இடஒதுக்கீடு முறை சரியானதுதான் என்றாலும் கடந்த 75 ஆண்டுகளில் இந்தியாவில் ஏற்பட்டுள்ள சமூக மாற்றத்தை கருத்தில் கொண்டு முற்படுத்தப்பட்ட சாதியினரில் உள்ள நலிவுற்ற பகுதியினருக்கு இடஒதுக்கீடு கட்டாயம் தேவை என்று அந்த நேர்காணலில் கூறிய தோழர் பாலகிருஷ்ணன் இந்தியாவில் சாதி அமைப்பில் ஏதேனும் மாற்றங்கள் ஏற்பட்டுள்ளனவா என்பதை தெளிவாகச் சொல்ல வேண்டும். இதைவிட முக்கியமான விஷயம் அரசமைப்புச் சட்டத்தில் கூறப்பட்டுள்ள இடஒதுக்கீடு என்பது பொருளாதார நிவாரணத் திட்டம் அல்ல என்பதையாவது அவர் புரிந்து கொண்டிருக்க வேண்டும். அப்படியிருந்தும் அதைப் பொருளாதார நிவாரணத் திட்டம் என்ற தோற்றத்தை உருவாக்குவதற்காக அக்கட்சியைச் சேர்ந்த உயர்நிலைத் தோழர்கள் சிலர் இடதுசாரி அரசாங்கம் உள்ள கேரளாவில் 'உயர் சாதி ஏழைகளின்' வருடாந்திர ஆண்டு வருமானம் ரூ.4 இலட்சமாகக் குறைக்கப்பட்டுள்ளது என்றும், அது மேலும் குறைக்கப்பட வேண்டும் என்றும், அதன் பொருட்டு ஒரு விசாரணை ஆணையம் அமைக்கப்பட வேண்டும் என்றும் தங்கள்

கட்சி வலியுறுத்திக் கொண்டிருப்பதாகவும் முன்வைக்கும் வாதங்கள் சமூக வலைத்தளங்கள் மூலமாகப் பரப்பப்பட்டு வருகின்றன. எனினும் இவை யாவும் இடஒதுக்கீடு விஷயத்தில் அக்கட்சி கொண்டிருக்கும் பொருளாதார அளவுகோலையே வலியுறுத்துகின்றன.

பொருளாதாரரீதியாக நலிவுற்றோர் என்பதைப் பார்ப்போமேயானால் அவர்கள் தலித் மக்களிடையும் பழங்குடி மக்களிடையும் இதர பிற்பட்ட வகுப்பினரிடையும்தான் - ஏன் சிறுபான்மை முஸ்லிம், கிறிஸ்தவ, சீக்கிய சமூகத்தினரிடையேயும்தான் மிகமிக அதிகமாக உள்ளனர் என்பது இந்தத் தோழருக்கு தெரியாதா? மேலும், அரசியலமைப்புச் சட்டத்தில் இடஒதுக்கீடு என்பது சமூகரீதியாகவும் கல்விரீதியாகவும் பிற்படுத்தப்பட்ட மக்களுக்கு மட்டுமே என்று தெளிவாக சொல்லப்பட்டு இருப்பதும் முந்தைய உச்ச நீதிமன்ற தீர்ப்புகளில் இடஒதுக்கீடு 50 விழுக்காட்டை தாண்டக்கூடாது என்று சொல்லப்பட்டு இருப்பதும் தோழருக்கு தெரியாதா? இப்போது அந்த 50 விழுக்காட்டில் இருந்துதான் சிபிஎம் பச்சாதாபப்படும் உயர் சாதியைச் சேர்ந்த 8 லட்சம் ரூபாய் ஆண்டு வருமானம் உள்ள ‘ஏழைகளுக்கு’ அரசுப் பணிகளிலும் கல்விக்கூடங்களிலும் பிரித்துத் தரப்படும் என்பதும் இதன் காரணமாக ஏற்கெனவே இடஒதுக்கீடு கோட்டாவை முழுமையாகப் பெற முடியாமல் தவிக்கும் எஸ்சி, எஸ்டி மற்றும் இதர பிற்பட்ட சமுதாயத்திற்கு (இவர்களில் மிகப் பெரும்பான்மையினர் பொருளாதரீதியில் நலிவுற்றோரல்லவா) பெரும் கேடு ஏற்படும் என்பதைக் கூட இத்தோழர் அறிந்துகொள்ளவில்லையா?

இந்தித் திணிப்புக்கு எதிராக அவரது கட்சியும் அக்கட்சியின் வெகுமக்கள் அமைப்புகளும் கருத்தரங்குகள், போராட்டங்கள் ஆகிய வற்றை நடத்துகின்றன. எந்த முழுமையும் பகுதிகளால் ஆனது என்பதையும் அந்தப் பகுதிகளால் ஆனதே அந்த முழுமை என்பதையும் இவ்விரண்டையும் தனித்தனியாக பிரித்துப்பார்க்கக் கூடாது என்பதையும் மார்க்சிய இயங்கியல் கற்றுக்கொடுக்கிறது. சங் பரிவாரத்தின் திட்டம் என்ற முழுமையின் ஒரு பகுதி இந்தித் திணிப்பு; இன்னொரு பகுதி ‘உயர்சாதி ஏழைகளு’க்கான இடஒதுக்கீடு. அப்படி இருக்க சங் பரிவாரத்தின் ஒரு பகுதியான இந்தித் திணிப்பை எதிர்ப்பதும் மறுபுறம் இந்த இடஒதுக்கீட்டை ஆதரிப்பதும் எவ்வகையில் மார்க்சியமாகும். மார்க்சியம் ஒருபுறம் இருக்க, இந்தியாவில் சமூகநீதி என்பது பொருளாதாரத்தை மட்டும் அடிப்படையாகக் கொண்டதல்ல; மாறாக சாதி ஏற்றத்தாழ்வுகளையும் கருத்தில் கொண்டது என்பதைக்கூட சிபிஎம் தலைவர்கள் மறந்து விட்டார்களா? இந்த இடஒதுக்கீடு சமூகநீதிக்கு

எதிரானது என்று சிபிஎம் அறிவாளிகளில் மிகக் கணிசமானவர்கள் உள்ள தமிழ்நாடு முற்போக்கு எழுத்தாளர்கள், கலைஞர்கள் சங்கம் ஒருமனதாக இயற்றிய தீர்மானத்தை சிபிஎம் கட்சித் தலைமை அப்பட்டமாக நிராகரித்தது ஏன்? ‘கீழடி’ நாகரிகத்தை மறைப்பதும் மறுப்பதும் சங் பரிவாரத் திட்டம் என்ற முழுமையின் பகுதிதான். அந்தப் பகுதியை மட்டும் தனியாக எதிர்ப்பதும் முற்போக்கு சாதியினரிலுள்ள ‘நலிந்த பிரிவினருக்கான’ (ஆண்டு வருமானம் 8 இலட்சம் உடைய ‘ஏழைகள்’) இடஒதுக்கீடை ஆதரிப்பதுமான சமூக அநீதிக் கொள்கையை ஆதரிப்பதுமான கொள்கைகளுக்கு கட்டுப்படுவதும் ஒன்றுக்கொன்று முரண்படவில்லையா? உச்ச நீதிமன்றத் தீர்ப்பு வருவதற்கு முன்பு அவசரம் அவசரமாக மோடி அரசாங்கம், இந்தப் பத்து விழுக்காடு உயர்சாதி ஏழைகளுக்காக உள்ள கோட்டாவை நிரப்பியது. இந்தக் கோட்டாவின் கீழ் பயனடைந்த உயர் சாதியினரில் பார்ப்பனர்கள் எத்தனை பேர், பார்ப்பனரல்லாத உயர் சாதியினர் எத்தனை பேர் என்ற கேள்வியையாவது சிபிஎம் கட்சியோ, சிபிஐ கட்சியோ எழுப்பி யிருக்கிறதா? இல்லவே இல்லை.

இந்தியக் கம்யூனிஸ்ட் கட்சி, புதுச்சேரியில் 2015இல் நடந்த தனது 22வது காங்கிரஸில் சாதி எதிர்ப்புப் பற்றிப் பேசிய அதேவேளை, உயர் சாதியினரில் பொருளாதாரரீதியாக நலிந்த பிரிவினருக்கு இடஒதுக்கீடு வேண்டும் என்ற தீர்மானத்தை இயற்றியது. 2018இல் மாநிலங்கள் அவையில், அக்கட்சியின் அன்றைய தேசியச் செயலாளரும், இன்றைய பொதுச் செயலாளருமான தோழர் - அம்பேத்கருக்கும் மார்க்ஸுக்கும் தொடரும் விவாதங்கள் பற்றிப் பேசிக்கொண்டிருக்கும் தோழர் டி.ராஜா - ‘உயர் சாதியினரில் பொருளாதாரரீதியாக இடஒதுக்கீடு’ என்பது அம்பேத்கரின் கொள்கைக்கு எதிரானது என்று வீராவேசமாகப் பேசினார். கடந்த 2022 செப்டம்பரில் விஜயவாடாவில் நடந்த அக்கட்சியின் 23ஆம் காங்கிரஸில், அக்கட்சி மேற்சொன்ன ‘நலிந்த பிரிவினருக்கான’ இட ஒதுக்கீடு பற்றிய கொள்கையை மறுஆய்வுக்குட்படுத்தி வேறு நிலைப்பாடு எடுத்துள்ளதா என்பது தெரியவில்லை. இந்த விஷயத்தில் மேற்கு வங்கத்தில் ஒருவருக்கொருவர் ‘ஜன்மப் பகைவர்களாக’ இருக்கும் சிபிஎம், மேற்கு வங்க முதலமைச்சரின் திரிணாமுல் காங்கிரஸ் ஆகியன ஒத்துப்போகின்றன என்றால் அதற்குக் காரணம் இந்த இரு கட்சிகளும் அங்கு ‘பதரலோக்’ எனப்படும் உயர் சாதிக் கூட்டத்தின் தலைமையில் இருப்பவை. உத்தரப்பிரதேசத்தில் பார்ப்பனர்களும் சத்திரிய, காயஸ்தர் என்ற பிரிவில் அடங்கும் உயர் சாதியினரும்

கணிசமான அளவில் உள்ளதால் சமாஜ்வாடி கட்சியும் மாயாவதியின் கட்சியும் வாக்கு வங்கிகளைக் கருத்தில் கொண்டு உச்ச நீதிமன்றத் தீர்ப்பை ஆதரித்துள்ளன. இந்த விஷயத்தில் அவையாவும் காங்கிரஸ் வகுத்த பாதையில்தான் செல்கின்றன. பிஹாரில் மட்டுமே நிதிஷ் குமாரின் தலைமையிலுள்ள கூட்டணி அத்தீர்ப்பை எதிர்க்கிறது. அந்தக் கூட்டணியில் இடம்பெற்றுள்ளதும், நிதிஷ் குமாரின் அமைச்சரவையில் சேராமல், அதற்கு வெளியே இருந்து சில நிபந்தனைகளுடன் அதை ஆதரிப்பதுமான முக்கிய இடதுசாரி சக்தியான சிபிஐ (எம்-எல்) உச்ச நீதிமன்றத் தீர்ப்பை எதிர்க்கும் சரியான நிலைப்பாட்டை எடுத்துள்ளது வரவேற்கத் தக்கது.

'உயர் சாதியினரிலுள்ள ஏழைகளுக்கான' இடஒதுக்கீடு தொடர்பாக சிபிஎம், சிபிஐ ஆகியவை மேற்கொண்டுள்ள நிலைப்பாட்டை முற்றிலும் மறுதலிக்கும் வகையில் சன்னி ஜோஸ் (Sunny Jose), பீமேஷ்வர் ரெட்டி (Bheemeshwar Reddy) ஆகிய இரு ஆராய்ச்சியாளர்கள் எழுதிய, மறுக்க முடியாத புள்ளிவிவரங்களுடன் கூடிய கட்டுரை - 'உயர் சாதி ஏழைகள்' ஏற்கெனவே உயர் கல்வி நிறுவனங்களில் கணிசமான இடங்களைப் பெற்றுள்ளதைக் கூறும் EWS are well represented in higher education என்ற கட்டுரை - The Hindu ஆங்கில நாளேட்டில் 30.11.2022இல் வெளிவந்துள்ளதையும் இங்கு குறிப்பிட வேண்டும்.

பொருளாதாரரீதியான நிவாரணம் என்பதை இந்துக்களில் உள்ள உயர் சாதியினர் உள்ளிட்ட இந்திய மக்கள் அனைவருக்கும் வழங்கப் படுவதை அம்பேத்கரியர்களும் பெரியாரியர்களும் மேற்சொன்ன இரு கம்யூனிஸ்ட் கட்சிகளைச் சேராத மார்க்ஸியர்களும் எதிர்ப்பதில்லை. இலவச அரிசி, இலவசப் பேருந்துப் பயணம் போன்றவை அனைத்து மக்களுக்கும் கிடைப்பதை அவர்கள் ஆதரிக்கிறார்கள். இட ஒதுக்கீட்டினால் பயன் பெறும் உயர்சாதிகளைச் சேர்ந்த 'நலிந்த பிரிவினரின்' எண்ணிக்கையைவிட இலவசங்களால் பயன்பெறும் இதே வகை 'நலிந்த பிரிவினரின்' எண்ணிக்கை பன் மடங்கு அதிகம். இந்த 'நலிந்த பிரிவினரில்' மிகப் பெரும்பான்மையினர் அரசாங்கப் பணிகளுக்கோ, உயர் கல்விக்கோ தேவையான கல்வித் தகுதியைப் பெற்றவர்கள். ஆனால், எஸ்.சி., எஸ்.டி. இதர பிற்பட்ட சாதியினரைச் சேர்ந்த கோடிக்கணக்கான மக்களுக்கு பத்தாம் வகுப்பு வரையிலான படிப்புகூட இல்லை.

தலித்துகள், பழங்குடியினர் மீதான வன்முறைகளைக் கண்டனம் செய்வதுடன் அவர்களுக்கு ஆதரவான போராட்டங்களை நடத்தும்

சிபிஎம், சிபிஐ தோழர்கள், இடஒதுக்கீடு தொடர்பான உச்ச நீதிமன்றத் தீர்ப்பும் இந்த வன்கொடுமைகளிலொன்றுதான் என்பதைக் கருத்தில் கொள்ளவில்லை.

அண்மையில் சிபிஎம் கட்சியைச் சேர்ந்த ஒரு தலித் தோழரின் மகனின் திருமண அழைப்பைப் பார்த்தேன். நல்ல நேரம் பார்த்து, நட்சத்திரம் பார்த்து, 'மங்களகரமான வேளை'யில் நடைபெறவிருக்கும் அந்தத் திருமணத்திற்கு வாழ்த்துத் தெரிவிக்க சிபிஎம் கட்சி தோழர்கள், இலக்கியப் படைப்பாளிகள் உள்ளிட்ட டஜன் கணக்கான மனிதர்களை அழைத்திருக்கிறார் அவர். அண்ணல் அம்பேத்கரைப் பற்றியும் தந்தை பெரியாரைப் பற்றியும் புகழ்ந்து கொண்டிருப்பவர்தான் இந்தத் தோழர். அவர் மிக நல்ல மனிதர். ஆனால், இந்து சனாதன தர்மத்திலிருந்தும் வருணமைப்பிலிருந்தும் ஒதுக்கப்பட்டு வைக்கப்பட்டுள்ள தலித்தான இவர் ஏன் தன் சமூகத்தினரை இழிவாகக் கருதும் சடங்கு சம்பிரதாயங்களை ஏற்றுக்கொள்கிறார் என்றால் அது அவரது கட்சித் தலைமையிலுள்ள கோளாறுதான். இறை நம்பிக்கை வேறு, மூட நம்பிக்கை வேறு என்பதை அவரது கட்சி அவருக்குக் கற்றுத் தந்திருக்க வேண்டும். தலித்துகள் உள்ளிட்ட பார்ப்பனரல்லாத சாதிகள் மிக அண்மைக்காலம் வரை தங்களுக்கே உரித்த சடங்குகளை, வழிபாட்டு முறைகளைப் பின்பற்றி வந்திருக்கிறார்கள். இவற்றை நன்கு ஆராய்ந்து பார்தோமேயானால், அவை அவர்களின் அன்றாட, இயல்பான வாழ்க்கை முறைகளுடன், உழைப்பு முறையுடன் தொடர்புடையனவாக இருக்கின்றன என்பது தெரியும். ஆனால், அவர்களும்கூட அண்மைக் காலமாக பார்ப்பனப் புரோகிதர்களைக் கொண்டு சடங்கு சம்பிரதாயங்களை செய்வது பெருமைக்குரியதாகக் கருதத் தொடங்கிவிட்டனர். இந்தத் திருமண சடங்கு சம்பிரதாயங்கள் உழைக்கும் மக்களான தலித்துகள், பழங்குடி மக்கள், இதர பிற்பட்ட சமூகத்தினர் ஆகியோரை என்றென்றும் பார்ப்பனருக்கு அடிமைகளாக வைத்திருக்கும் ஏற்பாடு என்பதை பெரியார் பட்டறையில் பயின்றதாகச் சொல்லிக் கொள்பவர்கள் மட்டுமல்லாது இடதுசாரிகளும் எடுத்துச் சொல்லத் தவறிவிட்டனர். இத்தகைய இரட்டை நிலைப்பாடு, சிபிஐ, சிபிஎம் கட்சிகளின் உறுப்பினர்கள், ஆதரவாளர்கள் பலரிடமும் உள்ளது. அது சிபிஐ எம்-எல் ஆதரவாளர்களாக உள்ள சில அறிவுஜீவிகளிடமும்கூட இந்த நோய் தொற்றியுள்ளதை நாம் பார்க்கிறோம். சங் பரிவாரத்தின் இருப்புக்கும் அதன் வளர்ச்சிக்கும் உரமாக இருப்பதே இந்த நிலைப்பாடு.

அதுமட்டுமல்லாது, பார்ப்பன சனாதன தர்மத்துக்குள்ளும் பார்ப்பன வழிபாட்டு முறைகளுக்கும் புறம்பாக இருந்து வந்த சிறு

தெய்வங்களும்கூட இன்று சங் பரிவாரத்தால் மிக வேகமாக தன்வயமாக்கிக் கொள்ளப்படுகின்றன என்பதையும் நாம் கருத்தில் கொள்ள வேண்டும்.

பின்குறிப்பு: மேற்சொன்ன நீதிமன்றத் தீர்ப்பிலுள்ள சில ஆத்திரமூட்டும் பகுதிகள், இடதுசாரிக் கட்சி தலைவர்கள், அர்ப்பணிப்பு மிக்க கட்சி உறுப்பினர்கள் ஆகியோரின் மனதைப் புண்படுத்தும் தடிப்பான வார்த்தைகளை 'மின்னம்பல'த்தில் வெளிவந்த கட்டுரையில் பயன்படுத்தும்படி செய்துவிட்டன. அதற்கு வருத்தம் தெரிவிக்கும் வகையில் அந்தத் தடிப்பான சொற்களையும் வேறு சில வாக்கியங்களையும் நீக்கியுள்ள அதேவேளை சில புதிய கருத்துகளைச் சேர்ந்தும், அக்கட்டுரையிலிருந்த வாதங்களை எவ்வகையிலும் மாற்றிக் கொள்ளாமலும் திருத்தம் செய்யப்பட்ட வடிவத்தில் இங்கு சேர்க்கப்பட்டுள்ளது.

மின்னம்பலம்
22, நவம்பர் - 2022

டிசம்பர் 6-இன் பேசுபொருள்

மேற்கிந்தியத் தீவுகளொன்றில் இந்திய வம்சாவழியில் பிறந்தவரும், 2001இல் இலக்கியத்துக்கான நோபல் பரிசு பெற்றவருமான வி.எஸ். நைப்பால், 1960களில் இந்தியாவின் வட கோடியிலிருந்து தென்கோடி வரை (ஜம்மு காஷ்மிர் உள்ளிட்ட) பயணம் செய்து, அங்குள்ள வாழ்க்கை நிலைமைகள், கட்டடச் சிறப்புமிக்க கோவில்கள், இந்தியாவின் வளர்ச்சிக்குப் பெருந்தடையாக உள்ள சாதி அமைப்பு, ஆன்மிகவாதிகள் எனக் காட்டிக் கொள்ளும் துறவிகளின் போலித்தனம், வறுமை முதலியன பற்றி 'இருள் சூழ்ந்த பகுதி' (An Area of Darkness) என்ற பெயரில் பயணக் கட்டுரைகளை 1964இல் வெளியிட்டார். அன்றைய ஒன்றிய அரசால் அது தடை செய்யப்பட்டது.

ஆனால், 1990களிலேயே வலதுசாரிக் கொள்கை கொண்டவராக மாறிவிட்ட நைப்பால், 2004 பிப்ரவரியில் டெல்லியிலுள்ள பாஜக தலைமை அலுவலகத்தில் செய்தியாளர்களைச் சந்திக்கையில் பாபர் மசூதி இடிப்பு, இந்திய மக்களில் பெரும்பான்மையினராக உள்ளவர்களின் வேட்கை, அது இனி ஆக்கபூர்மான நடவடிக்கைகளின் தொடக்கமாக இருக்கும் என்று கூறினார். அந்த ஆக்கபூர்வமான விளைவுகளை இன்று பார்த்துக் கொண்டிருக்கிறோம்.

இந்துத்துவத்திற்கான மூலவேர்கள் இந்தியாவில் நீண்டகாலமாகவே இருந்து வந்துள்ளன. காங்கிரஸ் கட்சிக்குள் சுதந்திரத்துக்கு முன்பும் பின்பும் வலதுசாரிப் பெரும்பான்மைவாத ஆதரவாளர்கள் கணிசமாக இருந்துள்ளனர். காந்தி சில இந்துப் பண்பாட்டுக் கூறுகளையும் வருண-சாதி அமைப்பையும் நியாயப்படுத்தும் வகையிலும், தனது குறிக்கோள் இந்தியாவில் 'ராமராஜ்யத்தை' உருவாக்குவதாகாதுதான் என்று சில சமயம் கூறிவந்தது, காங்கிரஸில் இந்துப் பெரும்பான்மைவாதம் கொண்டிருந்தவர்களுக்கு ஊக்கமளிப்பதாக இருந்தது. எனினும் அவரால் தான் அந்தப் பெரும்பான்மைவாதத்தைக் கட்டுக்குள் வைக்கவும் முடிந்தது. பாகிஸ்தான் பிரிவினைக்குப் பிறகும் இந்தியக் குடிமக்களாகவே விரும்பிய முஸ்லிம்களை வன்முறையிலிருந்து காப்பாற்ற அவர் முனைந்தது காங்கிரஸுக்கு வெளியே இருந்த பெரும்பான்மைவாதச் சக்திகளைச் சேர்ந்த கோட்செவின் குண்டுகளுக்குப் பலியாக வைத்தன. பாகிஸ்தான் பிரிவினையை ஏற்றுக்கொள்ள அவரை இசைய

வைத்த ராஜாஜியும் இந்தியாவில் முஸ்லிம்களுடன் எவ்வகையிலும் அதிகாரப் பகிர்வு செய்துகொள்வதை விரும்பாத பெரும் இந்துத் தொழிலதிபர்கள், வணிகர்கள் ஆகியோரும் பிரிவினை பற்றிய பாஜகவின் சொல்லாடல்களில் இடம்பெறுவதில்லை.

சுதந்திரத்துக்குப் பிறகும் காங்கிரஸில் வலதுசாரிப் பெரும்பான்மை வாதிகள் கணிசமான செல்வாக்குச் செலுத்தி வந்தனர். அவர்களைக் கட்டுப்படுத்தி வைப்பதில் நேருகூட சிலசமயம் தோற்றுப் போனார். பாபர் மசூதி இருந்த இடத்தில் இரவோடு இரவாக ராமர் சிலை யொன்று வைக்கப்பட்டபோது உ.பி.முதலமைச்சராக இருந்தவர் காங்கிரஸைச் சேர்ந்த கோவிந்த வல்லப பந்த்.

நேருவின் மறைவுக்குப் பிறகு, லால் பகதூர் சாஸ்திரி பிரதமராகிய போது ஒரு சுதந்திர நாள் அணிவகுப்பில் ஆர்.எஸ்.எஸ். தொண்டர்களும் கலந்துகொள்ள அனுமதிக்கப்பட்டனர். குஜராத்திலும் பிகாரிலும் ஊழலுக்கு எதிராக ஜெயப்பிரகாஷ் நாராயண் தொடங்கிய இயக்கத்தில் சேர்ந்து கொண்ட ஆர்.எஸ்.எஸ். அமைப்பு, வெகுமக்கள் அரசியலில் தீவிரப் பங்கேற்புக்கான பயிற்சியைப் பெற்றது. இந்திரா காந்தி பிறப்பித்த அவசரநிலை இந்திய ஜனநாயக அமைப்புக்கான முதல் சாவு மணியை அடித்தது. அப்போது அவரது மகன் சஞ்சய் காந்தி டெல்லியில் முஸ்லிம் மக்களுக்கு எதிராகச் செய்த அட்டூழியங்ளை மறந்துவிடக்கூடாது. 1977இல் ஏற்பட்ட ஜனதா தள அரசாங்கத்தில் பங்கேற்ற பாரதிய ஜன் சங் (பாஜகவின் முன்னோடி), தன் கொள்கைகளை எவ்விதத்திலும் விட்டுக்கொடுக்கவில்லை என்பதை, அக்கட்சியில் கண்மூடித்தனமான காங்கிரஸ் எதிர்ப்பு கொண்டிருந்த சமயச்சார்பற்ற சக்திகள் அலட்சியப்படுத்தின. அந்த ஆட்சி கவிழ்ந்தவுடன் மீண்டும் பிரதமர் பதவிக்கு வந்த இந்திரா காந்தியும் முஸ்லிம்களை அச்சுறுத்தும் எண்ணற்ற மேடைப் பேச்சுகளைப் பேசிவந்தார். அகாலி தளத்தை உடைப்பதற்காக அவரால் உருவாக்கப்பட்ட பிந்தரன்வாலே அவருக்கு எதிரான பெரும் சக்தியாகத் திரண்டு கடைசியில் சீக்கியர்களின் புனிதத் தலமான பொற்கோவிலுக்குள் இந்திய இராணுவம் புகுந்து அதற்கு இழுக்கேற்படுத்தும் வரை வளர்ந்தது. அதன் விளைவாக இந்திரா காந்தி அவரது மெய்க்காப்பாளர்களான இரு சீக்கியப் படைவீரர்களால் சுட்டுக் கொல்லப்பட்டதன் விளைவாக டெல்லி உள்ளிட்ட இந்தியாவின் பல பகுதிகளில் நடந்த வன்முறைத் தாக்குதல் ஆயிரக்கணக்கான அப்பாவி சீக்கியர்களின் உயிர்களையும் உடைமைகளையும் பலி கொண்டது. அந்த வன்முறையைத் திட்டமிட்டு நடத்தியவர்களில் சில முக்கியக் காங்கிரஸ் தலைவர்களும் இருந்தனர். அதுமட்டுமல்ல,

அதுவரை இந்துக்களை சகோதரர்களாகக் கருதி வந்த சீக்கியர்களுக்கு இந்து மக்களில் மிகச் சாமானியர்கள்கூட துரிதமாக வகுப்புவாத உணர்ச்சி கொண்டவர்களாகின்றனர் என்பது பெரும் அதிர்ச்சியைத் தந்தது. அந்த வன்முறையை பிரதமர் பொறுப்பை ஏற்றுக்கொண்ட ராஜிவ் காந்தியைப் போலவே ஆர்.எஸ்.எஸ். தலைவரும் நியாயப்படுத்தினார்.

முஸ்லிம்களின் வாக்குகளைப் பெறுவதற்காக காங்கிரஸ் அந்த மதத்தைச் சேர்ந்த பழைமைவாதச் சக்திகளின் ஆதரவை நாடி வந்தது. சாமானிய முஸ்லிம் மக்களின் கல்வித் தரம், வாழ்வாதாரங்கள் ஆகியவற்றை மேம்படுத்த அதனிடம் ஒரு திட்டமும் இருக்கவில்லை. ஷா பானு விவகாரத்தில், முஸ்லிம்களின் வாக்குகளைப் பெறுவதற்காக சட்டத் திருத்தமொன்றைக் கொண்டு வந்த ராஜிவ் காந்தியின் ஆட்சிக் காலத்தில்தான் பாபர் மசூதி இருந்த இடத்தில் ராமர் கோவில் கட்டுவதற்கான செங்கல் பூஜைக்கு அனுமதி தரப்பட்டது. எல்லா வற்றுக்கும் மேலாக, பாபர் மசூதி இடிப்பதைத் தவிர்ப்பதாக அன்றைய உ.பி. முதலமைச்சர் கல்யாண் சிங் தந்த போலி வாக்குறுதியை சாக்காகக் கொண்டு, அதைப் பாதுகாக்கத் தவறியதன் மூலம் இந்திய அரசியல் சட்டத்திற்கு விரோதமாக நடந்து கொண்டார் நரசிம்ம ராவ்.

பாஜகவின் பெரும்பான்மைவாதத்தை எதிர்கொள்வதற்காகக் காங்கிரஸும் அதேபோன்ற சொல்லாடல்களை அவ்வப்போது பயன்படுத்தி வந்தது. வி.பி.சிங்., மண்டல் குழுப் பரிந்துரைகளை நடைமுறைப்படுத்தியபோது, சுயநலத்தின் பொருட்டு அவரது ஆட்சியைக் கவிழ்க்க பாஜவுக்கு மறைமுகமாகத் துணைபுரிந்தது. அதுதான் இந்திய வரலாற்றில் பெரும்பான்மைவாதம் முழு வெற்றி யடைவதற்கான தொடக்கம். மண்டலுக்கு எதிராகக் கமண்டலத்தை எடுத்துக்கொண்டவர்களைத் துணிச்சலுடன் எதிர்கொண்ட ஒரே அரசியல் தலைவர் லாலு பிரசாத் யாதவ். இட ஒதுக்கீட்டு விஷயத்தில் அன்றிலிருந்து இன்றுவரை சரியான நிலைப்பாடு எடுக்காமல் தட்டுத் தடுமாறிக் கொண்டிருந்தனர் நாடாளுமன்ற இடதுசாரிகள். இவையனைத்தும் சேர்ந்து சாதி அடிப்படையிலான சமூக நீதி என்பதை அறவே ஒழித்து உயர் சாதியினரை மட்டுமின்றி இடைநிலை சாதியினர், தலித்துகள், பழங்குடி மக்கள் ஆகியோரில் பெரும்பான்மையினரையும் மத அடையாளத்துக்குள் கொண்டு வந்த பாஜக, நவதாராளவாதப் பொருளாதாரத்தையும் இணைத்துக் கொண்டுள்ளது. இந்திய அரசியல் சட்டத்தின் வழிகாட்டு நெறிகளில் (directive principles) மக்களிடையே அறிவியல் மனப்பான்மையை வளர்த்தல் என்பதை காங்கிரஸ் அரசாங்கம் ஒருபோதும் செய்யவில்லை. இடதுசாரிகள் அல்லாத சில

கட்சிகள் சுயநலத்தின் பொருட்டு பாஜவுடன் கூட்டுச் சேரவும் தயங்கவில்லை.

பாஜகவின் வளர்ச்சிக்கு பாபர் மசூதி இடிப்பு மட்டுமே ஒரே காரணம் என்று சொல்ல முடியாது. மசூதி இல்லாவிட்டால் பசுப் பாதுகாப்பு. இதைப் பெரும் பிரச்சினையாக்கிய பாஜகவின் முன்னோடியான ஜன் சங், பல்லாயிரக்கணக்கானவர்களைத் திரட்டி டெல்லி நகரை முடக்கச் செய்தது. அதுமட்டுமல்ல. போஃபர்ஸ் ஊழல், ஆதாரமற்ற 2 ஜி ஊழல் குற்றச்சாட்டு போன்றவையும் பாஜகவின் வளர்ச்சிக்குப் பெரிதும் உதவின. 2014இல் பாஜக ஆட்சிக்கு வந்த பிறகு வேர்க்கால் மட்டங்களில் அது பெற்றுவரும் செல்வாக்கு கிட்டத்தட்ட எல்லாக் கட்சிகளையும் வீர்யமற்றதாக்கியுள்ளது. வாஜ்பாயி ஆட்சி தோற்கடிக்கப்பட்டதற்குக் காரணம், அதன் பொருளாதாரக் கொள்கைகளால் மக்கள் பாதிக்கப்பட்டதுதான். அதைவிடப் பன்மடங்கு பொருளாதார இன்னல்களுக்கு உள்ளாகிவரும் அதே மக்களில் பெரும்பான்மையினர்தான் தொடர்ந்து பாஜகவின் வாக்கு வங்கியாக உள்ளது பேரவலம், அந்த அளவுக்கு ஒரு கருத்துநிலை, பொருளாதார நிலையைவிட வலுவானதாகியுள்ளது. சமத்துவம், சகோதரத்துவம், தன்னுரிமை ஆகியவற்றை நிலைநாட்ட வாழ்நாள் முழுவதையும் அர்ப்பணித்த அம்பேத்கரை நினைவுகூர்வதைவிட, மசூதி இடிப்பையே முக்கியப் பேசுபொருளாக்கியுள்ளது டிசம்பர் 6.

இந்து தமிழ் திசை
6, டிசம்பர் - 2022

இளையராஜா, வேக்னர், லெனின்

'மா இசை போற்றுதும் மா இசை போற்றுதும்: இசைஞானி இளையராஜா' என்ற தலைப்பில் நான் எழுதிய கட்டுரை 'உயிர் எழுத்து' ஆகஸ்ட் 2022 இதழில் வெளியாயிற்று. 2022இல் வெளியான கட்டுரைகளில் மிக அதிமானோரால் படிக்கப்பட்ட, விவாதிக்கப்பட்ட கட்டுரை என்று 'இந்து தமிழ் திசை' (25.9.2022) கூறிற்று.

என் கட்டுரையை விரும்பிப் படித்து, எனக்கும்கூட இசை பற்றிய அறிவு ஓரளவு உள்ளதாகக் கூறிய வாசகர்களிலும் நண்பர்களிலும் சிலர்கூட, இளையராஜா சங் பரிவார அரசியலின் பக்கம் சாய்ந்துவிட்ட அந்தச் சமயத்தில் இந்தக் கட்டுரையை நான் எழுதியிருக்கக்கூடாது என்று கருதினர். மறுபுறம், என் மீது தனிப்பட்ட முறையில் காழ்ப்புக் கொண்டிருக்கும் சிலர், நான் எனது இடதுசாரி, பாசிச எதிர்ப்பு அரசியலிலிருந்து தடம் புரண்டுவிட்டதாகத் தங்கள் சமூக வலைத்தளங்களில் எழுதினர். ஒருவர் என்னை 'சங்கி' என்று வர்ணிக்குமளவுக்குச் சென்று 2022ஆம் ஆண்டில் மிகச் சிறந்த 'ஜோக்'கை உருவாக்கும் பேறு பெற்றார்!

அப்படியானால் எந்த சமயத்தில் நான் அதை எழுதியிருக்க முடியும்? இளையராஜா மோடி நூலுக்கு முன்னுரை எழுதிக் கொடுப்பதற்கு முன்பா? அல்லது அவர் இறந்த பிறகா? அந்த இரு தருணங்கள் ஏதோவொன்றில் நான் அக்கட்டுரையை எழுதியிருந்தாலும், அப்போதும் சில விமர்சனங்கள் வந்திருக்கும். ஏனெனில் இளைய ராஜாவிடம் இந்துத்துவக் கூறுகள் நீண்டகாலமாகவே இருந்துவந்துள்ளன. தனது தலித் அடையாளத்தை காட்டிக்கொள்வதை எப்போதும் வெறுத்து வந்தவர் அவர். காலஞ்சென்ற 'மக்கள் கலைஞர்' கே.ஏ.குணசேகரன், தன்னைப் போன்ற ஒரு தலித்தாகப் பிறந்த இளையராஜாவின் இசை மேதைமையை, அவரது இசையின் நாட்டார் மூலவேர்களைப் பற்றிய தொடர் கட்டுரை எழுதியபோது அவர் மீதும், அதை வெளியிட்ட 'தலித் முரசு' ஆசிரியர் புனிதபாண்டியன் மீதும் நீதிமன்றத்தில் வழக்குத் தொடர்ந்தவர்தான் இளையராஜா, ஏழை எளியவர்களுக்கு உதவி செய்வதற்குப் பதிலாக ஸ்ரீரங்கம் கோவிலைப் புனரமைப்பு செய்ய 25-30 ஆண்டுகளுக்கு முன்னரே நன்கொடையாகத் தந்தவர். அவர் போகாத இந்துக் கோவில்கள் ஏதுமிருக்கவில்லை; இந்து மூடநம்பிக்கைகளை ஏற்றுக்கொண்ட அவர், ஏசுவைக் கிண்டல்

செய்திருக்கிறார். தியாகராஜ ஆராதனை பஞ்சகீர்த்தனையில் பங்கேற்க அவர் ஏன் அனுமதிக்கப்படவில்லை என்று சிலர் அவரிடம் கேட்பதற்குப் பதிலாக என்னிடம் கேட்கிறார்கள். அவர் அங்கு சென்றாரா, அனுமதிக்கப்படவில்லையா என்பதெல்லாம் எனக்குத் தெரியாது. 1935-43ஆம் ஆண்டுகளில் நடந்த தமிழ் இசை இயக்கத்தில் முக்கியப் பங்கேற்றவரும் அண்ணாமலைப் பல்கலைக்கழகத்தில் இசைத்துறைப் பேராசிரியராகவும், திரைப்படமொன்றில் நடித்தவராகவும், கருநாடக இசையில் மிகச் சிறந்த வாய்ப்பாட்டுக்காரருமாக இருந்த தண்டபாணி தேசிகருக்கு (அவர்தான் பாவேந்தர் பாரதிதாசனின் 'துன்பம் நேர்கையில்' என்ற பாடலுக்கு இரண்டாண்டுகள் ஆராய்ச்சி செய்து இந்துஸ்தானி இசை இராகமான 'தேஷ்' என்பதை அப்பாடலுக்குப் பொருத்தமான வர்ண மெட்டாக அமைத்தவர்) அப்படிப்பட்ட அவமானம் நேர்ந்தது. அதற்காக அவர் வெட்கப்பட்டது மட்டுமின்றி பார்ப்பன மனப் பான்மையைக் கண்டனமும் செய்திருக்கிறார். அத்தகைய அவமானம் இளையராஜாவுக்கு நேர்ந்ததா இல்லையா என்பது எனக்குத் தெரியாது. அப்படி நேர்ந்திருந்தால், அதற்காக அவர் வெட்கப்படவில்லை என்றால், அவருக்கு சுயமரியாதை உணர்வு இல்லாமல் போய்விட்டது என்றால், அதற்காக நாம் ஏன் அவர் சார்பில் வெட்கப்பட வேண்டும்? அவருக்கு சுயமரியாதை, மான உணர்வு இல்லை என்று கூறுபவர்கள், ஏராளமான பார்ப்பன கர்நாடக இசைக் கலைஞர்கள் (பிரம்மனின் தலையில் பிறந்தவர்கள்) இளையராஜாவின் (பிரம்மனின் காலடிக்கு கீழேயும்கூட இல்லாத ஒரு 'பஞ்சமர்') காலைத் தொட்டு வணங்கியுமிருக்கிறார்கள் என்பதை ஏன் சொல்வதில்லை. ஐயப்பன் மீது ஆயிரம் பாட்டுகள், குருவாயூர் கிருஷ்ணன் மீது ஆயிரம் பாட்டுகள் பாடியுள்ள ஜேசுதாசை அந்தக் கோவில்களுக்குள் அனுமதிப்பதில்லை. ஆனால் அதற்காக அவர் வெட்கப்படவா செய்திருக்கிறார்? இளையராஜா மேற்கத்திய இசையமைப்புகளிலொன்றான 'ஒரடோரியோ' இசைப்படைப்பை 2005இல் வெளியிட்ட போது, தமிழகம் முழுவதும் அவரைக் கொண்டாடியது. சைவ 'திருவாசகத்'திற்குத்தானே அந்த 'ஒரடோரியோ' வடிவத்தில் இசையமைத்திருக்கிறார் என்று எந்த முற்போக்குவாதியும் அப்போது கேள்வியெழுப்பவில்லை. எல்லா வற்றையும்விட முக்கியமான விஷயம், இளையராஜா இசைஞானி என்ற உயரத்துக்குச் சென்றதற்கு அவரது சொந்த உழைப்பும் ஞானமும்தான் காரணமேயன்றி எந்தப் பார்ப்பனரின் உதவியும் அல்ல. அவர் இந்த உயரத்துக்கு வந்ததால்தான் அவரைப் பார்ப்பன சங்கப் பரிவாரம் தன்வயமாக்கிக் கொள்ள விரும்புகிறது. அவர் இந்த மேதைமையை அடைய "உன் பங்கு கடுகளவாவது இருக்கிறதா"

என்ற கேள்வியை சங் பரிவாரத்திடம் ஏன் எவரும் எழுப்புவதில்லை? அண்மையில் அவர் வாரணாசிக்குச் சென்று காசித் தமிழ்ச் சங்க நிகழ்ச்சிகளில் கலந்துகொண்டதும், சில நிகழ்ச்சிகளில் மோடியுடன் பங்கேற்றதும், பல மூடக் கருத்துகளைக் கூறியதும் என் மீது தாக்குதல் தொடுப்பவர்களுக்கு சௌகரியம் செய்து கொடுத்துவிட்டன. என் கட்டுரை வெளியான சமயத்தில் அவர் மோடியின் நூலுக்கு முன்னுரை எழுத நேர்ந்ததும், மாநிலங்கள் அவை உறுப்பினராக்கப்பட்டதும் (இவற்றுக்கு அவருக்கு ஏதோவொரு வகையில் வந்த நிர்பந்தங்களும்கூட ஒரு முக்கிய காரணம் என்பதைப் பலரும் அறிவர்) மட்டுமே எனக்கும் தெரிந்திருந்த செய்திகள். ஆனால் அதற்கு மூன்று மாதங்களுக்குப் பிறகு வாரணாசியில் அவர் பேசியவற்றை என்னால் முன்கூட்டியே ஆரூடம் சொல்லியிருக்க முடிந்திருக்கும் என்று என்னை விமர்சிப்பவர்களும் தங்கள் காழ்ப்புணர்வை வெளிப்படுத்திக் கொள்பவர்களும் கருதுகிறார்கள் போலும்!

இளையராஜா, ஜேசுதாஸ் போன்ற இசைமேதைகள் பலரிடம் பல்வேறு முரண்பாடுகள் உள்ளன. அவற்றைப் பொருட்படுத்தாமல் தான், அவற்றை மறந்துவிட்டுத்தான் நாம் அவர்களின் இசையை இரசித்து வந்திருக்கிறோம். இளையராஜாவால் மிகவும் போற்றப்படும் ஷெனாய் இசைக் கலைஞர் பிஸ்மில்லா கா´, காசி விஸ்வநாதர் கோவிலில்தானே அந்த இசைக்கருவியை வாசிக்கக் கற்றுக் கொண்டார்? அதன் பிறகும் அவர் எத்தனையோ இந்துக் கோவில் நிகழ்ச்சிகளில் கலந்து கொண்டிருக்கிறார். அதனால் அவரை முஸ்லிம்கள் வெறுத்தனரா? அவரது உடல் அரசு மரியாதையுடன் புதைக்கப்பட்டது. அவர் ஒவ்வோராண்டும் 'மொஹரம்' பண்டிகையின்போது ஷெனாய் வாசித்து வந்தது ஒரு தர்காவில்தானே? அவருக்கு இறுதி மரியாதை செலுத்த வந்தவர்களில் ஒரு பாஜக ஆள்கூட இருக்கவில்லையே. ஆனால் வாரணாசியில் இருக்கும்போது 'இந்து தமிழ் திசை'க்காகக் கொடுத்த நேர்காணலில் இளையராஜா பிஸ்மில்லா கானை அப்படிப் புகழ்ந்து பேசியிருக்கிறாரே! பார்ப்பன சனாதன தர்மத்துக்குட்பட்ட காசி விஸ்வநாதர் கோவிலுக்குச் சென்ற அவர், பார்ப்பனர்களால் ஒருபோதும் ஏற்றுக்கொள்ளப்படாத சித்தர்கள் சமாதியொன்றுக்கும் சென்றிருந்தபோது, அங்கு தன் உடலில் மின்சாரம் பாய்ந்தது போன்ற உணர்ச்சியைத் தந்தது என்று கூறியிருக்கிறாரே! மேலும், தமிழில் முதல் சிம்பொனியை எழுதிக் கொண்டிருப்பதாகவும் அதைத் தமிழ்நாட்டு இசைக் கலைஞர்களைக் கொண்ட ஆர்க்கெஸ்ட்ரா மூலமே நிகழ்த்தப் போவதாகவும் சொல்லி இருக்கிறாரே! அப்படியானால் இந்தியாவில் உருவாக்கப்பட்ட முதல் சிம்பொனி அதுவாகத்தான் இருக்கும்.

(இந்து தமிழ் திசை, 30 நவம்பர் 2022.) இவற்றையெல்லாம் கூறுவது இளையராஜா என்ற தனிமனிதரின் (இசைஞானி அல்ல) மத, அரசியல் செயல்பாடுகளை நியாயப்படுத்துவதற்காக அல்ல. அந்தத் தனிமனிதரிடம் உள்ள முரண்பாடுகள் சிலவற்றை நினைவுபடுத்துவதற்குத்தான்.

என் கட்டுரை, உண்மையில் ஏறத்தாழ மூன்றாண்டுகளுக்கு முன் கனடாவிலிருந்து வெளிவந்து கொண்டிருக்கும் 'காலம்' ஏட்டிற்காக எழுதப்பட்டது. அது அங்கு வெளியிடப்பட்டதா இல்லையா என்ற தகவலைக்கூட அந்த இதழுடன் சம்பந்தப்பட்டவர்கள் எனக்குத் தெரிவிக்கவில்லை. எனவே எனக்கு மிக முக்கியமானதாகப்பட்ட அக்கட்டுரையை 'உயிர் எழுத்து'வுக்கு அனுப்பி வைத்தேன். அச்சமயத்தில் இளையராஜாவின் அரசியல் பற்றிய விவாதங்களும் விமர்சனங்களும் வந்து கொண்டிருந்ததைக் கருத்தில் கொண்டு, நான் மூன்றாண்டுகளுக்கும் முன் எழுதிய கட்டுரையில் இரு வாக்கியங்களைப் புதிதாகச் சேர்த்தேன். அதன் முதல் வரியை மீண்டும் பார்ப்போம்; "இக்கட்டுரை முற்றிலும் என் இசையனுபவம் சார்ந்தது மட்டுமே". அக்கட்டுரை முழுக்க இளையராஜாவின் 'இசைஞானி' பகுதியை மட்டுமே உள்ளடக்கியதே தவிர, அவரது அரசியலைப் பற்றி அல்ல. எனினும், அவரது அரசியலைப் பற்றியும் நான் எழுதியிருக்க வேண்டும் என்ற கட்டளையிடுகின்றனர் சிலர், எதை எழுதுவது என்பது என் கருத்துரிமை சார்ந்த விஷயம். ஆனால், கருத்துரிமை பற்றி வாய்கிழிய, செவி கிழியப் பேசுகிறவர்கள்தான் நான் எந்தக் கருத்தைச் சொல்ல வேண்டும், எப்போது சொல்ல வேண்டும், எதைச் சொல்லக்கூடாது என்று நிபந்தனை விதிக்கிறார்கள்! நான் அவரது அரசியலை நியாயப் படுத்தி எழுதியிருந்தால், அவை எனது அரசியல் கண்ணோட்டத்திற்கு முற்றிலும் விரோதமானவையாக இருந்திருக்கும். அப்போது இந்த விமர்சனங்களும் தாக்குதல்களும் நியாயமானவையாக அமைந்திருந் திருக்கும் என்பதை ஏற்றுக் கொள்வதில் எனக்குத் தயக்கம் இல்லை.

அக்கட்டுரையில் நான் சேர்த்திருந்த இரண்டாவது வாக்கியம்: "அவருடைய அரசியல் என்றும், பலகீனங்கள் என்றும் இன்று விவாதிக்கப்படும் விஷயங்கள் அவரது இசை ஆளுமையில் கண்ணுக்குப் புலப்படாத விரிசலைக்கூட ஏற்படுத்தா". "அவரது இசை ஆளுமையில்" என்று நான் கூறியிருப்பது சிலரால் வேண்டுமென்றே "அவரது ஆளுமையில்" என்று திரித்துக் கூறப்பட்டது.

இங்குள்ள இடதுசாரிக் கட்சிகளின் (சிபிஐ, சிபிஎம் கட்சிகள்; இவை தவிர இந்தியாவில் வேறு பல இடதுசாரிக் கட்சிகளும் உள்ளன)

கருத்துகள், செயல்பாடுகள் சிலவற்றை நான் விமர்சிக்கும்போது, அவர்களுடன் அமைப்புரீதியாகவோ செயலளவிலோ எந்தத் தொடர்பும் இல்லாத சிலர், "சம்மன் இல்லாமல் ஆஜராகி', 'அருஞ் சொல்'லில் நான் எழுதக்கூடாது, ஏனெனில் சமஸ் ஒரு சங்கி என்று கூறுகின்றனர். சமஸின் பல கருத்துகள், அவர் விவாதம் செய்யும் முறைகளில் சில எனக்கு சிறிதும் உடன்பாடில்லை. ஆனால் அந்த ஏட்டிலும்கூட சங்கி அரசியலை விமர்சிக்கும் என் கட்டுரைகள் மட்டுமல்ல, ராமச்சந்திர குஹா, கௌதம் பாட்டியா, 'காரவான்' ஏட்டின் ஆசிரியர் வினோத் ஜோஸ் போன்றோரின் கட்டுரைகள் வெளியிடப்படுகின்றன. தன் உயிரைப் பணயம் வைத்து வினோத் ஜோ, மோடி அரசாங்கத்தின் ஊழல்களை அம்பலப்படுத்தி வருகிறவர். நான் 'அருஞ்சொல்'லில் எழுதக்கூடாது என்று கூறுபவர்கள், அப்பட்டமான ஆர்.எஸ்.எஸ். அனுதாபியான வைத்தியநாதனை ஆசிரியர் பொறுப்பில் வைத்திருக்கும் 'தினமணி'யில் இடதுசாரி மனப்பான்மையுள்ளவர்கள் எழுதுவதைப் பற்றி ஏன் வாய் திறப்பதில்லை?

அவர்களிலொருவர் என்னை 'சங்கி' என்று கூறுவது கண்டனத்துக் குரியது என்றாலும், கலை இலக்கிய விஷயத்தில் மார்க்ஸிய அணுகு முறையை நான் கடைப்பிடிக்காதது ஒரு பெரும் குறை என்று கூறுகிறார். கலை இலக்கியம் பற்றிய மார்க்ஸிய அணுகுமுறை என்பது என்ன? மார்க்ஸும் எங்கெல்ஸும் லெனினும் அப்படிப்பட்ட அணுகுமுறை ஒன்றை உருவாக்கியுள்ளனரா? மார்க்ஸ் 'அழகியல்' பற்றிய ஒரு நூலை எழுத விரும்பினார் என்பதை அறிகிறோம். ஆனால் அதை அவரால் செய்ய முடியவில்லை. மேற்சொன்ன மூவரும் இலக்கியப் படைப்புகள் சிலவற்றைப் பற்றிய தங்கள் கருத்துகளைக் கூறியிருக் கின்றனரேயன்றி முறைப்படுத்தப்பட்ட எந்தக் கோட்பாட்டையும் வகுக்கவில்லை. வீரசாகச, நகைச்சுவைக் கதைகளில் மிகுந்த விருப்பம் கொண்டிருந்த மார்க்ஸ் படித்து இரசித்த படைப்புகளில் முடியாட்சி முறையை ஆதரித்த வால்டர் ஸ்காட்டின் நாவல்களும் அடங்கும். ஆனால், ஸ்காட்டைப் போல முடியாட்சியை ஆதரித்த பால்ஸக், தன் உலகக் கண்ணோட்டத்தையும் தாண்டி எந்த ஒரு வரலாற்றறிஞருக்கும் சாத்தியப்படாத வகையில் பிரெஞ்சு வரலாற்றையும் சமுதாயத்தையும் யதார்த்தபூர்வமாகத் தன் நாவல்களில் சித்திரித்துள்ளதாகக் கருதிய மார்க்ஸ்,[1] தன் குழந்தைகளுக்கு ஷேக்ஸ்பியர், ஹோமர் போன்றவர்களின் மாபெரும் இலக்கியப் படைப்புகளுடன், ஈ.டி.ஏ. ஹாஃப்மன் எழுதிய மந்திர தந்திரக் கதைகள், 'ஆயிரத்தோரு இரவுகள்' போன்றவற்றையும் சொல்லித்தருவார்.[2] அவரது காலத்தில் மிகப் புகழ்பெற்ற பிரெஞ்சு

எழுத்தாளர் எமிலி ஜோலாவின் நாவல்கள் ஒன்றைக்கூட எங்கெல்ஸ் படித்ததில்லை. ஆனால், அவர் தனது நண்பரொருவர் அந்த எழுத்தாளர் பற்றிக் கூறியிருந்த எதிர்மறையான கருத்துகளை அப்படியே ஏற்றுக் கொண்டிருக்கிறார்.[3] இன்று மார்க்ஸிய அறிஞர்கள், இலக்கிய விமர்சகர்கள் பெரும்பாலோர் எமிலி ஜோலாவின் படைப்புகளைப் பற்றிய நேர் மறையான கருத்துகளைக் கொண்டுள்ளனர்.

மார்க்ஸ், மேற்கத்திய செவ்வியல் இசைப் படைப்புகள், இசை நாடகங்கள் ஆகியவற்றை மிகவும் விரும்பியவரும்கூட, அவரால் கடுமையாக விமர்சிக்கப்பட்ட இசைவாணர்களிலொருவர், அவரது சமகாலத்தியவரும் ஜெர்மானியருமான ரிச்சர்ட் வேக்னர் (Richard Wagner). வேக்னரின் யூத விரோதக் கருத்துகளைவிட, மார்க்ஸால் கடுமையாக விமர்சிக்கப்பட்டவை அவரது இசைப்படைப்புகள் தான் - குறிப்பாக இசைநாடகங்கள் (operas). அர்த்தமற்ற கட்டுக் கதைகளையும் கிரேக்க, ஸ்காண்டிநேவிய தொன்மங்களையும் வேக்னர் தன் இசைப்படைப்புகளில் புகுத்தியுள்ளதாகக் கருதிய மார்க்ஸ், எங்கெல்ஸுக்கு எழுதிய கடிதமொன்றில் வேக்னரின் படைப்புகளில் பண்டைக் காலம் பற்றிய பொய்யான விளக்கங்கள் ஆகிக்கம் செலுத்துவதாகக் குறிப்பிட்டிருந்தார்.[4]

வேக்னரிடம் ஒன்றுக்கொன்று முரண்பாடான கருத்துகள் இருந்தன. யூத விரோதக் கருத்துகள் மட்டுமின்றி ஜெர்மன் பிற்போக்குத் தத்துவ வாதியான ஆர்தர் ஷோப்பன்ஹீரின் (Arthur Schopenhaur) கருத்துகள் சிலவற்றையும் (இந்திய மாயாவாதக் கருத்துகள், அத்வைதக் கருத்துகள், புலனொறுத்தல் போன்ற நம்பிக்கை வறட்சி தரும் கருத்துகள்) ஏற்றுக் கொண்டிருந்தார். ஒரு காலத்தில் முடிமன்னராட்சியை ஏற்றுக்கொண்டிருந்த வேக்னர், பின்னாளில் முடிமன்னராட்சிக்கு எதிராகவும், ஜனநாயக அமைப்புக்கு ஆதரவாகவும் ஏராளமான கட்டுரைகளை எழுதினார்.[5] அவர் எழுதியவற்றில் சோசலிசக் கருத்துகளும் இருந்தன. ஆனால், அவை மார்க்ஸ், எங்கெல்ஸ் ஆகியோரால் ‘ஜெர்மன் கருத்து நிலை’ (German Ideology) என்ற நூலிலும் அதன் பிறகு ‘கம்யூனிஸ்ட் கட்சி அறிக்கை’யிலும் கிண்டலும் கேலியும் செய்யப்பட்ட ‘உண்மை சோசலிஸ்டுகள்’ (Truse Socilaist) என்ற 19ஆம் நூற்றாண்டு ஜெர்மன் தத்துவவாதிகளின் கருத்துகளுக்கு நிகரானவை என்று ஹங்கேரிய மார்க்ஸிய அறிஞர் ஜார்ஜ் லூகாச் (Georgy Lukacs) விமர்சித்தார்.[6] லூகாச்சின் கட்டுரை வேக்னரின் இசைப்படைப்புகளைப் பற்றிய விரிவான மதிப்பீடு எதையும் கொண்டிருக்கவில்லை. அதேபோல எமிலி ஜோலாவைப் பற்றிய எதிர்மறையான கருத்துகளே அவரிடம் இருந்தன.[7]

வேக்னரின் இசைப்படைப்புகள் ஒரு காலத்தில் மார்க்ஸிய, ஜனநாயக சக்திகளால் கடுமையான விமர்சனத்துக்குட்பட்டதற்கு ஒரு முக்கியக் காரணம், நாஜிகளின் தலைவர் ஹிட்லரால் அவர் போற்றப் பட்டதும் ஜெர்மானிய தேசிய இசை மேதை என்று அவரால் அங்கீகரிக்கப்பட்டதும்தான். ஆனால், நாஜி தலைவர்களில் பலர் வேக்னருக்கு அந்த அங்கீகாரம் தரவில்லை என்பதுடன், வேக்னரின் இசைப்படைப்புகளை நிகழ்த்திக் காட்ட ஹிட்லர் ஏற்பாடு செய்த சில நிகழ்சிகளைப் புறக்கணிக்கவும் செய்தனர்.[8]

வேக்னர் ஹிட்லரால் 'தன்வயமாக்கப்பட்டதன்' காரணமாக, நாஜிகள் செய்த இனக்கொலைகளை நூறாண்டுகளுக்கு முன் அந்த இசைமேதை எழுதிய சில கருத்துகளுடன் சேர்த்து முடிச்சுப்போடவும் சிலர் முயன்றதுண்டு. எனினும் இன்று உலகெங்குமுள்ள இசை நிகழ்த்துநர்களும் (Conductors) - இவர்களில் டேனியல் பேரன்பொய்ம் (Daniel Barenboim) போன்ற யூதர்களும் அடங்குவர் - இசைவாணர்களும் வேக்னரின் படைப்புகளைப் போற்றத்தான் செய்கின்றனர். அவரது இசை நாடகங்கள் பல புதிய அர்த்தங்களும் விளக்கங்களும் கொடுக்கப்பட்டு அரங்கேற்றப்படுகின்றன.

ஆனால், இதற்கு முன்பே ஜெர்மன் மார்க்ஸியப் புரட்சியாளரான ஓகஸ்ட் பெபெல் (August Babel), லெனினால் மிகவும் போற்றப்பட்ட ரஷியப் புரட்சியாளர் அலெக்ஸாண்டெர் ஹெர்ஸன் (Alexander Herzen), ஆட்சிமறுப்பியச் சிந்தனையாளர் பீட்டர் குரோப்போட்கின் (Peter Kropotkin) போன்றவர்களால் வேக்னரின் கருத்துகளிற் சிலவும் இசைப்படைப்புகளும் வெகுவாகப் பாராட்டப்பட்டன. 'கலையும் புரட்சியும்' என்ற கட்டுரையில் வேக்னர், ஒரு சமுதாயப் புரட்சி ஏற்பட்டால்தான் செவ்வியல் இசைப்படைப்புகள் மேற்குடி மக்களுக்கு மட்டுமல்ல, சாமான்ய மக்களுக்கும் போய்ச் சேரும் என்றும் எழுதியிருந்தார்.[9]

லெனினுக்கும் அவரது குடும்பத்தாருக்கும் மிகப் பிரியமானவராக இருந்த இசைமேதைகளிலொருவர் வேக்னர்![10] மேற்கு நாடுகளில் முக்கிய மனிதர்கள் மட்டுமல்ல, சாதாரண மனிதர்களும் இறந்த பிறகு, அவர்களது உடல்கள் புதைப்பதற்காக எடுத்துச் செல்லப்படும்பொழுது 'இறுதிச் சடங்கு ஊர்வலம்' (Funeral March) என்று சொல்லப்படும் இசைப்படைப்பொன்று வாசிக்கப்படுவது/பாடப்படுவது வழக்கம். பாஹ், மோஸார்ட், பீத்தோவன் போன்ற மாபெரும் இசைமேதைகள் Funeral March என்ற இசைவடிவத்தை உருவாக்கியிருக்கிறார்கள். இது 'Requiem' என்ற இசைவடிவத்தையும் பெற்றுள்ளது. மோஸார்ட்

தனக்கான 'Requiem' என்பதைத் தானே உருவாக்கினார் (ஆனால் அவர் எங்கு இறந்தார், அவரது உடல் மீட்கப்பட்டதா, இல்லையா என்பது பற்றிய விவாதங்களும் நடைபெறுகின்றன.) லெனின் மறைந்த பிறகு அவரது நினைவைப் போற்றும் வண்ணம் வேக்னரின் இசை நாடகங் களிலொன்றின் பகுதியான 'Siegfried's Funeral Music' இசைக்கப்பட்டது.[11]

1924இல் லெனின் இறந்தபோது, ஜெர்மனியில் நாஜிகள் ஆட்சிக்கு வரவில்லை. ஏறத்தாழ பத்தாண்டுகளுக்குப் பிறகே அவர்கள் பாசிச அரசை அமைத்தனர். எனவே, லெனின் அப்போது உயிரோடு இருந்திருந்தால் வேக்னரை வெறுத்திருப்பார் என்று ஒருவர் வாதிடலாம். அது வெறும் ஊகமே. ஏனெனில் வேக்னரின் முரண்பட்ட கருத்துகள் லெனினுக்குத் தெரிந்திராமல் இரா.

இதைவிட முக்கியமான விஷயம் என்னவென்றால், லெனினின் அமைச்சரவையில் கலாசாரத் துறை அமைச்சராக இருந்தவரும் கலை, இலக்கிய விஷயங்களில் ஆழமான அறிவு கொண்டிருந்தவருமான அனடோலி லூனாசார்ஸ்கி (Anatoli Lunacharsky) வேக்னரின் 50ஆம் ஆண்டு நினைவு ஆண்டில் எழுதிய கட்டுரை, அந்த மேதையின் இசைப்படைப்புகள், எழுத்துகள் ஆகியவற்றிலுள்ள நேர்மறையான, எதிர்மறையான, முற்போக்கான, பிற்போக்கான அம்சங்களை மதிப்பிட்டு, வேக்னரின் இசையின் அழகை, அதன் உக்கிரத்தை, அதன் சீற்றத்தை வெகுவாகப் புகழ்ந்துள்ளது. அந்தக் கட்டுரை எழுதப்பட்ட ஆண்டு 1933[12]. அப்போது நாஜிகள் ஜெர்மனியில் ஆட்சிக்கு வந்திருந்தார்கள்!

இதைவிட சுவாரசியமான தகவல் என்னவென்றால், சோவியத் ரஷியாவின் புரட்சிகர, மார்க்ஸிய நாடகக் கலைஞர் விஸெவோலோட் மெயர்ஹோல்ட் (Vsevolod Meyerhold), திரைப்பட இயக்குநர் செர்ஜி ஐஸென்ஸ்டின் (Sergei Eisenstein) ஆகிய இருவருமே வேக்னரை மிகவும் விரும்பியவர்கள். அந்த விருப்பத்தை ஐஸென்ஸ்டினுக்கு ஊட்டியவர் அவரது ஆசானாக இருந்த மெயர்ஹோல்ட். ஐஸென்ஸ்டின் இயக்கத்தில் 1938இல் வெளிவந்த 'அலெக்ஸாண்டெர் நெவ்ஸ்கி' (Alexander Nevsky) 13ஆம் நூற்றாண்டில் ரஷியா மீது படையெடுத்து வந்த ஜெர்மானியப் படைகளை முறியடித்த ரஷிய இளவரசர் அலெக்ஸாண்டெர் நெவ்ஸ்கியைப் பற்றிய திரைப்படம் என்றாலும், அது உண்மையில் ஜெர்மன் பாசிச எதிர்ப்புப் படைப்பாகும். ஆனால், 1939இல் சோவியத் யூனியனுக்கும் ஜெர்மனிக்கும் ஏற்பட்ட ஒப்பந்தத்தின் (அது ஒரு நாடு மீது இன்னொரு நாட்டை ஆக்கிரமிக்கக்கூடாது என்ற இராணுவ ஒப்பந்தம் மட்டுமல்ல; அது இரு நாடுகளுக்கிடையிலான

கலாசார ஒப்பந்தமும்கூட) விளைவாக நாஜி ஜெர்மனி மீதான நட்புறவைக் குறிக்கும் வண்ணம் 1940இல் 'அலெக்ஸாண்டெர் நெவ்ஸ்கி' திரைப்படம் சோவியத் யூனியன் திரையரங்குகளிலிருந்து அகற்றப்பட்டது. அதற்குப் பதிலாக ரிச்சர்ட் வேக்னரின் 'வால்காரிஸ்' (Die Valkaries) என்ற இசை நாடகத்தைத் தயாரித்து அரங்கேற்றும் பொறுப்பு ஐஸென்ஸ்டினிடம் ஒப்படைக்கப்பட்டது. நாஜி எதிர்ப்பாளரும் மார்க்ஸியருமான ஐஸென்ஸ்டின், நாஜிகளின் மனதைப் புண்படுத்தாமலும், அதே வேளை நாஜிகளின் ஜெர்மானிய தேசியவாதத்தைப் போற்றாமலும் இருக்கும் வகையில் அந்த இசை நாடகத்தைத் தயாரிக்க வேண்டிய இக்கட்டான நிலைக்குத் தள்ளப்பட்டார். தன்னால் இயன்றவரை அந்த இசை நாடகத்திலிருந்த தொன்மக் கதைகளுக்குப் புதிய அர்த்தம் கொடுக்க வேண்டியவரானார். அவர் மிகச்சிறந்த திரைப்பட இயக்குநர்; ஆனால், இசை நாடகத்தைத் தயாரிக்கும், அரங்கேற்றும் அனுபவம் இல்லாதவர். எனினும் ஸ்டாலினின் விருப்பப்படி அந்த இசை நாடகத்தைத் தயாரிப்பதற்கு அவர் எழுதிய குறிப்புகள் பல நூறு பக்கங்கள் கொண்டவை. ஆனால், 1941 ஜூன் 22இல் நாஜிப் படைகள் சோவியத் யூனியன் மீது தாக்குதல் தொடுக்கத் தொடங்கியதும், அந்த இசை நாடகம் தடைசெய்யப்பட்டது என்று இசை ஆராய்ச்சியறிஞர் தஹ்ரி மொடாஸெடியன் (Tahirih Motazedian) கூறுகிறார்.[13] ஆனால் அந்த இசைநாடகத்துடன் சேர்த்து வேக்னரின் படைப்புகள் யாவும் முப்பதாண்டுகளுக்கு சோவியத் யூனியனில் தடை செய்யப்பட்டன என்ற கூற்று சரியானது அல்ல.

பாலின் ஃபேர்க்ளொவ்க் (Pauline Fairclough) என்ற இசை ஆராய்ச்சியாளர் கூறுகிறார்: "இரண்டாம் உலகப் போருக்குப் பிந்திய ஆண்டுகளில் வேக்னரின் படைப்புகள் சோவியத் இசை அரங்குகளி லிருந்து திட்டவட்டமாக அகற்றப்படவில்லை. 1944-45இல் மாஸ்கோ ஃபில்ஹார்மோனியா அந்தத் தலைநகரில் தனது வழக்கமான இசை நிகழ்ச்சிகளை மீண்டும் நடத்தத் தொடங்கிய போது (இவற்றைப் பற்றிய முழுமையான ஆவணங்களில் 1945-46ஆம் ஆண்டு இசை நிகழ்ச்சிக் காலங ்களுக்கு உரியன மட்டுமே கிடைத்துள்ளன) வேக்னரின் படைப்புகளில் மிகவும் விரும்பப்பட்டிருந்தவை உடனடியாகத் திரும்பி வந்தன. அவை பின்வருமாறு: Introduction to Act Three of *Lohengrin*, the *Prelude and Liebestod from Tristan*, excerpts from *The Ring* ('Siegfried's Journey', 'Forest Murmurs', 'Funeral March') and the overtures. 1948 ஜனவரிக்குப் பிறகு மாஸ்கோ பில்ஹார்மோனியாவின் இசை நிகழ்ச்சிகளில் வேக்னரின் இசைப்படைப்புகள் குறைவாக இருந்தன என்றாலும் 1949-50ஆம் ஆண்டில்தான் அவரது படைப்புகள் முற்றிலும் இல்லாமல் போயின.

இது வேக்னரின் மீதிருந்த வெறுப்பின் காரணமாக நிகழ்ந்தது என்று சொல்வதற்கில்லை. ஏனெனில் 1948 நவம்பரில் (இசை நிகழ்த்துநர்) மிராவின்ஸ்கி (Mravinskiy) நிகழ்த்திய வேக்னர்/மொஸார்ட் இசைக் கச்சேரிகளில் வேக்னரின் டான்ஹோயிஸெர் (Tannhauser) என்ற இசை நாடகத்திலுள்ள சில பகுதிகளையும் சேர்த்திருந்தார். ஆக, வேக்னரின் படைப்புகள் வரவேற்புக்கும் விருப்பத்துக்குமுரியனவல்ல என்று கருதப் படவில்லை. மாறாக, இசைநிகழ்ச்சிகளில் நிகழ்த்தப்படுபவற்றில் வேறுவகையான இசைத்தொகுப்புகள் (repertoire) மேலோங்கியிருந்தால், வேக்னரின் படைப்புகள் இடம்பெறவில்லை என்று மட்டும் சொல்லலாம். உண்மையில் 1952-53ஆம் ஆண்டு இசைநிகழ்ச்சிப் பருவத்தின்போது மாஸ்கோ ஃபில்ஹார்மோனியா, வேக்னரின் 70ஆம் நினைவு நாளை யொட்டி, அவரது படைப்புகளை மட்டுமே உள்ளடக்கியிருந்த நான்கு இசைக்கச்சேரிகளை நிகழ்த்தியது. அந்தப் படைப்புகளில் (இரண்டாம் உலகப் போருக்கு முன்பு விரும்பப்பட்டிருந்த வேக்னரின் படைப்புகள் அனைத்தும் - அவரது இசைநாடகமான மைய்டெர்சிங்கரின் (Meistersinger) முதல் அங்கம் உள்ளிட்ட அனைத்தும் - இருந்தன. ஸ்டாலினின் மறைவுக்குப் பிந்திய ஆண்டுகளில் (சோவியத் யூனியனில்) வேக்னருக்கு இருந்த மதிப்பு 1935-41ஆம் ஆண்டுகளில் நிலவியதைப் போன்ற தாகவே இருந்தது; அவருடைய இசை நாடகங்கள் அரங்கேற்றப் படவில்லை என்றாலும் அவற்றின் கணிசமான பகுதிகள் முக்கியமான ஆர்கெஸ்ட்ரா இசைத்தொகுப்புகளின் முக்கியப் பகுதியாக சேர்க்கப் பட்டிருந்தன.[14]

மேலும், சோவியத் யூனியனில், அது தகர்ந்து விழும் வரை வேக்னரைப் பற்றிய ஆராய்ச்சிகளும் விவாதங்களும் தொடர்ந்து நடந்து வந்ததை இன்னொரு ஆராய்ச்சி அறிஞர் சுட்டிக்காட்டுகிறார். வேக்னரின் இசைப்படைப்புகளிலுள்ள அழகியல், தொன்மங்கள் பயன்படுத்தப்பட்ட முறை முதலியவற்றைச் சிறப்பித்துக் கூறுகின்ற நூல்களையும், ரஷியப் புரட்சிக்கு முன்பும் பின்பும் இருந்த தத்துவ மரபுகளைப் பற்றிய நூல்களையும் எழுதிய அலெக்ஸி லோஸோவ் (Alexey Losov) என்ற அறிஞர் பற்றிய விரிவான விளக்கங்களை அந்த நூல் தருகிறது.

தரவுகள்:

1. Paul Lafargue, Reminiscences of Mark in *Reminisences of Mars and Engels,* Foreign Language Publishing House, Momcow (year of publication not mentioned), P.73-74.
2. Eleanor Marx-Aweling, Karl Marx (A New Stray Notes), Ibid, pp.251-252.
3. Ian Birchall, Georg Lukács and the Novels of Emile Zola, *https://journals.sagepub.com/doi/abs/10.1111/j.1467-954X.1978.tb03245.x?jouralCode=sora;* Zala for the 21st century, *https://www.marxists.org/history/etol/writers/birchall/2002/xx/zola.htm* (both the articles (Accessed on 5 September 2019.)

4. Mark Lindley, Marx and Engels on Music, MROnline, *http://mronline.org/2010/08/18/mars-and-engels-on-music/*(Acced on Aug. 10, 2010)
5. Richard Wagner, From Wikipedia, the free encyclopedia, *https://en.wikipedia.org/wiki/Richard_Wagner* (Accessed on December 10, 2022)
6. Georg Lukacs, Richard Wagner as a "True Socialist", *https://www.marxists.org/archive/lukacs/works/1937/richard-wager.htm* (Acced on 5 September 2019.)
7. Richard Wagner, Op.cited.
8. Alex Rose, Richard Wagner and the revolutionaries why did lefties love Wagner?, The Guardian, *https://www.theguardian.com/music/2020/sep/17/why-did-lefties-love-wagner-alex-ross-wagnerism-revolution-hitler*, Adrian Mourby, Can We Forgive Him?, The Guardian, *http://www.theguardian.com/friday_review/story/0,3605,345459,00.html* (Both the articles accessed on 10.12.2022.)
9. Robert Service, *Lent: A Biography*, Pan Books, Pan Macmillan Limited 2002; electronic edition, 2008; Emil' M. Preisman, Musical Interests and Priorities of Vladimir Lenin (Modern Vision). Journal of Siberian Federal University. Humanities & Social Sciences 6 (2015) 1052-1064, http://elib.sfu-kras.ru/bitstream/handle/2311/16867/04_Preisman.pdf;jsessionid=B3C9026031BCC4B306B1FDFEB55B47F2?sequence=1 (Accessed on 11 December 2022.)
10. Alex Rose, Op.Cited
11. Anatoly Lunacharsky, Richard Wagner (On the 50th Anniversary of His Death), *https://www.marxists.org/archive/lunacher/1933/magner.htm* (Accessed on 10th December 2022.)
12. Tahiri Motazedian, The Communist Walküre: Eisenstein's Vision for Marrying German Wagnerism with Soviet Communism, Journal of Musicological Research Volume 40, 2021-Issue 3, *https://www.tandfonline.com/doi/full/10.1080/01411896.2021.1941005* (Accesed on 13 December 20122.)
13. Tahiri Motazedian, The Communist Walküre: Eisenstein's Vision for Marrying German Wagnerism with Soviet Communism, Journal of Musicological Research Volume 40, 2021-Issue 3, *https://www.tandfonline.com/doi/full/10.1080/01411896.2021.1941005* (Accesed on 13 December 2022)
14. Pauline Fairclough, *Classes for the Masses, Shaping Soviet Musical Identity Under Lenin and Stalin*, Yale University Press, New Haven and London, 2016, p.213.
15. Stephen Muir and Anastasia Belina-Johnson (Ed), *Wagner in Rassia, Poland and the Czech Lands Musical, Literary and Cultural Perspectives*, Ashgate Publishing Limited Ashgate Publishing Company, Wey Court East 110 Cherry Street, Union Road Suite 3-1, Farnham Burlington, VT 05401-3818, Surrey, England, 2013.

உயிர் எழுத்து
ஜனவரி - 2023

இமயமலையாய்க் கனக்கும் மரணம்

ஏதேனும் ஒரு முன்னாள் அமைச்சரோ, சட்டமன்ற உறுப்பினரோ, நாடாளுமன்ற உறுப்பினரோ, முக்கியக் கட்சித் தலைவரொருவரோ (அவர்களில் நூற்றுக்கு 90% ஊழல் கறை படிந்தவர்களாக இருப்பார்கள்) இறந்துவிட்டால், அவர்களில் ஓரிருவரைத் தவிர மற்றவர்களின் இறப்பைப் பற்றிய செய்தியோ, அஞ்சலிக் குறிப்போ நாளேடுகளிலோ, வார/மாத ஏடுகளிலோ இடம் பெறுவது வழக்கம். அவர்களின் இறப்புகள் பெரும்பாலும், அவர்களது குடும்பங்களுக்கும் உற்றார் உறவினர்களுக்கும் அல்லது கட்சிக்காரர்களுக்கும் துக்கத்தைத் தரலாம். அது மிகவும் இயல்பானது.

ஆனால், அவர்களில் மிகப் பெரும்பாலோரின் இறப்புகள், மாவோ கூறியதைப் போல 'பறவையின் சிறகுகளைப் போல இலேசானவையே'. ஆனால் உழைக்கும் வர்க்கத்தைப் பொருத்தவரை, அவர்களின் உரிமைக்காகவும் விடுதலைக்காகவும் தங்கள் வாழ்நாள் முழுவதையும் அர்ப்பணித்த, ஆனால் 'பாடல் பெறாத' தோழர்களின் மரணம், மாவோ கூறியதைப் போல 'தாய் (இமய) மலையைவிடக் கனமானதாகும்'. அப்படிப்பட்ட ஒரு மரணம்தான் இந்தியக் கம்யூனிஸ்ட் கட்சி (மார்க்ஸிஸ்ட் - லெனினிஸ்ட்) லிபரேஷன் கட்சியின் தமிழ்நாடு மாநிலச் செயலாளராக இருந்த, கட்சி உறுப்பினர்களிடையேயும் ஆதரவாளர் களிடையேயும் ஆயிரக்கணக்கான உழைக்கும் மக்களிடையேயும் என்.கே.நடராஜன் என்று அறியப்பட்ட தோழர் சண்முகராஜுக்கு ஏற்பட்டது. இயல்பான நாள்களிலும் சரி, அரசு இயந்திரத்தின் கடும் ஒடுக்குமுறைக்கு இலக்கான நாள்களிலும் சரி, மாறாப் புன்னகையுடன் காட்சியளித்துக் கொண்டிருந்த தோழர்களிலொருவர்தான் என்.கே.நடராஜன்.

திண்டுக்கல் மாவட்டம் ஒட்டன்சத்திரம் அருகில் உள்ள அரசப்பள்ளப்பட்டி கிராமத்தில் கொடாரியப்பர், வள்ளியம்மாள் பெற்றோர்களுக்கு 29-12-1955 இல் பிறந்தார் நடராஜன், பள்ளிப் படிப்பை ஒட்டன்சத்திரத்தில் படித்து முடித்தார். முதுகலைப் பட்டப் படிப்பு வரை பழனி ஆண்டவர் கலை, பண்பாட்டுக் கல்லூரியில் பயின்றார். கல்லூரி நாள்களிலேயே தீவிர தத்துவ, அரசியல் தேடுதலில் ஈடுபட்டிருந்தார். காந்தியம், விவேகானந்தர் போதனைகள், காந்தியப் பொருளியலறிஞர் ஜெ.சி.குமரப்பாவின் கருத்துகள் ஆகியன குறித்த ஆய்வுகளில் ஈடுபட்டு வந்தார்.

இந்தியக் கம்யூனிஸ்ட் கட்சி (மார்க்ஸிஸ்ட்- லெனினிஸ்ட்) கட்சி தோற்றுவிக்கப்பட்டதிலிருந்தே அதில் உறுப்பினராக இருந்த கரட்டுப்பட்டி தோழர் முத்துராஜ் மூலமாக சாரு மஜூம்தாருடனும் மார்க்சிஸ்ட்-லெனினிஸ்ட் கட்சியுடனுமான தொடர்பு கிடைக்கப் பெற்ற அவர், 1980களின் தொடக்கத்திலேயே அக்கட்சியின் முழுநேர ஊழியராக உயர்ந்தார். சிறிதுகாலம் இதழியலாளராகவும் இருந்தார்.

நீலகிரியிலுள்ள மலைவாழ் மக்கள் மத்தியிலும் கோவை ஆலைத் தொழிலாளர் மத்தியிலும் கடுமையான ஒடுக்குமுறை நிலவிய காலத்தில் உயிரைத் துச்சமெனக் கருதி உழைத்து வந்தார். ‘சிறு துளி’ என்ற பெயரில் உழைக்கும், ஏழை மக்கள் சிறிது சிறிதாகப் பணத்தை சேமிக்கும் திட்டத்தை நடைமுறைப்படுத்தித் தன்னைப் பெரும் சமூக சேவையாளராகக் காட்டிக்கொண்ட ஒரு பெண்மணி உள்ளிட்டவர்களின் உடைமையில் உள்ளதும், தொழிலாளர்களைச் சுரண்டுவதிலும் ஒடுக்கு வதிலும் ஈவிரக்க முறைகளைப் பயன்படுத்துவதிலும் ‘புகழ் பெற்ற’தும் கோவை பெரியநாயக்கன்பாளையத்தில் உள்ளதுமான ‘பிரிக்கால்’ தொழிற்சாலைத் தொழிலாளர்களை அமைப்பாக்கும் மிகக் கடுமையான பணியில் ஈடுபட்டு அதில் வெற்றி பெற்றார். நாமக்கல், சேலம், தருமபுரி மாவட்டங்களில் நீண்ட காலம் பணியாற்றினார். குமாரபாளையம், பள்ளிப்பாளையம் பகுதிகளில் கணிசமான காலம் பணியாற்றி வந்த போது, அங்குள்ள விசைத்தறித் தொழிலாளரை அமைப்பாக்கி போர்க் குணமிக்க போராட்டங்களை நடத்துவதில் பெரும் பங்காற்றினார். அவர்களை அரசியல்மயமாக்கி, அவர்கள் மத்தியில் கட்சியைக் கட்டுவதிலும் வெற்றிபெற்றார். அங்கு பணியாற்றியபோது தனது இணையரையும் தேடிக் கொண்டார். புரட்சிகரத் தொழிற்சங்கமான ஏ.ஐ.சி.சி டி-யு வின் (AICCTU)வின் மாநில பொதுச் செயலாளராகவும் அகில இந்தியத் தலைவர்களுள் ஒருவராகவும் பணியாற்றினார்.

நீண்டகாலம் லிபரேஷன் கட்சியின் மாநிலக் குழு உறுப்பினராக இருந்த தோழர் என்.கே.நடராஜன், 2019இல் அக்கட்சியின் மாநிலச் செயலாளராகத் தேர்வு செய்யப்பட்டார். 2020இல் அக்கட்சியின் மத்தியக் குழு உறுப்பினராகவும் தேர்ந்தெடுக்கப்பட்டார். இந்தியாவின் பிற மாநிலங்களிலுள்ள புரட்சிகரச் சக்திகளுடன் அவருக்குக் கிடைத்த உறவுகள் அவரை இன்னும் உறுதியான, மேலும் அர்ப்பணிப்பு மிக்கத் தோழராக மலர வைத்தன. 2022 நவம்பர் 26, 27 தேதிகளில் திருச்சியில் நடைபெற்ற அக்கட்சியின் மாநில மாநாட்டில் மாநிலச் செயலாளராக மீண்டும் ஒருமனதாக தேர்ந்தெடுக்கப்பட்டார்.

அக்கட்சியை 28 மாவட்டங்களுக்கு விரிவுபடுத்துவதிலும் இடதுசாரி ஒற்றுமையை உயர்த்திப் பிடிப்பதிலும் அயராது உழைத்துவந்த தோழர் நடராஜன், 2019ஆம் ஆண்டிலிருந்தே இடதுசாரி, ஜனநாயக, முற்போக்குச் சக்திகளை ஒரு பாசிச-எதிர்ப்பு மேடையில் கொண்டு வருவதிலும் முக்கிய பங்காற்றியுள்ளார். அண்மையில் அக்கட்சி சார்பில் நடைபெற்ற பாசிச எதிர்ப்பு மாநாட்டில் எல்லா இடதுசாரிக் கட்சிகளின், ஜனநாயக சக்திகளின் தலைவர்கள், சிறுபான்மை மதத்தைச் சேர்ந்த போராளிகள், விடுதலைச் சிறுத்தைகள் கட்சித் தலைவர் தொல்.திருமாவளவன் ஆகியோரை ஒரே மேடையில் சங்கமிக்க வைத்தார்.

2013 பிப்ரவரியில் பாட்னாவில் நடைபெறவுள்ள கட்சிக் காங்கிரசை வெற்றி பெறச் செய்ய மாநிலம் முழுவதும் சுழன்று சுழன்று பணியாற்றினார். இருதயக் கோளாறு கொண்டிருந்த அவர், தோழர்களின் வற்புறுத்தலுக்குப் பிறகும் உரிய மருந்துகள் எடுத்துக் கொள்வதைவிட உழைக்கும் மக்களுக்காக உழைப்பதிலேயே தன் நேரத்தைச் செலவிட்டு வந்தார். 2022 டிசம்பர் 10 அன்று (மனித உரிமை நாளில்) கட்சியின் திண்டுக்கல் மாவட்டக் குழுக் கூட்டத்தில் பேசிக் கொண்டிருக்கும் போதே, அவருக்கு மூச்சுத் திணறல் ஏற்பட்டது. முதல் உதவி சிகிச்சைக்குப் பின் திண்டுக்கல் அரசு மருத்துவக் கல்லூரி மருத்துவமனைக்கு எடுத்துச் செல்லப்பட்டார், மூச்சுத் திணறல் தீவிரமடைந்ததால், அங்கேயே அவரது இறுதி மூச்சும் அடங்கியது. உயர் கல்லூரிப் படிப்பைப் படித்திருந்த நடராஜன், படிப்பறிவு ஏதுமில்லாத ஒரு சாமானியரைப் போலவே காட்சியளிப்பார் - மாறாத புன்னகையுடன். ஆயிரக்கணக்கான உழைக்கும் மக்களின் உள்ளத்தில் அவர் என்றென்றும் உயிரோடுதான் இருப்பார் என்பது உறுதி.

பின்குறிப்பு: மின்னம்பலம் (டிசம்பர் 14, 2022), உயிர் எழுத்து (ஜனவரி, 2023) இதழ்களில் வெளியான கட்டுரையின் சுருக்கமானதும் சற்றுத் திருத்தப் பட்டதுமான வடிவம்.

உலகக் கோப்பை:
மெஸ்ஸியும் தங்க மேலங்கியும்

1

குறைந்தது சென்ற நூற்றாண்டின் இறுதி வரையிலான கால் பந்தாட்டத்தின் வரலாறு, அந்த ஆட்டத்திற்கான அடிப்படை விதிகள், உலகக் கோப்பைப் பந்தயத்தில் பங்கேற்ற சிறந்த ஆட்டக்காரர்கள் அல்லது தங்கள் நாடுகளுக்கு வெளியே அதிகமாகவோ முற்றிலுமாகவோ அறியப்படாதவர்களின் ஆட்ட சாகசங்கள் முதலியவற்றைத் தெரிந்து கொள்ள விரும்புகிறவர்கள் சில ஆண்டுகளுக்கு முன் காலஞ்சென்ற உலகப்புகழ்பெற்ற உருகுவே எழுத்தாளர் எடுவர்டோ காலியானோ (Eduardo Galeano) - அவருமே கால்பந்தாட்டத் தீவிர இரசிகர் - எழுதிய 'Soccer in Sun and Shadow' (சூரிய ஒளியிலும் நிழலிலும் கால் பந்தாட்டம்) என்ற நூலைக் கட்டாயம் படித்தாக வேண்டும். 1995இல் வெளிவந்த அந்த நூல், பின்னர் சற்று விரிவுபடுத்தப்பட்டு 1997இல் வெளியிடப்பட்டது. அதன் ஆங்கில மொழியாக்கம் 2009 வரை நான்கு பதிப்புகளைக் கண்டிருக்கிறது. அந்த நூலில் 'Soccer' என்று தலைப்பிடப் பட்டுள்ள முதல் இயலிலேயே அவர் கூறுகிறார்:

> கால்பந்தாட்டத்தின் வரலாறு, அழகு என்பதிலிருந்து கடமை என்பதற்கான ஒரு சோகமான பயணம். அந்த ஆட்டத்திலிருந்து மலரும் மகிழ்ச்சி அதன் அடிவேர்களிலிருந்தே பிடுங்கி எறியப்பட்டு விட்டது. இந்த நூற்றாண்டின் இறுதியிலுள்ள இந்த உலகத்தில், தொழில்முறையான கால்பந்தாட்டம், அதற்குப் பயனில்லாத, அதாவது அதற்கு இலாபம் தராத எல்லாவற்றையும் கண்டனத்துக்குரியவை யாக்கிவிட்டது.

ஏழை நாடுகளிலும்கூட சிறியவர்கள் முதல் பெரியவர்கள் வரை ஆடுகின்ற, பார்த்து இரசிக்கின்ற கால்பந்தாட்டம் வணிகமயமாக்கப் பட்டதால், அதை நடத்தும் அமைப்புகள், அவற்றுடன் தொடர்புடையவர்கள் ஆகியோரிடையே இலஞ்சமும் ஊழலும் தலைவிரித்தாடத் தொடங்கி யதையும் கால்பந்தாட்டத்துக்குப் பின்னால் உள்ள அரசியலையும் விரிவாக எடுத்துரைக்கும் அவர், அதேவேளை, கால்பந்தாட்ட இரசிகர் என்ற முறையில் அவருக்குப் பரவசம் ஏற்படுத்திய தருணங்களையும் கவித்துவ மொழியில் கூறுகிறார்.

ஆனால், அவர் காலத்தில் நிலவிய ஊழல், இலஞ்சம், மோசடி ஆகியன அவரால்கூட கற்பனை செய்துபார்க்க முடியாத அளவுக்கு இன்று வளர்ந்துள்ளன. அதேபோலத்தான் உலகக் கோப்பைக்கான கால்பந்தாட்டப் போட்டிகளில் நிலவும் புவிசார் அரசியல் நலன்களும், கால்பந்தாட்ட கோடிக்கணக்கான இரசிகர்களில் நம்மைப் போன்ற சிலர் மட்டுமே, அதை இரசிக்கும் அதேவேளை, அந்த "மகிழ்ச்சியை வேரோடு பிடுங்கி எறியும்" சக்திகளைப் பற்றிய உணர்வும் கொண்டிருக்கிறோம்.

1986முதல் தொலைக்காட்சிகளில் நேரலையாக நான் தொடர்ந்து உலகக் கோப்பைக்கான ஆட்டங்களை மட்டுமல்லாது, 'கோப்பா அமெரிக்கா' என்று சொல்லப்படும், தென் அமெரிக்க நாடுகளில் மட்டுமே நடைபெறும் போட்டி ஆட்டங்கள், ஐரோப்பிய நாடுகளில் ஒவ்வோராண்டும் நடக்கும் 'லீக் போட்டி ஆட்டங்கள்' ஆகியவற்றோடு டென்னிஸ் விளையாட்டுப் போட்டிகளையும் என் குடும்பத்தாரோடு தவறாமல் பார்த்து வந்திருக்கிறேன். என்னைத் தாக்கித் துன்புறுத்தி வரும் முகநரம்பு வலி நோயின் காரணமாக, 'லீக்' ஆட்டங்கள், 'கோப்பா அமெரிக்கா' ஆட்டங்கள் ஆகியவற்றை முற்றிலுமாக மறந்துவிடும் நிலை ஏற்பட்டிருந்தாலும், டென்னிஸில் கால் இறுதி, அரை இறுதி, இறுதி ஆட்டங்கள் ஆகியவற்றை வலியை சகித்துக் கொண்டும், சற்று நேரம் கண்களை மூடிக் கொண்டும் பார்க்கும் நிலைகூட 2022ஆம் ஆண்டு உலகக் கோப்பைக் கால்பந்தாட்டங்களின் போது என்னிடம் இருக்கவில்லை. மிகுந்த சிரமத்தோடு வலியை மறந்துவிட்டு அரை இறுதியில் மொரோக்கோவும் பிரான்ஸுும் மோதியதைப் பார்க்க முடிவு செய்தேன். மொரோக்கோ ஒரு காலத்தில் பிரான்ஸின் காலனி நாடு. எனவே காலனி நாட்டுக்கும் காலனியாட்சியாளர்களின் நாட்டுக்கும் இடையிலான மோதலாகவே அதைப் பார்த்தேன். விவிலியத்தில் சொல்லப்படுவது போல அது தாவிதுக்கும் கோலியாத் என்ற அரக்கனுக்கும் இடையிலான மோதலாக, இறுதியில் தன் உண்டி வில்லைக் கொண்டு அந்த அரக்கனை வீழ்த்தும் தாவீதாக மொரோக்கோவைக் கற்பிதம் செய்துகொண்டே பார்த்தேன். எனினும் இந்த 'தாவீதும்' இப்போது தன் நாட்டிலுள்ள சிறுபான்மையினர், ஜனநாயகச் சக்திகள், அண்டைநாடான மேற்கு சஹாரா மக்கள் ஆகியோரைப் பொருத்தவரை ஒரு 'கோலியாத்'தாக இருப்பதை மறந்துவிட்டேன். இந்த 21ஆம் நூற்றாண்டு 'கோலியாத்'துகளில் ஒன்று என்று நான் தவறாகக் கருதிய மொரோக்கோ நாட்டைச் சேர்ந்த அணியினர் தோல்வியுற்றனர் ஆனால் உலகின் மிகச் சிறந்த,

உலகக்கோப்பையின் பெரிதும் கறுப்பின ஆட்டக்காரர்களையே கொண்டிருந்த பிரெஞ்சு அணியுடன் போராடிக் கொண்டே. ஆப்பிரிக்க நாடுகளில் உலகக் கோப்பைப் போட்டியில் அரை இறுதி வரை முன்னேறிய முதல் நாடு என்ற பெருமையாவது அதற்குக் கிடைத்ததே என்பது எனக்குச் சற்று ஆறுதல் அளித்தது உண்மைதான். மொரோக்கொ அணியின் கோல் கீப்பர் யூனஸ் போனோ (Younes Bounou), அதன் வலப்பக்க (right wing) ஆட்டக்காரர் அச்ராஃப் ஹமிமி (Achraf Hakimi) ஆகியோர், பிரான்ஸின் 19 வயது எம்பாப்வேவைப் (Kylian Mpappe) போலவே என் மனதைக் கவர்ந்தனர். மொரோக்கொ அணியின் 28 ஆட்டக்காரர்களில் 14 பேர் புலம்பெயர்ந்து வெளிநாடுகளில் வசிக்கும் மொரோக்கர்களின் மக்கள். எனவே அந்த நாடுகளில் அவர்களுக்குக் கிடைத்த பயிற்சி, அங்குள்ள அணிகளில் விளையாடும் வாய்ப்பு ஆகியன அவர்களின் அணிக்குத் துணைபுரிந்தன. இன்றைய மொரோக்கொ அரசாங்கத்தின் ஜனநாயக விரோத, இனவாத ஆட்சிக்கு இந்த ஆட்டக்காரர்கள் பொறுப்பல்ல. பிரெஞ்சு அணியில் பெரும்பாலோர் (எம்பாப்வே) உள்ளிட்டவர்கள் கறுப்பின மக்கள். அவர்கள் எல்லோருமே ஒன்று பிரான்ஸிலேயே பிறந்தவர்கள் அல்லது அங்கு புலம்பெயர்ந்த முன்னாள் பிரெஞ்சு ஆப்பிரிக்கக் காலனி நாட்டு மக்களின் புதல்வர்கள். இறுதி ஆட்டத்தில் விளையாடியவர்கள் அனைவருமே கறுப்பினத்தைச் சேர்ந்தவர்கள்தான். மிகச்சிறந்த அணியான அது தோல்வியுற்றது எதிர்பாராதது. 'பெனால்டி-நாக் அவுட்டே' தற்காலத்தில் ஆட்டத்தின் தலைவிதியை நிர்ணயிக்கும் விதியாகக் கருதப்படுகையில், மிகச்சிறந்த ஆட்டக்காரர்களும்கூட அந்தக் கணத்தில் எழும் பதற்ற உணர்வின் காரணமாக கோல் அடிக்கத் தவறி விடுகிறார்கள். 'பெனால்ட்டி- நாக் அவுட்' மூலம் வெற்றி பெறுவது, 'அதிஷ்டச் சீட்டைக்' குலுக்கிப் போட்டு எடுப்பது போன்றதுதான்.

என் அபிமான ஆட்டக்காரர்களிலொருவரான கிறிஸ்டியானோ றொனால்டோ (Cristiano Ronoldo) உலகப் புகழ்பெற்றவர் என்றாலும், அவர் தலைமை தாங்கிய போர்ச்சுக்கல் அணி காலிறுதிக்குக்கூட வராது என்பதை அறிந்திருந்தேன். முதல் சுற்றிலேயே, சவூதி அராபியாவிடம் தோற்றுப்போன அர்ஜெண்டினா அணி எந்த அளவுக்கு முன்னேறும் என்று பார்த்துக் கொண்டிருந்தவர்களுக்கு மரடோனாவின் குட்டைக் கால்களைப் போலவே லியோனல் மெஸ்ஸியின் மந்திரப் பாதங்களின் அபாரத் திறமையும், தனது அணியை வழிநடத்திச் செல்லும் அற்புத ஆற்றலும், அது கட்டாயம் இறுதி ஆட்டத்திற்கு முன்னேறும் என்ற நம்பிக்கையைப் பலருக்கும் ஊட்டின. இத்தனைக்கும் என்னால் அந்த அணியின் முழு ஆட்டங்கள் ஒன்றைக்கூடப் பார்க்க முடியவில்லை; முக்கியக் காட்சிகளை (highlights) மட்டுமே ஆட்டத்திற்கு அடுத்த

நாள் காலை நேரங்களில் பார்த்தேன். எப்படியிருந்தாலும் இறுதி விளையாட்டைப் பார்த்துவிட வேண்டும் என்ற என் வைராக்கியம், முக்கிய நிகழ்வொன்றுக்காக சென்னைக்குச் செல்ல வேண்டியிருந்ததால் தகர்ந்துபோய்விட்டது. மறுநாள் அதிகாலை என் வளர்ப்பு மகன், மருமகள், துணைவியார் ஆகியோரிடமிருந்து குறுஞ்செய்தி வந்திருந்தது: "பெனால்டி நாக் அவுட்டில் 4-2 கணக்கில் அர்ஜெண்டினா வெற்றி".

1986 முதல் இதுவரை நான் நேரலையாகப் பார்க்கத் தவறவிட்ட உலகக் கோப்பைப் பந்தயத்தின் இறுதி ஆட்டம் இது மட்டுமே. இரண்டு நாள்களுக்குப் பிறகே அந்த ஆட்டத்தின் முக்கிய தருணங்களைப் பார்த்தேன். முழு ஆட்டத்தையும் பார்த்தவர்களுக்கு அது இருக்கையின் முன்பக்கம் வந்து நகத்தைக் கடித்துக் கொண்டிருக்கச் செய்யும் அற்புதமான 'த்ரில்லராக' இருந்திருக்கும் என்பதை ஊகிப்பது எனக்குக் கடினமானதாக இருக்கவில்லை.

2

உலகில் மிகக் கொடூரமான மனித உரிமைகள் நடந்துவரும் கத்தாரில் நடந்த உலகக் கோப்பைப் பந்தயத்தில், அதைவிடக் கொடூரமான மனித உரிமை மீறல்கள் நடந்த நாடான அர்ஜெண்டினா உலகக் கோப்பையை வென்றது ஒரு முரண்நகையான உடனிகழ்வு. எனினும் அதற்கு இன்றைய அர்ஜெண்டினா ஆட்சியாளர்கள் மீதோ அந்த நாட்டின் அணியினர் மீதோ பழி சுமத்த முடியாது என்றாலும், சில உண்மைகளை நாம் இங்கு பதிவிட்டாக வேண்டும்.

உலக நாடுகளில் சராசரி தனிநபர் வருமானம் அதிகமுள்ள செல்வந்த நாடுகளில் நான்காம் இடத்தை வகிக்கும் கத்தார், பரம்பரை மன்னராட்சியின் கீழுள்ள ஒரு சர்வாதிகார நாடு, அங்குள்ள உழைக்கும் மக்களில் மிகப் பெரும்பாலோர் தென்னாசிய நாடுகளைச் சேர்ந்தவர்கள். தாமாகவோ, அல்லது முகவர்கள் மூலமாகவோ அங்கு வேலை வாய்ப்புத் தேடிச்செல்லும் அவர்கள், கொத்தடிமைகளிலும் மோசமாக நடத்தப்படுகிறார்கள். அவர்கள் தங்கள் சொந்த நாட்டுக்குத் திரும்பிச் சென்று விடக்கூடாது என்பதற்காக அவர்களது கடவுச்சீட்டுகள் பறிமுதல் செய்து வைக்கப்படுவது மிக இயல்பாக நடக்கும் விஷயம்.

அந்த நாட்டில் 2022ஆம் ஆண்டுக்கான உலகக் கோப்பைக் கால் பந்தாட்டத்தை நடத்துவதென்ற முடிவை 'ஃபிஃபா' என்ற கால்பந்தாட்டச் சங்கங்களின் அனைத்துலகக் கூட்டமைப்பு (International Association Football Federation) 2010ஆம் ஆண்டில் முடிவு செய்தது. அதுவரை எந்தவொரு விளையாட்டரங்கமும் இல்லாதிருந்த கத்தாரில்,

விளையாட்டரங்குகள், ஆட்டடத்தில் சம்பந்தப்பட்டவர்கள் தங்கு வதற்கான ஐந்து நட்சத்திர ஓட்டல்கள் முதலியவற்றைக் கட்டுவதற்காக 2010ஆம் ஆண்டிற்குப் பிறகான பத்தாண்டுகளில் மட்டும், அரைப் பட்டினி கிடக்கும் அளவுக்கு மிகக் குறைந்த ஊதியத்தில் மிக அபாயகரமான வேலைகளைத் தென்னாசியத் தொழிலாளர்கள் செய்துவந்தனர். அந்தப் பத்தாண்டுகளில் கட்டுமான வேலைகள் செய்து வந்த தொழிலாளர்களில் 15000 பேர் உயிரிழந்தனர் என்றும், இன்னும் பலர் எலும்பு முறிவுகள், கடும் காயங்கள் ஆகியவற்றால் இனி எந்த வேலையும் செய்ய முடியாத நிலைக்கு ஆளாகினர் என்றும், அவர்களில் வெகு சிலருக்கு மட்டுமே இழப்பீடு தரப்பட்டது என்றும் 'அம்னெஸ்டி இண்டர்நேஷனல்' வெளியிட்ட அறிக்கையொன்று கூறுகிறது.

கத்தாரில் உலகக் கோப்பைப் பந்தயம் தொடங்கப்பட்ட சில நாள்களிலேயே 1978இல் அந்தப் பந்தயம் நடந்த அர்ஜெண்டினாவில் இராணுவ சர்வாதிகார ஆட்சியின் கீழ் நடந்த கொடிய மனித உரிமை மீறல்கள் பற்றிய முக்கிய ஆவணங்களை அந்த நாட்டிலுள்ள மனித உரிமை அமைப்புகள் வெளியிட்டன. ஆங்கில மொழியில் வெளியிடப்பட்ட அந்த 27 ஆவணங்கள், மனித உரிமையில் ஆழ்ந்த அக்கறையுள்ள மாணவர்களும், கல்விப்புலம் சார்ந்தவர்களும் மூன்றாண்டுக் காலம் அயராது பாடுபட்டுத் திரட்டிய ஆயிரக்கணக்கான ஆவணங்களில் ஒரு துளி மட்டுமே.

அமெரிக்க ஏகாதிபத்தியத்தின் நேரடியான உதவியுடன் 1976 முதல் 1983 வரை அந்த நாட்டில் இருந்த இராணுவ சர்வாதிகார ஆட்சியின் கீழ் குறைந்தது 30000 தொழிலாளர்கள், மாணவர்கள், தொழிற்சங்கத்தினர், இடதுசாரி அரசியல் செயல்பாட்டாளர்கள் 'காணாமல் போகும்படி' செய்யப்பட்டுக் கொலை செய்யப்பட்டனர். மேலும் பல்லாயிரக் கணக்கானோர் கொடிய சித்திரவதைகளையும் சிறைவாசத்தையும் அனுபவித்தனர்.

அர்ஜெண்டின மனித உரிமை அமைப்புகள் வெளியிட்டுள்ள ஆவணங்கள் வேறு சில அதிர்ச்சி தரும் தகவல்களைச் சொல்கின்றன. 1978ஆம் ஆண்டில் உலகக் கோப்பைப் பந்தயம் அர்ஜெண்டினாவில் நடப்பதற்கு முக்கியக் காரணகர்த்தாவாக இருந்தது அமெரிக்க ஏகாதிபத்தியம்தான். வெளிநாட்டு செய்தி ஏடுகளும் அமைப்புகளும் அர்ஜெண்டினாவில் நடக்கும் கொடிய சித்திரவதைகளைப் பற்றிய செய்திகளை வெளியிட்டால், பல்வேறு நாடுகளிலும் மக்கள் கிளர்ச்சி எழக்கூடும் என்ற அச்சம் அமெரிக்கக் குடியரசுத் தலைவராக இருந்த

ஜிம்மி கார்ட்டரின் அரசாங்கத்துக்கு இருந்தது. எனவே உலக மக்களின் கவனத்தைத் திசை திருப்பவே 1978ஆம் ஆண்டு உலகக் கோப்பைப் பந்தயத்தை நடத்த அமெரிக்காவின் நிர்பந்தத்தின் காரணமாக அர்ஜெண்டினா தேர்ந்தெடுக்கப்பட்டது.

மனித உரிமை மீறல்கள் பற்றிய கண்டனங்களை மூடி மறைப்பதற்காக அந்த சர்வாதிகார ஆட்சியின் தலைவரான யோர்கெ ரஃபேல் விடேலா (Jorge Rafael Vitela), OAS என்றழைக்கப்படும் தென் அமெரிக்க நாடுகளின் அமைப்பால் உருவாக்கப்பட்டுள்ளதும், சுயாதீனமாகச் செயல்படுவது என்று கருதப்படுவதுமான ஒரு மனித உரிமை அமைப்பைத் தன் நாட்டிற்கு வரும்படி சிறப்பு அழைப்பு விடுத்தார். அங்கு சென்ற அந்த அமைப்பின் உறுப்பினர்கள், அர்ஜெண்டினாவின் தொழிற்சங்கத் தலைவர்கள் சிலர் சிறையிலிருந்து விடுதலை செய்யப்படுவர், பத்திரிகைச் சுதந்திரம் மீதான கட்டுப்பாடுகள் தளர்த்தப்படும் என்று சூசகமாகத் தெரிவித்தனர். ஆனால், அந்த நாட்டில் உலகக் கோப்பைப் பந்தயம் நடக்கும்போது உருவாகும் எதிர்ப்பு இயக்கத்தைத் துடைத்தெறியச் சிறப்பு இராணுவ/போலிஸ் குழுக்களை அமைத்தது இராணுவ சர்வாதிகார அரசாங்கம். உலகக் கோப்பை ஆட்டங்கள் தொடங்கும் சமயத்தில் அர்ஜெண்டின ரயில்வேத் தொழிலாளர்கள் வேலைநிறுத்தம் செய்யக்கூடிய சாத்தியப்பாடு உருவாகியிருந்தது. அது அந்த நாட்டில் வர்க்கப் போராட்டத்திற்கு உந்துதல் தந்து உலககோப்பைப் பந்தயத்தை நடத்தவிடாமல் செய்துவிடுமோ என்ற அச்சம் கொண்டிருந்த அமெரிக்க இராணுவத் தலைமையகமான பெண்டகனும் அமெரிக்க உளவு நிறுவனங்களும், அந்த ரயில்வேத் தொழிலாளர்களின் வேலை நிறுத்தத்திற்குத் திட்டமிட்டுக் கொண்டிருந்த தொழிற்சங்கத் தலைவர்கள் யார், அவர்களின் இருப்பிடங்கள் என்ன என்பதை அறிந்து கொள்வதில் ‘மிகவும் சிரமப்பட்டுக் கொண்டிருந்த’ அர்ஜெண்டின இராணுவ சர்வாதிகார ஆட்சிக்கு அனுதாபம் காட்டின!

அதைவிடப் படுமோசமான விஷயம் என்னவென்றால், அர்ஜெண்டின இராணுவ சர்வாதிகாரி விடேலாவும், அமெரிக்க வெளியுறவு அமைச்சராக இருந்தவரும் உலகில் மிகப் பெரும் போர்க் குற்றவாளி எனக் கருதப்படுவருமான ஹென்றி கிஸ்ஸிஞ்சரும் (Henry Kissinger) உலகக் கோப்பையை அர்ஜெண்டினா வென்றெடுப்பதை உறுதிப்படுத்துவதற்காக நேரடி நடவடிக்கைகளில் இறங்கினர். அந்த நாடு இறுதியாட்டத்திற்கு வருவதற்கான வாய்ப்புகள் மிகக் குறைவாக இருந்தன. அரை இறுதியில் 3க்கு-1 என்ற கணக்கில் போலந்தை

வீழ்த்திய பிரேஸில் அணி ஐந்து கோல்களுடன் முன்னணியில் இருந்தது. எனவே அடுத்த இறுதி ஆட்டத்தில் பெரு நாட்டு அணிக்கு எதிராக ஐந்து கோல்கள் போட்டால்தான் அர்ஜெண்டினா இறுதி ஆட்டத்திற்குத் தகுதி பெறும் சூழ்நிலையில் விடேலாவும் கிஸ்ஸிஞ்சரும் பெரு நாட்டு அணியினர் உடைமாற்றிக் கொள்ளும் இடத்திற்குச் சென்றனர். உயர்மட்ட அரசியல் தலைவர்கள் ஆட்டக்காரர்களின் அறைகளுக்குச் சென்றது அதுதான் முதல் தடவை. அவர்கள் தங்களை உற்சாகப்படுத்த வந்திருந்ததாக நினைத்த பெரு நாட்டு அணியினர், தங்களை மிரட்டிப் பணிய வைப்பதற்குத்தான் அவர்கள் வந்திருந்ததை சில நிமிடங்களிலேயே உணர்ந்து கொண்டனர். விடேலா அவர்களிடம் கூறினார்: "உலகக் கோப்பையை எங்கள் நாடு வென்றாக வேண்டும். இதற்குக் கூடுதலாகவோ, குறைவாகவோ வேறு எந்த சொல்லும் தேவையில்லை".

வேறு ஒரு நாட்டில், அதுவும் கொலைகார இராணுவ ஆட்சி நடக்கும் நாட்டில் தங்கியிருந்த பெரு நாட்டு அணியினரால் தங்கள் உயிரைக் காப்பாற்றிக்கொள்ள வேறு எந்த வழியும் இருக்கவில்லை. எனவே அந்த இறுதி ஆட்டத்தில் 'ஒப்புக்காக' ஆடி, அர்ஜெண்டினா ஆறு கோல்கள் போட வழி வகுத்தனர். அந்தத் தோல்விக்கு உறுதுணையாக இருந்தது அவர்களது பெரு நாட்டிலும் அப்போது இருந்த சர்வாதிகார அரசாங்கம். அது, தன் நாட்டிலும் இருந்த அரசியல் கைதிகளை 'காணாமல் போக வைப்பதற்காக' விடேலா அரசாங்கம் தந்த ஒத்துழைப்புக்குக் கைம்மாறாக தன் சொந்த நாட்டு அணியினரே அரை இறுதியில் தோற்றுப்போக சம்மதம் தெரிவிக்க வைத்தது.

அவர்களுக்கு ஏற்பட்ட அச்சம் இறுதி ஆட்டத்திற்கு வந்த பிரேஸில் அணிக்கும் ஏற்பட்டதோ என்னவோ! எப்படியிருந்தாலும், அர்ஜெண்டின அணி 1978ஆம் ஆண்டு உலக கோப்பையை வென்று விட்டது.

அர்ஜெண்டினாவில் இராணுவ சர்வாதிகார ஆட்சி முடிவுபெற்ற நான்கு ஆண்டுகளுக்குப் பிறகே பிறந்தவர் மெஸ்ஸி. எனவே அவருக்கு அந்த நாட்டின் இரத்தக் கறை படிந்த வரலாற்றுப் பின்னணி இருக்க வில்லை என்பது உண்மைதான். மேலும், ஒரு தொழிற்சாலை மேலாளரின் மகனாகப் பிறந்த அவருக்கு குடிசைப் பகுதியில் பிறந்து வளர்ந்த மரடோனா அனுபவித்த துன்பங்கள் ஏதுமிருக்கவில்லை. உலக விளையாட்டு வீரர்களில் பெரும் செல்வந்தராகக் கருதப்படும் மெஸ்ஸி, குழந்தைகளுக்கான உலக அமைப்பான யுனிசெஃப் போன்ற அமைப்புகளுக்குத் தனது வருவாயில் கணிசமான பகுதியை

நன்கொடையாக அளித்து வருபவர். அண்மையில் நில நடுக்கத்தால் பெருமளவில் பாதிக்கப்பட்ட ஹெய்தி (தீவு) மக்களுக்காக பெரும் நிவாரண உதவி செய்திருக்கிறார். ஆனால் அவை உலகில் நடக்கும் கொடிய சுரண்டல்களை மூடிமறைக்கும் 'தர்ம காரியங்களே'. அத்தகைய 'தர்ம காரியங்கள்', ஹெய்தியன் இன்றைய மிக மோசமான அவல நிலைகளுக்குக் காரணமான அமெரிக்க, பிரிட்டிஷ், பிரெஞ்சு, ஜெர்மன் ஏகாதிபத்தியங்கள் அந்த நாட்டில் நடத்தியுள்ள கொடூரச் செயல்களைப் பற்றி மௌனம் காப்பவை. மரடோனாவை விட மெஸ்ஸி அடித்த கோல்கள் அதிகம்தான். ஆனால் உலகில் நடக்கும் ஒடுக்குமுறைகளுக்கு எதிராகக் குரல் கொடுத்துவந்த மரடோனாவுக்கு மெஸ்ஸி ஒருபோதும் இணையாக மாட்டார். கால்பந்தாட்ட விளையாடரங்கமொன்றில் செ குவாராவைப் புகழ்ந்தும் ஏகாதிபத்தியத்தை எதிர்த்தும் பேசியவர் மரடோனா. அதாவது 'ஃபிஃபா'வின் அரசியலுக்கு எதிரான மாற்று அரசியல் பேசியவர்தான் மரடோனா. அவரைப் போலவே 'செ'வை உலகிற்குக் கொடுத்ததும் அர்ஜெண்டினாதான்.

கத்தாரின் சர்வாதிகார மன்னராட்சியின் கீழ் நடந்து வரும் கொடிய மனித உரிமை மீறல்களைப் பற்றி மெஸ்ஸி அறியாமல்கூட இருந்திருக்கலாம். எனினும், அந்த மன்னர் வழங்கிய, பல இலட்சம் டாலர் பெறுமதியுள்ள தங்கத்தாலான மேலங்கியை அணிந்து கொண்டு, இலட்சக்கணக்கான கால்பந்தாட்ட இரசிகர்களின் போற்றுதலுக்குரிய அந்த மனிதர் உலகக் கோப்பையை முத்தமிடும் காட்சியைக் கண்டு வெறுப்படைவதை என்னால் தவிர்க்க முடியவில்லை.

கால்பந்தாட்டத்தின் மூலம் மெஸ்ஸி 2021 இல் மட்டும் ஈட்டிய தொகை 122 மில்லியன் டாலர். 2020 மார்ச்சில் அவர் யுனிசெஃஃப் அமைப்பின் நல்லெண்ணத் தூதராக நியமிக்கப்பட்டார். கோவிட் நோய்த் தடுப்பு நடவடிக்கைகளில் ஐ.நா. அவையுடன் இணைந்து செயல்பட்டார். ஆனால் அதே மெஸ்ஸிதான் 'அனைவருக்கும் கல்வி' என்ற பெயரில் கல்வி வணிகம் நடத்தும் பைஜுஸ் (Byjus) என்ற கல்வி விற்பனை நிலையம், 2500 ஊழியர்களை வேலையிலிருந்து நீக்கிய பிறகு அதன் 'பிராண்டை' விளம்பரப்படுத்தும் தூதுவராகவும், இந்தியக் கார்ப்பரேட் கொள்ளைக்கார நிறுவங்களிலொன்றான டாட்டா மோட்டார்ஸின் கார்களின் 'பிராண்டுகளை' விளம்பரம் செய்யும் தூதுவராகவும் நியமிக்கப்பட்டிருக்கிறார். இவற்றை எல்லாம் விஞ்சும் வகையில் 2022 நவம்பரில் உலகக் கோப்பையை வென்ற பின் உலகின் மிகக் கொடூர சர்வாதிகார ஆட்சி நடக்கும் நாடுகளிலொன்றாகவும் அராபிய உலகில் அமெரிக்க ஏகாதிபத்தியத்தின் இராணுவக் கூட்டாளியாகவும்

உள்ள சவூதி அராபியாவின் எண்ணெய் பிராண்டின் தூதுவராக நியமிக்கப்பட்டார்.

நவீன உலகில் மக்களை போதையில் ஆழ்த்தும் புதிய மதமாக விளையாட்டுகளும் செயல்படும் சூழலில், அவற்றில் உழைக்கும் மக்களுக்கு மிக அதிக போதை தரும் மதமாக இன்றுள்ளது கால்பந்தாட்டம். அதனால்தான் பீரும் கால்பந்தாட்டமும் அப்பந்தாட்டம் தொடர்பான சூதாட்டமும் ஒன்றிணைந்துள்ளன. 'பெரியண்ணனால்' மூளைச்சலவை செய்யப்பட்டுள்ள உழைக்கும் மக்களைப் பற்றி '1984' நாவலில் ஜார்ஜ் ஆர்வெல் கூறுகிறார்: "அவர்கள் தொடர்ந்து வேலையும் இனப்பெருக்கமும் செய்து வரும்வரை, அவர்களின் மற்ற செயல்பாடுகள் முக்கியத்துவமற்றவையாக இருந்தன. அர்ஜென்டினாவின் சமவெளிகளில் கட்டவிழ்த்துவிடப்பட்ட கால்நடைகளைப் போல், அவர்கள் தங்களுக்கு இயல்பாக வாய்த்ததாக, ஒரு வகையான மூதாதையரின் வாழ்க்கை முறையைப் போன்றதாக அவர்களுக்குக் காட்சியளிக்குமொன்றுக்குத் திரும்பிச் சென்றுவிடுவர்... கடினமான உடல் உழைப்பு, குடும்பத்தையும் குழந்தைகளையும் பராமரித்தல், அண்டைவீட்டாருடன் அற்பச் சண்டைகள், திரைப்படங்கள், கால்பந்து, பீர், இவை எல்லாவற்றுக்கும் மேலாக சூதாட்டம் ஆகியன அவர்களின் மனங்களின் அறிவையும் அனுபவத்தையும் நிரப்பியிருந்தன. அவர்களைக் கட்டுப்பாட்டில் வைத்திருப்பது கடினமானதாக இருக்கவில்லை".

பின்குறிப்பு: 'காக்கைச் சிறகினிலே' ஏட்டின் 11ஆம் ஆண்டு நிறைவுச் சிறப்பிதழுக்காக அதன் ஆசிரியர் வி.முத்தையா கேட்டுக்கொண்டதன் பேரில் அவசரஅவசரமாக 2022 டிசம்பரில் எழுதப்பட்ட இக்கட்டுரையில் மாற்றங்களும் திருத்தங்களும் சேர்க்கப்பட்டுள்ளன.

இலக்கியம் வலுப்படுத்திய உறவு

1980களில் வெளிவந்த குருஸோவாவின் சுயசரிதை நூல், எங்களைப் போன்றோருக்கு 1990களில்தான் படிக்கக் கிடைத்தது. 'சுயசரிதை போன்ற ஏதோவொன்று' (Something Like An Autobiography) என்று அதற்குத் தலைப்பிடப்பட்டிருந்தது.

சுயசரிதை எழுதுவதில் விருப்பம் இல்லாமல் இருந்த அவரை, அதற்கு சம்மதிக்க வைத்தது, திரைப்படக் கலையில் தமது ஆசான்கள் என்று அவர் கருதிய இரண்டு ஜான்களில் ஒருவர் எழுதிய சுய சரிதை. ஒரு ஜான் அமெரிக்கத் திரைப்பட இயக்குநர் ஜான் ஃபோர்ட். இன்னொரு ஜான், பிரெஞ்சு திரைப்பட இயக்குநர் ழான் ரெனுவா (பிரெஞ்சு மொழியில் 'ஜான்' என்பது 'ழான்' என்று உச்சரிக்கப்படும்).

சுயசரிதையை குருஸோவா தொடங்கும் விதமே மிக சுவாரசியமானது. இரண்டாம் உலகப் போர் கிட்டத்தட்ட முடியும் தருவாயில்தான் அவரது முதல் திரைப்படம் வெளிவந்தது. ஜப்பானிய அரசியல், சமூக, பண்பாட்டுத் தளங்களில் மிகப் பெரும் பாதிப்பை ஏற்படுத்திய அந்த உலகப் போர் தொடங்குவதற்கு முந்திய காலகட்டத்தில் நாட்டு மருந்து, கைமருந்து என்று சில பொருள்களை விற்பவர்கள் ஜப்பான் முழுவதிலும் இருந்தனர். 'சகலநோய் நிவாரணி' என்றும் 'அனைத்து வலி நிவாரணி' என்றும் ஒரு தைலத்தை விற்பனை செய்ய அவர்கள் கூறிவந்த கதையை குருஸோவா நினைவு கூர்கிறார்: 'முன்னங்கால் நான்கும் பின்னங்கால் ஆறுமுள்ள ஒரு தவளையைப் பிடித்து, அதை ஒரு பெட்டிக்குள் வைத்து மூடுவோம். அந்தப் பெட்டிக்கு உள்ளே நாற்புறமும் கண்ணாடிகள் பதிக்கப்பட்டிருக்கும். அந்தக் கண்ணாடிகளில் தன் பிம்பங்களைப் பார்த்துத் திகைக்கும் தவளைக்கு வியர்த்துக் கொட்டும். அது பிசுபிசுப்பான வியர்வை. அந்த வியர்வையைக் கொஞ்சம் கொஞ்சமாக சேகரித்து ஒரு பாத்திரத்தில் போட்டு 3721 நாள்கள் அதை மெல்லிய தீயில் காய்ச்சுவோம். அப்படிக் காய்ச்சும் போது ஒரு தூங்குமரக் குச்சியைக் கொண்டு கிளறிக் கொண்டே இருப்போம். அப்படித் தயாரிக்கப்பட்டதுதான் இந்த மருந்து".

குருஸோவா சொல்கிறார்: "என்னைப் பற்றி நான் எழுதுகையில், அந்தப் பெட்டியிலுள்ள தவளையைப் போன்ற ஏதோவொன்றை நான் உணர்கிறேன். நான் பார்ப்பது எனக்குப் பிடித்திருக்கிறதா, இல்லையா

என்பதை உணர, பல கோணங்களில், பல ஆண்டுகள் ஊடாக என்னை நான் பார்க்க வேண்டியுள்ளது. நான் பத்துக்கால் தவளையாக இல்லாமல் இருக்கலாம். ஆனால், கண்ணாடியில் நான் எதிர்கொள்வது, அந்தத் தவளையின் பிசுபிசுப்பான வியர்வையைப் போன்ற ஏதோவொன்றுதான்". மிஷ்கினின் திரைப்படங்களை பார்ப்பவர்கள் இதுபோன்ற 'ரசவாதங்கள்' அவற்றில் நிரம்பியிருப்பதை எளிதில் கண்டுகொள்வார்கள்.

சுயசரிதை எழுதுவதில் தமக்கு மிகவும் தயக்கம் இருந்தது என்றும், குருநாதர்கள் என்று தம்மால் கருதப்பட்டு வந்த இருவரில் ஒருவரான ழான் ரெனுவாவின் சுயசரிதையைப் படித்த பிறகே தமது வாழ்க்கையைப் பற்றிய சில விஷயங்களை அமெரிக்கப் பத்திரிகை யாளருக்குச் சொல்ல முடிவு செய்ததாகவும் கூறும் குருஸோவா, சுயசரிதை எழுதுவதில் ரெனுவாவுக்கு இருந்த தயக்கத்தையும் குறிப்பிடுகிறார். "எனது காமிராவையும் மைக்ரோஃபோனையும் கொண்டு என்னை வெளிப்படுத்தியிருக்கிறேன். அப்படியிருக்க, சுயசரிதை என்று தனியாக ஒன்று எதற்கு வேண்டும்" என்று நினைத்தவர் ரெனுவா. ஆனாலும், அவரது தனிப்பட்ட வாழ்க்கையை, ஆளுமையை அறிந்து கொள்பவர்களை அவர் திருப்திப்படுத்த வேண்டியிருந்தது. தமது ஆளுமை என்பது பல நபர்களின், பல விஷயங்களின், பல சம்பவங்களின் சேர்க்க என்று ரெனுவா கூறுகிறார்: "உண்மை என்னவென்றால், நாம் மிகவும் பெருமைப்பட்டுக் கொள்ளும் இந்தத் தனிநபருக்குள் மழலையர் பள்ளியில் படிக்கும் போது அவனுக்குக் கிடைத்த நண்பர்கள், அவன் வாசித்த முதல் கதையின் நாயகன், ஏன், அவனது ஒன்றுவிட்ட சகோதரன் யூஜினின் நாயும்தான் இருக்கின்றனர். நாம் நம் ஊடாக மட்டுமே வாழ்வதில்லை; நமது சூழல் நம்மை வடிவமைக்கிறது... நான் இப்போது யாராக இருக்கின்றேனோ, அவனை உருவாக்குவதில் ஒரு பாத்திரம் வகித்த மனிதர்களையும் நிகழ்வுகளையும் நினைவுகூர முயன்றுள்ளேன்".

ஒன்பது ஆண்டுகளுக்கு முன் வெளியிடப்பட்ட 'ஓநாயும் ஆட்டுக் குட்டியும்' திரைக்கதையாக்கத்தைப் படிக்கையில் குருஸோவாவும் ரெனுவாவும் தங்கள் சுயசரிதைகளில் கூறுகின்ற இந்த விஷயங்கள் நினைவுக்கு வந்தன. மிஷ்கினைப் பற்றிய மிகைப் புகழ்ச்சி செய்வதற்காக நான் இதைச் சொல்லவில்லை. ஆனால், மேற்சொன்ன விஷயங்களைச் சொல்வதற்கான நியாயமான காரணங்கள் இருக்கின்றன. 'ஓநாயும் ஆட்டுக்குட்டியும்' திரையாக்கப் பகுதியில் இந்தப் படத்திற்கான கதையை எழுதுவது, திரைப்படக் களங்களைக் கண்டறிவது அல்லது உருவாக்குவது, 'ஷாட்' வைப்பது, 'ஷாட்' பிரிப்பது, காட்சிகளைப்

படம் பிடிப்பதற்காகக் கையாள வேண்டிய காமிராக் கோணங்கள் எவை என்பதை முடிவு செய்வது, ஒளிப்பதிவு முறையைத் தீர்மானிப்பது, எத்தகைய லைட்டிங் முறையைத் தேர்ந்தெடுத்துக் கொள்வது, ஒளிப்பதிவாளரைக் கட்டுக்குள் வைப்பது, பின்னணி இசையைத் தேர்வு செய்வது, எந்தெந்தப் பாத்திரத்துக்கு எந்தெந்த நடிகர்களைத் தெரிவு செய்வது (இது நடனக் காட்சிகளுக்கும் பொருந்தும்), படப் பிடிப்புக்கென்று தீர்மானிக்கப்பட்ட இடமோ, காலமோ ஒத்து வரவில்லையென்றால் அவற்றுக்கான உடனடி மாற்றுகளைக் கைவசம் வைத்திருப்பது, 'டைரெக்டர்ஸ் கட்' என்று சொல்லப்படக்கூடிய எடிட்டிங் உரிமையில் எவ்வித சமரசமும் செய்து கொள்ளாதிருப்பது என்று திரைப்படத் துறையில் நுழைய விரும்புபவர்களுக்கு மட்டுமின்றி, அதில் ஏற்கெனவே நுழைந்துவிட்டவர்கள் பலருக்கும் தனியார் கல்லூரிகளிலும் பல்கலைக்கழகங்களின் 'விஷுவல் கம்யூனிக்கேஷன்' துறையிலோ, பிலிம் இன்ஸ்டியூட்டுகளிலோ இலட்சக்கணக்கில் செலவு செய்ய வைக்காமல் அறுநூறு ரூபா மட்டுமே விலை வைக்கப்பட்டுள்ள 620 பக்க நூலில் அற்புதமாக பாடம் சொல்லிக் கொடுக்கிறார் மிஷ்கின்.

மிஷ்கினின் திரைப்படங்களிலுள்ள இன்னொரு முக்கிய அம்சம் 'Ellipsis'; அதாவது. சொல்லத் தேவையில்லாததை சொல்லாமல் விடுவது. இதற்கு சிறந்த எடுத்துக்காட்டு ப்ரஸ்ஸோனின் Angels of Sin என்ற திரைப்படம். தன் மீது பொய்க் குற்றம் சாட்டி சிறைக்குள் தள்ளுபவனைப் பழி தீர்த்துக் கொள்ள முடிவு செய்யும் தெரெஸெ, துப்பாக்கிகள் விற்பனை செய்யும் கடைக்குச் சென்று துப்பாக்கி யொன்றை வாங்குகிறாள். கடைக்காரர் நமக்குக் காட்டப்படுவதில்லை. ஆனால், கடைக்காரர்தான் விற்பனை செய்கிறார் என்பது நமக்குப் புரிந்துவிடுகிறது. தெரஸெவுக்கும் அவனால் சுட்டுக் கொல்ல படுபவனுக்குமுள்ள உறவு எத்தகையது, அதற்கான சூழல் என்ன என்பதும் காட்சிப்படுத்தப்படுவதில்லை. அதைக் காண்பிக்காமலேயே கதை நமக்குப் புரிந்துவிடுகிறது. கொல்லப்பட்டவனின் உடல், நிழல் போலத்தான் (silhouette) காட்டப்படுகின்றது. தெரெஸெ கைது செய்யப்படும்போது காட்சிப்படுத்தப்படுவது ஒன்றுக்கொன்று குறுக்காக வைக்கப்பட்டுள்ள இரண்டு கைகளும் கைவிலங்குகளும் தான். 'எலிப்ஸை'ஸைப் பயன்படுத்துவதில் மிஷ்கின் எவ்வளவு ஆழமாக ப்ரெஸ்ஸோனை உள்வாங்கியிருக்கிறார் என்பது புரியும். இது காப்பியடிப்பது அல்ல; ஆக்கபூர்வமாக உள்வாங்கிக் கொள்வது.

தனது மூன்று திரைப்படங்களின் படப்பிடிப்புகளுக்கு அவர் என்னையும் என் துணைவியார் சகுவையும் அழைத்திருக்கிறார்.

ஒவ்வொரு 'ஷாட்' வைக்கும்போதும், அவரது 'ஸ்க்ரிப்டில்' இருப்பதற்கு சற்று வித்தியாசமான முறையிலோ அல்லது அதற்கு முற்றிலும் மாறுபட்ட வகையிலோ அந்த 'ஷாட்' அமையும்படி செய்து நம்மை அசத்துவார். கடைசியாக நாங்கள் கலந்துகொண்டது 'பிசாசு 2' படப் பிடிப்புகள் சிலவற்றில். ஒவ்வொரு ஃப்ரேமையும் அவர் ஓவியங் களாக அல்ல, சிற்பங்களாக செதுக்கியிருப்பார். இரண்டாவதாக, முழுமையாக இல்லாவிடினும், 'ஓநாயும் ஆட்டுக்குட்டி'யும் படத்தில் அவரது வாழ்க்கை அனுபவங்கள் திரைக்கதையாக்கத்தினூடாக ஒரு துணைப் பனுவலாக (sub-text) ஆங்காங்கே மென்மையாக வந்திறங்கு கின்றன. இப்படி நாம் சொன்னால் அவருக்குப் பிடிக்காது. ஏழாண்டுகளில் அவற்றையெல்லாம் கடந்துவந்துவிட்டேன் என்றும் தனது பழைய திரைப்படங்களைப் பற்றிப் பேசுவது தனக்கு எரிச்சல் தரும் விஷயம் என்றும் சொல்வார். ஆனால், ஒரு இரசிகன் என்ற முறையில் இவற்றைச் சொல்ல எனக்கு உரிமை இருக்கிறது.

57 ஆண்டுகள் திரையுலக வாழ்க்கையைக் கழித்த குருஸோவா படைத்த திரைப்படங்களின் எண்ணிக்கை 30. உலகத் திரைப்பட மேதைகளிலொருவரான அவரும்கூட பல சமயங்களில் புறக்கணிப்புக்கு உள்ளாகியிருக்கிறார். ஹாலிவுட்டுக்காக அவர் தயாரித்த 'டோரா, டோரா, டோரா' படத்தை எடிட் செய்வதில் (final cut) அவருக்குள்ள உரிமை மறுக்கப்பட்டிருந்தது. பெரும் பட்ஜெட் பிடிக்கக்கூடியவை என்ற காரணத்துக்காக அவரது மூன்று திரைக்கதைகள் திரைப்படத் தயாரிப்பாளர்களால் நிராகரிக்கப்பட்டிருக்கின்றன. பின்னர் ஃப்ரான்ஸிஸ் ஃபோர்ட் கப்போலா, ஜார்ஜ் லுகாஸ் ஆகியோரின் தலையீட்டின் காரணமாகவே உலகெங்கும் புகழையும் பணத்தையும் வாரிக்குவித்த 'காகாமுஸா' படத்தை அவரால் தயாரிக்க முடிந்திருக்கிறது. மிஷ்கினுக்கு இப்படிப் பணத்தை யாரேனும் அள்ளித் தந்தால், அதை திரைப்படத்துக்காக அல்ல, புத்தகங்கள் வாங்கவோ, ஊதாரித்தனமான செயல்களுக்கோ உடனடியாகச் செலவழித்துவிடுவார். ஆனால், பணம் இருந்தாலும் இல்லாவிட்டாலும் அவர் மனதில் சஞ்சலம் ஏதும் இருக்காது. பணம் சுத்தமாக இல்லாத நாள்களில்தான் அவர் மிகவும் மகிழ்ச்சியாக இருப்பதைப் பார்த்திருக்கிறேன்.

குருஸோவா மற்றும் அவரது ஆசான்களான ரெனுவா, ஜான் ஃபோர்ட் ஆகியோர் மிக வசதி படைத்த குடும்பத்தில் பிறந்தவர்கள். மிகச் சிறந்த கல்வி, கலாசார பின்னணிகள் கொண்டவர்கள். குருஸோவா, டோக்கியோ நகரத்தில் வளர்ந்ததன் காரணமாக உலக அளவில் நடந்த அரசியல், பண்பாட்டு மாற்றங்களை அறிந்து கொள்ளவும் நவீனக்

கலைகளைப் பயிலவும் அவருக்கு ஏராளமான வாய்ப்புகள் கிடைத்தன. ரெனுவாவின் தந்தை உலகப் புகழ்பெற்ற ஓவியர் (பியர் ஒகஸ்ட் ரெனுவா). ரெனுவாவின் அண்ணன் நாடக, சினிமா நடிகராக இருந்தவர். அவரது மகன் சிறந்த ஒளிப்பதிவாளர், அப்படி, அவருக்கு ஒரு கலைக் குடும்பம்.

மிஷ்கினுக்கு அப்படியேதுமில்லை. அவர் மிகமிக பிற்படுத்தப்பட்ட வகுப்பைச் சேர்ந்தவர். முழுக்க முழுக்க எல்லாவற்றையும் சுயமாகக் கற்றுத் தேர்ந்து வருகிறவர். மிகக்குறுகிய காலத்தில் பியானோ வாசிக்கக் கற்றுக்கொண்டுள்ள அவர் இப்போது திரைப்பட இசையமைப்பிலும் தேர்ச்சி பெற்று வருகிறார். பியானோ வாசிக்கவோ, திரைப்பட இசையமைக்கவோ இசையின் இலக்கணம் தெரிந்திருக்க வேண்டும். அதை அவர் மிகக்குறுகிய காலத்தில் கணிசமான அளவில் கற்றுக் கொண்டிருப்பது எனக்கு ஆச்சரியம் தரும். மேற்கத்திய இசைக் கருவிகளை வாசிக்கவோ, அந்த இசையைப் புரிந்துகொள்ளவோ அதில் ஆர்வமுள்ளவர்களுக்கு திரைப்பட இயக்குநர் செழியனும் அவரது துணைவியாரும் எழுதிய பத்து நூல்கள் மிகப் பயனுள்ளதாக இருப்பதைப் பாராட்டுவார். அவரளவுக்கு எனக்கு இசைஞானம் இல்லாவிடினும் இருவரும் பகிர்ந்து கொண்ட இசையனுபவங்கள் ஏராளம். மேற்கத்திய செவ்வியல் இசை, ஹிந்துஸ்தானி இசை ஆகியவற்றில் எனக்கு விருப்பம் அதிகம். மிஷ்கினுக்கும்தான். ஒருமுறை அவர் ஃபிலிப் கிளாஸ் என்பவரைத் தெரியுமா என்று கேட்டார். “அந்த மினிமலிஸ்ட் இசைக்கோர்வையாளர்தானே” என்று நான் பதில் சொன்னதும் என்னைக் கட்டிப் பிடித்துக் கொண்டார். ஹாலிவுட் திரைப்படங்கள் சிலவற்றுக்கு இசையமைத்துள்ள ஃபிலிப் கிளாஸ், நம் காலத்திய அபூர்வமான இசைவாணர். அவருடைய இசைக் கோர்வைகளில் ஒன்றிரண்டு சுரங்கள்தான் திரும்பத் திரும்ப இடம் பெறும். முதலில் அவற்றைக் கேட்பவர்களுக்கு சலிப்பு தட்டி விடும். ஆனால், அமைதியான ஓர் அறையில் அமர்ந்து ஹார்பிஸ்கோர்ட் கருவிக்காக ஃபிலிப் கிளாஸ் அமைத்த ‘The Hours’ என்பதை மட்டும் ஒருவர் கேட்பாரேயானால், அவர் உடனடியாக அவரது இரசிகராகி விடுவார். குறைந்த எண்ணிக்கையிலான இசைக்கருவிகள், சுரங்கள் ஆகியவற்றைக் கொண்டு இசையமைப்பவர்களை ‘மினிமலிஸ்ட்’ என்று பொதுவாக சொன்னாலும் ஃபிலிப் கிளாஸ் அந்தச் சொல்லை ஏற்றுக்கொள்ளமட்டார் என்பது வேறு விஷயம். இதே போன்ற பொதுவான அனுபவம் எனக்கும் மிஷ்கினுக்கும் பால்டிக் நாட்டு இசைக்கோர்வையாளர் அர்வோ பார்ட் விஷயத்திலும் நடந்திருக்கிறது. அவரோ பார்ட்டின் இசைப்படைப்புகள் அனைத்திலும் கிறிஸ்தவத்தின்,

தேவாலய இசைகளின் தாக்கம் உள்ளது. அவர் ஆழமான இறை நம்பிக்கையுள்ளவர். அவருடைய இசையமைப்புகளிலும் குறைந்த அளவிலான கருவிகளும் சுரங்களும்தான் பயன்படுத்தப்படும். ஆனால், என்னைப் போன்ற நாத்திகர்களையும்கூட ஈர்க்கக்கூடிய வலிமை அவரது 'ஆன்மிக' இசையில் இருக்கின்றது. பிரிட்டிஷ் இசைக் கோர்வையாளரும் ஆர்கெஸ்ட்ராவில் மிக அதிக எண்ணிக்கையிலான கருவிகளைப் பயன்படுத்தியவரும், சிம்ஃபொனிகளைக் கற்றுக் கொள்ளவும் இரசிக்கவும் வைத்தவருமான பெஞ்சமின் பிரிட்டனுக்கு நினைவஞ்சலியாக அர்வோ பார்ட் படைத்துள்ள Cantus in memoriam என்பதை மட்டும் கேட்டுப் பாருங்கள். சில நிமிடங்களே நீடிக்கும் இந்த இசையிலும் தேவாலய மணி ஒலிக்கும். மிஷ்கின் தற்போது அர்வோ பார்ட்டின் இசையில் மூழ்கியிருக்கிறார் என்று கேள்விப் பட்டேன்.

நவீன சமூக ஊடகங்கள் வருவதற்கு முன்பே என்னிடம் ஏராளமான இசைப் படைப்புகள் இருந்து வந்துள்ளன. இணையதளம், யூடியூப், ஆப்பிள், ஸ்பார்டிஃபை ஆகியவை வந்த பிறகு உலகிலுள்ள அனைத்து மூலை முடுக்குகளிலுமுள்ள இசைப்படைப்புகளை நம்மால் கேட்டு இரசிக்க முடிகிறது, இருந்தாலும், பலரும் கேள்விப்பட்டிராத ஏதேனுமொரு இசைக்கலைஞரைக் கண்டறிந்து நம் முன் நிறுத்துவார் மிஷ்கின். அவரது வீட்டுக்குச் செல்லும் போதெல்லாம் எனக்கும் என் துணைவியாருக்கும் பிடித்த சில இசைப்படைப்புகளைக் கேட்கும்படி செய்வார். கடைசியாக நாங்கள் மூவருமாக அவரது அறையில் அமர்ந்து கேட்டு இரசித்தது அண்டோனின் ட்வார்ஸோவின் New World Symphony. அதிலும் குறிப்பாக அதன் நான்காவது பகுதி (Fourth Movement) மிகச் சிறிய ஊரில் பிறந்த எனக்கு 20ஆம் வயதில்தான் முதன் முதலில் மேற்கத்திய செவ்வியல் இசையொன்றைக் கேட்கும் வாய்ப்பு ஏற்பட்டது. ஊட்டியில் எங்கள் குடும்பம் இருக்கும்போது அங்கிருந்த, செல்வந்தர் வீட்டுப் பிள்ளைகள் படிக்கும் பள்ளியொன்றின் ஆண்டு விழா நிகழ்ச்சியின்போது சைக்கோவ்ஸ்கியின் இசைப் படைப் பொன்றைக் கேட்டேன். ஆனால் ஆங்கில, ரஷிய, அமெரிக்க, பிரெஞ்சு நாவல்களை நிறையப் படிப்பவன் என்னும் முறையில் அவற்றில் இடம்பெற்றுள்ள பீத்தோவன், மொஸார்ட், ஹெய்டன், பாஹ் போன்ற இசைமேதைகளின் பெயர்கள் எனக்குப் பரிச்சயமாகியிருந்தன. எனது 23ஆம் வயதில் பிரெஞ்சுப் பெண் எழுத்தாளர்கள் கொலெட், நத்தாலியா ஷரூட் ஆகியோரின் நாவல்களை ஊட்டியிலிருந்த தனியார் நூலகத்தில் படித்திருக்கிறேன். சில நாவல்களை விலைக்கும் வாங்கி யிருக்கிறேன். அவற்றிலொன்று ஷரூட் எழுதிய 'Aime Vous Brahms?'

என்ற நாவல். பிரெஞ்சுத் தலைப்புள்ள அந்த நாவலை வாங்கினேனே தவிர அந்தத் தலைப்பின் பொருள் என்ன என்பதைத் தெரிந்து கொள்ள சென்னையிலிருந்த நண்பரொருவரின் வருகைக்காகக் காத்திருக்க வேண்டியதாயிற்று. அவர்தான் முதன்முதலில் சார்த்தர், காம்யூ ஆகியோரின் நாவல்களை எனக்கு வாங்கித் தந்தவர். அவர் கூறினார் - Aime vous Brahms? என்பதன் பொருள் 'பிராம்ஸ் உனக்குக் பிடித்திருக்கிறதா?'. அன்றிருந்தே ப்ராம்ஸின் பெயர் என் உள்ளத்தில் ஆழமாகப் பதிந்திருந்தது என்றாலும், சிம்ஃபொனிகளின் தந்தை எனக் கருதப்படும் ஹெய்டனின் இசையைப் போலவே ப்ராம்ஸின் இசையும் என்னை ஈர்க்காமல் இருந்தது. மூன்றாண்டுகளுக்கு முன் மிஷ்கின் கூறினார் : "ஒரு வாரம் முழுவதையும் ப்ராம்ஸின் சிம்ஃபொனிகளைக் கேட்பதற்காக ஒதுக்கிக் கொண்டு அவற்றைக் கேளுங்கள், பிறகு என்னிடம் பேசுங்கள்" என்றார். அப்படிச் செய்த பிறகுதான் ப்ராம்ஸின் இசையின் உன்னதத்தைப் புரிந்து கொண்டேன். ஷுபர்ட்டின் 'Unfinished Symphony', நான்கு நரம்பிசைக் கருவிகளால் இசைக்கப்படும் 'ஸ்ட்ரிங்க் குவார்டெட்' ஆகியவை எங்கள் இருவருக்கும் பிடித்த படைப்புகளில் சில. இசையைப் பொருத்தவரை எனக்கு கேள்வி ஞானம் மட்டுமே. இருந்தாலும் என் காதுகள் இசைக் காதுகளாக இருப்பதே எனக்கு மகிழ்ச்சி. ஆனால் மிஷ்கினுக்கு ஜாஸ் இசையில் விருப்பம் இல்லை. நானோ ஜாஸ் பைத்தியம். எவ்வளவோ முயன்றும் ஜாஸ் உலகில் நுழையும் தூண்டுதல் தனக்கு வருவதேயில்லை என்பார் மிஷ்கின். அது அவருக்குப் பெரும் இழப்பு என்றே நான் கருதுவேன்.

எல்லாவற்றுக்கும் மேலாக, மிஷ்கின் அற்புதமான இலக்கிய இரசிகர். 2008ஆம் ஆண்டில் அவரது அறிமுகம் ஓவியக் கலைஞர் டிராட்ஸ்கி மருதுவின் வழியாக ஏற்பட்டது என்றாலும், எங்களுக் கிடையிலான நெருக்கமான உறவு ஏற்பட்டது ஏழு ஆண்டுகளுக்கு முன்புதான். முதன் முதலாக எங்கள் வீட்டுக்கு வந்தபோது அவர் என்னிடம் கேட்டார்: "உங்களுக்கு கி.அ.சச்சிதானந்தத்தைத் தெரியுமா?". "சச்சியா, அவன் எனது நெருக்கமான குடும்ப நண்பர் களிலொருவன்" என்று ஒருமையில் குறிப்பிட்டேன். "அவரைப் பற்றிய உங்கள் உண்மையான அபிப்பிராயம் என்ன" என்று கேட்டார் மிஷ்கின். "உள்ளத் தூய்மையை நூற்றுக்கு நூறு பெற்றிருப்பவன்" என்றேன் நான். பிறகுதான் கூறினார் மிஷ்கின் - தான் கல்லூரியில் படித்த காலத்தில் தனது அண்டைவீட்டுக்காரராக இருந்த சச்சி உலக இலக்கியத்திற்குள் பிரவேசிக்க வைத்தவர்களில் ஒருவர் என்று. சச்சி உயிரோடு இருந்தவரை மிஷ்கின் வீட்டில் அவருக்கு எப்போதுமே தனி மரியாதை. இத்தனைக்கும் சச்சிக்கு புத்தகங்கள், மலை ஏறுதல்

போன்றவற்றைத் தவிர வேறு உலகியல் நாட்டங்கள் இருந்ததில்லை. கொரோனோ தொற்று நோயின் முதல் அலைக்குப் பலியானவர்களில் அவரும் ஒருவர். அவருக்கு ஓர் அஞ்சலிக் கூட்டத்தை நடத்த முடியவில்லை என்ற ஆதங்கம் எனக்கும் மிஷ்கினுக்கும் இன்றுவரை உள்ளது.

முதல் சந்திப்புக்குப் பிறகு இன்றுவரை, நேரில் சந்திக்கும் போதோ, தொலைபேசியில் உரையாடும்போதோ மிஷ்கின் கேட்கும் முதல் கேள்வி: "அண்மையில் என்ன படித்தீர்கள்? இப்போது என்ன படித்துக் கொண்டிருக்கிறீர்கள்?" நான் பதில் சொல்வதற்குள் அவரிடமிருந்து இரண்டு மூன்று வாட்சப் செய்திகள் எனக்கு வரும் - அவர் அண்மையில் படித்த புத்தகங்களைப் பற்றிய செய்திகள் அல்லது புதிதாக அவர் வாங்கிய புத்தகங்களின் அட்டைப்படங்கள். கூடவே அவர் மிகவும் இரசித்துப் படித்த கவிதைகள் அல்லது உரை நடையின் சில பகுதிகள். நானும் என் பங்குக்கு நான் அவ்வப்போது படித்த புத்தகங்கள் பற்றிக் கூறுவேன், அவர் அதுவரை கேள்விப் படாத புத்தகங்களைப் பற்றி நான் சொன்ன அடுத்த கணமே அவற்றை வாங்க 'ஆர்டர்' கொடுத்துவிடுவார். நானும் ஏறத்தாழ அப்படித்தான். அவர் குறிப்பிட்ட சில புத்தகங்களின் அட்டைப் படங்களையோ, அவற்றின் பதிப்பு விவரங்களையோ, அவற்றிலுள்ள சில பக்கங் களையோ புகைப்படம் எடுத்து நான் வாட்சப்பில் அனுப்பினால், ஒரு சில மணி நேரங்களில் அவற்றில் பெரும்பாலானவை என் கைக்கு வந்து சேர்ந்துவிடும். "எப்படி இவற்றை வாங்கிவிட்டீர்கள், அமேஸானுக்கு ஆர்டர் கொடுத்தாலும்கூட புத்தகங்கள் வந்து சேர இரண்டு மூன்று நாள்கள் ஆகுமே" என்று கேட்பார். அவரைப் போல அமேஸானைக் கொழுக்க வைக்க மாட்டேன். எனக்கு இருக்கிறது 'லிப்ஜென்' இணையதளம். இதில் கிடைக்கின்றன வண்டி வண்டியாக மின்புத்தகங்கள். கண்பார்வைக் குறைவுள்ளவன் என்பதால் என்னால் கடந்த ஏழாண்டுகளாக கிண்டிலில்தான் படிக்க முடிகிறது. கிண்டில் வடிவத்திலுள்ள நல்ல புத்தகங்களையும்கூட அமேஸான் கொள்ளைக் காரர்களிடமிருந்து ரூ 500, 600 என்று விலை கொடுத்து வாங்க எனக்குப் பைத்தியமா பிடித்திருக்கிறது?

ரஷிய செவ்வியல் இலக்கியங்களுக்கு நாங்கள் இருவருமே தாசர்கள். தோல்ஸ்தாய், தோய்ஸ்தோவ்ஸ்கி, கோகோல், துர்கனெவ், லெஸ்கோவ் என நாங்கள் திரும்பத் திரும்பப் படிக்கவும் அவற்றைப் பேசவும் பல மணி நேரம் செலவிடுவோம். ஆனால் அவருக்கு என்னை விட நினைவாற்றல் அதிகம். அந்த இலக்கியப் படைப்புகளிலுள்ள

பாத்திரங்கள், சம்பவங்கள் ஆகியவற்றைத் துல்லியமாக எடுத்துச் சொல்வார். ஆங்கிலத்தில் இதுவரை மொழியாக்கம் செய்யப்பட்டுள்ள (அதிலும் குறிப்பாக ரிச்சர்ட் பெவியர், லாரிஸ்ஸா வோலொகோன்ஸ்கி ஆகியோரின் மொழியாக்கங்கள்) அவர்களின் படைப்புகளை நாங்கள் இருவரும் சரிக்கு சமமாகப் படித்திருக்கிறோம். நான் என் பங்குக்கு மிகெய்ல் புல்காகோவ், வாஸ்ஸிலி கிராஸ்மன் ஆகியோரின் நாவல்களைப் பற்றிக் கூறுவேன். லெஸ்கோவின் Enchanted Wanderer தொகுப்பைப் பற்றிப் பேசும்போது, ஒரே சமயத்தில் நாங்கள் இருவரும் கதை சொல்லிகளைப் பற்றி வால்டர் பெஞ்சமின் எழுதியுள்ள கட்டுரை யொன்றை நினைவுகூர்ந்தது மறக்க முடியாத நிகழ்ச்சி. அதேபோல அந்தத் தொகுப்பிலுள்ள The Lady Macbeth of Mtsensk என்ற சிறுகதையின் (உண்மையில் அது நெடுங்கதை), கதைக்களம் இங்கிலாந்துக்கு மாற்றப்பட்ட வடிவத்தில் சில ஆண்டுகளுக்கு முன் திரைப்படமாக வெளிவந்தது. அதை நாங்கள் இருவரும் வெவ்வேறு இடங்களில் பார்த்து இரசித்ததும் அதைப் பற்றிப் பேச நேரிட்டதும் எதிர்பாராத உடனிகழ்வு, நாங்கள் இருவரும் காஃப்காவின் இரசிகர்கள். காஃப்காவின் 'உருமாற்றம்' (Metamorphosis) நாவலின் புதிய மொழியாக்கமொன்று வந்திருப்பதை மிகவும் சிலாகித்துப் பேசினார். சூஸன் பெர்னொஃப்ஸ்கி (Susan Bernofsky) என்ற பெண்மணி செய்துள்ள அந்த மொழியாக்கத்தை நானும் படித்ததுடன், அவருடைய மொழியாக்கத்துக்குப் பிறகு இன்னும் இரு மொழியாக்கங்கள் வெளி வந்துள்ளதையும், இதுவரை வெளிவந்துள்ள மொழியாக்கங்களில் காஃப்காவின் ஜெர்மன் மூல நூலிலுள்ள முதல் வரி வெவ்வேறு விதமாக மொழியாக்கம் செய்யப்பட்டுள்ளது என்பதைப் பற்றிய ஒரு கட்டுரையைப் படித்திருக்கிறேன் என்பதையும் அவரிடம் குறிப்பிட்டேன். ஒவ்வொரு மொழியாக்கமும் புதிய செய்திகளைத் தருவதாகவோ அல்லது அதற்கு முந்திய மொழியாக்கங்களின் மேம்பட்ட வடிவமாக இருப்பதாலோ, குறிப்பிட்ட படைப்பின் எல்லா மொழியாக்கங் களையும் படிக்க வேண்டும் என்பார் மிஷ்கின். அண்மையில் அவர் ஹோமரின் 'இலியட்' காவியத்தின் புதிய ஆங்கில மொழியாக்கத்தை வாங்கியுள்ளது என் நினைவுக்கு வருகிறது.

புத்தகங்களை வாங்கி வாங்கிக் குவித்துக் கொண்டே இருப்பார். அது புத்தகப் பிரியர்கள் எல்லோரையும் ஏதோ கூடுதலாகவோ குறைவாகவோ பாதிக்கின்ற நோய்தான். நம் வாழ்க்கையில் எத்தனைப் புத்தகங்களைப் படிக்க முடியும்? சில புத்தகங்களை முழுமையாகப் படித்து முடிக்கும் வரை உறங்க மாட்டார். வேறு சில புத்தகங்களில் சில பக்கங்களை மட்டும் படித்த பிறகு வேறு சிலவற்றை எடுப்பார்.

கவிதைப் புத்தகங்களுக்கு மட்டும் தனிக்கவனம் செலுத்துவார். அதிலும் குறிப்பாக, இயற்கை, பறவைகள், விலங்குகள் பற்றிய கவிதைகளில் அவருக்குப் பெரும் பிரியம். பன்னூறு ஆண்டுகளுக்கு முன் வாழ்ந்த சீனக் கவிஞர்கள் டு ஃபு (Tu Fu), லி போ (LiPo) தொடங்கி நவீனகால ஆங்கிலேயக் கவிஞர் டெட் ஹ்யூஸ், அமெரிக்கக் கவிஞர்கள் டெட் ஹூஸர், வெண்டெல் பெர்ரி, மேரி ஆலிவர் வரை அப்படிக் கரைத்துக் குடித்திருப்பார். மேரி ஆலிவர் போன்ற கவிஞர்களை நாம் துதிக்க வேண்டும் என்பார். மாட்ஸுவோ பாஷோவின் ஹைக்கூ கவிதைகளைத் தமிழகத்தில் பலரும் படித்திருப்பர். ஆனால் ஏழாம் நூற்றாண்டு ஜப்பானில் அவர் மேற்கொண்ட பயணங்களைப் பற்றி அவர் எழுதிய குறிப்புகளையும் கட்டுரைகளையும் படித்தவர்கள் எங்களைப் போன்ற ஒரு சிலரே. அதேபோல அன்னி டில்லார்டின் (Annie Dillard) 'Pilgirim at Tinker Creek' 'Teaching a Stone to Talk' ஆகிய நூல்களைப் பற்றி இருவரும் மணிக்கணக்கில் பேசியிருக்கிறோம். இரண்டாவதாகக் குறிப்பிட்ட நூலில் உள்ள 'வீஸல்களைப் போல வாழ்தல்' (Living Like Weasels) கட்டுரையைப் படித்துவிட்டு, 'நாம் இருவரும் கொஞ்ச நாள் வீஸல்களாக மாறினால் என்ன' என்று கேட்பார். கழுகு வகைகளிலொன்றான 'ஃபால்கன்', 'கிரேக்க இதிகாசங்கள் சொல்லும் அறிவுக் கடவுளான மினர்வாவின் தோளில் உட்கார்ந் திருப்பதாகச் சொல்லப்படும் 'ஆந்தை' ஆகியன பற்றிய புத்தகங்கள் அவருக்கு மிகவும் பிடித்தமானவை. ஹெலன் மெக்டொனால்டின் 'H For Hawk புத்தகத்தைப் பற்றி அடிக்கடி கூறுவார். அதேபோல பெலிகன் பற்றி எழுதப்பட்ட ஒரு புத்தகத்தை (அதை எழுதியவர் பெயர் என் நினைவில் இல்லை) சிலாகிப்பார். அண்மையில் காலமான அமெரிக்கக் கவிஞர் இராபர்ட் ப்ளைக்கு (Robert Bly) அவரது கவிதை களுக்காகவும் அவர் அறிமுகப்படுத்திய உலகக் கவிதைகளுக்காகவும் நானும் மிஷ்கினும் கடமைப்பட்டிருக்கிறோம். நான் மிஷ்கினுக்கு அறிமுகப்படுத்திய கவிஞர்களிலொருவர் மிகுய்ல் ஹெர்னாண்டெஸ். ஸ்பானியக் கவிஞரான அவர் பாசிசத்துக்குப் பலியானவர். அவரது கவிதைத் தொகுப்பொன்றை நான் குறிப்பிட்ட கணமே அதன் பிரதியொன்றுக்கு ஆர்டர் கொடுத்த மிஷ்கின் சில நாள்களுக்குப் பிறகு அத்தொகுப்பிலுள்ள கவிதைகளைக் காட்டிலும் அவற்றைப் பற்றி பாப்லோ நெருடா எழுதிய பின்னுரை தன்னை மிகவும் ஈர்த்ததாகக் கூறினார்.

ஐந்தாண்டுகளுக்கு முன் அவரது அழைப்பின் பேரில் நானும் என் துணைவியாரும் மசனகுடிக்குச் சென்றிருந்தோம். அச்சமயம் அங்கு வந்திருந்த ஒரு கல்லூரி மாணவன் மிஷ்கினுடன் புகைப்படம் எடுத்துக்

கொள்ள விரும்பினான். அதற்கு இசைவு தெரிவித்த மிஷ்கின் அவனது அக்கறைகள் என்ன என்று கேட்டார். சுற்றுச்சூழல் ஆர்வலராக ஆவது தான் தன் விருப்பம் என்றான் அவன். நான் குறுக்கிட்டு, குறைந்தது மசனகுடியில் உள்ள மரங்களைப் பற்றியோ அல்லது பொதுவாக மரங்களைப் பற்றியோ அவனுக்கு ஏதாவது தெரியுமா என்று கேட்டேன். அவனிடம் பதில் ஏதுமில்லை. வசதியுள்ள குடும்பத்தைச் சேர்ந்த அவன், சில புத்தகங்களையாவது விலைக்கு வாங்கிப் படிக்க வேண்டும் என்ற நான் காலின் டட்ஜ் (Colin Tudge) என்பவர் எழுதிய 'The Tree' என்ற புத்தகத்தைப் பரிந்துரைத்தேன். மிஷ்கின் என்னைக் கட்டிப் பிடித்து கன்னத்தில் முத்தமிட்டார். ஏனெனில் அவரும் அந்தப் புத்தகத்தைப் படித்திருந்ததுதான்.

என்னைப் போலவே அவருக்கும் நவீன அமெரிக்க நாவல்களில் அவ்வளவு விருப்பம் இல்லை. ஆனால் ஹெர்மன் மெல்வில்லின் 'மோபி டிக்' நாவலைப் பற்றி அவரைச் சந்திக்க வரும் இளைஞர் களுக்குப் பாடம் எடுப்பார். எனக்கு ஆப்பிரிக்க, ஆசிய இலக்கியப் படைப்புகளில் ஆர்வம் அதிகம். ஜப்பானிய நாவல்களை நான் அதிகம் படித்ததில்லை. மிஷ்கினுக்கு ஜப்பானிய நாவல்கள் மட்டுமல்ல, கார்ட்டூன் புத்தகங்களிலும் - குறிப்பாக 'மாங்கா' புத்தகங்களில் - ஆர்வம் அதிகம். அதேபோல க்ரிம் சகோதரர்கள் தொகுத்த நாட்டார் கதைகளில் சாமானிய மனிதர்களின் விவேகம் எவ்வாறு புலப்படுகிறது என்பதை இருவரும் விவாதிப்போம். ஹெர்மன் ஹெஸ்ஸெவின் 'சித்தார்த்தா' நாவலையும் வேறு சில நாவல்களையும் தமிழ்நாட்டில் நான் உட்படப் பலரும் படித்திருப்பார்கள். ஆனால், ஹெஸ்ஸெவின் தேவதைக் கதைகளை (Fairy Tales என்பதை 'தேவதைக் கதைகள்' என்று மொழியாக்கம் செய்வது சரியல்ல) எனக்கு அறிமுகம் செய்தவர் மிஷ்கின்தான், W.G.செபால்ட், ராபர்ட் வால்ஸர், பால் செலான், மச்சாடோ டி அஸ்ஸிஸ் போன்ற இலக்கிய ஆளுமைகளைப் பற்றிப் பேசுவதற்கு நம் சூழலில் ஓரிருவர்தானே உள்ளனர் என்று வருத்தப் படுவார். என் அபிமான எழுத்தாளர் ஜோஸெ ஸரமாகோவின் நாவல்களை அவர் படிக்காததில் எனக்குச் சற்று வருத்தம்தான். சாகசப் பயண நூல்களைத் தேடித்தேடிப் படிப்பார். பீட்டர் மத்தீஸன், புரூஸ் சாட்வின், இராபர்ட் மக்ஃபர்லேன் போன்றவர்களின் நூல்களைப் படித்து அவர்களது சாகசப் பயணங்களை விவரிப்பார். ஒருமுறை நான் படகோனியா பற்றிய பேச்சை எடுத்ததுதான் தாமதம், மாதக் கணக்கில் அதைப் பற்றிப் பேசிக்கொண்டே இருந்தார். மார்சல் புரூஸ்ட்டின் 'இழந்துபோன காலத்தின் இரகசியம்' (The Secret of Lost Time) ஆறு பாகங்களையும் படித்துவிட வேண்டும் என்று

இரண்டாண்டுகளுக்கு முன் முடிவு செய்தோம். இரண்டு பாகங்களை என்னால் படிக்க முடிந்தது. முதல் பாகத்துக்கு மேல் தன்னால் நகர முடியவில்லை என்றார் மிஷ்கின். அதற்குக் காரணம் அமேஸானிலிருந்து நாள்தோறும் அவருக்கு வந்து கொண்டிருக்கும் புத்தகப் பார்சல்கள் தான்.

இந்திய இதிகாசங்களிலும், இந்திய வரலாற்றிலும் அவருக்கு விருப்பம் அதிகம். பஞ்சதந்திரத்தைப் பக்கத்துக்குப் பக்கம் நினைவில் வைத்திருப்பார். பௌத்தத்தைப் போலவே இஸ்லாம் நம் நாட்டுக்கு அளித்த பங்களிப்புகளையும் குறிப்பிட்டுச் சொல்வார். அண்மையில் ஔரங்கஸீப் பற்றி ஒரு மேல் நாட்டு எழுத்தாளர் எழுதிய புத்தகத்தை விவரித்துக் கூறியதுடன், அவரைப் பற்றிய ஏராளமான தப்பெண்ணங்கள் இந்திய மனங்களில் விதைக்கப்பட்டுள்ளதைப் பற்றிய வேதனையை வெளிப்படுத்தினார்.

புனைவிலக்கியங்களைப் போலவே, புனைவிலக்கியம் அல்லாத படைப்புகளையும் விரும்பிப் படிப்பார். உளவியலைப் பொருத்தவரை ஃப்ராய்டைவிட அவருக்கு மிகவும் பிடித்தவர் கார்ல் யுங். யுங்கின் நூல்களை மட்டுமல்லாது, அவருடைய உளவியல் ஆய்வுகள் பற்றி எழுதப்பட்டுள்ள புத்தகங்களையும் தேடிப் பிடித்துப் படிப்பார். யுங்கின் உளவியல் ஆய்வுகளை ஏற்றுக் கொண்டவர் நோபல் பரிசு பெற்ற போலிஷ் எழுத்தாளர் ஓல்கா டோகார்சுக் என்று நான் சொன்னதைக் கேட்டதாலேயே ‘இறந்தவர்களின் எலும்புகள் மீது உன் ஏரை ஓட்டு’ (Drive Your Plow Over the Bones of the Dead) என்ற நாவலைப் படித்து அதை அவர் பாராட்டியதற்கு இன்னொரு காரணம் அது ஒரு ‘திகில் நாவல்’ என்பதுதான் (Thriller என்பதையும் இப்படிக் கொச்சையாகத் தமிழாக்கம் செய்ய வேண்டியுள்ளது!). அதேபோல மொழியியலாளர் விட்கென்ஸ்டின் எழுதிய நூல்களை மட்டுமல்ல, அவரது வாழ்க்கை வரலாற்றையும் ஆர்வத்துடன் படிப்பவர் மிஷ்கின், கிரைம் ஃபிக்ஷன், சையன்ஸ் ஃபிக்ஷன் என்று எல்லாவகை இலக்கியங்களையும் ஆசையோடு படிப்பார்.

எண்ணற்ற புதிய புத்தகங்களையும் புதிய எழுத்தாளர்களையும் அறிமுகப்படுத்தும் அவரை மடக்க, செர்வாண்டெஸின் ‘டான் க்யோட்’ நாவலை முழுமையாகப் படித்துவிட்டு பிறகு இலக்கியத்தைப் பற்றிப் பேசுங்கள் என்பேன். எப்போதும் பரபரப்பாக இருக்கும் அவரால் இப்போது பெரிய நாவல்களைப் படிக்க முடிவதில்லை போலும். நாங்கள் ஒருவருக்கொருவர் அறிமுகம் செய்த எழுத்தாளர்கள், படைப்புகள் ஆகியவற்றை நினைவுகூர்ந்து அவற்றைப் பட்டியலிட்டால்,

குறைந்தது ஐம்பது பக்கங்கள் தேறும். இருவருமாகச் சேர்ந்து நூறு நல்ல கவிதைகளைத் தெரிந்தெடுத்துத் தமிழாக்கம் செய்ய வேண்டும் என்று பல முறை கூறியுள்ளார். ஆனால் நம் வாழ்க்கை ஒரே கதியில் இயங்குவதில்லையே. கடந்த மூன்றாண்டுகளாக என் முகத்தின் இடப்புறம் முழுவதையும் ஆக்கிரமித்துக் கொண்ட கொடிய நரம்பு நோய்க்குத் தாக்குப் பிடிக்க வைத்தது என் மனோதிடம்தான். அதைக் கொண்டே இன்றுவரை எழுத்துப் பணிகளைச் செய்ய முடிந்துள்ளது. இன்னும் எத்தனை நாள்களுக்கு அது சாத்தியம் என்பது தெரியவில்லை. முன்புபோல ஒரு வாரத்துக்கு இரண்டு மூன்று புத்தகங்கள் என்ற கணக்கில் படிக்க முடிவதில்லை. திரைப்படங்களையோ, விளையாட்டுப் போட்டி களையோ பார்க்கும் வாய்ப்பும் அற்றுப் போய்விட்டது. இசை கேட்பதும் கூடக் குறைந்து விட்டது. குறிப்பிட்ட அளவுக்கு மேல் 'டெசிபல்' அளவு கூடினால் முகத்திலுள்ள நரம்புகளும் பாதிக்கப்படுகின்றன.

ஓவியக் கலையிலும் பிற கட்புலக் கலையிலும் அவருக்குள்ள ஆர்வமும் ஈடுபாடும் அளவற்றவை. ஆம்ஸ்டெர்டாமில் உள்ள வான்கோ மியூசியத்தில் என்னைப் போலவே அவரும் ஒரு நாள் முழுவதையும் செலவிட்டதுடன் சில ஓவியங்களைப் பார்த்து அழுதுமிருக்கிறார். அங்குள்ள ரெம்ப்ராண்ட் மியூசியத்தைப் பார்க்க எனக்கு வாய்ப்பிருக்க வில்லை. ஆனால் மிஷ்கின் வெளிநாடுகள் சென்றதும் செய்கின்ற முதல் வேலை ஓவிய, சிற்ப அருங்காட்சியகங்களுக்குச் செல்வதுதான். அவரது ஒரே மகள் நடாஷா ஓவிய, சிற்பக் கலைஞராக பரிணமித்து வருவதற்கு மிஷ்கின்தான் தூண்டுசக்தி என்பதைச் சொல்லத் தேவையில்லை.

அருமையான கலைஞரான மிஷ்கினிடம் ஒரு மனிதர் என்ற முறையில் சில பலகீனங்கள் உள்ளன. படப்பிடிப்புகளின்போது, அவர் பயன்படுத்தும் 'கெட்ட வார்த்தை'களும் அவரது விசாலமான படிப்பும் தலைகீழ் விகிதத்தில் இருப்பது எனக்கும் என் துணைவியாருக்கும் அதிர்ச்சி தரும். மனிதர்களை மதிப்பிடுவதில் அல்லது மதிப்பதில் மிஷ்கினிடம் ஏராளமான முரண்பாடுகள் உள்ளன. சிலரை தலைமேல் தூக்கிவைத்துக் கொண்டாடுவார்; சில மாதங்கள் அல்லது ஆண்டுகளுக்குப் பிறகு அவர்களை நிர்தாட்சண்யமாக நிராகரித்துவிடுவார். அவரிடம் துணை இயக்குநர்களாகவோ, எடிட்டர்களாகவோ வந்து சேர்பவர்களிடம் அவர் மிகையான எதிர்பார்ப்புகளை வைத்திருப்பார். செவ்வியல் இலக்கியங்களைப் படிக்க வேண்டும் என வற்புறுத்துவார். அது சரியான கோரிக்கைதான். ஆனால், அந்த இளைஞர்களிடமுள்ள வேறு சில திறமைகளுக்கு முக்கியத்துவம் கொடுத்து "நாங்கள் மிஷ்கினால்

வளர்ந்தவர்கள்" என்று சொல்லக்கூடிய ஒரு சிலரைக்கூட அவரால் உருவாக்க முடியவில்லை. தவறான மனிதர்களிடம் அதீத நம்பிக்கை வைத்திருப்பார்; நல்ல மனிதர்களைத் தூக்கியெறிந்துவிடுவார். அவரது துணைவியாரிடமிருந்து பிரிந்து வாழ்வதற்கான வலுவான காரணம் எதையும் எங்களால் பார்க்க முடியவில்லை.

ஆனால், என்னையும் என் துணைவியாரையும் தன் சொந்தப் பெற்றோர்களை விடப் பன்மடங்கு மதிக்கவும் நேசிக்கவும் செய்வார். அவருடைய விருந்தோம்பல்கள் எங்களைத் திக்குமுக்காடச் செய்யும். எங்களுக்கு உலகியல் ஆசைகள் எனப் பெரிதாக ஏதும் இல்லை யென்றாலும் பரிசுகளை அள்ளி அள்ளிக் கொடுப்பார். "எதற்கு இதெல்லாம்" என்று கேட்டால், "நீங்கள் இருவரும் இன்னும் இளமையாக இருப்பதற்குத்தான்" என்பார். அவருடைய அன்பின் அடையாளமாக அவர் நான்காண்டுகளுக்கு முன் வாங்கிக் கொடுத்த சட்டைகள் நான்கையே நான் மாறி மாறி அணிந்து கொண்டிருக்கிறேன்.

எது எப்படியிருந்தாலும், நானும் அவரும் ஒருவருக்கொருவர் புத்தகங்களையும் எழுத்தாளர்களையும் அறிமுகம் செய்வதன் வழியாகவே எங்கள் உறவை வலுப்படுத்தியிருக்கிறோம். அவரால் அண்மையில் எனக்கு அறிமுகம் செய்யப்பட்ட கவிஞர்களிலொருவர் ரோல்ஃப் யாகோப்செள். அந்த நோர்வீஜியக் கவிஞரின் 'அவர்கள் உறங்கும்போது' என்ற கவிதையின் தமிழாக்கம் இது:

எல்லா மனிதர்களும்
அவர்கள் உறங்கும் போது
குழந்தைகளே
அப்போது அவர்கள்
போர் புரியக்கூடியவர்களாக இருப்பதில்லை
சொர்க்கமெனத் தோன்றும் உறக்கம் தரும்
அமைதியான இலயத்தில்
அவர்கள் தங்கள் கைகளைத் திறக்கிறார்கள்
சுவாசிக்கிறார்கள்.

சிறு குழந்தைகளைப்போல
உதடுகளை நெளித்து சுளித்துக் கொண்டு
தங்கள் கைகளைப் பாதி திறக்கிறார்கள்
படைவீரர்களும் இராஜதந்திரிகளும் பணியாள்களும் ஆண்டைகளும்
நட்சத்திரங்கள் காவல் காக்கின்றன
மெல்லிய மூடுபனி வானத்திற்குத் திரையிட்டுள்ளது
யாரும் எவருக்கும் ஊறு விளைவிக்காத சில மணி நேரம்

நமது இதயங்கள் மலர்ந்தும் மலராதிருக்கும் அப்போது
நம்மால் ஒருவரோடொருவர் பேச முடிந்தால்
பொன்னிறத் தேனீக்கள் போல
சொற்கள் காற்றில் மிதந்து வரும்
- கடவுளே, உறக்கம் என்ற மொழியை எனக்குக் கற்றுக் கொடு.

சென்ற ஆண்டில் நான் அவருக்கு அறிமுகம் செய்த ரஷியக் கவிஞர் விளாஸ்டிலாவ் கோடாஸெவிச்சின் 'பார்வையற்றவர்' என்ற கவிதையின் தமிழாக்கம்:

தடி கொண்டு
தன் பாதையை உணர்கிறார்,
பார்வையற்றவர்
சீரற்ற நடையில்,
கவளமாகப் பதிக்கிறார்
காலொன்றை
தனக்குள்ளேயே எதையோ முணுமுணுத்தவாறு.
அவரது கண்களின் வெண்மையில்
ஒரு பேரண்டத்தின்
பிரதிபலிப்பு:
ஒரு வீடு, ஒரு வயல்,
ஒரு வேலி, ஒரு பசு
நீலவானின் கீற்றுகள் -
அவரால் பார்க்க முடியாத
எல்லாமே.

இவை இரண்டும் நான் மிஷ்கினுக்குச் செலுத்தும் இலக்கிய நன்றிக் கடன்.

பின்குறிப்பு: மிஷ்கினின் 30வது பிறந்த நாளையொட்டி ஒரு சிறப்பு மலரைக் கொண்டுவருவதாகவும் அதற்கு நானும் ஒரு கட்டுரை எழுதித் தரவேண்டும் என்றும் சில நண்பர்கள் கேட்டுக்கொண்டதற்கிணங்க ஏறத்தாழ இரண்டாண்டு களுக்கு முன் எழுதப்பட்ட கட்டுரை இது. அவரது 51வது பிறந்த நாளும் 2022 செப்டம்பரில் கொண்டாடப்பட்டுவிட்டது. ஆனால் அந்த மலர் வெளி வந்ததற்கான அறிகுறி ஏதும் தெரியவில்லை. தனிப்பட்ட முறையில் அவர் என்னைத் தன் தந்தையாகவே கருதி வைத்திருக்கும் அன்பு. அவர் எனக்கு செய்துள்ள பல்வேறு உதவிகள் ஆகியவற்றைக் கருத்தில் கொண்டு, இத்தொகுப்பில் இக்கட்டுரை சேர்க்கப்பட்டுள்ளது.

Death of Two Organic Intellectuals of Tamil Nadu

I

The demise of two outstanding, organic intellectuals who served the cause of annihilation of caste and the destruction of capitalist system and highlighted a number of burning social problems in Tamil Nadu and the rest of the world passed away largely unnoticed or ignored by the mainstream media, while activists in Dalit, Periyarist and Communist movements could pay rich tributes to them only through zoom meetings as the entire state was submerged in the electoral campaigning of the political parties for the just finished local body elections.

Vellore Rathinasamy Joseph Prabalan, popularly known as Prabalan was born as 7th child of a Tamil Christian family in Vizianagaram in Andhra Pradesh. After finishing schooling there, Prabalan did a technical course in ITI, Guindy Chennai when his family members moved to this Metropolitan city and lived with them till he passed away at the age of 74 on 14th February. He joined a cycle tube manufacturing Company as a Machinist and became an active Trade Unionist which resulted in his dismissal from service on flimsy grounds. Though he emerged victorious in the legal battle and won back the job, he soon resigned from it and began a long career of being a mentor, associate and comrade-in-arms in anti-caste, civil rights, feminist and environmental movements. In 1970s he opened a book shop in Mylapore, Chennai considered to be the citadel of the most orthodox and elitist section of the Brahmins and ironically named it as 'Oasis'. Quite a few decades before the advent of internet, Flipcart and Amazon, it was this book shop where Prabalan made available to the readers with a wide range of interests, anti-caste, Marxist, Ambedkarite, Periyarist, Feminist, environmentalist and the third world literature. Surrounded by heaps of books, he would majestically sit in his chair and politely offer the books to his customers-cum-comrades (more often than not for free to those who could not afford to buy them) while initiating these readers into reading, discussing and understanding some of the issues which were until then quite foreign to them. He would link up the anti-caste intellectuals with the Marxist ones and the latter with Feminist and environmental causes. In 1995 his bookshop was a space for the grass root activists, fisher folk, civil rightists, environmentalists, progressive intellectuals and academics who formed a Committee to Struggle Against Thapar-Dupont Nylon 6.6 manufacturing company allowed to be established by Jeyalalitha Government in a northern town of Tamil Nadu. Rejected by many State Governments on account of the notoriety of the US based multi-national Company Dupont in its role of causing immense environmental and ecological damages in whichever countries it had its foot prints, it together with its Indian Comprador Thaper succeeded in making the AIADMK Government its host. The Nylon 6.6 fiber used in making the aeroplane tyres needed immense quantity of pure water rendering the town where it was to set up and hundreds of villages surrounding it dry and desolate zones. The struggle met with severe state repression but succeeded in sensitizing many on the left to the importance of environmental issues.

Inspired by the international situation of 1970s, Prabalan too dreamed of being a witness to an all India Revolution, but even after the collapse of the Soviet Union, the dramatic changes in the erstwhile Socialist Countries, the triumph of neo-liberlaism, the decline of the left movements across the globe, he remained convinced of the ability of the oppressed and working masses in transforming the world in their image. Like Anand Teltumbde, he too believed that the Dalits were the 'organic proletariat' of this country who ought to be leadng the revolution. Insisting on the agency of the Dalits, he participated in a number of seminars, symposiums across the country and abroad and played an important role in the Dalit Intellectual Collective with Dr C.Lakshmanan and others. His well thought out original ideas and suggestions were completely free from any formulaic or sectarian overtones. Though he was a member of a devout Christian family, his vision had never been teleological but was rooted in the possibilities of here and now. Self-effacing as he was, he shunned publicity and craving for the limelight but chose to remain till his last moment a teacher and mentor to scores of activists or as Mao once described himself 'a monk with a leaky umbrella'.

II

Dalit Subbiah, who followed Prabalan to the grave two days later was a pedagogue, writer, poet, balladeer, composer of music and a vocalist. He was born in a family of poor Dalit agricultural workers in a village in Madurai district of Tamil Nadu notorious for the atrocities on Dalits perpetrated by the members of a caste which during British days, was one of the 'notified tribes'. Subbiah's father had two wives. As the first one bore him only two female children, the prevailing patriarchal culture that cut across the castes, required him to have a son. His second wife, born deaf and dumb, bestowed to this world, a son who would not just mesmerize his listeners with his songs but awaken them to see the realities of oppression based on caste, class and gender.

In an Interview given to the Tamil Journal 'Dalit Murasu' in 2006, Dalit Subbiah said his first music teacher was his father who used to sing lullabies to his male child as his disabled mother could not do this. Though as a baby in the cradle Subbiah could not have made out what his father was doing, later as an young boy he had the joy of listening to many a folk songs his father used to sing for him. On the other hand, the uncanny noise emanating from the vocal chords of her mother and her muted cries, according to him, were the everlasting bonds that tied him to his mother. He also recalled with pride his memories of her powerful hands and limbs which enabled her to effortlessly wade with so much speed through the mud and water with bundles of rice seedlings intended for transplanting on her head without losing her balance and pass them on from a distance of 30 feet to her fellow workers in the rice field. Subbiah's first teacher was his own father, who would spread our handfuls of paddy on the ground in front of his house on which the young son's tender fingers would be guided to write the alphabets. Gifted with a golden voice, Subbiah would soon begin joyfully singing with his father and relatives when he helped his parents in harvesting, threshing the paddy and while going for fishing.

The given name of Subbiah was 'Pichai' meaning 'alm'. Naming the male child born many years after the marriage as 'Pichai' and the female child 'Pichaiammal' has been a practice quite common amongst parents of many castes in Tamil Nadu (including in some cases Brahmins) as such a child is considered to be a long awaited gift from the God propitiated with many prayers and offerings. It was one of his teachers in the local primary school where he studied - a Dalit Christian - changed his name as 'Subbiah' much to the chagrin of the caste Hindus since the suffix 'Iah' (meaning 'elder') is the one with which the Dalits were expected to address them with reverence and awe. The teacher had to pay a heavy price for violating this caste code: His elder daughter was raped by a thug from the dominant community. Though the criminal was arrested and jailed, the unbearable shame fell upon the family forced it to leave the village.

Subbiah recalled in that interview many forms of humiliation and physical attacks he experienced at the hands of the Caste Hindus - his school mates, the youngsters as well as the elders in the village. In his village, the Dalits who violated the norms and rules of Caste Hindus that defined what kind of dress the Dalits should wear, what forms of language with which they should address these oppressors, and in which street they should walk and with what gestures and postures, were subjected to the most humiliating forms of punishment: they would be summoned to appear before the 'Panchyat' of the caste Hindus before whom these Dalits should prostrate and beg for pardon, only to be let off after paying a fine for the 'crime' they had committed.

Subbiah had to walk six miles a day to study in a Government High School, and was constantly harassed by the fellow students from the oppressor caste of his village. But he also found many students including the female ones from the 'upper castes' warming up to him. He could also captivate the minds of hundreds of students and of most of the teachers by his mellifluous voice with which he sang devotional songs (he later admitted that he did not know at the time the meaning of these songs which he learnt by rote) and entertained some of his teachers privately by singing some of the popular film songs. After he finished high school studies his father, so determined as he was, decided to send his son to the college and sold his meager belongings to raise some money but it was the generous help of Subbiah's maternal uncle who saw the young man through the College studies. While Subbiah was attracted to Periyar and his thoughts during his school days, he was initiated into Marxism after he joined a college in Madurai. After obtaining a Masters Degree he studied Law in Bengaluru. He accepted a job in a NGO for his living. Part of his work in this NGO consisted of visiting villages across the state to study the prevailing conditions there. It was during those days he gained a firsthand knowledge of the caste, gender and class based oppression that manifested in crude as well as in subtle forms and thus began his life long career of being a balladeer of the downtrodden masses. He got a job in a Government High School and married to Subbulakshmi, who grew up in Malaysia. They named their first son Spartacus, one of the heroes whom Marx adored and the second son Gorky after that great Russian Revolutionary writer from whom Dalit Subbiah drew inspiration for his cultural activities.

III

Dalit Subbiah set aside a part of his income to set up a cultural group, which went on giving hundreds of performances throughout the state. He wrote hundreds of songs combining the thoughts of Baba Saheb Ambedkar whose teachings he came to know only in 1992, Periyar and Karl Marx. Till his last years, one could see his cultural group giving performances in the meetings and conferences of the Periyarists. Once he was confronted by some Dalit activists who were misled by a few intellectuals in Tamil Nadu into thinking that Periyar was anti-Dalit. They wanted him to stop singing the praise of Periyar. Dalit Subbiah retorted that he would rather wind up his cultural group and stop singing foreover. The stages from which his cultural group performed were invariably adorned with the portraits of Ambedkar on one side and Periyar on the other. His life and mission were a combination of Blue, Red and Black. "Vella MudiyathavarAmbedka" (Ambedkar is unconquerable- https://youtu.be/7g79yilEdYQ) and "Thamizhakathin Azhakiya mukam - Athu Periyar" (The beautiful face of Tamil Nadu - that is Periyar) are the two songs through which he continued pay his tributes to these great leaders. His most famous song, repeatedly sought out by his admirers and sung by many other activists is the one that says that "we would not submit to any one, we would not bow our heads, we would not be afraid of anyone, we would say we are Dalits" (https://youtu.be/ 3FYUmzn1o4c.Some of his other famous songs are also available in youtube.) He had a magical ability to convert through his songs the quotidian problems into universal themes and every line of his song was a rebuttal to the discourse of the Hindutva, casteist and capitalist forces. It is an unpardonable failure on the part of the Ambedkarites, Periyarists and the Marxists in making no effort to make him known outside Tamil Nadu, while such individuals and groups as Ghaddar (not for his current political beliefs and activities), Kabir Kala Manch, Jana Natya Manch and quite a few other Dalit and left cultural groups from other states are fairly well known amongst the activists here.

    He groomed many artists - both women and men - and while glorifying the folk tradition of music, he was critical of some of the Dalit Intellectuals and activists who fetishised Parai, a hollow drum played by two sticks of different length and thickness which though played in the courts of Chozha and Pandiya Kings till the middle ages, came to be associated with the Dalits acquiring a caste symbol. He said such intellectuals would not have the parai played in their houses fearing it would betray their caste identity to their upper caste neighbours. Dalit Subbiah's cultural group preferred to use many musical instruments as part of its belief in modernity. He was also equally critical of the notion that the songs and music originated only from the Dalits and countered it with the Marxist explanation of the birth of the music from the labor of the toiling masses. As a powerful singer with a resonant voice, he electrified his audience and charged them with revolutionary feelings. After embracing Marxism he was initially attracted to Naxalbari movement but moved closer to CPM circle, particularly to the Tamil Nadu Progressive Writers and Artists Association and then became an active member of the dynamic Anti-Untouchability Movement, both floated by the CPM and changed his name as 'Lenin Subbiah'. But most of his admirers-Ambedkarites, Periyarists and Marxists (including the author of this article) he could only be Dalit Subbiah as his preliminary concern has always been the annihilation of caste. It should also be mentioned that he never failed to assert his Tamil identity which he counterposed to pan-Indian Hinduism.

An extra ordinarily principled man he was, Dalit Subbiah never sought out fame or publicity. His songs were his message. He shunned receiving awards or money from any party, organization or individuals. Soft spoken, affectionate and affable Dalit Subbiah and his family members lived a very simple life with his frugal income in Pondichery. His house had less than 600 square metre space. Many years of his suffering from diabetics led to the damage of his kidneys and whatever little savings he had was spent for his treatment. Admitted in a Government hospital in Pondicherry he bid a final farewell to this world on 14th February.

Jai Bheem, Lal Salam and Black Salute to our beloved Comrade Dalit Subbiah!

-Countercurrents.org, 23.02.2022.

https://countercurrents.org/2022/02/death-of-two-organic-intellectuals-of-tamil nadu/

இணைப்பு-1

தோழர் பெருஞ்சித்திரனார்

1965-ஆம் ஆண்டு இந்தி எதிர்ப்புப் போராட்டத்திலீடுபட்டிருந்த மாணவர்களுக்கு உதவி செய்தவனாகக் கருதப்பட்டு அரசுப் பணியில் பதவியிறக்கம் செய்யப்பட்டவன் நான். பின்னர் ஐந்தாண்டுக் காலம் பல்வேறு வகை விடுப்புகளிலிருந்த பிறகு மீண்டும் பணிக்குத் திரும்பினேன். அந்த இடைக்காலத்தில்தான் இந்தியப் பொதுவுடைமை இயக்கத்தில் முழுமையாக ஈடுபடத் தொடங்கியிருந்தேன். அந்த இயக்கமும் அதன் கருத்தியலாகக் கொள்ளப்பட்டிருந்த மார்க்சியமும் எமக்கு நிறையக் கற்றும் கொடுத்தன. ஆனால் கற்றுக் கொடுக்கப் பட்டவை அனைத்துமே சரியானவையல்ல! 1973-ஆம் ஆண்டுக்குப் பிறகு அரசியலில் ஆர்வக் குறைவும் கலை, இலக்கியத்தில் ஆர்வ மிகுதியும் மேலிட்டன. இலக்கியப் பணிகளைத் தொடர வேண்டும் என்ற விருப்பத்துடன் 1980ஆம் ஆண்டில் சென்னையில் குடியேறினேன். ஆனால் 1971இல் பிளவுபடத் தொடங்கியிருந்ததும் பின்னர் நெருக்கடி நிலைக் காலத்தில் கடுமையான ஒடுக்குமுறைக்குள்ளாகியிருந்ததுமான மார்க்சிய - இலெனினிய இயக்கத்தைச் சேர்ந்த முன்னணித் தொண்டர்கள், தலைவர்கள் சிலர் என்னுடன் ஏற்படுத்திக்கொண்ட தொடர்பு, எனது இலக்கிய ஆர்வத்தினை மறக்கச் செய்து அரசியலில் மீண்டும் ஈடுபட வைத்தது. அக்காலத்தில் மார்க்சிய - இலெனினியப் பொதுவுடைமைப் புரட்சியாளர்கள் கடுமையாக ஒடுக்கப்பட்டுச் சட்டத்திற்குப் புறம்பான முறையில் கொல்லப்பட்டும் வந்ததால் மாந்த உரிமை இயக்கத்தில் முழுநேரம் பணியாற்ற வேண்டிய கட்டாயம் ஏற்பட்டது. என் மாந்த உரிமைச் செயற்பாடுகளிலொன்றாகத் தோழர் புலவர் கலியபெருமாள், அவர்தம் குடும்ப உறுப்பினர்கள் முதலியோரின் விடுதலைக்கான முயற்சியிலும் ஈடுபட்டிருந்தேன். தோழர் தமிழரசன் போன்றோர் பிணையில் விடுதலை பெற்று வெளியே வருவதற்கும் உதவிகள் செய்துவந்தேன்.

இந்தியப் பொதுவுடைமை இயக்கத்தில் சேர்ந்த நாள் தொட்டே, இந்தியாவின் தேசிய இனச்சிக்கல் குறித்த கருத்தாடல்களுக்கும் கருத்துப் போராட்டங்களுக்கும் அக்கறை காட்டி வந்தவன் என்கிற முறையில், 1981ஆம் ஆண்டில் தேசிய இனச் சிக்கல் குறித்த மாநாட்டினைச் சென்னை நகரில் நடத்துவதற்கு ஆந்திர முற்போக்கு இளைஞரணியினரும் முற்போக்கு மாணவரணியினரும் மேற்கொண்ட முன்முயற்சிக்கு முழு ஒத்துழைப்புத் தந்தேன். 1981-82ஆம் ஆண்டில் மார்க்சிய - இலெனினிய இயக்கத்தின் மீது அரசு கட்டவிழ்த்துவிட்ட

வன்கொடுமைகள், ஒடுக்குமுறைகள் ஆகியவற்றால் தாக்கமுற்ற நான், அதே இயக்கத்தில் முன்னோடியாகப் புதுநில்லியில் பணியாற்றி வந்த தோழர் ஒருவரின் அறிவுரையின்படியும், எனது பாதுகாப்பற்ற நிலை குறித்து மாந்த உரிமைச் செயலார்வலர்கள் சிலர் வெளிப்படுத்தி வந்த அச்சத்தினாலும் அக்கறையினாலும் உந்தப்பட்டும் எனது பாதுகாப்புத் தேடிப் புதுதில்லியைத் தலைமையிடமாகக் கொண்டு இயங்கிய ஓர் ஆராய்ச்சி நடுவத்தில் ஒன்றரையாண்டுக் காலம் பணியாற்றினேன். என் கருத்துகளையோ, கொள்கைகளையோ, பற்றுறுதியையோ நான் ஒருபோதும் விட்டுக்கொடுக்கவில்லை. அந்தக் காலக்கட்டத்தில்தான் வால்டர் தேவாரம் போன்றோர் மீது வழக்குத் தொடர்ந்தேன். அனைத்திந்தியப் புரட்சிப் பண்பாட்டுக் கழகம் அமைத்திட ஓராண்டுக் காலம் ஓயாது உழைத்தேன். அவ்வமைப்புக்கான முதல் ஏற்பாட்டுக் கூட்டம் நடைபெறும் முன்னரே, மேற்சொன்ன புதுதில்லி ஆராய்ச்சி நடுவப் பணிகளிலிருந்து விலகியிருந்தேன்.

ஆனால் மார்க்சிய - இலெனினிய இயக்கத்தின் ஓரிரு பிரிவினரால் சேறு பூசப்பட்டு, அவதூறு செய்யப்பட்டு 'ஓரங்கட்டப்படும்' நிலைக்கு நான் ஆளானதும் அக்காலக்கட்டம் தான், "பெரியார், பெரியார்" என்று வாய்ப்பேச்சு பேசுவதையே தொழிலாகக் கொள்பவர்கள் சிலரைப் போல புரட்சி, புரட்சி என வாய்வீரம் பேசுவதையே கடந்த 30 ஆண்டுக் காலமாகப் புரட்சிமிகு தொழிலாகக் கொண்டிருப்பவர்கள், அன்றைய அரசு ஒடுக்குமுறைக்கு எதிர்த்து நிற்கத் துணிவின்றித் தங்கள் அரசு, வைப்பக, வாணாள் காப்பீட்டு, ஆசிரியத் தொழில்களை இறுக்கமாகப் பாதுகாத்துக் கொண்டிருந்தனர் - இன்றும்தான் (இவர்கள் அருமையான உழைப்புப் பிரிவினையை உருவாக்கியுள்ள பார்ப்பன மூளைகள். அதாவது புரட்சிக் கருத்துகளைப் பரப்புவது மட்டுமே இவர்களது 'உழைப்பு'. புரட்சியைச் செயலளவில் செய்வது மற்றவர்கள் செய்ய வேண்டிய உழைப்பு) இரண்டு குழுக்களிடையே ஏற்பட்ட பண்புக் குறைவான கருத்துப் போராட்டத்தின் போது அவர்களுக்குக் காவுகொடுக்கத் தேவைப்பட்டது ஒரு கடா (பலிகடா.) அது நான்தான். "நோயாளிக்கு மருத்துவம் பார்ப்பது அவனைக் குணப்படுத்தவேயன்றிக் கொல்வதற்கு அன்று" என்ற மாவோவின் தொடரியத்தைக் கிளிப்பிள்ளை போல ஒப்புவிப்பதில் சளைக்காத 'புரட்சித் தோழர்கள்', நான் அறிந்தோ - அறியாமலோ செய்த தவறுகளைத் திறனாய்வு செய்து என்னை நலப்படுத்துவதற்கு மாறாக, என் கடந்தகாலப் பணிகள், நெருக்கடி நிறைந்த காலங்களில் நானும் என் துணைவியாரும் தாங்கிக் கொண்ட சொல்லொணாத் துன்பங்கள், அரசுப் பணியைத் துறக்க வேண்டிய கட்டாயம் இவற்றைச் சிறிதுகூடக் கருத்தில் கொள்ளவில்லை.

எனினும் மாந்த உரிமை இயக்கச் செயற்பாடுகளைத் தொடர்ந்து மேற்கொண்டு வந்தேன். அச்செயற்பாடுகளின் விளைவாகச் சிறையிலிருந்து வெளியே வந்த தோழர்கள் புலவர் கலியபெருமாள்,

தமிழரசன் போன்றோருக்கும் என்மீது குத்தப்பட்ட அவதூறு முத்திரைகள் விழத் தொடங்கின! என்மீது விழுந்த கறை அவர்கள் மீதும் பரவக் கூடாது என்பதற்காக நான் அரசியலிலிருந்தும் விருப்ப ஓய்வு பெற்றேன். எனினும் மீண்டும் மீண்டும் காலம் என்னை அரசியலுக்கு இழுத்து வந்துகொண்டே இருந்தது.

1983-இல் இலங்கைத் தமிழர்கள் மீது நடத்தப்பட்ட இனப் படுகொலை, பல்வேறு ஈழ விடுதலைக் குழுக்கள் தமிழகம் வந்து சேர்ந்தமை, ம.கோ.இராமச்சந்திரன் ஆட்சிக் காலத்தில் கருத்துரிமை பறிப்பு முயற்சி, மார்க்சிய - இலெனினிய இயக்கத்தினர் மீது தொடர்ந்து நடத்தப்பட்டு வந்த ஒடுக்குமுறைகள் - இவை “மரம் ஓய்வை நாடினாலும் காற்று அதனைச் சும்மா விடாது” என மாவோ கூறியதை மெய்ப்பிக்கும் வகையில் என்னை மீண்டும் செயல் தளத்துக்கு இழுத்து வந்தன.

அக்காலக்கட்டத்தில்தான் பெருஞ்சித்திரனார் அவர்களின் அறிமுகம் கிட்டியது. அது இனிய நட்பாக வளர்ச்சியடைந்தது. அதற்கு முன் அவரை நான் சந்தித்தது இல்லை. எனினும் 1965ஆம் ஆண்டு இந்தி எதிர்ப்புப் போராட்டத்தின் போது எனது தலைமுறையினரின் நெஞ்சங்களில் ஆழமாகப் பதிந்து நிலைத்திருந்த பாவாணர், இலக்குவனார், கு.அருணாசலனார் ஆகியோரின் பெயர்களுடன் இணைந்திருந்த மற்றொரு பெயர்தான் பெருஞ்சித்திரனார்.

சென்னையில் குடியேறி மூன்று ஆண்டுகளுக்குப் பின்னர்தான் அவரை முதன் முறையாகச் சந்தித்தேன். பொதுவுடைமை இயக்க மரபுப்படி அவரைத் தோழர் என அழைத்தேன். அது நல்ல மரபு தான் என்றாலும், அதை ஒரு சமய நெறியின்பாற்பட்ட பழக்க வழக்கம் போலவும் ஒருவகைத் திமிரோடு பற்றி ஒழுக வேண்டியது போலவும் அம்மரபு கற்றுத் தந்திருந்தது. ‘தோழரே’ என்று அழைக்கும் தோழர்கள் பலரின் நெஞ்சங்களில் குடியிருக்கும் வன்மமும், காழ்ப்பும், பொறாமையும், சூழ்ச்சி நோக்கும் அந்தத் தோழர்களோடு இருந்து பார்த்தவர்களுக்குத்தான் தெரியும்.

‘தோழர்’ என அழைக்கப்படுவதைப் பெருஞ்சித்திரனார் அவர்கள் மகிழ்ச்சியோடு ஏற்றுக்கொண்டார். அவருக்கே உரித்தான குழந்தை உள்ளம் அப்படி விளிப்பதை உவகையுடன் வரவேற்றது. அவர் ‘தோழர்’ என்ற சொல் மட்டுமன்று; அந்தச் சொல்லுக்கு உரிமை கொண்டாடும் பொதுவுடைமை இயக்கத்தின் கொள்கைகளும் குறிக்கோள்களும் அவருக்கு உவப்பானவை என்பதை இரண்டாவது சந்திப்பிலேயே உணர்ந்து கொண்டேன். இந்த உணர்வோடு எங்கள் தோழமையும் வளர்ந்தது. கூடவே எங்களது கருத்துப் போராட்டங்களும். அவை எழுத்து வடிவத்தில் பதிவு செய்யப்படவில்லை. ‘தனித்தமிழ்’

எந்த அளவுக்கு நடைமுறையில் கைகூடும் என ஓயாது அவருடன் வழக்காடுவேன். ('தோழர்' என்று அழைப்பதைத் தவிர்த்து, இயல்பான உணர்ச்சியின் பாற்பட்டு 'ஐயா' என அழைக்கத் தொடங்கியிருந்தேன். என்னை 'மனோ' என்றுதான் அவர் அழைப்பார்.) "நூற்றுக்கு நூறு விழுக்காடும் தனித் தமிழ்தான் என்று நான் போராடுவதால்தானே மனோ, உங்களைப் போன்றவர்களும்கூட 50-60 விழுக்காடு நல்ல தமிழ்ச் சொற்களைப் பயன்படுத்துகிறீர்கள்?" என என்னை மடக்கி விடுவார். பெரியாரின் மொழிக் கொள்கையை அவர் திறனாய்வு செய்வார். ஆனால் பெரியாரைத் தூக்கியெறிவது போல் யாரேனும் பேசினாலோ உணர்ச்சிவயப்பட்டு விடுவார்: "பெரியாரின் தோள் மீதுதான் நாம் நிற்கிறோம் ஐயா, மறந்துவிடாதீர்கள்!" என்பார்,

அவரது தொடர்பால் புதிய அணிச் சேர்க்கைகள் ஏற்பட்டன. தொடக்கத்தில் அவற்றில் பங்கேற்ற நான், அவற்றிலிருந்தும் விலக நேரிட்டது. வாய்ப்பான நேரத்தில் இடிமுழக்கம் செய்கிறவர்களும், தங்கள் ஏந்தான(வசதியான) வாழ்க்கைக்கும் அரண் கட்டிக்கொண்டிருப்பவர்களும், பெரியாரியம் பேணுபவர்களாகத் தங்களைப் பற்றித் தம்பட்டமடித்துக் கொள்பவர்களும் இக்கட்ட நேரங்களில் வெளிப்படுத்திய கோழைத்தனம் என்னிடம் இருக்கவில்லை என்றாலும் நான் 'கோழை'யாகவும் அவர்கள் 'வீரர்களா'கவும் ஆக்கப்பட்டிருந்தனர்.

இந்தச் சிற்றலைகள் எங்களிருவரின் நட்ட .க் குலைக்கவில்லை. பொதுச் சிக்கல்கள் என வருகையில் இருவரும் இணைந்து நின்றோம். மனந்தளராது பணிகளை மேற்கொள்ளும்படி அவர் கனிவோடு கூறிவந்த சொற்கள் எனக்குத் தெம்பூட்டி வந்தன. காவல் துறையினரின் ஒடுக்குமுறை தொடர்ந்து நிலவியதால் 'ஒடுக்கப்பட்டோர் உரிமைப் பாதுகாப்புக் கூட்டமைப்பு' உருவாக்கப்பட்டது. அதன் செயற்பாடுகளுக்குத் தமது உலகத் தமிழின முன்னேற்றக் கழக அலுவலகத்தையே ஒப்படைத்தார் பெருஞ்சித்திரனார். 1987-இல் இந்திய அமைதிப் படையைத் திருப்பி அழைத்துக் கொள்ள வேண்டும் என்று கோரிக்கையை முன்னிறுத்தி மக்கள் தொடரி (மனிதச் சங்கிலி) சென்னையில் முதன்முதலாக ஏற்பாடு செய்யப்பட்டபோது, தி.மு.க. வின் ஆதரவையும் திரட்டினோம். அதற்கு ஒரு திங்களுக்கு முன்புதான் கலைஞர் கருணாநிதியைத் திறனாய்வு செய்து பாடல் ஒன்று எழுதியிருந்த பெருஞ்சித்திரனார் அதையெல்லாம் மறந்துவிட்டுக் கலைஞரின் ஆதரவைப் பெறுவதற்காக எங்களோடு அறிவாலயம் வரச் சிறிதும் தயங்கவில்லை.

ஈழத் தமிழர் போராட்டம் குறித்த எங்கள் நிலைகள் மாற்றம் கண்டு வந்தன. 'தமிழ்த் தேசியம்' குறித்தும் முழு உடன்பாடு கொண்டிருந்தோம் என்று சொல்ல இயலாது. ஆனால் வாய்ச் சொல் வீரர்களும் கோழைகளுமே மிகுதியாக உருவாகியிருந்த ஒரு சூழலில்,

எந்தவொரு மாந்த உரிமைச் சிக்கலானாலும் சரி, மற்றவர்கள் பேசவே அஞ்சுகின்ற சிக்கலானாலும் சரி, "என் பெயரைப் பயன்படுத்துங்கள் ஐயா" என்பார். "யார் வந்தாலும் வராவிட்டாலும் நான் வந்து பேசுகிறேன்" என்பார். அதைத்தான் செயலிலும் காட்டினார். தமிழர் நெஞ்சங்களைத் தவிரத் தமக்கென எதையும் திரட்டிக் கொள்ளாத ஈகையாளர் அவர், தம் துணைவியாருக்கும் மக்களுக்கும் மருமக்களுக்கும் தமிழ்க் குமுகாயத்திற்கும் அத்தகைய விழுமியங்களைத் தான் சொத்தாக விட்டுச் சென்றார்.

*1992-93*இல் என் உடல்நலம் குன்றிய பிறகு அவருடனான சந்திப்புகள், தொடர்புகள் குன்றிவந்தன. ஒடுக்குமுறைச் சட்டத்தின் (தடா) கீழ் அவர் சிறைப்பட்டிருந்தபோது மக்கள் குடிமையுரிமைக் கழகத்தின் (PUCL) தமிழ் மாநிலப் பொதுச் செயலாளராக இருந்தேன். அவரை விடுதலை செய்யும்படி வற்புறுத்தும் கையொப்ப இயக்கமொன்றை நடத்தி, இந்தியா முழுவதிலுமுள்ள தலைசிறந்த அறிஞர்கள், எழுத்தாளர்கள், மாந்த உரிமை ஆர்வலர்கள் ஆகியோரின் ஆதரவைத் திரட்டி ஏடுகளில் செய்தி வெளியிட்டது அந்த அமைப்பு. அவரது விடுதலையை விரைவுபடுத்திய கரணியங்களில் அதுவுமொன்றாக இருக்கக்கூடும். விடுதலையடைந்து வீட்டிற்கு வந்ததும் தொலைபேசியில் உரையாடினார். அதுதான் எங்களது கடைசி உரையாடலாக இருக்கும் என நான் அப்போது நினைக்கவில்லை.

எனது நெஞ்சக(இருதய) அறுவை மருத்துவம் முடிந்த பிறகும் தொடர்ந்தது என் உடல்நலச் சரிவு, என் துணைவியாரின் மருத்துவத் திற்காக மும்பை நகருக்கு இருமுறை செல்ல வேண்டியிருந்தது,

1995 சூன் இறுதியில் சென்னை திரும்பினோம். வீட்டிற்கு வரும் வழி நெடுகப் பெருஞ்சித்திரனார் உருவம் பதித்த சுவரொட்டிகள், வண்டியின் வேகத்தில் சொற்களைப் படிக்க முடியவில்லை. "மீண்டும் சிறைப்பட்டுவிட்டார் போலிருக்கிறது. அதுதான் கண்டனச் சுவரொட்டிகள் ஒட்டியிருக்கிறார்கள்" என்றார் என் துணைவியார்.

வீட்டிற்கு வந்ததும் எனக்குத் தோழர் வ. கீதா தொலைபேசியில் கூறிய முதல் செய்தி அந்த இறப்புச் செய்திதான்.

ஆம். பெருஞ்சித்திரனார் மீண்டும் சிறைப்பட்டிருந்தார் - தமிழ் நிலத்திற்குள் - "என் பெயரைப் போட்டுக் கொள்ளுங்கள் ஐயா" என்றபடியே.

தென்மொழி
சூன் - 1988

புதிய உயிர்க்காற்று: கோமல் சுவாமிநாதன் நினைவாக

கோமலை நான் முதன் முதலாகச் சந்தித்தது 1973இல். அப்போது அஞ்சல் துறை உயர் அதிகாரியான தியடோர் பாஸ்கரனின் அலுவலக அறையில் நடந்தது அச்சந்திப்பு. அறிவு நாட்டம் மிக்கவரான பாஸ்கரன், கோமல் தனது அலுவலகத்தில் பணியாற்றியதைப் பெருமையாகக் கருதியவர். ஒன்பதாண்டுகளுக்குப் பிறகு - நானும் சென்னைவாசியான நிலையில் - கோமலை இரண்டாம் முறையாகச் சந்தித்தேன். அப்போது மார்க்சிய-லெனினிய இயக்கத்தின் ஒரு குறிப்பிட்ட குழுவிற்கு நெருக்கமாக இருந்து வந்தேன். வட ஆற்காடு, தருமபுரி மாவட்டங்களில் கம்யூனிஸ்ட் புரட்சியாளர்கள் கொல்லப்பட்டும், உழைக்கும் மக்கள் ஒடுக்கப்பட்டும் வந்த கால கட்டம் அது. அவர்களது உயிர் வாழும் உரிமைக்காக மனித உரிமை ஆர்வலர்கள் போராட முன்வந்தபோது, அவர்களுக்கும் இயக்கத்திற்கும் நிதி திரட்டித் தர முன்வந்தனர் சென்னை டன்லப் தொழிற்சாலைப் பாட்டாளிகள். அப்பாட்டாளிகளின் வேண்டுகோளுக்கிணங்க ‘ஒரு இந்தியக் கனவு’ நாடகத்தை இலவசமாக நடத்திக்கொடுக்க முன்வந்தார் கோமல். இத்தனைக்கும் அவர், மார்க்சிய-லெனினிய இயக்கத்தால் விமர்சிக்கப்பட்ட, அதனைத் தீவிரமாக விமர்சித்த சி.பி.எம். கட்சியின் நெருக்கமான ஆதரவாளர், அந்த நிகழ்ச்சிக்குத் தலைமை தாங்கும் வாய்ப்புப் பெற்ற நான், நகரத்திலிருந்து மலைப் பகுதிக்குச் செல்கின்ற நடுத்தர வர்க்கத் தந்தையும், மகளும் கொண்டுள்ள நல்லெண்ணத்தால் மட்டுமே புரட்சிப் பொறி தெறிப்பதில்லை என்று, இந்தியப் புரட்சி பற்றி கோமல் கொண்டிருந்த கனவியல் பார்வையை (Romantic View) விமர்சனம் செய்தேன். இலவசமாக நாடக நிகழ்ச்சியை நடத்திக் கொடுத்த அப்பெருந்தகையாளர் எனது விமர்சனத்திற்குத் தனது விசாலமான உள்ளத்தில் வரவேற்புக் கொடுப்பதாக அறிவித்த அதே வேளையில், கம்யூனிஸ்ட்கள் கனவு காண வேண்டிய தேவையை வலியுறுத்திய லெனினின் மேற்கோள் ஒன்றை நினைவூட்டினார்.

இப்படித்தான் தொடங்கியது எங்கள் நட்பும் தோழமையும். அதற்குத் தோதுவாக நாங்கள் வசித்த இடங்களும் ஒன்றுக்கொன்று மிக அருகில் இருந்தன. எங்கள் சந்திப்புகளும் விவாதங்களும் பல

முறை பஸ் நிறுத்தங்களிலேயே நடைபெற்றிருந்தன. பஸ்ஸில் ஏறிய பிறகும், பஸ்ஸைக் கோட்டை விட்டு விட்டு ஆட்டோவில் பயணம் செய்யும்போதும் தொடர்ந்திருக்கின்றன.

ஒரு நாள் இரண்டு மாடிப்படியேறி என் வீட்டிற்கு வந்தார். 'இனி' பழைய இதழ்களை வாங்கிச் செல்ல. வடிவமைப்பிலும் உள்ளடக்கத்திலும் (நான் நடத்திவந்த) 'இனி'யைப் போல, 'இனி'யையும் விஞ்சக்கூடிய ஓர் இலக்கிய பண்பாட்டு ஏட்டினை நடத்தும் வாய்ப்பு தன்னிடம் நெருங்கி வருவதாகக் கூறினார். "ஆனால் பெயர்தான் கொஞ்சம் கர்நாடகமாக உள்ளது - சுபமங்களா" என்றார். "பெயரில் என்ன இருக்கிறது, எண்ணமும் எழுத்தும்தானே முக்கியம்" என்றேன். மகிழ்ச்சியோடு புறப்பட்டுப் போனார்.

ஒரு சிறுவனுக்குரிய வெட்க உணர்வோடும், தயக்கத்தோடும் கோமல் என்னிடம் பேச்சுக் கொடுக்க நேர்ந்த மற்றொரு சந்தர்ப்பமும் நேரிட்டது. முரசொலி மாறன் திராவிட இயக்கம் பற்றி எழுதிய நூலுக்கான எனது மதிப்புரையைப் பிரசுரிப்பது குறித்த விஷயம் அது. 'சுபமங்களா' உரிமையாளர்கள் என்ன நினைப்பார்களோ என்று தான் சற்றுத் தயங்கியதாகவும், ஆனால் எல்லா விஷயங்களையும் பிரசுரித்துத் தான் தீர வேண்டும் என்ற தனது நிலைப்பாட்டுக்கு அவர்கள் எவ்வித ஆட்சேபணையும் தெரிவிக்கவில்லை என்றும் கூறினார். அவர்களது அபிப்பிராயத்தையும் இசைவையும் அவர் நாடியது அதுதான் முதல் தடவை, கடைசித் தடவையும் கூட. திராவிட இயக்கம், பார்ப்பனியம், தலித்தியம் போன்ற சொல்லாடல்கள் 'சுபமங்களா'வில் வெகு தாராளமாக இடம்பெறுவதற்கான ஒரு திறப்பாக அமைந்தது அந்த மதிப்புரை.

முழுச் சுதந்திரத்துடன் செயல்பட்ட கோமல் 'சுபமங்களா'வின் பக்கங்களைத் திறந்து விட்டதுதான் தாமதம். தேவதைகளோடு பேய்களும் முண்டியடித்துக் கொண்டு உள்ளே நுழையத் தொடங்கின. "எல்லோரிடமும் நல்ல பெயர் வாங்குவதற்காக கோமல் இப்படிச் செய்கிறார்", "ஒரு பெரிய நிதி நிறுவனத்தால் நடத்தப்படும் பத்திரிகையின் ஆசிரியராக இருந்து கொண்டு 'முற்போக்கு' பேசுகிறார்' - நிறுவனங்களின் விருதுகளை வாங்கிக் கொண்டதில் 'லஜ்ஜை' ஏதும் காட்டாத சில பெரிய படைப்பாளிகளின் 'குள்ள' மனங்கள் கூறிய குற்றச்சாட்டுகள் இவை. மென்மையான இதயம் கொண்ட கோமலின் உள்ளத்தில் இவை சில நகக் கீறல்களைப் பதித்தபோதிலும், அவற்றை அலட்சியப்படுத்திச் செல்லும் இயல்பான ஜனநாயக உணர்வு அவரது கைப்பற்றி வழிகாட்டிச் சென்று கொண்டிருந்தது. அன்றாடம் புதிய

புதிய செய்திகளை, கருத்துகளைக் கற்றுக் கொள்ளும் மாணவனாகவே அவர் வாழ்ந்தார். கலாசாரத் துறையில் கமிசார்கள் இருப்பதை அறவே வெறுத்த அவருக்கென்று திடமான நம்பிக்கைகளும் இலட்சியங்களும் இருந்தன. இம்மியளவு கூட அவற்றை அவர் விட்டுக் கொடுக்கவில்லை. மார்க்சியத்தை ஆதர்சமாகக் கொண்டு அவர் உருவாக்கிக் கொண்டிருந்த விழுமியங்களே அவை.

தமிழ் மரபில் வேரூன்றி உலகளாவிய கிளைகளை விரிந்து படரச் செய்யும் சர்வதேசக் கண்ணோட்டத்திலிருந்து முகிழ்த்த அந்த விழுமியங்களின் வெளிப்பாடுகளே அவர் எழுதிய தலையங்கங்கள். நிறுவனங்களைச் சார்ந்திருக்கும் பத்திரிகைகள், ஆசிரியர் பொறுப் பேற்றிருக்கும் தனிமனிதர்கள் சொந்தக் கருத்துகளை வெளியிட அவ்வப்போது அனுமதித்துக் கொண்டு, நிறுவனங்களின் நலன்களுக்கோ அல்லது நிறுவனங்களுக்கு உகந்த சமூக - அரசியல் சூழலுக்கோ குந்தகம் ஏற்படுத்தாத, கருத்துகளையே பொதுவாகத் தெரிவிக்கின்ற ஆசிரிய உரைகளே எழுதப்படுவதை செய்கின்ற நியதிகள் எதற்கும் கட்டுப்படாதவையாக இருந்தன கோமலின் எழுத்துகள். ஓரிரு சமயம் இந்திய தேச அரசின் 'அதிகாரபூர்வமான தேசியத்'தின் சாயலைக் கொண்ட தலையங்கங்கள் எழுதப்பட்டிருக்கின்றன என்ற போதிலும், இந்தியாவில் பல்வேறு தேசிய இனங்கள், மொழிக் கூட்டங்கள், இனக் குழுக்கள், மதப்பிரிவுகள் சரிநிகராக வாழ்கிற, பொருளாதார சமத்துவம் நிலவுகிற ஓர் உண்மையான கூட்டாட்சியடிப்படையில் இந்திய அரசியலமைப்பு மாற்றப்பட வேண்டும் என்பதை இடை விடாது வலியுறுத்தி வந்துள்ளார். தேசிய இனங்களின் நியாயமான வேட்கைகளை அங்கீகரித்தும், அவற்றை ஒடுக்குமுறைகள் மூலம் பிரச்சினையற்றவையாக்க முயலும் இந்திய அரசைக் கண்டனம் செய்தும் எழுதி வந்த அவர், சோவியத் ஒன்றியமும் யூகோஸ்லேவியாவும் உடைந்த பிறகு ஏற்பட்ட வெற்றிடத்தை சிறு தேசியவாதவெறி நிரப்பி வந்தது, உலக மக்களின் உண்மையான முன்னேற்றத்திற்கு குழி பறிக்கும் அழிவுப் போக்கு என்பதைச் சரியாகவே எச்சரித்து வந்தார். ஈழத் தமிழர் பிரச்சினையில் அவர் கொண்டிருந்த அக்கறை, சி.பி.எம். கட்சியின் அதிகாரபூர்வமான நிலைப்பாட்டிற்கு மாறானதாக இருந்தது.

தனது சொந்த மண்ணில் நல்லவை நடக்க வேண்டுமே என்ற ஆதங்கத்தில் பெரு நாட்டுக் கொடுங்கோலன் ஃபூஜிமோரி போன்ற தவறான முன்னெடுத்துக்காட்டுகளைத் தெரிவு செய்து கொள்ளும் தவறையும் அவர் செய்திருக்கிறார். அத்தகைய தவறுகளைப் பகிரங்கமாக ஒப்புக் கொள்ளத் தயங்கியதும் கிடையாது.

“கெட்டியானவை யாவும் கரைந்து காற்றிலே கலக்கின்ற” இந்த முதலாளித்துவ யுகத்தின் பேரழிவுகளை நுட்பமாகப் புரிந்து கொண்டிருந்த கோமல், உலக முதலாளியமும் இந்திய பிற்போக்கும் இணைந்து இந்திய அரசியல், பண்பாட்டு, பொருளியல் துறைகளில் ஏற்படுத்தி வரும் கேடுகளைப் படம் பிடித்துக் காட்டி வந்தார். ஆழ்ந்த ஆன்மிக உணர்வு கொண்டிருந்த அவர், மதத்தின் பெயராலும் கடவுளின் பெயராலும் அரசியலிலும் சமுதாயத்திலும் செய்யப்பட்டு வரும் மோசடிகளையும் சுரண்டல்களையும் தொடர்ந்து அம்பலப் படுத்தினார். தலித்துகளின் எழுச்சியும் மண்டல் பரிந்துரைகளின் தாக்கமும் இணைந்து இந்தி மாநிலங்களில் பா.ஜ.க.வின் வளர்ச்சிக்கு முட்டுக்கட்டையிட்டு விடும் என்ற எதிர்பார்ப்புக் கொண்டிருந்த அவர் மாயாவதி - பா.ஜ.க. சந்தர்ப்பவாதக் கூட்டணி ஏற்பட்டது கண்டு இடிந்துபோய் நின்றார். அரசியலில் மதமும் சினிமாவும் கலந்ததால் ஏற்பட்ட விபரீத விளைவுகள், நீதி, நிர்வாகம், காவல் துறை ஊழல்கள், அரசியலில் காடையர்களின் ஆதிக்கம் - அவரது மனத்தைத் தொடர்ந்து வருத்திக் கொண்டிருந்தன. ‘சுபமங்களா’வை எந்த அணியின் தோள்களிலும் சாயாமல் எல்லா அணிகளின் கருத்துகளையும் முன்வைக்கும் தளமாக, ஜனநாயகப் பண்பினில் நம்பிக்கை வைத்துச் செயல்பட வைத்ததைத் தனது தனிப்பட்ட சாதனையாகக் கருதாத அவர் (அப்படிக் கருத அவருக்கு முழு உரிமை இருந்தது) தமிழில் படைப்பிலக்கியம் குறித்துக் கொண்டிருந்த ஆதங்கம் ஆத்மார்த்தமானது. “உலகளாவிய தளத்திற்கு, உலகாம்சம் தழுவிய, முற்றிலும் தமிழனுக்கேயான பின்னணி கொண்ட மாபெரும் படைப்புகள் இன்னும் ஏன் உருவாகவில்லை என்ற கேள்வி அடிக்கடி உருவாகிறது” என்பார் அவர்.

தமிழ்ப் படைப்பாளிகளுக்கிடையிலும் சிந்தனையாளர் களிடையிலும் பரவியுள்ள அடாவடித்தனங்களையும் குறுங்குழுப் போக்கையும் படைப்பாளிகளின் சாதி, மத மூலங்களை சமூகவியல் நோக்கில் பயன்படுத்தாமல், எதிராளியை மட்டையடி அடித்து வீழ்த்தப் பயன்படுத்தும் ‘அரசியலை’யும் துணிச்சலோடு கண்டனம் செய்து வந்தார்.

கோமலின் ‘சுபமங்களா’வின் கடைசி இரண்டாண்டுகளில் அதனுடனான எனது தொடர்புகள் சுருங்கியிருந்தன. என் உடல் நலக் குறைவு, என் துணைவியாரின் கை கால் முடக்கம், என்னை எப்போதும் கவ்வியிழுத்துக் கொள்ளும் ஏதோ சில அரசியல் நடவடிக்கைகள், இந்திய கம்யூனிஸ இயக்கம் பற்றி எனக்குள் எழுந்த ஐயப்பாடுகள் -

இப்படிப் பல காரணங்கள், மார்க்சியத்தை ஒருபோதும் கைவிடாமலிருந்த நான், ஏதேனும் தவறான போக்குகளின் பால் இடறி விழுந்திருக்கின்றேனோ என்று என் மீது நானே மீள் பார்வை செலுத்துவதற்கு, கீதப்பிரியன் தொகுத்துத் தந்த தலையங்கங்கள் உதவுகின்றன. கோமலின் எழுத்துக் களைப் படிக்கும்போது எனது மூளைத் திசுக்களில் புதிய உயிர்க் காற்று பரவிப் புத்துணர்வூட்டுவதை உணர முடிகின்றது.

இந்தியாவில் இந்துத்துவப் பாசிசமும் அதன் எதிர்வினையான இஸ்லாமிய அடிப்படைவாதமும் வலுப்பெற்று வளர்ச்சியடைந்து கொண்டிருந்தது குறித்த ஆழ்ந்த கவலையை வெளிப்படுத்தி வந்தார். இன்று இந்துத்துவம் அதன் சந்தர்ப்பவாதக் கூட்டாளிகளுடன் மத்திய அரசாங்கத்தைக் கைப்பற்றியுள்ள சூழலில், கோமல் உயிரோடு இருந்திருந்தால், 'இடதுசாரிச் சக்திகளின் ஒற்றுமை' என்ற தனது இடைவிடாத முழக்கத்தை மீண்டும் உரக்க எழுப்பியிருப்பார். தமிழ், இந்திய மக்களின் ஜனநாயக, முற்போக்கு ஆர்வங்களுக்கு முட்டுக் கட்டையாக முளைத்துள்ள இச்சக்திகளுக்கு எதிராகத் திரண்டுள்ள அறிவுஜீவிகளின் அணியில் ஒரு தலை குறைந்து விட்டது. கோமலைக் கடைசியாக நான் சந்தித்தபோது சூம்பிப்போன உடலுக்கு விகிதப் பொருத்தமற்ற முறையில் மிகவும் பெரியதாகத் தெரிந்த அவரது தலைதான் அது. உண்மையிலேயே 'பெரிய தலை'.

சுபமங்களா பெட்டகம்
ஜூலை - 1998

இணைப்பு-2

இந்தியால் ஏன் இந்தியாவின் தேசிய மொழியாக இருக்க முடியாது?•

தேவ்தான் சௌதுரி
தமிழாக்கம்: எஸ்.வி.ராஜதுரை

காலஞ்சென்ற எனது தாய்வழிப் பாட்டி - 1940களில் கொல்கத்தாவில் தத்துவ இயலும் உயிர் இயலும் படித்தவர் - நான் சிறுவனாக இருந்த போது ஒருமுறை என்னிடம் கூறினார்; "நவீன இந்தி மொழியின் பிறப்பிடம் கொல்கத்தா, அங்குதான் அது கொல்கத்தாவிலுள்ள வில்லியம் கோட்டையில் ஆங்கிலேயர்களால் புதிதாக உருவாக்கப்பட்டது."

அண்மையில் நடத்தப்பட்ட 'இந்தி நாள்' நிகழ்ச்சிகளில், இந்தி தான் இந்தியாவின் தேசிய மொழி என்று உரத்துச் சொல்லப்பட்டதை செய்தித்தாள்களில் படிக்கும்போது, என் பாட்டியின் சொற்கள் நினைவுக்கு வந்தன. அவர் சொன்னதைப் பரிசீலிக்கவும் உண்மையைக் கண்டறியவும் முனைந்தேன். 'மறைக்கப்பட்ட உண்மை'களை அறிந்து கொள்ளவும் இந்தியின் 'ரகசிய வரலாற்றை'ப் புரிந்து கொள்ளவும் விரும்பினேன்.

நான் கண்டறிந்ததை உங்களுடன் பகிர்ந்துகொள்ள விரும்புகிறேன்; இந்தியாவிலுள்ள மொழிகள் பற்றிய சில முக்கியமான உண்மைகளை நினைவுகூர்வதிலிருந்து இந்த வரலாற்றைத் தொடங்குகிறேன்.

மொழிப் பன்மைத்துவம்

எழுபது லட்சம் மக்கள்தொகையைக் கொண்ட பபுவா நியூகினியா நாட்டில்தான் உலகத்திலேயே அதிக எண்ணிக்கையுள்ள மொழிகள் உள்ளன. 852 மொழிகளில் 840 மொழிகள் இன்றும் பேசப்படுகின்றன. இரண்டு மொழிகள் இறந்துவிட்டன. மொழிப்பன்மைத்துவப் புள்ளியைப் பொருத்தவரை உலகில் பபுவா நியூகினியாதான் 0.990 புள்ளிகளுடன் முதல் இடம் வகிக்கிறது (யுனெஸ்கோவின் 2000ஆம் ஆண்டு அறிக்கை). 0.930 புள்ளிகளுடைய இந்தியாவுக்கு ஒன்பதாம் இடம்.

• தேவ்தான் சௌதுரி (Devdan Choudhuri) Bengal Story என்ற வலைத்தளத்தில் 24 செப்டம்பர் 2019இல் எழுதிய Hindu.Was Dervised by A Scottish Lingulst Of The East India Company-It Can Never Be India's National Language http://thebengalstory.com/english/hindi-was-devised-by-a-scottish-linguist-of-the-cast-indie-company-it-can-never-be-indian-national-language/ (Accessed on 3 October 2010) என்ற கட்டுரையின் தமிழாக்கம்.

ஆனால், ஒரு நாட்டின் மொத்த மக்கள்தொகையைக் கொண்டு அந்த நாட்டின் மொழிப்பன்மைத்துவத்தை அளவிடுவோமேயானால், 130 கோடி மக்கள் உள்ள (உலகில் அதிக மக்கள்தொகையுள்ள நாடுகளில் இந்தியா இரண்டாம் இடத்தை வகிக்கிறது; சீனா, அமெரிக்கா, இந்தோனேஷியா, பிரேஸில் ஆகியன முறையே 1ஆம், 3ஆம், 4ஆம், 5ஆம் இடத்தில் உள்ளன) இந்தியாதான் மற்ற எல்லா நாடுகளையும்விட முன்னணியில் இருக்கிறது. ஆக இந்தியாவை, 'உலகிலேயே மொழிப்பன்மைத்துவத்தையும் மக்கள்தொகையையும் மற்ற எல்லா நாடுகளையும்விட அதிகம் கொண்டுள்ள நாடு' என்று கூறலாம்.

2001ஆம் ஆண்டு இந்திய மக்கள்தொகைக் கணக்கெடுப்பின்படி இந்தியாவில் 122 முக்கிய மொழிகளும் 1,599 இதர மொழிகளும் பேசப்படுகின்றன. 10 லட்சத்துக்கும் அதிகமான இந்திய மக்கள் பேசும் மொழிகள் 30 என்றும் பத்தாயிரத்துக்கும் அதிகமான மக்கள் பேசும் மொழிகள் 122 என்றும் அந்தப் புள்ளிவிவரங்கள் கூறுகின்றன. அஸ்ஸாமியம், வங்காளி, போடோ, டோக்ரி, குஜராத்தி, கன்னடம், காஷ்மிரி, கொங்கணி, மைதிலி, மலையாளம், மராத்தி, மெய்தி (மணிப்புரி), நேப்பாளி, ஒதியா, பஞ்சாபி, சமஸ்கிருதம், சந்தாலி, சிந்தி, தமிழ், தெலுங்கு, உருது ஆகியன இந்திய அரசமைப்புச் சட்டத்தில் பட்டியலிடப்பட்ட மொழிகள் (எட்டாம் அட்டவணையில் சேர்க்கப்பட்டுள்ள மொழிகள் - மொழிபெயர்ப்பாளர்), இவற்றின் கூடவே ஒன்றிய அரசாங்கத்தின் இரு ஆட்சி மொழிகளான இந்தியும் ஆங்கிலமும் உள்ளன.

இவை தவிர, "செழுமையான மரபும் தனித்தன்மையும் கொண்ட" ஆறு மொழிகளுக்கு (கன்னடம், மலையாளம், ஒதியா, சமஸ்கிருதம், தமிழ், தெலுங்கு) செவ்வியல் மொழிகள் என்ற அங்கீகாரம் தரப்பட்டுள்ளது. உலகில் இன்னும் உயிரோடு வாழ்ந்துகொண்டிருக்கும் மொழிகளில் தமிழ் மிகத் தொன்மையான மொழிகளிலொன்றாகும். இந்த திராவிட மொழி இந்தோ-ஆரிய மொழிக் குடும்பத்தின் ஒரு பகுதியான சமஸ்கிருதத்தைவிடப் பழைமையானது.

இந்தியின் முன்னோடி கடிபோலி

பெரும் ஆரவாரத்துடன் செய்யப்படும் பொய்த்தகவல் பரப்புரைகள் உருவாக்கும் கருத்துகளுக்கு மாறாக, இந்தி, இந்தியாவின் தேசிய மொழி அல்ல. இந்தியாவுக்கு தேசிய மொழி ஏதும் இல்லை. 2011ஆம் ஆண்டு மக்கள்தொகைக் கணக்கெடுப்பின்படி இந்திய மக்களில் 26.6 விழுக்காட்டினர் மட்டுமே இந்தியைத் தங்கள் தாய்மொழி என அடையாளப்படுத்தியுள்ளனர்.

இந்தியாவின் மிக இளமையான மொழிகளிலொன்றான இந்தி, டெல்லியிலும் அதன் சுற்றுவட்டாரங்களிலும் பேசப்பட்டு வந்த கடிபோலி என்னும் வட்டார மொழியை அடிப்படையாகக் கொண்டது. அதன் இலக்கிய மரபு 18ஆம் நூற்றாண்டின் இறுதியில் வளரத் தொடங்கியது. கடிபோலியுமே, முன்னாளில் இருந்த அவதி போன்ற வட்டார மொழிகளை அகற்றிவிட்டுத்தான் வளர்ந்தது. சாமானிய மக்களால் பேசப்பட்டு வந்த இனிய மொழியான அவதியில்தான் துளசிதாசரின் 'இராமசரிதமானாஸ்' 17ஆம் நூற்றாண்டில் இறுதியில் எழுதப்பட்டது. அவதி மொழி பேசியவர்களிடையே தோன்றிய பக்தி இயக்கம்தான் வடஇந்தியா முழுவதிலும் ராமரை பிரபல்யப்படுத்தியது. அத்தகைய பரப்புரை, நவீன இந்தியாவின் அரசியல் மீது செல்வாக்குச் செலுத்தியது. 2018இல் எனது கட்டுரையொன்றில் ராமர் இந்துக் கடவுளாக ஆக்கப்பட்ட சுவாரஸ்யமான வரலாற்றை எழுதியுள்ளேன்.

உருதுவும் இந்தியும்

இந்துஸ்தானியின் இன்னொரு வடிவமான உருது 1800களில் கணிசமான அளவுக்கு பாரசிக மொழியின் தாக்கத்துக்குட்பட்டு மொழி ரீதியான கௌரவத்தைப் பெறத் தொடங்கியபோதுதான் இந்தியும் வளர்ச்சியடையத் தொடங்கியது.

18ஆம் நூற்றாண்டின் இறுதியிலும் 19ஆம் நூற்றாண்டின் தொடக்கத்திலும், கிழக்கிந்தியக் கம்பெனியின் ஆட்சியின் கீழ் ஹிந்துஸ்தானி மொழி இந்தி, உருது என்ற இரண்டு வெவ்வேறு மொழிகளாகத் தரப்படுத்தப்பட்டது. இது, இந்துக்கள், முஸ்லிம்கள் ஆகிய இரு மத சமுதாயத்தினரை மொழிரீதியாகப் பிரித்து, அவர்களுக் கிடையே பிளவை ஏற்படுத்தி, அவர்களின் ஒற்றுமையைப் பலகீனப் படுத்தி, தலைமுறை தலைமுறையாக ஏன், பல நூற்றாண்டுகளாக மக்களின் அறியாமையையும் தப்பெண்ணங்களையும் பயன்படுத்திக் கொள்ளும் சுயநல அரசியல் போக்குகளை உருவாக்குவதற்காக ஏகாதிபத்திய ஆட்சி கடைப்பிடித்த 'பிரித்தாளும் சூழ்ச்சி'யின் பகுதியாக இருந்திருக்கக்கூடும்.

மொழிப் பிரிவினை

ஆனால், மேற்சொன்ன 'மொழிப் பிரிவினை', இந்திய வரலாற்றின் பொதுக்கூட்டு நினைவால் முற்றிலும் அறியப்படாத ஒரு குறிப்பிட்ட நபரால்தான் சாத்தியமாயிற்று. அவர்தான் ஜான் கில்கிரைஸ்ட்; இந்துஸ்தானி மொழிகளின் தந்தை என்று அங்கீகாரம் கிடைக்காமல் போனவர். 'சேம்பர்ஸ் வாழ்க்கை வரலாறு அகராதி'யில் அவரைப் பற்றிய குறிப்புகள் உள்ளன.

ஸ்காட்லாந்து நாட்டைச் சேர்ந்த அறுவை சிகிச்சை மருத்துவரான ஜான் போர்த்விக் கில்கிரைஸ்ட், மொழியியலை சுயமாகக் கற்றவர். சொந்த ஊரான எடின்பரோவில் அவர் செய்து வந்த வங்கித் தொழில் நொடித்துப்போன பிறகு 1762இல் இங்கிலாந்தின் கப்பற்படையைச் சேர்ந்த ஓர் அறுவை சிகிச்சை மருத்துவரிடம் பயிற்சி பெற்றுவந்த அவர் மும்பைக்கு வந்து சேர்ந்தார். அங்கு கிழக்கிந்தியக் கம்பெனியின் மருத்துவ சேவைப் பிரிவில் சேர்ந்த அவருக்கு 1784இல் துணை அறுவை சிகிச்சை மருத்துவர் பதவி தரப்பட்டது. இந்தியாவிலுள்ள பல இடங்களுக்குப் பயணம் செய்கையில் இந்துஸ்தானி மொழிகளைக் கற்பதில் அவருக்கு ஆர்வம் ஏற்பட்டது. அதன் பொருட்டு அவர் ஓராண்டு விடுப்பில் சென்று மொழிகளைக் கற்றுக் கொள்வதில் தீவிரமாக ஈடுபட்டார். மருத்துவத் தொழிலுக்கு முழுக்குப் போட்டுவிட்ட அவர் வெளியிட்ட முதல் நூலான 'ஓர் அகராதி; ஆங்கிலமும் இந்துஸ்தானியும்' 1787-90ஆம் ஆண்டுகளில் கொல்கத்தாவிலிருந்த ஸ்டூவர்ட் அண்ட் கூப்பர் என்னும் புத்தக வெளியீட்டு நிறுவனத்தால் வெளியிடப்பட்டது.

பிரிட்டிஷாரின் நிர்வாகத்துக்குத் தேவையான மொழி என்று இந்துஸ்தானியைப் பிரபலப்படுத்திய அவர், அன்றைய கவர்னர் ஜெனரல் வெல்லெஸ்லி பிரபுவையும் கிழக்கிந்தியக் கம்பெனியையும் அந்த மொழிகளைப் (இந்தி, உருது) பயிற்றுவிக்கின்ற பயிற்சி மையத்தை கொல்கத்தாவில் நிறுவும்படி கேட்டுக் கொண்டார். 'ஓரியண்டல் செமினரி' அல்லது 'கில்கிரைஸ்ட் கா மதராஸா' என்று தொடக்கத்தில் அழைக்கப்பட்ட அந்தப் பயிற்சி மையம் ஓராண்டுக்குள் விரிவுபடுத்தப்பட்டு கொல்கத்தாவிலுள்ள வில்லியம் கோட்டை வளாகத்திலேயே செயல்பட்டுவந்த வில்லியம் கோட்டைக் கல்லூரியாக 1800ஆம் ஆண்டு முதல் செயல்பட்டது. 1801ஆம் ஆண்டுவரை அக்கல்லூரியின் முதல் முதல்வராக இருந்த கில்கிரைஸ்ட் மேலை, கீழைத் தேச மொழிகளின் ஒலி அமைப்பு, அந்த மொழிகளின் கட்டமைப்பு விதிகள் முதலியனவற்றைக் கூறும் நூலை 1804இல் வெளியிட்டார். அதைத் தொடர்ந்து மேலும் பல நூல்களை எழுதினார்.

இந்தியை வளர்த்த ஆங்கிலேயர்

தனது கல்லூரியில் இந்திய எழுத்தாளர்களையும் அறிவாளிகளையும் சேர்த்துக் கொண்ட அவர், இந்தியில் எழுதுவதற்கு ஊக்குவிப்புத் தொகைகளையும் கொடுத்தார். அவர்களின் பங்களிப்பின் காரணமாக இந்தி மொழியும் இலக்கியமும் குறுகிய காலத்தில் துரித வளர்ச்சி கண்டன. அவருடைய முன்முயற்சியால்தான் லல்லுலால் என்பவர் எழுதிய 'பிரேம்சாகர்' என்னும் பிரபலமான இந்தி நூல் வெளிவந்தது. அதைத் தொடர்ந்து 1818இல் விவிலியத்தின் இந்தி மொழியாக்கம்

கொண்டுவரப்பட்டது. 1826இல் கொல்கத்தாவிலிருந்துதான் ‘உதான் மார்தண்ட்’ என்னும் முதல் இந்தி நாளிதழும் வெளிவரத் தொடங்கியது.

கடிபோலியை மூலவேராகக் கொண்ட இந்துஸ்தானியை இரண்டாகப் பிரித்ததன் காரணமாக தனித்தனியான தன்மையையும் எழுத்துகளையும் கொண்ட இரு மொழிகள் உருவானதாக அவர் எழுதினார். அதாவது தேவநாகரியில் எழுதப்படும் இந்தியும் பாரசிக எழுத்துகளில் எழுதப்படும் உருதுவும் உருவாக்கப்பட்டு, முறைப்படுத்தப் பட்டன. இந்த விவரத்தை உறுதிப்படுத்தியுள்ள சந்தோஷ்குமார் கரெ என்னும் அறிஞர், ‘இந்தியாவிலுள்ள மொழி பற்றிய உண்மை’ என்னும் ஆய்வுக்கட்டுரையில், இந்தியும் உருதும் தனித்தனியான இரு மொழிகளாக உருப்பெறுவதன் பொருட்டு அவற்றின் மொழியியல், இலக்கியக் கூறுகள் கட்டமைக்கப்பட்டன - பாரசிக, அரபு மொழிகளி லிருந்து கடன் வாங்கப்பட்டவையிலிருந்து உருதுவும் சமஸ்கிருதத்தி லிருந்து பெறப்பட்டவையிலிருந்து இந்தியும் - என்று கூறுகிறார்.

19ஆம் நூற்றாண்டின் விளைபொருள்

‘இந்தி இலக்கியத்தின் வரலாறு’ என்னும் நூலில் ஆய்வாளர் கே.பி.ஜிண்டால், “இன்று நாம் இந்தி என்று அறியப்படும் மொழி, பத்தொன்பதாம் நூற்றாண்டின் விளைபொருள்” என்று எழுதுகிறார். ஹாலந்து நாட்டைச் சேர்ந்த வரலாற்றாய்வாளர் தாமஸ் தெ ப்ரூயினின் கருத்தும் இதுதான். புகழ்பெற்ற ஐரிஷ் மொழியியலாளர் ஜார்ஜ் ஆப்ரஹாம் க்ரீர்ஸன், இன்று இந்தியாவில் ‘தூய’ இந்தி மொழி என்று சொல்லப்படுவது இந்த நாட்டில் பிறந்த எந்தவொருவரின் தாய் மொழியாக இருக்கவில்லை என்றும், ஐரோப்பியர்களால் புதிதாக உருவாக்கப்பட்ட அற்புதமான கலப்பினமே இந்தி என்றும் கூறுகிறார்.

ஆக, காலஞ்சென்ற எனது பாட்டி சொன்னது சரிதான்; நவீன இந்தியின் பிறப்பிடம் கொல்கத்தா, ஜான் கில்கிரைஸ்ட்டின் ஓய்வொழிச்சலில்லாத முயற்சிகளின் கீழ் அது புதிதாக உருவாக்கப்பட்டது.

கில்கிரைஸ்ட்டின் குழந்தைகள்

ஆங்கிலத்தை விரும்பும் இந்தியர்கள் ‘மெக்காலேவின் குழந்தைகள்’ என்று ஏளனம் செய்யப்படுகிறார்கள். அப்படியானால், இந்தி பேசும் இந்தியர்களை ‘கில்கிரைஸ்ட்டின் குழந்தைகள்’ என்றழைக்கலாமல்லவா?

நவீன இந்திய நாகரிகம் 8000 ஆண்டுப் பழைமையானது என்றால், 200 வயதேயானதும், காலனிய ஏகாதிபத்திய எஜமானர்களால் - அதுவும் கிழக்கிந்தியக் கம்பெனி என்ற கொள்ளைக்காரத் தனியார் நிறுவனத்தின் ஊழியராக இருந்தவரால் - உருவாக்கப்பட்டதுமான ஒரு மொழியை இந்தியாவின் தேசிய மொழி என்று கருத முடியாது.

சமஸ்கிருதமும்கூட இந்தியாவின் தாய்மொழி அல்ல. இண்டிக் இந்தோ - ஆரிய, திராவிட, சைனோ - திபெத்திய, ஆஸ்ட்ரோ - ஆசியாடிக், தாய் - கடாய், பெரும் அந்தமானிசிய எனப் பல்வேறு மொழிக் குடும்பங்களால் உருவாக்கப்பட்ட மொழிப்பன்மைத்துவம் கொண்ட தொன்மையான நமது நாட்டில் எந்தவொரு தனி மொழியையும் இந்திய மக்கள் எல்லோருக்குமான தாய்மொழி என்று கூற முடியாது.

ஆக, இந்தியை இந்தியாவின் தேசிய மொழி என்று திணிக்க முடியாது. இந்தியாவுக்குத் தனியொரு தேசிய மொழி தேவை யில்லை, பன்மைத்துவம் என்பதுதான் இந்தியாவின் அடிப்படையான தேசியத் தன்மை, அது அப்படியே நீடிக்க வேண்டும்.

முஸ்லிம் - கிறிஸ்துவர்கள் அளித்த கொடை

இந்திய அரசமைப்புச் சட்டப் பிரிவு 29, இந்தியாவின் அனைத்துக் குடிமக்களுக்கும், அவரவர்களுடைய மொழியைப் பாதுகாத்தல், அவர்களது கலாசாரத்தையும் அவர்களது எழுத்தையும் பாதுகாத்தல் என்பதைப் பொருத்தவரை சமத்துவத்தை வழங்குகிறது.

எந்தத் தனி மொழியையும் மற்றவர்கள் மீது திணிப்பது அரசமைப்புச் சட்டத்துக்கு எதிரானது; அப்படிச் செய்தால் அது மொழி, இனத்துவ, கலாசார பன்மைத்துவம் கொண்ட நவீன இந்தியாவில் எதிர்விளைவை உண்டாக்கி, நல்லிணக்கத்தையும், ஒற்றுமையையும் சீர்குலைக்கும்.

இந்தியாவுக்குத் தேவையானது 'ஒரு மொழி, ஒரு தேசம்' என்பதல்ல; மாறாக, 'வேற்றுமையில் ஒற்றுமை' என்கிற தனது இறையாண்மையுள்ள, தன்னிகரற்ற 'நாகரிக உணர்வை' அறுதியிட்டு உறுதிப்படுத்துவதுதான் தேவை.

சங் பரிவாரம் என்றழைக்கப்படும் இந்துத்துவக் கருத்துநிலை, 'இந்தி, இந்து, இந்துயிஸம், இந்துஸ்தான்' என்னும் நான்கு சொற்களை அடிப்படையாகக் கொண்டிருக்கிறது. முஸ்லிம்களையும் கிறிஸ்தவர் களையும் இந்தியா மீது படையெடுத்து வந்த அந்நியர்கள் என்று கருதுகிறது. ஆனால் 'இந்து', 'இந்துஸ்தான்' என்ற சொற்களை உருவாக்கி யவர்கள் பாரசிகர்கள். இந்தி மொழியை வளர்த்தெடுத்ததுடன் 'இந்து' என்ற சொல்லின் பின்னொட்டாக 'இஸம்' என்பதைச் சேர்த்தவை கிழக்கிந்தியக் கம்பெனியும் பிரிட்டிஷ் சாம்ராஜ்யமும்தான்.

ஆக, சங் பரிவாரத்தின் "அடையாளம், உலகக் கண்ணோட்டம், தேசியவாத அரசியல்" எல்லாமே "முஸ்லிம்களும் கிறிஸ்தவர்களும்

நமக்கு வழங்கிய கொடைகளை அடிப்படையாகக் கொண்டவையே! இதைவிடப் பெரிய முரண்நகை இருக்க முடியுமா?

கட்டுரையாளர் பற்றிய குறிப்பு:

கட்டுரையாளர் தேவ்தான் சௌதுரி மேற்கு வங்க எழுத்தாளரும் ஆய்வாளரும் ஆவார். இவரது ஆங்கிலக் கட்டுரையின் சுருக்கமான தமிழாக்கம் இது.

மொழிபெயர்ப்பாளரின் குறிப்பு:

இந்தியை இந்தியாவின் ஆட்சி மொழியாக ஆக்க வேண்டும் என்ற விருப்பத்தைக் கொண்டிருந்தவரும், நாடெங்கிலும் 'இந்தி பிரசாரச் சபை'கள் உருவாக்கப்படுவதை ஊக்குவித்து வந்தவருமான காந்தியும்கூட பரிந்துரைத்தது தற்போது இந்திய அரசமைப்புச் சட்டத்தில் ஆட்சி மொழியாக இடம்பெற்றுள்ள 'இந்தி'யை அல்ல; மாறாக, வடஇந்தியாவில் இந்துக்களும் முஸ்லிம்களும் இயல்பாகப் பேசிவருகின்ற 'இந்துஸ்தானி'யைத்தான். ஆனால், இந்திய அரசமைப்புச் சட்டப் பிரிவு 351 கூறுகிறது: "இந்தி மொழியைப் பரப்புவதை ஊக்குவிப்பதும்; இந்தியக் கூட்டுப் பண்பாட்டின் ஊடகமாக அம்மொழியை வளர்ப்பதும்; இந்தி மொழியின் தனித்தன்மைக்குக் கேடு ஏற்படாவண்ணம் அதனைச் செழுமைப்படுத்தும் பொருட்டு எட்டாவது அட்டவணையில் குறிப்பிடப்பட்டுள்ள எல்லா இந்திய மொழி களிலிருந்தும் இந்துஸ்தானியிலிருந்தும் வடிவங்கள், பாணிகள், சொற்றொடர்கள் ஆகியவற்றை உட்கிரகித்துக் கொள்வதும்; அதன் சொற்களஞ்சியத்தை வளப்படுத்தும் பொருட்டுத் தேவை ஏற்படும் போதும் விருப்பத்துக்கு ஏற்பவும் முதன்மையாக சமஸ்கிருதத்திலிருந்தும் இரண்டாவதாகப் பிற மொழிகளிலிருந்தும் சொற்களை எடுத்துக் கொள்வதும் இந்திய ஒன்றியத்தின் கடமையாகும்".

ஆனால், ஒன்றிய அரசாங்கத்தின் ஆட்சி மொழியாக உள்ள 'இந்தி' மேன் மேலும் சமஸ்கிருதமயமாக்கப்பட்டுத்தான் வருகிறதேயன்றி, பிற மொழிகளிலிருந்து, குறிப்பாக தமிழ் போன்ற தென்னிந்திய மொழிகளிலிருந்து அது எதையும் கடன் வாங்கியதில்லை. ஒன்றிய அரசாங்கம் கொண்டுவரும் திட்டங்கள் எல்லாவற்றுக்கும் சமஸ்கிருதப் பெயர்களே வைக்கப்படுகின்றன. ஆனால், இப்படி சமஸ்கிருத மயமாக்கப்பட்ட 'அதிகாரபூர்வமான ஆட்சி மொழி'யில் பேசுவதற்கு நிர்மலா சீதாராமன் போன்ற ஒன்றிய அமைச்சர்களும்கூடத் திணறுகிறார்கள் என்பதுதான் உண்மை.

மின்னம்பலம்
03, அக்டோபர் - 2019

சூத்திரர்களுக்கு ஆன்மிகக் குடியுரிமை, முஸ்லிம்களுக்கு தேசியக் குடியுரிமை

காஞ்ச்சா அய்லய்யா ஷெப்பர்ட்
தமிழாக்கம்: எஸ்.வி.ராஜதுரை

பார்ப்பனிய இந்து மதத்தின் குழந்தையான இந்துத்துவம், வரலாற்று ரீதியாக சூத்திரர்களுக்கு ஆன்மிகக் குடியுரிமையை மறுத்து வந்துள்ளது. இப்போது அது முஸ்லிம்களுக்கு தேசியக் குடியுரிமையை மறுக்க முடிவு செய்துள்ளது. பார்ப்பன/பனியா சக்திகள், இந்தியாவிலுள்ள வெவ்வேறு பிரிவினருக்கு வெவ்வேறு விதங்களில் அடிப்படையான குடியுரிமையை மறுப்பதன் மூலம் இந்தியாவின் அனைத்துப் பிரிவு மக்களின் மீதும் தம் இரும்புப் பிடியைக் கொண்டு தம் அதிகாரத்தை வலுப்படுத்திக் கொள்ள விரும்புகின்றன. இந்து ஆன்மிக அமைப்பின் வழியாக சூத்திரர்களுக்கும் தலித்துகளுக்கும் அவர்களது அடிப்படை உரிமைகள் ஆயிரக்கணக்கான ஆண்டுகளாகவே மறுக்கப்பட்டு வந்துள்ளது. இப்போது இந்துத்துவச் சிந்தனையின் மூலம் பார்ப்பனர்களும் பனியாக்களும் ஒரு தேசிய வேலைத் திட்டத்தின் மூலம் முஸ்லிம்களைத் துரத்திச் செல்கின்றனர். இந்தத் திட்டத்தில் சூத்திரர்களுக்கும் தலித்துகளுக்கும் பழங்குடியினருக்கும் ஏதும் கிடைக்கப்போவதில்லை. ஆனால் அவர்களது ஆள்பலம் முஸ்லிம்களுக்கு எதிராகப் போராடுவதற்கும் அவர்களது வாக்கு பலம் பார்ப்பன/பனியா/சத்திரியர்களுக்கு அதிகாரமளிப்பதற்கும் பயன்படுத்தப்படும்.

2019ஆம் ஆண்டு குடியுரிமைச் சட்டம், ஆஃப்கானிஸ்தான், பாகிஸ்தான், பங்களாதேஷ் ஆகிய மூன்று நாடுகளிலிருந்து மட்டுமே முஸ்லிம்கள் இந்தியாவில் குடியேறுவதைத் தடை செய்கிறது. ஏன், இந்த மூன்று நாடுகள் மட்டும்? இதர நாடுகளிலிருந்து வரும் முஸ்லிம்களுக்கு ஏன் இந்தத் தடை இல்லை? காரணம் என்னவென்றால், இந்த மூன்று நாடுகளும் இந்துத்துவ அகண்ட பாரதத்தின் பகுதிகள். பார்ப்பன/பனியா/சத்திரிய ஆதிக்கத்தின் கீழ் மிகப் பெரும்பான்மையினராக இருந்திருக்கக்கூடிய சூத்திரர்கள், தலித்துகள், பழங்குடியினர் ஆகியோரை இஸ்லாம் தன்னிடமிருந்து எடுத்துச் சென்றுவிட்டது என்று இந்துத்துவம் இன்றும் கருதிக் கொண்டிருக்கிறது. இவர்கள் எல்லோரும் இஸ்லாத்திற்குச் சென்று, மதக் கருத்தியல், தத்துவம்

ஆகியவற்றின் அடிப்படையில் அமைந்த தங்கள் சொந்த தேச அரசுகளை செதுக்கி எடுத்துக்கொண்டனர். இந்த மூன்று நாடுகளிலிருந்து பல பத்தாண்டுகளாகவே பார்ப்பனர்கள்/பனியாக்கள் 'இந்துக்கள்' என்ற தலைப்பின் கீழ் இந்தியாவிற்கு புலம்பெயர்ந்துள்ளனர். வட இந்தியாவில் அவர்கள் மிகச் சிறந்த மூலவளங்களைப் பெற்றுக்கொண்டனர். இத்தகையவர்களில் பெரும்பாலோர், ஒன்றிய அரசாங்கத்தின் உதவியுடன் ஆங்கிலத்தைப் பயிற்று மொழியாகக் கொண்ட கல்வியைப் பெற்று அதிகாரி வர்க்கம், அரசியல், இன்ன பிறவற்றுக்குள் நுழைந்து உள்ளனர். பாகிஸ்தானிலிருந்து வந்த இத்தகைய தலைவர்களிலொருவர் எல்.கே.அத்வானி (சிந்து மாகாணத்தைச் சேர்ந்த பனியா). அவர் ஆர்.எஸ்.எஸ்./பாஜக ஆகியவற்றைச் சுற்றி பனியாக்களை ஒழுங்கமைத்தார். எல்.கே.அத்வானியின் சீடர்களான (இதர பிற்படுத்தப்பட்ட வகுப்பைச் சேர்ந்தவர் என்ற சான்றிதழுடன்) மற்றொரு பனியாவான நரேந்திர மோடியும் அமித் ஷா என்ற சமண பனியாவும் தங்கள் சொந்த சக்திகளை (பனியாக்களை) இன்னொரு மட்டத்தில் அணி திரட்டிக் கொண்டிருக்கிறார்கள்.

ஆர்.எஸ்.எஸ். தலைவர் என்ற முறையில் மோகன் பகவத்தும் இந்தியாவின் ஆட்சியாளர்கள் என்ற முறையில் மோடியும் அமித் ஷாவும், தங்கள் கட்சியைத் தம் கட்டுப்பாட்டின் கீழ் வைத்துக்கொண்டு ஒரு திட்டத்தை நோக்கி நகர்ந்து கொண்டிருக்கிறார்கள். இந்த மூன்று நாடுகளிலிருந்தும் வந்த முஸ்லிம் அல்லாத, தாழ்ந்த சாதியைச் சேர்ந்த உழைப்பாளி மக்கள் உழைப்பு முகாம்களில் வைக்கப்பட்டனர்.

ஒவ்வொருவருக்கும் ஆன்மிக, சமூக, அரசியல் உரிமைகள் வழங்கப்பட்டு எல்லா சாதிகளுக்குமிடையில் சமத்துவம் இருக்க வேண்டும் என்பதை ஆர்.எஸ்.எஸ், ஒருபோதும் ஒப்புக்கொண்டதில்லை. இந்தியத் துணைக்கண்டத்தில் இஸ்லாம் பரவியதற்கான மூலகாரணமாக இருந்த சாதியை ஒழிப்பதைப் பற்றி இன்றும்கூட சங் பரிவாரம் விவாதிப்பதில்லை. இன்றுங்கூட சூத்திரர்கள்/தலித்துகள்/ பழங்குடியினர் ஆகியோருக்கு இந்துயிசத்தில் அடிப்படையான ஆன்மிகக் குடியுரிமை இல்லை. ஆர்.எஸ்.எஸ்./பாஜக சக்திகள் சூத்திரர்கள், இதர பிற்பட்ட வகுப்பினர் ஆகியோரின் உழைப்புச் சக்தியைக் கொண்டு பிரமாண்டமான ராமர் கோவிலைக் கட்ட முயற்சி செய்து வருகின்றன. ஆனால் இந்த சூத்திரர்களும் இதர பிற்படுத்தப்பட்ட வகுப்பினரும் அந்தக் கோவிலில் புரோகிதர்களாக முடியாது. இன்றும்கூட ஆர்.எஸ்.எஸ்., பார்ப்பனர்களின் கட்டுப்பாட்டில் உள்ள வலைப்பின்னலாகத்தான் இருந்து வருகின்றது. பாஜக, பார்ப்பன/பனியாக் கட்டுப்பாட்டிலுள்ள அரசியல் அமைப்புதான்.

ஹெட்கெவர், கோல்வால்கர், ஷியாமா பிரசாத் முகர்ஜி, தீன்தயாள் உபாத்யாய முதல் அடல் பிகாரி வாஜ்பாயி வரை பார்ப்பனியம் தனது மேலாதிக்கத்தை ஆர்.எஸ்.எஸ்./பாஜக கட்டமைப்புகளின் மீது நிறுவியுள்ளது என்பதை இந்த தேசம் அறியும். இப்போது பார்ப்பன/பனியா கூட்டணி தெளிவாக வரையறுக்கப்பட்ட ஒரு குறிக்கோளுடன் செயல்பட்டுக் கொண்டிருக்கிறது. ஆனால் சூத்திரர்கள்/இதர பிற்படுத்தப்பட்ட வகுப்பினர்/பழங்குடியினர் ஆகியோரில் ஒருவர்கூட எந்தவொரு பார்ப்பன/பனியா தலைமைத் தகுதிக்கு வர அனுமதிக்கப்படுவதில்லை. இருப்பினும் பெரும்பாலான சூத்திரர்களும்/தலித்துகளும்/பழங்குடியினரும் முஸ்லிம்களுக்கு எதிராகத் திருப்பி விடப்படுகின்றனர். அவர்களும் முஸ்லிம்கள் தங்கள் எதிரிகள் என்று நினைக்கிறார்கள்.

இந்த நிலைமைக்கு இந்தியாவிலுள்ள முஸ்லிம் மேற்குடியினரும் கூடப் பொறுப்பேற்க வேண்டும். அவர்கள் பெரும்பாலும் உயர் சாதிகளிலிருந்து முஸ்லிம்களாக மதம் மாறியவர்கள்தான். முகமது அலி ஜின்னா குஜராத்தி பனியா சாதியிலிருந்தும் அல்லாமா இக்பால் காஷ்மிர் பார்ப்பன சாதியிலிருந்தும் இஸ்லாத்துக்கு மதம் மாறியவர்கள் என்பதை நாம் எல்லோரும் அறிவோம். இப்போது காங்கிரஸுடன் சேர்ந்து வேலை செய்து கொண்டிருக்கும் முஸ்லிம் தலைவர்களில் பலர் பார்ப்பனக் குடும்பங்களிலிருந்து முஸ்லிம்களாக மதம் மாறியவர்கள். ஆனால் முஸ்லிம் வெகுமக்களோ பொருளுற்பத்தி செய்யும் சாதிப் பின்னணியைக் கொண்டவர்கள்.

ஆஃப்கானிஸ்தான், பாகிஸ்தான், பங்களாதேஷ் ஆகியவற்றிலிருந்து இந்துக்கள் என்ற தலைப்பின் கீழ் பார்ப்பன/பனியாக்கள் இந்தியாவிற்குள் புலம்பெயர்ந்த முறை, 1990களில் காஷ்மிரில் நிகழ்ந்ததை ஒத்ததுதான். இந்துக்கள் என்ற தலைப்பின் கீழ் அங்கிருந்து எல்லா பண்டிட்டுகளும் இந்தியாவிற்குள் புலம் பெயர்ந்தனர். இன்று ஆஃப்கானிஸ்தானிலும் பாகிஸ்தானிலும் பங்களாதேஷிலும் இந்துக்கள் என்ற பெயரில் இருப்பவர்கள் யார், அவர்களின் சமூகத் தகுதி என்ன என்பது-அவர்களுக்கு சிறுபான்மைத் தகுதி கொடுக்கப்பட்டுள்ளது என்பதைத் தவிர யாருக்கும் தெரியாது. குடியுரிமைத் திருத்தச் சட்டம் வரையறுப்பது போல, 'ஒடுக்கப்பட்ட இந்துக்கள்' என்பவர்கள் மேற்சொன்ன மூன்று நாடுகளிலிருந்து புலம்பெயர்ந்து வந்து இந்தியக் குடிமக்களாவார்களேயானால், அவர்களுக்கு சாதித் தகுதி ஏதேனும் தரப்படுமா, இல்லையா? அவர்கள் எல்லோரும் தாங்கள் பார்ப்பனர்கள் அல்லது பனியாக்கள் அல்லது சத்திரியர்கள் என்று கூறிக்கொண்டால்

அவர்களுக்குத் தானாகவே ஆன்மிக சமத்துவ அந்தஸ்து தரப்பட்டு விடும். ஆனால் ஹரப்பா நாகரிகத்தைக் கட்டும் காலம் தொட்டு இந்தியாவிலேயே வாழ்ந்து வருகின்ற சூத்திரர்கள்/இதர பிற்படுத்தப்பட்ட வகுப்பினர்/பழங்குடியினர் ஆகியோர் இந்த அந்தஸ்தை விரும்பினால் அது அவர்களுக்கு வழங்கப்படாது. இதுதான் சாதியும் இந்துயிசமும் ஆகும்.

இந்துயிசத்துக்குள் இருக்கிற சூத்திரர்களுக்கு ஆன்மிகக் குடியுரிமை இல்லை. இதர பிற்பட்ட வகுப்பினர் ஒருபுறமிருக்கட்டும் - சத் சூத்திரர்கள் என அழைக்கப்படும் ஜாட்டுகள், பட்டேல்கள், குஜ்ஜார்கள், மராத்தாக்கள், யாதவர்கள், ரெட்டிகள், கம்மாக்கள், லிங்காயத்துகள், ஒக்கிலியர்கள், நாயக்கர்கள், நாயர்கள் ஆகியோருக்கும் கூட ஆன்மிகக் குடியுரிமை இல்லை. மேற்கு வங்கத்தில், வங்காள விவசாய சமுதாயங்களாகவும், பெரும்பாலும் சூத்திரர்களாகவும் இருக்கிற மக்களுக்கும் ஆன்மிக உரிமைகள் இல்லை. அவர்களால் இந்துயிசத்தில் புரோகிதராவதற்கோ, தத்துவத் தகுதி பெறுவதற்கோ ஆசைப்பட முடியாது. ஆர்.எஸ்.எஸ்./பாஜக இந்தப் பிரச்சினையை விவாதிக்கவே விரும்பாது. ஏனெனில் இந்த விவாதம் முரண்பாடு ஏற்படும் நிலையை உருவாக்கி பார்ப்பனிய மேலாதிக்கத்தைத் தூக்கியெறிவதில் போய் முடியும்.

முஸ்லிம்களின் குடியுரிமைப் பிரச்சினை என்பது சூத்திரர்/ தலித்துகளின் ஆன்மிகக் குடியுரிமைப் பிரச்சினை என்பதுடன் இணைக்கப்பட்டாக வேண்டும். இத்தகைய பரந்த சமத்துவத்தை அரசியல் சமுதாயத்தில் முஸ்லிம் மேற்குடியினர் ஆதரிக்கிறார்கள் என்றால், ஆன்மிக சமத்துவம் என்பது அடிப்படைப் பிரச்சினை என்பதை அவர்கள் ஒத்துக்கொள்ள வேண்டும்.

இந்திய முஸ்லிம்கள் இந்திய சமுதாயத்தின் சாதித் தன்மையை ஒருபோதும் புரிந்துகொண்டதில்லை; நவீன காலத்தில் அவர்கள் தீண்டாதோருடனும் சூத்திரர்களுடனும் சேர்ந்து நிற்கவில்லை. இந்திய முஸ்லிம்களின் அறிவாளிகள், தலைவர்கள் ஆகியோரின் கண்களுக்கு சாதியும் வர்க்கமும் தெரியவேயில்லை. அவர்கள் தங்கள் மத நிறுவனவாதத்துக்குள்ளேயே வாழ்ந்து கொண்டிருந்தனர். இந்துத்துவ சக்திகளும் வகுப்புவாத முஸ்லிம்களும் நீண்டகாலம் கலவரச் செயல்களிலேயே கட்டுண்டு கிடந்தனர். வகுப்பு உரிமைகளைவிட ஜனநாயக உரிமைகள் மேலும் முக்கியமானவை என்று அம்பேத்கர் திரும்பத் திரும்ப அவர்களிடம் கூறிவந்த போதிலும் முஸ்லிம்கள்

ஜனநாயகரீதியான அணிதிரட்டலின் முக்கியத்துவத்தை உணரவில்லை. முதல் முறையாக அவர்கள் அதை இப்போது உணர்ந்துள்ளனர்.

இப்போதேனும் அவர்கள் இந்துத்துவ பார்ப்பனியத்துக்கு எதிராக முரணற்ற அடிப்படையில் ஜனநாயகரீதியான அணிதிரட்டலின் முக்கியத்துவத்தை உணர்ந்தாக வேண்டும்.

சூத்திரர்/இதர பிற்பட்ட வகுப்பினர்/பழங்குடியினர் ஆன்மிக சமத்துவத்தைப் பெறுவார்களேயானால், அவர்கள் இந்து கட்டமைப்புகள் உள்ளிட்ட ஒவ்வொரு நிறுவனத்தின் மீதும் கட்டுப்பாடு செலுத்துவார் களேயானால் இந்து மதத்திலிருந்து இஸ்லாத்திற்கோ, வேறு ஏதேனும் மதத்திற்கோ மதம் மாறுதல் என்ற அச்சம் போய்விடும். ஆனால் சூத்திரர்/இதர பிற்பட்ட வகுப்பினர்/பழங்குடியினர் ஆன்மிகக் குடியுரிமை பெறுவதை பார்ப்பன/பனியா சக்திகள் விரும்பா. ஏனெனில் அப்படி விரும்பினால், அவர்களது ஆன்மிக, சமுதாய, அரசியல் மேலாதிக்கம் தகர்ந்துவிடும். ஆன்மிக ஜனநாயகம் நிறுவப்பட்டு, இந்து ஆன்மிக அமைப்பின் மீது சூத்திரர்கள்/தலித்துகள்/பழங்குடியினர் கட்டுப்பாடு செலுத்துவார்களேயானால், அவர்களிடையே முஸ்லிம்-விரோத சிந்தனை இருக்காது. ஏனெனில் அவர்களும் முஸ்லிம்களும் வெவ்வேறு மதங்களைச் சேர்ந்தவர்களாக இருந்தபோதிலும் உணவுக் கலாசாரத்தைப் பொருத்தவரை அவர்களிடையே பொதுத்தன்மை இருக்கிறது. பிறகு இந்தியப் பார்ப்பனியம் அதற்குரிய இடத்தில் வைக்கப்பட்டுவிடும்.

மொழிபெயர்ப்பாளர் பற்றிய குறிப்பு:

காஞ்ச்சா அய்லய்யா ஷெப்பர்ட், இந்தியாவின் தலைசிறந்த சமூகவியல் சிந்தனையாளர்களிலொருவர்; இந்திய சமுதாயம், சாதிப் பிரச்சினை, மக்களின் உணவுப் பழக்க வழக்கங்கள் முதலியன தொடர்பாகப் பல நூல்களை எழுதியுள்ளவர்; மனித உரிமைச் செயல்பாட்டாளர்; ஓஸ்மானியா பல்கலைக்கழகத்தில் பேராசிரியராகப் பணியாற்றியவர். Countercurrents.org என்னும் ஆங்கில டிஜிட்டல் ஏட்டில் *23.12.2020*இல் வெளியான அவரது ஆங்கிலக் கட்டுரையில் சில வாக்கியப் பிழைகள் இருந்தன. அவரது சிந்தனையோட்டத்தை அறிந்து, இந்தத் தமிழாக்கம் செய்யப்பட்டுள்ளது.

மின்னம்பலம்
18, ஜனவரி - 2020

• • •